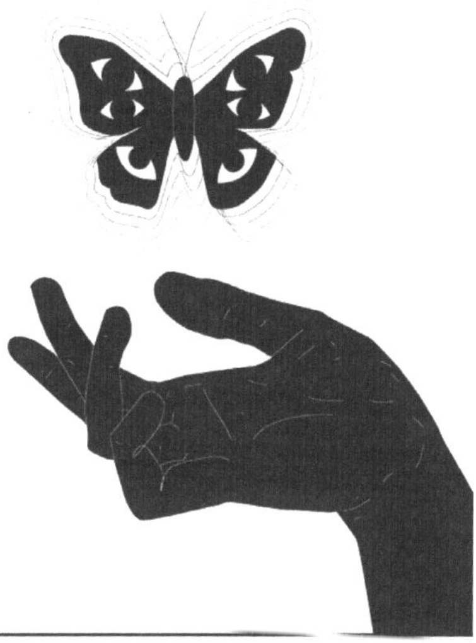

ಇದು ಕಾಡುವ ಪ್ರವಾಸ ಕಥನ..

ಒಂದು ಚಿಟ್ಟೆ ಬಂದು ಕೂತಿತು..

ನಾನು ಕಡಲ ಬದಿ ಇದ್ದ ಮನೆಯಲ್ಲಿ, ವಿಶಾಲವಾದ ತೋಟದ ಮಧ್ಯೆ, ಹಕ್ಕಿಗಳ ಕುಕಿಲು, ಸಂಭ್ರಮದ ಹಸಿರಿನ ಮಧ್ಯೆ ಆ ಸಿನೆಮಾವನ್ನು ನೋಡುತ್ತಾ ಕುಳಿತಿದ್ದೆ. ಅದು – ಲೈಫ್ ಈಸ್ ಬ್ಯೂಟಿಫುಲ್. ಒಂದು ಪುಟ್ಟ ಸಂಸಾರದ ಸುಂದರ ಕಥೆ ಎಂದುಕೊಂಡು ವೀಕ್ ಎಂಡ್‌ನ ರಿಲ್ಯಾಕ್ಸೇಷನ್‌ಗಾಗಿ ನೋಡುತ್ತಾ ಕುಳಿತ ಸಿನೆಮಾ ಅದು.

ಸಿನೆಮಾ ಒಂದಷ್ಟು ಮುಂದೆ ಹೋಗಿತ್ತು ಅಷ್ಟೇ... ನನ್ನ ಉಸಿರು ಬಿಗಿ ಹಿಡಿಯಿತು. ನಾಜಿಗಳು ಪರದೆಯ ತುಂಬೆಲ್ಲಾ ಟಕ ಟಕ ಬೂಟಿನ ಸದ್ದು ಮೊಳಗಿಸತೊಡಗಿದರು. ಅವರ ಲಾಠಿಗಳಿಗೆ ಸಿಕ್ಕಿ ಹಾಕಿಕೊಳ್ಳದವರಿಲ್ಲ. ಬೀದಿ ಬೀದಿಯಲ್ಲಿ ಗುಳೆ ಹೊರಟವರ ಆರ್ತನಾದ, ಮಕ್ಕಳ ಕಣ್ಣಲ್ಲಿ ಬರೀ ಪ್ರಶ್ನೆಗಳು, ದೊಡ್ಡವರ ಕಣ್ಣಲ್ಲಿ ಆತಂಕ..

ತಮ್ಮ ಮನೆಯಲ್ಲಿದ್ದ ಅಮೂಲ್ಯವಾದ ನೆನಪನ್ನೆಲ್ಲಾ ಒಂದು ಪುಟ್ಟ ಸೂಟ್‌ಕೇಸ್‌ನೊಳಗೆ ಪೇರಿಸಿಟ್ಟುಕೊಂಡ ಅಸಂಖ್ಯಾತ ಕುಟುಂಬಗಳು ಮುಂದೆ ಎಲ್ಲಿಗೆ ಎನ್ನುವುದೇ ಗೊತ್ತಿಲ್ಲದಂತೆ ನಾಜಿಗಳ ಸರ್ಪಕಾವಲಿನಲ್ಲಿ ಹೆಜ್ಜೆ ಹಾಕುತ್ತಿದ್ದಾರೆ.

ನನ್ನ ಉದ್ವೇಗ ಹೆಚ್ಚಾಗಲಾರಂಭಿಸಿತು.

ಈಗ ಎಲ್ಲರೂ ಶಿಬಿರ ಹೊಕ್ಕಿದ್ದಾರೆ. ದೊಡ್ಡವರನ್ನು, ಮಕ್ಕಳನ್ನು ಬೇರೆ ಮಾಡಿದ್ದಾರೆ. ಮಕ್ಕಳ ಕೈಗಳಲ್ಲಿದ್ದ ಗೊಂಬೆಗಳನ್ನು ಕಿತ್ತುಕೊಂಡಿದ್ದಾರೆ. ದೊಡ್ಡವರ ಜೊತೆ ಇದ್ದ ಅಮೂಲ್ಯ ನೆನಪುಗಳ ಸೂಟ್‌ಕೇಸುಗಳನ್ನೂ... ಎಲ್ಲರನ್ನೂ ಒಂದೆಡೆ ದಬ್ಬಿ ವಿಷದ ವಾಯುವನ್ನು ಹರಡುತ್ತಿದ್ದಾರೆ. ಅಯ್ಯೋ ಆಕ್ರಂದನ, ಚೀರಾಟ, ಅಳು.. ಮತ್ತೊಂದು ಗಂಟೆಯಲ್ಲಿ ಎಲ್ಲವೂ ಸ್ತಬ್ಧ. ಇರಿಯುವ ಮೌನ. ಸಾಸಿವೆ ಬಿದ್ದರೂ ಈಗ ಸದ್ದಾಗುತ್ತದೆ.

ಆಗಲೇ, ಆಗಲೇ ಈ ಚಿಟ್ಟೆ ನನ್ನ ಮನೆಯ ಅಂಗಳದಿಂದ ಕಿಟಕಿ ಹೊಕ್ಕು ನೋಡನೋಡುತ್ತಿರುವಂತೆಯೇ ಅದೇ ಟಿವಿಯ ಪರದೆಯ ಮೇಲೇ ಕುಳಿತುಬಿಡಬೇಕೆ..?

ಟಿವಿ ಪೆಟ್ಟಿಗೆಯೊಳಗೆ ಅಸಂಖ್ಯಾತ ದೇಹಗಳು ಬೋರಲು ಬಿದ್ದಿವೆ. ಮಕ್ಕಳು ಆವರೆಗೂ ಎದೆಗಪ್ಪಿ ಆಟವಾಡುತ್ತಿದ್ದ ಗೊಂಬೆಗಳೆಲ್ಲವೂ ಅನಾಥವಾಗಿ ಹೋಗಿವೆ. ಊಟದ ಬಟ್ಟಲುಗಳ ರಾಶಿಯೇ ಎಲ್ಲರನ್ನೂ ನಿಟ್ಟುಸಿರಿಗೆ ತಳ್ಳಿದೆ. ಇಂತ ಸಮಯದಲ್ಲಿ ಈ ಚಿಟ್ಟೆ ಹೀಗೆ ಅದೇ ಟಿವಿಯ ಪರದೆಯ ಮೇಲೆ ಕುಳಿತು ಬಿಡಬೇಕೇ!.

ಯಾವುದನ್ನು ನಂಬುವುದು ಆ ಕ್ರೌರ್ಯದ ಕಥೆಯನ್ನೇ..
ಅಥವಾ ಆ ಚಿಟ್ಟೆಯ ಲೋಕವನ್ನೇ..

...ಯಾತನಾ ಶಿಬಿರದಲ್ಲಿ
ಈತನಿಗೆ ಐದು ಬೇಕಿಲ್ಲ, ನಾಲ್ಕು
ಊಹುಂ ಒಂದೇ ಸಾಕು
ಎಂದು ಗುಂಡು ಹಾರಿಸಲು
ಸಜ್ಜಾಗಿ ನಿಂತಿದ್ದಾಗ
ಎಲ್ಲಿತ್ತೋ ಆ ಒಂದು ಚಿಟ್ಟೆ
ಹಾರುತ್ತಾ ಹಾರುತ್ತಾ ಬಂದು
ಟಿವಿ ಪರದೆಯ ಮೇಲೆ
ಕುಳಿತೇಬಿಟ್ಟಿತು.

ಕೈಯಲ್ಲಿ ಬಂದೂಕು ಹಿಡಿದವರು
ಗುಂಡುಹಾರಿಸಿದರೋ ಬಿಟ್ಟರೋ
ಯಾತನಾಶಿಬಿರದ ನಿಟ್ಟುಸಿರು
ಹೊರಬಿತ್ತೋ ಇಲ್ಲವೋ
ಆ ಪುಟ್ಟ ಕಂಗಳ ಹುಡುಗನ

ಎದೆಯಲ್ಲಿ ಹೂ ಅರಳಿತೋ ಇಲ್ಲವೋ
ಯಾರಿಗೆ ಗೊತ್ತು
ಚಿಟ್ಟೆ ಬಂದು ಕುಳಿತದ್ದಷ್ಟೇ ಗೊತ್ತು...

– ನನ್ನ ಕವಿತೆಯ ಸಾಲುಗಳಿವು.

ಒಳಗಿದ್ದ ಕ್ರೌರ್ಯದ ಬದುಕು, ಹೊರಗಿದ್ದ ಚಿಟ್ಟೆಯ ನವಿರು ಈ ಎರಡರ ತಾಕಲಾಟದಲ್ಲಿ ನಾನು ಸಿಕ್ಕಿಹೋದೆ. ಅದು ಅಂದಿನ ಕಥೆಯಲ್ಲ. ಈ ತಾಕಲಾಟ ಪ್ರತೀ ಪ್ರಭುತ್ವವೂ ತನ್ನ ಕೋರೆ ಹಲ್ಲುಗಳನ್ನು ಪ್ರದರ್ಶಿಸುತ್ತಿರುವ ಎಲ್ಲಾ ಸಮಯದಲ್ಲೂ ನನ್ನನ್ನು ಕಾಡುತ್ತಲೇ ಇದೆ.

ಧರ್ಮ, ಜನಾಂಗದ ಶ್ರೇಷ್ಠತೆಯ ವ್ಯಸನಕ್ಕೆ ಸಿಕ್ಕು ಜಗತ್ತನ್ನು ಹೊಸಕಿ ಹಾಕಿದವರ ಕ್ರೌರ್ಯ ನಮ್ಮ ಕಣ್ಣಂಚು ಒದ್ದೆಯಾಗುವಂತೆ ಮಾಡುತ್ತದೆ. ಎದೆ ಭಾರವಾಗುವಂತೆ ಮಾಡಿವೆ.

ಇದು ಅಲ್ಲೆಲ್ಲೋ ನಡೆದ ಕಥೆ ಎಂದು ನಾವು ಸಮಾಧಾನಪಟ್ಟುಕೊಳ್ಳುತ್ತಿರುವಾಗಲೇ ಇವಿವೇ ಸಂಗತಿಗಳು ನಮ್ಮ ಮನೆ ಬಾಗಿಲುಗಳಿಗೂ ಬಂದು ನಿಂತಿವೆ.

ಫಾದರ್ ನೆಮ್ಯೂಲರ್ ಬರೆದದ್ದು ಇದನ್ನೇ ತಾನೇ–

...ಅವರು ಮೊದಲು ಯಹೂದಿಗಳನ್ನು ಹುಡುಕಿಕೊಂಡು ಬಂದರು
ನಾನು ಬಾಯಿಬಿಡಲಿಲ್ಲ
ಯಾಕೆಂದರೆ ನಾನು ಯಹೂದಿಯಾಗಿರಲಿಲ್ಲ,

ನಂತರ ಅವರು ಕೆಥೊಲಿಕ್ಕರನ್ನು ಹುಡುಕಿಕೊಂಡು ಬಂದರು
ನಾನು ಮಾತನಾಡಲಿಲ್ಲ
ಯಾಕೆಂದರೆ ನಾನು ಕೆಥೊಲಿಕ್ಕನಾಗಿರಲಿಲ್ಲ

ಕೊನೆಗೆ ಅವರು ನನ್ನನ್ನೇ ಹುಡುಕಿಕೊಂಡು ಬಂದರು
ಆಗ ನನಗಾಗಿ ಮಾತನಾಡುವವರು
ಯಾರೂ ಇರಲಿಲ್ಲ...

– ಭಾರತಿ ಬಿ ವಿ ಅವರ 'ನಕ್ಷತ್ರಗಳನ್ನು ಸುಟ್ಟ ನಾಡಿನಲ್ಲಿ' ಓದಿ ನಾನು ಅಂದು ಬೆಚ್ಚಿಬಿದ್ದಂತೆಯೇ ಬೆಚ್ಚಿಬಿದ್ದಿದ್ದೇನೆ. ಮಾನವೀಯತೆಯನ್ನು ಹೊಸಕಿ ಹಾಕಿಬಿಡುವ ಕ್ರೌರ್ಯ ನನ್ನೆದೆಯೊಳಗೆ ನಿಟ್ಟುಸಿರನ್ನು ಮತ್ತೆ ಮತ್ತೆ ಉಕ್ಕಿಸುತ್ತಲೇ ಇದೆ.

ಭಾರತಿ 'ಬಹುರೂಪಿ'ಗೆ 'ಕಿಚನ್ ಕವಿತೆಗಳು' ಬರೆದಾಗ, ಅದು ಮತ್ತೆ ಮತ್ತೆ ಮುದ್ರಿತವಾಗಿ ಯಶಸ್ಸು ಕಂಡಾಗ ಸಂಭ್ರಮಪಟ್ಟೆವು. ಅದೇ ಭಾರತಿ ಈ ಬಾರಿ ತಮ್ಮ ಪೋಲೆಂಡ್ ಪ್ರವಾಸ ಕಥನವನ್ನು ನಮ್ಮ ಕೈಗಿಟ್ಟಾಗ ತಲ್ಲಣಿಸಿಹೋಗಿದ್ದೆವು. ಭಾರತಿಗೆ ತಮ್ಮದೇ ಆದ ವಿಶಿಷ್ಟ ಶೈಲಿಯಿದೆ. ಬ್ರೆಕ್ಟ್‌ನ ಥಿಯರಿಯಂತೆ ಯಾರನ್ನೂ ಕಡು ದುಃಖದಲ್ಲಿ ದೂಡದೆ ಅದರಿಂದ ಆಗೀಗ ಹೊರ ಬರುವಂತೆ

ಮಾಡುತ್ತಾರೆ. ಆ ಮೂಲಕ ಆ ನೋವನ್ನು ಸರಿಯಾಗಿ ವಿಶ್ಲೇಷಿಸುವ, ಅದಕ್ಕೆ ಎದುರಾಗಿ ಒಂದು ಮಾನವೀಯತೆಯ ದಾರಿ ತುಳಿಯುವಂತೆ ಮಾಡುತ್ತಾರೆ.

ಭಾರತಿ ನಾಜಿಗಳ ಕ್ರೌರ್ಯವನ್ನು ಅರಿಯಲೆಂದೇ ಪೋಲೆಂಡ್ ಪ್ರವಾಸವನ್ನು ಆಯ್ಕೆ ಮಾಡಿಕೊಂಡರಲ್ಲ ಅದು ನನಗೆ ಅತಿ ಮುಖ್ಯ ಅನಿಸುತ್ತದೆ. ಒಂದು ಕ್ರೌರ್ಯದ ಕಥೆ ಹೇಳುತ್ತಲೇ ಬದುಕು ಸಾಗಬೇಕಾದ ದಾರಿ ತೋರಿಸುತ್ತಾರಲ್ಲ ಅದು ಮುಖ್ಯ. ಥೇಟ್ ಚಿಟ್ಟೆಯೊಂದು ಟಿ ವಿ ಪರದೆಯ ಮೇಲೆ ಕೂತ ಹಾಗೆ.

..ಯಾತನಾ ಶಿಬಿರದಲ್ಲಿ ಹೇಳದೆ ಕೇಳದೆ
ಬಂದ ಒಂದು ಚಿಟ್ಟೆ ಏನೆಲ್ಲಾ ಮಾಡಿತು
ಎಂದು ಕಣ್ಣಲ್ಲಿ ಕಣ್ಣಿಟ್ಟು ನೋಡುತ್ತಿದ್ದ
ನನಗೆ ಅವಳಿಗೆ ಅನಿಸಿದ್ದು ಇಷ್ಟೇ:

ಚಿಟ್ಟೆ ಪರದೆಯ ಮೇಲೆ ಕುಳಿತಿದೆಯೋ
ಅಥವಾ ಪರದೆಯ ಒಳಗೆ ಕುಳಿತು
ಯಾತನಾ ಶಿಬಿರದಲ್ಲಿರುವ ನಮ್ಮನ್ನು
ನೋಡುತ್ತಿದೆಯೋ?..

– ಜಿ ಎನ್ ಮೋಹನ್

ಪೋಲೆಂಡ್ ಪ್ರವಾಸ ಕಥನ

ನಕ್ಷತ್ರಗಳ ಸುಟ್ಟ ನಾಡಿನಲ್ಲಿ...

ಭಾರತಿ ಬಿ ವಿ

ಬಹುರೂಪಿ

ಎಂಬೆಸಿ ಸೆಂಟರ್, 111, ಮೊದಲನೇ ಮಹಡಿ, ಕ್ರೆಸೆಂಟ್ ರಸ್ತೆ,
ಕುಮಾರಪಾರ್ಕ್ ಈಸ್ಟ್, ಬೆಂಗಳೂರು 560 001.

ದೂರವಾಣಿ: 70191 82729 editor@bahuroopi.in
Online Book Store: bahuroopi.in
facebook: bahuroopi.official/

36

NAKSHATRAGALA SUTTA NAADINALLI-
An Haunting Travelogue on Poland
By **Bharathi B V**
Mobile: 97420 03323
bvbkoll@gmail.com

Published By **Bahuroopi**
Embassy Centre, 111, First Floor, Crescent Road,
Kumarapark East, Bangalore 560001
editor@bahuroopi.in | Mobile: 70191 82729
online book store: **bahuroopi.in**

E-Book available at:
India: **https://mylang.in/collections/bahuroopi**
Overseas: **https://mylangbooks.com/collections/bahuroopi**
and
vividlipi.com

Paper: 80 GSM Maplitho | Size: 1/8 Demy
First Edition: December 2020
ISBN : 978-81-949833-3-0
Pages: 264 | Price: Rs.300

 | Cover Photo: **Nagaraja Somayaji**
Cover Design: **Gousi Arts** | Inside Design: **Sagads99**

Printed at
Regal Print Service, Bangalore
99643 51655

ಗೆಳತಿ **ಸಂಧ್ಯಾ**

ಮತ್ತು

ಮಗ **ಸಂದೀಪ್**

ಇಲ್ಲದೆ ಈ ಪುಸ್ತಕ ಆಗುತ್ತಿರಲಿಲ್ಲ

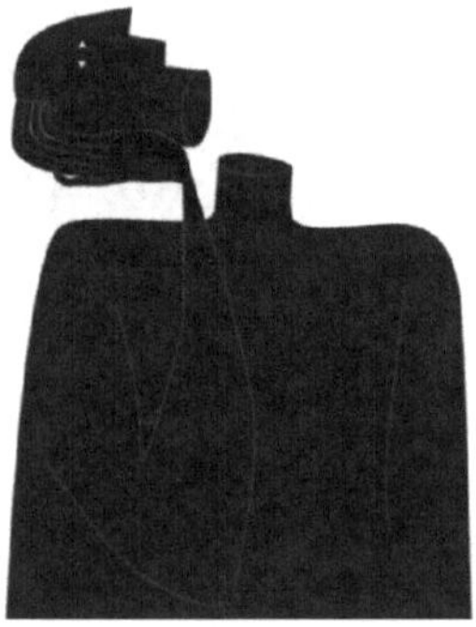

The object of persecution is persecution.
The object of torture is torture.
The object of power is power.

- George Orwell

ಅದೆಷ್ಟು ಸುದೀರ್ಘ ಪಯಣ..!

ಸ್ಥಾವರಕ್ಕಳಿವುಂಟು, ಜಂಗಮಕ್ಕಳಿವಿಲ್ಲ ಎಂಬ ಮಾತನ್ನು ತುಂಬ ಗಂಭೀರವಾಗಿ ಎದೆಗೆ ಹಾಕಿಕೊಂಡ ಪರಿಣಾಮವೋ ಏನೋ, ನನಗೆ ನಿಂತಲ್ಲೇ ನಿಂತಿರುವುದಕ್ಕಿಂತ ದೊಡ್ಡ ಶಿಕ್ಷೆ ಬದುಕಿನಲ್ಲಿ ಮತ್ತೆ ಯಾವುದೂ ಇಲ್ಲ ಎನ್ನಿಸಿಬಿಡುತ್ತದೆ. ಎಲ್ಲಿಯಾದರೂ ಕ್ಯೂನಲ್ಲಿ ನಿಲ್ಲಬೇಕಾದಾಗ ಕೂಡಾ ಕೇವಲ ಐದಾರು ನಿಮಿಷದಲ್ಲೇ ನನ್ನ ದೇಹವೇ ನನಗೆ ಭಾರವೆಂದೆನಿಸಿ, ಅಲ್ಲಿಯೇ ಅತ್ತಿಂದಿತ್ತ ಹೆಜ್ಜೆ ಹಾಕಲು ಪ್ರಾರಂಭಿಸಿ ಬಿಡುತ್ತೇನೆ.

ಬದುಕಿನಲ್ಲಿ ಕೂಡಾ ಹಾಗೆಯೇ ಬೇಡವಾದದ್ದನ್ನು ಒಪ್ಪಿಕೊಳ್ಳಲೇ ಬೇಕಾದ ಅನಿವಾರ್ಯ ಸ್ಥಿತಿ ಎದುರಾದಾಗ, ಅದನ್ನು ಅಲ್ಲಿಯೇ ಬಿಟ್ಟು ಮುಂದೆ ನಡೆದುಬಿಡುತ್ತೇನೆ. ಹಾಗೆಂದು ನನ್ನನ್ನು ಕಠೋರ ಹೃದಯದವಳೆಂದು ಭಾವಿಸದಿರಿ. ನಡೆದೆನೆಂದ ಮಾತ್ರಕ್ಕೆ ಎಲ್ಲವನ್ನೂ ಮರೆತೆ ಎಂದರ್ಥವಲ್ಲ. ಹೆಜ್ಜೆಹೆಜ್ಜೆಗೂ ಆ ನೆನಪುಗಳು ನನ್ನೊಡನೆಯೇ ನಡೆಯುತ್ತವೆ. ಅದರಲ್ಲಿ ಖುಷಿ ಕೊಟ್ಟವನ್ನು ಎದೆಯಲ್ಲಿಟ್ಟು ಬೀಗ ಹಾಕುತ್ತೇನೆ... ವಿಷಾದ ಕೊಟ್ಟವು ಮಾತ್ರ ಹೃದಯದ ಬಡಿತದಂತೆ ಅನುಗಾಲವೂ ಜೊತೆಯಾಗಿಯೇ ನಡೆಯುತ್ತವೆ. ಆದರೂ ಮುಂದೆಮುಂದೆ ನಡೆಯುವ ಪ್ರೋಸೆಸ್ ನನ್ನನ್ನು ತುಂಬ ಹಗುರಾಗಿಸುತ್ತದೆ. ಹೀಗೆ ಸದಾ ನಡೆವುದನ್ನು ಸುಖಿಸುವ ನನಗೆ ಕಾಲಲ್ಲಿ ಚಕ್ರ ಕಟ್ಟಿಕೊಳ್ಳುತ್ತಾ ಪ್ರವಾಸ ಮಾಡಬೇಕೆನ್ನುವ ಆಸೆ ಹತ್ತಿದ್ದು ಆಶ್ಚರ್ಯಕರ ವಿಷಯವೇನೂ ಅಲ್ಲ. ಮೊದಮೊದಲಲ್ಲಿ ಆಸೆ ಎಂದು ಶುರುವಾಗಿದ್ದು ನಂತರ ಒಂದು ಚಟವಾಗಿ, ಆ ನಂತರ ಅದೊಂದು ಹುಚ್ಚಾಗಿದ್ದು ಅಸಾಮಾನ್ಯ ವಿಷಯ ಕೂಡಾ ಅಲ್ಲ!

ಪ್ರವಾಸಕ್ಕೆಂದು ಹೊರಡುವಾಗ ಆ ಊರುಗಳನ್ನು ನೋಡಬೇಕು, ಅಲ್ಲಿನ ಅನುಭವಗಳನ್ನು ನನ್ನದಾಗಿಸಿಕೊಳ್ಳಬೇಕು ಎಂದಷ್ಟೇ ಉದ್ದೇಶವಿರುತ್ತದೆ. ಬಂದ ನಂತರ ಏನಾದರೂ ಬರೆಯಬೇಕು ಎನ್ನಿಸಿದರೆ ಬರೆಯುತ್ತೇನೆ, ಇಲ್ಲವಾದರೆ ಇಲ್ಲ. ಆ ನೆನಪುಗಳ ಜೊತೆ ಬದುಕುವುದೇ ಖುಷಿ ಅಷ್ಟೇ. ಕಾಂಬೋಡಿಯಾ, ಥೈಲ್ಯಾಂಡ್, ಜೋರ್ಡಾನ್ ಈ ದೇಶಗಳ ಬಗ್ಗೆ ಬರೆದಿದ್ದೂ ಹಾಗೆಯೇ... ಕಂಡಿದ್ದನ್ನು ಬರೆದಿದ್ದು. ಆದರೆ ಪೋಲೆಂಡ್ ದೇಶ ಒಂದಕ್ಕೆ ಮಾತ್ರ ನಾನು ಹೋದದ್ದೇ ಅದರ ಬಗ್ಗೆ ಬರೆಯುವ ಉದ್ದೇಶದಿಂದ ಎನ್ನಬೇಕು. ಅಲ್ಲಿಗೆ ಹೊರಟಾಗಲೇ ಆ ಪ್ರವಾಸ ಎಲ್ಲ ಪ್ರವಾಸಗಳಂತೆ ಇರುವುದಿಲ್ಲ ಎಂಬ ಸಂಪೂರ್ಣ ಅರಿವಿತ್ತು. ಆದರೆ ವಾಪಸ್ ಬಂದ ನಂತರ ಅದನ್ನು ಬರೆಯಲು ಕುಳಿತಾಗಲೇ ನನ್ನೆದುರು ಹರಡಿ ನಿಂತ ಉದ್ದಾನುದ್ದ ರಸ್ತೆಯನ್ನು ಕ್ರಮಿಸುವುದು ಅದೆಂಥ herculean task ಎಂದು ಅರಿವಾಗಿದ್ದು.

ಯಾಕೆಂದರೆ ಹಿಂತಿರುಗಿ ಬಂದ ನಂತರ ಅದನ್ನು ಬರೆಯುವ ಮಾತು ಹಾಗಿರಲಿ, ಅದನ್ನು ಪ್ರವಾಸ ಕಥನವೆಂದು ಕರೆಯುವುದೇ ಒಂದು ರೀತಿಯಲ್ಲಿ insensitive ಎನ್ನಿಸಲಾರಂಭಿಸಿಬಿಟ್ಟಿತು.

ಹೊರಡುವ ಮೊದಲೇ ಅದೆಲ್ಲದರ ಬಗ್ಗೆ ಓದುವುದು ಮತ್ತು ತಿಳಿಯುವುದು ಬೇರೆ. ಆದರೆ ನೊಂದವರು ನಡೆದ ಹಾದಿಯನ್ನು ಕಣ್ಣಾರೆ ನೋಡುವುದೇ ಬೇರೆ. ಪೋಲೆಂಡ್ ಚರಿತ್ರೆಯೇ ನೋವನ್ನು ಹೊಟ್ಟೆಯೊಳಗಿಟ್ಟುಕೊಂಡಂಥದ್ದು.

ಹಾಗಾಗಿ ಬರೆಯಲು ಕುಳಿತರೆ ಆ ಸ್ಥಳಗಳ ಚರಿತ್ರೆಯೊಳಗೆ ಮನಸ್ಸು ಅದೆಷ್ಟು ಹೊಕ್ಕಿಬಿಡುತ್ತಿತ್ತು ಎಂದರೆ, ಅಂಥ ಚರಿತ್ರೆಯ ಜೊತೆಜೊತೆಗೆ ಆ ದೇಶದಲ್ಲಿನ ಶುದ್ಧ ಪ್ರವಾಸದ ಭಾಗವನ್ನು ಸೇರಿಸಬೇಕೇ? ಸೇರಿಸಿದರೆ ಎಷ್ಟು ಸೇರಿಸಬಹುದು, ನಾನು ಅದನ್ನು ಪ್ರವಾಸ ಎಂದು ಕರೆಯುವುದೇ ಕ್ರೌರ್ಯವೆನಿಸುತ್ತಿರುವಾಗ, ಆ ಬಗ್ಗೆ ಬರೆಯುವುದೂ ಅಮಾನವೀಯ ಅನ್ನಿಸಿ ಬಿಡಬಹುದಾ ಎಂದೆಲ್ಲ ಪ್ರಶ್ನೆಗಳು ಮೂಡಿ ಬೆಪ್ಪಾಗಿ ಕುಳಿತು ಬಿಡುತ್ತಿದ್ದೆ.

ಯಾವುದು?

ಎಷ್ಟು?

ಎಲ್ಲಿ?

ಈ ಮೂರು ತಂತಿಗಳ ಮೇಲಿನ ನಡಿಗೆ ಶುರುವಾಗಿದ್ದೇ ಆಗ....

ಚರಿತ್ರೆ ಪೋಲೆಂಡ್‌ನ ಪ್ರಮುಖ ಭಾಗವೆನ್ನುವುದು ಹೌದಾದರೂ, ಪ್ರವಾಸವೆಂದರೆ ಬರೀ ಅಷ್ಟೇ ಅಲ್ಲ. ಪ್ರವಾಸವೆಂದರೆ ನಮ್ಮ ಪ್ರಯಾಣದ ತಯಾರಿ, ಅಲ್ಲಿನ ಜನಜೀವನ, ನಮ್ಮ ಬದುಕಿನ ಕ್ಷಿತಿಜದ ವಿಸ್ತರಣೆ, ಮೈಗೂಡಿಸಿಕೊಂಡ ತುಸು ತಾಳ್ಮೆ, ಯಾರೋ ಅನುದ್ದೇಶಿತವಾಗಿ ಕೊಟ್ಟ ಪ್ರೀತಿ, ಕರುಣೆ, ಸಮಯ ಎಲ್ಲವೂ ಅಲ್ಲವೇ? ಅದನ್ನು ಹೇಳದೆ ಬರೀ ಚರಿತ್ರೆಯನ್ನು ದಾಖಲಿಸಿ ಬಿಟ್ಟರೆ ಈ ಪೋಲೆಂಡ್ ಪಯಣ ಹೇಗೆ ಪೂರ್ತಿಯಾಗುತ್ತದೆ ಎಂದು ಒಮ್ಮೆ ಅನ್ನಿಸಿದರೆ, ನೋವಿನ ಕಥೆಯ ಜೊತೆಗೆ ಇವೆಲ್ಲವನ್ನೂ ಸೇರಿಸಿ ಬರೆದರೆ ಅದು ನೀರಿನ ಮೇಲಿನ ಎಣ್ಣೆಯಂತೆ ಒಂದರೊಡನೊಂದು ಸೇರದೇ ಬೇರೆ ಬೇರೆಯಾಗಿಯೇ ಉಳಿದುಬಿಡುತ್ತದೇನೋ ಎಂಬ ಜಿಜ್ಞಾಸೆ ಮತ್ತೊಮ್ಮೆ. ಹೀಗೆ ನನ್ನ ಕಥನದ ಶುರುವಾತಿನಲ್ಲೇ ತಲೆಯ ಮೇಲೆ ಕೈ ಹೊತ್ತು ಕುಳಿತುಕೊಳ್ಳುವಂತೆ ಮಾಡಿತು ಪೋಲೆಂಡ್.

ಯೋಚಿಸಿ ಯೋಚಿಸಿ ಸುಸ್ತಾಗಿ ಕೊನೆಗೆ 'ಆದದ್ದಾಗಲಿ ಎಲ್ಲವನ್ನೂ ದಾಖಲಿಸುತ್ತ ಹೋಗಿಬಿಡು, ಏನು ಉಳಿಸಿಕೊಳ್ಳುತ್ತೀಯೋ, ಏನು ಬಿಡುತ್ತೀಯೋ ನಂತರ ತೀರ್ಮಾನಿಸು' ಎಂದು ಗೆಳತಿ ಸಂಧ್ಯಾ ಹೇಳಿದ ಮಾತನ್ನು ಪಾಲಿಸಲು ನಿರ್ಧರಿಸಿ ಮೊದಲಿನ ಅಧ್ಯಾಯಗಳನ್ನು ಹೇಗೋ ಬರೆಯುತ್ತಾ ಹೋದೆ.

ಪ್ರವಾಸದ ತಯಾರಿ, ಪ್ರಯಾಣ ಇವುಗಳ ಬಗ್ಗೆ ಬರೆಯುವುದು ತುಂಬ ಸುಲಭ. ಹಾಗಾಗಿ ಆರಾಮವಾಗಿ ಬರೆಯುತ್ತ ಹೋದೆ. ಮುಂದೆ ನಿರ್ಣಾಯಕ ಘಟ್ಟ ಬರುತ್ತದೆಂದು ಗೊತ್ತಿದ್ದರೂ, ಬೇಕೆಂದ ಕಡೆ ಬೇಕಾದಷ್ಟು ಮಾತ್ರ ಬರೆಯುವ ಆ ಮಾಂತ್ರಿಕ ಕಲೆ ಒಲಿದೇ ಬಿಟ್ಟಿತು ಎಂದು ಭ್ರಮಿಸುತ್ತ ಬರೆಯುತ್ತಿರುವಾಗಲೇ ಆಶ್ವಿಟ್ಜ್‌ನ ಹೊಸ್ತಿಲಲ್ಲಿ ಬಂದು ನಿಂತಿದ್ದೆ! ಆ ಹೊಸ್ತಿಲು

ದಾಟಿ ಒಳಗೆ ಕಾಲಿಡಲು ಹೋದಾಗ ನನ್ನ ಹೆಜ್ಜೆ ಹೊರಗೇ ತಡೆದು ಬಿಟ್ಟಿತು. ಹೊಸ್ತಿಲು ಮತ್ತು ಬಾಗಿಲು ಬಿಟ್ಟರೆ, ಮನೆಯೇ ಇರದ ಆ ಖಾಲಿ ಆವರಣದ ಬಗ್ಗೆ 'ನೋಡಿದ್ದನ್ನು ಬರೆಯುವುದು' ಅಸಾಧ್ಯ. ಹಾಗಾಗಿ ಏನು ಬರೆಯಲಿ ಎನ್ನುವ ಪ್ರಶ್ನೆ ನನ್ನೆದುರು ದೈತ್ಯಾಕಾರವಾಗಿ ನಿಂತು ಬಿಟ್ಟಿತು. ಕಷ್ಟ ಪಟ್ಟಾದರೂ ಸರಿಯೇ, ಹೇಗೋ ಮಾಡಿ ಹೆಜ್ಜೆ ಮುಂದಕ್ಕಿಡುವಂತೆ ನನ್ನ ಮನವೊಲಿಸಲು ನಾನು ಏನೆಲ್ಲ ಪ್ರಯತ್ನಿಸಿದರೂ ಎಲ್ಲವೂ ನಿರರ್ಥಕವಾಗಿ ಬಿಟ್ಟಿತು. ಆ ಭಾಗ ಅದೆಷ್ಟು ಕಾಡಿಸಿತೆಂದರೆ ಕೊನೆಗೆ ನಾನು ನಿಲ್ಲಲೂ ತ್ರಾಣವಿಲ್ಲದಂತೆ ಅಲ್ಲಿಯೇ ಅಶ್ವಿಟ್ಜ್‌ನ ಬಾಗಿಲಿಗೊರಗಿ ಕುಕ್ಕರಿಸಿಬಿಟ್ಟೆ.

ಅಲ್ಲಿಂದ ಮುಂದೆ ಏನು ಮಾಡಬೇಕೆಂದು ತೋಚದೇ ದಿಕ್ಕು ತಪ್ಪಿದವಳಂತಾಗಿ ಬರೆಯುವುದು ನಿಲ್ಲಿಸಿ, ಓದಲು ಶುರು ಮಾಡಿದೆ! ಓದಿದೆ... ಓದಿದೆ... ಓದಿದೆ... ಅದೆಷ್ಟು ಓದುತ್ತ ಅದರಲ್ಲೇ ಮುಳುಗಿ ಹೋದೆನೆಂದರೆ ಕೊನೆಗೆ ಬರೆಯುವ ಸಂಕಟ ತಪ್ಪಿಸಿಕೊಳ್ಳಲೋಸುಗವೇ ನಾನು ಈ ಓದಿನ ಕಳ್ಳಾಟ ಹೂಡುತ್ತಿದ್ದೇನಾ ಎಂದು ನನ್ನ ಮೇಲೆ ನನಗೇ ಅನುಮಾನ ಬರಲು ಶುರುವಾಗಿ ಬಿಟ್ಟಿತು. ಬಹುಶಃ ನನ್ನ ಒಂದನೇ ತರಗತಿಯಿಂದ ಡಿಗ್ರಿ ಪರೀಕ್ಷೆ ಮುಗಿಯುವವರೆಗೆ ಓದಿದ್ದೆಲ್ಲ ಸೇರಿಸಿದರೂ ಇಷ್ಟಾಗುವುದಿಲ್ಲವೇನೋ! ರಾಶಿ ಓದಿ ರಾಶಿ ರಾಶಿ ನೋಟ್ಸ್ ಮಾಡಿಕೊಂಡರೂ ಬರೆಯುವ ಕೆಲಸ ಶುರುವಾಗುತ್ತಲೇ ಇಲ್ಲ!

ಅಷ್ಟರಲ್ಲಾಗಲೇ ನಾನು ಪೋಲೆಂಡ್‌ಗೆ ಹೋಗಿ ಬಂದು ಎರಡು ವರ್ಷ ಆಗುತ್ತಲಿತ್ತು! ಅದಾಗಲೇ ಕಳಚಿ ಜಾರುತ್ತಿದ್ದ ಸಣ್ಣಪುಟ್ಟ ನೆನಪಿನ ಕೊಂಡಿಗಳನ್ನು ಮತ್ತೆ ಕೂಡಿಸುವುದು ಪ್ರಯಾಸವೆನ್ನಿಸಲಾರಂಭಿಸಿತ್ತು. ಬರೆಯಲೇಬೇಕೆಂದು ಹೊರಟ ಈ ಪ್ರವಾಸ ಕಥನ ಅಪೂರ್ಣವಾಗಿಯೇ ಉಳಿದುಬಿಡುತ್ತದಾ ಎಂಬ ಚಡಪಡಿಕೆ, ಭಯ, ತಲ್ಲಣ ಕಾಡಲಾರಂಭಿಸಿತು.

ಅಷ್ಟರಲ್ಲಾಗಲೇ ಟರ್ಕಿಯ ಪ್ರಯಾಣ ಮುಗಿದಿತ್ತು. ಮಧ್ಯಪ್ರದೇಶ್ ಮತ್ತು ಪೂರ್ವ ಯೂರೋಪ್‌ನ ಪ್ರಯಾಣಕ್ಕೆ ಸಿದ್ಧತೆ ನಡೆಯುತ್ತಿತ್ತು. ಇನ್ನು ಹೀಗೇ ನನ್ನ ಪ್ರಯಾಣ ಸಾಗುತ್ತಿದ್ದರೆ ಪೋಲೆಂಡ್‌ನ ನೆನಪುಗಳು ಮಸುಕಾಗುತ್ತ ಹೋಗಿ ನಂತರ ಈ ಕಥನ ಎಂದೆಂದಿಗೂ ಮುಗಿಯುವುದೇ ಇಲ್ಲವೇನೋ ಎಂದು ಒದ್ದಾಡಿಕೊಳ್ಳುವಾಗಲೇ ಕೊರೊನಾ ಎಂಬ ವೈರಸ್ ನಮ್ಮ ಪ್ರಪಂಚಕ್ಕೆ ಕಾಲಿಟ್ಟಿತ್ತು...!

2020ನೆಯ ಇಸವಿಯಲ್ಲಿ ಬದುಕು ಹೀಗೆ ಪಲ್ಲಟಗೊಳ್ಳಬಹುದೆಂಬ ಕಲ್ಪನೆಯೂ ಇಲ್ಲದ ಜಗತ್ತು ಸ್ತಬ್ಧವಾಗಿ ಹೋಯಿತು.

ಸಮಾನರಾರಿಹರು ಎಂದು ಮೆರೆಯುತ್ತಿದ್ದ ಮನುಕುಲವನ್ನು ಕಣ್ಣಿಗೆ ಕಾಣದ ಕ್ಷುದ್ರ ಜೀವಿ ತನ್ನ ಅಧೀನಕ್ಕೆ ತೆಗೆದುಕೊಂಡು ಬಿಟ್ಟಿತು.

ವರುಷಗಟ್ಟಳೆ ಮುಂದಿನ ಯೋಜನೆಗಳನ್ನು ಹಾಕಿಕೊಂಡು ಕೂರುತ್ತಿದ್ದ ನಾವು ಕೈ ಚರ್ಮವೆಲ್ಲ ಎಳೆದುಕೊಂಡು ಬರುವಷ್ಟು ಸಲ ಕೈ ತೊಳೆಯುತ್ತ, ಸ್ಯಾನಿಟೈಝರ್ ಹಾಕುತ್ತ, ತರಕಾರಿ ತೊಳೆಯುತ್ತ ನಾವು ಬದುಕಿರುವುದೇ ಅದಕ್ಕಾಗೇನೋ ಎನ್ನುವಂತೆ ಬದುಕಲು ಶುರು ಮಾಡಿಬಿಟ್ಟೆವು.

ನಮ್ಮ ತಿರುಗಾಟವೆಲ್ಲ ಬಂದ್ ಆಗಿ, ಹೊಸಿಲು ದಾಟುವುದೇ ವಿಚಿತ್ರ ಎನ್ನಿಸಲಾರಂಭಿಸಿ, ಅಪರೂಪಕ್ಕೊಮ್ಮೆ ಮನೆಯ ಬೆಲ್ ಸದ್ದಾದರೆ 'ಇದ್ಯಾರಪ್ಪ' ಎಂದು ಗಾಬರಿಯಾಗಲಾರಂಭಿಸಿ, ಹಗಲು ಹೊತ್ತಿನಲ್ಲಿ ಹಕ್ಕಿಗಳು ತಲ್ಲಣಗೊಂಡು ಹಾರಾಡುತ್ತಾ, ನಾಯಿಗಳು ಇದ್ದಕ್ಕಿದ್ದಂತೆ ಎದುರಾದ ನಿರ್ಮಾನುಷ ರಸ್ತೆಗಳಿಗೆ ಕಂಗಾಲಾಗುತ್ತಾ, ಬದುಕು ಮನುಷ್ಯರ ಸ್ಪರ್ಶವಿಲ್ಲದೇ, ಅಸ್ತಿತ್ವವಿಲ್ಲದೆ ಎಲ್ಲರೂ ಬರಿಯ ದನಿಗಳಾಗಿ ಬದಲಾಗಿ, ಬದುಕು ಬುಡಮೇಲಾಗಿ ಹೋಯಿತು.

ಬೆಳಗ್ಗೆದ್ದು ಅಂಗಡಿಗೆ ಹೋಗಿ ಬಂದ, ಸಂಜೆ ಒಂದು ನಾಟಕಕ್ಕೆ ಹೋಗಬೇಕು, ನಡುವೆ ಉಳಿದ ಸಮಯದಲ್ಲಿ ಒಂದಿಷ್ಟು ಬರೆದು ಮುಗಿಸುತ್ತೇನೆ ಎನ್ನುವಂಥದ್ದಲ್ಲ ಈ ಕಥನ. ಅದನ್ನೇ ಹಾಸಿ–ಹೊದೆಯುತ್ತ–ಉಸಿರಾಡುತ್ತ–ಬದುಕುತ್ತಲಿದ್ದರೆ ಮಾತ್ರ ಬರೆಯಲು ಸಾಧ್ಯವಾಗುವಂಥದ್ದು. ಹಾಗಾಗಿ ಕೊರೊನಾ ಸಮಯದ ಅಗಲಿಕೆ, ಸ್ಪರ್ಶರಾಹಿತ್ಯ, ವಿಷಾದ, ಒಂಟಿತನ, ಎಲ್ಲವೂ ಈ ಕಥನವನ್ನು ಬರೆಸುತ್ತ ಹೋದವು.

ಅಂತೂ ಆರು ತಿಂಗಳು ಅಲ್ಲಾಡದಂತೆ ಕುಳಿತು 'ನಕ್ಷತ್ರಗಳ ಸುಟ್ಟ ನಾಡಿನಲ್ಲಿ...' ಬರೆದು ಮುಗಿಸಿ ನಿಮ್ಮ ಕೈಗಿಟ್ಟು ನಿರಾಳವಾಗುತ್ತಿದ್ದೇನೆ.

ನಿಮಗಿದು ಒಪ್ಪಿತವಾದರೆ ನಾನು ಧನ್ಯಳು...

****

ಸದಾ ಬೆನ್ನ ಹಿಂದೆ ನಿಂತು ಕಾಯುವ ಅಪ್ಪ–ಅಮ್ಮ–ಮಗ
ಸಂತೋಷಕ್ಕೆ, ಸಂಕಟಕ್ಕೆ ಸದಾ ಜೊತೆಗಿರುವ ಸಂಧ್ಯಾ, ಮಮತಾ
ಎಂದೋ ಒಮ್ಮೆ ಮಾತನಾಡಿದರೂ ನೆನ್ನೆ ಇನ್ನೂ ಮಾತನಾಡಿದ್ದೇವೇನೋ
ಎಂಬಂತೆ ಸಂವಹನದ ಸೇತುವೆ ಕಟ್ಟುವ ಅನುಮಾ, ಉಷಾಮಾ, ಪೂರ್ಣ,

ವಿಜಯಕ್ಕ, ಗೀತಾ, ಭಾಗ್ಯ, ಶ್ರೀವತ್ಸ, ಗುರುರಾಜ ಕೊಡ್ಕಣಿ, ಪ್ರಸಾದು, ಮತ್ತೂ
ಅಸಂಖ್ಯಾತ ಗೆಳೆಯ–ಗೆಳತಿಯರು
ಬರೆದಿದ್ದನ್ನು ವಿಶ್ವಾಸವಿಟ್ಟು ಓದುವ ಜೀವಗಳು
ಇವರೆಲ್ಲರೂ ಇದ್ದರೆ ಬದುಕಿಗೆ ಒಂದು ಅರ್ಥ

****

ವಿಶ್ವಾಸವಿಟ್ಟು ಇದನ್ನು ಪ್ರಕಟಿಸುತ್ತಿರುವ 'ಬಹುರೂಪಿ' ಪ್ರಕಾಶನ
ಕೆಲವು ವಾರ ಇದನ್ನು ಅಂಕಣವಾಗಿ ಪ್ರಕಟಿಸಿದ 'ಅವಧಿ'
ಇವರೆಲ್ಲರಿಂದ ಈ ಬರಹಕ್ಕೂ ಒಂದು ಅರ್ಥ

ಪ್ರೀತಿಯಿರಲಿ,
ಭಾರತಿ

ಈ ತಳಮಳ...

ಪಯಣಾಂಕುರ!

ಆಗ ನನ್ನ ಮಗ ಎರಡನೆಯ ತರಗತಿಯಲ್ಲಿದ್ದ. ಒಂದು ದಿನ ಶಾಲೆಯಿಂದ ಬಂದವನು 'ಅಮ್ಮ ಹಿಟ್ಲರ್ ಅಂತ ಒಬ್ಬಿದ್ದನಂತೆ, ತುಂಬ ಒಳ್ಳೇವ್ನಂತೆ ಹೌದಾ?' ಎಂದು ಕೇಳಿದಾಗ ನಾನು ಆಘಾತಕ್ಕೊಳಗಾಗಿದ್ದೆ. ಹಿಟ್ಲರ್! ಎಲ್ಲ ಬಿಟ್ಟು ಹಿಟ್ಲರ್!! ಇವನನ್ನು ಯಾರಾದರೂ ಹೇಗೆ ಒಳ್ಳೆಯವರ ಸಾಲಿಗೆ ಸೇರಿಸಲು ಸಾಧ್ಯ ಎನ್ನುವ ಆಘಾತದಲ್ಲಿಯೇ 'ಯಾರು ಹೇಳಿದ್ದು ಹಾಗಂತ?!' ಎಂದು ಕೇಳಿದ್ದೆ. ಅವನು ತುಂಬ ಮುಗ್ಧನಾಗಿ 'ನಮ್ ಮಿಸ್' ಅಂದಿದ್ದ. ತಮ್ಮ ಅಭಿಪ್ರಾಯವನ್ನು ಮಕ್ಕಳ ಮೇಲೆ ಹೇರಿದ್ದ ಆ ಟೀಚರ್ ಮೇಲೆ ನಖಶಿಖಾಂತ ಉರಿದಿತ್ತು.

ಮರುದಿನ ಶಾಲೆಗೆ ಹೋಗಿ ಅವರ ಜೊತೆ ಮಾರಾಮಾರಿ ಜಗಳವಾಡಿದ್ದೆ. ಆದರೆ ಹಿಟ್ಲರ್‌ನಂಥ ಹಿಟ್ಲರ್‌ಗೆ ಭಕ್ತೆ ಇರುವುದು ನನಗೆ ವಿಚಿತ್ರವಾಗಿ ಕಂಡರೆ, ಹಿಟ್ಲರ್‌ನಂಥ ಹಿಟ್ಲರ್ ಮಹಾತ್ಮನ ವಿಷಯವಾಗಿ ನಾನು ಜಗಳವಾಡುತ್ತಿರುವುದು ಆಕೆಗೆ ವಿಚಿತ್ರವಾಗಿ ಕಂಡಿತ್ತು! ನಾನು ಪಾಪ ಅವನ ಬಗ್ಗೆ ಏನೂ ತಿಳಿಯದ ಮೂರ್ಖಳು, ಅವರು ತಿಳಿಹೇಳಿದರೆ ನಂತರ ಅವನ ಮಹಾತ್ಮೆ ಅರ್ಥವಾಗುತ್ತದೆ ಎನ್ನುವಂತೆ ಮಾತನಾಡುತ್ತಿದ್ದರು. ಆ ದನಿಯಲ್ಲಿ ನನ್ನನ್ನು ಒಪ್ಪಿಸಿಯೇ ಬಿಡುತ್ತೇನೆ ಎನ್ನುವ ಭ್ರಮೆ ಇತ್ತು!

ನಾನು ಆಡಿದ್ದೇ ಆಡುತ್ತ, ಅವರು ಆಡಿದ್ದೇ ಆಡುತ್ತ ಸಾಕಷ್ಟು ಸಮಯ ಕಳೆದ ಮೇಲೆ, ಕೊನೆಗೆ ನನಗೆ ರೋಸಿ ಹೋಗಿ 'ಸರಿ ನಿಮ್ಮ ಅಭಿಪ್ರಾಯ ನೀವು ಇಟ್ಟುಕೊಳ್ಳಲು ಸ್ವತಂತ್ರರು. ಆದರೆ ನನ್ನ ಮಗನ ಬಾಯಿಂದ ಮಾತ್ರ ಇನ್ನೊಮ್ಮೆ ಇಂಥ ಮಾತು ಬಂದರೆ ನಾನು ಸುಮ್ಮನಿರುವುದಿಲ್ಲ' ಎಂದು ಎಚ್ಚರಿಕೆ ನೀಡಿ ಬಂದಿದ್ದೆ. ನನ್ನ ಮಗನ ಮುಖ ಬಸವಳಿದು ಹೋಗಿತ್ತು. 'ಅಯ್ಯೋ ಇವಳಿಗೆ ಯಾಕಾದರೂ ಹೇಳಿದೆನೋ' ಎನ್ನುವಂತೆ ಸಪ್ಪೆ ಮುಖ ಮಾಡಿ ನಿಂತಿದ್ದ.

ಆ ನಂತರ ನಾನು ಹಿಟ್ಲರ್ ನಡೆಸಿದ ಮಾರಣಹೋಮದ ಬಗ್ಗೆ ನನಗೆ ತಿಳಿದಷ್ಟು ಮತ್ತು ನನ್ನ ಮಗನ ವಯಸ್ಸಿಗೆ ನಿಲುಕುವಷ್ಟು ವಿಷಯಗಳನ್ನು ಹೇಳಿದ್ದೆ. ಆಮೇಲೆ ಮತ್ತೆ ಅವನ ಟೀಚರ್ ಆ ಬಗ್ಗೆ ಏನಾದರೂ ಮಾತನಾಡಿದರೇ ಎಂದು ಆಗಾಗ ವಿಚಾರಿಸುತ್ತಿದ್ದೆ. ಅದೇನು ಆಕೆಯೇ ಮಾತನಾಡಲಿಲ್ಲವೋ ಅಥವಾ ನನ್ನ ಹತ್ತಿರ ಹೇಳಿ ಯಾಕೆ ಮತ್ತೆ ಗ್ರಹಚಾರ ಎಂದು ಅವರು ಹೇಳಿದ್ದರೂ ಇವನೇ ಏನೂ ಹೇಳಲಿಲ್ಲ ಅಂದುಬಿಡುತ್ತಿದ್ದನೋ ಗೊತ್ತಿಲ್ಲ, ಒಟ್ಟಿನಲ್ಲಿ ಆ ನಂತರ ಹಿಟ್ಲರ್ ಬಗ್ಗೆ ಮಾತು

ಬರಲಿಲ್ಲ. ನನ್ನ ಮಗನಿಗೆ ಸದ್ಯ ಹಿಟ್ಲರ್ ಒಳ್ಳೆಯವನಲ್ಲ ಎಂದು ಹೇಳಿದೆನಲ್ಲ ಅಷ್ಟು ಸಾಕು ಎಂದು ನೆಮ್ಮದಿಯೆನಿಸಿತ್ತು.

ಹೀಗೆ ಶುರುವಾಗಿತ್ತು ನಮ್ಮ ಮನೆಯಲ್ಲಿ ಹಿಟ್ಲರ್‌ನ ಅಧ್ಯಾಯ. ಆದರೆ ಆಗ ನನಗೆ ಗೊತ್ತಿದ್ದಾದರೂ ತುಂಬ ಕಡಿಮೆ. ಹುಡುಕಿ ಬೆನ್ನತ್ತುವ ಹುಮ್ಮಸ್ಸು ನನ್ನಲ್ಲೂ ಇರಲಿಲ್ಲವಾಗಿ ಹಿಟ್ಲರನ ವಿಷಯ ಮನಸ್ಸಿನಾಳದಲ್ಲೆಲ್ಲೋ ಸುಪ್ತ ಜ್ವಾಲಾಮುಖಿಯಂತೆ ಅಡಗಿ ಕುಳಿತು ಬಿಟ್ಟಿತಷ್ಟೇ, ಮತ್ತೆ ನೇಮಿಚಂದ್ರರ 'ಯಾದ್ ವಶೇಮ್' ಓದುವವರೆಗೆ!

ವಿಚಿತ್ರವಾದ ಹೆಸರುಗಳು ನನ್ನನ್ನು ತುಂಬ ಆಕರ್ಷಿಸುತ್ತವೆ. ಯಾವುದ್ಯಾವುದೋ ಭಾಷೆಗಳ ಪದಗಳು ಮತ್ತು ಅವುಗಳ ಅರ್ಥಗಳನ್ನು ಹುಡುಕುವ ಚಟವಿರುವ ನನಗೆ ಉತ್ತರ ಅಮೆರಿಕಾದ ಚೆರೊಕಿ ಭಾಷೆಯಲ್ಲಿನ 'ಅಹವಿ' ಎನ್ನುವ ಪದ ತುಂಬ ಇಷ್ಟವಾಗಿತ್ತು. ಅಹವಿ ಅಂದರೆ ಚೆರೊಕಿ ಭಾಷೆಯಲ್ಲಿ ಜಿಂಕೆ ಎಂದರ್ಥ. ಜಿಂಕೆ ಎಂದರೆ ನನ್ನ ಮಟ್ಟಿಗೆ ಬದುಕಿನ ಉತ್ಸಾಹದ, ಚುರುಕಿನ ಸಂಕೇತ. ಹಾಗಾಗಿ ಅವಧಿ ಅಂತರ್ಜಾಲ ಪತ್ರಿಕೆಗೆ ಬರೆದ ನನ್ನ ಅಂಕಣಕ್ಕೆ 'ಅಹವಿ ಹಾಡು' ಎಂದೇ ಹೆಸರಿಟ್ಟಿದ್ದೆ. ಹೀಗೆಯೇ ನಾಗರಾಜ ವಸ್ತಾರೆಯವರ 'ಹಕೂನ ಮಟಾಟ', ಸುನಂದಾ ಬೆಳಗಾಂವಕರ ಅವರ 'ಝುವಾದಿ' ಇವೆಲ್ಲ ಬರಿಯ ಹೆಸರಿನಿಂದಲೇ ನನ್ನನ್ನು ಸೆಳೆದಂಥ ಪುಸ್ತಕಗಳು.

ನೇಮಿಚಂದ್ರರ ಬರಹಗಳೆಂದರೆ ಯಾವತ್ತೂ ತುಂಬ ಇಷ್ಟಪಡುವ ನಾನು, 'ಯಾದ್ ವಶೇಮ್' ಪುಸ್ತಕ ಬಂದಾಗ ಆ ಹೆಸರಿನ ಬಗ್ಗೆ ತುಂಬ ಕುತೂಹಲ ತಾಳಿದ್ದೆ. ಮೊದಲಿಗೆ ಯಾದ್ ಎನ್ನುವುದನ್ನು ನೆನಪು ಎನ್ನುವ ಪದಕ್ಕೆ ಕೊಂಡಿ ಹಾಕಿಕೊಂಡು ಓದಲು ಶುರು ಮಾಡಿದ್ದೆ. ಆದರೆ ಆ ನಂತರ ಅದು ಜೆರುಸಲೇಂನಲ್ಲಿರುವ ಜ್ಯೂಗಳ ಸ್ಮಾರಕದ ಹೆಸರು ಎಂದು ಗೊತ್ತಾಗಿತ್ತು.

ಆ ಪುಸ್ತಕವನ್ನು ಅದ್ಯಾವ ಘಳಿಗೆಯಲ್ಲಿ ಹಿಡಿದೆನೋ ಗೊತ್ತಿಲ್ಲ, ಎರಡು ದಿನ, ಹಗಲು–ರಾತ್ರಿ ಎನ್ನದೆ ಅದರಲ್ಲಿಯೇ ಮುಳುಗಿ ಹೋಗಿದ್ದೆ. ಎರಡನೇ ಮಹಾಯುದ್ಧದ ಸಮಯದಲ್ಲಿ ಹಿಟ್ಲರ್‌ನ ವಿನಾಕಾರಣದ ಜ್ಯೂ ದ್ವೇಷದ ಉರಿಗೆ ಸಿಕ್ಕಿಬಿದ್ದು ಛಿದ್ರವಾದ ಒಂದು ಜ್ಯೂ ಸಂಸಾರದ ಅಪ್ಪ–ಮಗಳು ಜರ್ಮನಿಯಿಂದ ತಪ್ಪಿಸಿಕೊಂಡು ಬಂದು ಬೆಂಗಳೂರಿನಲ್ಲಿ ನೆಲೆಸಿ, ಇಲ್ಲಿಯವರೇ ಆಗಿ, ನಂತರ ತಮ್ಮ ಬೇರು ಹುಡುಕಿ ಅಲೆದು, ತಮ್ಮ ಮನೆಯವರನ್ನೆಲ್ಲ ಭೇಟಿಯಾಗುವ ಕಥೆಯದು. ಆ ಪುಸ್ತಕ ಓದಿ ಮುಗಿಸುವುದರಲ್ಲಿ ನಾನು ತಲ್ಲಣಿಸಿ ಹೋಗಿದ್ದೆ. ಇಡೀ ಜ್ಯೂ ಜನಾಂಗದ ಮೇಲೆ ದ್ವೇಷ ಸಾಧಿಸಿ, ಲಕ್ಷಗಟ್ಟಲೆ ಜನರನ್ನು ಅಮಾನುಷವಾಗಿ ಕೊಂದ ಹಿಟ್ಲರ್ ಮತ್ತೆ ಮನಸ್ಸಿನಲ್ಲಿ ಧಿಗ್ಗನೆದ್ದು ಕುಳಿತಿದ್ದ.

ಆ ಕಾದಂಬರಿ ನನ್ನ ಮನಸ್ಸಿನಲ್ಲಿ ಹುಟ್ಟು ಹಾಕಿದ ಪ್ರಶ್ನೆಗಳು ಲೆಕ್ಕವಿಲ್ಲದಷ್ಟು. ಅಷ್ಟರೊಳಗೆ ಬದುಕಿನಲ್ಲಿ ಅಂತರ್ಜಾಲವೆಂಬ ಮಾಯಾವಿ ಕಾಲಿಟ್ಟಿತ್ತು. ಬೇಕೆಂದ ವಿಷಯಗಳು ಬೆರಳ ತುದಿಯಲ್ಲಿ ಸಿಕ್ಕಿಬಿಡುವ ವಿಸ್ಮಯವೊಂದು ಈ ಜಗತ್ತಿನಲ್ಲಿ ಸಂಭವಿಸುತ್ತಿತ್ತು. ಹಾಗಾಗಿ ಇದೆಲ್ಲ ವಿಷಯಗಳ ಬಗ್ಗೆ ಈಗ ಮಾಹಿತಿಗಳ ರಾಶಿಯೇ ಬಿದ್ದಿರುತ್ತಿತ್ತು! ಹಿಟ್ಲರ್‌ನ ಜರ್ಮನಿ ಪೋಲೆಂಡನ್ನು ಆಕ್ರಮಣ ಮಾಡಿದ್ದರಿಂದ ಶುರುವಾದ ಎರಡನೇ ಮಹಾಯುದ್ಧ ಮತ್ತು ಹಿಟ್ಲರ್‌ನ ಜನಾಂಗೀಯ ದ್ವೇಷ ಹೇಗೆ ಜ್ಯೂಗಳನ್ನು ಬಲಿ ತೆಗೆದುಕೊಂಡಿತು ಎನ್ನುವ ವಿಷಯಗಳು ನನ್ನೆದುರು ತೆರೆದುಕೊಳ್ಳುತ್ತ ಹೋದವು.

ಅದನ್ನೆಲ್ಲ ಓದುತ್ತ ಯಾವತ್ತಾದರೂ ಒಂದು ದಿನ ಸಾಧ್ಯವಾದರೆ ಜರ್ಮನಿ ಮತ್ತು ಪೋಲೆಂಡ್‌ಗೆ ಹೋಗಬೇಕು ಎಂದುಕೊಂಡಿದ್ದೆ. ಆದರೆ ಅದು ನನ್ನ priority list ನಲ್ಲಿ ತುಂಬ ಮೇಲೇನೂ ಇರಲಿಲ್ಲ. "ಯಾವತ್ತಾದರೂ ಒಂದು ದಿನ" ಅಷ್ಟೇ. ಆ ಯಾವತ್ತಾದರೂ ಒಂದು ದಿನ ಎನ್ನುವುದು 2018ರಲ್ಲಿ ಬಂದೇ ಬಿಟ್ಟಿದ್ದು ಮಾತ್ರ ಅವರ್ ಬಿಟ್ ಇವರ್ ಬಿಟ್ ಇನ್ಯಾರು ಎನ್ನುವಂಥ ವಿಚಿತ್ರ ಸಂದರ್ಭದಲ್ಲಿ!

ಜನವರಿ ತಿಂಗಳಲ್ಲಿ ಯಾವುದಾದರೂ ದೇಶಕ್ಕೆ ಹೋಗಿ ಬರಬೇಕೆಂದು ನನ್ನ ಗಂಡ ರಾಗ ಶುರು ಮಾಡಿದ. ನನ್ನ ಅಪ್ಪ, ನಾನು, ಮಗ ಮೂವರೂ ಎಂದಿನಂತೆ ಕೋರಸ್ ಹಾಡಿದೆವು. ಆ ನಂತರ ಎಲ್ಲಿಗೆ ಹೋಗುವುದು ಎನ್ನುವ ಮಾತು ಶುರುವಾಯಿತು. ಆಗ ನನಗೆ ನೆನಪಾಗಿದ್ದು ಜರ್ಮನಿ ಮತ್ತು ಪೋಲೆಂಡ್! ನನ್ನ ಬಹಳ ದಿನಗಳ ಕನಸೊಂದನ್ನು ಸಾಕಾರಗೊಳಿಸಿಕೊಳ್ಳಬಹುದಲ್ಲ ಎನ್ನಿಸಿ ಆ ದೇಶಗಳ ಹೆಸರು ಪ್ರಸ್ತಾಪ ಮಾಡಿದೆ. ಆದರೆ 'ಅವೆರಡು ದೇಶವಾದರೆ ಸ್ವಲ್ಪ ಜಾಸ್ತಿ ದಿನ ಬೇಕು ನೋಡಲು. ಸದ್ಯಕ್ಕೆ ಅಷ್ಟು ಸಮಯವಿಲ್ಲ, ಹಾಗಾಗಿ ಈಗ ಬೇರೆ ಕಡೆಗೆ ಹೋಗೋಣ' ಎಂದುಬಿಟ್ಟ ನನ್ನ ಗಂಡ. ನನ್ನ ಅಪ್ಪ ಬಿಡಿ, ಅವರಿಗೆ ಸೈಬೀರಿಯಾ, ಆಸ್ಟ್ರೇಲಿಯಾ, ಹಿಮಾಲಯ ಯಾವುದೇ ಆದರೂ ಅಡ್ಡಿಯಿಲ್ಲ... ಒಟ್ಟಿನಲ್ಲಿ ಬೀದಿ ಸುತ್ತುತ್ತಿದ್ದರಾಯಿತು! ಹಾಗಾಗಿ

ಅವರು ಎಲ್ಲಿಗಾದರೂ ಸೈ ಎಂದರು. 'ಸರಿ ಹಾಗಿದ್ದರೆ ಈಗ ಮತ್ತೆಲ್ಲಿಗೆ ಹೋಗೋಣ' ಎಂದೆ. ನನ್ನ ಗಂಡ 'ಸ್ಪೇನ್ ಮತ್ತು ಪೋರ್ಚುಗಲ್?' ಎಂದ. 'ಓ ಆದೀತಾದೀತು' ಎಂದು ಮತ್ತೆ ಕೋರಸ್ ಹಾಡಿದೆವು.

ನಮ್ಮ ಮನೆಯಲ್ಲಿ ಪ್ರವಾಸವೊಂದರ ತಯಾರಿಯೆಂದರೆ ಇಡೀ ವಾತಾವರಣಕ್ಕೆ ಬಿಸಿ ಏರಿ ಬಿಡುತ್ತದೆ. ಯಾವುದ್ಯಾವುದೋ ಟ್ರಾವೆಲ್ ಕಂಪನಿಗಳ ಬ್ರೋಷರ್‌ಗಳನ್ನು ತಡಕಾಡಿದೆವು. ಅವರು ಕೊಟ್ಟಿದ್ದ ರೇಟ್ ಪರವಾಗಿಲ್ಲ, ನಮ್ಮ ಕೈಗೆಟಕುತ್ತದೆ ಎನ್ನಿಸಿತು. ಆದರೆ ನಮಗೆ ಯಾವುದೇ ದೇಶಕ್ಕೆ ಹೋದರೂ ನಮ್ಮದೇ ಆದ ನೂರೆಂಟು ಬೇಕು, ಬೇಡಗಳು ಇರುತ್ತವೆ. ಮಾಮೂಲಿ ಟೂರಿಸ್ಟ್ ಜಾಗಗಳಲ್ಲದೇ ಮತ್ತೆ ಯಾವ್ಯಾವುದೋ ಜಾಗಗಳು ರಂಭೆ ಊರ್ವಶಿಯರಂತೆ ಕಣ್ಣಿಗೆ ಬಿದ್ದು ನಮ್ಮನ್ನು ಮರುಳುಗೊಳಿಸುತ್ತವೆ. ಗ್ರೂಪ್ ಟೂರ್‌ಗಳು ಎಂದೂ ನಮಗೆ ಆಗಿಬರುವುದಿಲ್ಲ. ಹಾಗಾಗಿ ಸುಮಾರು ವಿವರಗಳನ್ನು ಸಂಗ್ರಹಿಸಿದ ನಂತರ ಆ ಸ್ಥಳಗಳನ್ನು ಸೇರಿಸಿ ಒಂದು customized ಟೂರ್ ಮಾಡಿಕೊಡಲು ಮೂರು ಕಂಪನಿಗಳನ್ನು ಸಂಪರ್ಕಿಸಿದೆವು. ಎಲ್ಲರೂ ಒಂದಿಷ್ಟು ದಿನಗಳೊಳಗೆ ಕೊಡುತ್ತೇವೆಂದರು.

ಕೊಟೇಷನ್‌ಗಾಗಿ ಕಾಯುತ್ತಾ ಕುಳಿತಿರುವ ಆ ಸಮಯದಲ್ಲಿ ಶುರುವಾಯಿತು ಸ್ಪೇನ್ ಮತ್ತು ಪೋರ್ಚುಗಲ್ ಬಗ್ಗೆ ಒಂದಿಷ್ಟು ಸಂಶೋಧನೆ. ಒಂದೊಂದು ಜಾಗವನ್ನೂ ನೋಡಿ, ಇದನ್ನು ನೋಡದೇ ಬದುಕಿದ್ದೂ ಏನು ಪ್ರಯೋಜನ ಎನ್ನುವಂತೆ ಭಾವೋದ್ವೇಗಕ್ಕೊಳಗಾದೆವು.

ಆ ದೇಶಗಳ ಬಗ್ಗೆ ಓದುತ್ತಾ, ಅಲ್ಲಿನ ದೇಸಿ ತಿನಿಸುಗಳು ಯಾವುವು, ದೇಸಿ ಡ್ರಿಂಕ್‌ಗಳು ಯಾವುವು, ಅಲ್ಲಿನ ಚಲಾವಣೆಯ ನಾಣ್ಯ (ಕರೆನ್ಸಿ) ಯಾವುದು, ಅವರದ್ದೊಂದು ಕರೆನ್ಸಿ ಪಡೆಯಲು ನಮ್ಮ ಎಷ್ಟು ರೂಪಾಯಿ ತೆರಬೇಕು, ದಿನವೊಂದಕ್ಕೆ

ತಿನ್ನುವ ಊಟಕ್ಕೆ ಎಷ್ಟು ಖರ್ಚು ಬೀಳುತ್ತದೆ ಎಂದೆಲ್ಲ ವಿಷಯ ಕಲೆ ಹಾಕಿದೆವು.

ಅಷ್ಟರಲ್ಲಿ ಎಲ್ಲರೂ ಕೊಟೇಷನ್‌ಗಳನ್ನು ಕೊಟ್ಟರು. ಒಬ್ಬೊಬ್ಬರದ್ದೂ ರೇಟ್ ನೋಡಿ ಉಸಿರು ಗಂಟಲಲ್ಲೇ ಸಿಕ್ಕಿಕೊಂಡಂತೆನಿಸಿತ್ತು! ನಮ್ಮ ಬಜೆಟ್‌ನ ಒಂದೂವರೆ ಪಟ್ಟಿಗಿಂತಲೂ ಹೆಚ್ಚಿನ ದರವದು! 'ಅಯ್ಯೋ ಯಾಕೆ ಇಷ್ಟೊಂದು? ನಿಮ್ಮ ಬ್ರೋಷರ್‌ನಲ್ಲಿ ಅಷ್ಟು ಕಡಿಮೆ ಇತ್ತಲ್ಲಾ' ಎಂದರೆ 'ಅವೆಲ್ಲ ನಮ್ಮ ಮಾಮೂಲಿ ಜಾಗಗಳು. ನೀವು ಅಲ್ಲಿಗೆ ಮಾತ್ರ ಹೋಗಲು ಸಿದ್ಧರಿದ್ದರೆ ಈಗಲೂ ಅದೇ ದರವೇ ಆಗುತ್ತದೆ. ಆದರೆ ನಿಮ್ಮ ಲಿಸ್ಟ್‌ನಲ್ಲಿ ಹೊಸ ಹೊಸ ಜಾಗಗಳಿವೆ. ಅಲ್ಲಿಗೆಲ್ಲ ಹೆಚ್ಚು ಜನರು ಹೋಗುವುದಿಲ್ಲ. ನೀವು ಹೋಗಬೇಕೆಂದರೆ ನಿಮಗೆ ಮಾತ್ರ ಬೇರೆಯಾಗಿ ವ್ಯವಸ್ಥೆ ಮಾಡಿಕೊಡಬೇಕಾಗುತ್ತದೆ. ಹಾಗೆ ಮಾಡಿದ್ದಾದರೆ ಹೆಚ್ಚು ಖರ್ಚು ಬಿದ್ದೇ ಬೀಳುತ್ತದೆ' ಎಂದರು.

ಅವರು ಹೇಳುವುದು ಸತ್ಯವೇ. ಆದರೆ ಮನಸ್ಸು ಜಾಗಗಳ ವಿಷಯದಲ್ಲಿ ರಾಜಿ ಮಾಡಿಕೊಳ್ಳುವುದಿಲ್ಲ. ಹಾಗಾಗಿ ಸಾಕಷ್ಟು ಜುಂಗಾಡಿ, ದರ ಇಳಿಸಲು ಪ್ರಯತ್ನಿಸಿದರೂ ಸಾಧ್ಯವಾಗಲೇ ಇಲ್ಲ. ಕೊನೆಗೆ 'ಹೋಗತ್ಲಾಗೆ, ಇದರ ಸಹವಾಸವೇ ಬೇಡ. ಬೇರೆ ಎಲ್ಲಿಗಾದರೂ ಹೋಗೋಣ' ಎಂದು ತೀರ್ಮಾನಿಸಿದೆವು. ಅಲ್ಲಿಂದ ಮುಂದೆ ನಾವು ಎಲ್ಲಿಗೆ ಹೋಗಬಹುದೆಂದು ಮಾತಿನಲ್ಲಿಯೇ ಇಡೀ ಪ್ರಪಂಚ ಪರ್ಯಟನೆ ಮಾಡಿದೆವು!

ಒಂದು ದಿನ ನನ್ನ ಗಂಡ ಇದ್ದಕ್ಕಿದ್ದಂತೆ 'ಈ ಸ್ಪೇನ್ ಮನೆ ಹಾಳಾಗಲಿ. ಹೇಗೂ ಹೋಗ್ತಿದೀವಿ. ಒಂದಿಷ್ಟು ಜಾಸ್ತಿ ದಿನದ್ದು ಪ್ಲ್ಯಾನ್ ಮಾಡಿ ಝೆಕಿಯಾ-ಸ್ಲೊವಾಕಿಯಾ-ಪೋಲೆಂಡ್-ಜರ್ಮನಿ ನಾಲ್ಕು ದೇಶಗಳನ್ನು ಮುಗಿಸಿಬಿಡೋಣ' ಅಂದ. ರೊಟ್ಟಿ ಜಾರಿ ತುಪ್ಪದಲ್ಲಿ ಬಿತ್ತು! ನನಗೆ ಮತ್ತೆ ರೋಮಾಂಚನ ಶುರು! ನಾನು ಹೇಳಿದಾಗ ಬೇಡವೆಂದವನು ಈಗ ತಾನೇ ಅದೆರಡರ ಜೊತೆಗೆ ಮತ್ತೆರಡು ದೇಶ ಸೇರಿಸಿ ಹೋಗೋಣ ಎಂದರೆ ನನಗೆ ಹೇಗಾಗಬೇಡ! 'ನಾನು ಅತ್ಯಂತ ಉಗ್ರವಾಗಿ, ಪ್ರಾಮಾಣಿಕವಾಗಿ ದ್ವೇಷಿಸುವ ಹಿಟ್ಲರ್ ನಾಡಿಗೆ ಹೋಗುತ್ತಿದ್ದೀನಾ!' ಎಂದು ಮನಸ್ಸಿನಲ್ಲೆ ಕುಣಿದಾಡಿದೆ.

ಈ ನಾಲ್ಕು ದೇಶಗಳಿಗೆ ಹೋಗುವುದು ಎಂದಾದ ಮೇಲೆ ಬದುಕು ಪೂರಾ ಹೆಕ್ಟಿಕ್ ಆಗಿಹೋಯಿತು. ನಾಲ್ಕು ದೇಶಗಳ ವಿಷಯವನ್ನೆಲ್ಲ ಸಂಗ್ರಹಿಸುವುದೆಂದರೆ ಸುಮ್ಮನೇನಾ ಮತ್ತೆ! ಮಗನ ಜೊತೆ ಮೊದಲನೇ ಶಿಫ್ಟ್‌ನಲ್ಲಿ ಅಲ್ಲಿ ನೋಡಬೇಕಾದ ಸ್ಥಳಗಳು, ತಿಂಡಿ ತಿನಿಸು, ಪಾನೀಯಗಳ ಬಗ್ಗೆ ಮತ್ತದೇ ಮುಗಿಯದ ರಿಸರ್ಚ್. ಅದಾದ ನಂತರ ಎರಡನೇ ಶಿಫ್ಟ್‌ನಲ್ಲಿ ನಾನು ಒಬ್ಬಳೇ ಹಿಟ್ಲರ್ ಬಗೆಗೆ, ಎರಡನೇ ಮಹಾಯುದ್ಧದ ಬಗೆಗೆ ಓದುವುದು, ಹಾಲೋಕಾಸ್ಟ್ ಡಾಕ್ಯುಮೆಂಟರಿ ನೋಡುವುದು

ಈ ಕೆಲಸ. ರಾಶಿ ರಾಶಿ ಓದಿದೆ, ರಾಶಿ ರಾಶಿ ನೋಡಿದೆ. ಮನಸ್ಸಿನೊಳಗೆ, ಎದೆಯೊಳಗೆ, ತಲೆಯೊಳಗೆ ಎಲ್ಲೆಲ್ಲಿಯೂ ಎರಡನೇ ಮಹಾಯುದ್ಧದ ವಿಷಯವೇ.

ಹೀಗೆ ಸಿದ್ಧಳಾಗುತ್ತಿರಬೇಕಾದರೆ ಕೊಟೇಷನ್‌ಗಳು ಬಂದವು. ಅದನ್ನು ನೋಡಿ ನಾವು ಜ್ಞಾನ ತಪ್ಪುವುದೊಂದೇ ಬಾಕಿ... ಅಷ್ಟು ಎರ್ರಾಬಿರ್ರಿ ಹೆಚ್ಚು! ಆಪಾಟಿ ಹಣ ತೆತ್ತು ಹೋಗುವುದು ಅಸಾಧ್ಯದ ಮಾತಾಗಿತ್ತು. ಇಷ್ಟೆಲ್ಲ ತಯಾರಿ ನಡೆಸಿ ಮತ್ತೆ ಅದೂ ಎಡವಟ್ಟಾದಾಗ ಹತಾಶಳಾಗಿಬಿಟ್ಟೆ.

ನನ್ನ ಗಂಡ ಅಷ್ಟೆಲ್ಲ ಹಣವಾದರೆ ಸಾಧ್ಯವೇ ಇಲ್ಲ ಎಂದು ತೀರ್ಮಾನಿಸಿ ಮತ್ತೆ 'ಸ್ಪೇನ್ ಮತ್ತು ಪೋರ್ಚುಗಲ್ಲಿಗೇ ಯಾಕೆ ಹೋಗಬಾರದು' ಎಂದ. Back to square one! ನಾನು ಅದುವರೆಗೆ ಮಾನಸಿಕವಾಗಿ ಪೋಲೆಂಡ್‌ಗೆ ಹೋಗಿಯೇ ಬಿಟ್ಟಿದ್ದವಳು ನಿರಾಸೆಯಿಂದ ತಲೆಯ ಮೇಲೆ ಕೈ ಹೊತ್ತು ಕುಳಿತೆ. ಇದೆಲ್ಲ ಸಾಕೋಸಾಕು ಅನ್ನಿಸಿಬಿಟ್ಟು ಎಲ್ಲಿಗೂ ಹೋಗುವುದೇ ಬೇಡ ಎನ್ನುವ ವೈರಾಗ್ಯ ಆವರಿಸಲು ಶುರುವಾಯಿತು.

ಅಷ್ಟರಲ್ಲಾಗಲೇ ಈ ಮಾತು ಶುರುವಾಗಿ ಹತ್ತಿರ ಹತ್ತಿರ ಮೂರು ನಾಲ್ಕು ತಿಂಗಳಾಗಿ ಹೋಗಿತ್ತು. ಇದೇನು ಹಣೆಬರಹ! ಒಂದು ಟೂರ್ ಹೋಗಲು ತಿಂಗಳುಗಟ್ಟಳೆ ಸಮಯ ಹೂಡಬೇಕೇ ಎಂದು ಸಿಟ್ಟು ಬರಲು ಶುರುವಾಯಿತು. ಮನಸ್ಸಿಗೋ ಪೋಲೆಂಡ್ ಬಿಟ್ಟು ಮತ್ತೆ ಯಾವುದೂ ಬೇಕೆನಿಸುತ್ತಿಲ್ಲ. ಹೀಗಿರುವಾಗಲೇ ಒಂದು ದಿನ ಬೆಳಗ್ಗೆ ಎದ್ದವನೇ ನನ್ನ ಗಂಡ ಅಪ್ಪನಿಗೆ ಫೋನ್‌ನಲ್ಲಿ 'ಸ್ವಾಮಿ ನಡೀರಿ ಫಿಲಿಪೈನ್ಸ್‌ಗೆ ಹೋಗೋಣ' ಎಂದು ಹೇಳುವುದು ಕೇಳಿಸಿತು! ಫಿಲಿಪೈನ್ಸಾ?!!! ಮತ್ತೀಗ ನಾವು ಫಿಲಿಪೈನ್ಸ್ ಬಗ್ಗೆ ಓದಬೇಕಾ?! 'ಏ ಇದೇನು ನಡೆಯುತ್ತಿದೆ ಇಲ್ಲಿ' ಎಂದು ಕಿರುಚಿಬಿಡೋಣ ಎನ್ನಿಸಿಬಿಟ್ಟಿತು.

ಅಲ್ಲಿಂದಾಚೆಗೆ ಮತ್ತೆರಡು ದಿನ ಕಳೆಯುವುದರಲ್ಲಿ ಅದರದ್ದೂ ಅತಿರೇಕದ ರೇಟ್ ಕೊಟ್ಟರು. ನನ್ನ ಗಂಡ 'ಅದಾಗಲ್ಲ ಬಿಟ್ಹಾಕು. ಈಗ ಒಂದು ಕೆಲಸ ಮಾಡೋಣ... ಮಾಚು ಪೀಚುವಿಗೆ ಹೋಗಿ ಬಂದು ಬಿಡೋಣ. Customize ಮಾಡಿಸಿದ್ರೆ ತುಂಬ ಜಾಸ್ತಿ ಆಗತ್ತೆ. ಗ್ರೂಪ್ ಟೂರ್ ಆದರೆ ಕಡಿಮೆ ಹಣದಲ್ಲಿ ಮುಗಿಯುತ್ತದೆ' ಎಂದ! ನನಗೆ ಹೋಗಲೇಬೇಕು ಎಂದು ಹುಚ್ಚಿರುವ ಸ್ಥಳಗಳಲ್ಲಿ ಈ ಮಾಚು ಪೀಚುವೂ ಒಂದು. ಆದರೆ ಒಮ್ಮೆ ಜರ್ಮನಿ ಮತ್ತು ಪೋಲೆಂಡ್ ಹೆಸರುಗಳು ಪ್ರಸ್ತಾಪವಾದ ಮೇಲೆ ಅವೆರಡನ್ನು ಬಿಟ್ಟು ಬೇರೆ ಕಡೆಗೆ ಹೋಗಲು ಮನಸ್ಸು ಒಗ್ಗುತ್ತಲೇ ಇಲ್ಲ.

ಆ ಶುಭ ಘಳಿಗೆಯಲ್ಲಿ ನನ್ನ ಮಗ ಇದ್ದಕ್ಕಿದ್ದಂತೆ 'ಬರೀ ಪೋಲೆಂಡ್‌ಗೆ ಹೋಗಿ ಬಂದರೆ ಖರ್ಚು ಕಡಿಮೆಯಾಗುತ್ತದೆ ಅಲ್ಲವಾ?' ಎಂಬ ಪ್ರಸ್ತಾಪ ಎದುರಿಗಿಟ್ಟ. 'ಯಾಕಾಗಬಾರದು! ಇದೂ ಒಂದು ಸಾಧ್ಯತೆ ಇದೆ!' ಎನ್ನಿಸಿ ಅದರ ಕೊಟೇಷನ್ ತರಿಸಿದರೆ ನಮ್ಮ ಕೈಗೆಟಕುವ ಬೆಲೆಯಲ್ಲಿತ್ತು!! ಅಂತೂ ಕೊನೆಗೊಮ್ಮೆ ನಾವು

ಪೋಲೆಂಡ್‌ಗೆ ಹೋಗುವುದೆಂದು ನಿರ್ಧಾರವಾಗಿಯೇ ಬಿಟ್ಟಿತು! ನನಗಂತೂ ಈ ಹೌದು–ಇಲ್ಲ–ಹೌದು–ಇಲ್ಲಗಳ ರೋಲರ್ ಕೋಸ್ಟರ್ ಪಯಣ ಎಷ್ಟು ಸುಸ್ತಾಗಿತ್ತೆಂದರೆ, ನಿಜಕ್ಕೂ ಅಲ್ಲಿಗೇ ಹೋಗುತ್ತಿದ್ದೇವೆ ಎನ್ನುವುದು ಖಚಿತವಾದದ್ದು ನಾವು ಅಡ್ವಾನ್ಸ್ ಹಣ ಕೊಟ್ಟ ಮೇಲೆಯೇ!

ಕೊನೆಗೂ ಸೆಪ್ಟೆಂಬರ್ 11ರ ರಾತ್ರಿ ನಾವು ಹೊರಡುವುದೆಂದು ತೀರ್ಮಾನವಾಗಿಯೇ ಬಿಟ್ಟಿತು.

ನನ್ನ ಮಗ ಕೀಟಲೆಯ ದನಿಯಲ್ಲಿ 'ಅಮ್ಮ ಒಳ್ಳೆ ದಿನ ಹೊರಡ್ತಿದ್ದೀವಿ 9/11' ಎಂದ ಕಿಡಿಗೇಡಿ ನಗು ನಗುತ್ತ.

ಅವತ್ತು ಅಮೆರಿಕಾದ ವರ್ಲ್ಡ್ ಟ್ರೇಡ್ ಸೆಂಟರ್ ಮೇಲೆ ವಿಮಾನ ದಾಳಿ ನಡೆದ ದಿನ!

ನಾನೂ 'ಹೊರಡುವುದು 11ರ ರಾತ್ರಿಯಾದರೂ ಫ್ಲೈಟ್ ಇರುವುದು 12ರ ಬೆಳಗ್ಗೆ' ಎಂದೆ ಹಲ್ಲು ಕಿಸಿಯುತ್ತಾ!

ಅಂತೂ ನಮ್ಮ ಪೋಲೆಂಡ್ ಪಯಣಾಂಕುರವಾಗಿತ್ತು!

ಈ ಹಿಟ್ಲರ್ ಕಾಲುಗುಣ ಸರಿಯಿಲ್ಲ ಕಣ್ರೀ!

ಮಧ್ಯರಾತ್ರಿ ಮೂರು ಗಂಟೆಗೆ ನಮ್ಮ ವಿಮಾನ ಹೊರಡುವುದಿತ್ತು. ನಡುರಾತ್ರಿ ಹನ್ನೊಂದಕ್ಕೆ ಎರಡು ಟ್ಯಾಕ್ಸಿ ಹೇಳಿದ್ದ ನನ್ನ ಗಂಡ, ಸೂಟ್‌ಕೇಸ್‌ಗಳು ದೊಡ್ಡವಿರುತ್ತವಾದ್ದರಿಂದ ಒಂದರಲ್ಲಿ ಎಲ್ಲವೂ ಹಿಡಿಯುವುದಿಲ್ಲವಲ್ಲ ಹಾಗಾಗಿ. ನಮ್ಮ ಲಗೇಜನ್ನೆಲ್ಲ ಟ್ಯಾಕ್ಸಿಗೆ ತುಂಬಿದರು ಅಪ್ಪ-ಮಗ.

ನಮ್ಮ ಚಾಲಕ, ಅವರ ಹೆಸರು ಚೇತನ್ ಗೌಡರಂತೆ, ಅವರು 'ಸಾರ್ ಈಗೊಂದು ತಮಾಷೆ ಆಯ್ತು ಗೊತ್ತಾ. ನಾವು ಮಂಡ್ಯದವರು ಒಂದಿಷ್ಟು ಫ್ರೆಂಡ್ಸ್ ರೂಮ್ ಮಾಡ್ಕೊಂಡು ಒಟ್ಗೇ ಇದೀವಿ. ಇವತ್ತು ರಾತ್ರಿ ಟ್ರಿಪ್ ಬಂತಲ್ಲ, ನಿದ್ದೆ ಕೆಡ್ಬೇಕಾಗತ್ತೆ. ಸ್ವಲ್ಪ ಹೊತ್ತಾದ್ರೂ ಮಲಕ್ಕೊಳೋಣ ಅಂತ ಮಲಗಿದ್ನಾ. ನನ್ನ ರೂಮ್ಮೇಟು ಬಂದ. ನಾನು ಮಲಗಿದ್ದು ನೋಡಿ ಟ್ರಿಪ್ ಇದ್ಯಾ ಅಂದ. ಹೂ ಅಂದೆ. ಅವನು ನಂಗೂ ಇದೆ, ಅದಕ್ಕೇ ಮಲಕ್ಕೊಳೋಣ ಅಂತ ಬಂದೆ ಅಂದ. ಆಮೇಲೆ ಎಷ್ಟು ಹೊತ್ಗೆ ಹೋಗ್ಬೇಕು ಅಂದ. ನಾನು ಹನ್ನೊಂದಕ್ಕೆ ಅಂದೆ. ಓ ನಿಂಗೂ ಹನ್ನೊಂದೇಯಾ, ನಂದೂ ಅದೇ ಟೈಮು ಅಂದ. ಆಮೇಲೆ ಎಲ್ಲಿಂದ ಟ್ರಿಪ್ಪು ಅಂದ. ನಾನು ಬಸವೇಶ್ವರ ನಗರ ಅಂದೆ. ಅವ್ನು ಅಯ್ಯ ನಂದೂ ಅಲ್ಲಿಂದ್ಲೇ ಕಣೋ ಅಂದ. ಎಲ್ಲಿ ಮನೆ ಅಂದೆ. ಅಡ್ರೆಸ್ ಹೇಳ್ದ. ಸಾರ್ ನೋಡಿದ್ರೆ ಅದು ನನಗೆ ಕೊಟ್ಟಿದ್ದ ಅಡ್ರೆಸ್ಸೇ! ಅಯ್ಯೋ ಥೋ ಇದೇನೋ ಎಡವಟ್ಟಾಯ್ತಲ್ಲಪ್ಪ, ಮರೆತು ಎರಡು ಗಾಡಿ ಬುಕ್ ಮಾಡಿಬಿಟ್ಟವರೇನೋ ಅಂತ ಬೇಜಾರಾಯ್ತು. ಟ್ರಿಪ್ ಸಿಕ್ಬುಟ್ಟೂ ಹಿಂಗೆ ಕ್ಯಾನ್ಸಲ್ ಆದ್ರೆ ಬೇಜಾರಾಗತ್ತೆ ಸಾರ್. ನಾನು ತಲೆ ಕೆಟ್ಹೋಗಿ ಇವತ್ತು ನಾನೇ ಹೋಗ್ತೀನಿ. ನಿಂಗೆ ಬಿಟ್ ಕೊಡಲ್ಲ ಅಂದೆ. ಅವನಿಗೂ ಇವತ್ತು ನೆಟ್ಟಗೆ ಟ್ರಿಪ್ ಸಿಕ್ಕಿರಲಿಲ್ಲವಂತೆ. ಅದಕ್ಕೇ ಇಲ್ಲ ಕಣಪ್ಪಾ ನಾನು ಹೋಗೋದೇಯಾ ಅಂದ್ಬಿಟ್ಟ. ನಂಗೆ ಸಿಟ್ಟು ಬಂತು. ಮೊದ್ಲೆಲ್ಲ ಬಿಟ್ ಕೊಟ್ಟಿದ್ನಲ್ಲ ಅದ್ನೆಲ್ಲ ಜ್ಞಾಪಿಸಿ ಈ ಸಲ ನೀನು ಬಿಟ್ಕೊಡು ಅಂದೆ. ಅವನು ಬಿಟ್ಕೊಡ್ತಿದ್ದೆ ಕಣಾ, ಆದ್ರೆ ಇವತ್ತು ಬಿಜಿನೆಸ್ ಆಗಿಲ್ಲ ಅಂತಿಲ್ವಾ' ಅಂದ. ಕೊನೆಗೆ ಇಬ್ರೂ ಇದು ಬಗೆ ಹರಿಯಲ್ಲ ಅಂತ ಕಂಪನಿಗೆ ಫೋನ್ ಮಾಡಿದ್ವಿ, ಅವರು ನಮ್ ಗೋಳೆಲ್ಲ ಕೇಳೋವರ್ಗೂ ಕೇಳಿ ಕೊನೆಗೆ 'ಅವ್ರು ಎರಡು ಗಾಡಿ ಹೇಳಿದಾರೆ, ತೆಪ್ಗೆ ಎದ್ದೋಗಿ ಇಬ್ರೂ' ಅಂದ್ರು! ನಮಗೆ ಅದು ಹೊಳ್ದಿರಲೇ ಇಲ್ಲ ಸಾರ್! ಆಮೇಲೆ ನಕ್ಕೋತಾ ಕೂತ್ವೋ' ಕೇಳುತ್ತಿದ್ದ ನಮಗೆ ನಗು ನಗು ಇದೊಂಥರಾ ಕಾಮೆಡಿ ಆಫ್ ಎರರ್ಸ್ ಆಯಿತಲ್ಲ ಎಂದು.

ಹರಟೆಮಲ್ಲ ಗೌಡರು ನೂರಾರು ಸ್ವಾರಸ್ಯಕರವಾದ ವಿಷಯಗಳನ್ನು

ಮಾತನಾಡುತ್ತಾ ಏರ್‌ಪೋರ್ಟ್ ತಲುಪಿಸಿದರು. ಇಳಿದ ನಂತರ 'ಬರೋ ದಿನ ಫೋನ್ ಮಾಡಿ ಸಾರ್, ನಾನೇ ಬರ್ತೀನಿ' ಎಂದರು. ಪ್ರತಿ ಬಾರಿಯೂ ಡ್ರಾಪ್ ಮಾಡುವ ಚಾಲಕರು ಇದೇ ಮಾತನ್ನು ಹೇಳುತ್ತಾರೆ. ಆದರೆ ಹಿಂದಿರುಗಿ ಬರುವಾಗ ನಮಗೆ ಎಷ್ಟು ಸುಸ್ತಾಗಿರುತ್ತದೆಂದರೆ ಅವರಿಗೆ ಕಾಲ್ ಮಾಡಬೇಕು ಎನ್ನುವುದು ನೆನಪಾಗದೇ, ಯಾವಾಗಲೂ ಏರ್‌ಪೋರ್ಟ್ ಟ್ಯಾಕ್ಸಿಯಲ್ಲೇ ಬರುತ್ತೇವೆ! ಅದು ಅವರಿಗೂ ಗೊತ್ತು, ನಮಗೂ ಗೊತ್ತು. ಆದರೂ ಸಾಕಷ್ಟು ಚಾಲಕರು ಹೀಗೆ ಹೇಳುವುದನ್ನು ಮರೆಯುವುದಿಲ್ಲ ಮತ್ತು ನಾವು ಕೂಡ ತಲೆಯಾಡಿಸುವುದನ್ನು ಮರೆಯುವುದಿಲ್ಲ!

ಚೆಕ್ ಇನ್, ಎಮಿಗ್ರೇಷನ್, ಸೆಕ್ಯುರಿಟಿ ಚೆಕ್ ಎಲ್ಲ ಮುಗಿಸುವುದರಲ್ಲಿ ಸಮಯ 1.45 ಇರಬೇಕು. ಇನ್ನು ಮುಕ್ಕಾಲು ಘಂಟೆಗೆ ಗೇಟ್ ತೆರೆಯುತ್ತಾರೆ ಎಂದು ಕಾದು ಕುಳಿತೆವು. ಮೂರು ಗಂಟೆಗೆ ವಿಮಾನ ಹೊರಡಬೇಕು. ಸಮಯ ಸರಿಯಿತು... ಎರಡೂವರೆ ದಾಟಿತು... ಮೇಲೆ ಮತ್ತೂ ಹದಿನೈದು ನಿಮಿಷ ದಾಟಿತು... ಬೋರ್ಡಿಂಗ್ ಕರೆ ಮಾತ್ರ ಬರಲೇ ಇಲ್ಲ! ಕಾದು ಕುಳಿತಿದ್ದ ಪ್ರಯಾಣಿಕರಲ್ಲಿ ಚಡಪಡಿಕೆ ಶುರುವಾಯಿತು. ಒಂದೊಂದು ಕ್ಷಣವೂ ಯುಗ ಅನ್ನಿಸುವುದು ಭೇಟಿಯಾಗಬೇಕಾದ ಪ್ರೇಮಿಗಳಿಗೆ ಮಾತ್ರವಲ್ಲ, ನಡುರಾತ್ರಿಯಲ್ಲಿ ತೂಕಡಿಸುತ್ತ ವಿಮಾನಕ್ಕೆ ಕಾಯುತ್ತಿರುವವರಿಗೆ ಕೂಡಾ!

ಒಬ್ಬೊಬ್ಬರಾಗಿ ಎದ್ದು ಅತ್ತಿಂದಿತ್ತ ಅಡ್ಡಾಡುತ್ತ ಏನಾಯಿತು ಎಂದು ವಿಚಾರಿಸುವಾಗಲೇ ಇದ್ದಕ್ಕಿದ್ದಂತೆ ವಿಜ್ಞಾಪನೆ 'ವಿಮಾನದ ಬಾಲದ ಹತ್ತಿರ ಜಖಂ ಆಗಿ ವಿಮಾನ ಗುಜರಿ ಸೇರಿದೆ' ಎಂದು. ಅಯ್ಯೋ ಇದೊಂದು ಬಾಕಿ ಇತ್ತಪ್ಪ ಈ ಹೊರಡುವ ಹೊತ್ತಿನಲ್ಲಿ ಎಂದುಕೊಂಡರೂ ನಾನು ತೀರಾ ಕಂಗಾಲಾಗಲಿಲ್ಲ. ಯಾಕೆಂದರೆ ನಾನು ನಮ್ಮ ದೇಶದ ಬಸ್‌ಗಳಂತೆ ಒಂದು ಬಸ್ ಬರದಿದ್ದರೆ ಅದರ ಬದಲು ಇನ್ನೊಂದು ಬಸ್ ಹಾಕುತ್ತಾರೆ ಎಂದುಕೊಂಡಿದ್ದೆ! ಹಾಗಾಗಿ ಹೊರಡುವುದು ಸ್ವಲ್ಪ ತಡವಾಗಬಹುದಷ್ಟೇ, ಇನ್ನೊಂದು ವಿಮಾನ ಬರಲು ಎಷ್ಟು ಸಮಯವಾಗುತ್ತದೋ ಎಂದು ಯೋಚಿಸುತ್ತ ಕುಳಿತೆ. ಅಷ್ಟರಲ್ಲಿ ಮತ್ತೊಂದು ವಿಜ್ಞಾಪನೆ ವಿಮಾನ ಕ್ಯಾನ್ಸಲ್ ಆಗಿದೆ ಎಂದು!!

ನಾವು ತಲೆ ಮೇಲೆ ಕೈಹೊತ್ತು ಕುಳಿತೆವು, ಏನು ಮಾಡಬೇಕು ತಿಳಿಯುತ್ತಿಲ್ಲ. ನನಗೆ ಜಗಳವಾಡಬೇಕು ಅನ್ನಿಸುತ್ತಿದೆ ಆದರೆ, ಹೇಗೆ ಜಗಳವಾಡಲಿ...? ಕನ್ನಡ ಮೀಡಿಯಂ ನಾನು, ಇಂಗ್ಲಿಷ್‌ನಲ್ಲಿ ಜಗಳಕ್ಕಿಳಿದರೆ ಎರಡೇ ನಿಮಿಷಗಳಲ್ಲಿ ನನ್ನ ಪದಸಂಪತ್ತೆಲ್ಲ ಕರಗಿ ಹೋಗುತ್ತದೆ. ಮನಸ್ಸಿನೊಳಗೆ ಬರುವ ಕನ್ನಡದ ಬಯ್ಗುಳಗಳನ್ನು ಗೂಗಲ್ ಟ್ರಾನ್ಸ್‌ಲೇಟ್ ಥರ ಅನುವಾದಿಸಿಕೊಳ್ಳುತ್ತದೆ ಮನಸ್ಸು! ಅಷ್ಟು ಕೆಟ್ಟ ವಾಕ್ಯ ಜೋಡಣೆ!! ಜೊತೆಗೆ ಬೇರೆ ಬೇರೆ ದೇಶದ ಅತ್ಯಂತ ಸಂಭಾವಿತ ಪ್ರಜೆಗಳೆದುರು ಹೇಗೆ ಜಗಳವಾಡುವುದು! ಅಯ್ಯೋ ಆದರೆ ಜಗಳವಾಡದೇ ಹೇಗೆ ಸುಮ್ಮನಿರುವುದು!

ನಾನು ಹೀಗೆಲ್ಲ ಸಂಭಾವಿತಳಂತೆ ಒದ್ದಾಡಿಕೊಳ್ಳುತ್ತಿರುವಾಗಲೇ ಮೊಬೈಲ್‌ನಲ್ಲಿ ಮೆಲುದನಿಯಲ್ಲಿ ಮಾತನಾಡುತ್ತ, ಲ್ಯಾಪ್‌ಟಾಪ್‌ನಲ್ಲಿ ತಮ್ಮ ಪಾಡಿಗೆ ತಾವು ಏನೋ ಕೆಲಸ ಮಾಡಿಕೊಳ್ಳುತ್ತಾ, ಕೆಪುಚಿನೋ ಹೀರುತ್ತಾ, ಸ್ಯಾಂಡ್‌ವಿಚ್ ತಿನ್ನುತ್ತಾ ವಿಕ್ಟೋರಿಯಾ ರಾಣಿಯ ಥರ ಗಜಗಾಂಭೀರ್ಯದಿಂದ ಕುಳಿತಿದ್ದ ನಾಗರಿಕ ಜನರೆಲ್ಲ ತಮ್ಮ ಮುಖವಾಡ ಕಳಚಿಟ್ಟು ಜೋರಾಗಿ ಕೂಗಾಡುತ್ತಾ ಕೌಂಟರ್‌ನತ್ತ ಧಾವಿಸಿದರು!

ಎರಡು ನಿಮಿಷಗಳಲ್ಲಿ ವಿಮಾನ ನಿಲ್ದಾಣ ನಮ್ಮ ಕೆ ಆರ್ ಮಾರ್ಕೆಟ್‌ನ ರೂಪ ತಳೆಯಿತು! ಯಾರು ಯಾವ ಭಾಷೆಯಲ್ಲಿ ಕಿರುಚುತ್ತಿದ್ದರು ಎಂದು ಯಾರಿಗೆ ಕೇಳಿಸಬೇಕು? ಒಟ್ಟಿನಲ್ಲಿ ಗದ್ದಲವೋ ಗದ್ದಲ. ಅದನ್ನು ನೋಡಿ ನನಗೂ ರಣೋತ್ಸಾಹ ಮೂಡಿತು. ನಾನೂ ಮಗನೊಡನೆ ಉತ್ಸಾಹಿತಳಾಗಿ ಕೌಂಟರ್ ಕಡೆಗೆ ಧಾವಿಸಿದೆ. ಪೆದ್ದುಕಳೆ ಹೊತ್ತ ವಿಮಾನದ ಸಿಬ್ಬಂದಿ ಒಂದು ಕಡೆಯಾದರೆ, ಏನೇನೂ ಸಬೂಬನ್ನು ಕೇಳಬಯಸದ ನಾವು ಇನ್ನೊಂದು ಕಡೆ.

ಇದು ಅನ್ಯಾಯ!
ಹೀಗೆ ಮಾಡಿದರೆ ಏನು ಮಾಡಬೇಕು!
ನಮ್ಮ ಮುಂದಿನ ಪ್ರಯಾಣ ನಾಶವಾಗುತ್ತದೆ!
ನಾಳೆ ಹೊರಟರೆ ತಲುಪುವುದರಲ್ಲಿ ನಾಡಿದ್ದು ಆಗಿ ಬಿಡುತ್ತದೆ!
ಆಮೇಲೆ ಅವತ್ತೇ ಮತ್ತೆ ಕ್ರಾಕೋವ್‌ಗೆ ಹೊರಡಬೇಕು!
ಹಾಗಾಗಿ ವ್ರೋಟ್ಜ್ಲಾಗೆ ಹೋಗುವುದೇ ವ್ಯರ್ಥ!
ಈಗೇನು ಮಾಡಬೇಕು?

ದೊಡ್ಡ ಗಂಟಲಿನ ಕಿರುಚಾಟದಿಂದ ನನ್ನ ದನಿ ಹೂತುಹೋಯಿತು ಎಂಬುದಷ್ಟೇ ನನ್ನ ಆ ಕ್ಷಣದ ಸಾಧನೆ.

ಕೇಳಿಸಿಕೊಂಡ ಏರ್‌ಲೈನ್ಸ್ ಸಿಬ್ಬಂದಿಯ ಮಾರ್ಕೆಟಿಂಗ್ ಶೈಲಿಯ ಸಮಜಾಯಿಷಿ...

'I do understand your problem madam'

'Give us some time'

'we will do our best to resolve this madam'

ಅಂತೂ ಏನೇ ಬಡಕೊಂಡರೂ ಕೊನೆಗೆ ಅವರು ರೀವೈಂಡ್ ಬಟನ್ ಒತ್ತಿದಂತೆ ವಾಪಸ್ ಎಮಿಗ್ರೇಷನ್ ಕ್ಯಾನ್ಸಲ್ ಮಾಡಿಸಿ, ಲಗೇಜ್ ಕೈಗಿತ್ತು ನಮ್ಮನ್ನೆಲ್ಲ ಉದ್ದನೆಯ ಸಾಲಿನಲ್ಲಿ ನಿಲ್ಲಿಸಿದರು. ಕೌಂಟರ್ ಬಳಿ ಹೋದವರೆಲ್ಲ ಸಿಬ್ಬಂದಿಯೊಡನೆ ಗಹನವಾದ ಚರ್ಚೆ ಮಾಡುತ್ತಿದ್ದರು. ಹಾಗಾಗಿ ಕ್ಯೂ ನಿಧಾನವಾಗಿ ಸರಿಯುತ್ತಿತ್ತು. ಇನ್ನೇನು ಎಲ್ಲ ಸಲೀಸು... ಯಾವ ಬಸ್ ಬೇಕು, ಮೈಸೂರಿಗೆ ವಯಾ ಕನಕಪುರ ಹೋಗ್ತೀರಾ, ಅಥವಾ ವಯಾ ಮದ್ದೂರು ಹೋಗ್ತೀರಾ ಎಂದು ಕೇಳಿದಷ್ಟೇ ಸಲೀಸಾಗಿ

ಪೋಲೆಂಡ್‌ಗೊಂದು ದಾರಿ ತೋರಿಸುತ್ತಾರೆ ಎನ್ನುವ ಭ್ರಮೆಯಲ್ಲಿ ನಿಂತಿದ್ದೆವು.

ಮುಂದೆ ನಿಂತಿದ್ದ ಜರ್ಮನ್ ವ್ಯಕ್ತಿಯೊಬ್ಬರು ವಾತಾವರಣ ತಿಳಿಗೊಳಿಸುವಂತೆ 'ಎಲ್ಲಿಗೆ ಪಯಣ... ಯಾವುದು ದಾರಿ...' ಎಂದು ಎಲ್ಲರೊಡನೆ ಮಾತು ಶುರು ಮಾಡಿದರು.

ಮುಂದೆ ಸಂಗೀತ ಗೋಷ್ಠಿಯ ತಂಡದ ಸದಸ್ಯರು 'ಟಿಕೆಟ್ ಎಲ್ಲ ಮಾರಿ ಆಗಿದೆ. ಈಗ ಎಲ್ಲವನ್ನೂ ರಿಫಂಡ್ ಮಾಡುವುದೊಂದೇ ದಾರಿಯೇನೋ' ಎಂದು ಹೇಳುತ್ತಾ ನಿಂತರು. ಪಕ್ಕದಲ್ಲಿ ನಿಂತಿದ್ದ ಹುಡುಗಿ ಮಾತ್ರ ಕೆಂಡ ಕಾರುತ್ತಾ 'ನಾನ್‌ಸೆನ್ಸ್' 'ಓಹ್ ಬ್ಲಡಿ ಶಿಟ್' ಎಂದು ಕಾಲಪ್ಪಳಿಸುತ್ತಾ, ತನಗೆ ತಾನೇ ಏನೇನೋ ಬಯ್ದುಕೊಳ್ಳುತ್ತಾ ನಿಂತಿದ್ದಳು. ಕಣ್ಣುಗಳು ಕೆಂಡ ಕಾರುತ್ತಿದ್ದವು. 'ಯಾಕಮ್ಮಾ ಪುಟ್ಟಿ? ಯಾತಕ್ಕೆ ಇಷ್ಟು ಸಿಟ್ಟಾಗಿದ್ದೀಯಾ' ಎಂದು ಕೇಳೋಣವೆಂದುಕೊಂಡವಳು ಇನ್ನು ನನಗೂ ಸಹಸ್ರ ನಾಮಾರ್ಚನೆ ಮಾಡಿಯಾಳೆಂದು ತೆಪ್ಪಗೆ ನಿಂತೆ.

ಮುಂದೆ ನಿಂತಿದ್ದ ಹೆಣ್ಣುಮಗಳೊಬ್ಬಳು ಮಾತ್ರ ದಿವ್ಯವಾದ ನಗು ನಗುತ್ತಾ 'ಏ ವಿಮಾನ ಏರೋ ಮೊದಲೇ ಸಮಸ್ಯೆ ಗೊತ್ತಾಗಿದ್ದೇ ಒಳ್ಳೇದಲ್ವಾ, ಮೇಲೆ ಹೋದಮೇಲೆ ಗೊತ್ತಾಗಿದ್ದರೆ ಏನು ಗತಿ' ಎಂದು ಮೋಟಿವೇಷನಲ್ ಸ್ಪೀಚ್ ಕೊಡುತ್ತ, ನಗುತ್ತಾ ನಿಂತಳು. ಒಂದು ಸಂದರ್ಭಕ್ಕೆ ಬೇರೆ ಬೇರೆಯವರು ಅದೆಷ್ಟು ಬಗೆಯಲ್ಲಿ ಪ್ರತಿಕ್ರಯಿಸುತ್ತೇವೆ ಅಲ್ಲವೇ ಎಂದು ನಾನು ಬೆರಗುಗೊಳ್ಳುತ್ತ ನಿಂತೆ. ಗಂಡನನ್ನು ಕ್ಯೂನಲ್ಲಿ ನಿಲ್ಲಿಸಿ ತೂಕಡಿಸುತ್ತ ಕುಳಿತ ಹೆಂಗಸೊಬ್ಬರು ನಿದ್ದೆಯಿಂದ ಎಚ್ಚರವಾಗಿ ಧಿಗ್ಗನೆದ್ದು 'ಅಯ್ಯೋ ಅವರು ನನಗೆ ಇನ್ನೂ ಊಟನೇ ಕೊಡ್ಲಿಲ್ಲ' ಎಂದಾಗ ನಾವೆಲ್ಲ 'ಇರಿ ಇನ್ನೊಂದು ಗಂಟೆ ಮನೆಗೆ ಹೋಗಿ ತಿಂಡಿ ತಿನ್ನುವಿರಂತೆ' ಎಂದು ನಗಾಡಿಕೊಂಡೆವು.

ಸರದಿ ಪ್ರಕಾರ ಒಬ್ಬೊಬ್ಬರು ಕ್ಯೂನಲ್ಲಿ ನಿಲ್ಲುತ್ತ ಕೊನೆಗೂ ಅವರ ಕೌಂಟರ್ ತಲುಪಿದಾಗಲೇ ನಮಗೆ ಗೊತ್ತಾಗಿದ್ದು, ಅದು ಮನೆಗೆ ಹೋಗಲು ಟ್ಯಾಕ್ಸಿ ಬೇಕಾ, ಇಲ್ಲವಾದರೆ ಆ ರಾತ್ರಿ ತಂಗಲು ಹೋಟೆಲ್ ರೂಮ್ ಬೇಕಾ ಎನ್ನುವ ಎರಡೇ ಆಯ್ಕೆ ಕೊಟ್ಟು ಉತ್ತರ ಪಡೆವ ಕ್ಯೂ ಎಂದು! ಮೈ ಉರಿದುಹೋಯಿತು ಆ ಪುಟಗೋಸಿ ಕೆಲಸಕ್ಕೆ ಎರಡು ಘಂಟೆ ಕ್ಯೂನಲ್ಲಿ ನಿಂತುಕೊಂಡಿದ್ದೆವಲ್ಲಾ ಎಂದು. ಮತ್ತೆ ನಮ್ಮ ಪ್ರಯಾಣದ ಗತಿಯೇನು ಎಂದರೆ 'ನೀವು ಮನೆಗೆ ಹೋಗಿರಿ, ತಿಳಿಸುತ್ತೇವೆ' ಎಂದರು! ಮನೆ ಇರುವಾಗ ಹೋಟೆಲ್‌ನಲ್ಲಿರಲು ನಮಗೇನು ಗ್ರಹಚಾರ ಕೆಟ್ಟಿತ್ತು? ಕೆಟ್ಟ ದ್ರಾಬೆ ಮೂಡಿನಲ್ಲಿ ಮತ್ತೆರಡು ಟ್ಯಾಕ್ಸಿ ಮಾಡಿ ಮನೆಯ ಕಡೆ ಹೊರಟೆವು.

ಹಬ್ಬ ಹರಿದಿನವನ್ನು ಆಚರಿಸದ ನನಗೆ ನಾವು ಹೊರಟ ಮರುದಿನ ಗೌರಿ ಹಬ್ಬ ಎಂದಾಗಲೀ, ಅದರ ಮರುದಿನ ಗಣೇಶ ಹಬ್ಬ ಎಂದಾಗಲೀ ಗೊತ್ತೇ ಇರಲಿಲ್ಲ. ನಾವು ಪ್ರೋಗ್ರಾಂ ಹಾಕಿದ ನಂತರ ಅಮ್ಮ 'ಅಯ್ಯೋ ಅವತ್ತೇ ಗೌರಿ ಹಬ್ಬ. ಹಬ್ಬದ ದಿನವೇ ಹೊರಡಬೇಕಿತ್ತಾ' ಎಂದು ಪೇಚಾಡಿದ್ದಳು. ಈಗ ಅನಿವಾರ್ಯವಾಗಿ ಮನೆಗೆ ವಾಪಸ್ ಹೋಗಲೇ ಬೇಕಾದಾಗ 'ತಗೋ ನಿನ್ನ ಗಂಡನನ್ನ, ಸದ್ಯಕ್ಕೇನು ನಾವು ಹೊರಡಲ್ಲ. ಬರೀ ಗೌರಿ ಏನು, ಗಣೇಶನ ಹಬ್ಬಾನೂ ಆಚರಿಸಿಕೋ' ಎಂದು ಅಪ್ಪನನ್ನು ಮನೆ ಸೇರಿಸಿ, ನಮ್ಮ ಮನೆ ಸೇರಿ ಹಾಸಿಗೆ ಮೇಲೆ ಬಿದ್ದರೆ ಇನ್ನೇನು ನಿದ್ರೆ ಆವರಿಸಿಯೇ ಬಿಡುತ್ತದೆ ಅನ್ನುವ ಭ್ರಮೆಯಲ್ಲಿ ಮಲಗಿದರೆ, ದಿನವಿಡೀ ನಿದ್ರೆಯಿಲ್ಲದೇ ಎದ್ದೇ ಇರುವ ದೇಹಕ್ಕೆ ನಿದ್ರೆ ಸುಳಿಯುತ್ತಲೇ ಇಲ್ಲ ದರಿದ್ರ. ಹೊರಳಾಡುತ್ತ "ಥತ್! ಈ ಹಿಟ್ಲರನ ಕಾಲ್ಗುಣವೇ ಸರಿಯಿಲ್ಲ ಬರೀ ದರಿದ್ರ, ದುರಾದೃಷ್ಟ" ಎಂದು ಅಸಂಬದ್ಧವಾಗಿ ಬಯ್ದುಕೊಳ್ಳುತ್ತ ನಿದ್ರೆಗಾಗಿ ಕಾದೆ...

ಅಂತೂ ಇಂತೂ
ಆಯ್ತು ಟೇಕಾಫ್..!

ಒಂದು ರೀತಿಯ ಹಿಂಸೆ ಶುರುವಾಯಿತು. ಅಷ್ಟು ಕಷ್ಟ ಪಟ್ಟು ಹಾಕಿದ ನಮ್ಮ ಪ್ರೋಗ್ರಾಂ ನಾಶವಾಗಿ ಹೋಗುತ್ತದಾ? ಮತ್ತೆ ಎಲ್ಲಿಗಾದರೂ ವಿಮಾನ ಸಿಗುತ್ತದಾ ಇಲ್ಲವಾ? ಹೀಗೆಲ್ಲ ಯೋಚನೆ ಬರುವುದರಲ್ಲಿ ಒಟ್ಟಿನಲ್ಲಿ ಬೆಂಗಳೂರನ್ನು ಬಿಟ್ಟು ಹೇಗಾದರೂ ಹೊರಬೀಳಬೇಕು ಅನ್ನಿಸಿಬಿಟ್ಟಿತು. ಚೆನ್ನೈ ಅಂದರೆ ಓ ಯೆಸ್, ಮುಂಬಯಿ ಅಂದರೂ ಓ ಯೆಸ್, ದೆಹಲಿ ಎಂದರೂ ಓ ಯೆಸ್ ಯೆಸ್ ಎನ್ನುವ ಥರದ ಸ್ಥಿತಿ. ಹೀಗೆ ಒದ್ದಾಡಿಕೊಳ್ಳುತ್ತ ನಿದ್ರಿಸಲು ಯತ್ನಿಸುತ್ತಿರಬೇಕಾದರೆ ಧಡಕ್ಕನೆ ಬಾಗಿಲು ತೆರೆದ ಗಂಡ 'ಟೂರ್ ಆಪರೇಟರ್ ಫೋನ್ ಮಾಡಿದ್ರು, ದೆಹಲಿಗೆ ಸಂಜೆ 5.45ಕ್ಕೆ ಹೊರಡಲಾಗುತ್ತದಾ? ಅಲ್ಲಿಂದ ಮ್ಯೂನಿಕ್‌ಗೆ ಮತ್ತು ಅಲ್ಲಿಂದ ವ್ರೋಟ್ಸ್ಲಾವ್‌ಗೆ ಫ್ಲೈಟ್ ಮಾಡಿಕೊಡ್ತಾರಂತೆ' ಎಂದ!

ನಾನಿದ್ದ ಸ್ಥಿತಿಯಲ್ಲಿ ಬಹುಶಃ ನಿರಾಕರಿಸುತ್ತೇನೆ ಎಂದುಕೊಂಡಿದ್ದನೋ ಏನೋ ಗೊತ್ತಿಲ್ಲ. ಆದರೆ ಹತಾಶಳಾಗಿದ್ದ ನಾನು ಕಾಲ್ನಡಿಗೆಯಲ್ಲಿ ಕರೆದರೂ ಹೊರಡುವ ದುಸ್ಥಿತಿ ತಲುಪಿದ್ದೆ ಎಂದು ಅವನಿಗೇನು ಗೊತ್ತು? 'ನಡಿ ಮತ್ತೆ ಅದನ್ನ ಕೇಳೋದೇನು' ಎಂದೆ. 'ನಿಮ್ಮಪ್ಪನ್ನ ಕೇಳು' ಎಂದ. 83 ವರ್ಷದ ಅಪ್ಪ ಇಡೀ ರಾತ್ರಿ ನಿದ್ರೆ ಇಲ್ಲದೆ ಸುಸ್ತಾಗಿ ಬೇಡ ಅನ್ನಬಹುದು ಎಂದುಕೊಂಡು ಕಾಲ್ ಮಾಡಿದರೆ ನಮ್ಮ ತಿರುಗಾಲುತಿಪ್ಪ ಅಪ್ಪ 'ಈಗಲೇ ಬೇಕಿದ್ದರೂ ಸರಿ, ಹೊರಡುತ್ತೇನೆ' ಅಂದರು! 'ಮಗನನ್ನು ಕೇಳು' ಎಂದ. ಅವನೂ 'ಓ ಯೆಸ್'! ಮನೆಯಲ್ಲಿ ಮತ್ತೆ ಜೀವ ಸಂಚಾರ!

ಅತೀವ ಉತ್ಸಾಹದಲ್ಲಿ ಅದು ದೆಹಲಿಗೆ ಹೋಗುವ ಲೋಕಲ್ ವಿಮಾನ, ಹೊರಡುವ ಒಂದು ಗಂಟೆ ಮೊದಲು ಏರ್‌ಪೋರ್ಟ್ ತಲುಪಿದರೆ ಸಾಕು ಎನ್ನುವುದನ್ನೂ ಮರೆತು ಎಂದಿನ ಅಂತಾರಾಷ್ಟ್ರೀಯ ಪ್ರಯಾಣದಂತೆ ಮೂರು ಗಂಟೆ ಮೊದಲು ತಲುಪಲು ಅಣಿಯಾದೆವು. ಬಿದ್ದುಕೊಂಡಿದ್ದವರೆಲ್ಲ ಎದ್ದು ಸ್ನಾನ ಮುಗಿಸಿದೆವು. ಸರಸರನೆ ಸಿದ್ಧವಾಗುವುದರಲ್ಲಿ ಟ್ಯಾಕ್ಸಿ ಬಂದಿತು... ನೋಡಿದರೆ ಹಿಂದಿನ ದಿನ ಬಂದಿದ್ದ ಅದೇ ಮಂಡ್ಯದ ಗಂಡು!!

ನಮ್ಮನ್ನು ನೋಡಿದ್ದೇ 'ಸಾಆಆಆಆರ್! ಇದೇನ್ ಕತೆ ಸಾರ್ ನಿಮ್ದೂಊಊಊಊ! ರಾತ್ರಿ ನಿಮ್ಮನ್ನ ಡ್ರಾಪ್ ಮಾಡಿದ ಮೇಲೆ ಒಂದೆರಡು ಗಂಟೆ ಕಾದೆ ಬೇರೆ ಗಿರಾಕಿ ಯಾರಾದ್ರೂ ಸಿಗ್ತೋದು ಅಂತ. ಯಾರೂ ಸಿಗ್ಲಿಲ್ಲ. ಸರಿ ಸಾಕಿನ್ನು ಕಾದಿದ್ದು ಅಂತ ಮನೆಗೋಗಿ ಬಿದ್ಕೊಂಡೆ. ಒಳ್ಳೆ ನಿದ್ದೆ. ಕಣ್ಣು ಬಿಡೋಷ್ಟ್ರಲ್ಲಿ ನಿಮ್ಮ ಟ್ರಿಪ್

ಇದೆ ಅಂತ ಮೆಸೇಜು! ನಿಜ್ವಾಗಲೂ ಈ ಪ್ರಪಂಚದಲ್ಲಿ ಏನು ನಡೀತಿದೆ ಅಂತಾನೆ ಕನ್‌ಫ್ಯೂಸ್ ಆಗೋಯ್ತು ಸಾರ್! ಜೊತೆಗಿದ್ದ ನೆಂಟರ ಹುಡುಗನಿಗೆ ಅಯ್ಯೋ ನೆನ್ನೆ ರಾತ್ರಿ ತಾನೇ ಈ ಮನೆಯವರನ್ನ ಏರ್‌ಪೋರ್ಟ್‌ಗೆ ನಾನೇ ಬಿಟ್ಟು ಬಂದ್ನಲ್ಲ, ಮತ್ತೆ ಹೆಂಗಿದು ಅಂದರೆ ಅವನು ಅಣ್ಣ ನಿಂಗೆಲ್ಲೋ ಭ್ರಮೆ ಇರ್ಬೇಕಣ್ಣಾ ಅಂತಾನೆ! ಏಯ್ ಇಲ್ಲ ಕಣಾ ಇಲ್ನೋಡು ಅವರ ಕಾಲ್ ನೆನ್ನೆ ರಾತ್ರಿನೂ ಬಂದಿತ್ತು. ಅದೇ ಅಡ್ರೆಸ್ ಇಂದ ಟ್ರಿಪ್ ಹೊಡ್ದಿದೀನಿ ನೋಡು ಅಂತ ತೋರಿಸಿದೆ. ಅವ್ನೂ ಕಕಮಕ ಅಂತ ನೋಡ್ತಾ ಕೂತ. ಇದೇನೋ ಮ್ಯಾಜಿಕ್ ಆಗೋಯ್ತಲ್ಲ ಭೂಮಿ ಗುಂಡಗಿದೆಯಲ್ಲ ಅಂತ ಅಂದ್ಕೊಂಡೆ ಬಂದೆ. ಏನಾಯ್ತು ಸಾರ್? ರಾತ್ರಿ ತಾನೇ ಹೋಗಿದ್ದೋರು ಹೆಂಗೆ ಮತ್ತೆ ಇಲ್ಲಿ?' ಬಡಬಡ ಮಾತು ಅವನದ್ದು. 'ಅಯ್ಯೋ ಯಾಕ್ ಹೇಳ್ತೀಯಾ ಗುರೂ ಆ ಗೋಳನ್ನ' ಎಂದು ಅವನು ಕೇಳಿದ್ದೇ ಸಾಕು ಎನ್ನುವಂತೆ ನಮ್ಮ ದುಃಖಭರಿತ ಕಥೆಯನ್ನು ಬಳಬಳ ಎಂದು ಅಳುತ್ತ ಹೇಳಿದೆವು.

ಅವನಿಗೆ ಒಂದು ಕಡೆ ಬೇಜಾರು, ಇನ್ನೊಂದು ಕಡೆ ನಗು. 'ಇಂಥ ವಿಚಿತ್ರ ಯಾರಿಗಾದ್ರೂ ಆಗತ್ತಾ ಸಾರ್' ಎಂದು ಮಾತನಾಡುತ್ತಲೇ ಏರ್‌ಪೋರ್ಟ್ ತಲುಪಿಸಿದ. ಏನೇನೆಲ್ಲ ನಡೆಯುವ ಜಗತ್ತಿನಲ್ಲಿ ಇದು ನಡೆಯುವುದೇನು ಮಹಾ ಎನ್ನುತ್ತಲೇ ಅವನಿಂದ ಬೀಳ್ಕೊಟ್ಟು ಒಳಹೋದ ಮೇಲೆ ನೆನಪಾಯಿತು ಇದು ದೆಹಲಿಗೆ ಹೋಗುವ ಲೋಕಲ್ ವಿಮಾನ, ಹೊರಡುವ ಒಂದು ಗಂಟೆ ಮೊದಲು ವಿಮಾನ ನಿಲ್ದಾಣ ತಲುಪಿದರೂ ಸಾಕಿತ್ತು ಎಂದು! ಬೆಂಗಳೂರು ಬಿಡುವವರೆಗೆ ನಮಗೆ ಹೊರಡುವ ಗ್ಯಾರಂಟಿಯೇ ಇಲ್ಲ. ಅಂತೂ ಕೊನೆಗೊಮ್ಮೆ ವಿಮಾನ ಟೇಕ್ ಆಫ್ ಆಯಿತು....!

ದೆಹಲಿ ವಿಮಾನ ನಿಲ್ದಾಣದಲ್ಲಿ ರಾತ್ರಿ formalities ಮುಗಿಸಿ ಗೇಟ್‌ನ ಬಳಿ ಕಾದು ಕುಳಿತೆವು. ಹಿಂದಿನ ರಾತ್ರಿಯೂ ಹಾಗೆಯೇ ಕುಳಿತಿದ್ದ ನೆನಪಾಯಿತು. ಅಯ್ಯೋ ಇವತ್ತಾದರೂ ವಿಮಾನ ಹೊರಡುತ್ತದೆ ತಾನೇ ಎಂದು ಚಡಪಡಿಸುತ್ತ ಕುಳಿತಿರುವಾಗಲೇ ಸುಮಾರು ಹನ್ನೆರಡು ಗಂಟೆಯ ಹೊತ್ತಿಗೆ ಅದೇನೋ ಪ್ರಕಟಣೆ ಶುರುವಾಯಿತು. ಪ್ರಕಟಣೆ ಅಂದರೆ ಎದೆ ಧಸಕ್ಕೆನ್ನುವ ಸ್ಥಿತಿ ತಲುಪಿದ್ದೆವು. ಟೆನ್ನಿಸ್ ಮ್ಯಾಚ್‌ನಲ್ಲಿ ಮೊದಲನೇ ಸರ್ವ್‌ನಲ್ಲಿ ಮಾತ್ರ ಏಸ್ ಆಗುತ್ತದೆ. ಎರಡನೇ ಸರ್ವ್ ಯಾವತ್ತೂ ಮೊದಲಿನದರಷ್ಟು ಬಲವಾಗಿ ಇರುವುದಿಲ್ಲ, ಹಾಗಾಗಿ ಅದೆಂದಿಗೂ ಏಸ್ ಆಗುವುದಿಲ್ಲ.

ಹಾಗೆಯೇ ನಮಗೆ ಹಿಂದಿನ ದಿನದ ಕಹಿ ಅನುಭವ ಹಸಿಯಾಗಿರಬೇಕಾದರೆ ಈ ರೀತಿ ಪ್ರಕಟಣೆ ಕೇಳಿದರೆ ಎದೆ ನಡುಗದೆ ಇರುತ್ತದೆಯೇ? ಅತ್ತ ಕಿವಿಗೊಟ್ಟರೆ ವಿಮಾನ ಇಪ್ಪತ್ತು ನಿಮಿಷ ತಡವೆಂದು ಹೇಳುತ್ತಿರುವುದು ಕೇಳಿಸಿತು! ಹೆದರುವವರ ಮೇಲೆ ಹಾವು ಎಸೆದಂತ ಪರಿಸ್ಥಿತಿ! ನನ್ನ ಗಂಡನಂತೂ ಇನ್ನೇನು ಈ ವಿಮಾನವೂ ಹೊರಡುವುದೇ ಇಲ್ಲವೇನೋ ಎನ್ನುವಂತೆ 'ಏ ಬೆಂಕಿ ಪಟ್ಟಣ ಕೊಡ್ರೋ ಯಾರಾದ್ರೂ, ಈ ಏರ್‌ಪೋರ್ಟ್‌ಗೆ ಬೆಂಕಿ ಹಾಕಿಬಿಡ್ತೀನಿ. ಎಲ್ಲ ಕಿತ್ತೋಗಿರೋ ದರಿದ್ರ ವಿಮಾನಗಳು'

ಎಂದು ಕಿರುಚಾಡಲು ಶುರು ಮಾಡಿದ. ಮೊದಲೇ ಗಾಬರಿಯಾಗಿದ್ದ ನಾವು ಅವನ ಕಿರುಚಾಟದಿಂದ ಮತ್ತಿಷ್ಟು ತಬ್ಬಿಬ್ಬಾದೆವು.

ನೆನ್ನೆ ವಿಮಾನವಿಲ್ಲ ಅಂದರೆ ಹೋಗಿ ಬಿದ್ದುಕೊಳ್ಳಲು ಮನೆಯಾದರೂ ಇತ್ತು. ಇಲ್ಲಿ ಅದೂ ಗತಿ ಇಲ್ಲವಲ್ಲ ಅಯ್ಯೋ ದೇವರೇ ಎಂದು ಪ್ರಲಾಪಿಸಿದೆವು. ಆದರೆ ಇವತ್ತು ನಮ್ಮ ಅದೃಷ್ಟ ಸ್ವಲ್ಪ ನೆಟ್ಟಗಿತ್ತು... 9/11ಕ್ಕೆ ಹೊರಡಬೇಕಿದ್ದ, ಪ್ರಯಾಣ 9/13ಕ್ಕೆ ಶುರುವಾಗಿಯೇ ಬಿಟ್ಟಿತು! ಟೇಕ್ ಆಫ್ ಆಗುವುದನ್ನೇ ಕಾಯುತ್ತಿದ್ದ ನಾನು ಒಂದು ಗ್ಲಾಸ್ ವೈನ್ ಹೀರಿದ್ದಷ್ಟೇ... ಆ ನಂತರ ಗಾಢ ನಿದ್ರೆ.

ಸುಮಾರು 9ರ ಸಮಯಕ್ಕೆ ಅಂತೂ ಮ್ಯೂನಿಕ್ ತಲುಪಿದ್ದೆವು. ಇಳಿಯುವಾಗ ಗಗನ ಸಖಿ 'Thank you for flying with Lufthansa' ಎಂದು ಎತ್ತಲೋ ನೋಡುತ್ತ ಯಾಂತ್ರಿಕವಾಗಿ ಹೇಳಿದಳು. ಆದರೂ ನಾನು ನನಗೆ ಸತ್ಯವಾಗಿಯೂ ಧನ್ಯವಾದ ಅರ್ಪಿಸುತ್ತಿರುವಳೋ ಎನ್ನುವಂತೆ 'ಏ ಇದ್ಕೆಲ್ಲ ಯಾವ ಥ್ಯಾಂಕ್ಸ್ ಲುಫ್ತಾನ್ಸಮ್ಮ, ನೀನು ವಿಮಾನ ಹಾರಿಸಿದ್ಯಲ್ಲ ಅದು ನಮ್ಮ ಭಾಗ್ಯ' ಎಂದು ಮನಸ್ಸಿನಲ್ಲಿಯೇ ಅಡ್ಡ ಬಿದ್ದೆ.

ಅಲ್ಲಿ ಇಳಿದ ನಂತರ ರೆಸ್ಟ್ ರೂಮ್ ಕಂಡ ಕೂಡಲೇ ಮೊದಲು ನೆನಪಾದದ್ದೇ ಹಲ್ಲುಜ್ಜುವ ಕೆಲಸ! ನಿದ್ದೆಗಣ್ಣಿಗೆ ನೀರು ಹಾಕಿ ತೊಳೆದಾಗ ಇದ್ದಿದ್ದರಲ್ಲೇ ಮುಖಕ್ಕೆ ಚೂರು ಕಳೆ ಬಂದಿದೆ ಅನ್ನಿಸಿತು! ಟಿಷ್ಯೂ ಹೋಲ್ಡರ್‌ನಿಂದ ಶುಭ್ರ ಬಿಳಿಯ ಬಟ್ಟೆ ಸ್ವಲ್ಪ ಕೆಳಗೆ ನೇತಾಡುತ್ತಿತ್ತು. 'ಓ ಟಿಷ್ಯೂ ಬದಲು ಟವಲ್ಲೇ ಕೊಟ್ಟಿಡ್ತಾರಾ! ಒಬ್ಬೊಬ್ಬರೂ ಒಂದೊಂದು ಟವೆಲ್ ಎತ್ಕೊಂಡು ಹೋಗ್ಬಿಟ್ರೆ?' ಎಂದೆಲ್ಲ ಅಂದುಕೊಳ್ಳುತ್ತಾ ಆ ಬಟ್ಟೆ ಎಳೆದರೆ ಅದು ಮೆಷಿನ್‌ಗೆ ಅಂಟಿಕೊಂಡೇ ಇತ್ತು. ನಾನು ಎಳೆದು ಬಿಟ್ಟ ಕೂಡಲೇ ಮತ್ತೆ ಸುಯಕ್ ಅಂತ ಒಳ ಸೇರಿಕೊಂಡಿತು. ಇಂಥದ್ದನ್ನು ಎಂದೂ ನೋಡಿರದ ನಾನು 'ಅಂಗೇ ಒಳೀಕೋದ್ರೆ ಕಿಲೀನ್ ಎಂಗಾಯ್ತದೆ ಸಿವಾ' ಎಂದುಕೊಳ್ಳುತ್ತ ಪಿಳಿಪಿಳಿ ಕಣ್ಣು ಬಿಟ್ಟವಳು ಕಾಫಿಯ ನೆನಪಾಗಿ ಸಮಯವನ್ನು ಸದುಪಯೋಗ ಪಡಿಸಿಕೊಳ್ಳುವುದು ಬಿಟ್ಟು ಇದೇನು ಮಾಡುತ್ತಿದ್ದೇನೆ ಎಂದು ಬಯ್ದುಕೊಳ್ಳುತ್ತ ಆಚೆ ನಡೆದೆ.

ಆದರೆ ಕಾಫಿ ಕೊಳ್ಳಲು ಹೋದಾಗ ಮಾತ್ರ ವಾಷ್ ರೂಮಿನ ಬಟ್ಟೆಯ ಮೆಷಿನ್ ನೋಡುತ್ತ ಸಮಯ ಕಳೆದಿದ್ದರೇ ವಾಸಿ ಇತ್ತು ಅನ್ನಿಸಿತು! ಸ್ಟೈಲಾಗಿ ಹೋಗಿ ಕ್ಯೂನಲ್ಲಿ ನಿಂತು, ಒಂದು ಕಾಫಿಗೆ ಎಷ್ಟು ಎಂದು ವಿಚಾರಿಸಿದರೆ ಭರ್ತಿ 6 ಯೂರೋ! ಹೊಟ್ಟೆ ಉರಿದುಹೋಯಿತು. ಆರು ಯೂರೋ ಅಂದರೆ ಸುಮಾರು 500 ರೂಪಾಯಿ. ಕ್ಯೂನಲ್ಲಿ ನಿಂತವರು ರೇಟ್ ಕೇಳಿ ಹಾಗೇ ವಾಪಸ್ ಬಂದರೆ ಅವಮಾನ ಎನ್ನುವ ಒಂದನೇ ಕಾರಣಕ್ಕೆ ಮತ್ತು ನಾವು ಕಾಫಿ ಅಡಿಕ್ಟ್‌ಗಳಾಗಿದ್ದ ಎರಡನೇ ಕಾರಣಕ್ಕೆ ಕಾಫಿ ಕೊಂಡೆವು. ಹದಿನೈದು ನಿಮಿಷದ ನಂತರ ಕಾಫಿ ಬಂದಿತು. ನೋಡಿದರೆ ಅದು ಬೆಳ್ಳನೆಯ ಬೋಮಿತಾ ಕಾಫಿ! ಮಗ ಸಣ್ಣವನಿರುವಾಗ ಬೋರ್ನ್‌ವಿಟಾಗೆ ಬೋಮಿತಾ

ಎಂದು ಹೇಳುತ್ತಿದ್ದ. ನಾನು ಪರಿಮಳವಿಲ್ಲದ ಬೆಳ್ಳನೆಯ ಕಾಫಿಗೆ ಅದೇ ಹೆಸರಿನಿಂದ ಕರೆಯುತ್ತೇನೆ! ಬೆಲೆಯಾದರೂ ಕಡಿಮೆ ಇದ್ದಿದ್ದರೆ ಅಥವಾ ನಾನೇನಾದರೂ ಯೂರೋನಲ್ಲಿ ಸಂಪಾದಿಸಿದ್ದರೆ ಮಾತ್ರ ಆ ಕಾಫಿ ಸ್ವಲ್ಪವಾದರೂ ರುಚಿಸುತ್ತಿತ್ತೇನೋ! 'ಇಲ್ಲೊಂದು ಕಾಕಾ ಹೋಟ್ಲು ಹಾಕಿದ್ರೆ ಒಳ್ಳೆ ಸಂಪಾದನೆ ಮಾಡಬಹುದು ಕಣೋ' ಎಂದು ಮಗನೊಡನೆ ವ್ಯಂಗ್ಯವಾಡುತ್ತಲೇ ಅದನ್ನು ಖಾಲಿ ಮಾಡಿದೆ.

ಸರಿ ವಿಮಾನ ಹೊರಡಲು ಸುಮಾರು ಸಮಯವಂತೂ ಇತ್ತಲ್ಲ, ಹಾಗಾಗಿ ಅಲ್ಲಿಯೇ ಸುಮಾರು ಹೊತ್ತು ಸಮಯ ಕೊಂದು ನಂತರ ಸೆಕ್ಯುರಿಟಿ ಚೆಕ್‌ಗೆ ಹೊರಟು ನಿಂತೆವು. ಇದುವರೆಗೆ ನಾನು ನೋಡಿದ ಕಡೆಯೆಲ್ಲ ಮನುಷ್ಯರೇ ನಮ್ಮನ್ನು ತಡಕಾಡಿದ ಅನುಭವವಿತ್ತು. ಆದರೆ ಇಲ್ಲಿ ಎರಡು ಪಾದಗಳ ಗುರುತಿದ್ದ ಕಡೆ ನಿಂತು ಎರಡು ಕೈ ಎತ್ತಿ ನಿಂತ ಒಂದಿಷ್ಟು ಕ್ಷಣಗಳಲ್ಲಿ ನಮ್ಮನ್ನು ಪಾಸ್ ಮಾಡಿ ಕಳಿಸಿತು ಅಲ್ಲಿನ ಸ್ಕ್ಯಾನರ್. ಯಾವ ಮನುಷ್ಯರ ಹಸ್ತಕ್ಷೇಪವಿಲ್ಲದೆ ಬೇಗನೆ ಆ ಕೆಲಸವೂ ಮುಗಿದು ಹೋಯಿತು.

ದಣಿವಾದ ದೇಹಕ್ಕೆ ಮೂರು ಗಂಟೆಗಳ ಕಾಯುವಿಕೆ ಅಸಹನೀಯ ಅನ್ನಿಸುತ್ತಿತ್ತು. ಆದರೂ ಬರುವಾಗ ಫ್ರಾಂಕ್‌ಫರ್ಟ್ ಮೂಲಕ ಬರುವುದರಿಂದ ಮ್ಯೂನಿಕ್‌ನ ಏರ್‌ಪೋರ್ಟ್ ಹೇಗಿದೆ ಎಂದು ನೋಡಲಾಗುವುದಿಲ್ಲ ಎಂದು ನೆನಪಾಯಿತು. ನಾನು ನೋಡದಿದ್ದರೆ ಜಗತ್ಪ್ರಳಯವಾಗುವುದಿಲ್ಲವೇ ನೀವೇ ಹೇಳಿ! ಹಾಗಾಗಿ ನಾನು, ನನ್ನ ಮಗ ಒಂದು ಸುತ್ತು ಸುತ್ತಿ ಬರೋಣವೆಂದು ಹೊರಟೆವು.

ಯಾವ ಅಂಗಡಿಯ ಮುಂದೆ ನಿಂತರೂ ಜನಸಾಮಾನ್ಯರ ಜೇಬಿಗೆ ನಿಲುಕದ ಬೆಲೆಯವೇ ಎಲ್ಲ. ಹಾಗಾಗಿ ಸುಮ್ಮನೆ ನಿಂತು ದೇವರಂತೆ ಎಲ್ಲವನ್ನೂ ನೋಡಿದೆವು. ಎಲ್ಲ ಅಂಗಡಿಗಳ ಮುಂದೆ ನಿಂತು ವಾಪಸ್ ಬರುವಾಗ ಒಂದೆಡೆ ಕಾಫಿ ಮೇಕರ್ ಇಟ್ಟಿದ್ದರು. ಎರಡು ಯೂರೋಗೆ ಒಂದು ಕಾಫಿ ಎಂದು ಓದಿ ಜೊಲ್ಲು ಸುರಿಯಿತು, ಲೆಕ್ಕ ಹಾಕಿ 170 ರೂಪಾಯಿಯೇ ಕಡಿಮೆ ಎನ್ನಿಸಬೇಕಾದರೆ ಉಳಿದೆಲ್ಲದರ ಬೆಲೆ ಎಷ್ಟಿದ್ದಿರಬಹುದು ಎಂದು!

ಒಬ್ಬ ವ್ಯಕ್ತಿ ಕಾಫಿ ತೆಗೆದುಕೊಳ್ಳುತ್ತಿದ್ದರು, ಹಾಗಾಗಿ ನಾವು ಕ್ಯೂನಲ್ಲಿ ನಿಂತೆವು. ಆತ ತೆಗೆದುಕೊಂಡು ಹೋದ ಬಳಿಕ ಆ ಮೆಷಿನ್ ಒಳಗೆ ಕಾಯಿನ್ ಹಾಕಿ ಎಂದು ಇದ್ದ ಕಡೆಗೆ ಹಾಕಿದೆವು. ಕಾಫಿಗೆ ಪೇಪರ್ ಕಪ್ ಬರುತ್ತದೆ ಎಂದು ನಿರೀಕ್ಷಿಸುತ್ತ ನಿಂತರೆ ಅದೇನೋ ಗುಂಡು ಪೊಟ್ಟಣವೊಂದು ಉದುರಿತು. ಈಗೇನ್ ಮಾಡ್ಬೇಕಣಾ ಇದನ್ನ ಎಂದು ತಲೆ ಕೆರೆದುಕೊಳ್ಳುತ್ತ ನೋಡಿದರೆ ಇನ್ನೊಂದು ಮೆಷಿನ್‌ಗೆ ಆ ಪೊಟ್ಟಣ ತುರುಕಿ ಬರೀ ಕಾಫಿ ಮತ್ತು ಎಸ್‌ಪ್ರೆಸ್ಸೋ ಎನ್ನುವ 2 ಬಟನ್‌ಗಳಲ್ಲಿ ಒಂದನ್ನು ಒತ್ತಿ ಎಂದಿತ್ತು, ಒತ್ತಿದೆವು. ಒಂದು ಪೇಪರ್ ಕಪ್ ಬಂದಿತು. ಅದರಲ್ಲಿ ಸರಿಯಾಗಿ ನಾಲ್ಕು ಸ್ಪೂನ್ ಬಿಸಿನೀರು ತುಂಬಿ ನಿಂತು ಹೋಯಿತು! ಈಗೇನು ಶಿವಾ ಎಂದು

ಗೊಂದಲಗೊಳ್ಳುತ್ತಾ ಪಕ್ಕದಲ್ಲಿದ್ದ ಮತ್ತೊಂದು ಬಟನ್ ಒತ್ತಿದೆವು. ಸಬೀನಾ ಬೆರೆಸಿದ ಬಣ್ಣದ ದ್ರವ ಹೊರಬಂತು!

ಈಗೇನು ಮಾಡಬೇಕು ಎಂದು ತಿಳಿಯದೆ ಮತ್ತೆ ಮೊದಲ ಬಟನ್ ಒತ್ತಿದೆವು, ಮತ್ತೆ ಬಹಳ ವಿಧೇಯವಾಗಿ ನಾಲ್ಕು ಸ್ಪೂನ್ ನೀರು ಬಂದಿತು. ಮತ್ತೆ ಎರಡನೆಯದ್ದು ಒತ್ತಿದೆವು. ಮತ್ತೆ ನಾಲ್ಕು ಸ್ಪೂನ್ ಸಬೀನಾ ನೀರು. ಹೀಗೆ ಎಂಟು ಬಾರಿ ಒತ್ತೀ ಒತ್ತಿ ಲೋಟಾದ ಅರ್ಧ ಭಾಗ 32 ಸ್ಪೂನ್ ಬಿಸಿ ನೀರು ತುಂಬಿದ ನಂತರ, ಇದರ ಹಣೆಬರಹ ಇಷ್ಟೇ ಅಂತ ಗೊತ್ತಾಗಿ ಅಯ್ಯೋ 170 ರೂಪಾಯಿ ಹೋಯ್ತಲ್ಲ ಎಂದು ಅಳುಮುಖ ಮಾಡಿ ಪೆಕರು ಪೆಕರಾಗಿ ನಿಂತೆವು. ಹಿಂದೆ ಯಾರೋ ಕಿಸಕ್ಕನೆ ನಕ್ಕಿದ್ದು ಕೇಳಿಸಿತು. ನಮ್ಮನ್ನು ಕಂಡೇ ನಕ್ಕಿರಬೇಕು ಎಂದುಕೊಳ್ಳುತ್ತ ಹಿಂತಿರುಗಿ ನೋಡಿದರೆ ಇಬ್ಬರು ಹುಡುಗಿಯರು ಮುಖದಲ್ಲಿ ನಗು ಅದುಮಿಡುತ್ತಾ ನಿಂತಿದ್ದು ಕಾಣಿಸಿ ಪೆಚ್ಚಾದೆವು. ಅವಮಾನದಿಂದ ಬಿಸಿನೀರನ್ನೇ ತೆಗೆದುಕೊಂಡು ಸರಿದು ನಿಂತೆವು.

ಅಷ್ಟರಲ್ಲಿ ನಮ್ಮ ಹಿಂದಿದ್ದ ಮತ್ತೊಬ್ಬ ಗಂಡಸು ಕಾಯಿನ್ ಹಾಕುತ್ತಿರುವುದು ಕಂಡು 'ಓ ಇವರಿಗೆ ಎಲ್ಲ ಗೊತ್ತಿದೆ ಅನ್ನಿಸುತ್ತದೆ. ನಾವು ಏನು ತಪ್ಪು ಮಾಡಿದೆವು ನೋಡಿಯೇ ಬಿಡೋಣ' ಎಂದು ಅಲ್ಲಿಯೇ ನಿಂತೆವು. ಆತನಿಗೂ ನಮಗಾದಂತೆಯೇ ಗುಂಡು ಪೊಟ್ಟಣ ಬಿತ್ತು. ಅದನ್ನು ತೆಗೆದು ಲೋಟ ಇಟ್ಟು ನಿಂತರು. ಅವರಿಗೂ ನಾಲ್ಕು ಸ್ಪೂನ್ ಬಿಸಿ ನೀರು ಬಂದು ನಿಂತು ಹೋಯಿತು ಮತ್ತು ಅವರೂ ನಮ್ಮಷ್ಟೇ ಪೆಕರು ಪೆಕರಾಗಿ ನಿಂತು ಅದನ್ನೇ ದಿಟ್ಟಿಸಿದರು! ಮತ್ತೆ ಒತ್ತಿದರು, ಮತ್ತೆ ನಾಲ್ಕು ಸ್ಪೂನ್ ನೀರು... ಮತ್ತೆ ನಾಲ್ಕು ಸ್ಪೂನ್... ಮತ್ತೆ ನಾಲ್ಕು ಸ್ಪೂನ್... ನೋಡುತ್ತಿದ್ದ ನಾನು, ನನ್ನ ಮಗ ಕಿಸಿಕಿಸಿ ನಗಲು ಶುರು ಮಾಡಿದೆವು. ಅವರಿಗೂ ಅದು ಗೊತ್ತಿಲ್ಲ ಎಂದು ಒಂದು ರೀತಿಯ ವಿಚಿತ್ರ ಸಮಾಧಾನವೂ ಆಯಿತು!

ಸಾಧಾರಣವಾಗಿ ಭಾರತೀಯರಾದ ನಮಗೆ ಬಿಳಿ ತೊಗಲಿನವರು ನಮಗಿಂತ

ಬುದ್ಧಿವಂತರು ಎನ್ನುವ ಭ್ರಮೆ ಇರುತ್ತದೆ. ಎಲ್ಲ ಭಾರತೀಯರಿಗೂ ಇದೆಯೋ ಗೊತ್ತಿಲ್ಲ, ನನಗಂತೂ ಆ ಕ್ಷಣದವರೆಗೂ ಇತ್ತು. ಅವರ ಪರದಾಟ ನೋಡುವಾಗಲೇ ನಮಗೆ ಆ ಹುಡುಗಿಯರೂ 32 ಸ್ಪೂನ್ ಬಿಸಿನೀರಿನ ಫಲಾನುಭವಿಗಳೇ ಆಗಿರಬೇಕು, ಅದಕ್ಕೇ ನಮ್ಮ ಅವಸ್ಥೆ ನೋಡಿ ನಕ್ಕಿರಬೇಕು ಎಂದು ಹೊಳೆದದ್ದು!

ಆ ನಂತರ ನಾವಿಬ್ಬರೂ ಗಹಗಹಿಸಿ ನಗುತ್ತಾ ಬಿಸಿನೀರಿಗೆ ಕ್ರೀಮ್ ಮತ್ತು ಸಕ್ಕರೆ ಬೆರೆಸಿದೆವು. ಆದರೂ ಅದರ ಪರಿಸ್ಥಿತಿ ಹೆಚ್ಚು ಸುಧಾರಿಸದೇ ಬಿಸಿ ನೀರಿನ ಥರವೇ ಇತ್ತು. ಬಿದ್ದರೂ ಮೀಸೆ ಮಣ್ಣಾಗದವಳಂತೆ 'ಹೇಗೂ ಬಿಸಿನೀರು ಬೇಕಿತ್ತು ಮಗಾ ಗಂಟಲು ನೋವಿಗೆ, ಸಿಕ್ತು ನೋಡು' ಅಂದೆ. ಅವನು ನಗುತ್ತಾ 'ಅಹಾ ನೋಡು 170 ರೂಪಾಯಿಗೆ ಒಂದ್ಲೋಟ ಬಿಸಿ ನೀರು ಸಿಕ್ಕಿತು, ಎಷ್ಟು ಉಳಿತಾಯ' ಎಂದು ಆಡಿಕೊಂಡ!

ಇಷ್ಟು ಸರ್ಕಸ್ ಮಾಡುವುದರಲ್ಲಿ 11.30 ಆಗಿತ್ತು ಮತ್ತು ನಾವು ಕೊನೆಗೂ ವ್ರೋಟ್ಸ್ವಾಗೆ ಹೋಗುವ ವಿಮಾನ ಹತ್ತುವ ಸಮಯ ಸನ್ನಿಹಿತವಾಗಿತ್ತು! ಅದೊಂದು ಪುಟ್ಟ ವಿಮಾನ. ನನಗೆ ದೊಡ್ಡ ವಿಮಾನವಾದರೆ ನೆಮ್ಮದಿ. ಈ ರೀತಿಯ ಪುಟ್ಟ ವಿಮಾನವಾದರೆ ಸಿಕ್ಕ ಸಣ್ಣಪುಟ್ಟ ಮೋಡಕ್ಕೂ ದಡಕ ಬಡಕ ಹೊಡೆಯುತ್ತ, ವಾಲಾಡುತ್ತ ಮುಂದುವರಿಯುವಾಗ ಅದೇನು ನಮ್ಮನ್ನು ಗುರಿ ಮುಟ್ಟಿಸುತ್ತದೋ ಇಲ್ಲವೋ ಎಂದು ಆತಂಕವಾಗಲು ಶುರುವಾಗುತ್ತದೆ.

ಅಲ್ಲಿಯವರೆಗೆ ಮರೆಯಾಗಿದ್ದ ಆಯಾಸ ಮತ್ತೆ ಧುತ್ತೆಂದು ಎದುರಾದರೂ ಮೋಡಗಳನ್ನು ಸರಿಸುವ ಜವಾಬ್ದಾರಿ ನನ್ನ ಮೇಲೆಯೇ ಇದೆಯೋ ಏನೋ ಎನ್ನುವಂತೆ ಅವುಗಳನ್ನೇ ಗಮನಿಸುತ್ತಾ ಕುಳಿತೆ! ಸ್ವಲ್ಪವೇ ಹೊತ್ತಿನಲ್ಲಿ 475 ಕಿಲೋಮೀಟರ್‌ಗಳ ಹಾದಿ ಕ್ರಮಿಸಿ ವ್ರೋಟ್ಸ್ವಾ ತಲುಪಿಯೇ ಬಿಟ್ಟೆವು... ಎಂಥ ಪ್ರಯಾಣವಿದು! ಹಿಂದಿನ ದಿನ ಬೆಂಗಳೂರು–ಫ್ರಾಂಕ್‌ಫರ್ಟ್–ವ್ರೋಟ್ಸ್ವಾ ಇದ್ದ ನಮ್ಮ ಹಾದಿ, ಇವತ್ತು ಬೆಂಗಳೂರು–ದೆಹಲಿ–ಮ್ಯೂನಿಕ್–ವ್ರೋಟ್ಸ್ವಾ ಆಗಿಹೋಗಿತ್ತು!

ಉಗಮ ಮತ್ತು ಗಮ್ಯ ಅದೇ ಆದರೂ ಹಾದಿ ಬೇರೆ ಬೇರೆ
ಬದುಕಿನ ಎಷ್ಟೊಂದು ಪ್ರಯಾಣಗಳು ಹೀಗೇ ಅಲ್ಲವಾ... ಏನೋ ಲೆಕ್ಕಾಚಾರ
ಹಾಕಿ ಹೊರಡುತ್ತೇವೆ, ಮತ್ಯಾವುದೋ ಹಾದಿ ತೆರೆದಿರುತ್ತದೆ ಎಂದುಕೊಂಡವಳು
ಮಹಾ ಮೇಧಾವಿಯಂತೆ 'ಆದರೆ ಗಮ್ಯವೊಂದು ಬದಲಾಗಬಾರದು ನೋಡು'
ಎಂದುಕೊಂಡೆ
ಒಳಗಿನ ತುಂಟ ಮನಸ್ಸು 'ಗಮ್ಯವೂ ಬದಲಾದರೆ ಏನಂತೆ! ಬದುಕು ಮತ್ತೆಲ್ಲಿಗಾದರೂ
ನಿನ್ನ ಹೊತ್ತೊಯ್ದಿದ್ದರೆ ಅಲ್ಲಿ ಯಾವ ಅದ್ಭುತ ಅನುಭವ ನಿನಗಾಗಿ ಕಾದಿತ್ತೋ. ಛೇ
ಅದನ್ನೆಲ್ಲ ಮಿಸ್ ಮಾಡಿಕೊಂಡೆಯೇನೋ ಭಾರತಿ' ಎಂದಿತು
ಬದುಕಿನ ಆಶಾವಾದಗಳು ಹೀಗಿರುತ್ತವೆ..!!

ನಾವು ಬಂದೆವಾ...
ಪೋಲೆಂಡ್ ನೋಡಲಿಕ್ಕ!

ಅಂತೂ ಅಂದುಕೊಂಡಿದ್ದಕ್ಕಿಂತ ಸರಿಯಾಗಿ ಇಪ್ಪತ್ತನಾಲ್ಕು ಗಂಟೆಗಳ ನಂತರ ನಾವು ಪೋಲೆಂಡ್ ತಲುಪಿದ್ದೆವು. ನಮಗಾಗಿ ಕ್ಯಾಬ್ ಡ್ರೈವರ್ ಕಾಯುತ್ತ ನಿಂತಿದ್ದರು.

ಏರ್‌ಪೋರ್ಟ್‌ನಿಂದ ನಮ್ಮ ನೋವೋಟೆಲ್ ಹೋಟೆಲ್ 15–20 ನಿಮಿಷಗಳ ಹಾದಿಯಷ್ಟೇ. ಹಾದಿಯುದ್ದಕ್ಕೂ ಸಾಲು ಸಾಲು ಮರಗಳು. ಊರು ತುಂಬಾ ಶುಭ್ರವಾಗಿತ್ತು, ಶಾಂತವಾಗಿತ್ತು. ನಿಜಕ್ಕೂ ಹೇಳಬೇಕೆಂದರೆ ಏರ್‌ಪೋರ್ಟ್‌ನಿಂದ ಮುಖ್ಯ ಊರು ಸೇರುವ ರಸ್ತೆ ಯಾವುದೇ ದೇಶದಲ್ಲೂ ಅತ್ಯಂತ ಸುಂದರವಾಗಿ, ಶುಭ್ರವಾಗಿ, ರಮಣೀಯವಾಗಿಯೇ ಇರುತ್ತದೆ! ಹಾಗಾಗಿ ಅದರ ನಿಜ ಸ್ವರೂಪ ತಿಳಿಯಲು ಮತ್ತೆರಡು ಮೂರು ದಿನ ಅಡ್ಡಾಡಬೇಕಷ್ಟೇ!

ಆದರೆ ಕೂಡಲೇ ಗಮನ ಸೆಳೆದ ಮುಖ್ಯ ವಿಷಯವೆಂದರೆ ಅಲ್ಲಿನ ಜನರ ಅದ್ಭುತ Traffic sense. ಎಲ್ಲರೂ ಸಾಲಾಗಿ ಲೇನ್ ಗೆರೆಗಳ ನಡುವೆ ಅತ್ತಿತ್ತ ಜರುಗದೆ ಇರುವೆಗಳಂತೆ ಸಾಗುತ್ತಿದ್ದುದು ನೋಡಲು ಚೆಂದವಿತ್ತು. ಎಲ್ಲಿಯೂ ಟ್ರಾಫಿಕ್ ಜಾಮ್ ಇರಲಿಲ್ಲ. ಹಾಗೆಂದು ನಾನು ನಮ್ಮ ಭಾರತ ದೇಶವನ್ನು, ಬೆಂಗಳೂರನ್ನು ಇದಕ್ಕೆ ಹೋಲಿಸಿ ಮಾತನಾಡುತ್ತಿದ್ದೇನೆ ಎಂದುಕೊಳ್ಳಬೇಡಿ ಮತ್ತೆ. ವ್ರೋಟ್ಸ್ವಾದ ಜನಸಂಖ್ಯೆಯ ಆರು ಪಟ್ಟು ಜನಸಂಖ್ಯೆ ನಮ್ಮ ಬೆಂಗಳೂರಿನದ್ದು. ನಮ್ಮಂಥ ಬೃಹತ್ ನಗರದ, ಬೃಹತ್ ಜನಸಂಖ್ಯೆಯ ಸಮಸ್ಯೆಗಳು ಬೇರೆಯವೇ ಇರುತ್ತವೆ. ಹಾಗಾಗಿ ಕಣ್ಣಿಗೆ ಕಂಡಿದ್ದನ್ನು ಹೇಳುತ್ತಿರುವೆನೇ ಹೊರತು, ನನಗೆ ನಮ್ಮ ದೇಶವನ್ನು ಹಳಿಯುವ ಚಟವಿದೆ ಎಂದೆಣಿಸಬೇಡಿ.

ಇನ್ನು ವ್ರೋಟ್ಸ್ವಾದಲ್ಲಿ ಖುಷಿ ಕೊಟ್ಟ ಮತ್ತೊಂದು ಸಂಗತಿಯೆಂದರೆ ಊರ ಮಧ್ಯೆಯೇ ಅಲ್ಲಲ್ಲಿ ಇದ್ದ ಪ್ರಶಾಂತವಾದ ಕಾಲುದಾರಿಗಳು. ಆ ರಸ್ತೆಗಳಲ್ಲಿ ಊರಾಚೆ ಯಾವುದೋ ಕಾಡಿನಲ್ಲಿದ್ದಂತೆ ಸಾಗುತ್ತಿದ್ದ ಸೈಕಲ್ ಸವಾರರು, ನಾಯಿಗಳನ್ನು ನೆಮ್ಮದಿಯ ವಾಕಿಂಗ್ ಕರೆದುಕೊಂಡು ಹೋಗುತ್ತಿದ್ದವರನ್ನೆಲ್ಲ ನೋಡಿ 'ಆಹಾ! ಅದೇನು ಪುಣ್ಯವಂತರಪ್ಪಾ ಇವರು' ಎಂದು ಕರುಬಿದೆ. ಅಂಥ ರಸ್ತೆಯಲ್ಲಿ ಹೋಟೆಲ್ ತಲುಪಲು ಹೆಚ್ಚು ಸಮಯವೇನೂ ಹಿಡಿಯಲಿಲ್ಲ.

ಹೋಟೆಲ್ ರೂಮ್ ಸಾಕಷ್ಟು ಚೆನ್ನಾಗಿತ್ತು, ವಿಶಾಲವಾಗಿಯೂ ಇತ್ತು. ಮೆತ್ತನೆಯ ಹಾಸಿಗೆ, ಸುಖವಾದ ಒರಗು ಕುರ್ಚಿ ಎಲ್ಲವನ್ನೂ ನೋಡುತ್ತಲೇ ಮನಸ್ಸಿಗೆ

ನೆಮ್ಮದಿಯಾಯಿತು. ತುರ್ತಾಗಿ ಸ್ನಾನದ ಅಗತ್ಯವಿತ್ತು. ಅದಾದ ನಂತರ ದೇಹಕ್ಕೆ ಹೊಸ ಉತ್ಸಾಹ ತುಂಬಿಕೊಂಡಿತು. ಆಗ ಹೊಟ್ಟೆಯ ನೆನಪಾಯಿತು! ಬೆಳಗಿನ ಐದು ಘಂಟೆಯಲ್ಲಿ ಹೊಟ್ಟೆಗೆ ಬಿದ್ದಿದ್ದಷ್ಟೇ. ಆ ನಂತರ ಬರೀ ಒಂದು ಕಾಫಿ ಮತ್ತು ಕಾಫಿಗೆಂದು ಹಣ ತೆತ್ತು ಪಡೆದ ಒಂದು ಲೋಟ ಬಿಸಿನೀರಷ್ಟೇ ಸಿಕ್ಕಿದ್ದು. ಹಾಗಾಗಿ ಹೊಟ್ಟೆ ಕಾವ್ ಕಾವ್ ಎನ್ನುತ್ತಿತ್ತು.

ಮಗ ಸ್ನಾನ ಮುಗಿಸಿ ಬರುವುದರಲ್ಲಿ ಒಂದು ಲೋಟ ಕಾಫಿ ಮಾಡಿಕೊಂಡು ಕುಡಿಯೋಣವೆಂದು ಅಲ್ಲಿಟ್ಟಿದ್ದ ನೀರಿನ ಬಾಟಲ್ ತೆಗೆದೆ. ಕೂಡಲೇ ಸೋಡಾ ಥರ ಚುಸ್ ಎಂದು ಸದ್ದಾಯಿತು. 'ಅಯ್ಯೋ ನಿಮ್ ಮಕ ಮುಚ್ಚ! ನೀರಿನ ಬದಲು ಸೋಡಾ ಯಾಕ್ರೋ ಇಟ್ರಿ' ಎಂದು ಸಿಟ್ಟು ಉಕ್ಕೇರಿತು. ಅದು ಸೋಡಾ ಎಂದು ಗೊತ್ತಾದ ಕೂಡಲೇ ನನಗೆ ಇದ್ದಕ್ಕಿದ್ದಂತೆ ಬಾಯಾರಿಕೆ ಶುರುವಾಗಿ ಬಿಟ್ಟಿತು! ಅದೂ ಅಂತಿಂಥ ಬಾಯಾರಿಕೆಯಲ್ಲ... ಆ ಕ್ಷಣಕ್ಕೆ ನೀರು ಕುಡಿಯದಿದ್ದರೆ ಸತ್ತೇ ಹೋದೇನು ಅನ್ನಿಸುವಂಥ ಬಾಯಾರಿಕೆ!! ರಿಸೆಪ್ಷನ್‌ಗೆ ಫೋನ್ ಮಾಡಿ ಆರ್ತಳಾಗಿ 'ಅಣ್ಣ ವಸಿ ನೀರು ಕಳಿಸೀಪ್ಪ, ರೂಮಿನಲ್ಲಿ ನೀರಿನ ಬದಲು ಸೋಡಾ ಇಟ್ಟುಬಿಟ್ಟಿದ್ದೀರಾ' ಅಂದೆ. ಅತ್ತ ಕಡೆಯಿಂದ ಮಾಮೂಲು 'yes mam, sure mam' ಎಲ್ಲ ಆಯಿತು.

ಮಗ ಸ್ನಾನ ಮುಗಿಸಿ ಈಚೆ ಬಂದ ಕೂಡಲೇ ಕತೆ ಹೇಳಿದೆ. ಅವನೋ ದಿನಕ್ಕೆ ಎಂಟು ಲೀಟರ್ ನೀರು ಕುಡಿಯುವವನು. ಅಲ್ಲಿರುವುದು ಸೋಡಾ ಅಂದ ಕೂಡಲೇ ಅವನಿಗೂ ಬಾಯಾರಿಕೆ ಶುರುವಾಗಿ ಬಿಟ್ಟಿತು! ಹುಚ್ ನನ್ಮಕ್ಕಳು ಎಂದು ನಾವಿಬ್ಬರೂ ಬಯ್ದುಕೊಳ್ಳುತ್ತ ಕುಳಿತಿರುವಾಗ ರೂಮ್ ಸರ್ವಿಸ್‌ನವರು ಮತ್ತೆರಡು ಬಾಟಲ್ ನೀರು ತಂದುಕೊಟ್ಟರು. 'ಆಹಾ ಒಳ್ಳೆಯ ಸರ್ವೀಸ್, ಎಷ್ಟು ಬೇಗ ತಂದುಕೊಟ್ಟರು' ಎಂದು ಖುಷಿ ಪಡುತ್ತಾ ಅವರಿಗೆ ಧನ್ಯವಾದ ಅರ್ಪಿಸಿ ಬಾಟಲ್ ತೆಗೆದರೆ ಮತ್ತದೇ ಸೋಡಾದ ಚುಸ್ ಶಬ್ದ! ಕಿವಿಗೆ ಕಾದ ಕಬ್ಬಿಣ ಸುರಿದಂತಾಯಿತು. 'ಅಯ್ಯೋ ಇದೇನು ರೋಗ ಇವರಿಗೆ! ನಾವೇನು ಮದ್ ಮಧ್ಯಾಹ್ನ ಎಣ್ಣೆ ಹೊಡೆಯಕ್ಕೆ ಸೋಡಾ ಕೇಳ್ತಿದೀವಾ' ಎಂದು ಮೈ ಉರಿದುಹೋಯಿತು.

ಮತ್ತೆ ಕರೆ ಮಾಡಲು ಹೊರಟಾಗ ಮಗ 'ಇರು ಊಟ ಏನಾದ್ರೂ ಇದ್ರೆ ಆರ್ಡರ್ ಮಾಡಿಬಿಡೋಣ. ನಿನ್ನ ನೀರಿನ ಕತೆ ಮುಗಿಯೋ ಹಾಗೇ ಕಾಣ್ತಿಲ್ಲ' ಎಂದವನೇ ಮೆನು ತೆರೆದ. ನಾನು ಆಪರೇಷನ್ ಮುಗಿಸಿದ ವೈದ್ಯರ ಎದುರು ರೋಗಿಯ ಮನೆಯವರು ಆಪರೇಷನ್ ಸಕ್ಸೆಸ್ಸಾ ಎಂದು ಕೇಳಲು ನಿಂತಂತೆ ಉಸಿರು ಬಿಗಿ ಹಿಡಿದು ನಿಂತೆ. ಅಲ್ಲಿ ತಿನಿಸುಗಳಿಗೆ ತಕ್ಕಮಟ್ಟಿಗೆ ಕೈಗೆಟುಕುವ ಬೆಲೆಯಿದ್ದರೆ ಬದುಕು ಸುಗಮ. ಇಲ್ಲವಾದರೆ ನಾಯಿಪಾಡು ಶುರುವಾಗುತ್ತದೆ ಎಂದು ನನಗೆ ಗೊತ್ತು.

ಹಾಗಾಗಿ ಅವನೇನು ಹೇಳುತ್ತಾನೆ ಎಂದು ಆತಂಕದಲ್ಲಿ ಕಾದೆ. ಅವನು

ಅದರ ಮೇಲೆಲ್ಲ ಕಣ್ಣಾಡಿಸಿ ನಿಧಾನವಾಗಿ 'ಪರವಾಗಿಲ್ಲ ಅಮ್ಮ, ಸರಿಸುಮಾರು ನಮ್ಮ ದೇಶದಷ್ಟೇ' ಎಂದ. ಅಯ್ಯೋ ಹೃದಯ ಹಕ್ಕಿಯಾಯಿತು! ನೆಮ್ಮದಿಯಾಗಿ ತಿನ್ನಬಹುದಪ್ಪಾ ಎಂದು ಸಂಭ್ರಮದಿಂದ 'ಎಷ್ಟು ಮಗಾ' ಅಂದೆ. 'ಪಿಜ್ಜಾಗೆ 24 ಜ್ಲಾಟಿ' ಅಂದ. ಒಂಗು ಜ್ಲಾಟಿಗೆ ಸುಮಾರು 20 ರೂಪಾಯಿ. ಅಂದರೆ ಒಂದು ಪಿಜ್ಜಾಗೆ ಸುಮಾರು 480 ರೂಪಾಯಿ. ತೀರಾ ಕಡಿಮೆ ಅಂತಿಲ್ಲದಿದ್ದರೂ, ಪರವಾಗಿಲ್ಲ!

ಮಗ ರಿಸೆಪ್ಷನ್‌ಗೆ ಕರೆ ಮಾಡಿ ಒಂದು ಪಿಜ್ಜಾಗೆ ಆರ್ಡರ್ ಕೊಟ್ಟು, ನಂತರ ಮತ್ತೆ 'ಆಪರೇಷನ್ ಚುಸ್‌ಲೆಸ್ ವಾಟರ್' ಪ್ರಾರಂಭಿಸಿದ! ಬಹಳ ತಾಳ್ಮೆಯಿಂದ, ಅವರಿಗೆ ಅರ್ಥ ಮಾಡಿಸಿಯೇ ತೀರುತ್ತೇನೆ ಎನ್ನುವ ರೀತಿಯಲ್ಲಿ ರಾಗ ರಾಗವಾಗಿ ಹೇಳಿದ್ದನ್ನೇ ಮತ್ತೆ ಮತ್ತೆ ಪುನರುಚ್ಚರಿಸಿ, ಒತ್ತಿ ಒತ್ತಿ **'ಈಗಾ... ನೀರು... ಪ್ಲ್... ಏನ್ ಹೇಳಿ, ನೀರು... ಬರೀ ನೀರು... ಅಂದರೆ ಅದೇ ಈಗಾಗಲೇ ಇಟ್ಟಿದೀರಲ್ಲ ಚುಸ್ ಅನ್ನೋ ನೀರು... ಅದಲ್ಲ... ಅರ್ಥವಾಯ್ತಾ... ಅಂದರೆ ಸೋಡಾ ಅಲ್ಲ... ಬರೀ ನೀರು... ಅಂದರೆ ಚುಸ್ ಅನ್ನದ ನೀರು... ಅಂದರೆ ಸಾದಾ ನೀರು... ಅಂದರೆ ಕುಡಿಯೋ ನೀರು... ಅದನ್ನ ಕಳಿಸಿಕೊಡ್ತೀರಾ ಎರಡು ಬಾಟಲ್'** ಎಂದು ಹೇಳಿದ್ದನ್ನೇ ಮತ್ತೆ ಮತ್ತೆ ಒತ್ತಿ ಒತ್ತಿ ಹೇಳುತ್ತಾ ಬಹಳ ಸಮಾಧಾನದಿಂದ ವಿವರಿಸಿದ. ಮತ್ತದೇ 'Yes sir, sure sir' ಎಲ್ಲ ಮುಗಿಯಿತು.

ತುಸು ಹೊತ್ತಿನಲ್ಲಿಯೇ ಬೆಲ್ ಆಯಿತು... ಪಿಜ್ಜಾ ಮತ್ತು ನೀರು ಹೊತ್ತ ರೂಮ್ ಸರ್ವಿಸ್‌ನವ ನಿಂತಿದ್ದ! ನನ್ನ ಮಗ ಖುಷಿ ಅದುಮಿಟ್ಟುಕೊಳ್ಳುತ್ತಾ 'ಅಮ್ಮಾಆಆಆ ದೊಡ್‌ಡ್‌ಡ್ಡ ಪಿಜ್ಜಾ!' ಅಂದ. ಇಬ್ಬರಿಗೂ ಸಕತ್ ಖುಷಿಯಾಯಿತು ಹೊಟ್ಟೆ ತುಂಬುತ್ತದೆ ಎಂದು. ಎಷ್ಟು ಹಸಿವಾಗಿತ್ತೆಂದರೆ ಆ ಕ್ಷಣಕ್ಕೆ ನೀರಿನ ಕಥೆಯನ್ನೇ ಮರೆತು ಇಬ್ಬರೂ ಸಾವಕಾಶವಾಗಿ ಕುಳಿತು ಅದನ್ನು ಕಬಳಿಸಿದೆವು. ಹೊಟ್ಟೆ ತುಂಬಿದ ಮೇಲೆ

ಈ ಸಲ ಸರಿಯಾಗಿ ಹೇಳಿದೆವಲ್ಲ, ಹಾಗಾಗಿ ಸರಿಯಾದ ನೀರನ್ನೇ ಕಳಿಸಿರುತ್ತಾರೆ ಬಿಡು ಎಂದುಕೊಳ್ಳುತ್ತ ಬಾಟಲ್ ತೆರೆದರೆ ಮತ್ತದೇ ಚುಸ್ ಶಬ್ದ! ಇಬ್ಬರ ಮುಖದಲ್ಲೂ ಹತಾಶೆ.

ನಾನು 'ಇನ್ನಾಗಲ್ಲ ಮಗ ನನ್ಕೈಲಿ. ನೀರಿಲ್ದೆ ಸಾಯ್ತೀನಿ ಬಿಡು' ಎಂದೆ ಮೆಲೋಡ್ರಾಮಾಟಿಕ್ ಆಗಿ. ನನ್ನ ಮಗನಿಗೆ ಗೊತ್ತು ನಾನು ಅಷ್ಟು ಸುಲಭಕ್ಕೆ ಸಾಯುವ ಘಟವಲ್ಲ ಎಂದು. ಹಾಗಾಗಿ ನನ್ನ ಮಾತಿಗೆ ತಲೆಯೇ ಕೆಡಿಸಿಕೊಳ್ಳದೆ ಮತ್ತೆ ಅವರಿಗೆ ಕರೆ ಮಾಡಿ ಹಾಡಿದ್ದೇ ಹಾಡಿದ ಕಿಸಬಾಯಿದಾಸ. ಸುಮಾರು ಹೊತ್ತಾದ ಮೇಲೆ ಮತ್ತೆ ಬಾಗಿಲು ತಟ್ಟಿದ ಸದ್ದು. ತೆರೆದರೆ ಇಇಇಇಇಷ್ಟು ದೊಡ್ಡ ಹರಿವಾಣದಲ್ಲಿ ಒಂದು ನೀರಿನ ಬಾಟಲ್ ಹಿಡಿದು ನಿಂತಿದ್ದರು ರೂಮ್ ಸರ್ವೀಸ್ ಮಂದಿ. ಅದರ ಗತಿ ಇನ್ನೇನೋ, ಮತ್ತೆ ಚುಸ್ ಅನ್ನುತ್ತದಾ ಎಂದೆಲ್ಲ ಯೋಚಿಸುತ್ತ ಇರುವಾಗಲೇ ಆತ 'ಕಾರ್ಡಾ, ದುಡ್ಡಾ?' ಎಂದರು.

ಓ! ಅಂದರೆ ಈಗ ನೀರಿಗೆ ಕಾಸು ಕೊಡಬೇಕು. ಇದು ಕಾಂಪ್ಲಿಮೆಂಟರಿ ನೀರಲ್ಲ ಎಂದುಕೊಳ್ಳುತ್ತಾ 'ಎಷ್ಟು?' ಎಂದ. ಆತ '19 ಜ್ಲಾಟಿ' ಎಂದ! ಕಿವಿಗಳನ್ನೇ ನಂಬಲಾಗಲಿಲ್ಲ... 19 ಜ್ಲಾಟಿ! 19!!!! ಅಂದರೆ 380 ರೂಪಾಯಿ!!! ಯಪ್ಪಾ ಒಂದರ್ಧ ಬಾಟಲ್ ನೀರಿಗೆ 380 ರೂಪಾಯಿ!!!

'ಬೇಡ ನೀರು' ಎಂದು ಅದನ್ನು ನಿರಾಕರಿಸಿ ಬಾಗಿಲು ಬಡಿದೆವು. ಅಲ್ಲ ಮಾರಾಯರೇ ನಮ್ಮ ದೇಶದಲ್ಲಿ ಮಾಲ್‌ಗಳಲ್ಲಿ ಅರ್ಧ ಲೀಟರ್ ಬಾಟಲ್ ಒಂದಕ್ಕೆ 60 ರೂಪಾಯಿ ಹೇಳಿದಾಗಲೇ 'ನಾವ್ಯಾಕ್ರೀ ಈ ದುಬಾರಿ ನೀರು ಕೊಳ್ಳಬೇಕು? ನೀವು ಹಿಮಾಲಯ ಅಂತ ಹೆಸರಿಟ್ಟಿದ್ದೀರಷ್ಟೇ ಹೊರತು ಅದನ್ನೇನು ಹಿಮಾಲಯದಿಂದ ತಂದಿಲ್ಲವಲ್ಲ! ನಮಗೆ ಮಾಮೂಲಿ 20 ರೂಪಾಯಿಯ ಬಿಸಲೇರಿ ನೀರು ಕೊಡಿ ಸಾಕು'

ಎಂದು ಶರಂಪರ ಕಿತ್ತಾಡುವ ನಾವು ಇಲ್ಲಿ ಆ ದುಬಾರಿ ಬೆಲೆಯ ಆರರಷ್ಟು ದರ ಹೇಳಿದರೆ ಕೊಳ್ಳುವವರಾ!

ಸರಿ, ಈ ನೀರಿನದ್ದು ಬಗೆಹರಿಯುವ ವಿಷಯವಲ್ಲ, ಅದರ ವ್ಯವಸ್ಥೆ ಮಾಡಿಕೊಳ್ಳಬೇಕು ಎಂದು ನಿರ್ಧರಿಸಿ ಆ ವಿಷಯವನ್ನು ಒಂದು ಬದಿಗೆ ಸರಿಸಿ, ಈ ದಿನವನ್ನು ಹೇಗೆ ವ್ಯರ್ಥ ಮಾಡದಂತೆ ಕಳೆಯುವುದು ಎಂದು ಯೋಚಿಸಲಾರಂಭಿಸಿದೆವು. ವಿಮಾನ ರದ್ದಾದ ಕಾರಣ ಅಮೂಲ್ಯ ದಿನವನ್ನು ಕಳೆದುಕೊಂಡಿದ್ದೆವು. ನಮಗೆ ವ್ರೋಟ್ಸ್ಲಾವ್‌ದಲ್ಲಿ ಸಮಯವಿದ್ದಿದ್ದು ಈ ಸಂಜೆಯ ಎರಡು ಮೂರು ಗಂಟೆ ಮತ್ತು ಮಾರನೇ ದಿನ ಬೆಳಗ್ಗೆ ಅಲ್ಲಿಂದ 80 ಕಿಲೋಮೀಟರ್ ದೂರದಲ್ಲಿರುವ ಹಿಟ್ಲರ್‌ನ ಹುಚ್ಚು ಯೋಜನೆಯಾದ ರಿಯಾಸಾ ಕಾಂಪ್ಲೆಕ್ಸ್‌ಗೆ ಹೋಗಿ, ಅದೆಷ್ಟು ಸಾಧ್ಯವೋ ಅಷ್ಟು ನೋಡಿ ನಂತರ ಮಧ್ಯಾಹ್ನ 3ಕ್ಕೆ ರೈಲು ಹತ್ತುವುದು ಅಷ್ಟೇ. ಯಾವುದನ್ನೂ ಪೂರ್ತಿ ನೋಡಲಾಗದು ಎಂದು ಜ್ಞಾನೋದಯವಾಗಿತ್ತು.

ಈ ಎರಡು ಗಂಟೆಗಳು ಒಂದು ಊರನ್ನು ನೋಡಲು ಯಾವ ಮೂಲೆಗೆ ಸಾಧ್ಯ ಹೇಳಿ? ಆದರೂ ಸುಮ್ಮನೆ ರೂಮಿನಲ್ಲಿರುವುದರ ಬದಲಿಗೆ ಒಂದು ಸುತ್ತು ಹಾಕೋಣವೆಂದು ನಿರ್ಧರಿಸಿ ರಿಸೆಪ್ಷನ್‌ಗೆ ಕರೆ ಮಾಡಿ ಒಂದು ಗಾಡಿ ವ್ಯವಸ್ಥೆ ಮಾಡಲು ಹೇಳಿದೆವು.

ಇನ್ನೊಂದು ಸ್ವಲ್ಪ ಹೊತ್ತಿಗೆ ಹೊರಡಬೇಕು, ಇನ್ನು ಮಲಗುವುದೇನು ಎಂದು ಗಾಡಿಗೆ ಕಾಯುತ್ತ ಕುಳಿತಿರುವಾಗಲೇ ಮೂಲೆಯಲ್ಲಿಟ್ಟಿದ್ದ ಮೊಬೈಲ್ ನೋಡಿ ನಮ್ಮ ಮೊಬೈಲ್ ಚಾರ್ಜ್ ಮಾಡಿಲ್ಲವೆನ್ನುವುದು ನೆನಪಾಯಿತು, ಹಿಂದೆಯೇ ಯೂರೋಪ್‌ನ ಪ್ಲಗ್‌ಗಳಿಗೆ ಹಾಕುವ convertor ನಮ್ಮ ರೂಮಿನಲ್ಲಿ ಇಲ್ಲವೆಂಬುದೂ ನೆನಪಾಯಿತು.

ಬೇರೆ ದೇಶಗಳಿಗೆ ಹೋದರೆ ಮೊದಲು ಎದುರಾಗುವ ಸಮಸ್ಯೆಯೇ ಇದು. ಅದ್ಯಾಕೆ ಒಂದೊಂದು ದೇಶದವರು ಒಂದೊಂದು ರೀತಿಯ ಆಕಾರ, ವಿನ್ಯಾಸ ಮಾಡಿಟ್ಟಿದ್ದಾರೋ ಎಂದು ಮೈ ಪರಚಿಕೊಳ್ಳುವಂತಾಗುತ್ತದೆ. ಭಾರತೀಯ ಪ್ಲಗ್‌ಗಳನ್ನು ಸಿಕ್ಕಿಸುವ ಪಾಯಿಂಟ್ ಸಪಾಟಾಗಿದ್ದರೆ, ಯೂರೋಪಿಯನ್ ಪ್ಲಗ್ ಪಾಯಿಂಟ್ ಸುತ್ತ ಒಂದು ಪುಟ್ಟ ಗುಳಿ ಇರುತ್ತದೆ. ನಮ್ಮ ಪ್ಲಗ್‌ಗಳು ಆ ಗುಳಿಯೊಳಗೆ ಹೋಗುವುದೇ ಇಲ್ಲ, ಅಷ್ಟು ಅಗಲವಿರುತ್ತದೆ. ಹಾಗಾಗಿ ಅದಕ್ಕೆ ತಕ್ಕನಾದ ಒಂದು convertor ಸಿಗುತ್ತದೆ. ಆದರೆ ನಾವು ಬೃಹಸ್ಪತಿಗಳು ಪ್ರತಿ ಬಾರಿ ಬೇರೆ ದೇಶಕ್ಕೆ ಹೊರಟಾಗಲೂ ಮತ್ತೊಂದು ಕೊಳ್ಳುವುದು ಮರೆತು ಇರುವುದರಲ್ಲೇ ಮ್ಯಾನೇಜ್ ಮಾಡಲು ಪರದಾಡುತ್ತೇವೆ.

ಈಗಲೂ ಅದೇ ಸ್ಥಿತಿ ಎದುರಾದಾಗ ಮಗ, ಅವನ ಅಪ್ಪನ ರೂಮ್‌ನಿಂದ

ಅದನ್ನು ಬೇಡಿ ತಂದ. ಒಂದಿಷ್ಟು ಉಸಿರು ತುಂಬಿಕೊಂಡಿತು ಅಂತಾದ ಮೇಲೆ 'ಆ ಮೂಲೆಯಲ್ಲಿಟ್ಟಿರುವ ಮೊಬೈಲ್ ಯಾರದ್ದು' ಎಂದು ಟ್ಯೂಬ್ ಲೈಟ್ ಹೊತ್ತಿಕೊಂಡಿತು. ನೋಡಿದರೆ ಅದರ ಪಕ್ಕದಲ್ಲಿದ್ದ ಕಾರ್ಡ್‌ನ ಮೇಲೆ 'Take me out, I'm your Travel buddy' ಎಂದು ಬರೆದಿತ್ತು!

ಆ ಕಾರ್ಡ್ ಪೂರ್ತಿ ಓದಿದ ಮೇಲೆ ತಿಳಿದದ್ದೇನೆಂದರೆ – ನಾವು ಆ ದೇಶಕ್ಕೆ, ಊರಿಗೆ ಹೊಸಬರು ಹೋಗಿರುತ್ತೇವಲ್ಲ, ನಮ್ಮ ಬಳಿ ಫೋನ್ ಮತ್ತು ಇಂಟರ್ನೆಟ್ ಸೌಲಭ್ಯ ಇರುವುದಿಲ್ಲವಲ್ಲ. ಹಾಗಾಗಿ ನಮ್ಮ ಅನುಕೂಲಕ್ಕೆಂದೇ ಅನಿಯಮಿತ ಉಚಿತ ಸ್ಥಳೀಯ ಮತ್ತು ಅಂತಾರಾಷ್ಟ್ರೀಯ ಕರೆಗಳನ್ನು ಮಾಡಬಹುದಾದಂಥ, ಅನಿಯಮಿತ ಉಚಿತ ಇಂಟರ್ನೆಟ್ ಸೌಲಭ್ಯವಿರುವ ಆ ಫೋನನ್ನು ಇಟ್ಟಿದ್ದಾರೆ ಎಂದು! ಅದನ್ನು ಹೊರಗೆ ಹೋಗುವಾಗ ನಾವು ಎಲ್ಲೆಡೆ ಒಯ್ಯಬಹುದು ಮತ್ತು ಉಪಯೋಗಿಸಬಹುದು. ಆದರೆ ರೂಮ್ ಖಾಲಿ ಮಾಡುವಾಗ ಮಾತ್ರ ಅಲ್ಲಿಯೇ ಬಿಟ್ಟು ಬರಬೇಕು ಕಡ್ಡಾಯವಾಗಿ! ಅಪ್ಪಿ ತಪ್ಪಿ ಕದ್ದೊಯ್ದರೂ ಅದು ಉಪಯೋಗಕ್ಕೆ ಬರುವುದಿಲ್ಲ ಎಂಬ ಎಚ್ಚರಿಕೆಯೂ ಇತ್ತು ಆ ಕಾರ್ಡ್‌ನಲ್ಲಿ!

ನನಗೆ ಮತ್ತು ನನ್ನ ಮಗನಿಗೆ ತಪ್ಪಿ ಇದ್ಯಾವುದೋ ಸ್ವರ್ಗಲೋಕದ ಊರಿಗೆ ಬಂದುಬಿಟ್ಟಿದ್ದೇವಾ ಎಂದು ಅನುಮಾನ ಬರುವಷ್ಟು ಸಂತೋಷವಾಯಿತು! ಎಷ್ಟೋ ಬೇರೆ ದೇಶಗಳಿಗೆ ಹೋದಾಗ ಇರುವ ವೈಫೈ ಕೂಡಾ ಮೇಲಿನ ಮಹಡಿಗಳಿಗೆ ತಲುಪದೆ, ತಲುಪಿದರೂ ಆಮೆಯ ವೇಗದಿಂದ ಕಿರಿಕಿರಿ ಉಂಟುಮಾಡುವ ಸಂದರ್ಭಕ್ಕೆ ಹೊಂದಿಕೊಂಡ ಮನಸ್ಸಿಗೆ 'ಜಗತ್ತಿನಲ್ಲಿ ಇಷ್ಟೆಲ್ಲ ಒಳ್ಳೆಯತನ ಇರುವ ದೇಶವೂ ಇದೆಯಾ?!' ಎಂದು ಅನುಮಾನವಾಯಿತು.

ಅದೂ ಅದೇನು 4 ಸ್ಟಾರ್ ಅಥವಾ 5 ಸ್ಟಾರ್ ಹೋಟೆಲ್ ಕೂಡಾ ಅಲ್ಲ. ಸಾಧಾರಣವಾದ 3 ಸ್ಟಾರ್ ಹೋಟೆಲಿನಲ್ಲಿ ಬದುಕು ಸರಳಗೊಳಿಸುವಂಥ ಇಂಥ ಸೌಲಭ್ಯಕ್ಕೆ ನಾವು ಮರುಳಾದೆವು. GPS ಎಂಬ ಮಾಯಾಮೋಹಿನಿಯನ್ನು ಹಿಂಬಾಲಿಸಿದರೆ ರಸ್ತೆ ಗೊತ್ತಾಗದೇ, ದಾರಿ ತಪ್ಪಿಸಿಕೊಂಡು, ಊಟದ ಹೋಟೆಲ್ ಹುಡುಕಾಡುತ್ತ ಒದ್ದಾಡಬೇಕಿಲ್ಲ ಎಂಬ ವಿಷಯವೇ ನಮ್ಮನ್ನು ನಿರಾಳವಾಗಿಸಿ ಬಿಟ್ಟಿತು.

ಐದು ಗಂಟೆಗೆ ಕೆಳಗಿಳಿದು ಬಂದು ಕಣ್ಣಾಡಿಸಿದರೆ ಸಾರಥಿ ಯಾರೂ ನಮ್ಮನ್ನು ಹುಡುಕುತ್ತಿರುವ ಹಾಗೆ ಕಾಣಲಿಲ್ಲ. ಅವನಿರಬಹುದಾ, ಇವನಿರಬಹುದಾ ಎಂದುಕೊಂಡು ಒಂದಿಬ್ಬರ ಕಡೆ ನೋಡಿದರೂ ಅವರು ತಮ್ಮ ಪಾಡಿಗೆ ತಾವು ಸಾಗಿ ಹೋದಾಗ ಕೇಳಲು ಮತ್ತೆ ರಿಸೆಪ್ಷನ್ ಬಳಿ ಹೋಗಬೇಕಾ ಅಂದುಕೊಳ್ಳುವುದರಲ್ಲಿ ಕೆಂಗೂದಲ ಚೆಲುವೆಯೊಬ್ಬಳು ಬಂದು ಅಪ್ಪನ ಹೆಸರನ್ನು ಹೇಳಲು ಬಹಳ ಕಷ್ಟ ಪಟ್ಟು 'ಬಗಲೂರು ನಂಜು...' ಎನ್ನುತ್ತಿರುವಾಗಲೇ ನಾವು ಅವಳನ್ನು ಕಷ್ಟದಿಂದ

ಪಾರು ಮಾಡುವಂತೆ 'ಯೆಸ್ ಯೆಸ್' ಅಂದೆವು!! ಅಷ್ಟರವರೆಗೆ ಸಾರಥಿ ಅಂದಮೇಲೆ ಗಂಡಸೇ ಎಂದುಕೊಂಡು ಹುಡುಕುತ್ತಿದ್ದ ನಮ್ಮ ಮಣಕುಗಟ್ಟಿದ ಮಿದುಳುಗಳಿಗೆ ಉಪ್ಪಿನ ಕಾಗದದಿಂದ ಉಜ್ಜಿದಂತಾಯಿತು!

ನಗುತ್ತಾ ನಮ್ಮನ್ನು ಸ್ವಾಗತಿಸಿ ತನ್ನ ಹೆಸರು ಆನ್ಯಾ ಎಂದು ಪರಿಚಯಿಸಿಕೊಂಡು ಯೂನಿವರ್ಸಿಟಿಯಲ್ಲಿ ಫಿಲಾಲಜಿ ಡಿಗ್ರಿ ಮಾಡುತ್ತಿದ್ದೇನೆ, ಇದು ಪಾರ್ಟ್ ಟೈಮ್ ಕೆಲಸ ಎಂದಳು ಆ ಚೆಲುವೆ. ಪರಿಚಯವಾದ ನಂತರ ಹೊರಹೋಗಿ ನೋಡಿದರೆ ದೊಡ್ಡ ಗಾಡಿ, ಹತ್ತು ಸೀಟುಗಳದ್ದು! ಅದರಲ್ಲಿ ನಾವು ನಾಲ್ಕೇ ಜನ.

ಒಬ್ಬೊಬ್ಬರು ಒಂದೊಂದು ಸೀಟಿನಲ್ಲಿ ಕುಳಿತೆವು. ನಾನು ಕೊನೆಯ ಬೆಂಚ್ ವಿದ್ಯಾರ್ಥಿನಿ, ಹಿಂದಿನ ಸೀಟಿನಲ್ಲಿ ಕುಳಿತರೆ ಫೋಟೋ ತೆಗೆಯಲು ಅನುಕೂಲ ಎಂದು ಅಲ್ಲಿ ಹೋಗಿ ಕುಳಿತೆ. ವ್ರೋಟ್ಸ್ವಾದ ಬೀದಿಗಳಲ್ಲಿ ನಮ್ಮ ರಥ ಉರುಳಿತು.

ಆನ್ಯಾ ಮೆಲುದನಿಯಲ್ಲಿ ರಸ್ತೆ ಬದಿಯಲ್ಲಿನ ಸ್ಥಳಗಳ, ಕಟ್ಟಡಗಳ ಪರಿಚಯ ಮಾಡಿಸುತ್ತಾ ಗಾಡಿ ಓಡಿಸಿದಳು. ಬೀದಿ ಬೀದಿಯಲ್ಲಿ ವಾಹನಗಳ ನಡುವೆಯೇ ಹಾದು ಹೋಗುವ ಟ್ರಾಮ್‌ಗಳು, ಸೈಕಲ್ ಸವಾರರು, ಜಪ್ಪಯ್ಯ ಎಂದರೂ ಲೇನ್ ಬದಲಿಸದ ನಾಲ್ಕು ಚಕ್ರ ವಾಹನ ಸವಾರರು ಎಲ್ಲರೂ ಇದ್ದರೂ ಇಡೀ ನಗರ ಪ್ರಶಾಂತವಾಗಿತ್ತು. ಸುಮಾರು ರಸ್ತೆಗಳಲ್ಲಿ ಸೈಕಲ್ ಸವಾರರಿಗೆ ಬೇರೆಯದೇ ಲೇನ್ ಕೂಡಾ ಇತ್ತು.

ಇದ್ದಕ್ಕಿದ್ದಂತೆ ಆ ಪ್ರಶಾಂತ ವಾತಾವರಣದ ಶಾಂತಿಯನ್ನು ಭಂಗಗೊಳಿಸುವಂತೆ ಆಂಬ್ಯುಲೆನ್ಸ್ ಒಂದು ಸೈರನ್ ಕೂಗಲಾರಂಭಿಸಿತು. 'ಓಹ್ ಈಗೇನು ಮಾಡಬಹುದು? ನಮ್ಮೂರ ವಾಹನ ಸವಾರರ ರೀತಿ ಅದೇ ನೆಪದಲ್ಲಿ ತಾವೂ ಸಿಗ್ನಲ್ ಜಂಪ್ ಮಾಡಿ ಅದರ ಹಿಂದೆ ಬಚ್ಚಿಟ್ಟುಕೊಂಡು ಓಡುತ್ತಾರಾ ಎಂದು ಕುತೂಹಲದಿಂದ ನೋಡುವಾಗಲೇ ನಮ್ಮ ಮುಂದಿದ್ದ ಕಾರುಗಳು ತುಸುವೇ ಎತ್ತರಕ್ಕಿದ್ದ ಫುಟ್ ಪಾತ್‌ನ ಮೇಲೆ ಹತ್ತಲು ಶುರು ಮಾಡಿದವು! ನೋಡನೋಡುತ್ತಿದ್ದಂತೆ ಆನ್ಯಾ ಕೂಡಾ ನಮ್ಮ ವಾಹನವನ್ನು ಕೇರಾಫ್ ಫುಟ್‌ಪಾತ್ ಮಾಡಿದಳು. ಆಂಬ್ಯುಲೆನ್ಸ್ ಆರಾಮವಾಗಿ ನಮ್ಮ ನಡುವಿನಿಂದ ದಾರಿ ಮಾಡಿಕೊಂಡು ಸಾಗಿಹೋಯಿತು.

ಮತ್ತೆ ಎಂದಿನಂತೆ ಸರಾಗವಾಗಿ ವಾಹನ ಸಂಚಾರ ಶುರುವಾಯಿತು. ನಾವು ಅಷ್ಟು ಸುಲಲಿತವಾದ ಪ್ರಕ್ರಿಯೆಯನ್ನು ಬೆರಗಿನಿಂದ ನೋಡಿದೆವು! ಊರಿಗೆ ಬಂದ ಮೇಲೆ ಹೀಗಾಯಿತು ಅಲ್ಲಿ ಎಂದು ಒಂದು ಪೋಸ್ಟ್ ಹಾಕಿದೆ ಫೇಸ್‌ಬುಕ್‌ನಲ್ಲಿ. ಅದಕ್ಕೆ –

"ನಮ್ಮ ದೇಶದಲ್ಲಾದರೆ ಮೊದಲು ಅಲ್ಲಿ ಫುಟ್‌ಪಾತ್ ಇರಬೇಕಲ್ಲ!"

"ಸರಿ ಗಾಡಿ ಹತ್ತಿಸಕ್ಕೆ ಮೊದಲು ಪಾನಿಪೂರಿ ಗಾಡಿಯವರ ಪರ್ಮಿಷನ್ ತಗೋಬೇಕಾ?"

"ಅದು ಸರಿ, ಆಗಲೇ ನಿಂತಿರುವ ಗಾಡಿಗಳನ್ನೇನು ಮಾಡೋದು?"

"ಒಂದ್ಸಲ ಫುಟ್‌ಪಾತ್ ಮೇಲೆ ನಿಂತಿದ್ದಾಗ ಬೈಕ್ ಸವಾರ ಒಬ್ಬ ಫುಟ್‌ಪಾತ್ ಹತ್ತಿಸಿ, ಗಾಡಿ ಬರ್ತಿರೋದು ನಿನ್ ಕಣ್ಣಿಗೆ ಕಾಣಲ್ವಾ ಹಾಗೇ ನಿಂತಿದೀ ಅಂತ ನನ್ನನ್ನೇ ಬಯ್ದು ಹೋಗಿದ್ದ!"

"ನಾವು ಆಂಬ್ಯುಲೆನ್ಸ್ ಬರದೇ ಇದ್ರೂ ಫುಟ್‌ಪಾತ್ ಹತ್ತಿಸ್ತೀವಿ!"

"ನಮ್ಮೂರಲ್ಲಿ ಗಾಡಿ ಫುಟ್‌ಪಾತ್ ಹತ್ತಿಸಿ, ಅಲ್ಲಿ ನಡ್ಕೊಂಡು ಹೋಗ್ತಿರೋರನ್ನೂ ಆಂಬ್ಯುಲೆನ್ಸ್ ಎತ್ತಾಕೊಂಡು ಹೋಗೋ ಹಾಗೆ ಮಾಡ್ತಾರೆ!"

"ನಮ್ಮೂರಲ್ಲೂ ಫುಟ್‌ಪಾತ್ ಹತ್ತಿಸ್ತಾರೆ ಕುಡಿದು ಗಾಡಿ ಓಡಿಸುವಾಗ..."

ಹೀಗೆ ಥರಾವರಿ ತಮಾಷೆಯ ಕಾಮೆಂಟ್‌ಗಳು ಬಂದವು!

ತಮಾಷೆಯೊಂದು ಅತ್ತ ಕಡೆಗಿರಲಿ, ನಿಜಕ್ಕೂ ಅವರು ರಸ್ತೆ ನಿಯಮಗಳನ್ನು ಪಾಲಿಸುವುದು, ಪಾದಚಾರಿಗಳಿಗೆ ಮರ್ಯಾದೆ ಕೊಡುವುದು ಇದನ್ನೆಲ್ಲ ಕಂಡರೆ ಮಾತ್ರ ತುಂಬ ಖುಷಿಯಾಗುತ್ತದೆ. ಪಾದಚಾರಿಗಳಿಗೆ ಮರ್ಯಾದೆ ಎನ್ನುವ ವಿಷಯ ಬಂದಾಗ ಮತ್ತೊಂದು ವಿಷಯ ನೆನಪಾಯಿತು.

ಜಗತ್ತಿನ ಕೆಲವೇ ದೇಶಗಳಲ್ಲಿ ಭಾರತದ ರೀತಿ ಎಡ ಲೇನ್‌ನಲ್ಲಿ ಚಲಿಸುವ ರಸ್ತೆ ಸಂಚಾರ ನಿಯಮವಿದೆ. ಉಳಿದ ಕಡೆಯೆಲ್ಲ ಬಲ ಲೇನ್ ಸಂಚಾರ. ನನಗಂತೂ ಇದು ಸಿಕ್ಕಾಪಟ್ಟೆ ಗಲಿಬಿಲಿ ತಂದಿಡುತ್ತದೆ. ನಮ್ಮ ಪದ್ಧತಿಗೆ ಒಗ್ಗಿಹೋದ ಮನಸ್ಸಿಗೆ ಇದ್ದಕ್ಕಿದ್ದಂತೆ ಬದಲಾಗುವುದು ಕಷ್ಟದ ಮಾತೇ.

ಹಾಗಾಗಿ ಒದ್ದಾಡಿಕೊಂಡು ರಸ್ತೆ ಕ್ರಾಸ್ ಮಾಡುವಾಗ ಎಷ್ಟೇ ನೆನಪಿಟ್ಟುಕೊಂಡರೂ ಬರೀ ಗಲಿಬಿಲಿ. ಸುಮಾರು ಸಲ ಹಾಗೆ ರಸ್ತೆ ಕ್ರಾಸ್ ಮಾಡುತ್ತಿರಬೇಕಾದರೆ ಇದ್ದಕ್ಕಿದ್ದಂತೆ ಕ್ರೀಈಈಈಚ್ ಶಬ್ದ ಬರುತ್ತದೆ. ಆಗ ಎಚ್ಚೆತ್ತು ಗಾಬರಿಯಿಂದ ನೋಡಿದರೆ ಒಬ್ಬ ವಾಹನ ಚಾಲಕ ಗಾಡಿ ನನಗೆ ಗುದ್ದುವುದನ್ನು ತಡೆಯಲು ಬಲವಾಗಿ ಬ್ರೇಕ್ ಹಾಕಿರುತ್ತಾನೆ! ನಾನು ತಪ್ಪು ಮಾಡಿರುತ್ತೇನಾದ್ದರಿಂದ ಈಗ ಕಾರಿನಿಂದ ತಲೆಯೊಂದು ಈಚೆ ಬಂದು 'ಏಯ್ ಮನೇಲಿ ಹೇಳಿಬಂದಿದೀಯಾ ಹೇಗೆ? ಸಾಯಕ್ಕೆ ನನ್ನ ಕಾರೇ ಬೇಕಾ ನಿನಗೆ? ನಿಮ್ಮಂಥೋರೆಲ್ಲ ಮನೆ ಬಿಟ್ಟು ಯಾಕೆ ಬರ್ತೀರಿ?' ಎಂಬ ನುಡಿ ಮುತ್ತುಗಳು ಉದುರುತ್ತವೆ ಎಂದು ಕಾದರೆ ಒಂದು ಶಬ್ದವೂ ಇಲ್ಲ!

ಅರೆರೆ, ಇದೇನು ಕತೆ? ಎಂದು ಆಶ್ಚರ್ಯದಿಂದ ತಲೆ ಎತ್ತಿ ನೋಡಿದರೆ ಸಾರಥಿ 'ರಸ್ತೆ ಕ್ರಾಸ್ ಮಾಡು' ಎಂಬಂತೆ ಕೈ ಸನ್ನೆ ಮಾಡುತ್ತಾರೆ. ನನಗಂತೂ ಅವರು ನಿಜಕ್ಕೂ ಹೇಳುತ್ತಿದ್ದಾರಾ, ಇಲ್ಲವೇ ಬಯ್ಯುತ್ತಿದ್ದಾರಾ ಎಂಬುದು ಕೂಡಾ ಸರಿಯಾಗಿ ಅರ್ಥವಾಗುವುದಿಲ್ಲ. ಆದರೆ ಅವರು ಒಂದಿಷ್ಟೂ ಆತುರ ಮಾಡದೇ ಮತ್ತೆ ಹಾಗೆಯೇ ನಿಲ್ಲಿಸಿ, ನಾವು ರಸ್ತೆ ದಾಟಲೆಂದು ಕಾಯುವಾಗ ಆನಂದಕ್ಕೆ ಬವಳಿ ಬರುವುದೊಂದು ಬಾಕಿ!

ಎಷ್ಟೋ ದೇಶಗಳಲ್ಲಿ ಪಾದಚಾರಿಗಳು ರಸ್ತೆ ದಾಟುವ ಸಿಗ್ನಲ್ ಇಲ್ಲದಿದ್ದರೆ ಸಿಗ್ನಲ್ ಕಂಬದ ಮೇಲಿನ ಒಂದು ಗುಂಡಿ ಒತ್ತಿ ಆರಾಮವಾಗಿ ರಸ್ತೆ ಕ್ರಾಸ್ ಮಾಡುತ್ತಾರೆ. ವಾಕಿಂಗ್ ಹೋದಾಗ ರಸ್ತೆ ದಾಟುವುದು ಎರಡು ಕ್ಷಣ ತಡವಾದರೆ ಜೀವ ಹೋದಂತೆ ಪೇ ಪೇ ಪೇ ಅಂತ ಹಾರ್ನ್ ಒತ್ತುವುದನ್ನು ಕೇಳಿ ಉರಿದುಕೊಳ್ಳುವ ನನಗೆ ಇಷ್ಟೆಲ್ಲ ರಾಜಮರ್ಯಾದೆ ಕಂಡರೆ ಭೂಮಿಯ ಮೇಲೆ ಇದ್ದೀನಾ, ಇಲ್ಲವೇ ಅವರು ಬ್ರೇಕ್ ಹಾಕಿದಾಗ ಸ್ವರ್ಗ ಸೇರಿಬಿಟ್ಟು, ಅಲ್ಲಿ ಕನಸು ಕಾಣುತ್ತಿದ್ದೇನಾ ಎಂದೆಲ್ಲ ಅನುಮಾನ ಶುರುವಾಗಿ ಬಿಡುತ್ತದೆ.

ಈಗ ಆಂಬ್ಯುಲೆನ್ಸ್‌ಗೆ ದಾರಿ ಮಾಡಿಕೊಟ್ಟಾಗಲೂ ಅದೇ ರೀತಿಯ ಖುಷಿಯ ಭಾವ ಮನಸ್ಸಿನಲ್ಲಿ. ಒಂದೋ ಅಲ್ಲಿನ ರಸ್ತೆಯ ನಿಯಮಗಳೇ ಬಹಳ ಕಠಿಣವಿರಬೇಕು, ಇಲ್ಲವಾದರೆ ಮನುಷ್ಯ ಜೀವಕ್ಕೆ ಆ ಪರಿ ಗೌರವ ಕೊಡುವವರಾಗಿರಬೇಕು... ಯಾವುದೇ ಆದರೂ ಒಳ್ಳೆಯದೇ ಅಲ್ಲವಾ?

ಅಲ್ಲಿಂದ ಆನ್ಯಾ ನಮ್ಮನ್ನು ಓಲ್ಡ್ ಮಾರ್ಕೆಟ್ ಸ್ಕ್ವೇರ್ ಬಳಿ ಕರೆದೊಯ್ದಳು. ಯುರೋಪಿಯನ್ ದೇಶಗಳಲ್ಲಿನ ಊರುಗಳಲ್ಲಿ ಈ ಓಲ್ಡ್ ಮಾರ್ಕೆಟ್ ಸ್ಕ್ವೇರ್ ಅನ್ನುವ ಸ್ಥಳದಷ್ಟು ಸುಂದರವಾದ, ಕಲಾತ್ಮಕವಾದ, ಸ್ಥಳ ಮತ್ತೊಂದಿಲ್ಲ. ಸಾಧಾರಣವಾಗಿ ಅಲ್ಲಿ ವಾಹನ ಸಂಚಾರಕ್ಕೆ ಅನುಮತಿ ಇರುವುದಿಲ್ಲ. ಹಾಗಾಗಿ ಮಕ್ಕಳಿಗಂತೂ ಅದು ಒಂದು ರೀತಿಯಲ್ಲಿ ಸ್ವರ್ಗ. ರಸ್ತೆ ಪೂರಾ ಓಡಾಡುತ್ತ, ಆಡುತ್ತ ಸಂಭ್ರಮಿಸುತ್ತಾರೆ. ಒಂದೆಡೆ ಯಾರೋ ಗಿಟಾರ್ ನುಡಿಸುತ್ತಾ ಹಾಡುತ್ತಿರುತ್ತಾರೆ, ಮತ್ತೊಂದು ಕಡೆ ಯಾರೋ ನರ್ತಿಸುತ್ತಿರುತ್ತಾರೆ, ಮತ್ತೊಂದೆಡೆ ಮ್ಯಾಜಿಕ್ ಶೋ, ಅಲ್ಲೇ ಎಲ್ಲೋ ಸೋಪಿನ ಗುಳ್ಳೆಗಳನ್ನೂದಿ ಹಾರಿ ಬಿಡುವವರು... ಒಂದು ರೀತಿಯ ಮಾಯಾಲೋಕದಂತಿರುತ್ತದೆ ಆ ಸ್ಥಳ.

ಅಲ್ಲಿ ವಾಹನ ಸಂಚಾರ ಇಲ್ಲದಿರುವುದರಿಂದ ಸ್ವಲ್ಪ ದೂರದಲ್ಲಿದ್ದ ಹೂವಿನ ಅಂಗಡಿಗಳ ಬದಿಯಲ್ಲಿ ನಿಲ್ಲಿಸಿದಳು ಆನ್ಯಾ. ಆ ಹೂವಿನ ಅಂಗಡಿಗಳು ಎಷ್ಟು ಚೆಂದವಿದ್ದವೆಂದರೆ ನೋಡಲು ಎರಡು ಕಣ್ಣು ಯಾತಕ್ಕೂ ಸಾಲದು. ಎಷ್ಟೋ ಪ್ರೇಮಿಗಳು ಪ್ರಪೋಸ್ ಮಾಡಲು ಆ ಜಾಗವನ್ನೇ ಆರಿಸಿಕೊಳ್ಳುತ್ತಾರೆ ಎಂದು ನಕ್ಕ ಆನ್ಯಾ, ನನ್ನ ಗಂಡ ಮೊದಲೇ ಹೇಳಿದ್ದನ್ನು ನೆನಪಿಟ್ಟುಕೊಂಡು 'ನಡೆಯಿರಿ ಪಕ್ಕದ ಬೀದಿಯಲ್ಲೊಂದು ಕರೆನ್ಸಿ ಎಕ್ಸ್‌ಛೇಂಜ್ ಇದೆ. ಬೇಗ ಆ ಕೆಲಸ ಮುಗಿಸುವಾ' ಎಂದು ಅವಸರಿಸಿದಳು.

ಆ ಚೆಂದದ ಹೂವಿನ ಮಾರ್ಕೆಟ್‌ಗೆ ಅವತ್ತು ನನ್ನ ಅದೃಷ್ಟಕ್ಕೆ ಯಾರಾದರೂ ಪ್ರೇಮಿಗಳು ಬಂದು ಪ್ರಪೋಸ್ ಮಾಡಿಕೊಂಡುಬಿಟ್ಟರೆ ಆ ಸಮಯದಲ್ಲಿ ನಾನು ಅಲ್ಲಿಲ್ಲದಿದ್ದರೆ ಹೇಗೆ ಹೇಳಿ! ಹಾಗಾಗಿ ಆ ಕರೆನ್ಸಿಯ ನೀರಸ ಕೆಲಸಕ್ಕೆ ನಾನು ಬರುವುದಿಲ್ಲವೆಂದು ಹೇಳಿ ಅಲ್ಲೇ ನಿಂತೆ. ಮಗನೂ ನನ್ನ ಜೊತೆಗೆ ಉಳಿದ.

ಎಂತೆಂಥ ಚೆಲುವಿನ ಹೂಗಳವು! ಇಡೀ ವಾತಾವರಣವೇ ಚೆಲುವಿನಲ್ಲಿ ಮುಳುಗೆದ್ದಂತೆ. ಅಲ್ಲಿಯೇ ಇನ್ನೆರಡು ದಿನ ಉಳಿಯುವಂತಿದ್ದರೆ ಎರಡಾದರೂ ಕಡ್ಡಿ ಕೊಂಡೊಯ್ಯುತ್ತಿದ್ದೇನೋ. ಆದರೆ ಮರುದಿನ ಹೊರಡಬೇಕೆಂದು ಗೊತ್ತಿದ್ದರಿಂದ ಸುಮ್ಮನೆ ಹೂವಿಗೆ ಕಾಟ ಕೊಡುವುದೇಕೆ ಎಂದು ತೆಪ್ಪಗೆ ಮಾರ್ಕೆಟ್ ಸುತ್ತು ಹಾಕಿದೆವು.

ಒಂದಿಷ್ಟು ಫೋಟೋ ತೆಗೆಯುತ್ತ ಸಂಭ್ರಮಿಸುತ್ತಿರುವಾಗಲೇ ಸ್ವಲ್ಪ ದೂರದಲ್ಲಿ ಮಾರ್ಕೆಟ್ ಸ್ಕ್ವೇರ್‌ನಲ್ಲಿ ಬೃಹದಾಕಾರದ ಸೋಪಿನ ಗುಳ್ಳೆಗಳನ್ನು ಮಾಡುತ್ತಿದ್ದ ಹುಡುಗಿ ಕಾಣಿಸಿದಳು! ಈ ಸೋಪಿನ ಗುಳ್ಳೆ ನನ್ನ ಜೀವನದ ಅತಿ ದೊಡ್ಡ ದೌರ್ಬಲ್ಯಗಳಲ್ಲಿ ಒಂದು. ನಾನು ಚಿಕ್ಕವಳಿರುವಾಗ ಸಿಕ್ಕ ಸಿಕ್ಕ ಸ್ಟ್ರಾಗಳನ್ನೆಲ್ಲ ಸೋಪಿನ ನೀರಿಗೆ ಅದ್ದಿ ಊದಿ ಊದಿ ಆಗಸದ ತುಂಬ ಗುಳ್ಳೆಗಳನ್ನು ಹಾರಿಬಿಟ್ಟು ಮರುಳಾಗುತ್ತಿದ್ದೆ. ನಂತರ ನನ್ನ ಮಗ ಹುಟ್ಟುವಷ್ಟರಲ್ಲಿ ಹೊಸ ರೀತಿಯ ರೆಡಿಮೇಡ್ ಊದುವ ಕೊಳವೆ ಬಂದಿತ್ತು. ಅವನ ನೆಪದಲ್ಲಿ ಎಲ್ಲಿ ಹೋದರೂ ತಂದು ಗುಡ್ಡೆ ಹಾಕಿ ನಾನು ಊದುತ್ತ ಕುಳಿತಿರುತ್ತಿದ್ದೆ. ಇನ್ನು ಮೊಮ್ಮಗುವಿನ ಜೊತೆ ಊದುವುದೊಂದು ಬಾಕಿ ಇದೆ!

ಇಂಥ ಹುಚ್ಚಿನ ನನಗೆ ಅಷ್ಟು ದೊಡ್ಡ ಗುಳ್ಳೆಗಳನ್ನು ಕಂಡರೆ ಎಂಥ ಥ್ರಿಲ್ ಆಗಿರಬೇಡ! ಅದೂ ಆ ಗುಳ್ಳೆಗಳು ಸಾಧಾರಣಕ್ಕಿಂತ ನೂರಿನ್ನೂರು ಪಟ್ಟು ದೊಡ್ಡವು! ಅದು ಹೇಗೆ ಅಂಥ ದೊಡ್ಡ ಗುಳ್ಳೆ ಮಾಡುತ್ತಿದ್ದಾರೆ ಎಂಬ ಕುತೂಹಲದಿಂದ ಅತ್ತ ಹೆಜ್ಜೆ ಹಾಕಿದೆವು. ಅಲ್ಲೊಬ್ಬಳು ಹುಡುಗಿ ದೊಡ್ಡ ಸ್ಕಿಪ್ಪಿಂಗ್ ಹಗ್ಗವನ್ನು ಒಂದು ಕೋಲಿಗೆ ಕಟ್ಟಿ ಎತ್ತಿ ಗಾಳಿಯಲ್ಲಿ ಚಾವಟಿ ಬೀಸಿದಂತೆ ಬೀಸುತ್ತ ಬೃಹದಾಕಾರದ ಗುಳ್ಳೆಗಳನ್ನು ಮಾಡುತ್ತಿದ್ದಳು. ಈ ರೀತಿಯಲ್ಲಿ ಗುಳ್ಳೆ ಮಾಡುವ ವಿಧಾನ ನನಗೆ ಹೊಸತು. ಬಾಯಿ ಬಿಟ್ಟುಕೊಂಡು ನೋಡುತ್ತಾ ನಿಂತೆ.

ಅಂಥ ಒಂದು ರಾಶಿ ಗುಳ್ಳೆಗಳನ್ನು ಆಕಾಶಕ್ಕೆ ಹಾರಿ ಬಿಟ್ಟಾಗ ಸುತ್ತಲಿದ್ದ ಮಕ್ಕಳು ಅದನ್ನು ಹಿಡಿಯಲು ಅವುಗಳ ಹಿಂದೆ ಓಡಿದವು. ಒಂದು ಪಾಪು ಆ ಭಾರದ ಕೋಲನ್ನು ಹೊರಲಾರದೇ ಹೊತ್ತು ತಾನೂ ಗುಳ್ಳೆ ಮಾಡಲು ಪ್ರಯತ್ನಿಸುತ್ತಿತ್ತು. ನನಗಂತೂ ಎಲ್ಲವೂ ಸೇರಿ ಅದೊಂದು ಮಾಯಾಲೋಕದ ಹಾಗೆ ಕಂಡಿತು!

ಅದರ ಜೊತೆಗೆ ಅಲ್ಲೇ ಕುಳಿತು ಹಾಡುಗಾರನೊಬ್ಬ ಹಾಡುತ್ತಿದ್ದುದು ಆ ವಾತಾವರಣವನ್ನು ಮತ್ತಷ್ಟು ಮಾಂತ್ರಿಕಗೊಳಿಸಿತ್ತು. ಆ ದೃಶ್ಯವನ್ನು ಮೊಬೈಲಿನಲ್ಲಿ ಸೆರೆ ಹಿಡಿಯುತ್ತ ಮಕ್ಕಳ ಹಿಂದೆ ಮುಂದೆ ಓಡಾಡುತ್ತಲೇ ಇದ್ದೆ. ಮನಸ್ಸಿನಲ್ಲಿ ನಾನೂ ಮಾಡಬೇಕು ಆ ಗುಳ್ಳೆಗಳನ್ನು ಎನ್ನುವ ಆಸೆ. ನಾನೂ ಮಾಡುತ್ತೇನೆ ಅನ್ನಲಾ... ಅಂದೇ ಬಿಡಲಾ... ಅಂದುಕೊಳ್ಳುವಷ್ಟರಲ್ಲಿ ನನ್ನ ಮಗ 'ಅವರೆಲ್ಲ ವಾಪಸ್ ಬರಬಹುದು ಇನ್ನೇನು, ನಡಿ ಹೋಗಿ ಬಿಡೋಣ' ಅಂದ. ಮನಸಿಲ್ಲದ ಮನಸ್ಸಿನಿಂದ ವಾಪಸ್ ಹೊರಟೆ.

ಹಾಗೆ ಬರುವಾಗ ಮಗ ಗಕ್ಕನೆ ನಿಂತು 'ಇದೇನು' ಎಂದ. ನೋಡಿದರೆ ಅಲ್ಲೊಂದು ದೀಪದ ಕಂಬದ ಕೆಳಗೆ ಒಂದು ಕುಬ್ಜ ಮನುಷ್ಯನ ಕಂಚಿನ ವಿಗ್ರಹವಿತ್ತು. ಸುಮಾರು ಅರ್ಧ ಅಡಿ ಇದ್ದೀತಷ್ಟೇ. ಕೈನಲ್ಲೊಂದು ಗಿಟಾರ್ ಎತ್ತಿ ಹಿಡಿದು ನಿಂತಿತ್ತು. ಅದ್ಯಾಕೆ ಅಲ್ಲಿ ಬಂತು ಎಂದು ಆಶ್ಚರ್ಯವಾಯಿತು. ಮಗುವೊಂದು ಆಡುತ್ತಿದ್ದ ಆಟಿಕೆಯನ್ನು ಮರೆತುಹೋದಂತೆ ಒಂದು ಬೆಂಚಿನ ಮೇಲೆ ನಿಂತಿತ್ತು. ಆದರೆ ಮರುಕ್ಷಣದಲ್ಲೇ ಅಷ್ಟು ಭಾರದ ಕಂಚಿನ ಪ್ರತಿಮೆ ಆಟದ ವಸ್ತು ಆಗಿರಲಿಕ್ಕೆ ಸಾಧ್ಯವಿಲ್ಲ ಅಂತಲೂ ಅನ್ನಿಸಿತು.

ನಮಗೆ ಹೆಚ್ಚು ಸಮಯ ಇರಲಿಲ್ಲವಾಗಿ ಅದರ ಫೋಟೋ ತೆಗೆದುಕೊಂಡು ನಂತರ ಆನ್ಯಾಳನ್ನು ಕೇಳಿದರಾಯಿತು ಎಂದುಕೊಳ್ಳುವುದರಲ್ಲಿ ಅವರು ಎದುರಿನ ರಸ್ತೆಯಲ್ಲಿ ಬರುವುದು ಕಾಣಿಸಿತು. ಇನ್ನು ನಮ್ಮನ್ನು ಹುಡುಕಿಯಾರೆಂದು ಆತುರದಲ್ಲಿ ಅತ್ತ ಹೆಜ್ಜೆ ಹಾಕಿದೆವು. ಈ ಬಾರಿ ನಾನು ಹಿಂದಿನ ಸೀಟ್ ಬಿಟ್ಟು ವಿಧೇಯ ವಿದ್ಯಾರ್ಥಿನಿಯಂತೆ ಆನ್ಯಾಳ ಪಕ್ಕ ಕುಳಿತು ಆ ಕಂಚಿನ ಬೊಂಬೆಯ ಬಗ್ಗೆ ವಿಚಾರಿಸಿದಾಗ ಆನ್ಯಾ 'ಅದನ್ನು ಗಮನಿಸಿದಿರಾ! ಈಗ ನಾನೇ ಅದರ ಬಗ್ಗೆ ಹೇಳುವವಳಿದ್ದೆ' ಎಂದು ತುಂಬ ಸ್ವಾರಸ್ಯಕರವಾದ ವಿಷಯ ಹೇಳಿದಳು...

70ರ ದಶಕದಲ್ಲಿ ಪೋಲೆಂಡ್‌ನಲ್ಲಿ ಜನಸಾಮಾನ್ಯರು ಸರಕಾರದ ವಿರುದ್ಧ ಮಾತನಾಡುವುದನ್ನು, ಪ್ರತಿಭಟಿಸುವುದನ್ನು ತಡೆಯಲು ಸರಕಾರ ಮಾರ್ಷಲ್ ಲಾ ಆಚರಣೆಗೆ ತಂದು ನಾಗರಿಕರ ಸ್ವಾತಂತ್ರ್ಯವನ್ನು ಕಿತ್ತುಕೊಂಡಿತು. ಯಾವುದೇ ಪ್ರತಿಭಟನಾ ಮೆರವಣಿಗೆ, ಸಭೆ ನಡೆಯುವುದು ಕಾನೂನುಬಾಹಿರ ಎಂದು ಹೇಳಿತು. ಶಾಲಾ ಕಾಲೇಜುಗಳಲ್ಲಿ ನಡೆಯುವ ಯಾವುದೇ ರಾಜಕೀಯ ಚಟುವಟಿಕೆಯೂ

restauracja

ಕಾನೂನುಬಾಹಿರ ಎಂದು ಘೋಷಿಸಿತು. ಜನರು ದನಿ ಎತ್ತದಂತೆ ಕರ್ಫ್ಯೂ ಹೇರಿತು. ಆಗ ಇದ್ದ ಆರ್ಥಿಕ ನೀತಿಗಳಿಂದ ದಿನನಿತ್ಯದ ಬಳಕೆಯ ವಸ್ತುಗಳ ಬೆಲೆ ಗಗನಕ್ಕೇರಿತು. ಎಷ್ಟೋ ವಸ್ತುಗಳು ಜನರಿಗೆ ಸಿಗುವುದೇ ಇಲ್ಲ.

ಇದೆಲ್ಲದರಿಂದ ರೋಸಿ ಹೋದರೂ ಜನ ಕಮಕ್ ಕಿಮಕ್ ಎನ್ನುವಂತಿಲ್ಲ. ಅಪ್ಪಿತಪ್ಪಿ ಅಂದರೆ ಜೈಲು ವಾಸ ಗ್ಯಾರಂಟಿ. ಕದ್ದುಮುಚ್ಚಿ ರಾತ್ರೋರಾತ್ರಿ ಗೋಡೆಗಳ ಮೇಲೆ ಗ್ರಾಫಿಟಿ ಬರೆದರೆ ಮರುದಿನ ಅದರ ಮೇಲೆ ಸುಣ್ಣ ಬಳಿದು ಬರುತ್ತಿರುತ್ತದೆ ಮಿಲಿಟರಿ. ಹೀಗೆ ಎಲ್ಲ ಸ್ವಾತಂತ್ರ್ಯ ಕಿತ್ತುಕೊಂಡ ಸಮಯದಲ್ಲಿ ವಾಲ್ಡೆಮಿರ್ ಫಿದ್ರಿಷ್ ಎನ್ನುವ ವಿದ್ಯಾರ್ಥಿಗೆ ತಾವು ಮಾಮೂಲಿ ರೀತಿಯಲ್ಲಿ ಪ್ರತಿಭಟಿಸುವುದನ್ನು ಬಿಟ್ಟು, ಏನಾದರೂ ವಿಚಿತ್ರ ರೀತಿಯಲ್ಲಿ ಪ್ರತಿಭಟಿಸಬೇಕು ಎಂಬ ಯೋಚನೆ ಬಂದಿತು. ಅದು ಎಷ್ಟು ವಿಚಿತ್ರವಾಗಿ ಇರಬೇಕು ಎಂದರೆ ಅಂಥವರನ್ನು ಅರೆಸ್ಟ್ ಮಾಡುವಾಗ ಪೊಲೀಸರಿಗೇ ಅವಮಾನವಾಗಿ ಬಿಡಬೇಕು, ಆ ಥರದಲ್ಲಿ ಏನಾದರೂ ಮಾಡಬೇಕು ಎಂದು ಯೋಚಿಸಿ 'ಆರೆಂಜ್ ಆಲ್ಟರ್‌ನೇಟಿವ್' ಎನ್ನುವ ಸಂಘಟನೆಯೊಂದನ್ನು ಹುಟ್ಟು ಹಾಕಿದ.

ಆ ಸಂಘಟನೆಯ ಸದಸ್ಯರು ವ್ರೋಟ್ಸ್ವಾದ ಸುಣ್ಣ ಹೊಡೆದ ಬಿಳಿಯ ಗೋಡೆಗಳ ಮೇಲೆಲ್ಲ ಕೇಸರಿ ಟೊಪ್ಪಿಯ ಕುಬ್ಜನ ಚಿತ್ರಗಳನ್ನು ಬಿಡಿಸಲಾರಂಭಿಸಿದರು... ಅಷ್ಟೇ, ಕೇವಲ ಒಂದು ಕುಬ್ಜನ ಚಿತ್ರ! ಈಗ ಮಿಲಿಟರಿಯವರ ಪಾಡು ಬೇಡವೇಬೇಡ. ಅವರಿಗೆ ಗೊತ್ತಿರುತ್ತದೆ ಅದು ಸರಕಾರದ ವಿರುದ್ಧ, ತಮ್ಮ ವಿರುದ್ಧ ಹಾಕಿದ ಸವಾಲು ಎಂದು. ಆದರೆ ಹೇಗೆ ಅರೆಸ್ಟ್ ಮಾಡುವುದು? ಯಾವ ಆಧಾರದ ಮೇಲೆ ಅರೆಸ್ಟ್ ಮಾಡುವುದು?! ಮೊದಲಾದರೆ ಸರಕಾರದ ವಿರುದ್ಧ ಘೋಷಣೆ ಕೂಗಿದರು ಎಂದು ಹೇಳಬಹುದಿತ್ತು. ಈಗ ಕುಬ್ಜರ ಚಿತ್ರ ಬಿಡಿಸಿದರು, ಅದಕ್ಕೇ ಅರೆಸ್ಟ್ ಮಾಡಿದೆವು ಎಂದು ಹೇಳಬೇಕಾ. ಹೇಳಿದರೆ ಯಾರಾದರೂ ಉರುಳಾಡಿ ನಗುವುದಿಲ್ಲವೇ. ಚಿತ್ರ ಬಿಡಿಸಿದ್ದಕ್ಕೆ ಅರೆಸ್ಟ್ ಮಾಡಿದಿರಾ ಎಂದು ಅವಮಾನಿಸುವುದಿಲ್ಲವೇ ಜಗತ್ತು... ಹೀಗೆ ಒದ್ದಾಡಿ ಬಿಟ್ಟರು.

ವಾಲ್ಡೆಮಿರ್‌ಗೆ ಬೇಕಾಗಿದ್ದೂ ಅದೇ! ದಮನಿಸಲು ಬಂದವರನ್ನು ನಗೆಪಾಟಲಾ ಗಿಸುವ ಅವನ ಪ್ರಯತ್ನ ಸಫಲವಾಯಿತು. ಜೊತೆಗೆ ಕೇಸರಿ ಟೊಪ್ಪಿಯ ಕುಬ್ಜ ಆರೆಂಜ್ ಆಲ್ಟರ್‌ನೇಟಿವ್ ಸಂಘಟನೆಯ ಅಘೋಷಿತ ಲಾಂಛನವೂ ಆಗಿಹೋಯಿತು.

ಆ ನಂತರ ವಾಲ್ಡೆಮಿರ್‌ನ ತಲೆಯಲ್ಲಿ ಇಂಥ ಅನೇಕ ಹಾಸ್ಯಾಸ್ಪದ ಐಡಿಯಾಗಳು ಮೂಡಲು ಶುರುವಾಯಿತು! ತೀವ್ರ ಕೊರತೆಯಿದ್ದ ಸ್ಯಾನಿಟರಿ ನ್ಯಾಪ್‌ಕಿನ್‌ಗಳು ಮತ್ತು ಟಿಷ್ಯು ಪೇಪರ್‌ಗಳನ್ನು ಸಾರ್ವಜನಿಕ ಸ್ಥಳದಲ್ಲಿ ನಿಂತು ಹಂಚುವುದು. ಕುಬ್ಜರು ಧರಿಸುವಂಥ ಕೇಸರಿ ಟೋಪಿಯನ್ನು ಧರಿಸಿದ ಸಾವಿರಾರು ಮಂದಿ ರಸ್ತೆಯಲ್ಲಿ

ಸುಮ್ಮನೆ ನಡೆದುಕೊಂಡು ಹೋಗುವುದು, ದಾರಿಹೋಕರಿಗೆಲ್ಲ ಕುಬ್ಜರು ಧರಿಸುವಂಥ ಕೇಸರಿ ಟೋಪಿಯನ್ನು ಹಂಚುವುದು ಈ ರೀತಿ ಹಾಸ್ಯಾಸ್ಪದವಾದ ಕೆಲಸಗಳನ್ನು ಮಾಡಲು ಶುರು ಮಾಡಿದ! ಅವನ ಈ ರೀತಿಯ ವಿನೂತನ ಪ್ರತಿಭಟನೆಗೆ ಸಾವಿರಾರು ಜನ ಜೊತೆಗೂಡಲು ಶುರು ಮಾಡಿದರು!

ರಸ್ತೆಯಲ್ಲಿ ಹೋಗುವ ಯಾವುದೇ ದಾರಿಹೋಕನನ್ನು ಕರೆದು ಅವನ ಕುತ್ತಿಗೆಗೆ 'RIP - paper napkins and sanitary pads' ಎನ್ನುವ ಬ್ಯಾನರ್ ಕುತ್ತಿಗೆಗೆ ನೇತುಹಾಕಿ ಬಿಡುವುದು, ಸೇರಿದ ಜನರೆಲ್ಲ ಒಟ್ಟಾಗಿ 'ಕುಳ್ಳರಿಲ್ಲದೆ ಸ್ವಾತಂತ್ರ್ಯವಿಲ್ಲ' ಎಂದು ಹೇಳುತ್ತಾ ನಡೆಯುತ್ತಾ ಹೋಗುವುದು ಈ ಥರದ ಚಿತ್ರವಿಚಿತ್ರ ಯೋಜನೆಗಳನ್ನು ಹಾಕಿದ.

ಇನ್ನೊಂದು ಯೋಜನೆಯೆಂದರೆ, PRECZ Z UPALAMI ಎಂಬ ಅಕ್ಷರಗಳ ಟಿ ಶರ್ಟ್ ಧರಿಸಿದ 13 ಜನ ಸಾಲಾಗಿ ಯಾವುದೋ ಮುಖ್ಯ ಸ್ಥಳದಲ್ಲಿ ನಿಲ್ಲುವುದು. ಹಾಗೆಂದರೆ 'ಬಿಸಿಲನ್ನು ದೂರ ಸರಿಸಿ' ಎಂದರ್ಥವಂತೆ ಪೋಲಿಷ್ ಭಾಷೆಯಲ್ಲಿ. ಸುಮ್ಮನೆ ನಿಲ್ಲುವುದು... ಅಷ್ಟೇ! ಪೊಲೀಸಿನವರು ಏನೋ ಮಾಡುತ್ತಾರೆ ಎಂದು ಕಾದು ನಿಂತು ನಿಂತು ಸಾಕಾಗಿ ಅತ್ತ ಹೋದ ಕೂಡಲೇ ಸಾಲಿನಲ್ಲಿ U ಅಕ್ಷರದ ಟಿ ಶರ್ಟ್ ಧರಿಸಿದವನನ್ನು ದೂರ ಸರಿಸಿ ಆ ಸ್ಥಳದಲ್ಲಿ ಸೂರ್ಯನ ಚಿತ್ರವಿರುವ ಟಿ ಶರ್ಟ್ ಧರಿಸಿದಾತನನ್ನು ನಿಲ್ಲಿಸುವುದು, ಕೇವಲ PRECZ Z PALAMI ಎಂಬುದು ಮಾತ್ರ ಕಾಣಿಸುವ ರೀತಿಯಲ್ಲಿ. PRECZ Z PALAMI ಎಂದರೆ 'ಲಾಠಿಯನ್ನು ದೂರ ಸರಿಸಿ' ಎಂದರ್ಥವಂತೆ!

ಹೊಡೆದಾಡಿದರೆ, ಘೋಷಣೆ ಕೂಗಿದರೆ ಅಂಥವರನ್ನು ಶಿಕ್ಷಿಸಬಹುದು. ಆದರೆ ಇಂಥ ಜಾಣತನಕ್ಕೇನು ಮಾಡುವುದು ತಿಳಿಯದೇ ತಬ್ಬಿಬ್ಬಾದ ಸರಕಾರ, ಕೊನೆಗೆ ನೋಡಿ ನೋಡಿ ಸಾಕಾಗಿ ಅವನನ್ನು ಅರೆಸ್ಟ್ ಮಾಡಿಯೇ ಬಿಟ್ಟಿತು. ಆಗ ವಾಲ್ಡೆಮಿರ್ 'ನೋಡಿ! ಈಗ ಯಾಕೆ ಅರೆಸ್ಟ್ ಆದೆ ಅಂದರೆ ಸ್ಯಾನಿಟರ್ ಪ್ಯಾಡ್ ಹಂಚಿದೆ ಅದಕ್ಕೆ, ಕೇಸರಿ ಟೋಪಿ ಹಂಚಿದ ಕಾರಣಕ್ಕೆ ಎಂದು ಜಗತ್ತಿಗೆ ತಿಳಿಸಬಹುದು' ಎಂದು ಲೇವಡಿ ಮಾಡುತ್ತಾನೆ! ಅಂತೂ ಕೊನೆಗೆ 1989ರಲ್ಲಿ ಪೋಲೆಂಡ್‌ನಲ್ಲಿ ಕಮ್ಯುನಿಸ್ಟ್ ಅಧಿಕಾರ ಕೊನೆಗೊಂಡಿತು. ವಾಲ್ಡೆಮಿರ್ ಆ ನಂತರ ಫ್ರಾನ್ಸ್‌ಗೆ ಹೋಗಿ ಅಲ್ಲಿ ಚಿತ್ರ ಬಿಡಿಸಿಕೊಂಡು ಇದ್ದು ಬಿಟ್ಟ.

ಆ ನಂತರ ಆರೆಂಜ್ ಆಲ್ಟರ್‌ನೇಟಿವ್ ಸಂಘಟನೆಯ ಸ್ಥಾಪನೆಯ ನೆನಪಿಗಾಗಿ 2001ರಲ್ಲಿ ಅದರ ಸಭೆ ನಡೆಯುತ್ತಿದ್ದ ಸ್ಥಳದಲ್ಲಿ ಒಂದು ಕುಬ್ಜ ಕಂಚಿನ ಮೂರ್ತಿಯನ್ನು ಸ್ಥಾಪಿಸಲು ಸರಕಾರವೇ ನಿರ್ಧರಿಸಿತು. ಆ ಮೂರ್ತಿ ಜನರ ಗಮನ ಸೆಳೆದು ತುಂಬಾ ಪ್ರಾಮುಖ್ಯತೆ ಪಡೆದುದನ್ನು ನೋಡಿದ ವ್ರೋಟ್ಸ್ವಾದ ಪ್ರವಾಸೋದ್ಯಮ ಇಲಾಖೆ ಮತ್ತೂ ಅಂಥ ಐದು ಮೂರ್ತಿಗಳನ್ನು ಅಲ್ಲಲ್ಲಿ ಇರಿಸಿತು.

ಎಲ್ಲಿಯೋ ನಡೆಯುವಾಗ ಕಣ್ಣಿಗೆ ಬೀಳುವ ಈ ಪುಟ್ಟ ಪುಟ್ಟ ಪ್ರತಿಮೆಗಳು ಸಿಕ್ಕಾಪಟ್ಟೆ ಖ್ಯಾತಿ ಗಳಿಸಿದವು. ತಮ್ಮ ಸಂಘಟನೆಯ ಲಾಂಛನ ಹೀಗೆ ಪ್ರವಾಸಿಗರನ್ನು ಆಕರ್ಷಿಸಲು ಬಳಕೆಯಾಗುತ್ತಿರುವುದನ್ನು ನೋಡಿದ ವಾಲ್ಡೆಮಿರ್ ಅದನ್ನು ತಡೆಯಲು ಕೋರ್ಟ್‌ನಲ್ಲಿ ಕೇಸ್ ಹಾಕಿ ಗೆದ್ದ. ಆದರೆ ಅಷ್ಟರಲ್ಲಾಗಲೇ ಇಡೀ ವ್ರೋಟ್ಸ್ಲಾವ್‌ದಲ್ಲಿ ಸುಮಾರು 400 ಕುಬ್ಜರ ವಿಗ್ರಹಗಳನ್ನು ಇಟ್ಟಾಗಿತ್ತು!

ವಾಲ್ಡೆಮಿರ್ ಕೇಸ್ ಗೆದ್ದ ನಂತರ ಒಂದಿಷ್ಟು ವಿಗ್ರಹಗಳನ್ನು ತೆಗೆದರೂ, ಪ್ರವಾಸಿಗರ ಗಮನ ಸೆಳೆಯುತ್ತದೆನ್ನುವ ಕಾರಣಕ್ಕೆ ಹಲವಾರು ಅಂಗಡಿಗಳ ಮಾಲೀಕರು, ಕೆಲವು ಕಚೇರಿಗಳು, ಸಾರ್ವಜನಿಕ ಸ್ಥಳಗಳು ಎಲ್ಲೆಡೆ ಇಂಥ ನೂರಾರು ಪ್ರತಿಮೆಗಳನ್ನು ಇಡುತ್ತಾ ಹೋಗಿ ಕೊನೆಗದು ವ್ರೋಟ್ಸ್ಲಾವ್‌ದ ಲಾಂಛನವೇ ಆಗಿಬಿಟ್ಟಿತು!

'ಈಗಂತೂ ಈ ಕುಬ್ಜರನ್ನು ಹುಡುಕುವ ಸ್ಪೆಷಲ್ ನೋಮ್ಸ್ ಟೂರ್ ಅಂತೆಲ್ಲ ಫೇಮಸ್ ಆಗಿಹೋಗಿದೆ ಅಂದರೆ ನಂಬುತ್ತೀರಾ?' ಎಂದು ನಕ್ಕಳು ಆನ್ಯಾ. 'ನಂಬುತ್ತೇನೆ ತಾಯಿ... ನಿಮ್ಮ ದೇಶದ ಘೋರ ಚರಿತ್ರೆಯ ಭಾಗವಾದ ಎಕ್ಸ್‌ಟರ್ಮಿನೇಷನ್ ಕ್ಯಾಂಪ್‌ಗಳಲ್ಲಿಯೇ ಲವರ್‌ಗಳು ಫೋಟೋ ಶೂಟ್ ಮಾಡಿದರು ಎಂದು ಓದಿದ್ದೀನಿ. ಇನ್ನು ಇದನ್ನು ನಂಬದೇ ಏನು' ಎಂದುಕೊಂಡೆ ಮನಸ್ಸಿನಲ್ಲೇ.

ಆಸಕ್ತಿಕರವಾದ ಈ ವಿಷಯವನ್ನು ಮಾತನಾಡುತ್ತಲೇ ಆನ್ಯಾ ಯೂನಿವರ್ಸಿಟಿಯಲ್ಲಿ ಒಂದು ಸುತ್ತು ಹೊಡೆಸಿದಳು, ಚರ್ಚ್ ಒಂದರ ಒಳಗೆ ಕರೆದುಕೊಂಡು ಹೋದಳು, ಓಡ್ರಾ ನದಿಗೆ ಅಡ್ಡಲಾಗಿ ಕಟ್ಟಲ್ಪಟ್ಟ ಟುಮ್‌ಸ್ಕಿ ಸೇತುವೆ ತೋರಿಸಿದಳು. ನಾವು ಹೊರಟಿದ್ದೇ ತಡವಾದ್ದರಿಂದ ಹೆಚ್ಚು ಸಮಯವಿರಲಿಲ್ಲ. ಬರುವ ದುಡ್ಡು ಬರುತ್ತದೆ, ಇರುವ ಸಮಯದಲ್ಲಿ ಎಷ್ಟಾಗುತ್ತದೋ ಅಷ್ಟು ತೋರಿಸುತ್ತೇನೆ ಎನ್ನಬಹುದಿತ್ತು ಅವಳು. ಆದರೆ ಇದ್ದ ಸಮಯದಲ್ಲೇ ಆದಷ್ಟೂ ತೋರಿಸುವ ತವಕ ಆನ್ಯಾಳಿಗೆ.

ಟುಮ್‌ಸ್ಕಿ ಸೇತುವೆಯ ಬಳಿ ಬಂದಾಗ ಮಾತ್ರ ಆ ಸೇತುವೆಯ ಕಂಬಿಗಳಿಗೆ ಹಾಕಿದ್ದ ಸಾವಿರಾರು ಬೀಗಗಳನ್ನು ನೋಡಿ 'ಇಲ್ಲಿ ಇಳಿಸು ಆನ್ಯಾ, ಆಸಕ್ತಿಕರವಾಗಿ ಇದ್ದಂತಿದೆ' ಎಂದಾಗ ಗಾಡಿ ಬದಿಗೆ ಹಾಕಿ ತಾನೂ ಇಳಿದು ಬಂದು 'ಪ್ರೇಮಿಗಳು ಈ ಬೀಗಗಳನ್ನು ಹಾಕುತ್ತಾರೆ, ತಮ್ಮ ಪ್ರೀತಿ ಅಜರಾಮರವಾಗಿರಲಿ ಎಂದು. ಆ ನಂತರ ಕೀಲಿ ಕೈಯನ್ನು ನದಿಯೊಳಗೆ ಎಸೆದುಬಿಟ್ಟರೆ ತಮ್ಮ ಪ್ರೇಮ ಶಾಶ್ವತವಾಗಿ ಉಳಿಯುತ್ತದೆ ಎನ್ನುವ ನಂಬಿಕೆ' ಎಂದು ವಿವರಿಸುವಾಗಲೇ ಅಲ್ಲಿಗೆ ಎರಡು ಜೋಡಿಗಳು ಬಂದವು. ಅವರಲ್ಲಿ ಒಂದು ಜೋಡಿ ಮುತ್ತಿಕ್ಕಿಕೊಳ್ಳಲು ಸಿದ್ಧವಾಯಿತು, ಹಾಗೂ ಮತ್ತೊಂದು ಜೋಡಿ ಅದರ ಫೋಟೋ ತೆಗೆಯಲು ಸಿದ್ಧವಾಯಿತು.

ಮೊದಲೆಲ್ಲ ಇಂಥ ಘಟನೆಗಳು ಕಣ್ಣೆದುರು ನಡೆಯುತ್ತಿರುವಾಗ ಫೋಟೋ ತೆಗೆದರೆ ಉಗಿಯುತ್ತಾರೇನೋ ಎಂದು ಭಯ ಬೀಳುತ್ತಿದ್ದೆ. ಆದರೆ ಈಗೀಗ ಇಂಥ

ಸುಂದರ ಸನ್ನಿವೇಶಗಳನ್ನು ಸೆರೆ ಹಿಡಿಯದೆ ಉಳಿಯುವುದು ಸಾಧ್ಯವೇ ಆಗುವುದಿಲ್ಲ. ಹಾಗಾಗಿ ಈಗ ಒಂದು ಮಾರ್ಗ ಮಾಡಿಕೊಂಡಿದ್ದೇನೆ... ಫೋಟೋ ತೆಗೆಯುವಾಗ ಅವರ ಕಡೆಗೆ ಸಂಪೂರ್ಣ ಫೋಕಸ್ ಮಾಡದೇ, ಸುತ್ತಲಿನ ಪರಿಸರವನ್ನೂ ಸ್ವಲ್ಪ ಸೇರಿಸಿ ತೆಗೆಯಬೇಕು ಮತ್ತು ತೆಗೆದಾದ ನಂತರ ಅವರ ಕಡೆ ನೋಡಿ ಕಣ್ಣಿಗೆ ಕಣ್ಣು ಕೂಡಿಸಲೂ ಬಾರದು ಎಂದು! ಹಾಗೆ ಕಣ್ಣು ಕೂಡಿಸಿದರೆ ಅವರಿಗೆ ಏಕಾಂತಕ್ಕೆ ಭಂಗ ಬಂದ ರೀತಿ ದೃಷ್ಟಿಸಿ ನೋಡುತ್ತಾರೆ. ಆದರೆ ತೆಗೆದ ಫೋಟೋ ಸರಿ ಇದೆಯೇ ಎನ್ನುವಂತೆ ತುಂಬ ಸೀರಿಯಸ್ಸಾಗಿ ಮೊಬೈಲ್ ನೋಡುತ್ತಾ ಅಲ್ಲಿಂದ ನಡೆದು ಬಿಟ್ಟರೆ ಅವರಿಗೆ ಮತ್ತು ನನಗೆ ಇಬ್ಬರಿಗೂ ಮುಜುಗರವಾಗುವುದಿಲ್ಲ ಎಂಬುದು ಹೊಸದಾಗಿ ಕಂಡು ಹಿಡಿದ ಪ್ಲ್ಯಾನ್.

ಗೊತ್ತು, ಗೊತ್ತು... ಇದೆಲ್ಲ ಸರಿಯಿಲ್ಲ ನೀನು ಮಾಡುವುದು ಎಂದು ಓದುತ್ತಿರುವ ಹಲವರಾದರೂ ನನ್ನನ್ನು ಬಯ್ದುಕೊಳ್ಳುತ್ತೀರ ಎಂದು. ಆದರೆ ನಾನೇನು ಮಾಡಲಿ, ಬದುಕಿನ ಇಂಥ ಬೆರಗುಗಳು ನನ್ನನ್ನು ತೀವ್ರವಾಗಿ ಸೆಳೆದು ಬಿಡುತ್ತವೆ. ಬರೀ ಪ್ರೇಮಿಗಳ ರೋಚಕ ಫೋಟೋ ತೆಗೆಯಲು ನಿನ್ನದೊಂದು ನೆಪ ಎನ್ನದಿರಿ... ರಷ್ಯಾದಲ್ಲಿ ಒಬ್ಬಳು ಎಳೆಯ ಅಮ್ಮ ತನ್ನ ಪುಟ್ಟ ಮಗುವಿನೊಡನೆ ಮಳೆಯಲ್ಲಿ ತುಂಬಿ ಹರಿಯುತ್ತಿದ್ದ ಕಾಲುವೆಯೊಳಗೆ ಪೇಪರ್ ದೋಣಿ ಮಾಡಿ ತೇಲಿ ಬಿಟ್ಟಿದ್ದನ್ನೂ ಇಷ್ಟೇ ಪ್ರೀತಿಯಿಂದ ಸೆರೆ ಹಿಡಿದಿದ್ದೆ. ಇವು ಅತ್ಯಂತ ಖಾಸಗಿ ಘಟನೆಗಳಾದರೂ ನಡೆದದ್ದು ಸಾರ್ವಜನಿಕ ಸ್ಥಳದಲ್ಲಿ. ಹಾಗಾಗಿ ಇಷ್ಟಾದರೂ ಮಾರ್ಜಿನ್ ಕೊಡಲೇ ಬೇಕಲ್ಲವೇ ಎನ್ನುವ ಅನುಕೂಲಸಿಂಧು ಸಮಜಾಯಿಷಿಯೊಂದು ನನ್ನ ಬಳಿ ಸದಾ ಸಿದ್ಧವಿರುತ್ತದೆ!

ಈಗಲೂ ಅದೇ ರೀತಿಯ ಮಾರ್ಗವನ್ನು ಅನುಸರಿಸಿ ಅವರ ಫೋಟೋ ತೆಗೆದು ಮುಗ್ಧಳಂತೆ ಅಲ್ಲಿಂದ ನಡೆಯುವಾಗ ಮನಸ್ಸಿನಲ್ಲಿ 'ಪ್ರೇಮವನ್ನು ಉಳಿಸಿಕೊಳ್ಳುವುದು ಇಷ್ಟು ಸುಲಭವೇ! ಇಲ್ಲಿ ಬಂದು ಬೀಗ ಹಾಕಿ ಕೀಲಿ ಎಸೆದು ಬಿಟ್ಟರೆ ಪ್ರೇಮ ಉಳಿದು ಬಿಡುವಂತಿದ್ದರೆ' ಎನ್ನಿಸಿ ನಗು ಬಂತು. ಎದೆಯಲ್ಲಿನ ಪಸೆ ಆರಿಬಿಟ್ಟರೆ ಜಡಿದ ಬೀಗ ತುಕ್ಕು ಹಿಡಿಯುವಷ್ಟೇ ಸುಲಭಕ್ಕೆ ಪ್ರೇಮಕ್ಕೂ ತುಕ್ಕು ಹಿಡಿಯುತ್ತದಷ್ಟೇ...

ಬೆಳಕು ಮಂಕಾಗುತ್ತಿರುವುದು ಕಂಡು ಸಮಯ ನೋಡಿಕೊಂಡರೆ ಆಗಲೇ 7 ಗಂಟೆ! ಆಗಲೇ ನಮಗೆ ಸಮಯದ ಅರಿವಾಗಿದ್ದು. ಆನ್ಯಾಳೊಡನೆ ನಾವು ಸಿಟಿ ಟೂರ್ ಕರಾರು ಮಾತನಾಡಿದ್ದು ಒಂದೂವರೆ ಗಂಟೆಗಳಿಗಷ್ಟೇ. ಆದರೆ ಅದಾಗಲೇ ಎರಡು ಗಂಟೆ ಕಳೆದುಹೋಗಿದೆ! ಆದರೂ ಆನ್ಯಾ ಯಾವುದೇ ಗಡಿಬಿಡಿ ಇಲ್ಲದೇ ತೋರಿಸುತ್ತಲೇ ಇದ್ದುದು ಕಂಡು ನಮಗೇ ಒಂದು ರೀತಿಯ ಕಸಿವಿಸಿಯಾಯಿತು.

ಇಷ್ಟರ ಜೊತೆಗೆ ಈಗ ಮತ್ತೊಂದು ಕೆಲಸ ಬಾಕಿ ಉಳಿದಿತ್ತು. ಮರುದಿನ ರಿಯಾಸಾ ಕಾಂಪ್ಲೆಕ್ಸ್ ನೋಡಲು ಸ್ವಲ್ಪ ಹೆಚ್ಚು ಸಮಯವಾಗುವಂತೆ, ಮೂರು ಗಂಟೆಗಿದ್ದ

ನಮ್ಮ ಟ್ರೈನ್ ಟಿಕೆಟ್ ಅನ್ನು ಮುಂದೂಡಿ ಆದಷ್ಟು ತಡವಾಗಿ ಹೊರಡಲಾಗುತ್ತದಾ ಎಂದು ನೋಡಬೇಕಿತ್ತು. ಹಾಗಾಗಿ ರೈಲ್ವೇ ಸ್ಟೇಷನ್ನಿಗೆ ಹೋಗಬೇಕು ಎಂದೆವು. ಬೇರೆ ದೇಶಗಳಲ್ಲಿನ ಕಠಿಣ ರೂಲ್‌ಗಳಿಗೆ ಅಭ್ಯಾಸವಾಗಿದ್ದ ಮನಸ್ಸಿಗೆ ಅವಳೀಗ 'ಇಲ್ಲ ಇಲ್ಲ ಅದು ನನ್ನ ಕೆಲಸದಲ್ಲಿ ಸೇರುವುದಿಲ್ಲ' ಎನ್ನುತ್ತಾಳೆ ಎಂದುಕೊಂಡರೆ, ಅವಳು ಕೂಡಲೇ ಸ್ವಲ್ಪವೂ ಬೇಸರಿಸದೆ 'ನಡೆಯಿರಿ, ಅಲ್ಲಿಗೇ ಕರೆದೊಯ್ಯುತ್ತೇನೆ' ಎಂದಳು ನಗುತ್ತಾ.

ಸಮಯ 7.15. ವ್ರೋಟ್ಸ್ವಾ ಗ್ಲೌನಿ ಸ್ಟೇಷನ್ ಸುತ್ತ ಕತ್ತಲಾವರಿಸುತ್ತಿತ್ತು. ನಮ್ಮ ಮೈಸೂರು ರೈಲ್ವೇ ಸ್ಟೇಷನ್ ಥರ ಸುಂದರವಾಗಿದ್ದ ಆ ಸ್ಟೇಷನ್ ಸುಮಾರು 60 ವರ್ಷ ಹಳೆಯದಂತೆ, ಪೋಲೆಂಡ್‌ನ ಅತ್ಯಂತ ಹಳೆಯ ರೈಲ್ವೇ ಸ್ಟೇಷನ್ ಇದು ಎಂದು ಪರಿಚಯಿಸುತ್ತಲೇ ಪಾರ್ಕಿಂಗ್‌ನಲ್ಲಿ ಗಾಡಿ ನಿಲ್ಲಿಸಿದಳು ಆನ್ಯಾ. ನಾವೆಲ್ಲರೂ ಇಳಿಯಲು ಸಿದ್ಧವಾಗುತ್ತಿರುವಾಗ 'ಈಗ ಒಂದು ಕೆಲಸ ಮಾಡಿ, ಯಾರಾದರೂ ಇಬ್ಬರು ಬೇಗ ಒಳಗೆ ಹೋಗಿ ಕೆಲಸ ಮುಗಿಸಿ ಬನ್ನಿ. ಇನ್ನಿಬ್ಬರೂ ಸುಮ್ಮನೆ ನಡೆಯುವುದೇಕೆ? ಇಲ್ಲಿಯೇ ಕುಳಿತಿರಿ. ನಂತರ ನಾನು ನಿಮ್ಮನ್ನು ಹೋಟೆಲ್‌ಗೆ ಬಿಟ್ಟೇ ಹೋಗುತ್ತೇನೆ' ಎಂದಳು.

ನಾವು ಈ ಜಗತ್ತಿನ ಎಂಟನೆಯ ಅದ್ಭುತದಂತೆ ಅವಳನ್ನೇ ನೋಡಿದೆವು. ಐದು ನಿಮಿಷ ತಡವಾಗಿದ್ದಕ್ಕೆ ನಮ್ಮನ್ನು ಬಿಟ್ಟು ಹೊರಟೇ ಹೋಗಿದ್ದ ರೋಮ್‌ನ ಗೈಡ್, ನಾವು ನಡೆಯಲು ಎರಡು ನಿಮಿಷ ತಡ ಮಾಡಿದ್ದಕ್ಕಾಗಿ ನಮ್ಮನ್ನು ಬಿಟ್ಟು ಸಾಗಿ ಹೋಗಿದ್ದ ಇಸ್ರೇಲ್‌ನ ಗೈಡ್ ಎಲ್ಲರೂ ನೆನಪಾದರು. ಈ ರೀತಿ ಅತೀ ಒಳ್ಳೆಯವರು ಎದುರಾಗಿಬಿಟ್ಟರೆ ಅದು ಕನಸಾ ಅನ್ನಿಸಿಬಿಡುತ್ತದೆ ನನಗಂತೂ. ಹಾಗೆ ಹೇಳಿದ ಆನ್ಯಾಳಿಗೆ ಕೃತಜ್ಞತೆ ಸಲ್ಲಿಸಿ ನಾನು, ಅಪ್ಪ ಗಾಡಿಯಲ್ಲೇ ಉಳಿದೆವು. ನನ್ನ ಗಂಡ ಮತ್ತು ಮಗ ಸ್ಟೇಷನ್ ಒಳಗೆ ಓಡಿದರು.

ಸುಮಾರು ಹದಿನೈದು ನಿಮಿಷದ ನಂತರ ಮಗ ಮತ್ತೆ ಬರುವುದು ಕಾಣಿಸಿತು. 'ಇಷ್ಟು ಬೇಗ ಮುಗಿದು ಹೋಯಿತಾ' ಎಂದು ಕೇಳಿದಳು ಆನ್ಯಾ. ಅವನು ಅಲ್ಲಿ ತುಂಬ ರಷ್ ಇರುವುದರಿಂದ ಇನ್ನೂ ತಡವಾಗುತ್ತದೆಂದೂ, ಅವಳನ್ನು ಕಾಯಿಸುವುದು ಬೇಡ ಹಣ ಕೊಟ್ಟು ಕಳಿಸಿಬಿಡಿ ಎಂದು ಹೇಳಲು ಬಂದಿದ್ದನಷ್ಟೇ. ಅವನು ಹಾಗೆ ಹೇಳಿದಾಗ ಅವಳು 'ಹೊಸ ಜಾಗ. ಹೇಗೆ ಬಿಟ್ಟು ಹೋಗುವುದು, ನಾನು ಕಾಯುತ್ತೇನೆ, ತಡವಾಗಲಿ ಪರವಾಗಿಲ್ಲ' ಎಂದಳು. ಅದಾಗಲೇ ನಿಗದಿತ ಸಮಯಕ್ಕಿಂತ ಒಂದು ಘಂಟೆ ತಡವಾಗಿತ್ತು. ಹಾಗಾಗಿ ಅವಳನ್ನು ನಾವೇ ಬಲವಂತ ಮಾಡಿ ಹೊರಡಿಸಿದೆವು. ನಿಗದಿಯಾಗಿದ್ದ 200 ಜ್ಲಾಟಿಗೆ ಇನ್ನೂ 50 ಜ್ಲಾಟಿ ಸೇರಿಸಿ ಕೊಟ್ಟಾಗ ಕಣ್ಣು ಹೊಳೆಯಿಸುತ್ತ ಥ್ಯಾಂಕ್ಸ್ ಹೇಳಿದಳು. ಆ ನಂತರವೂ ಅವಳು ಅವಸರಿಸದೇ, ನಾವು ಹೊರಡಬೇಕಾದಾಗ ಟ್ಯಾಕ್ಸಿ ಹತ್ತಬೇಕಾದ ಜಾಗ ತೋರಿಸಿದ ನಂತರವೇ ಹೊರಟಳು. ಇಂಥ ಒಳ್ಳೆಯತವೇ ನಮ್ಮನ್ನು ಸಿನಿಕರಾಗದಿರುವಂತೆ ಸದಾ ಕಾಪಾಡುತ್ತದೆ.

ರೈಲ್ವೇ ಸ್ಟೇಷನ್ ಒಳಗೆ ಕೂಡಾ ತುಂಬ ವಿಶಿಷ್ಟವಾಗಿತ್ತು. ಹಳೆಯ ಕಾಲದ ವಿಂಟೇಜ್ ಕಲಾತ್ಮಕತೆ. ಹೆಚ್ಚು ಜನರೂ ಇರಲಿಲ್ಲ. ಅಲ್ಲಲ್ಲಿಯೇ ಇದ್ದ ಕಲ್ಲಿನ ಬೆಂಚ್‌ಗಳ ಮೇಲೆ ಕುಳಿತಾಗ ಕಾಫಿ ಪ್ರಿಯರಾದ ನಮ್ಮ ಕಣ್ಣಿಗೆ ಮೊದಲು ಬಿದ್ದಿದ್ದೇ ಎದುರಿಗಿದ್ದ ಕಾಫಿ ಶಾಪ್. ಕೆಲಸ ಮುಗಿದ ನಂತರ ಅಲ್ಲಿ ಕಾಫಿ ಕುಡಿದು ಹೊರಡುವ ಮಹತ್ತರ ನಿರ್ಧಾರ ಕೈಗೊಂಡು ಕುಳಿತೆವು!

ಟಿಕೆಟನ್ನು ಮುಂದೂಡಲಾಗುವುದಿಲ್ಲ ಎಂಬ ಉತ್ತರ ಪಡೆಯಲು ನಿಧಾನವಾಗಿ ಸರಿಯುತ್ತಿದ್ದ ಕ್ಯೂನಲ್ಲಿ ನನ್ನ ಮಗ ಮತ್ತು ಗಂಡ ಅರ್ಧ ಗಂಟೆ ನಿಂತಿದ್ದಾಯಿತು. ಅಂತೂ ಮಾರನೇ ದಿನ ಮಧ್ಯಾಹ್ನ ಎರಡೂವರೆಗೆ ರೈಲ್ವೇ ನಿಲ್ದಾಣದಲ್ಲಿ ಇರಲೇಬೇಕು ಎಂದು ನಮ್ಮ ಹಣೆಬರಹ ಸೀಲ್ ಆಯಿತು.

ಆಗಲಿ ಬಿಡು, ರಿಯಾಸಾ ಕಾಂಪ್ಲೆಕ್ಸ್‌ನಲ್ಲಿ ಸಿಕ್ಕಷ್ಟನ್ನೇ ನೋಡಿ ಬಂದರಾಯಿತು ಎಂದು ನಿರ್ಧರಿಸಿ ಆ ವಿಷಯ ಅಲ್ಲಿಗೇ ಬಿಟ್ಟು ಬರಗೆಟ್ಟವರಂತೆ ಕಾಫಿ ಶಾಪ್ ಒಳ ನುಗ್ಗಿದೆವು. ಅಲ್ಲೆಲ್ಲ ಬ್ಲ್ಯಾಕ್ ಕಾಫಿ ಹೆಚ್ಚು ಕುಡಿಯುತ್ತಾರೆ ಎಂದು ಗೊತ್ತಿದ್ದರಿಂದ ಮಗ ಮೂರು ಮೂರು ಸಲ 'ಕಾಫಿ ವಿತ್ ಮಿಲ್ಕ್, ವಿತ್ ಶುಗರ್' ಎಂದು ಗಿಣಿಪಾಠದಂತೆ ಒಪ್ಪಿಸಿಯೇ ಒಪ್ಪಿಸಿದ. ವೇಟ್ರೆಸ್ ಅರ್ಥವಾದಂತೆ ತಲೆ ಆಡಿಸಿದಳು.

ಐದು ನಿಮಿಷದ ನಂತರ ನಮ್ಮ ಟೋಕನ್ ನಂಬರ್ ಕೂಗಿದಾಗ ಹೋಗಿ ನೋಡಿದರೆ ಮುಕ್ಕಾಲು ಬೆರಳುದ್ದದ ಪಿಂಗಾಣಿ ಕಪ್‌ನಲ್ಲಿ ಎರಡು ಗುಟುಕು ಡಿಕಾಕ್ಷನ್ ಮತ್ತು ಮತ್ತೊಂದು ಪುಟ್ಟ ಜಾರ್‌ನಲ್ಲಿ ಕೊರೆಯುವ ಹಾಲನ್ನು ಕಂಡು ನಗು ಬಂದುಬಿಟ್ಟಿತು! ಅಮರ ಚಿತ್ರಕಥಾದ ಶಶಿಕಲೆ ಮತ್ತು ಏಳು ಜನ ಕುಳ್ಳರು ಪುಸ್ತಕದಲ್ಲಿ ನೋಡಿದ್ದ ಅಂಥ ಪುಟ್ಟಪುಟ್ಟ ತಟ್ಟೆ, ಬಟ್ಟಲುಗಳನ್ನು! ಒಳ್ಳೆ ತಮಾಷೆಯಾಗಿ

ಕಾಣುತ್ತಿತ್ತು. ಆ ಮೂರು ಸ್ಪೂನ್ ಡಿಕಾಕ್ಷನ್‌ಗೆ ಎರಡು ಸ್ಪೂನ್ ಕೊರೆವ ಹಾಲು ಸೇರಿಸಿ, ಒಂದು ಚಿಟಿಕೆ ಸಕ್ಕರೆ ಬೆರೆಸಿದರೆ ಉಗುರು ಬೆಚ್ಚನೆಯ ಕಾಫಿ ಸಿದ್ಧವಾಯಿತು. ನಮಗೆಲ್ಲ ಕಾಫಿ ಹೇಗೆ ಸುಡುಸುಡು ಬಿಸಿ ಇರಬೇಕೆಂದರೆ ಕೊನೆಯ ಗುಟುಕಿಗೂ ಅದು ಬಿಸಿಯಾಗಿಯೇ ಇರಬೇಕು. ಈ ರೀತಿ ಉಗುರು ಬೆಚ್ಚನೆಯ ಕಾಫಿಯನ್ನು ನನ್ನ ಅಜ್ಜಿ 'ಒಳ್ಳೆ ಬೆಕ್ಕಿನ ಉಚ್ಚೆ ಇದ್ದಂಗಿದೆ' ಎನ್ನುತ್ತಿದ್ದರು! ಆಗ ನಾವೆಲ್ಲ 'ಅದನ್ಯಾಕೆ ಮುಟ್ಟಿ ನೋಡಿದಿರಿ' ಎಂದು ರೇಗಿಸುತ್ತಿದ್ದೆವು. ಈಗ ಅದೇ ಬೆಕ್ಕಿನ ಉಚ್ಚೆಯಂಥ ಉಗುರು ಬೆಚ್ಚಗಿನ ಕಾಫಿಯನ್ನು ತೀರ್ಥದಂತೆ ಎರಡು ಗುಟುಕು ಸೇವಿಸುವುದರೊಂದಿಗೆ ಕಾಫಿಯ ಆಟವು ಮುಗಿದಿತ್ತು!

ಮತ್ತೆ ಹೋಟೆಲ್ ಕಡೆ ಹೊರಡಲು ಟ್ಯಾಕ್ಸಿಯೊಳಗೆ ಕುಕ್ಕರಿಸಿದಾಗ ಮಗ 'ಇಡೀ ಊರು ಸೂಪರಾಗಿದೆ. ಆದರೆ ಏನೋ ಮಿಸ್ಸಿಂಗ್ ಅನ್ನಿಸಲಿಲ್ವಾ ನಿನಗೆ?' ಎಂದ. ನಿಜಕ್ಕೂ ಹೇಳಬೇಕೆಂದರೆ ನನಗೂ ತುಂಬ ಹೊತ್ತಿನಿಂದ ಹಾಗೆಯೇ ಅನ್ನಿಸುತ್ತಿತ್ತು. 'ಹೂ ಕಣೋ ಏನಿರಬಹುದು' ಎಂದು ಯೋಚಿಸಿದೆ, ಗೊತ್ತಾಗಲಿಲ್ಲ. ಐದಾರು ನಿಮಿಷಗಳಲ್ಲೇ ಕೇವಲ 2 ಕಿಲೋಮೀಟರ್ ದೂರವಿದ್ದ ನಮ್ಮ ಹೋಟೆಲ್ ತಲುಪಿದೆವು.

ನಾವು ಮರೆತಿದ್ದ ಅತ್ಯಂತ ಘೋರ ಸಮಸ್ಯೆಯೊಂದು ಇನ್ನೂ ಬಗೆಹರಿಯದೇ ಉಳಿದಿತ್ತು, ಕುಡಿಯುವ ನೀರಿನದ್ದು! GPS ಹಾಕಿ ನೋಡಿದರೆ ಹತ್ತಿರದಲ್ಲಿಯೇ ಒಂದು ಸೂಪರ್ ಮಾರ್ಕೆಟ್ ಇರುವುದು ತಿಳಿಯಿತು. ಅಬ್ಬಾ! ಬದುಕಿದೆಯಾ ಬಡಜೀವವೇ ಎಂದು ಅಲ್ಲಿಗೆ ಓಡಿದೆವು. ಅಲ್ಲಿ ನೀರೇನೋ ಬೇಕಾದಷ್ಟು ಇತ್ತು. ಆದರೆ ಅದರಲ್ಲಿ ಚುಸ್ ಇಲ್ಲದ ನೀರು ಯಾವುದು ಎಂದು ಹೇಗೆ ಕಂಡು ಹಿಡಿಯುವುದು ಎನ್ನುವುದೇ ಸಮಸ್ಯೆ. ಬಾಟಲ್ ಮೇಲೆ ಬರೆದಿರುವುದರ ತಲೆಬುಡ ಅರ್ಥವಾಗಲಿಲ್ಲ. ಕೊನೆಗೆ ವಿಧಿಯಿಲ್ಲದೇ ಸೋಲೊಪ್ಪಿಕೊಂಡು ಕೌಂಟರ್‌ನಲ್ಲಿ ಕುಳಿತಿರುವವರನ್ನೇ ಕೇಳೋಣವೆಂದುಕೊಂಡು ಬಂದು ಅವರಿಗೆ ಹೇಳೇ ಹೇಳಿದೆವು ಹೇಳೇ ಹೇಳಿದೆವು ನಮ್ಮ ನೀರಿನ ಸಮಸ್ಯೆ!

ಸೋಡಾ ಅಲ್ಲ
Aerated ನೀರಲ್ಲ
ನೋ ಫ್ಲಿಜ್ ನೀರು
ಬರೀ ನೀರು...

ಉಹು! ಎಷ್ಟೇ ಹೊಡಕೊಂಡರೂ ಅವರಿಗೆ ನಮ್ಮ ಸಮಸ್ಯೆ ಅರ್ಥವಾಗುತ್ತಿಲ್ಲ. ಹೇಗೆ ತಿಳಿಸಿ ಹೇಳುವುದು ಎಂದು ಮಗ ಮೊಬೈಲ್‌ನಲ್ಲಿ ಟ್ರಾನ್ಸ್‌ಲೇಟರ್ ಹುಡುಕಲು ಶುರು ಮಾಡುವುದರಲ್ಲೇ ಅಲ್ಲಿಗೆ ಏಳೆಂಟು ಪುಟ್ಟಪುಟ್ಟ ಮಕ್ಕಳ ಗುಂಪೊಂದು ಬಂದಿತು. ಕೌಂಟರ್ ಬಳಿ ನಿಂತು ಇದ್ದಬದ್ದ ಬುದ್ಧಿಯೆಲ್ಲ ಖರ್ಚು ಮಾಡುತ್ತಿದ್ದ

ನಮ್ಮನ್ನು ಕಂಡು ಕರುಣೆ ಉಕ್ಕಿ ಹರಿದಿರಬೇಕು... ಹತ್ತಿರ ಬಂದು 'ನೋ ಗ್ಯಾಸ್ ವಾಟರ್?' ಎಂದರು. ನಮ್ಮ ತಲೆಯಲ್ಲಿ ಆಗ ಟ್ಯೂಬ್ ಲೈಟ್ ಹತ್ತಿದಂತಾಯಿತು... ಯೂರೇಕಾ! ಚುಸ್ ನೀರನ್ನು ಇವರು ಗ್ಯಾಸ್ ನೀರು ಅನ್ನುತ್ತಾರೆ! ಖುಷಿಯಲ್ಲಿ ಯೆಸ್ ಯೆಸ್ ಎಂದ ಕೂಡಲೇ ನಮ್ಮನ್ನು ನೋ ಗ್ಯಾಸ್ ನೀರಿದ್ದ ಜಾಗಕ್ಕೆ ಕರೆದೊಯ್ದು ತೋರಿಸಿದಾಗ ತಲೆಯ ಹಿಂದೆ ಪ್ರಭಾವಳಿ ಇರುವ ದೇವರಂತೆ ಕಂಡರು ಆ ಮಕ್ಕಳು!

ಇಬ್ಬರೂ ಹೊರಲಾಗುವಷ್ಟು ನೀರಿನ ಬಾಟಲ್‌ಗಳನ್ನು ಹೊತ್ತು ತರುವಾಗಲೂ 'ಮಗಾ ಇದೂ ಅದೇ ಚುಸ್ ನೀರಾದರೆ ಏನ್ಲಾ ಮಾಡೋದು ಇಷ್ಟು ನೀರನ್ನು' ಎಂದಿತು ಈ ಭಾರತಿ ಎನ್ನುವ ಡೌಟಮ್ಮ! ರೂಮಿಗೆ ಬಂದು ಮುಚ್ಚಳ ತೆರೆಯುವವರೆಗೂ ಬಾಂಬ್ ನಿಷ್ಕ್ರಿಯ ಪಡೆಯ ಥರದ ಬಿಗಿ ಮನಃಸ್ಥಿತಿ...

ನಿಧಾನವಾಗಿ ತೆರೆದೆವು...

ಸದ್ದಿಲ್ಲ!

ಹೋ! ಚುಸ್ ಅಲ್ಲದ ಮಾಮೂಲಿ ನೀರು!!

ಆಹಾ ಅದೆಂಥ ಮರಣಾನಂದ!

ಹೊಟ್ಟೆ ತುಂಬ ನೀರು ಕುಡಿದು ಧೋಪ್ಪೆಂದು ಬಿದ್ದಿದ್ದೊಂದೇ ಗೊತ್ತು, ಗಾಢ ನಿದ್ದೆ...

ಹುಚ್ಚು ಹಿಟ್ಲರನ ಹತ್ತು ಮುಖಗಳು

ಮರುದಿನ ನಸುಕಿನಲ್ಲೇ ಎದ್ದು ರೂಮಿನ ಕಿಟಕಿಯಿಂದಾಚೆ ಇಣುಕಿದಾಗ ಒದ್ದೆ ಒದ್ದೆ ನೆಲ ಕಾಣಿಸಿತು... ಅಯ್ಯೋ ಮಳೆ! ನೆನ್ನೆಯದ್ದು ಲುಫ್ತಾನ್ಸಮ್ಮ ಹಾಳು ಮಾಡಿದಳು, ಇವತ್ತಿನ ಕಾರ್ಯಕ್ರಮವನ್ನು ಮಳೆ ಹಾಳು ಮಾಡುತ್ತದಾ ಎಂದು ಗಾಬರಿಯಾಯಿತು. ಮಳೆ ಮೋಡ ಎಲ್ಲವೂ ನಮ್ಮ ನಮ್ಮ ಊರಿನಲ್ಲಿರುವಾಗ ಭಯಂಕರ ರೊಮ್ಯಾಂಟಿಕ್ ಎನ್ನಿಸಿದರೂ ಹೊರಗೆ ಸುತ್ತಾಡುವಾಗ ಅತೀವ ಹಿಂಸೆ ಎನ್ನಿಸುತ್ತದೆ. ಅದರಲ್ಲೂ ಬಟ್ಟೆ ಮತ್ತು ಶೂ ಒಮ್ಮೆ ಒದ್ದೆಯಾಗಿ ಬಿಟ್ಟರೆ ನಂತರ ನಡೆಯುವುದು, ವಾಹನದಲ್ಲಿ ಕುಳಿತುಕೊಳ್ಳುವುದು ಎಲ್ಲವೂ ಹಿಂಸೆಯೇ. ನಮ್ಮೂರಿನಲ್ಲಾದರೆ 'ಅಯ್ಯೋ ಹೋಗತ್ಲಾಗೆ, ನಾಳೆ ಹೋದರಾದೀತು' ಎಂದು ಕ್ಯಾನ್ಸಲ್ ಮಾಡಿ ಆರಾಮವಾಗಿರಬಹುದು. ಆದರೆ ಇಲ್ಲಿ...? ಒಂದೊಂದು ಕ್ಷಣವೂ ಅಮೂಲ್ಯ. ಅಂದುಕೊಂಡಂತೆ ನಡೆಯಲೇಬೇಕು. ಹಾಗಾಗಿ ಹೊರಡದೇ ವಿಧಿ ಇರಲಿಲ್ಲ.

ನಾವು ಸಿದ್ಧವಾಗಿ ಬರುವುದರಲ್ಲಿ ಕೆಳಗೆ ರಿಸೆಪ್ಷನ್‌ನಲ್ಲಿ ನಮಗಾಗಿ ಕಾಯುತ್ತಿದ್ದಳು ನಮ್ಮ ಸಾರಥಿ/ಗೈಡ್ ಮೋರ್ಗುರೀತಾ. ತನ್ನ ಹೆಸರನ್ನು ಹೇಳಿ ಪರಿಚಯಿಸಿಕೊಂಡ ನಂತರ 'ನಿಮಗೆ ಅದನ್ನು ಉಚ್ಚರಿಸಲು ಕಷ್ಟವಾಗಬಹುದು... ಗೋಶಾ ಎಂದು ನನ್ನ ಪೆಟ್ ಹೆಸರು, ಹಾಗೇ ಕರೆಯಿರಿ ನೀವೂ' ಎಂದಳು. 'ಏ ಅದೆಂತ ಕಷ್ಟ ಮಾರಾಯ್ತಿ... ಮೋರ್ಗುರೀತಾ ತಾನೇ?' ಎಂದೆ. 'ಹೇ ಹೇಳಲು ಬಂದೇ ಬಿಡ್ತಾ! ಪರವಾಗಿಲ್ಲ' ಎಂದು ನಕ್ಕಳು. ಅದೇನು ಪ್ರವಾಸಿಗರು ನಿಜಕ್ಕೂ ಆ ಹೆಸರು ಹೇಳಲು ಅಷ್ಟು ಕಷ್ಟ ಪಡುತ್ತಾರೋ ಅಥವಾ ಇವಳೇ ಸುಮ್ಮನೇ ಮಕ್ಕಳಿಗೆ ಸುಳ್ಳೇ ಹೊಗಳುವಂತೆ ಹೊಗಳಿ ನನಗೆ ಹುಸಿ ಗರ್ವ ಕೊಟ್ಟಳೋ ಗೊತ್ತಾಗಲಿಲ್ಲ!

ತಾನು ಅನುವಾದಕಿ ಎಂದು ಪರಿಚಯಿಸಿಕೊಂಡಳು. ನಮ್ಮ ದೇಶದಲ್ಲಿ ಹೀಗೆ ಫಿಲಾಲಜಿ, ಅನುವಾದಕಿ ಎಂದೆಲ್ಲ ಹೇಳಿಕೊಳ್ಳುವ ಗೈಡನ್ನು ನಾನಂತೂ ಈವರೆಗೆ ಭೇಟಿಯಾಗಿಲ್ಲ. ಏನೇನೋ ಓದಿಕೊಳ್ಳುತ್ತಾ, ಏನೇನೋ ಕೆಲಸ ಮಾಡಿಕೊಳ್ಳುತ್ತಾ ಜೊತೆಗೆ ಗೈಡ್ ಕೂಡಾ ಆಗಿರುವುದು, ವಾಹನದ ಸಾರಥಿಯೂ ಆಗಿರುವುದು... ಒಂಥರಾ ವಿಚಿತ್ರ ಕಾಂಬಿನೇಷನ್! ಅದರಲ್ಲೂ ಹೆಂಗಸರು ಹೀಗೆಲ್ಲ ಇರುವುದು ವೈಯುಕ್ತಿಕವಾಗಿ ನನಗೆ ತುಂಬ ಗರ್ವದ ವಿಷಯ.

ಪರಿಚಯವೆಲ್ಲ ಮುಗಿದ ನಂತರ ಮೋರ್ಗುರೀತಾ 'ಈ ಮಳೆಯಲ್ಲಿ ಏನು

ನೋಡುವುದು, ಏನು ಬಿಡುವುದು ಅರ್ಥವಾಗುತ್ತಿಲ್ಲ. ಇರಲಿ ಎಷ್ಟು ಸಾಧ್ಯವೋ ಅಷ್ಟು ನೋಡೋಣ. ಆದರೆ ಈ ಮಳೆಯಲ್ಲಿ ನನ್ನ ಡ್ರೈವಿಂಗ್ ನಿಧಾನವಾಗಬಹುದು. ಜೊತೆಗೆ ನಿಮ್ಮನ್ನು ಮಧ್ಯಾಹ್ನ ಎರಡೂವರೆಗೆ ರೈಲ್ವೇ ಸ್ಟೇಷನ್‌ಗೆ ಬಿಡಬೇಕು. ಈಗ ನಮ್ಮದು 80 ಕಿಲೋಮೀಟರ್‌ಗಳ ಪ್ರಯಾಣ. ಮಾಮೂಲಿ ಸ್ಥಿತಿಯಲ್ಲಾದರೆ ಒಂದೂವರೆ ಘಂಟೆ ಸಾಕು. ಇವತ್ತು ಗೊತ್ತಿಲ್ಲ' ಎಂದು ಹೇಳುತ್ತಲೇ ಇದ್ದಿದ್ದರಲ್ಲಿ ದನಿಯಲ್ಲಿ ಉತ್ಸಾಹ ತುಂಬಿ 'ನಡೆಯಿರಿ ಹೊರಡೋಣ... ಇದನ್ನೆಲ್ಲ ಯೋಚಿಸಿ ಮತ್ತಿಷ್ಟು ತಡ ಮಾಡಿಕೊಳ್ಳುವುದ್ಯಾಕೆ' ಎಂದು ಸ್ಟಿಯರಿಂಗ್ ಹಿಡಿದು ಕುಳಿತಳು. ನಾನು ಫೋಟೋ ತೆಗೆಯಲು ಅನುಕೂಲವಾಗುತ್ತದೆಂದು ಮುಂದೆಯೇ ಕುಳಿತುಕೊಳ್ಳುತ್ತೇನೆ ಎಂದೆ.

ನನಗೆ ಸೀಟ್ ಬೆಲ್ಟ್ ಹಾಕುವುದೆಂದರೆ ಮೊದಲಿನಿಂದಲೂ ತುಂಬ ಹಿಂಸೆ. ಹಾಗೆ ನೋಡಿದರೆ ಉಸಿರಾಡದಂತೆ ಹಿಡಿದು ಕೂರಿಸುವ ಸೀಟುಗಳು, ಬಟ್ಟೆಗಳು, ಸಂಬಂಧಗಳು ಎಲ್ಲವೂ ಬಲು ಹಿಂಸೆ. ಅದೇ ಅಭ್ಯಾಸದಲ್ಲಿ ಆರಾಮವಾಗಿ ಕುಳಿತ ಕೂಡಲೇ 'ಸೀಟ್ ಬೆಲ್ಟ್' ಎಂದು ಎಚ್ಚರಿಸಿದಳು ಮೋರ್ಗುರೀತಾ. 'ಹಾಕಿಕೊಳ್ಳಲೇಬೇಕಾ ಹುಡುಗಿ?' ಎಂದೆ. 'ಇಲ್ಲಿ ಟ್ರಾಫಿಕ್ ರೂಲುಗಳನ್ನು ಎಲ್ಲರೂ ಪಾಲಿಸುತ್ತಾರೆ. ಇಲ್ಲವಾದರೆ ಸುಮ್ಮನೆ ಸಿಕ್ಕಿಬಿದ್ದು, ಫೈನ್ ಕಟ್ಟಿ... ಇವೆಲ್ಲ ಯಾಕೆ ಹಿಂಸೆ ಎಂದಷ್ಟೇ' ಎಂದಳು. ಉತ್ತರ ಸಿಕ್ಕಿತ್ತು ತೆಪ್ಪಗೆ ಹಾಕಿಕೋ ಮಾರಾಯ್ತಿ ಎನ್ನುವುದನ್ನು ಬಹಳ ನಯವಾಗಿ ಹೀಗೆ ಹೇಳಿದಳು ಎಂದು! ಬೆಲ್ಟ್ ಬಿಗಿದು ಕುಳಿತೆ.

ಗಾಡಿ ಸ್ಟಾರ್ಟ್ ಮಾಡುತ್ತಾ 'ಇಲ್ಲಿ ಕೆಲವು ಅಪರಾಧಗಳಿಗೆ ಕಠಿಣ ಶಿಕ್ಷೆ ಇರುತ್ತದೆ. ಕುಡಿದು ಗಾಡಿ ಓಡಿಸಿದರೆ ಒದ್ದು ಜೈಲಿಗೆ ತಳ್ಳುತ್ತಾರೆ. ಇನ್ನು ಸಣ್ಣ ಪುಟ್ಟ ಅಪರಾಧಗಳಿಗೆ 10 ಜ್ಲಾಟಿಯಿಂದ ಮೊದಲುಗೊಂಡು ಫೈನ್ ಹಾಕುತ್ತಾರೆ. ಕೆಲವಕ್ಕೆ ತುಂಬ ಹೆಚ್ಚಿನ ಫೈನ್ ಇರುತ್ತದೆ. ಇಲ್ಲಿ ಹಾರ್ನ್ ಕೂಡಾ ತೀರಾ ಅಗತ್ಯವಿರುವಾಗ ಬಿಟ್ಟು ಸುಮ್ಮಸುಮ್ಮನೆ ಬಳಸುವಂತಿಲ್ಲ...' ಆಕೆ ಹೇಳುತ್ತಿರುವಾಗಲೇ ನನ್ನ ಮತ್ತು ಮಗನ ತಲೆಯಲ್ಲಿ ಏಕಕಾಲಕ್ಕೆ 1000 ವಾಟ್‌ನ ಬಲ್ಬ್ ಹತ್ತಿಕೊಂಡಿತು!!!

'ಅಯ್ಯೋ ನೆನ್ನೆಯಿಂದ ತಲೆ ಕೆಡಿಸಿಕೊಳ್ಳುತ್ತಿದ್ದೇವೆ ಈ ಊರಲ್ಲಿ ಏನೋ ಮಿಸ್ಸಿಂಗ್ ಎಂದು, ಹಾರ್ನ್ ಎನ್ನುವುದೇ ಗೊತ್ತಾಗಲಿಲ್ಲ. ಹಾರ್ನ್ ಮಾಡದೇ ಹೇಗೆ ಡ್ರೈವ್ ಮಾಡುವುದು?!' ಎಂದು ಆಶ್ಚರ್ಯದಿಂದ ಕೇಳಿದೆವು. 'ಎಲ್ಲರೂ ಅವರವರ ರೂಲ್‌ಗಳನ್ನು ಸರಿಯಾಗಿ ಪಾಲಿಸುತ್ತಿರುವಾಗ ಹಾರ್ನ್ ಯಾಕೆ ಮಾಡಬೇಕು?' ಈಗ ಆಶ್ಚರ್ಯ ಪಡುವ ಸರದಿ ಅವಳದ್ದು.

'ನಮ್ಮೂರಲ್ಲಿ ಹಂಗೇನಿಲ್ಲ
ಏನೇ ಇರ್ಲಿ ಏನೇ ಬಿಡ್ಲಿ

ಖಾಲಿ ರೋಡಲ್ ಹಾರ್ನ್ ಹಾಕ್ತೀವೀಈಈಈ'

ಎಂದು 'ನನ್ನ ಪ್ರೀತಿಯ ಹುಡುಗಿ' ಸಿನೆಮಾದ 'ಕಾರ್ ಕಾರ್' ಹಾಡಿನ ರಾಗದಲ್ಲಿ ಹಾಡಬೇಕು ಅನ್ನಿಸಿತು!

'ಮೋರ್ಗ್ಯುರೀತಾ ನೆನ್ನೆಯಿಂದ ಎಷ್ಟು ಖಾಲಿ ಖಾಲಿ ಅನ್ನಿಸ್ತಿತ್ತು ಗೊತ್ತಾ ಲೈಫ಼ು' ಎಂದೆ. ಅವಳು ಜೋರಾಗಿ ನಕ್ಕು 'ಇಲ್ಲಿ ಯಾರಾದರೂ ಹಾರ್ನ್ ಮಾಡಿದರೆ ಅವರಿಗೆ ತುಂಬ ಸಿಟ್ಟು ಬಂದಿದೆ ಎಂದರ್ಥ. ಆಫೀಸ್‌ನಲ್ಲಿ ತಲೆ ಕೆಟ್ಟಿರುತ್ತದಲ್ಲ ಆಗ ಸಂಜೆ ಮನೆಗೆ ವಾಪಸ್ ಆಗುವಾಗ ಟ್ರಾಫಿಕ್ ಜಾಮ್ ಆಗಿದ್ದರೆ ಸ್ವಲ್ಪ ಹಾರ್ನ್ ಮಾಡುತ್ತಾರೆ' ಎಂದಳು! ನಾವು ತಲೆ ಕೆಟ್ರೆ ಹಾರ್ನ್ ಹಾಕೋದಲ್ಲ... ಹಾರ್ನ್ ಹಾಕಿ ಹಾಕಿ ತಲೆ ಕೆಡೋ ಹಾಗೆ ಮಾಡುವ ದೇಶದವರಿಗೆ ಇವೆಲ್ಲ ಅನ್ಯಗ್ರಹವಿದ್ದ ಹಾಗೆ ಅನ್ನಿಸಿತು!

ನಾನು, ಮಗ ಮುಖ ಮುಖ ನೋಡಿಕೊಳ್ಳುತ್ತ 'ನಾವು ಇಲ್ಲೇ ಸೆಟಲ್ ಆಗೋ ಹಾಗಿದ್ರೆ ನಮ್ಮೂರಿಂದ ಹಾರ್ನ್ ಸದ್ದು ರೆಕಾರ್ಡ್ ಮಾಡ್ಕೊಂಡು ಬಂದು ದಿಂಬಿನ ಪಕ್ಕ ಇಟ್ಕೊಂಡ್ರೇನೇ ನಿದ್ದೆ ಬರೋದು ಅನ್ಸತ್ತೆ, 'ಪುಷ್ಪಕ ವಿಮಾನ'ದ ಕಮಲ ಹಾಸನ್ ಥರ' ಎಂದು ನಗಾಡಿಕೊಂಡೆವು.

ಇಷ್ಟು ಮಾತಾಡುತ್ತಿರುವಾಗಲೇ ಊರು ಮುಗಿದು, ನಮ್ಮ ಗಾಡಿ ಊರಿನ ಹೊರವಲಯಕ್ಕೆ ಸಾಗಿ ಎರಡೂ ಬದಿಯಲ್ಲಿ ಕಣ್ಣು ಹಾಯಿಸಿದಷ್ಟೂ ದೂರಕ್ಕೆ ಗೋಧಿಯಿಂದಾವೃತವಾದ ಭೂಮಿ ಮತ್ತು ಶರತ್ಕಾಲದ ಬಣ್ಣಬಣ್ಣದ ಎಲೆಗಳ ಮರಗಳ ಸಾಲು ಕಾಣಿಸಲಾರಂಭಿಸಿತು. ಭಾರತದಲ್ಲಿ ಶರತ್ಕಾಲ ಎಂಬುವುದೇ ಇಲ್ಲವಲ್ಲ. ಹಾಗಾಗಿ ಫಾಲ್ ಎಂದು ಸ್ಟೈಲಾಗಿ ಕರೆದುಕೊಳ್ಳುತ್ತ ಶರತ್ಕಾಲದ ಫೋಟೋಗಳನ್ನು ಬೇರೆ ದೇಶಗಳಲ್ಲಿರುವ ಗೆಳತಿಯರು ಹಾಕುವಾಗ ಹೊಟ್ಟೆ ಉರಿದುಕೊಳ್ಳುತ್ತಿದ್ದೆ, ಅಂಥ ಪುಣ್ಯ ನಮಗಿಲ್ಲವಲ್ಲ ಎಂದು. ಆದರೆ ಈಗ ಆಸೆ ತೀರಿತ್ತು.

ಪೋಲೆಂಡ್‌ನಲ್ಲಿ ಶರತ್ಕಾಲ ತುಂಬ ಸೊಗಸಂತೆ, ಅದೂ ಸೆಪ್ಟೆಂಬರ್‌ನಲ್ಲಿ ಕೇವಲ ಒಂದೆರಡು ವಾರಗಳ ಕಾಲ ಮಾತ್ರ ಇರುತ್ತದಂತೆ. ಅದನ್ನು Golden Polish Autumn ಎಂದು ಕರೆಯುತ್ತಾರಂತೆ. ನಮ್ಮ ಪುಣ್ಯಕ್ಕೆ ನಾವು ಆ ತಿಂಗಳಲ್ಲೇ ಬಂದಿದ್ದೆವು ನಮಗೇ ಗೊತ್ತಿಲ್ಲದಂತೆ. ಹಳದಿ, ಹಸಿರು, ಕಡು ಹಸಿರು, ಕೆಂಪು, ಕೇಸರಿ ಎಲ್ಲ ಬಣ್ಣಗಳ ಎಲೆಗಳನ್ನು ಹೊತ್ತ ಮರಗಳು... ಚಿತ್ರಕಾರನೊಬ್ಬ ಕ್ಯಾನ್ವಾಸ್ ಮೇಲೆ ಎಲ್ಲ ಬಣ್ಣಗಳನ್ನು ಒಟ್ಟಾಗಿ ಕಲೆಸಿ ಎರಚಿದಂತಿತ್ತು ಆ ರಸ್ತೆ. ಕಡುವರ್ಣಗಳ ಮೋಹಿಯಾದ ನಾನು ಅದನ್ನು ತನ್ಮಯಳಾಗಿ ನೋಡುತ್ತಿರುವಾಗಲೇ ಜಿಟಿಜಿಟಿ ಮಳೆ ರಣಮಳೆಗೆ ತಿರುಗಿತು.

ಮೋರ್ಗ್ಯುರೀತಾ 'ಓಹ್ ಇದೀಗ ಕಷ್ಟವಾಯಿತು' ಎಂದು ಉದ್ಗರಿಸಿದಳು. ಒಳಗೊಳಗೇ ತುಂಬ ಆತಂಕವೆನಿಸಿತು. ಆದರೆ ಸುಮ್ಮನೆ ಮಳೆ ನಿಲ್ಲುತ್ತದಾ ಇಲ್ಲವಾ,

ನೋಡುತ್ತೇವಾ ಇಲ್ಲವಾ ಎಂದೆಲ್ಲ ತಲೆ ಕೆಡಿಸಿಕೊಳ್ಳುವುದರ ಬದಲು ರಮ್ಯ ಪ್ರಯಾಣವನ್ನು ಅನುಭವಿಸುವುದೊಂದೇ ಮಾರ್ಗ ಉಳಿದಿತ್ತು. ಬದಿಯ ಕಿಟಕಿಯ ಗಾಜು ಪೂರ್ತಿ ಮಳೆಯಿಂದ ಆವೃತ್ತವಾಗಿತ್ತು. ಎದುರಿನ ಗಾಜಿನ ಮೇಲೆ ಅತ್ತಿಂದಿತ್ತ ಆಡುತ್ತಿದ್ದ ವೈಪರ್‌ನಿಂದಾಗಿ ಫೋಟೋ ತೆಗೆಯುವುದು ಕಡುಕಷ್ಟವಾಗುತ್ತಿತ್ತು. ಆದರೆ ಸಿಕ್ಕಷ್ಟೇ ಸಿಗಲಿ, ನನ್ನ ಮೊಬೈಲ್ ಏನು ಫೋಟೋ ತುಂಬಿಸಿಕೊಂಡು ಭಾರವಾದೆ ಎಂದು ಅಳುವುದಿಲ್ಲವಲ್ಲ ಎಂದು ಸಿಕ್ಕಿದ್ದನ್ನೆಲ್ಲ ಕ್ಲಿಕ್ಕಿಸುತ್ತ ಕುಳಿತೆ, ನೂರರಲ್ಲಿ ಹತ್ತಾದರೂ ಚೆಂದ ಬಂದಿದ್ದರೆ ಸಾಕು, something is better than nothing ಎಂದುಕೊಳ್ಳುತ್ತ.

ವಿದೇಶಗಳಲ್ಲಿನ ಸಾರಥಿಗಳಲ್ಲಿ ಸಾಕಷ್ಟು ಜನ ಸ್ವತಃ ಗೈಡ್ ಕೂಡಾ ಆಗಿರುವುದರಿಂದ ಬರೀ ಗಾಡಿ ಚಾಲನೆ ಮಾಡುವುದಲ್ಲದೇ ಅಲ್ಲಿನ ರಾಜಕೀಯ, ಚರಿತ್ರೆ, ಭೂಗೋಳ, ಜನಜೀವನ ಎಲ್ಲದರ ಬಗ್ಗೆಯೂ ತುಂಬ ಉತ್ಸುಕರಾಗಿ ಮಾತನಾಡುತ್ತಾರೆ. ಜೊತೆಗೆ ಎಲ್ಲಕ್ಕಿಂತ ಮುಖ್ಯವಾಗಿ ಮೋರ್ಗುರೀತಾಗೆ ಭಾರತ ಎನ್ನುವ ಹೆಸರಿನ ದೇಶ ಒಂದಿದೆ ಈ ಭೂಮಂಡಲದಲ್ಲಿ ಎಂದು ಗೊತ್ತಿದೆ ಎನ್ನುವುದು 'ಸೋ ನೀವೆಲ್ಲ ಭಾರತದವರು' ಎಂದು ಮಾತಿಗೆ ಶುರುವಿಟ್ಟುಕೊಂಡಾಗಲೇ ಗೊತ್ತಾಗಿದ್ದು!

ಬೇರೆ ದೇಶದ ಸಾಕಷ್ಟು ಜನರಿಗೆ ಹಾಗೊಂದು ದೇಶ ಇದೆ ಎನ್ನುವುದೂ ಗೊತ್ತಿರುವುದಿಲ್ಲ! ಇವಳಿಗೆ ನಮ್ಮ ದೇಶದ ಹೆಸರು ಗೊತ್ತಿದ್ದಷ್ಟೇ ಅಲ್ಲದೇ, ನಮ್ಮ ದೇಶದ ತಿನಿಸುಗಳನ್ನು ತಿನ್ನುವ ಅಭ್ಯಾಸವೂ ಇತ್ತು! 'ನನಗೆ ದಾಲ್, ಪನೀರ್, ರೋಟಿ ಎಲ್ಲ ಇಷ್ಟ. ಆದರೆ ಮೊದಲಲ್ಲಿ ಯಾವುದಕ್ಕೆ ಏನು ಹಾಕಿಕೊಂಡು ತಿನ್ನಬೇಕು ಎಂದು ತಿಳಿಯದೇ ಎಲ್ಲವನ್ನೂ ಹಾಗೆಹಾಗೇ ತಿಂದುಬಿಡುತ್ತಿದ್ದೆ. ನಂತರವೇ ರೋಟಿಗೆ ದಾಲ್ ಸೇರಿಸಿ ತಿನ್ನಬೇಕು ಎಂದೆಲ್ಲ ಗೊತ್ತಾಗಿದ್ದು' ಎಂದು ನಗಾಡಿದಳು.

ಇದುವರೆಗೆ ಯಾವ ದೇಶಕ್ಕೆ ಹೋದಾಗಲೂ ಹೀಗೆ ನಮ್ಮ ಭಾರತೀಯ ಖಾದ್ಯಗಳು ಇಷ್ಟ ಎನ್ನುವ ಒಬ್ಬಳೇ ಒಬ್ಬಳು ಗೈಡ್ ಎದುರಾಗಿರಲಿಲ್ಲ ನಮಗೆ. 'ಹೇ ಮಾಂಸಾಹಾರ ತಿನ್ನುವ ಜನರಿಗೆ ಸಸ್ಯಾಹಾರ ಹಿಡಿಸುವುದಿಲ್ಲ. ಅಂಥದ್ದರಲ್ಲಿ ನಿನಗೆ ಇವೆಲ್ಲ ಹೇಗೆ ಇಷ್ಟ' ಎಂದೆ ಬೆರಗಿನಿಂದ. 'ನಾನು ಮಾಂಸಾಹಾರಿಯಲ್ಲ, ಸಸ್ಯಾಹಾರಿಯೇ' ಅಂದಾಗ ಮತ್ತಿಷ್ಟು ಬೆರಗು ನನಗೆ. 'ಸಸ್ಯಾಹಾರವೇ ಸಿಗದ ನಿಮ್ಮ ದೇಶದಲ್ಲಿ ನೀನು ಹೇಗೆ ಸಸ್ಯಾಹಾರಿಯಾಗಿ ಹುಟ್ಟಿದೆ?' ಎಂದು ವಿಚಾರಿಸಿದಾಗ 'ನಾನು ಹುಟ್ಟಿನಿಂದ ಮಾಂಸಾಹಾರಿಯೇ. ಸಸ್ಯಾಹಾರ ನನ್ನ ಈಗಿನ ಆಯ್ಕೆ' ಎಂದಳು. 'ಅದು ಸರಿ, ನೀನು ಟೂರ್ ಗೈಡ್. ಮನೆಯಿಂದ ಹೊರಗೆ ಹೋದಾಗ ಸಸ್ಯಾಹಾರ ಸಿಗುತ್ತದಾ?' ಎಂದೆವು.

ಸಿಗುತ್ತದೆ ಅಂತಾದರೆ ಎಲ್ಲಿ, ಹೇಗೆ ಎಂದು ವಿಚಾರಿಸಿಕೊಳ್ಳುವಾ ಎಂದರೆ ಅವಳು 'ಇಲ್ಲ. ಸಸ್ಯಾಹಾರ ಸಿಗುವುದೇ ತುಂಬ ಅಪರೂಪ' ಎಂದು ನಮ್ಮ ಆಸೆಗೆ ತಣ್ಣೀರೆರೆಚಿದಳು. 'ಮತ್ತೆ ಊಟಕ್ಕೇನು ಮಾಡುತ್ತೀ?' ಎಂದರೆ 'ಹಣ್ಣು ಇಟ್ಟುಕೊಂಡಿರುತ್ತೇನೆ. ಇಲ್ಲವಾದರೆ ಕುಕೀಸ್. ಸಮಯವಿದ್ದರೆ ಮನೆಯಿಂದ ಏನಾದರೂ ಮಾಡಿ ತಂದಿರುತ್ತೇನೆ' ಎಂದಳು. 'ಅಂತೂ ನೀನು ತುಂಬ ವಿಚಿತ್ರ. ಸಸ್ಯಾಹಾರವೇ ಸಿಗದ ದೇಶದವಳು ಕಷ್ಟಪಟ್ಟು ಸಸ್ಯಹಾರಿಯಾಗುವುದೇ ವಿಚಿತ್ರವಲ್ಲವೇ?' ಎಂದಾಗ ಅವಳು ನಗುತ್ತಾ 'ಹೌದು! ಕೆಲವರು ಹಾಗೆ ಇರುತ್ತೀವಿ. ಎಲ್ಲರೂ ಯೂರೋಪ್‌ನ ಫೇಮಸ್ ದೇಶಗಳಿಗೆ ಹೋಗುವಾಗ ನೀವು ಅದನ್ನೆಲ್ಲ ಬಿಟ್ಟು ನಮ್ಮ ದೇಶಕ್ಕೆ ಬಂದಿದ್ದೀರಲ್ಲ ಹಾಗೆ' ಎಂದಳು ನಗುತ್ತಾ. ನಾನು 'ನನಗೆ ನಿಮ್ಮೂರಿಗೆ ಬರುವುದು ಬಹಳ ದಿನಗಳ ಕನಸು ಮೋರ್ಗುರೀತಾ. ಇಲ್ಲಿಗೆ ನನ್ನನ್ನು ಕರೆತಂದಿದ್ದು ಆ ಕಿರಾತಕ ಹಿಟ್ಲರ್' ಎಂದೆ. 'ಓಹ್ ನಿಮಗೆ ನಮ್ಮ ಚರಿತ್ರೆಯಲ್ಲಿ ಆಸಕ್ತಿ ಇದೆಯಾ' ಎಂದಳು ಖುಷಿಯಲ್ಲಿ. 'ನಾನು ಬಂದಿರುವುದೇ ಆ ಉದ್ದೇಶದಿಂದ' ಎಂದೆ.

ಅಷ್ಟರಲ್ಲಿ ಸುಮಾರು 50 ಕಿಲೋಮೀಟರ್ ಬಂದಿರಬೇಕು, ಆಗಲೇ ಮಳೆ ಇದ್ದಕ್ಕಿದ್ದಂತೆ ಇಳಿಮುಖವಾಯಿತು! ಇನ್ನೊಂದು 10 ಕಿಲೋಮೀಟರ್ ಸಾಗುವುದರಲ್ಲಿ ಮಳೆ ಸುಮಾರು ನಿಲ್ಲುವ ಹಂತಕ್ಕೆ ಬಂದಿತ್ತು. 'ಇಲ್ಲಿ ಹೀಗೆಯೇ ಮಳೆ ಬರುವುದಾ... ಅನಿರೀಕ್ಷಿತವಾಗಿ?' ಎಂದು ಕೇಳಿದೆ. ಅದಕ್ಕೆ ಮೋರ್ಗುರೀತಾ 'ನಿಜಕ್ಕೂ ಹೇಳಬೇಕೆಂದರೆ ಈ ಕಾಲದಲ್ಲಿ ಮಳೆಯೇ ಬರುವುದಿಲ್ಲ. ಈಗ ಈ ರೀತಿ ಮಳೆ ಹಿಡಿದಿರುವುದೇ ನನಗೆ ಆಶ್ಚರ್ಯ. ಪ್ರಕೃತಿಯೂ ಒಮ್ಮೊಮ್ಮೆ ಮಗುವಿನಂತೆ ತುಂಟಾಟವಾಡುತ್ತದೆ. ಮಕ್ಕಳ ದಿನಚರಿಗೆ ಅಮ್ಮಂದಿರು ಹೊಂದಿಕೊಳ್ಳಲೇ ಬೇಕಲ್ಲ' ಎಂದು ನಕ್ಕವಳು ಇದ್ದಕ್ಕಿದ್ದಂತೆ ನಿಮಗೆ ಹಿಟ್ಲರ್‌ನ ಬಗ್ಗೆ ಆಸಕ್ತಿಯಿದೆ ಎಂದಾದಲ್ಲಿ ರಿಯಾಸಾ ಕಾಂಪ್ಲೆಕ್ಸ್ ಬಗ್ಗೆ ಒಂದಿಷ್ಟು ಮಾಹಿತಿ ನೀಡುತ್ತೇನೆ. ಇದರಿಂದ ನೋಡಿದಂತೇನೂ ಆಗುವುದಿಲ್ಲವಾದರೂ, ನೀವು ಏನು ಮಿಸ್ ಮಾಡಿಕೊಂಡಿರಿ ಅನ್ನುವುದು ತಿಳಿಯುತ್ತದಷ್ಟೇ. ಬೆಳಗ್ಗೆ

ಬಂದಿದ್ದರೆ ಎಲ್ಲವನ್ನೂ ನೋಡಬಹುದಿತ್ತು' ಎಂದು ಕನಿಕರದಿಂದ ಹೇಳಿ, ಮಾಹಿತಿ ನೀಡಲಾರಂಭಿಸಿದಳು...

'ರಿಯಾಸಾ ಕಾಂಪ್ಲೆಕ್ಸ್ ಅನ್ನುವುದು ಮಹಾನ್ ಹಠಮಾರಿಯಾದ ಹಿಟ್ಲರ್‌ನ ಮಹತ್ವಾಕಾಂಕ್ಷೆಯ ಪ್ರಾಜೆಕ್ಟ್. ರಿಯಾಸಾ ಎಂದರೆ ಜರ್ಮನ್ ಭಾಷೆಯಲ್ಲಿ ಬೃಹದಾಕಾರ ಎಂದರ್ಥ. ಹಾಗಾಗಿಯೆ ಔಲ್ ಪರ್ವತಗಳ ಒಳಗೆ ಅಡಗಿದ ಆರು ಸುರಂಗಮಾರ್ಗವನ್ನು ಒಂದು ಮುಖ್ಯ ಕ್ಯಾಸಲ್‌ಗೆ ಜೋಡಿಸುವ ಈ ಬೃಹದಾಕಾರದ ಯೋಜನೆಗೆ ರಿಯಾಸಾ ಕಾಂಪ್ಲೆಕ್ಸ್ ಎನ್ನುವ ಹೆಸರು ಬಂದಿದ್ದು.

ಒಂದು ಸುರಂಗಮಾರ್ಗದಿಂದ ಇನ್ನೊಂದಕ್ಕೆ ಸುಮಾರು 2 ರಿಂದ 9 ಕಿಲೋಮೀಟರ್‌ಗಳ ಅಂತರವಿದೆ ಮತ್ತು ಇವೆಲ್ಲವೂ ಕೊಂಡಿಯಾದ ಶಾಝ್ ಕ್ಯಾಸಲ್ ಸುಮಾರು 30–40 ಕಿಲೋಮೀಟರ್ ದೂರದಲ್ಲಿದೆ! ಅಂದರೆ ಕಿಲೋಮೀಟರ್‌ಗಟ್ಟಳೆ ಪರ್ವತವನ್ನು ಕೊರೆದು ಒಳಗೊಳಗೆ ಸುರಂಗಮಾರ್ಗ ತೋಡಬೇಕು! ಇದೆಲ್ಲಿನ ಹುಚ್ಚು ಅನ್ನಿಸಬೇಕು ಹಾಗಿದೆ ಇಡೀ ಪ್ರಾಜೆಕ್ಟ್.

ಈ ಪ್ರಾಜೆಕ್ಟ್‌ನ ಮೂಲ ಉದ್ದೇಶ ಏನೆಂಬುದು ಇಂದಿಗೂ ನಿಗೂಢವಾಗಿದೆ. ಇದು ಹಿಟ್ಲರ್‌ನ ಅಡಗುದಾಣ ಎಂದು ಕೆಲವರು ಹೇಳಿದರೆ, ಮತ್ತೆ ಕೆಲವರು ಇದು ನಾಝಿಗಳ ಮಿಲಿಟರಿ ಮುಖ್ಯ ಕಚೇರಿ, ಶಸ್ತ್ರಾಸ್ತ್ರಗಳ ತಯಾರಿಕಾ ಘಟಕದ ಅಡಗುದಾಣ, ಅಟಾಮಿಕ್ ಬಾಂಬ್ ತಯಾರಿಕಾ ಘಟಕ... ಹೀಗೆ ನಾನಾ ಊಹಾಪೋಹಗಳನ್ನು ಮಾಡುತ್ತಾರೆ. ಇನ್ನೊಂದು ವಾದದ ಪ್ರಕಾರ ಜ್ಯೂಗಳ ಮನೆ ಆಕ್ರಮಿಸಿಕೊಳ್ಳುವಾಗ ಸಿಕ್ಕಿದ ಚಿನ್ನ, ಬೆಳ್ಳಿಯನ್ನು ಕದ್ದು ಮುಚ್ಚಿಡಲು ಈ ಜಾಗ ಬಳಸುವ ಉದ್ದೇಶವಿದ್ದಿರಬೇಕು ಎಂದೂ ಹೇಳುತ್ತಾರೆ. ಈ ಚಿನ್ನ–ಬೆಳ್ಳಿ ಮುಚ್ಚಿಟ್ಟಿರುವ ಊಹಾಪೋಹದ ಬಗ್ಗೆಯಂತೂ ತುಂಬ ತಮಾಷೆ ಎನ್ನಿಸುವ ಕಥೆಗಳಿವೆ.

ನಾಝಿಗಳು ಒಂದು ಟ್ರೈನ್‌ನಲ್ಲಿ ಲೂಟಿ ಮಾಡಿದ ಚಿನ್ನ ಬೆಳ್ಳಿಯನ್ನೆಲ್ಲ ತುಂಬಿಸಿ ಕಳಿಸಿದರಂತೆ. ಅದು ಈ ಸುರಂಗದೊಳಗೆ ನುಗ್ಗಿ ಮಾಯವಾದದ್ದು ಆ ನಂತರ ಎಂದೂ ಮತ್ತೆ ಕಾಣಿಸಲೇ ಇಲ್ಲವಂತೆ ಎಂದೆಲ್ಲ ಕತೆಗಳು ಹರಡಿ ಅದಕ್ಕಾಗಿ ಯಾರ್ಯಾರೋ ಅಲ್ಲಿ ಉಳಿದಿರುವ ರೈಲನ್ನು ಹುಡುಕಿ ತೆಗೆಯುತ್ತೇವೆ ಎಂದು ಸರಕಾರದ ಜೊತೆ ಏನೇನೋ ಒಪ್ಪಂದ ಮಾಡಿಕೊಂಡು, ಅಗೆದು, ಕೊನೆಗೆ ನೋಡಿದರೆ ಏನೇನೂ ಸಿಗಲಿಲ್ಲವಾಯಿತು! ಆದರೂ ಅದು ಇನ್ನೂ ಸಿಕ್ಕಿಲ್ಲವಾದ್ದರಿಂದ ಈಗಲೂ ಅಲ್ಲೇ ಎಲ್ಲೋ ಉಳಿದಿದೆ ಎನ್ನುವ ಭರವಸೆ ಇದೆಯಂತೆ!

ಆದರೆ ಹಾಗೊಂದು ಊಹಾಪೋಹದ ಕತೆಯಿಂದ ಆದ ಲಾಭವೇನೆಂದರೆ ಪ್ರವಾಸಿಗರ ಸಂಖ್ಯೆ ತೀವ್ರಗತಿಯಲ್ಲಿ ಏರಿದ್ದು. ಅದರಿಂದ ಸಾಕಷ್ಟು ಹಣ ಹರಿದು ಬಂದಿದ್ದರಿಂದ ನಿಜಕ್ಕೂ ಚಿನ್ನದ ರೈಲು ಅದಾಗಲೇ ಬಂದು ಆಗಿತ್ತು ಎಂದು ಈಗಲೂ

ಕೆಲವರು ನಗಾಡುತ್ತಾರೆ! ಒಟ್ಟಿನಲ್ಲಿ ಇದರ ಉದ್ದೇಶವೇನು ಎಂಬುದು ಇಂದಿಗೂ ಯಾರಿಗೂ ಗೊತ್ತಿಲ್ಲ.

ಇಂಥ ಬೃಹತ್ ಯೋಜನೆಗೆ ತಗಲುವ ವೆಚ್ಚ ತೀರಾ ಹೆಚ್ಚು ಎಂದು ಇದನ್ನು ಕೈ ಬಿಡಲು ಒತ್ತಾಯಿಸಿದಾಗಲೂ ಹಿಟ್ಲರ್ ಯಾರ ಮಾತೂ ಕೇಳಲಿಲ್ಲ. ಇದರ ನಿರ್ಮಾಣ 1943ರಲ್ಲಿ ಪ್ರಾರಂಭವಾಗಿಯೇ ಬಿಟ್ಟಿತು. ಇದಕ್ಕೆ ಹತ್ತಿರದ ಗ್ರೋಸ್ ರೋಸೆನ್ ಮತ್ತು ಆಶ್ವಿಟ್ಸ್ ಕಾನ್ಸನ್ಟ್ರೇಷನ್ ಕ್ಯಾಂಪ್‌ಗಳಿಂದ ಜ್ಯೂಗಳು ಮತ್ತು ಇನ್ನಿತರ ಯುದ್ಧ ಖೈದಿಗಳನ್ನು ಇಲ್ಲಿಗೆ ಕಳಿಸಿದರು. ಒಂದು ಅಂದಾಜಿನ ಪ್ರಕಾರ ಈ ಯೋಜನೆಗೆ 30 ಸಾವಿರ ಜನ ಕೆಲಸ ಮಾಡಿದ್ದಿರಬಹುದು ಎನ್ನಲಾಗುತ್ತದೆ. ಬೆಟ್ಟವನ್ನು ಸ್ಫೋಟಿಸಿ ನಂತರ ಅದರ ಒಳಗೆ ಕಾಂಕ್ರೀಟ್ ಮತ್ತು ಉಕ್ಕಿನ ತಡೆಗೋಡೆ ನಿರ್ಮಿಸುವ ಅತ್ಯಂತ ಕಠಿಣ ಕೆಲಸವನ್ನು ಆ ಕೊರೆಯುವ ಚಳಿಯಲ್ಲಿ ಜ್ಯೂಗಳು, ಮತ್ತಿತರ ಯುದ್ಧ ಖೈದಿಗಳು ಅರೆಹೊಟ್ಟೆಯಲ್ಲಿ ಮಾಡಬೇಕಿತ್ತು.

ಆ ಪ್ರತಿಕೂಲ ವಾತಾವರಣದಲ್ಲಿ ಕಷ್ಟದ ಕೆಲಸ ಮಾಡಿ ಮಾಡಿ ಸೊರಗಿದವರಿಗೆ ಭುಗಿಲೆದ್ದ ಟೈಫಸ್ ರೋಗ ಅಂಟಿಕೊಂಡಿತು. ಅಂಥ ಸಮಯದಲ್ಲಿಯೂ ಅವರಿಗೆ ಕೆಲಸದಿಂದ ಯಾವ ರಿಯಾಯಿತಿಯೂ ದೊರಕಲಿಲ್ಲ. ಇಂಥ ನರಕಸದೃಶ ವಾತಾವರಣದಲ್ಲಿ ಜನರು ಹುಳಗಳಂತೆ ಸಾಯುತ್ತಿದ್ದರೆ ಪಾಪ ಹಿಟ್ಲರ್‌ಗೆ ಕೆಲಸ ನಿಧಾನವಾಗುತ್ತಿರುವುದರ ಬಗ್ಗೆ ಚಿಂತೆ. ಹಾಗಾಗಿ ಅದರ ಗುತ್ತಿಗೆಯನ್ನು ಮತ್ತೊಂದು ಏಜೆನ್ಸಿಗೆ ವಹಿಸಿಕೊಟ್ಟ. ಆದರೆ ಕೆಲಸಗಾರರು ಮಾತ್ರ ಮತ್ತದೇ ಯುದ್ಧ ಖೈದಿಗಳು ಮತ್ತು ಜ್ಯೂಗಳೇ. ನರಕ ಹಿಂಸೆ ತಾಳಲಾರದ ಹಲವರು ಪ್ರಾಣ ಬಿಟ್ಟರೆ, ಮತ್ತಿಷ್ಟು ಜನ ಓಡಿಹೋಗಲು ಪ್ರಯತ್ನಿಸಿ ಸಿಕ್ಕಿಹಾಕಿಕೊಂಡು ನೇಣುಗಂಬಕ್ಕೇರಿದರು.

ಹಸಿವು, ಆಯಾಸ, ಗಲೀಜಿನ ವಾತಾವರಣದಿಂದ ಸರಿಸುಮಾರು 5 ಸಾವಿರ ಜನ ಸತ್ತಿರಬೇಕು ಎಂದು ಲೆಕ್ಕ ಹಾಕುತ್ತಾರೆ. ಇಷ್ಟೆಲ್ಲ ಜನ ಅದರಲ್ಲಿ ಕೈ ಜೋಡಿಸಿದರೂ 1945ರ ವೇಳೆಗೆ 9 ಕಿಲೋಮೀಟರ್‌ನಷ್ಟು ಅಗೆಯಲು ಸಾಧ್ಯವಾಗಿತ್ತಷ್ಟೇ. ಅಷ್ಟರಲ್ಲಿ ಯುದ್ಧ ಮುಗಿದು ಹೋಗಿದ್ದರಿಂದ ಹಿಟ್ಲರ್‌ನ ಸೇನೆ ಇದ್ದಕ್ಕಿದ್ದಂತೆ ಜಾಗ ಖಾಲಿ ಮಾಡಿದೆ. ಹೋಗುವಾಗ ಎಲ್ಲ ಸಾಕ್ಷ್ಯಗಳನ್ನೂ ನಾಶ ಪಡಿಸಿ ಹೋಗಿದೆ. ಹಾಗಾಗಿ ಇದರ ಬಗ್ಗೆ ಯಾವ ಮಾಹಿತಿಯೂ ಸಿಕ್ಕಿಲ್ಲ. ಒಟ್ಟಿನಲ್ಲಿ ಅಬ್ಬೆಪಾರಿಯಂತೆ ಇಡೀ ಗುಡ್ಡ ಅಲ್ಲಲ್ಲಿ ಅಗೆಸಿಕೊಂಡು ಉಳಿಯಿತು ಮಾತ್ರ.

ಪೋಲೆಂಡ್ ಸರಕಾರಕ್ಕೆ ಈ ಸ್ಥಳಗಳ ಮೇಲೆ ಸ್ವಲ್ಪವೂ ಆಸಕ್ತಿ ಇಲ್ಲದೇ ಹಾಗೆ ಹಾಗೇ ಪಾಳು ಬಿದ್ದಿದ್ದು ಇತ್ತೀಚಿನ ವರ್ಷಗಳಲ್ಲಿ ಅವುಗಳನ್ನು ಪ್ರವಾಸಿಗರಿಗೆ ತೋರಿಸುವ ಕೆಲಸ ಶುರುವಾಯಿತು. ಅಷ್ಟರಲ್ಲಿ ವರ್ಷಗಳ ಕಾಲದ ನಿರ್ಲಕ್ಷ್ಯದಿಂದ ಸುರಂಗಗಳ ಒಳಗೆಲ್ಲ ನೀರು ತುಂಬಿಕೊಂಡು ಒಳಗೆ ಕಾಲಿಡಲೂ ಆಗದ ಸ್ಥಿತಿಯಲ್ಲಿ ಇತ್ತು.

ಈಗ ಅವುಗಳಲ್ಲಿ ಒಶೋವ್ಕಾ, ವ್ಲೊಡಾರ್ಝ್ ಮತ್ತು ಝೆಕ್ಸ್ಕಾ ಮೂರು ಜಾಗಗಳು ಮಾತ್ರ ಪ್ರವಾಸಿಗರಿಗೆ ನೋಡಲು ಆಗುತ್ತದೆ. ಉಳಿದವನ್ನೆಲ್ಲ ಮುಚ್ಚಿ ಬಿಟ್ಟಿದ್ದಾರೆ. ಇದ್ದುದರಲ್ಲಿ ಹೆಚ್ಚು ನೋಡಲಾಗುವುದು ಒಶೋವ್ಕಾದಲ್ಲಿಯೇ. ಈ ಸ್ಥಳ ಕೂಡಾ ಎಷ್ಟೋ ಕಾಲದಿಂದ ಗಮನ ಹರಿಸದೇ ಕೆಲವೆಡೆ ನೀರು ತುಂಬಿಕೊಂಡು ಕಾಲಿಡಲೇ ಆಗದಂತಾಗಿದೆ. ಅಲ್ಲೆಲ್ಲ ದೋಣಿಯಲ್ಲಿ ಸಾಗಬೇಕಾಗುತ್ತದೆ. ಅದನ್ನೇ ಒಂದು ಸ್ಪೆಷಲ್ ಎಕ್ಸ್‌ಟ್ರೀಮ್ ಟೂರ್ ಎಂದು ಮಾಡಿದ್ದಾರೆ. ಆದರೆ ಅದನ್ನು ನೋಡಲು ಸುಮಾರು ಮೂರು ಗಂಟೆ ಸಮಯ ತಗಲುತ್ತದೆ. ಈಗ ನಮಗೆ ಹೆಚ್ಚು ಸಮಯವಿಲ್ಲ. ಹಾಗಾಗಿ ಚಾರಿತ್ರಿಕ ಟೂರ್, ಕೇವಲ ಒಂದೂವರೆ ಗಂಟೆಯದ್ದು, ಅದನ್ನು ಮಾತ್ರ ನೋಡಬಹುದಷ್ಟೇ' ಎಂದಾಗ ಮನಸೆಲ್ಲ ಕಹಿ ಆದಂತಾದರೂ, ಇಷ್ಟಾದರೂ ಸಿಕ್ಕಿತಲ್ಲ ಬಿಡು ಎಂದು ಸಮಾಧಾನ ಮಾಡಿಕೊಂಡೆ.

ಹೀಗೆ ದಾರಿಯುದ್ದಕ್ಕೂ ಆಸಕ್ತಿಕರವಾದ ಕಥೆ ಕೇಳಿಸಿಕೊಳ್ಳುತ್ತ ಎರಡೂಕಾಲು ಗಂಟೆ ಪ್ರಯಾಣ ಮಾಡಿದ್ದೆವು ಎಂಬುದು ತಿಳಿದಿದ್ದು ಮೋರ್ಗರೀತಾ 'ಅಂತೂ ತಲುಪಿದೆವು. ಮಳೆ ಪೂರ್ತಿ ನಿಂತಿದೆ. ನಿಮ್ಮ ಪುಣ್ಯ' ಎಂದಾಗಲೇ! ಈಗ ಮಳೆ ಪೂರ್ತಿಯಾಗಿ ನಿಂತಿತ್ತು. ಸಂಪೂರ್ಣ ಹಸಿರಿನಿಂದ ಆವೃತವಾದ ಸ್ಥಳದಲ್ಲಿ ಗಾಡಿ ನಿಲ್ಲಿಸಿದವಳು, ಉತ್ಸಾಹದಿಂದ 'ಟಿಕೆಟ್ ತರುತ್ತೇನೆ ಇಲ್ಲೇ ನಿಂತಿರಿ' ಎಂದು ಓಡಿ ಮಾಯವಾಗಿ ಟಿಕೆಟ್ ಮತ್ತು ಆಡಿಯೋ ಗೈಡ್ ಜೊತೆ ಬಂದಳು.

ಎಲ್ಲವನ್ನೂ ನಮಗಿತ್ತು ಒಂದು ಗುಹೆಯ ಬಾಗಿಲ ಬಳಿ ಕಾಯಲು ಹೇಳಿದಳು. ಅಲ್ಲಿ ಕೇವಲ ಮೂರು ಜನ ಮಾತ್ರ ಕಾಯುತ್ತಿದ್ದರು. ಅದು ಬಿಟ್ಟರೆ ನಾವು ನಾಲ್ಕು ಜನ

ಅಷ್ಟೇ. ಕಾದೆವು... ಕಾದೆವು... ಕಾದೆವು... ಎಷ್ಟು ಹೊತ್ತಾದರೂ ಯಾರ ಸುಳಿವೂ ಇಲ್ಲ. ನಿಧಾನವಾಗಿ ಜನ ಸೇರಲಾರಂಭಿಸಿದರು, ಆದರೂ ಗೈಡ್‌ನ ಸುಳಿವಿಲ್ಲ. ಇದೇನು ಎಲ್ಲ ಸೀಟ್‌ಗಳೂ ಭರ್ತಿಯಾಗದೇ ಹೊರಡದ ನಮ್ಮೂರಿನ ಹಳ್ಳಿ ಬಸ್ಸುಗಳ ರೀತಿ ಎಂದು ಬಯ್ದುಕೊಳ್ಳುತ್ತ, ಆಕಳಿಸುತ್ತ ನಿಂತೆವು.

ನಡುನಡುವೆ ನಾನು ಗೇಟ್ ಮುಚ್ಚಿದ್ದ ಬಾಗಿಲಿನಾಚೆ ನಿಂತು ಒಳಗೆ ಬಗ್ಗಿ ನೋಡುತ್ತ ಆ ಕುಖ್ಯಾತ ಹಿಟ್ಲರ್ ಇಲ್ಲಿ ನಡೆದಾಡಿದ್ದನೇ? ನಾನು ಅವನು ನಡೆದ ಜಾಗದಲ್ಲಿ ಈಗ ಹೆಜ್ಜೆ ಇಡುತ್ತಿದ್ದೇನಾ? ನಿಜಕ್ಕೂ?! ಭಾರತಿ... ನಿಜಕ್ಕೂ...?! ಎಂದುಕೊಳ್ಳುತ್ತ ಒಳಹೋಗುವ ಘಳಿಗೆಗಾಗಿ ಕಾಯುತ್ತಾ ನಿಂತೆ.

ಸುಮಾರು ಮುಕ್ಕಾಲು ಗಂಟೆ ಕಳೆದಿರಬೇಕು, ಇದ್ದಕ್ಕಿದ್ದಂತೆ ಒಬ್ಬರು ಕುಳ್ಳಗಿನ ಮನುಷ್ಯ ಪ್ರತ್ಯಕ್ಷರಾಗಿ ಜೋರು ದನಿಯಲ್ಲಿ ಏನೋ ಹೇಳಿದರು. ತಲೆ ಬುಡ ಅರ್ಥವಾಗದೇ ನಿಂತಿದ್ದ ನಮ್ಮನ್ನು ಉದ್ದೇಶಿಸಿ ಮೋರ್ಗುರೀತಾ 'ಈತನೇ ನಿಮ್ಮ ಗೈಡ್. ಬನ್ನಿ ಅತ್ತ ಕಡೆ ಹೆಲ್ಮೆಟ್ ಇದೆ ಹಾಕಿಕೊಳ್ಳಿ ಎಂದು ಹೇಳುತ್ತಿದ್ದಾರೆ, ತೆಗೆದುಕೊಳ್ಳಿ' ಎಂದು ವಿವರಿಸಿದಳು. 'ಅರೆ ಇಂಗ್ಲಿಷ್‌ನಲ್ಲಿಯೂ ಹೇಳಬೇಕಲ್ಲವೇ ಆತ?' ಎಂದಾಗ ಅವಳು ತುಂಬ ಆರಾಮವಾಗಿ 'ಆತನಿಗೆ ಇಂಗ್ಲಿಷ್ ಬರುವುದಿಲ್ಲ' ಎಂದಳು. ಶಾಕ್ ಆದ ನಾವು 'ಮತ್ತೆ ಆತ ಹೇಳಿದ್ದು ನಮಗೆ ಹೇಗೆ ಅರ್ಥವಾಗಬೇಕು? ಇಂಗ್ಲಿಷ್ ಭಾಷೆಯ ಗೈಡೇ ಬೇಕೆಂದು ಮೊದಲೇ ಹೇಳಿದ್ದೆವಲ್ಲ. ಇದು ಅನ್ಯಾಯ...' ಎಂದು ಕೂಗಾಡುವಾಗಲೇ ಮೋರ್ಗುರೀತಾ ಶಾಂತಳಾಗಿ 'ಇಲ್ಲ, ಇಲ್ಲಿ ಇಂಗ್ಲಿಷ್ ಮಾತಾಡುವ ಗೈಡ್‌ಗಳೇ ಇಲ್ಲ! ಹಾಗಾಗಿಯೇ ನಿಮಗೆ ಆ ಆಡಿಯೋ ಗೈಡ್ ಕೊಟ್ಟಿದ್ದು' ಎಂದಳು!

ಇಂಗ್ಲಿಷ್ ಮಾತಾಡುವ ಗೈಡ್ ಇಲ್ಲವೇ ಎಂದು ನಾವು ಪಿಳಿಪಿಳಿ ಕಣ್ಣು ಬಿಟ್ಟೆವು. ಕರ್ನಾಟಕದಲ್ಲಿ ಕನ್ನಡಕ್ಕೇ ಆದ್ಯತೆ ಎಂದು ಇಂದಿಗೂ ವೀರಾವೇಶವಾಗಿ ಹೋರಾಡುತ್ತ, ಸೌತ್ ಇಂಡಿಯನ್ ಮೀಲ್ ದೊರಕುವುದಿಲ್ಲ ಎಂಬ ಹೋಟೆಲ್ಲಿನವರ ಜೊತೆ ಶರಂಪರ ಕಿತ್ತಾಡುತ್ತ, ಮೆಟ್ರೋದಲ್ಲಿ ಹಿಂದಿ ಹೇರಿಕೆ ಎಂದು ಪ್ರತಿಭಟಿಸುತ್ತಲೇ ಬದುಕು ಸಾಗಿಸುತ್ತಿರುವ ನಮಗೆ 'ಇಷ್ಟು ಸರಳವೇ ನಮ್ಮ ಭಾಷೆ, ನಮ್ಮತನ, ನಮ್ಮ ಪದ್ಧತಿ ಉಳಿಸಿಕೊಳ್ಳುವುದು' ಎಂದು ಆಶ್ಚರ್ಯವಾಯಿತು ಜೊತೆಗೆ, ಪ್ರವಾಸಿಗರ ಸಂಖ್ಯೆ ಕಡಿಮೆಯಾಗಬಹುದೆನ್ನುವ ಚಿಂತೆಯೇ ಇಲ್ಲದಂತೆ ಪೋಲಿಷ್ ಭಾಷೆಯ ಗೈಡ್ ಮಾತ್ರ ಇರಿಸುವ ಅವರ ಸ್ವಾಭಿಮಾನವೂ ಮೆಚ್ಚುಗೆಯಾಯಿತು. ಕಿವಿಗೆ ಆಡಿಯೋ ಗೈಡ್ ಸಿಕ್ಕಿಸಿ, ಅವರು ತೋರಿಸಿದ ಕಡೆ ಇದ್ದ ಹೆಲ್ಮೆಟ್ ಏರಿಸಿ ಆತನನ್ನು ಹಿಂಬಾಲಿಸಿದೆವು.

ಸುರಂಗದ ಒಳಗೆ ಮಿಣುಕು ದೀಪವಷ್ಟೇ ಇತ್ತು. ಇಡೀ ಗುಹೆ ಕತ್ತಲು ಕತ್ತಲು, ಒದ್ದೆ ಒದ್ದೆ ವಾತಾವರಣ. ನಮ್ಮ ಗೈಡ್ ದೊಡ್ಡ ಗಂಟಲಲ್ಲಿ ಪೋಲಿಷ್ ಭಾಷೆಯಲ್ಲಿ

ಮಾತನಾಡುತ್ತ ಹೊರಟರು. ನಮ್ಮ ಆಡಿಯೋ ಗೈಡ್‌ನಲ್ಲಿ ಬರುವ ದನಿಯನ್ನು ಮರೆ ಮಾಚುವಷ್ಟು ದೊಡ್ಡ ಕಂಠ ಆತನದ್ದು! ನಮ್ಮ ಆಡಿಯೋ ಗೈಡ್‌ನಲ್ಲಿ ಬರುವುದನ್ನು ಕೇಳಿದಂತೆಯೇ ಇದೆ ಈಯಪ್ಪನ ದನಿಯೆದುರು ಎಂದುಕೊಂಡೆ!

ಮೊದಲಿಗೆ ಸಿಮೆಂಟ್ ಪ್ಲಾಸ್ಟರ್ ಆಗಿದ್ದ ಗೋಡೆಗಳು ಎದುರಾದವು. ಇಡೀ ರಿಯಾಸಾ ಕಾಂಪ್ಲೆಕ್ಸ್‌ನಲ್ಲಿ ಪೂರ್ತಿ ಮುಗಿದಿರುವ ಇಂಥ ಗೋಡೆ ಕೆಲವೇ ಕೆಲವು. ಅದು ಬಿಟ್ಟರೆ ಕೊನೆಯವರೆಗೆ ಎಲ್ಲ ಅಗೆದ, ಕೆತ್ತಿದ, ಕೊರೆದ ಅರೆಬರೆ ನಿರ್ಮಾಣಗಳೇ. ಎತ್ತೆತ್ತ ನೋಡಿದರೂ ಮಿನಿ ಬೆಟ್ಟದಷ್ಟು ಎತ್ತರದ ಮಣ್ಣಿನ ರಾಶಿ! ದಾಟಿ ಮುಂದಕ್ಕೆ ಹೋಗುತ್ತಿದ್ದಂತೆಯೇ ಅಲ್ಲಲ್ಲಿ ಸಣ್ಣಪುಟ್ಟ, ತಲೆಯ ಮೇಲೆ ತಾಕುವಂತೆಯೇ ಇದ್ದ ಕಬ್ಬಿಣದ ಸರಳುಗಳ ಹೊದಿಕೆ, ವಯರ್ ಮೆಷ್‌ಗಳ ಸುರಂಗ ಮಾರ್ಗ ಎದುರಾಯಿತು.

ಆಗಲೇ ನಮಗೆ ಹೆಲ್ಮೆಟ್ ಕೊಟ್ಟಿದ್ದೇಕೆ ಎಂದು ಅರಿವಾದದ್ದು. ಅದನ್ನು ಹಾಕದಿದ್ದರೆ ಬುರುಡೆ ಬಿಚ್ಚಿಹೋಗುತ್ತದೆ ಖಂಡಿತಕ್ಕೂ. ಅಲ್ಲಿ ಹಾಗೆ ಇದ್ದರೆ ಮತ್ತೆ ಕೆಲವೆಡೆ ತಾರಸಿ ದೊಡ್ಡ ಥಿಯೇಟರ್‌ನಷ್ಟು ಎತ್ತರ. ಇನ್ನು ಅಲ್ಲಲ್ಲಿ ಕೇಬಲ್‌ಗಳನ್ನು ಎಳೆಯುವ ಉದ್ದೇಶದಿಂದ ನಿರ್ಮಿಸಿರುವ ಕೇಬಲ್ ಕೊಳವೆಗಳು... ದೊಡ್ಡ ದೊಡ್ಡ ಪೈಪ್‌ಗಳ ಸಾಲು ಸಾಲೇ ಇತ್ತು. ಈ ಕಾಂಪ್ಲೆಕ್ಸ್ ಅದೆಷ್ಟು ಬೃಹದಾಕಾರವೆಂದರೆ ಅದರ ಒಳಗೇ ರೈಲ್ವೇ ಸಂಚಾರ ಮಾರ್ಗ ನಿರ್ಮಿಸುವ ಉದ್ದೇಶವೂ ಇತ್ತಂತೆ. ಹಾಗೆ ಎಳೆದಿರುವ ರೈಲ್ವೇ ಹಳಿ ಈಗಲೂ ಇದೆ! ಅದರ ಮೇಲೆ ಸ್ಯಾಂಪಲ್‌ಗೆಂದು ನಿಲ್ಲಿಸಿರುವ ಒಂದು ತಳ್ಳುವ ಗಾಡಿ ಕೂಡಾ ಇದೆ.

ಒಂದು ಕಡೆ ಸುರಂಗ ತೋಡಲು ಬಳಸುತ್ತಿದ್ದ ಆಯುಧಗಳು, ಧರಿಸುತ್ತಿದ್ದ ಹೆಲ್ಮೆಟ್, ಶಸ್ತ್ರಾಸ್ತ್ರಗಳು ಎಲ್ಲವೂ ಅಲ್ಲಿಯೇ ಮಣ್ಣಿನಲ್ಲಿ ಬಿದ್ದಿದ್ದವು. ಇಲ್ಲೊಂದು ವಿಶೇಷವಿದೆ. ಏನೆಂದರೆ ಪೋಲೆಂಡ್ ದೇಶದಲ್ಲಿ ಹಿಟ್ಲರ್ ಎಲ್ಲೆಲ್ಲಿ ಹಾಳುಗೆಡವಿದ್ದನೋ ಆ ಸ್ಥಳಗಳ ಬಗ್ಗೆ ತೀರಾ ವೈಭವೀಕರಿಸಲು ಹೋಗದೆ ತುಂಬ ನಿರ್ಲಿಪ್ತವಾಗಿ ಅಲ್ಲಲ್ಲಿಯೇ ಹಾಗೆ

ಹಾಗೇ ಬಿಟ್ಟು ಬಿಟ್ಟಿದ್ದಾರೆ. ಕಾಲ ಅವನ್ನೆಲ್ಲ ತುಕ್ಕು ಹಿಡಿಸಿದ್ದರೂ ಅದಕ್ಕೆ ಯಾವ ಸುರಕ್ಷತೆಯನ್ನೂ ಒದಗಿಸಲು ಹೋಗಿಲ್ಲ. ಬಹುಶಃ ಅವರಿಗೆ ಇವೆಲ್ಲ ಕರಾಳ ದಿನಗಳ ಬೇಡದ ನೆನಪುಗಳಷ್ಟೇ ಇರಬೇಕೇನೋ. ಅವುಗಳ ಮುಂದೆಲ್ಲ ಏನೇನೋ ಬೋರ್ಡ್‌ಗಳನ್ನು ತಗುಲಿ ಹಾಕಿದ್ದರೂ ಎಲ್ಲವೂ ಪೋಲಿಷ್ ಭಾಷೆಯಲ್ಲಿಯೇ ಇದ್ದವು. ಹಾಗಾಗಿ ಯಾವುದೂ ಏನು ಎತ್ತ ತಿಳಿಯದೇ ಹೋಯಿತು.

ಅಗಾಧವಾದ ಆ ಸುರಂಗ ಮಾರ್ಗದಲ್ಲಿ ಕೇವಲ ನಮ್ಮ ಗೈಡ್‌ನ ದನಿಯನ್ನು ಮಾತ್ರ ಹಿಂಬಾಲಿಸುತ್ತ ಸಾಗಿದೆವು. ನಮಗೆ ಆ ದನಿಯ ಹಿಂದಿದ್ದ ಮನುಷ್ಯ ಅದೆಷ್ಟು ಅಮುಖ್ಯನಾಗಿದ್ದನೆಂದರೆ, ಕೇವಲ ಎತ್ತ ತಿರುಗಬೇಕು ಎನ್ನುವಷ್ಟಕ್ಕೆ ಮಾತ್ರ ಆತನ ಅಗತ್ಯ ಇತ್ತಷ್ಟೇ. ಒಮ್ಮೆಯಂತೂ ಅಲ್ಲಿ ನಿಂತಿದ್ದ ಒಂದು ಟೀಮ್‌ನ ಜೊತೆ ಆ ಕಡೆ ಈ ಕಡೆ ನೋಡುತ್ತ ಸುಮಾರು ಹೊತ್ತು ನಿಂತ ಮೇಲೆ, ಆ ಗುಂಪಿನ ತರುಣಿಯೊಬ್ಬಳು 'ನನಗನ್ನಿಸುತ್ತದೆ, ನೀವು ನಮ್ಮ ಟೀಮ್ ಅಲ್ಲ, ಬೇರೆಯ ಟೀಮ್‌ನವರಿರಬೇಕೆಂದು! ಅವರು ಆಗಲೇ ಸಾಗಿ ಹೋದರು' ಎಂದು ಎಚ್ಚರಿಸಿದಳು. ನಾನು, ಅಪ್ಪ 'ಅರೆ ಹೌದಾ' ಎನ್ನುತ್ತ ಆಗ ಆ ಗುಂಪಿನಲ್ಲಿ ಮಾತನಾಡುತ್ತಿದ್ದ ಗೈಡನ್ನು ಗಮನಿಸಿದರೆ ಆತ ಬೇರೆ ಯಾರೋ! ಇಷ್ಟು ಮೂರ್ಖರಂತೆ ಮುಖವನ್ನೂ ನೋಡದೇ ಇಷ್ಟು ಹೊತ್ತೂ ಯಾವುದೋ ಗುಂಪಿನ ಜೊತೆ ನಿಂತೆವಲ್ಲ ಎಂದು ಗಾಭರಿಯಾಗಿ ಆಕೆಗೆ ಥ್ಯಾಂಕ್ಸ್ ಹೇಳಿ ಓಡು ನಡಿಗೆಯಲ್ಲಿ ಹೆಜ್ಜೆ ಇಕ್ಕಿದವರಿಗೆ ಅವಳು ಹಿಂದಿನಿಂದ 'ಹೆದರಬೇಡಿ ನೀವು ಬೇಕೆಂದರೂ ತಪ್ಪಿಸಿಕೊಳ್ಳಲಾಗುವುದಿಲ್ಲ. ಇರುವುದೇ ಒಂದು ದಾರಿ. ಉಳಿದದ್ದೆಲ್ಲ ಬ್ಯಾರಿಕೇಡ್ ಮಾಡಲಾಗಿದೆ. ಆರಾಮವಾಗಿ ಹೋಗಿರಿ' ಎಂದು ಕೂಗಿದಳು!

ಆದರೂ ನಮ್ಮ ಆತಂಕ ನಮಗೆ. ಮಸುಕುಗತ್ತಲಲ್ಲಿ ಓಡೋಡುತ್ತಲೇ ನಡೆದವರಿಗೆ ಮತ್ತೆ ಯಾವುದೋ ಮೂಲೆಯಲ್ಲಿ ನಿಂತಿದ್ದ ಮತ್ತೊಂದು ಗುಂಪು ಕಾಣಿಸಿತು. ಅದಾದರೂ ನಮ್ಮದೋ, ಅಲ್ಲವೋ ಎಂದು ಅನುಮಾನಿಸುವುದರಲ್ಲಿ ನನ್ನ ಮಗ, ಗಂಡ ಕಣ್ಣಿಗೆ ಬಿದ್ದರು. ಅತ್ತ ಹೆಜ್ಜೆ ಹಾಕಿದ ನಾನು 'ಅಲ್ಲ ಹಾಗೇ ಹೋಗಿ ಬಿಡುವುದಾ ನಮ್ಮನ್ನು ಬಿಟ್ಟು' ಎಂದು ಗದರು ದನಿಯಲ್ಲಿ ಕೇಳಿದರೆ, ಮಗ ಆರಾಮವಾಗಿ 'ಅಯ್ಯೋ ನೀವು ಇರಲಿಲ್ಲವಾ ಇಷ್ಟು ಹೊತ್ತೂ! ಈ ಕತ್ತಲಿನಲ್ಲಿ ನೀವು ಇಲ್ಲ ಅನ್ನುವುದು ನನಗೆ ಗೊತ್ತಾಗಿದ್ದೇ ಈಗ' ಎಂದ! ಹಣೆಬರಹ ಎಂದು ತಲೆ ಚಚ್ಚಿಕೊಂಡು ಸುಮ್ಮನಾದೆ!

ನಮಗೆ ತೋರಿಸುತ್ತಿದ್ದ ಆ ಜಾಗ ಒಟ್ಟಾರೆ ಸ್ಥಳದ ಕೇವಲ ಕಾಲು ಭಾಗವಂತೆ. ಅದೇ ಅಷ್ಟು ದೊಡ್ಡದಾಗಿತ್ತು. ಇನ್ನು ಉಳಿದ ಮುಕ್ಕಾಲು ಭಾಗ ಇನ್ನೆಷ್ಟಿರಬೇಡ! ಆದರೆ ಇಷ್ಟೆಲ್ಲ ದೊಡ್ಡ ಯೋಜನೆಗೆ ಸಾವಿರಾರು ಜನ ಸತ್ತರು ಎನ್ನುವುದು ಬಿಟ್ಟರೆ, ಯೋಜನೆ ಕೊನೆಗೂ ಮುಗಿಯಲೇ ಇಲ್ಲ. ನಾವು ಉಬ್ಬು ತಗ್ಗಿನ ಆ ಹಾದಿಯಲ್ಲಿ ಎತ್ತೆತ್ತಲೋ ಕಾಲು ಹಾಕುತ್ತ, ಏರಿ ಹತ್ತುತ್ತ, ಜಾರುತ್ತ ಸಾಗಿ, ಇಕ್ಕಟ್ಟಿನ ಓಣಿಯಲ್ಲಿ ಉಸಿರು ಸಿಕ್ಕಿಕೊಂಡಂಥ ಹಿಂಸೆ ಅನುಭವಿಸುತ್ತಾ ನಡೆಯುತ್ತಿರುವಾಗಲೇ ಇದ್ದಕ್ಕಿದ್ದಂತೆ

ಎಲ್ಲಿಂದಲೋ ಬೆಳಕು! ಮಬ್ಬಾಗಿದ್ದ ಕಣ್ಣಿಗೆ ಆ ಮೋಡ ಮುಸುಕಿದ ವಾತಾವರಣದ ಬೆಳಕೇ ಕಣ್ಣು ಚುಚ್ಚುವಂತೆನಿಸಿಬಿಟ್ಟಿತು!

ಸುಮ್ಮನೆ ನಡೆದಾಡಿ ಬಂದಿದ್ದಕ್ಕೇ ಬೆಳಕು ಕಂಡಾಗ ಅಷ್ಟು ಹರ್ಷವಾಯಿತಲ್ಲ ನಮಗೆ, ಆ ವಾತಾವರಣದಲ್ಲಿ ಅರ್ಧ ಕಪ್ ಸೂಪ್ ಮತ್ತೆರಡು ತುಂಡು ಬ್ರೆಡ್ ತಿಂದು ಅರೆ ಹೊಟ್ಟೆಯಲ್ಲಿ ಕೆಲಸ ಮಾಡುತ್ತಿದ್ದರಲ್ಲ, ಅವರ ಸ್ಥಿತಿ ಹೇಗಿದ್ದಿರಬಹುದು ಪಾಪ ಅನ್ನಿಸಿತು. ಕೆಲವರು ಹೇಳುತ್ತಾರೆ, ಈ ಸ್ಥಳವನ್ನು ಖಾಲಿ ಮಾಡಿ ಹೋಗುವಾಗ ಅಲ್ಲಿ ಬಾಂಬ್ ಇರಿಸಿ ಎಲ್ಲವನ್ನೂ ನಾಶ ಮಾಡಿಯೇ ಹೋಗುವ ನಿರ್ಧಾರ ಮಾಡಿದಾಗ ನಿತ್ರಾಣರಾಗಿದ್ದ ಜ್ಯೂಗಳನ್ನು, ರೋಗದಿಂದ ಜರ್ಝರಿತರಾದ ಜ್ಯೂಗಳನ್ನು ಒಳಗೇ ಕೂಡಿ ಬೀಗ ಹಾಕಿದ್ದರು ಎಂದು!

ಈ ರೀತಿಯ ಕ್ರೌರ್ಯದ ತುತ್ತ ತುದಿ ತಲುಪುವ ಮನಸ್ಥಿತಿ ಎಲ್ಲಿಂದ ಬಂದಿತೋ ಅವರಿಗೆ ಎಂದು ಪ್ರಶ್ನಿಸಿಕೊಳ್ಳುವಾಗ ಜಾರ್ಜ್ ಆರ್ವೆಲ್‌ನ 'The object of persecution is persecution, the object of torture is torture, the object of power is power' ಎಂಬ ಮಾತು ನೆನಪಾಯಿತು... ಹಿಂಸೆಯ ಮುಖ್ಯ ಗುರಿ ಹಿಂಸೆ ಅಷ್ಟೇ...

ಅಂತೂ ನಮ್ಮ ಪೋಲೆಂಡ್ ಪ್ರವಾಸದ ಆರಂಭ ಸರಿಯಾದ ಸ್ಥಳದಿಂದಲೇ ಪ್ರಾರಂಭವಾಗಿತ್ತು. ಇಷ್ಟು ಹೊತ್ತೂ ಚರಿತ್ರೆಯಲ್ಲಿ ಮುಳುಗಿದ್ದ ನಾವು ಈಗ ವರ್ತಮಾನಕ್ಕೆ switch over ಆಗಬೇಕಿತ್ತು. ಮರಳಿ ದಾರಿ ಸವೆಸಿ ರೈಲು ಹಿಡಿಯಬೇಕಿತ್ತು. ಮೊದಲೇ ಆತಂಕದ ಸ್ವಭಾವದ ನಮಗೆ ಆ ರೈಲ್ವೆ ಸ್ಟೇಷನ್ ಎಷ್ಟು ದೊಡ್ಡದಿದೆಯೋ, ಅಲ್ಲಿ ಎಷ್ಟು ನಡೆಯಬೇಕೋ, ರೈಲು ಮಿಸ್ ಆಗಿಬಿಟ್ಟರೆ ಎಂದೆಲ್ಲ ಗಾಬರಿ. ಆದರೆ ಮೋರ್ಗರೀತಾ 'ಆರಾಮವಾಗಿ ತಲುಪಬಹುದು, ಹೆದರಬೇಡಿ' ಎಂದು ಸಮಾಧಾನಿಸುತ್ತಲೇ ಗಾಡಿ ಓಡಿಸಿದಳು.

ನಮಗೆ ಟೂರ್ ಪ್ರೋಗ್ರಾಮಿನಲ್ಲಿ ಮತ್ಯಾವುದೇ ಎಡವಟ್ಟು ಆದರೂ ಹುಚ್ಚು ಹಿಡಿಯುತ್ತದೆ ಅನ್ನುವ ಸ್ಥಿತಿ ತಲುಪಿತ್ತು. ಅವಳು ಬರುವಾಗಿಗಿಂತ ವೇಗ ಹೆಚ್ಚಿಸಿದಳು. ಮಳೆ ಜಿಟಿಜಿಟಿ ಹನಿಯುತ್ತಲೇ ಇತ್ತು. ನಾವು ಬರುವಾಗಿನ ಶಾಂತ ಸ್ಥಿತಿ ಬಿಟ್ಟು ನಿಮಿಷಕ್ಕೊಮ್ಮೆ ಮೊಬೈಲಿನಲ್ಲಿ ಸಮಯ ನೋಡುತ್ತಾ ಕುಳಿತಿದ್ದೆವು. ದಾರಿಯುದ್ದಕ್ಕೂ ಸಿಗುವ ಅಪರಿಚಿತ ಊರುಗಳ ಬೋರ್ಡ್‌ಗಳನ್ನೆಲ್ಲ ವ್ರೋಟ್ಸ್ವಾ ಇರಬೇಕಾ ಎಂದು ಆಸೆಗಣ್ಣಿನಿಂದ ನೋಡುತ್ತ, ಮತ್ತೆ ನಿರಾಶೆಗೊಳ್ಳುತ್ತ ಕುಳಿತಿದ್ದೆವು.

ಬೆಳಗ್ಗೆ 7ಕ್ಕೆ ತಿಂದಿದ್ದ ತಿಂಡಿ ಕರಗಿಹೋಗಿತ್ತು. ಈಗ ಹೊಟ್ಟೆ ಪೂರಾ ಖಾಲಿ. ಆದರೆ ಊಟ ಮಾಡಲು ಸಮಯವಿರಲಿಲ್ಲ. ಒಟ್ಟಿನಲ್ಲಿ ಆತಂಕದಲ್ಲಿ ಪ್ರಯಾಣಿಸುತ್ತಿರುವಾಗಲೇ ಎಲ್ಲೋ ಅರೆಕ್ಷಣ ಜೊಂಪು ಹತ್ತಿದಂತಾಯಿತು, 'ಊರು ಬಂತು' ಮೋರ್ಗರೀತಾ

ದನಿ ಕಿವಿಯ ಮೇಲೆ ಬಿದ್ದ ಕೂಡಲೇ ಚುರುಕಾದೆವು. ಸಮಯ 2.45! ಅಯ್ಯೋ ಬರೀ 25 ನಿಮಿಷ ಬಾಕಿ ಇದೆ ಎಂದು ಗಡಿಬಿಡಿಯಿಂದ ಲಗೇಜ್ ಇಳಿಸುವಾಗಲೇ ಮೋರ್ಗುರೀತಾ 'ಆತಂಕ ಬೇಡ. ಹೆಚ್ಚು ಸಮಯ ಹಿಡಿಯುವುದಿಲ್ಲ. ಇನ್ನೈದು ನಿಮಿಷದಲ್ಲಿ ರೈಲಿನಲ್ಲಿರುತ್ತೀರಾ' ಎಂದು ಸಮಾಧಾನ ಮಾಡಿ ಕೈಗೆ ನಾಲ್ಕು ಚೀಲಗಳನ್ನಿತ್ತು 'ನಿಮಗೆ ಲಂಚ್ ಕೊಡಿಸಬೇಕಿತ್ತು. ಆದರೆ ಸಮಯವಿರುವುದಿಲ್ಲ ಎಂದು ಗೊತ್ತಿತ್ತು. ಹಾಗಾಗಿ ಇದಿಷ್ಟು ಕಟ್ಟಿಸಿಕೊಂಡು ಬಂದಿದ್ದೇನೆ. ಟ್ರೈನ್ ಹತ್ತಿದ ನಂತರ ಆರಾಮವಾಗಿ ತಿನ್ನಿ' ಎಂದಳು.

ಅವಳಿಗೆ ಕೃತಜ್ಞತೆ ಸಲ್ಲಿಸಿ, ಗಡಿಬಿಡಿಯಲ್ಲಿ ಓಡುತ್ತ ಹೊರಟೆವು. ಅವಳು ಹೇಳಿದಂತೆ ನಿಲ್ದಾಣ ತೀರಾ ದೊಡ್ಡದೇನೂ ಇರಲಿಲ್ಲ. ಸುಲಭವಾಗಿಯೇ ನಮ್ಮ ಟ್ರೈನು ಸಿಕ್ಕಿತು. ಲಗೇಜ್ ಎಲ್ಲ ಒಳಗೆ ಸೇರಿಸಿ ನಿಟ್ಟುಸಿರು ಬಿಟ್ಟೆವು.

ನನ್ನ ಮಗ ಸೀಟ್ ಹುಡುಕಿ ಬರುತ್ತೇನೆಂದು ಹೊರಟವ ಎರಡೇ ನಿಮಿಷದಲ್ಲಿ ಹಿಂದಿರುಗಿ 'ಸೀಟ್ ನಂಬರ್ ಸರಿ ಇದೆಯಾ? ಅಲ್ಲಿ ಈಗಾಗಲೇ ಯಾರೋ ಕೂತಿದ್ದಾರೆ' ಎಂದ. ಮೊದಲೇ ಗಾಬರಿ ಜನರಾದ ನಾವು ಓಡಿದೆವು ಇದೇನು ಎಡವಟ್ಟಾಯಿತಪ್ಪ ಎಂದುಕೊಳ್ಳುತ್ತ. ಅಲ್ಲಿದ್ದ ಆರು ಸೀಟಿನಲ್ಲಿ ಈಗಾಗಲೇ ನಾಲ್ಕು ಜನ ಕುಳಿತಿದ್ದರು. ನಮ್ಮ ಮನಸ್ಸಿನಲ್ಲಿ ಬೇರೂರಿ ಕುಳಿತಿರುವ white supremacy ಥಿಯರಿಯ ಪ್ರಕಾರ ಬೆಳ್ಳಗಿರುವವರೆಲ್ಲ ಮಹಾ ಬುದ್ಧಿವಂತರು, ನಾವು ಪೆದ್ದರು!

ಹಾಗಾಗಿ ಅಷ್ಟು ಆರಾಮವಾಗಿ ಕಾಲಾಡಿಸುತ್ತ ಕುಳಿತವರನ್ನು ನೋಡುತ್ತ 'ಓ ನಮ್ಮ ಟಿಕೆಟ್ ಏನೋ ಎಡವಟ್ಟಾಗಿದೆ' ಎಂದುಕೊಂಡೆವು. ನಾವು ಟಿಕೆಟ್‌ರಹಿತ

ಪ್ರಯಾಣಿಕರಿರಬೇಕು ಎನ್ನುವಂತೆ ಅನುಮಾನದಿಂದ ನಮ್ಮತ್ತ ನೋಡುತ್ತಿದ್ದ ಒಂದು ಜೋಡಿಗೆ ನನ್ನ ಗಂಡ 'ಇದು ನಮ್ಮ ಸೀಟು' ಎಂದ. ಅವರಿಬ್ಬರೂ ಬಯ್ಯುತ್ತಾರೇನೋ ಎಂದು ನಾನು ನಾಲಿಗೆ ಒಣಗಿಸಿಕೊಳ್ಳುತ್ತ ನೋಡುತ್ತಿದ್ದರೆ ಅವರಿಬ್ಬರೂ ಮುಖಮುಖ ನೋಡಿಕೊಳ್ಳುತ್ತ ಒಂದು ಮಾತೂ ಆಡದೆ ಜಾಗ ಖಾಲಿ ಮಾಡಿದರು! ಅಂದರೆ... ಅವರು ಟಿಕೆಟ್ ರಹಿತ ಪ್ರಯಾಣಿಕರಾಗಿದ್ದರು! 'ಭಪ್ಪರೇ ಮಕ್ಕಳಾ! ನೀವೇ ಟಿಕೆಟ್‌ರಹಿತ ಪ್ರಯಾಣಿಕರಾಗಿದ್ದು ನಮ್ಮನ್ನು ಅನುಮಾನದಿಂದ ನೋಡುವಿರಲ್ಲ! ನೀವೇನು ಸಾಮಾನ್ಯರಲ್ಲ' ಎಂದು ಆಡಿಕೊಂಡು ನಕ್ಕೆವು.

ಅಲ್ಲಿದ್ದ ನಡೆದಾಡುವ ಸಣ್ಣ ಜಾಗದಲ್ಲಿ ಸುಮಾರು ಜನ ಸೂಟ್‌ಕೇಸ್‌ಗಳನ್ನಿಟ್ಟು ಅದರ ಮೇಲೆಯೇ ಕುಳಿತಿದ್ದರು ಥೇಟ್ ನಮ್ಮೂರಿನ ಪುಶ್ ಅಂಡ್ ಪುಲ್ ರೈಲುಗಳ unreserved ಬೋಗಿಗಳ ಹಾಗೆ. ಅವರ ಮಧ್ಯೆ ಜಾಗ ಮಾಡಿಕೊಂಡು ಬಾಗಿಲ ಬಳಿ ಇಟ್ಟಿದ್ದ ನಮ್ಮ ಹೆಣಭಾರದ ಲಗೇಜ್‌ಗಳನ್ನು ಅಲ್ಲಿಗೆ ಸಾಗಿಸಿದೆವು. ಸೀಟಿನ ಕೆಳಗೆ ಇಡಲು ಸ್ಥಳ ಇಲ್ಲದ್ದರಿಂದ ಅಷ್ಟು ಭಾರದ ಲಗೇಜನ್ನು ಮೇಲೆ ಸಾಗಿಸಲು ಹೆಣಗಾಡುತ್ತಿರುವಾಗ, ಎದುರು ಕುಳಿತಿದ್ದ ಇನ್ನೊಂದು ಜೋಡಿಯಲ್ಲಿನ ಗಂಡು ತಾನಾಗಿಯೇ ಎದ್ದು ನಿಂತು ಕೈ ಜೋಡಿಸಿ ಸಹಾಯ ಮಾಡಿದ. ಆಗ ತಾನೇ ಎದ್ದು ಹೋದ ಜೋಡಿಯ ನಡವಳಿಕೆಯ ಮೇಲೆ ದೇಶದ ಜನರನ್ನು ಅಳೆದು ಬಿಡುತ್ತಿದ್ದೆವೋ ಏನೋ. ಅಷ್ಟರಲ್ಲಿ ಈತ ನಮ್ಮ ಮನಸನ್ನು ಬದಲಿಸಿದ್ದ!

ಎಲ್ಲ ಜೋಡಿಸಿದ ನಂತರ ಆತ ತಾನಾಗಿಯೇ ಸೈನ್ಯದಲ್ಲಿ ಕೆಲಸ ಮಾಡುತ್ತಿದ್ದೇನೆ ಎಂದು ಪರಿಚಯಿಸಿಕೊಂಡ. ನಮ್ಮದು ಯಾವ ದೇಶ ಎಂದು ಕೇಳಿದ. ಮಗ 'ನಾವು ಇಂಡಿಯಾದವರು' ಎಂದ. 'ಓ ಹೌದಾ! ಇಂಡಿಯಾದಲ್ಲಿ ಬರೀ ಹಳ್ಳಿಗಳಲ್ಲವಾ? ನಿಮ್ಮದು ಯಾವ ಹಳ್ಳಿ?' ಎಂದು ಕೇಳಿದ! ನನ್ನ ಮಗ ನಗುತ್ತ 'ನಾವಿರುವುದು ನಮ್ಮ ರಾಜ್ಯದ ರಾಜಧಾನಿ ಬೆಂಗಳೂರಿನಲ್ಲಿ. ಅದರ ಜನಸಂಖ್ಯೆ ಹನ್ನೆರಡು ಮಿಲಿಯನ್' ಎಂದ. ಆತ 'ಹೌದಾ! ಮತ್ತೆ ಇಂಡಿಯಾದಲ್ಲಿ ಬರೀ ಹಳ್ಳಿಗಳೇ ಇದೆ ಎನ್ನುತ್ತಾರಲ್ಲ?' ಎಂದ ಆಶ್ಚರ್ಯದಿಂದ. ನನ್ನ ಮಗ ನಮ್ಮ ದೇಶದ ಬಗ್ಗೆ ಏನೇನೋ ಅಂಕಿ ಅಂಶ ಕೊಡುತ್ತಿರುವಾಗಲೇ ನಾನು 'ಮಕ್ಕಳ್ರಾ ನಾವು ಮಾತ್ರ ನಿಮ್ಮ ದೇಶದ ಚರಿತ್ರೆ ಎಲ್ಲ ಓದ್ಕೊಂಡು ನೋಡಕ್ಕೆ ಅಷ್ಟು ದೂರದಿಂದೆಲ್ಲ ಬರ್ತೀವಿ. ನೀವು ನೋಡಿದ್ರೆ ನಮ್ಮ ದೇಶದ ಬಗ್ಗೆ ಒಂದಿಷ್ಟು ಮೂಲಭೂತ ವಿಷಯಗಳನ್ನೂ ತಿಳಿದುಕೊಳ್ಳದೇ ಇಡೀ ಜೀವನಾನೇ ಕಳೆದು ಬಿಡ್ತೀರಲ್ಲೋ' ಎಂದು ಬಯ್ದುಕೊಂಡೆ.

ಮೂಲಭೂತ ಅಂದ ಕೂಡಲೇ ಮೂಲಭೂತ ಅಗತ್ಯಗಳಲ್ಲೊಂದಾದ ಹಸಿವು ನೆನಪಾಯಿತು! ಮೋರ್ಗರೀತಾ ಉಡಿ ತುಂಬಿಸಿ ಕೊಟ್ಟಿದ್ದ ಕವರ್ ತೆರೆದರೆ ಅದರಲ್ಲಿ ಸೇಬು, ಸಕ್ಕರೆಯ ಬನ್, ಹಣ್ಣಿನ ಕೇಕ್ ಮತ್ತು ನೀರಿನ ಬಾಟಲ್ ಇತ್ತು. ಧನ್ಯತೆಯ ಭಾವದಿಂದ ತಿನ್ನಲು ಶುರು ಮಾಡಿದೆ...

ಎಡವಟ್ಟಣ್ಣಯ್ಯನ ಊರಿನಲ್ಲಿ...

ರೈಲು 6.30ಕ್ಕೆ ಕ್ರಾಕೋವ್ ನಿಲ್ದಾಣ ತಲುಪಿದಾಗ ಅದರ ವಿಸ್ತಾರ ಕಂಡು ಬೆರಗಾದೆ. ಕ್ರಾಕೋವ್ ಅಂದರೆ ಸಣ್ಣ ಊರಿರಬಹುದೆಂದು ತಿಳಿದಿದ್ದು ತಪ್ಪಾಗಿತ್ತು. ಗಿಜಿಗುಡುವ ರೈಲ್ವೇ ಸ್ಟೇಷನ್‌ನಲ್ಲಿ ಜನರ ಮಧ್ಯೆ ಜಾಗ ಮಾಡಿಕೊಂಡು ಹೊರಬಂದಾಗ ದೊಡ್ಡ ಸಾಹಸ ಮಾಡಿದಂತೆನಿಸಿತ್ತು.

ನಮ್ಮ ಟ್ರಾವೆಲ್ಸ್‌ನವರು ಅಲ್ಲೆಲ್ಲಾದರೂ ಪ್ಲಕಾರ್ಡ್ ಹಿಡಿದು ನಿಂತಿರಬಹುದು ಎಂದೆಣಿಸಿ ನೋಡಿದರೆ ಯಾರ ಸುಳಿವೂ ಇಲ್ಲ. ತೆಪ್ಪಗೆ ಅಲ್ಲೇ ನಿಂತು ಕಾಯಬೇಕು ತಾನೇ ನಾವು ಬೃಹಸ್ಪತಿಗಳು? ಮಹಾ ಸಮಯ ಉಳಿಸಿಬಿಡುವವರಂತೆ 'ನಿಂತೇನು ಮಾಡುವುದು? ಹೆಜ್ಜೆ ಹಾಕೋಣ ಸ್ವಲ್ಪ' ಎಂದುಕೊಳ್ಳುತ್ತ ನಡೆದೆವು. ನಮ್ಮ ರೈಲು ನಿಲ್ಲಿಸಿದ ಪ್ಲಾಟ್‌ಫಾರಂ ಮುಗಿದುಹೋಯಿತು. ಹಾಗೆಯೇ ಎಕ್ಸಿಟ್ ಬೋರ್ಡ್‌ನ ಜಾಡನ್ನು ಹಿಡಿದು ನಡೆಯಲು ಶುರು ಮಾಡಿದೆವು. ನನ್ನ ಗಂಡನಿಗೆ ಸ್ವಲ್ಪ ಆತುರ ಜಾಸ್ತಿ. ಕೊನೆಗೆ ಆ ಜಾಗದಿಂದ ಹೊರಡಲಿಕ್ಕಾಗುವುದು ನಮ್ಮ ಜೊತೆಗೇ ಎಂದು ತಿಳಿದಿದ್ದರೂ ಬುಡಬುಡನೆ ಓಡುತ್ತಿರುವುದು ಅವನ ಅಭ್ಯಾಸ.

ಹಾಗೆಯೇ ಇವತ್ತೂ ಓಡಿದ. ನಾವು ನಿಧಾನವಾಗಿ ಲಗೇಜ್ ಎಳೆಯುತ್ತ ಲಿಫ್ಟ್‌ನ ಬಳಿ ಬರುವುದರಲ್ಲಿ ನನ್ನ ಗಂಡ ಅದರಲ್ಲಿ ನುಸುಳಿ ಆಗಿತ್ತು. ಸರಿ, ನಾವು ಮುಂದಿನ ಸಲಕ್ಕೆ ಹೋದರಾಯಿತು ಎಂದೆಣಿಸಿ ಕಾಯುತ್ತ ನಿಂತೆವು. ಒಂದೆರಡು ನಿಮಿಷಗಳಲ್ಲಿ ಲಿಫ್ಟ್ ಬಂತು. ಹೆಣಭಾರದ ಲಗೇಜುಗಳನ್ನು ಅದಕ್ಕೆ ತುಂಬಿಸಿ ಒಂದು ಮಹಡಿ ಕೆಳಗಿಳಿದೆವು. ಇಳಿದು ಆಚೆ ಬಂದು ಸುತ್ತ ಕಣ್ಣಾಡಿಸಿದರೆ ನನ್ನ ಗಂಡನ ಸುಳಿವೇ ಇಲ್ಲ. ಎಲ್ಲೋ ಅಲ್ಲೇ ಇರುತ್ತಾನೆ, ಬರುತ್ತಾನೆ ಬಿಡು ಎಂದು ಲಗೇಜ್ ಒಂದು ಕಡೆ ಇಟ್ಟು ಕಾಯುತ್ತಾ ನಿಂತೆವು.

ಐದು ನಿಮಿಷವಾಯಿತು, ಹತ್ತು ನಿಮಿಷವಾಯಿತು, ಹದಿನೈದಾಯಿತು... ಆಸಾಮಿಯ ಸುಳಿವಿಲ್ಲ. ನನಗೆ ಸಣ್ಣ ಅಸಹನೆ ಶುರುವಾಯಿತು. 'ತೆಪ್ಪಗೆ ಕಾಯಲೇನು ಗುನುಗು?' ಎಂದು ಬಯ್ದುಕೊಳ್ಳುತ್ತ ನಿಂತೆ. ಅವನು ಸುಮಾರು ಅರ್ಧ ಘಂಟೆಯಾದರೂ ಬಾರದೇ ಹೋದಾಗ ನನ್ನ ಮಗ ನಮ್ಮನ್ನು ಅಲ್ಲೇ ನಿಂತಿರಲು ಹೇಳಿ ತಾನು ಅಪ್ಪನನ್ನು ಹುಡುಕಿ ಹೊರಟ. ನಾವು ಅಲ್ಲೇ ನಿಂತಿರದೇ ಇನ್ನೇನು ಓಡಿಹೋಗಲು ಸಾಧ್ಯವಾ ಆ ಲಗೇಜುಗಳನ್ನು ಹೊತ್ತುಕೊಂಡು?! ಎಂದು ಬಯ್ದುಕೊಳ್ಳುತ್ತಾ ಅಲ್ಲೇ ನಿಂತೆ.

ಐದು ನಿಮಿಷ ಕಳೆಯಿತು... ಹತ್ತು ನಿಮಿಷ ಕಳೆಯಿತು... ಅಪ್ಪನದ್ದೂ ಸುದ್ದಿಯಿಲ್ಲ, ಹುಡುಕಿ ಹೊರಟ ಮಗನದ್ದೂ ಸುಳಿವಿಲ್ಲ! ಇದೇನು ನಡೆಯುತ್ತಿದೆ ಇಲ್ಲಿ ಎಂದು ಗಾಬರಿಯಾದೆ. ಇವರಿಬ್ಬರನ್ನೂ ಹುಡುಕಿ ಇನ್ನು ನಾನು ಹೋಗಲೇಬಾರದು, ಏನಾದರೂ ಮಾಡಿಕೊಳ್ಳಲಿ ಎಂದು ಅಲ್ಲಿಯೇ ನಿಂತುಬಿಟ್ಟೆ.

ಅದೆಷ್ಟು ಸಮಯ ಹಾಗೇ ನಿಂತಿದ್ದೆವೋ ಗೊತ್ತಿಲ್ಲ, ಮೈ ಉರಿಯಲು ಶುರುವಾಯಿತು. ಇದೇನು ಕರ್ಮ ಎಂದು ಒದ್ದಾಡುವಾಗಲೇ ಎಲ್ಲೋ ಮಗನ ತಲೆ ಕಾಣಿಸಿತು! ಸದ್ಯ ಅವನಪ್ಪ ಸಿಕ್ಕಿರಬೇಕು ಎಂದುಕೊಂಡೆ. ಅಷ್ಟರಲ್ಲಿ ಹತ್ತಿರ ಬಂದ ಅವನು 'ಅಪ್ಪ ಬಂತಾ?' ಎಂದ!! ಕೈ ಆಡಿಸಿದೆವು ಇಲ್ಲ ಎನ್ನುವಂತೆ. 'ಅಯ್ಯೋ ಮೆಟ್ಟಿಲ ಹತ್ತಿರ ನಿಂತಿದ್ದರೆ ಮೇಲಿನ ಫ್ಲೋರ್‌ನಲ್ಲಿ ನಿಂತಿರತ್ತೆ. ಅಲ್ಲಿಗೆ ಓಡಿದರೆ ಅಲ್ಲಿ ಇರೋದೇ ಇಲ್ಲ. ಮತ್ತೆ ಸುತ್ತ ನೋಡಿದರೆ ಅದ್ಯಾವುದೋ ಲಿಫ್ಟ್ ಹತ್ತಿ ಹೋಗ್ತಿರತ್ತೆ. ಲಿಫ್ಟ್ ಹಿಡಿದು ಓಡಿದ್ರೆ ಅಲ್ಲಿಲ್ಲ. ಮತ್ತೆ ಎಲ್ಲಿ ಅಂತ ನೋಡಿದರೆ ಅಲ್ಲಿ ರೈಲಿಂಗ್‌ಗೆ ಒರಕ್ಕೊಂಡು ನಿಂತಿರತ್ತೆ. ಸಾಕಾಗೋಯ್ತು ಹಿಂದೆ ಓಡಿ ಓಡಿ' ಎಂದು ಕೈ ಚೆಲ್ಲಿದ.

ಸರಿ ಇನ್ನೇನು ಮಾಡುವಂತಿದೆ, ಅವನು ಬರುವವರೆಗೆ ಇಲ್ಲೇ ನಿಂತಿರೋಣ ಎಂದುಕೊಂಡು ನಿಂತೆವು. ಮತ್ತೆ ಸ್ವಲ್ಪ ಹೊತ್ತು ಕಾದಾಗಲೂ ಅವನ ಸುಳಿವಿಲ್ಲದಾದಾಗ ಮಗ ಮತ್ತೆ ಹೊರಟ. ನಾವು ಎಂದಿನಂತೆ ಅಲ್ಲೇ ನಿಂತೆವು. ಸುಮಾರು ಹೊತ್ತು ಕಳೆಯಿತು. ಇದ್ದಕ್ಕಿದ್ದಂತೆ ಪ್ರತ್ಯಕ್ಷವಾದ ನನ್ನ ಗಂಡ 'ಇದ್ಯಾಕೆ ಇಲ್ಲಿ ನಿಂತಿದೀರಾ' ಎಂದ, ಏನೋ ಬೆಂಗಳೂರಿನ ಪರಿಚಿತ ರೈಲು ನಿಲ್ದಾಣದಲ್ಲಿ ಮೈಸೂರಿನ ಪ್ಲಾಟ್‌ಫಾರಂ ಬದಲು ಹುಬ್ಬಳ್ಳಿಯದರಲ್ಲಿ ನಿಂತ ಹಾಗೆ!

ನನಗೆ ಮೈ ಉರಿದುಹೋಗಿ 'ಇಲ್ಲಿ ನಿಂತಿರದೇ ಇನ್ನೆಲ್ಲಿ ನಿಂತಿರಬೇಕಿತ್ತಪ್ಪಾ? ಕಾಯಲಾಗುವುದಿಲ್ಲವಾ ನಿನಗೆ ಬುಡಬುಡ ಓಡುತೀಯಲ್ಲ? ನಿನ್ನನ್ನು ಹುಡುಕಲು ನಿನ್ನ ಮಗ ಅಲೆದಾಡ್ತಿದ್ದಾನೆ ನಿಲ್ದಾಣದ ತುಂಬ' ಎಂದು ಹರಿಹಾಯ್ದೆ. 'ಏ ನಾನೆಲ್ಲಿಗೆ ಹೋಗಲಿ? ಇಲ್ಲೇ ಸಿಮ್ ಕಾರ್ಡ್ ತರಕ್ಕೆ ಹೋಗಿದ್ನಪ್ಪ' ಅಂದ ಕೂಲಾಗಿ. ನನ್ನ ಪಿತ್ತ ನೆತ್ತಿಗೇರಿ 'ಆ! ಸಿಮ್ ಕಾರ್ಡಾ! ನಾವಿಲ್ಲಿ ಸಾಯುತ್ತಿದ್ದರೆ ನೀನು ಸಿಮ್ ತೆಗೆದುಕೊಳ್ಳಲು ಹೋಗಿದ್ಯಾ' ಎಂದು ಕೂಗಾಡಲು ಪ್ರಾರಂಭಿಸಿದೆ. 'ಅಯ್ಯೋ ಇದೊಳ್ಳೆ ಕತೆಯಾಯಿತಲ್ಲ! ಡ್ರೈವರನ್ನು ಸಂಪರ್ಕಿಸಲು ಫೋನ್ ಬೇಕಲ್ಲ, ಅದಕ್ಕೆ ಸಿಮ್ ತರಕ್ಕೆ ಹೋಗಿದ್ದು. ಇನ್ನೇನು ಹರಟೆ ಹೊಡೆಯೋದಿಕ್ಕಾ?' ಎಂದು ಅವನೂ ಸಿಡುಕಿದ. 'ಹೋಗಲಿ ಈಗ ಫೋನ್ ಆದರೂ ಸಿಕ್ಕಿತಾ' ಎಂದರೆ 'ಸಿಮ್ ಸಿಕ್ಕಿತು, ಇನ್ನೇನು ಆಕ್ಟಿವೇಟ್ ಆಗುವುದು ಬಾಕಿ' ಎಂದ. ನಮಗೂ ಸಿಮ್ ಬೇಕಿತ್ತು, ಆದರೆ ಮತ್ತೆ ನಾವು ಅತ್ತ ಕಡೆ ಹೋದರೆ ಮಗ ಇತ್ತ ಬಂದಾನು ಎನ್ನುವ ಆತಂಕಕ್ಕೆ ಅವನಿಗಾಗಿ ಕಾಯುತ್ತ ನಿಂತೆವು.

ಅದೆಷ್ಟೋ ಹೊತ್ತಿನ ನಂತರ ಬಸವಳಿದ ಮುಖದಲ್ಲಿ ಅವನು ಬರುವುದು ಕಾಣಿಸಿತು. ಅವನ ಅಪ್ಪನನ್ನು ಕಂಡ ಕೂಡಲೇ 'ಅಲ್ಲಾ ಅದೆಲ್ಲಿ ಮರೆಯಾಗ್ತಿ ನೀನು ಪುಣ್ಯಾತ್ಮ? ಒಳ್ಳೆ ಸಿನೆಮಾದಲ್ಲಿ ದೆವ್ವಗಳು ತಂಗಾಳಿಯಲ್ಲಿ ನಾನು ತೇಲಿಬಂದೆ ಅಂತ ಹಾಡ್ತಾ ಕಾಣೆಯಾಗಿ, ಮಾಯವಾಗಿ ಹೋಗ್ತವಲ್ಲ ಆ ಥರ ಆಯ್ತು ನಿನ್ನ ಕತೆ. ನಿನ್ನ ಫಾಲೋ ಮಾಡಿ ಮಾಡಿ ಅಲೆದು ಸಾಕಾಗೋಯ್ತು' ಎಂದು ಒಂದಿಷ್ಟು ಕೂಗಾಡಿದ.

ಅದಾದ ನಂತರ ನಮ್ಮ ಅಸಲಿ ಸಮಸ್ಯೆ ಈಗ ಡ್ರೈವರನ್ನು ಹುಡುಕುವುದು ಎಂದು ಎಲ್ಲರಿಗೂ ನೆನಪಾಯಿತು! 'ಸರಿ ಇದು ಬಿಟ್ಹಾಕಿ. ಈಗ ಹೊರ ಬಾಗಿಲನ್ನು ಹುಡುಕಿ, ಅಲ್ಲಿ ಹೋಗಿ ನಿಲ್ಲೋಣ' ಎಂದು ಎಲ್ಲರೂ ಲಗೇಜ್ ಎಳೆದುಕೊಂಡು ಅತ್ತ ಕಡೆ ಹೊರಟೆವು. ರೈಲ್ವೇ ಸ್ಟೇಷನ್ನಿನ ಆಚೆ ಕಾಲಿಟ್ಟರೆ ಪಕ್ಕದಲ್ಲೇ ಟ್ಯಾಕ್ಸಿ ಸ್ಟ್ಯಾಂಡ್ ಎಂದು ಬೋರ್ಡ್ ಕಾಣಿಸಿತು. ಓ ಇಲ್ಲಿಯೇ ನಿಂತಿರ್ತಾನೆ ಬಿಡು ಎಂದು ನಿರ್ಧರಿಸಿ ಅತ್ತಿತ್ತ ಹುಡುಕಲಾರಂಭಿಸಿದೆವು. ನಮ್ಮ ಊಹೆ ತಲೆಕೆಳಕಾಗುವಂತೆ ಅಲ್ಲೆಲ್ಲೂ ಅವನ ಸುಳಿವಿಲ್ಲ. ಮೊದಲೇ ಸುಸ್ತು. ಈ ಹುಡುಕಾಟದಲ್ಲಿ ಹತಾಶೆ–ಸಿಟ್ಟು ಎಲ್ಲವೂ ಒಟ್ಟೊಟ್ಟಿಗೇ ಬರಲಾರಂಭಿಸಿದವು. ನನ್ನ ಗಂಡ ಸಿಮ್ ಹಾಕಿ ಆಕ್ಟಿವೇಟ್ ಮಾಡಲು ಪ್ರಯತ್ನಿಸಿದರೆ, ಅದು ಕೂಡಾ ಸಾಧ್ಯವಾಗಲಿಲ್ಲ. ಅವನ ಹಳ್ಳಿಯ ಕಡೆಯ ಅಷ್ಟೂ ಆಯ್ದ ಬಯ್ಗುಳಗಳಿಂದ ಫೋನ್ ಕಂಪನಿಯನ್ನು ಪಾವನ ಮಾಡಿದ!

ಆ ನಂತರ ಇದೆಲ್ಲ ವ್ಯರ್ಥ ಎಂದರಿವಾದ ಮೇಲೆ ಬಯ್ಯುವುದನ್ನು ನಿಲ್ಲಿಸಿ, ನನ್ನನ್ನು, ಅಪ್ಪನನ್ನು ಲಗೇಜ್ ಕಾಯಲು ನಿಲ್ಲಿಸಿ ಅವರಿಬ್ಬರೂ ಇಡೀ ರೈಲ್ವೇ ಸ್ಟೇಷನ್ನಿನ ಒಳಹೊರಗೆಲ್ಲ ತಡಕಾಡಲು ಶುರು ಮಾಡಿದರು. ಇವನು ಆ ಕಡೆಯಿಂದ ಹೋದರೆ ಅವನು ಈ ಕಡೆಯಿಂದ... ಮತ್ತೆ ಇವನು ಈ ಕಡೆಯಿಂದ, ಅವನು ಆ ಕಡೆಯಿಂದ... ಹೀಗೆ ಹತ್ತಾರು ಸಲ ಸುರುಳಿ ಸುತ್ತಿ ಸುತ್ತಿ ಅವರ ಹೆಣ ಬಿದ್ದುಹೋಯಿತು. ನಾವು ಅವರಿಬ್ಬರು ದೇವತೆಗಳಂತೆ ಪ್ರತ್ಯಕ್ಷರಾಗಿ ಅಂತರ್ಧಾನರಾಗುವ ಪರಿಯನ್ನು ನೋಡುತ್ತ ನಿಂತೆವು.

ಅವರಿಗೆ ಅವನು ಸಿಗದೇ ಹೋದಾಗ ಇದು ಆಗಹೋಗದ ಕೆಲಸ ಎಂದು ಹೇಳಿ ರೈಲ್ವೆ ವಿಚಾರಣೆ ಹತ್ತಿರ ಹೋಗಿ ಹುಡುಕಿಸುವ ಪ್ರಯತ್ನ ಮಾಡಿಬರುವುದಾಗಿ ಹೇಳಿ ಅಲ್ಲಿಂದ ಹೊರಟೆ ಮಗನ ಜೊತೆ. ಪುಣ್ಯಕ್ಕೆ ಅದು ಬೇಗನೇ ಸಿಕ್ಕಿತು ಮತ್ತು ಅದಾಗಲೇ ಸಮಯ ಒಂಬತ್ತರ ಹತ್ತಿರವಾಗಿದ್ದರೂ ಅದು ತೆರೆದಿತ್ತು ಅನ್ನುವುದೇ ನಮ್ಮ ಆ ದಿನದ ಭಾಗ್ಯ! ಅಲ್ಲಿದ್ದ ಹೆಣ್ಣುಮಗಳ ಹತ್ತಿರ ಹೋಗಿ ದೈನ್ಯತೆಯಿಂದ ನಮ್ಮ ಕತೆ ಹೇಳಿ 'ತಾಯಿ ನಿನ್ನ ಫೋನಿನಲ್ಲಿ ಈ ನಂಬರಿಗೊಂದು ಕರೆ ಮಾಡಿಕೊಡ್ತೀಯಾಮ್ಮ' ಎಂದು ಬೇಡಿದೆವು. ಅವಳು ನಗುಮುಖದಲ್ಲಿ 'ನಾನಿರುವುದೇ ಅದಕ್ಕಲ್ಲವಾ' ಎಂದು ಹೇಳಿ ತಕ್ಷಣವೇ ಫೋನ್ ಮಾಡಿ ನಮ್ಮ ಡ್ರೈವರನ್ನು ಅಲ್ಲಿಗೆ ಬರಲು ಹೇಳಿದಳು.

ಅದಾದ ನಂತರವೂ ಅದೆಷ್ಟೋ ಹೊತ್ತಿನವರೆಗೂ ಅವನ ಸುಳಿವಿಲ್ಲ. ನಾವು ನಿಂತು, ಕುಳಿತು, ಸಮಯವನ್ನು ಕೊಂದು ಕೊಂದು ಕೊಚ್ಚಿ ಹಾಕಿದರೂ ಅವನು ನಾಪತ್ತೆ. ನನ್ನ ಗಂಡ ಮೆಲ್ಲನೆ ಎದ್ದವನು 'ಈಗ ಒಂದು ಕೆಲಸ ಮಾಡ್ತೀನಿ. ಅವನು ಬರುವುದರಲ್ಲಿ ನಾನು ಸಿಮ್ ಕನೆಕ್ಟ್ ಮಾಡಿಸಿಕೊಂಡು ಬಂದು ಬಿಡ್ತೀನಿ' ಎಂದು ಶುರು ಮಾಡಿದ. ನಾವೆಲ್ಲರೂ ಒಗ್ಗಟ್ಟಿನಿಂದ ಅವನನ್ನು ಎದುರಿಸಿ 'ನಥಿಂಗ್ ಡೂಯಿಂಗ್! ನೀನು ಈಗ ಎಲ್ಲಿಗೂ ಹೋಗುವಂತಿಲ್ಲ. ಅವನು ಬರುವುದರಲ್ಲಿ ಮತ್ತೆ ನೀನು ಕಾಣೆಯಾಗಿ, ಮತ್ತೆ ನಿನ್ನ ಮಗ ನಿನ್ನನ್ನು ಹುಡುಕಲು ಹೊರಟು, ಮತ್ತೆ ನಿಮ್ಮಿಬ್ಬರನ್ನು ಹುಡುಕಲು ನಾನು ಹೊರಟು, ನನ್ನನ್ನು ಹುಡುಕಲು ಆ ಡ್ರೈವರ್ ಹೊರಟು... ಉಹು! ನೋ! ಸಾಕಾಗಿ ಹೋಗಿದೆ ಈಗಾಗಲೇ ಎನ್ನುವಾಗಲೇ 25–26ರ ಹುಡುಗನೊಬ್ಬ ಬಂದು ಗಡಿಬಿಡಿಯಲ್ಲಿ 'ಇಂಡಿಯಾ?' ಎಂದ.

ಇಡೀ ಆಫೀಸ್‌ನಲ್ಲಿ ಇದ್ದವರೇ ನಾವು ಮಾತ್ರ. ಅಲ್ಲಿ ಇವನ ಬಿಲ್ಡಪ್ ಬೇರೆ! ಸುಸ್ತಾಗಿ ಹೋಗಿದ್ದ ನಾವು 'ಏನಯ್ಯಾ ನಿನ್ನ ಕತೆ... ಅದೆಲ್ಲಿ ಹಾಳಾಗೋಗಿದ್ದೆ' ಎಂದರೆ ಅವನು 'ನಾನು ಇಲ್ಲೇ ಎಕ್ಸಿಟ್‌ನಲ್ಲಿದ್ದೆ' ಅಂದ! 'ಏ ಬೊಗಳೆದಾಸ! ನೀನ್ಯಾವ ಎಕ್ಸಿಟ್‌ನಲ್ಲಿದ್ದೆ, ನಾವು ಅಲ್ಲೇ ಇದ್ದೆವಲ್ಲ' ಎಂದು ದಬಾಯಿಸಿದರೆ, 'ಅಯ್ಯೋ ಮದರ್ ಪ್ರಾಮಿಸ್ ಅಲ್ಲೇ ಇದ್ದೆ! ನಿಮ್ಮನ್ನ ಹೇಗೆ ಕಾಂಟ್ಯಾಕ್ಟ್ ಮಾಡ್ಬೇಕು ಅಂತಲೇ ಗೊತ್ತಾಗದೇ ಹುಡುಕ್ತಿದ್ದೆ' ಎಂದ. 'ಆ! ನೀನು ಹುಡುಕಾಡ್ತಿದ್ಯಾ. ನಾವು ಟ್ಯಾಕ್ಸಿ ಸ್ಟ್ಯಾಂಡ್ ಪೂರಾ ಹುಡುಕಾಡಿದ್ದು. ಅಲ್ಲೇ ಇದ್ದೆ ಅಂತ ಸುಳ್ಳು ಬೇರೆ ಆಡ್ತೀಯಾ' ಎಂದರೆ ಅವನು ಕಕ್ಕಾಬಿಕ್ಕಿಯಾಗಿ 'ಟ್ಯಾಕ್ಸಿ ಸ್ಟ್ಯಾಂಡಾ! ಅಲ್ಲಿ ಯಾವ್ದೂ ಟ್ಯಾಕ್ಸಿ ಸ್ಟ್ಯಾಂಡೇ ಇಲ್ವಲ್ಲ' ಎಂದ. 'ಆ! ಟ್ಯಾಕ್ಸಿ ಸ್ಟ್ಯಾಂಡ್ ಇಲ್ವಾ! ನಮಗೇನು ಲೂಸಾ ಸುಳ್ಳಾಡಕ್ಕೆ' ಎಂದು ನಾವು.

'ಅಯ್ಯೋ ನಿಜ್ಜ! ಅಲ್ಲಿ ಟ್ಯಾಕ್ಸಿ ಸ್ಟ್ಯಾಂಡ್ ಇದ್ದಿದ್ರೆ ನಾನು ಯಾಕೆ ಎಲ್ಲೋ ಗಾಡಿ ನಿಲ್ಲಿಸಿ ಅಲ್ಲಿ ಕಾಯ್ತಿದ್ದೆ ಹೇಳಿ!' ಎಂದ. ಅರೆ! ಪಾಯಿಂಟ್ ಟು ಬಿ ನೋಟೆಡ್ ಮೈ ಲಾರ್ಡ್ ಎಂದು ತಬ್ಬಿಬ್ಬಾಗುವುದರಲ್ಲಿ ವಿಚಾರಣೆ ಕೌಂಟರ್ ಹುಡುಗಿ 'ಬಹುಶಃ ನೀವು ಮುಂದುಗಡೆ ಬಾಗಿಲಲ್ಲಿ ಕಾಯ್ತಿದ್ರಿ ಅನ್ಸತ್ತೆ' ಎಂದಳು. ಆಗ ನಾವು ಕಣ್ಣು ಕಣ್ಣು ಬಿಡುತ್ತ 'ಈ ಸ್ಟೇಷನ್‌ಗೆ ಎರಡು ಬಾಗಿಲಿದ್ಯಾ' ಎಂದೆವು. ಆಗ ನಮ್ಮ ಡ್ರೈವರ್ 'ಹೌದು. ಎರಡು ಬಾಗಿಲಿದ್ಯಲ್ಲ' ಎನ್ನುತ್ತಾನೆ ಪುಣ್ಯಾತ್ಮ.

'ನೋಡಿ ಸ್ವಾಮಿ ನಾವಿರೋದು ಹೀಗೆ' ಸಿನೆಮಾದಲ್ಲಿ ಬೇರೆ ಬೇರೆ ಕಾಮತ್ ಹೋಟೆಲ್ ಮುಂದೆ ಕಾಯುತ್ತ ನಿಂತ ರಮೇಶ್ ಭಟ್ ಮತ್ತು ಅರುಂಧತಿ ನಾಗ್ ಥರ ಇಷ್ಟು ಕಿತ್ತಾಡಿದ ಮೇಲೆ ಆ ಸ್ಟೇಷನ್‌ಗೆ ಎರಡು ಬಾಗಿಲಿದೆ ಎಂಬ ದಿವ್ಯ ಜ್ಞಾನ ಪ್ರಾಪ್ತಿಯಾಗಿತ್ತು! ಏನೋ ಸಮಯ ಉಳಿಸಿಬಿಡುತ್ತೇವೆ ಎಂದುಕೊಂಡು ಪ್ಲಾಟ್‌ಫಾರಂ ಬಿಟ್ಟು ಬಂದಿದ್ದಕ್ಕೆ ಸುಮಾರು ಎರಡೂವರೆ ಘಂಟೆಗೂ ಮಿಕ್ಕಿ ಸಮಯ ಹಾಳಾಗಿತ್ತು. ಆದರೆ ಸದ್ಯ ಆ ಎನ್‌ಕ್ವೈರಿ ಕೌಂಟರಿನ ಹೆಣ್ಣು ಮಗಳಿಂದ ಕೊನೆಗೂ ನಮ್ಮ ಸಮಸ್ಯೆ ಪರಿಹಾರವಾಗಿತ್ತು. ಡ್ರೈವರ್ ಗ್ರಾಟ್ಗೆರ್ ಎಂಬ ಪುಟ್ಟ ಹೋಟೆಲ್ ಮುಂದೆ ನಿಲ್ಲಿಸಿ ನಮ್ಮ ಲಗೇಜ್‌ಗಳನ್ನೆಲ್ಲ ಕೆಳಗಿಳಿಸಿದವನೇ ಕ್ಷಣ ಮಾತ್ರದಲ್ಲಿ ಮಾಯವಾದ.

ಇಡೀ ಆವರಣದಲ್ಲಿ ಹೋಟೆಲ್ ಸಿಬ್ಬಂದಿಯ ಸುಳಿವಿಲ್ಲ. ಹೆಣಭಾರದ ಲಗೇಜ್‌ಗಳನ್ನು ನನ್ನ ಗಂಡ ಮತ್ತು ಮಗನೇ ಹೊತ್ತು ಸಾಗಿಸಿದರು ಹಿಮಾಲಯ ಪರ್ವತ ಏರಿದ ಹಾಗೆ. ಒಳಗೆ ಹೋಗಿ ನೋಡಿದರೆ ಅದು ಮನೆಯಂಥ ಪುಟ್ಟ ಹೋಟೆಲ್ ಅಷ್ಟೇ. ರಿಸೆಪ್ಷನ್ ಹಾಲ್ ಕೂಡಾ ಬಹಳ ಚಿಕ್ಕದು.

ಅಲ್ಲಿದ್ದ ಕೌಂಟರ್‌ನಲ್ಲಿ ಒಬ್ಬ ಚಿಕ್ಕ ಹುಡುಗನಿದ್ದ. ಎಲ್ಲರೂ ಅವನ ಮುಂದೆ ನಮ್ಮ ಪಾಸ್‌ಪೋರ್ಟ್ ಮತ್ತು ಬುಕಿಂಗ್ ವೋಚರ್ ಹಾಕಿ ಉಸ್ಸೆಂದು ಕುಳಿತೆವು. ಮೂರು ಗಂಟೆಗಳ ಕಾಲ ರೈಲ್ವೇ ಸ್ಟೇಷನ್ ತಡಕಾಡಿ ಹೆಣ ಬಿದ್ದುಹೋಗಿತ್ತು. ಕೂತಲ್ಲಿಯೇ ಕಣ್ಣಾಡಿಸಿದರೆ ಹೋಟೆಲ್ ತುಂಬ ಶುಭ್ರವಾಗಿತ್ತು. ಖುಷಿಯಿಂದ ಮಗನಿಗೆ ಹೇಳಿದೆ. 'ಏ ಸುಮ್ನಿರು ಅತೀ ಖುಷಿ ಪಡಬೇಡ. ರೂಮ್ ಹೇಗಿದೆಯೋ ನೋಡೋಣ ಮೊದಲು' ಅಂದ. 'ಏ ಇಷ್ಟು ಚೆಂದದ ಹೋಟೆಲ್‌ನಲ್ಲಿ ರೂಮ್ ಚೆನ್ನಾಗಿ ಇಲ್ಲದೇ ಇರುತ್ತದಾ?' ಎಂದೆ. ಹೇಗೋ ಒಂದು... ಒಟ್ಟಿನಲ್ಲಿ ರೂಮ್ ಸೇರಿಕೊಂಡು ಬಿಸಿಬಿಸಿ ಕಾಫಿ ಮಾಡಿ ಕುಡಿಯಬೇಕು ಎಂದುಕೊಂಡೆ.

ವಿದೇಶಿ ಪ್ರಯಾಣಿಕರು ರೂಮ್ ಚೆಕ್ ಇನ್ ಮಾಡುವಾಗ ನೂರೆಂಟು ಡಾಕ್ಯುಮೆಂಟ್‌ಗಳನ್ನು ಕೇಳುತ್ತಾರೆ. ಹಾಗಾಗಿ ಅದೊಂದು ದೊಡ್ಡ ಕೆಲಸ ಎಲ್ಲ ಕಡೆಯೂ. ಸರಿ ನಾವು ಹೇಗೂ ಸುಮ್ಮನೆ ನಿಂತಿದ್ದೆವಲ್ಲ, ಲಗೇಜನ್ನು ರೂಮ್ ಸೇರಿಸಿಬಿಟ್ಟರೆ ಬೇಗ ಸೆಟಲ್ ಆಗಿ ಕಾಫಿ ಕುಡಿಯಬಹುದು ಎಂದುಕೊಂಡೆ. ಅಷ್ಟರಲ್ಲಿ

ರಾತ್ರಿ ಊಟದ ನೆನಪಾಗಿ 'ಇಲ್ಲಿ ರೆಸ್ಟೋರೆಂಟ್ ಎಲ್ಲಿದೆ' ಎಂದೆ. 'ಇಲ್ಲಿ ರೆಸ್ಟೋರೆಂಟ್ ಇಲ್ಲ, ಬರೀ ಬೆಳಗಿನ ತಿಂಡಿಯಷ್ಟೇ ಸಿಗುತ್ತದೆ' ಎಂದ ಆ ಹುಡುಗ.

ಅಯ್ಯೋ ಕರ್ಮವೇ, ಇನ್ನು ಇವತ್ತು ರಾತ್ರಿಗೆ ಊರಿನಿಂದ ತಂದಿದ್ದ ಬಿಸಿಬೇಳೆ ಬಾತ್ ಅಥವಾ ಗೊಜ್ಜವಲಕ್ಕಿಯೇ ಗತಿ ಎಂದುಕೊಂಡೆ. ಸಾಧಾರಣವಾಗಿ ಇಂಥ ಅನಿರೀಕ್ಷಿತ ದಿನಗಳಿಗೆಂದೇ ಒಂದು ಸ್ವಲ್ಪ ಈ ತರಹದ ರೆಡಿ ಟು ಈಟ್ ಏನಾದರೂ ಕೊಂಡೊಯ್ದಿರುತ್ತೇವೆ. ಅಂಥದ್ದು ಹೇಗೋ ಎಲ್ಲೋ ಉಪಯೋಗಕ್ಕೆ ಬಂದೇ ಬರುತ್ತದೆ ಅನ್ನುವುದು ನನ್ನ ಅನುಭವದ ಮಾತು. ಸರಿ ರೂಮ್‌ಗೆ ಲಗೇಜ್ ಸಾಗಿಸುತ್ತೇವೆ ಕೀ ಕೊಡು ಎಂದೆವು.

ಪುಟ್ಟ ಲಿಫ್ಟ್ ಹತ್ತಿ ಮೂರನೆಯ ಮಹಡಿಯ ಬಾಗಿಲು ತೆರೆದ ಕೂಡಲೇ ನಾನು, ನನ್ನ ಮಗ ಬವಳಿ ಬೀಳುವುದೊಂದೇ ಬಾಕಿ. ಅದು ಅಸಲಿಗೆ ರೂಮೇ ಅಲ್ಲ ಅನ್ನಿಸುತ್ತಿತ್ತು... ಅಷ್ಟು ಚಿಕ್ಕ ರೂಮ್! ನಮ್ಮ ರಾಕ್ಷಸಾಕಾರದ ಎರಡು ಸೂಟ್‌ಕೇಸ್ ಇಟ್ಟರೆ ನಾವು ಅದರ ಮೇಲೆ ಹಾರಿಕೊಂಡು ಓಡಾಡಬೇಕು, ಅಷ್ಟು ಇಕ್ಕಟ್ಟು. ಜೊತೆಗೆ ಇನ್ನೊಂದು ವಿಚಿತ್ರವೇನೆಂದರೆ ಆ ತಾರಸಿಯ ಆಕಾರ. ಮೆಟ್ಟಿಲುಗಳ ಕೆಳಗೆ ಸ್ವಲ್ಪ ಜಾಗವಿರುತ್ತದಲ್ಲ, ಅಲ್ಲಿ ಆ ರೂಮ್ ಕಟ್ಟಲ್ಪಟ್ಟಿರುವಂತೆ ಓರೆ ಕೋರೆ ತಾರಸಿ! ರೂಮ್‌ನ ಅಂಚುಗಳಲ್ಲಂತೂ ನಾನು ದೇಹವನ್ನು ಅರ್ಧ ಭಾಗ ಬಾಗಿಸಿ ನಡೆಯಬೇಕು ಅಷ್ಟು ಇಳಿಜಾರು! ಇದ್ದ ಆ ಕಿಷ್ಕಿಂಧೆಯಲ್ಲಿ ಒಂದು ಡಬಲ್ ಬೆಡ್ ಬೇರೆ. ಅದರಲ್ಲಿ ತಲೆ ಇಡುವ ಭಾಗಕ್ಕೆ ದಿಂಬನ್ನು ಒರಗಿಸಿ ಕುಳಿತುಕೊಳ್ಳುವಷ್ಟೂ ಎತ್ತರವಿಲ್ಲ... ತಲೆಗೆ ತಾರಸಿ ಬಡಿಯುತ್ತದೆ!

ಈ ಪಕ್ಕದಲ್ಲೊಂದು ಕಾಫಿ ಟೇಬಲ್, ಒಂದು ಕುರ್ಚಿ... ನಾವು ಈ ಥರದ ರೂಮನ್ನು ಜೀವಮಾನದಲ್ಲೇ ನೋಡಿರಲಿಲ್ಲ. ಇಲ್ಲಿ ಹೇಗೆ ಜೀವಿಸುವುದು, ಅದೂ ಈ ಆಕಾರದ ನಾವು! ಐದೂ ಮುಕ್ಕಾಲು ಅಡಿಯ ನಾನು ಮತ್ತು ಆರು ಅಡಿಯ ನನ್ನ ಮಗ ಇಷ್ಟೊಂದು ದೇಹ ಬಾಗಿಸಿ ನಡೆದರೆ ಸೊಂಟವೇ ಮುರಿದು ಹೋಗಬಹುದು! ಬಾತ್‌ರೂಮ್ ಬಗ್ಗಿ ನೋಡಿದೆ... ಅದು ಮಾತ್ರ ಮಾಮೂಲು ತಾರಸಿ ಮತ್ತು ತಕ್ಕ ಮಟ್ಟಿಗೆ ದೊಡ್ಡದಾಗಿಯೂ ಇತ್ತು. ಮತ್ತೆ ರೂಮ್ ಯಾಕೆ ಹೀಗಿದೆ ಶಿವಾ ಎಂದುಕೊಂಡೆ.

ಈ ರೂಮ್ ಕೊನೆಯದ್ದಿದ್ದು ಇಷ್ಟು ಕೆಟ್ಟದಾಗಿದೆಯೇನೋ, ಇರು ಇನ್ನೊಂದು ರೂಮ್ ನೋಡೋಣ ಎಂದು ಅಲ್ಲಿಗೆ ಹೋದರೆ ಅದೂ ಇದೇ ಕತೆ. ಆ ಊರಿನಲ್ಲಿ ನಾವು 3 ದಿನ ಇರಬೇಕಿತ್ತು ಬೇರೆ. '3 ದಿನ ಆ ರೂಮ್‌ಲ್ಲಿರಬೇಕಾ!' ಆ ಯೋಚನೆ ಬಂದಿದ್ದೇ ತಡ, ದಡದಡನೆ ಸೂಟ್‌ಕೇಸ್‌ಗಳನ್ನೆಲ್ಲ ಹೊರತಳ್ಳಿ ಮತ್ತೆ ಲಾಕ್ ಮಾಡಿ ಕೆಳಗಿಳಿದು ರಿಸೆಪ್ಷನ್‌ನಲ್ಲಿದ್ದ ಹುಡುಗನೆದುರು ಕೀ ಇಟ್ಟು 'ಆ ರೂಮ್ ಆಗಲ್ಲ ಕಣ್ರೀ

ಬೇರೆ ರೂಮ್ ಕೊಡಿ' ಎಂದೆ.

ಅವನು ತುಂಬ ಶಾಂತವಾಗಿ 'ಬೇರೆ ರೂಮ್ ಇಲ್ಲ ಮೇಡಂ. ಅದೇ ಇರೋದು' ಎಂದ. ನಾನು 'ಬೇರೆ ರೂಮ್‌ಗೆ ಹೆಚ್ಚು ಹಣವಾದರೂ ಪರವಾಗಿಲ್ಲ. ಹೆಚ್ಚಾದ ಹಣ ನಾನು ಕೊಡ್ತೀನಿ. ಆದರೆ ಬೇರೆ ರೂಮ್ ಮಾತ್ರ ಬೇಕೇ ಬೇಕು' ಎಂದೆ. ಅವನು ಮತ್ತಿಷ್ಟು ಶಾಂತವಾಗಿ 'ಇಲ್ಲ, ಬೇರೆ ರೂಮ್ ಇದ್ದರಲ್ಲವಾ ಕೊಡೋದಿಕ್ಕೆ. ಎಲ್ಲವೂ ಬುಕ್ ಆಗಿದೆ. ಇದರಲ್ಲೇ ಇರಬೇಕು' ಎಂದ. ನನಗೆ ಸಿಟ್ಟು ನೆತ್ತಿಗೇರಿ ಬಿಟ್ಟಿತು...

'ಈ ರೂಮಲ್ಲಿ ಹೇಗಯ್ಯಾ ಇರೋದು?
ನನ್ನ ಸೊಂಟ ಮುರಿದುಹೋಗುತ್ತೆ.
ಅಷ್ಟು ಕೆಟ್ಟದಾಗಿದೆ.
ಅಷ್ಟು ಚಿಕ್ಕದಾಗಿದೆ.
ಏನು ಕಡಿಮೆ ದುಡ್ಡು ತಗೊಂಡಿದೀರಾ??
ಆಗಲ್ಲ ಅಂದ್ರೆ ಆಗಲ್ಲ.
ಬೇರೆ ಕೊಡಿ.'
ಕೂಗಾಡಿದೆ... ಆಡಿದೆ... ಆಡಿದೆ...

ಅವನು ಎಲ್ಲ ಮುಗಿದ ಮೇಲೆ ಅತ್ಯಂತ ಶಾಂತವಾಗಿ 'ನಿಮ್ಮ ಸಮಸ್ಯೆ ಎಲ್ಲ ಅರ್ಥವಾಗ್ತದೆ, ಆದರೆ ಬೇರೆ ರೂಮ್ ಇಲ್ಲ ಮೇಡಂ' ಎಂದ!

'ನಿಮ್ಮ ಮ್ಯಾನೇಜರ್ ನಂಬರ್ ಕೊಡು' ಅಂದೆ. 'ಅವರು ಊರಲ್ಲಿಲ್ಲ' ಎಂದ. ಅಯ್ಯೋ ಮೈ ಪರಚಿಕೊಳ್ಳುವಂತಾಯಿತು 'ನೋಡು ಅದ್ಯಾರಿಗೆ ಹೇಗೆ ಕೇಳ್ತೀಯೋ ನನಗೆ ಗೊತ್ತಿಲ್ಲ. ಒಟ್ಟಿನಲ್ಲಿ ನನಗೆ ಬೇರೆ ರೂಮ್ ಬೇಕು. ಇಲ್ಲಿರಕ್ಕಾಗಲ್ಲ. ಆಗಲ್ಲ ಅಂದರೆ ಹೇಳು ಬೇರೆ ಕಡೆ ಹೋಗ್ತೀನಿ ನಾನು ರೂಮ್ ಮಾಡ್ಕೊಂಡು. ಮ್ಯಾನೇಜರ್ ಜೊತೆ ಮಾತಾಡಿ ಹೇಳು. ಅಲ್ಲಿಯವರೆಗೂ ಇಲ್ಲೇ ಇರ್ತೀನಿ' ಎಂದು ವಾರ್ನಿಂಗ್ ಕೊಟ್ಟು ಸೋಫಾದ ಮೇಲೆ ಪಟ್ಟರಿಸಿ ಕುಳಿತೆ. ಏನು ನಮ್ಮೂರು ನೋಡಿ ಆ ರಾತ್ರಿಯಲ್ಲಿ ಬೇರೊಂದು ಹೋಟೆಲ್ ಹುಡುಕುವುದಕ್ಕೆ! ಆದರೂ might is right ಅನ್ನುವ ನನ್ನ ಎಂದಿನ ಉಪಾಯ ಅನುಸರಿಸಿ ಕುಳಿತುಬಿಟ್ಟೆ. ನಾನು ಈ ರೀತಿ ಭಂಡತನ ತೋರಿಸಿ ಸಾಕಷ್ಟು ಕಡೆಯಲ್ಲಿ ಗೆದ್ದಿರುವುದರಿಂದ ಇಲ್ಲಿಯೂ ಜಯ ಸಿಕ್ಕೇ ಸಿಗುತ್ತದೆ ಎನ್ನುವ ಭರವಸೆ ಇತ್ತು.

ಅವನು ಯಾರಿಗೋ ಫೋನ್ ಮಾಡಿದ, ರಿಜಿಸ್ಟರ್ ತೆಗೆದು ಬರೆದ, ಮತ್ತೆ ಕರೆ ಮಾಡಿದ, ಮತ್ತೇನೋ ಬರೆದ... ಅವನ ಗಡಿಬಿಡಿಯ ಕೆಲಸಗಳನ್ನು ನೋಡುತ್ತಾ ಕುಳಿತ ನಾನು 'ಹೆಂಗ್ ಆವಾಜ್ ಹಾಕ್ದೆ ನೋಡು! ನನ್ಮಗ ಥರ ಥರ ನಡುಗಿ ಈಗ ಎಲ್ರಿಗೂ ಕಾಲ್ ಮಾಡ್ತಿದಾನೆ! ಮ್ಯಾನೇಜರ್ ಊರಲ್ಲಿಲ್ಲ ಅಂದುಬಿಟ್ಟರೆ ನಂಬಿಬಿಡ್ತೀನಾ

ನಾನು? ಅಲ್ಲೇ ಮನೆಯಲ್ಲಿ ಇರ್ತಾನೆ. ಇವನು ಬೊಗಳೆರಾಯ ಕಥೆ ಕಟ್ತಾನೆ. ಈಗ ಅವನ ಜೊತೆ ಮಾತಾಡಿ ರೂಮ್ ಅಪ್‌ಗ್ರೇಡ್ ಮಾಡಿಕೊಡ್ತಾನೆ ನೋಡು' ಎಂದುಕೊಂಡು ಬೀಗಿದೆ.

ಸುಮಾರು ಹೊತ್ತು ಕಳೆಯಿತು. ಅಷ್ಟರಲ್ಲಿ ಸಮಯ ರಾತ್ರಿ ಹತ್ತೂವರೆ ಆಗಿತ್ತು. ಅವನು ಅದೇನೋ ಕೆಲಸಗಳನ್ನು ಮಾಡುತ್ತಲೇ ಇದ್ದಾನೆ, ನಮ್ಮ ಕಡೆಗೆ ತಿರುಗಿಯೂ ನೋಡದೆ. ಏನಾದರೂ ಹೇಳುತ್ತಾನೆ ಎಂದು ಕಾದು ಕಾದು ಸಾಕಾಗಿ ಕೊನೆಗೆ ನಾನೇ ಎದ್ದು ಕೌಂಟರ್ ಬಳಿ ಹೋಗಿ 'ಏನಾಯ್ತು?' ಎಂದೆ. ಅವ ಬರೆಯುತ್ತಿದ್ದವನು ಆಗ ನನ್ನ ಇರುವು ಅರಿವಿಗೆ ಬಂದಂತೆ 'ಹೋ ಹೇಳುವುದು ಮರೆತೆ' ಎಂದವನೇ ತಡಕಾಡಿ ಡ್ರಾನಿಂದ ಒಂದು ಕಾರ್ಡ್ ತೆಗೆದು ನನ್ನ ಕೈಗಿತ್ತು 'ನಾಳೆಯ ನಿಮ್ಮ ಸಿಟಿ ಟೂರ್ ಸಮಯ ಬದಲಾಗಿದೆ. ಎಂಟೂವರೆಯ ಬದಲು ಎಂಟಕ್ಕೇ ನೀವು ಈ ಕಾರ್ಡ್‌ನಲ್ಲಿರುವ ಹೋಟೆಲ್‌ನ ಬಳಿಗೆ ಹೋಗಬೇಕು. ಸಾಕಷ್ಟು ದೂರವಿದೆ. ಟ್ಯಾಕ್ಸಿ ಮಾಡಬೇಕಾಗುತ್ತದೆ. ನೀವೇ ಟ್ಯಾಕ್ಸಿ ವ್ಯವಸ್ಥೆ ಮಾಡಿಕೊಳ್ಳುವಂತಿದ್ದರೆ ಸರಿ. ಇಲ್ಲವಾದರೆ ನಾನು ಬೇಕಿದ್ದರೆ ಅರೇಂಜ್ ಮಾಡುತ್ತೇನೆ' ಎಂದು ಬಡಬಡ ಹೇಳಿದ.

ನಾನು ಕಕ್ಕಾಬಿಕ್ಕಿಯಾಗಿ 'ಓಯ್ ನಾಳೆಯ ಕಥೆ ಹಾಗಿರಲಿ. ಮೊದಲು ಇವತ್ತಿನದು ಇತ್ಯರ್ಥವಾಗಬೇಕು. ನಾನು ಹೇಳಿದ್ದೇನಾಯಿತು! ಬೇರೆ ರೂಮ್ ವಿಷ್ಯ' ಎಂದೆ. ಅವನು ಮತ್ತೆ ಅಷ್ಟೇ ಶಾಂತ ದನಿಯಲ್ಲಿ 'ಹೇಳಿದೆನಲ್ಲ ಆಗಲೇ... ಬೇರೆ ರೂಮ್ ಇಲ್ಲ. ಮ್ಯಾನೇಜರ್ ಊರಿನಲ್ಲಿಲ್ಲ. ನೀವು ಅಲ್ಲಿಯೇ ಇರಬೇಕು. ಬೇಡ ಅಂದರೆ ಬೇರೆ ಹೋಟೆಲ್ಲಿಗೆ ಹೋಗಿ. ಆದರೆ ಹಣ ವಾಪಸ್ ಕೊಡಲಾಗುವುದಿಲ್ಲ. ನಾಳೆ ಬೇರೆ ರೂಮ್ ಖಾಲಿಯಾದರೆ ನಿಮಗೇ ಕೊಡ್ತೀನಿ ಅಂತಷ್ಟು ಮಾತ್ರ ಹೇಳಬಲ್ಲೆ' ಎಂದು ಗಿಣಿ ಪಾಠ ಒಪ್ಪಿಸಿದ. ಅಂದರೆ...! ಅವನು ಅಷ್ಟು ಹೊತ್ತೂ ಅವನ ಕೆಲಸ ಮಾಡಿಕೊಳ್ಳುತ್ತ ಅವನ ಪಾಡಿಗಿದ್ದ...! ನಾನು ನಮ್ಮದೇ ಕೆಲಸ ಮಾಡುತ್ತಿದ್ದಾನೆ ಎಂದುಕೊಂಡಿದ್ದೆ ಮೂರ್ಖಳ ಥರ!!

ಅವನು ಅಷ್ಟು ಖಡಾಖಂಡಿತವಾಗಿ ಹೇಳಿದ ನಂತರ ನಾನು ಉಳಿದ ಕಾರ್ಡ್‌ಗಳನ್ನೂ ಆಡಿಯೇ ಬಿಡ್ತೀನಿ ಎಂದು ನಿರ್ಧರಿಸಿ ದನಿ ಎತ್ತರಿಸಿ ಕೂಗಾಡಲಾರಂಭಿಸಿದೆ. ಸಾಧಾರಣವಾಗಿ ಅದು ಎಲ್ಲ ಕಡೆಯೂ ವರ್ಕ್ ಆಗಿದೆ. ಹಾಗೆಯೇ ಇಲ್ಲೂ ಆಗುತ್ತದೆ ಎಂದು ಭ್ರಮಿಸಿ 'ನಾನು ಮಾತ್ರ ಆ ರೂಮಿನೊಳಗೆ ಹೋಗಲ್ಲ ಗುರೂ. ಇಲ್ಲೇ ಮಲಕ್ಕೊತೀನಿ ಸೋಫಾ ಮೇಲೆ. ಥಂಡಿ ಹತ್ತಿ ನಾನು ಸತ್ತರೆ ನೀನೇ ಜವಾಬ್ದಾರಿ. ನೆನಪಿರಲಿ' ಏನೇ ಅಂದರೂ ಅವನು ಅದೇ ಗಿಣಿಪಾಠ 'ರೂಮಿಲ್ಲ, ಹಣ ವಾಪಸ್ ಕೊಡಲ್ಲ. ಬೇರೆ ರೂಮ್ ನಾಳೆ ನೋಡ್ತೀನಿ.' ಅಷ್ಟರಲ್ಲಾಗಲೇ ಹನ್ನೊಂದು ಗಂಟೆ. ಆ ಹೊತ್ತಿನಲ್ಲಿ ಬೇರೆ ರೂಮ್ ಹುಡುಕಿ ಹೋಗಲಾಗುತ್ತದಾ? ಎಲ್ಲ ರೂಮ್ ಬುಕ್ ಆಗಿದ್ದರೆ? ಸರಿ ಹೊರಡುವುದಾದರೆ

ಲಗೇಜ್ ಎಲ್ಲ ಎತ್ತಿಕೊಂಡು ಹೊರಡಬೇಕು. ಅದಕ್ಕೆ ಟ್ಯಾಕ್ಸಿ ಬೇಕು. ಅದನ್ನು ಬುಕ್ ಮಾಡಿಕೊಡಲೂ ಮತ್ತೆ ಅವನನ್ನೇ ಕೇಳಬೇಕು. ಇದೇನು ಕರ್ಮವಪ್ಪಾ ಎಂದೆಲ್ಲ ಯೋಚಿಸಿ ಕೊನೆಗೆ ಸೋತು ಶರಣಾಗತಳಾಗಿ 'ಸಾಯಲಿ ಅತ್ಲಾಗೆ' ಎಂದುಕೊಂಡು ಅದೇ ರೂಮಿಗೆ ಮತ್ತೆ ಹೊರಟೆ.

ಇಬ್ಬರ ಸೂಟ್‌ಕೇಸ್ ಇಡಲೂ ಜಾಗ ಇಲ್ಲದಾದಾಗ ನನ್ನದನ್ನು ಬಾತ್ ರೂಮಿನಲ್ಲಿಟ್ಟು, ಆ ಕಿಷ್ಕಿಂಧೆಯಲ್ಲಿ ತಗ್ಗಿ ಬಗ್ಗಿ ನಡೆಯುತ್ತಾ ಹೇಗೋ ಒಂದು ವ್ಯವಸ್ಥೆ ಮಾಡಿ, ಬಿಸಿಬೇಳೆ ಬಾತ್ ಬಿಸಿ ಮಾಡಿ ಏನೋ ಯಾರೋ ನನ್ನ ಪಾಡು ನೋಡಿ ಬೇರೆ ರೂಮ್ ಕೊಟ್ಟೇ ಬಿಡುತ್ತಾರೋ ಎನ್ನುವಂತೆ ನೆಲದ ಒಂದು ಮೂಲೆಯಲ್ಲಿ ಕುಳಿತು ತಿಂದೆ ಅತ್ಯಂತ ಮೆಲೋಡ್ರಾಮಾಟಿಕ್ ಆಗಿ! ಯಾವನು ನೋಡಬೇಕು ಅಲ್ಲಿ ನನ್ನ ಮಗನನ್ನು ಬಿಟ್ಟರೆ? ಆ ನಂತರ ಮಂಚದ ಪಕ್ಕ ಅರ್ಧ ದೇಹ ಬಾಗಿಸಿಕೊಂಡು ಹೋಗಿ ಬಿದ್ದುಕೊಂಡೆ.

ಒಂದಿಷ್ಟು ಹೊತ್ತು ಕಳೆದಿರಬೇಕು, ಇದ್ದಕ್ಕಿದ್ದಂತೆ ಎಚ್ಚರವಾಯಿತು. ಸಮಯ ನೋಡಿಕೊಂಡರೆ ಇನ್ನೂ ಹನ್ನೆರಡೂವರೆ! ಅಯ್ಯೋ ಇನ್ನೂ ಬೆಳಕಾಗಲು ಅದೆಷ್ಟು ಹೊತ್ತು ಕಾಯಬೇಕು ಎಂದು ಭಯವಾಗಿ ಹೋಯಿತು. ಗೋಡೆಗೆ ದಿಂಬು ಒರಗಿಸಿ ಕುಳಿತುಕೊಂಡೇ ಮಲಗೋಣ ಎಂದು ಎದ್ದಾಗ ತಲೆಗೆ ದಢ್ ಎಂದು ಬಡಿಯಿತು ಆ ಇಳಿಜಾರಿನ ತಾರಸಿ. ಅಯ್ಯೋ ಕರ್ಮವೇ ಗೋಡೆಗೂ ಒರಗಲಾಗುತ್ತಿಲ್ಲವಲ್ಲ ಎಂದು ಸಿಟ್ಟು ಬಂದಿತು. ಮಲಗಿದ್ದ ಮಗ ಧಡಕ್ಕನೆ ಎದ್ದು 'ಏನಾಯ್ತು' ಎಂದ, ಹೇಳಿದೆ. 'ನನ್ನ ಜಾಗಕ್ಕೆ ಬಾ. ಇಲ್ಲಿ ಸ್ವಲ್ಪ ವಾಸಿ ಇದೆ' ಎಂದ. ಅತ್ತ ಕಡೆಗೆ ಜಾಗ ಬದಲಿಸಿ ಒರಗಿ ಕುಳಿತೆ... ಅದರೂ ಒಂದೇ ಕ್ಲಾಸ್ಟ್ರೋಫೋಬಿಯಾ.

ಹೇಗೋ ನರಳಾಡುತ್ತ ಒರಗಿಯೇ ಕಣ್ಣಿಗೆ ಜೊಂಪು ಹತ್ತಿತು ಅನ್ನುವುದರಲ್ಲಿ ಜೋರು ಸದ್ದು! ಬೆಚ್ಚಿ ಕಣ್ತೆರೆದರೆ ಇಂಗ್ಲಿಷ್ ಸಿನೆಮಾಗಳಂತೆ ಮೇಲಿಂದ ನೀರು ಧಬಧಬ ಮೈಮೇಲೆ ಸುರಿಯುತ್ತಿದೆ! ಕಿರುಚಿದೆ ನಿದ್ರೆಗಣ್ಣಿನಲ್ಲಿ. ಮಗ ಮತ್ತೆ ಗಾಬರಿಯಲ್ಲಿ ಎದ್ದು 'ಏನಾಯ್ತು' ಎಂದು ಕೇಳಿದ. 'ನೀರು ಮೇಲಿಂದ ತಲೆ ಮೇಲೆ ಬೀಳ್ತಿದೆ' ಎಂದೆ. ಅವನಿಗೆ ಗಾಬರಿಯಾಗಿರಬೇಕು ಇವಳಿಗೆ ಇದೊಂದು ಖಾಯಿಲೆ ಬಾಕಿ ಇತ್ತು ಶಿವಾ ಎಂದು! ಅರ್ಥವಾಗದೇ ನಿದ್ದೆಗಣ್ಣಿನಲ್ಲಿ ನನ್ನ ತಲೆಯತ್ತ ನೋಡಿದವನಿಗೆ ಆಗ ನನ್ನ ಸಮಸ್ಯೆ ಅರ್ಥವಾಗಿ ಸದ್ಯ ಇವಳಿಗೆ ಮತ್ತೇನೂ ಮಾನಸಿಕ ಖಾಯಿಲೆ ಇಲ್ಲ ಎಂದು ಸಮಾಧಾನಗೊಂಡು 'ತಲೆ ಮೇಲೆ ಒಂದು ಇಳಿಜಾರಿನ ಕಿಟಕಿ ಇಟ್ಟಿದ್ದಾರೆ ಅಷ್ಟೇ. ಹೊರಗೆ ಮಳೆ ಬರ್ತಿದೆ. ನಿನಗೆ ನಿನ್ನ ಮೇಲೇ ಬಿದ್ದ ಹಾಗೆ ಅನ್ನಿಸ್ತಿದೆ, ಮಲಕ್ಕೋ ಏನಾಗಲ್ಲ' ಎಂದ.

ನಾನು ಗೋಡೆಗೆ ಒರಗಿಯೇ ಕುಳಿತೆ. ಗಾಜಿನ ಮೇಲೆ ಮಳೆ ಸುರಿವ ಧೋ ಸದ್ದು, ಸುಳಿಯದ ನಿದ್ದೆ, ಮುಗಿಯದ ಆ ಸುದೀರ್ಘ ದಣಿವಿನ ರಾತ್ರಿ ತಲ್ಲಣದಲ್ಲಿ

ಭ್ರಮಾಲೋಕದಂತಿತ್ತು. ಅರೆ ಜೊಂಪು, ಅರೆ ಎಚ್ಚರದ ನಡುವೆಯೇ ಅಂತೂ ಕ್ರಾಕೋವ್‌ನಲ್ಲಿ ಬೆಳಗಾಗಿತ್ತು!

ಆ ರೂಮ್‌ನಿಂದ ಆಚೆ ಬಿದ್ದರೆ ಸಾಕು ಎನಿಸುತ್ತಿತ್ತಲ್ಲ, ಹಾಗಾಗಿ ಸರಸರನೆ ಸಿದ್ಧವಾದೆವು. ಚಿಕ್ಕ ಬೇಸ್‌ಮೆಂಟ್‌ನಲ್ಲಿ ಡೈನಿಂಗ್ ಹಾಲ್. ಬೇರೆ ದೇಶಗಳಿಗೆ ಹೋದರೆ ಸಸ್ಯಾಹಾರಿಗಳಿಗೆ ಮೊದಲೇ ತಿನ್ನಲು ಹೆಚ್ಚೇನೂ ಇರುವುದಿಲ್ಲ. ಆದರೆ ಯಥೇಚ್ಛವಾಗಿ ಹಣ್ಣು, ತರಕಾರಿ, ಹಾಲು, ಬ್ರೆಡ್, ಕ್ರೊಸಾಂಟ್, ಸಲಾಡ್, ಜಾಮ್‌ಗಳನ್ನು ಇಟ್ಟಿರುತ್ತಾರೆ. ಆದರೆ ಇಲ್ಲಿ ಒಂದಿಷ್ಟು ಹಸಿ ತರಕಾರಿಗಳು, ಕಾರ್ನ್ ಫ್ಲೇಕ್ಸ್, ಒಂದೆರಡು ಹಣ್ಣು, ಗಟ್ಟಿ ಬ್ರೆಡ್ ಅಷ್ಟೇ. ಇಲ್ಲಿಗೆ ಕಾಲಿಟ್ಟಾಗಿನಿಂದ ಒಂದಾದರೂ ನೆಟ್ಟಗಾಗಿದೆಯಾ ಎಂದು ಗೊಣಗಾಡಿಕೊಂಡು, ಸಿಕ್ಕಿದ ಏನನ್ನೋ ಬಡಿಸಿಕೊಳ್ಳುತ್ತಿರುವಾಗಲೇ ಎದುರಿಗೆ ಟಿ ಶರ್ಟ್, ಜೀನ್ಸ್ ಧರಿಸಿದ್ದ ಪುಟ್ಟ ಹುಡುಗನೊಬ್ಬ ಎದುರಾದ ಓಡು ನಡಿಗೆಯಲ್ಲಿ.

ಎಲ್ಲೋ ನೋಡಿದಂತಿದೆಯಲ್ಲ ಈ ಪುಟ್ಟ ಮರಿಯನ್ನು ಎಂದುಕೊಳ್ಳುವಾಗಲೇ ನೆನಪಾಗಿದ್ದು ಅವನೊಟ್ಟಿಗೇ ನಾನು ಹಿಂದಿನ ರಾತ್ರಿ ರೂಮ್ ಬದಲಾವಣೆಗಾಗಿ ಶರಂಪರ ಕಿತ್ತಾಡಿದ್ದು ಎಂದು! ಹಿಂದಿನ ದಿನ ಸೂಟ್‌ನಲ್ಲಿ ಭಯಂಕರ ಗಾಂಭೀರ್ಯದವನಾಗಿ ಕಂಡಿದ್ದ ಹುಡುಗ ಇಷ್ಟು ಚಿಕ್ಕವನಾ ಎಂದು ಆಶ್ಚರ್ಯ ಪಡುವಂತಾಯಿತು! ಎದುರಾದ ನಮಗೆ ಗುಡ್ ಮಾರ್ನಿಂಗ್ ಹೇಳುತ್ತಾ 'ನನ್ನ ಡ್ಯೂಟಿ ಮುಗಿಯಿತು. ನಾನಿನ್ನು ಹೊರಡುತ್ತಿದ್ದೇನೆ. ನಿಮ್ಮ ಟ್ಯಾಕ್ಸಿ ಹೇಳಿದ್ದೇನೆ. ಇನ್ನೇನು ಬಂದುಬಿಡುತ್ತಾರೆ. ಬೇಗ ತಿಂಡಿ ಮುಗಿಸಿ ಬನ್ನಿ' ಎಂದ. 'ಹೇ ನೀನು ಹೊರಟು ಬಿಡುತ್ತಿದ್ದೀಯಾ? ಇಲ್ಲೇನಾದರೂ ತೊಂದರೆಯಾದರೆ ಕೋ ಆರ್ಡಿನೇಟ್ ಮಾಡುವವರು ಯಾರು! ಒಂದು ಹತ್ತು ನಿಮಿಷ ಇದ್ದು ಹೋದರಾಗುವುದಿಲ್ಲವೇ' ಎಂದು ನಾವು ಆತಂಕ ಜೀವಿಗಳು ಹೇಳಿದಾಗ 'ಇಲ್ಲ, ಅಲ್ಲಿ ಕೌಂಟರ್‌ನಲ್ಲಿರುವವರು ನಿಮಗೇನಾದರೂ ತೊಂದರೆಯಾದರೆ ಸಹಾಯ ಮಾಡುತ್ತಾರೆ, ಹೆದರಬೇಡಿ. ನಾನು ಈಗ ಕಾಲೇಜ್‌ಗೆ ಹೋಗಬೇಕು. ಮತ್ತೆ ಸಂಜೆ ಡ್ಯೂಟಿಗೆ ಬರುತ್ತೇನೆ' ಎಂದ.

ಅದನ್ನು ಕೇಳಿ 'ಅಯ್ಯೋ ಪಾಪವೇ, ಈ ಮಗು ರಾತ್ರಿ ಪಾಳಿಯಲ್ಲಿ ಕೆಲಸ ಮಾಡಿ ಮತ್ತೆ ಈಗ ಕಾಲೇಜಿಗೆ ಬೇರೆ ಹೋಗಬೇಕಾ' ಎಂದು ನನಗೆ ಯಾಕೋ ತುಂಬ ಮರುಕವೆನ್ನಿಸಿತು. ಹಾಗೆ ಸುಸ್ತಾಗಿ ಬಂದ ಹುಡುಗನೊಟ್ಟಿಗೆ ನಾಯಿಯಂತೆ ಕಿತ್ತಾಡಿದ್ದಕ್ಕೆ ಅವಮಾನವಾಗಿ ಹೋಯಿತು. ಪೆಚ್ಚು ನಗು ನಗುತ್ತಾ ಧನ್ಯವಾದ ಅರ್ಪಿಸಿ 'ಸಂಜೆ ಬರುವುದರಲ್ಲಿ ಬೇರೆ ರೂಮ್ ಸಿದ್ಧವಾದರೆ ಶಿಫ್ಟ್ ಮಾಡು ಮಾರಾಯಾ. ಆ ನರಕದಿಂದ ನಮ್ಮನ್ನು ಪಾರು ಮಾಡು' ಎಂದು ಅಲವತ್ತುಕೊಂಡೆವು. ಅವತ್ತು ಆಗೇ ಆಗುತ್ತದೆ, ಹೆದರದಿರಿ ಎಂದು ಆಶ್ವಾಸನೆ ಕೊಟ್ಟ ಹುಡುಗ ಮೂರು ಮೂರು ಮೆಟ್ಟಿಲು ಒಟ್ಟಿಗೆ ಹಾರಿ ಹತ್ತುತ್ತ ಕಣ್ಮರೆಯಾದ.

ನಾವು ಅಲ್ಲೇನು ತಿನ್ನುವುದು ಅರ್ಥವಾಗದೇ ಗೊಣಗಾಡಿಕೊಂಡೇ ಸಿಕ್ಕಿದ್ದು ತಿಂದೆವು. ಬೇರೆ ದೇಶಗಳಲ್ಲಿ ಬೆಳಗಿನ ತಿಂಡಿಯೇ ನಮ್ಮ ಜೀವಾಧಾರ. ಅದಾದ ನಂತರ ಎಲ್ಲಿ ಏನು ಸಿಗುತ್ತದೆಂದು ನಮಗೂ ಗೊತ್ತಿರುವುದಿಲ್ಲವಲ್ಲ, ಹಾಗಾಗಿ ಸಿಕ್ಕಿದ್ದನ್ನು ಚೆನ್ನಾಗಿ ಕಂಠಮಟ್ಟ ತಿಂದುಬಿಡುತ್ತೇವೆ. ಆದರೆ ಇಲ್ಲಿ ತಿನ್ನಲು ಏನಾದರೂ ಇದ್ದರೆ ತಾನೇ! ಮಾಮೂಲಿಯಾಗಿ ಕ್ರೊಸಾಂಟ್ ಒಂದು ಇದ್ದುಬಿಟ್ಟರೆ ನಮಗೆ ಸಾಕು. ಅದು ನಮ್ಮೂರಿನ ಪಫ್‌ನಂಥ ತಿನಿಸು. ಒಳಗೆ ತರಕಾರಿ ಇರುವುದಿಲ್ಲವಷ್ಟೇ.

ಆದರೆ ಒಂದರೊಳಗೆ ನಟ್ಸ್, ಇನ್ನೊಂದರೊಳಗೆ ಚಾಕಲೇಟ್... ಹೀಗೇ ನಾನಾ ವಿಧ ಇರುವುದರಿಂದ ಎಲ್ಲವನ್ನೂ ತಿಂದರೆ ಸಾಕು ಹೊಟ್ಟೆ ತುಂಬಿಬಿಡುತ್ತದೆ. ಆದರೆ ಇಲ್ಲಿ ಕ್ರೊಸಾಂಟ್ ಸುಳಿವೇ ಇರಲಿಲ್ಲ. ನನ್ನ ಗಂಡ ಉರಿದುಕೊಳ್ಳುತ್ತಾ ವೇಟ್ರೆಸ್ ಅನ್ನು ವಿಚಾರಿಸಿದರೆ 'ಸಾರಿ ಸರ್ ನಾವಿಲ್ಲಿ ಕ್ರೊಸಾಂಟ್ ಇಡುವುದಿಲ್ಲ' ಎಂದುಬಿಟ್ಟಳು. ಕ್ರೊಸಾಂಟ್ ಇಲ್ಲವೇ! ಹಾಗಿದ್ದರೆ ಇನ್ನು ಮೂರು ದಿನ ಬೆಳಗೆದ್ದು ಸೌತೆಕಾಯಿ, ಟೊಮೊಟೋಗಳಲ್ಲೇ ಹೊಟ್ಟೆ ತುಂಬಿಸಿಕೊಳ್ಳಬೇಕಾ ಎಂದು ಅಳು ಬರುವಂತಾಗಿ ಹೋಯಿತು. ಒಂಟಿ ಕಣ್ಣಲ್ಲಿ ಅಳುತ್ತ ಏನೇನು ತಿಂದರೂ ಬಾವಿಯೊಳಗೆ ಕಲ್ಲು ಬಿದ್ದಂತೆ ಅನ್ನಿಸುತ್ತಿತ್ತು.

ಅರೆಹೊಟ್ಟೆಯಲ್ಲಿ ಹೊರಡುವಾಗ ನನ್ನ ಗಂಡ ಆ ವೇಟ್ರೆಸ್ ಅನ್ನು ಕರೆದು 'ನೋಡಿ ನಾಳೆಗೆ ನಮಗೆ ಕ್ರೊಸಾಂಟ್ ಬೇಕೇ ಬೇಕು. ನಮಗಿಲ್ಲಿ ಏನೂ ಇಲ್ಲ ತಿನ್ನಲು. ಈ ತರಕಾರಿ ತಿಂದರೆ ಬೇಗ ಹಸಿವಾಗಿ ಬಿಡುತ್ತದೆ. ಅರ್ಥವಾಯಿತೇ? ನಾಳೆಗೆ ಕ್ರೊಸಾಂಟ್ ಬೇಕೇ ಬೇಕು' ಎಂದು ಎಗರಾಡಿದ. ಅವಳು ಸುಮ್ಮನೆ ತಲೆಯಾಡಿಸಿದಳು. ನನ್ನ ಗಂಡ 'ನೋಡು ಕ್ರೊಸಾಂಟ್ ಇಡಲ್ಲ ಅಂದ್ಲು. ಬಯ್ದ ಮೇಲೆ ಹೇಗೆ ದಾರಿಗೆ ಬಂದ್ಲು ನೋಡು!' ಎಂದು ತನ್ನ ಬೆನ್ನು ತಾನೇ ತಟ್ಟಿಕೊಂಡ.

ನಾವು ತಿಂಡಿ ಮುಗಿಸಿ ಮೇಲೆ ಬರುವುದರಲ್ಲಿ ರಿಸೆಪ್ಷನ್‌ನಲ್ಲಿದ್ದ ಹೆಣ್ಣು ಮಗಳು 'ಮಧ್ಯಾಹ್ನದ ವೇಳೆಗೆ ಈ ಫ್ಲೋರ್‌ನ ರೂಮುಗಳು ಖಾಲಿಯಾಗುತ್ತವೆ. ಮೂರು ದಿನಕ್ಕೆ ಎರಡು ರೂಮ್‌ಗೆ ಒಟ್ಟು 12 ಸಾವಿರ ಹೆಚ್ಚು ಖರ್ಚು ಬೀಳುತ್ತದೆ. ಪರವಾಗಿಲ್ಲವಾ?' ಎಂದಳು. ಅರೆಕ್ಷಣ ಹೊಟ್ಟೆ ಉರಿಯಿತು. ಆದರೆ ಈಗಿರುವ ರೂಮ್‌ನಲ್ಲಿ ಉಳಿಯುವುದು ನಮ್ಮಿಂದ ಅಸಾಧ್ಯ ಅನ್ನಿಸಿ 'ಹಾಳಾಗಿ ಹೋಗಲಿ, ಅಶ್ಲಾಗೆ ಮಾಡಿ' ಎಂದಂದು ವಾಕಿಂಗ್ ಸಿಟಿ ಟೂರ್‌ಗೆ ಓಡಿದೆವು.

ಹಿಂದಿನ ದಿನ ಶುರುವಾದ ಮಳೆ ಇನ್ನೂ ಹನಿಯುತ್ತಲೇ ಇತ್ತು. ಹೋಟೆಲ್ಲಿನಿಂದ ಹೊರಬಂದರೆ ಪ್ರಶಾಂತ ರಸ್ತೆ ಕಾಣಿಸಿತು. ರಾತ್ರಿ ಬಂದಾಗ ಕತ್ತಲಾಗಿದ್ದರಿಂದ ಹೇಗಿದೆ ಎಂದು ಗೊತ್ತಾಗಿರಲಿಲ್ಲ. ಈಗ ನೋಡಿದರೆ ಅದು ಒಂದು ರೆಸಿಡೆನ್ಷಿಯಲ್ ಬಡಾವಣೆ. ಒಂದೇ ಒಂದು ನರಪ್ರಾಣಿಯ ಸುಳಿವಿಲ್ಲದ ರಸ್ತೆ. ವಾಹನಗಳಂತೂ ಇಲ್ಲವೇ ಇಲ್ಲ. 'ರಾತ್ರಿ ಬೇರೆ ಹೋಟೆಲ್‌ಗೆ ಹೋಗುತ್ತೇನೆ ಎಂದು ವೀರಾವೇಶದಿಂದ ಆವಾಜ಼್ ಹಾಕಿದ್ದೆಯಲ್ಲ, ಅದನ್ನೇನಾದರೂ ಸಾಧಿಸಲು ಹೋಗಿದ್ದರೆ ಬಲು ಕಷ್ಟವಾಗುತ್ತಿತ್ತು ಭಾರತಿ, ಆ ರಾತ್ರಿಯಲ್ಲಿ ಆ ಭಾರದ ಲಗೇಜನ್ನು ಹೊತ್ತು ಹೋಟೆಲ್‌ನಿಂದ ಹೊರಬಿದ್ದಿದ್ದರೆ ಈ ಫುಟ್‌ಪಾತ್ ಮೇಲೆ ಮಲಗಬೇಕಿತ್ತು' ಎಂದುಕೊಂಡೆ.

ಟ್ಯಾಕ್ಸಿ ನಮಗಾಗಿ ಕಾಯುತ್ತಿತ್ತು. ನಮ್ಮ ಹೋಟೆಲ್ಲಿನ ಆ ಹುಡುಗ ನಾವು ಹೋಗಬೇಕಾದ ಜಾಗವನ್ನು ಹೇಳಿರಬೇಕು ಎಂದು ನಿಶ್ಚಿಂತರಾಗಿ ಕುಳಿತೆವು. ಆದರೆ ನಮ್ಮಪ್ಪ ಇದ್ದಾರಲ್ಲ, ಅವರು ಜಗತ್ತಿನಲ್ಲೇ ಅತ್ಯಂತ ದೊಡ್ಡ ಅನುಮಾನ ಪಿಶಾಚಿ! ಯಾರಿಗೂ ಬಾರದ ಅನುಮಾನವೆಲ್ಲ ಅವರಿಗೆ ಬರುತ್ತಿರುತ್ತದೆ. ಹಾಗಾಗಿ to err on safer side ಎನ್ನುವ ಮೂಲಮಂತ್ರದ ಅವರು ಮತ್ತೆ ಮತ್ತೆ ಅದನ್ನೇ ಕೇಳುತ್ತ ಇರುತ್ತಾರೆ ಅನುಮಾನ ಪರಿಹಾರ ಮಾಡಿಕೊಳ್ಳಲೋಸುಗ. ಅವತ್ತೂ ಹಾಗೆಯೇ ಗಂಟಲು ಸರಿಮಾಡಿಕೊಳ್ಳುತ್ತ 'ಈಗಾಆಆಆಆಆಆ ಮತ್ತೆ ನಾವು ಹೋಗ್ತಿರೋದು ಆ ಹೋಟೆಲ್ ತಾನೇ?' ಎಂದು ಯಾವುದೋ ಹೋಟೆಲ್ಲಿನ ಹೆಸರು ಹೇಳಿದರು. ಅದು ನಮ್ಮ ಪಿಕಪ್ ಪಾಯಿಂಟ್.

ಮುಂದೆ ನಡೆದಿದ್ದನ್ನು ಹೇಳಿದ ನಂತರ ನಮ್ಮಪ್ಪನಿಗೆ ಹೀಗೆ ಕೇಳಲು ಯಾವುದೋ ಆರನೆಯ ಇಂದ್ರಿಯ ಪ್ರೇರೇಪಿಸಿದೆ ಎಂದೆಲ್ಲ ಭ್ರಮೆಗೆ ಬೀಳಬೇಡಿ. ನಮ್ಮಪ್ಪನಿಗೆ ಆ ಆರನೆಯ ಇಂದ್ರಿಯದ ಗೊಡವೆಯೇ ಇಲ್ಲ! ಅವರ ಐದು ಇಂದ್ರಿಯಗಳೇ ಓವರ್ ಟೈಮ್ ಮಾಡಿ ಇಂಥ ಸಾಕಷ್ಟು ಅನುಮಾನಗಳನ್ನು ಹುಟ್ಟಿಸುತ್ತಲೇ ಇರುವುದರಿಂದ, ಇದು ಅವರ ಮಾಮೂಲು ಕಥೆಯಷ್ಟೇ! ನಮ್ಮಪ್ಪ ಕೇಳಿದ್ದಕ್ಕೆ ಆ ಡ್ರೈವರ್ ಮಹಾಶಯ ತಲೆಯಾಡಿಸಿದರು ಮೂಗಬಸವನಂತೆ. ನಮ್ಮಪ್ಪನಿಗೆ ನೆಮ್ಮದಿಯಾಯ್ತು... ನಮಗೂ! ಅವರಿಗೆ ನೆಮ್ಮದಿಯಾಗಿಬಿಟ್ಟರೆ ನಮಗೆಲ್ಲ ನೆಮ್ಮದಿಯೇ!

ಅಷ್ಟಾದ ಮೇಲೆ ನಾನು ನೆಮ್ಮದಿಯಿಂದ ಕಿಟಕಿಯಿಂದ ಹೊರಗೆ ನೋಡುತ್ತ ಕುಳಿತೆ. ಕ್ರಾಕೋವ್ ನಗರ ಅತ್ಯಂತ ಸುಂದರವಾಗಿತ್ತು. ವ್ರೋಟ್ಸ್ವಾದಂತೆ ಇಲ್ಲಿಯೂ ವಾಹನಗಳ ಹಾರ್ನ್ ಸದ್ದಿಲ್ಲ. ಎಲ್ಲೆಲ್ಲೂ ಮೌನ ಮತ್ತು ಶಾಂತಿ. ನಮ್ಮ ಊರಿಗಿಂತ ತುಂಬ ಭಿನ್ನವಾಗಿದ್ದರೂ ಅದೇಕೋ ನಮ್ಮ ದೇಶದಲ್ಲಿಯೇ ಎಲ್ಲೋ ಹೋಗುತ್ತಿದ್ದೇವೆ ಎನ್ನುವಷ್ಟು ಪರಿಚಿತ ಭಾವ. ಬೆಳಗ್ಗೆ ಕೆಲಸಕ್ಕೆ ಹೋಗುವ ಜನಸಂದಣಿ. ಆದರೆ ಟ್ರಾಫಿಕ್ ಜಾಮ್ ಇಲ್ಲ.

ಕಿಟಕಿಯಾಚೆ ಕಂಡದ್ದನ್ನು ಮನಸ್ಸಿಗೆ ತುಂಬಿಸಿಕೊಳ್ಳುತ್ತ ಹೋದೆ. ಎಂಟು ಹತ್ತು ನಿಮಿಷ ಕಳೆದ ನಂತರ ನಮ್ಮ ಪಿಕಪ್ ಪಾಯಿಂಟ್ ಬಂದಿತು. ಟ್ಯಾಕ್ಸಿ ಬಿಲ್ 18 ಜ್ಲಾಟಿ ಎಂದು ತೋರಿಸುತ್ತಿತ್ತು. ಅಂದರೆ ಸರಿಸುಮಾರು ನಮ್ಮ ದೇಶದ 360 ರೂಪಾಯಿ. ಅಂದರೆ ತಲಾ 90 ರೂಪಾಯಿ ಖರ್ಚು. ಯೂರೋಪ್ ಅತ್ಯಂತ ದುಬಾರಿ. ಮುಟ್ಟಿದ್ದಕ್ಕೆಲ್ಲ ರಾಶಿ ರಾಶಿ ತೆತ್ತು ಅಭ್ಯಾಸವಾದ ನಮಗೆ ಇದು ಪರವಾಗಿಲ್ಲ ಕೈಗೆಟಕುವಂತಿದೆ ಎನ್ನಿಸಿತು.

ಆ ಹೋಟೆಲ್ ಒಳನುಗ್ಗಿದರೆ ನಮ್ಮಂತೆಯೇ ಕಾಯುತ್ತ ಕುಳಿತ ಒಂದಿಷ್ಟು ಪ್ರವಾಸಿಗರಿದ್ದರು. ರಿಸೆಪ್ಷನ್‌ನಲ್ಲಿ ನಮ್ಮ ಹೆಸರು ಹೇಳಿ ಲಿಸ್ಟ್‌ನಲ್ಲಿ ನೋಡಿ ಎಂದರೆ ನಮ್ಮ ಹೆಸರೇ ಇಲ್ಲ! ನಮಗೆಲ್ಲ ಆತಂಕ ಶುರುವಾಯಿತು. ಇದು ಹೇಗೆ ಸಾಧ್ಯ ಎಂದು ಯೋಚಿಸುವುದರಲ್ಲೇ ನಮ್ಮಪ್ಪನೆನ್ನುವ ಅನುಮಾನ ಜೀವಿ 'ಇಲ್ಲಿ ಈ ಹೆಸರಿನ ಇದೊಂದೇ ಹೋಟೆಲ್ ತಾನೇ ಇರುವುದು' ಎಂದು ಕೇಳಿದರು. ಅವರು ಕೂಲಾಗಿ 'ಇಲ್ಲ ಇನ್ನೂ ಎರಡು ಮೂರು ಇದೆ' ಎಂದರು!

ಓಹ್... ಅಂದರೆ ನಮ್ಮ ಹೆಸರು ಇಲ್ಲಿ ಇಲ್ಲ ಅಂತಾದರೆ ಬೇರೆಯ ಹೋಟೆಲ್ ಇರಬೇಕೇನೋ ಎಂದುಕೊಳ್ಳುತ್ತ ಗಾಬರಿ ಬಿದ್ದೆವು. ಅವರಲ್ಲಿ ಈ ಅನುಮಾನ ಹೇಳಿದರೆ ಅವರು ಅದಕ್ಕೂ ಶಾಂತವಾಗಿ 'ಇರಬಹುದು ಅನ್ನಿಸುತ್ತದೆ! ನಿಮ್ಮ ಪಿಕಪ್ ಪಾಯಿಂಟ್ ಅದರಲ್ಲಿ ಯಾವುದಾದರೂ ಇರಬೇಕೇನೋ' ಎಂದರು! ನಾವಿಲ್ಲಿ ಕಾಣದ ದೇಶದಲ್ಲಿ ದಿಕ್ಕೆಟ್ಟವರಂತೆ ನಿಂತೆವು.

ಅರೆ! ಇಷ್ಟು ಸುಲಭಕ್ಕೆ ಹೇಳುತ್ತಿದ್ದಾರಲ್ಲ! ನಾವೀಗ ಅದೇ ಹೆಸರಿನ ಬೇರೆಯ ಹೋಟೆಲ್ ತಲುಪುವುದು ಹೇಗೆ? ಅದೆಷ್ಟು ದೂರದಲ್ಲಿದೆ? ನಡೆದು ಹೋಗಬಹುದಾ ಅಥವಾ ಮತ್ತೆ ಟ್ಯಾಕ್ಸಿ ಮಾಡಿಕೊಳ್ಳಬೇಕೇ? ಈ ಮಳೆಯಲ್ಲಿ ಅಲ್ಲಿಗೆ ತಲುಪುವ ಬಗೆ ಹೇಗೆ? ತಡವಾಯಿತೆಂದು ಅವರು ಅಲ್ಲಿಂದ ಹೊರಟು ಬಿಟ್ಟಿದ್ದರೆ? ಹೀಗೆ ನಮ್ಮೊಳಗಿನ ಆತಂಕವನ್ನೆಲ್ಲ ಅವರ ಮುಂದೆ ಹೊರಹಾಕುತ್ತಿದ್ದರೆ ಅವರು ಶಾಂತವಾಗಿ 'ಇರಿ ನೋಡೋಣ ಗಾಬರಿಯಾಗಬೇಡಿ. ಇನ್ನೇನು ಆ ಟ್ರಾವೆಲ್ಸ್‌ನವರು ಬರುತ್ತಾರೆ. ಅವರಲ್ಲಿ ಎಲ್ಲ ವಿಚಾರಿಸಬಹುದು' ಎಂದರು. ಆದರೆ ಅದು ಹೇಗಾಗುತ್ತದೆ, ಗಾಬರಿ ನಮ್ಮ ಮನೆದೇವ್ರು!

ನಾವು ಆತಂಕದಿಂದ 'ಆಗ ವಿಚಾರಿಸಿ ಎಂತ ಮಾಡುವುದು? ಅವರು ಹೌದು, ನೀವು ಬೇರೆ ಕಡೆಗೆ ಹೋಗಬೇಕಿತ್ತು ಅಂದುಬಿಟ್ಟರೆ ಆಗ ಅಲ್ಲಿಗೆ ಹೋಗಿ ಸೇರುವುದರಲ್ಲಿ ಆ ಟೀಮ್ ಕೂಡಾ ಹೋಗಿ ಆಗಿರುತ್ತದಲ್ಲವಾ? ಆಗ ಅವರನ್ನು ಸೇರುವ ಬಗೆ ಹೇಗೆ?' ಹೀಗೆ ಥರಾವರಿಯಾಗಿ ಅಯ್ಯೋ ಅಯ್ಯೋ ಎಂದು ಎದೆ ಬಡಿದುಕೊಂಡು ಕೇಳಲು ಪ್ರಾರಂಭಿಸಿದೆವು. ಅವರು 'ಅದೇ ಆಗಲೇ ಹೇಳಿದೆನಲ್ಲ, ಅವರು ಬರುವವರೆಗೆ ಸುಮ್ಮನಿರಿ' ಎಂದವರೇ ಉಳಿದವರ ಹೆಸರು ಟಿಕ್ ಮಾಡಿಕೊಳ್ಳಲು ಶುರು ಮಾಡಿದರು. ಟಿಕ್ಕಾಗದ ನಾವು ಪ್ಯಾದೆಗಳಂತೆ ನಿಂತೇ ಇದ್ದೆವು...

ಐದು ಸುದೀರ್ಘ ನಿಮಿಷಗಳು ಕಳೆಯುವುದರಲ್ಲಿ ಒಬ್ಬಳು ಬಂದು ತಾನು ಅವತ್ತಿನ ಟ್ರಾವೆಲ್ ಗೈಡ್ ಎಂದು ಪರಿಚಯಿಸಿಕೊಂಡಳು. ನಾವು ಆಸರೆ ಸಿಕ್ಕಂತೆ ಅವಳತ್ತ ಓಡಿದೆವು. ಅವಳು ಮಾತನಾಡುತ್ತಿರುವುದರಲ್ಲೇ ಬಸ್ಸೊಂದು ಹೋಟೆಲ್ ಮುಂದೆ ನಿಂತಿತು. ಆಕೆ ಲಿಸ್ಟ್ ಹಿಡಿದು ಒಬ್ಬೊಬ್ಬರ ಹೆಸರು ಕರೆಯಲಾರಂಭಿಸಿದಳು. ನಾವು ಅವಳ ಬಳಿ ಹೋಗಿ ಹೀಗೀಗಾಗಿದೆ... ಈಗ ನಮ್ಮದೇನು ಗತಿ ಎಂದೆವು.

ಅವಳು ಚಕಚಕನೆ ಬೇರೆ ಲಿಸ್ಟ್ ನೋಡಿ 'ಓಹ್ ನಿಮ್ಮದು ಆ ಹೋಟೆಲ್ ಬಳಿ' ಎಂದು ಉದ್ಗಾರ ತೆಗೆದಳು. ಮತ್ತೆ ನಮ್ಮ ಗತಿ ಏನು ಈಗ ಎಂದು ಅಂಡು ಸುಟ್ಟ ಬೆಕ್ಕಿನಂತೆ ಹಾರಾಡುವುದರಲ್ಲಿ ಅವಳು 'ನೋಡೋಣ ಇರಿ. ಆ ಹೋಟೆಲ್‌ನಿಂದ ಹೊರಡುವುದೂ ನಮ್ಮದೇ ಏಜೆನ್ಸಿಯ ಬುಕ್ಕಿಂಗೇ. ಏನೋ ಒಂದು ಪರಿಹಾರ ಹುಡುಕೋಣ' ಎಂದಳು. ಒಂಥರಾ ಜೀವಸಂಚಾರ... ಮುಳುಗುವವರಿಗೆ ಹುಲ್ಲುಕಡ್ಡಿ ಸಿಕ್ಕಿದಂತಾಯಿತು.

ಅಲ್ಲಿ ಕಾಯುತ್ತ ಇದ್ದವರೆಲ್ಲ ಒಬ್ಬೊಬ್ಬರಾಗಿ ಬಸ್ ಸೇರಿದರು. ಅದಾದ ನಂತರ ಆಕೆ ಎಲ್ಲೆಲ್ಲಿಗೋ ಕರೆ ಮಾಡಿ ಅವರ ಭಾಷೆಯಲ್ಲಿ ಮಾತನಾಡಲು ಶುರು ಮಾಡಿದಳು. ಒಂದೇ ಒಂದು ಇಂಗ್ಲಿಷ್ ಪದವಿಲ್ಲದ ಆ ಮಾತುಕತೆಯಲ್ಲಿ ನಮಗೆ ಏನೆಂದರೆ ಏನೂ ಅರ್ಥವಾಗಲಿಲ್ಲ. ಹಿಂದಿನ ದಿನ ನಮ್ಮ ಹೋಟೆಲ್ ಹುಡುಗನೂ ಹೀಗೆ ಕಾಲ್ ಮಾಡುವಾಗ ನಮ್ಮದೇ ಬಗ್ಗೆ ವಿಚಾರಿಸುತ್ತಿದ್ದಾನೆ ಎಂದುಕೊಂಡಿದ್ದೆವಲ್ಲ ಪೆದ್ದುಪೆದ್ದಾಗಿ, ಈಗಲೂ ಹಾಗಾಗಬಾರದು ಎಂದುಕೊಂಡು ಮಧ್ಯೆ ಮಧ್ಯೆ ಏನಾಯ್ತು ಎಂದು ಕೇಳಲಾರಂಭಿಸಿದೆವು.

ಅವಳು ಇರಿ ಎನ್ನುವಂತೆ ಕೈಸನ್ನೆ ಮಾಡುತ್ತಾ ಒಂದಾದ ಮೇಲೊಂದು ಕರೆಯನ್ನು ಮಾಡುತ್ತಲೇ ಹೋದಳು. ನಾವು ಅನುಮಾನದ ಪ್ರಾಣಿಗಳು ಅವಳು ಹಾಗೆ ಮಾಡುತ್ತ ಮಾಡುತ್ತಲೇ 'ನಾವೇನ್ಮಾಡಣ ಸೋಮಿ ನಿಮ್ಮ ಹೆಸರು ಇಲ್ದಿದ್ರೆ' ಎನ್ನುತ್ತ ಓಡಿ ಹೋಗಿಬಿಟ್ಟರೆ ಎನ್ನುವ ಆತಂಕದಲ್ಲಿ ಜಾತ್ರೆಯಲ್ಲಿ ಅಮ್ಮನ ಸೆರಗು ಹಿಡಿದು ನಡೆವ ಮಕ್ಕಳ ಹಾಗೆ ಅವಳು ಮೂರು ಹೆಜ್ಜೆ ಅತ್ತ ನಡೆದರೆ ನಾವೂ

ಮೂರು ಹೆಜ್ಜೆ, ನಾಲ್ಕು ಹೆಜ್ಜೆ ಇತ್ತ ನಡೆದರೆ ನಾವೂ ನಾಲ್ಕು ಹೆಜ್ಜೆ ಅವಳ ಜೊತೆಗೇ ನಡೆದಾಡಲಾರಂಭಿಸಿದೆವು.

ಒಂದೈದು ನಿಮಿಷ ಹಾಗೇ ಕಳೆಯುವುದರಲ್ಲಿ ಮಳೆ ಬೇರೆ ಜೋರಾಯ್ತು! 'ಥತ್ ಇದೊಂದು ಬಾಕಿಯಿತ್ತು ಶಿವಾ!' ಎಂದು ಬಯ್ದುಕೊಂಡೆವು. ಆಕೆ ಇದ್ದಕ್ಕಿದ್ದಂತೆ 'ಆ ಟೀಮ್ ಹೊರಟುಬಿಟ್ಟಿದೆಯಂತೆ' ಅಂದಳು. 'ಆಂಡವಾ! ಇನ್ನೇನು ಗತಿ!' ಎಂದುಕೊಳ್ಳುವುದರಲ್ಲೇ ಆ ಆಂಡವಾ ಅವಳಿಗೆ ಒಳ್ಳೆಯ ಬುದ್ಧಿ ಕೊಟ್ಟೇಬಿಟ್ಟನೇನೋ ಎನ್ನುವಂತೆ 'ನಡೆಯಿರಿ. ನಮ್ಮ ಬಸ್ಸನ್ನೇ ಹತ್ತಿ. ಹೇಗೂ ಸೀಟ್ ಖಾಲಿ ಇದೆ' ಎಂದಳು. 'ಅಬ್ಬ ಎಂತ ದಯಾಮಯಿ ನೀನು!' ಎಂದುಕೊಳ್ಳುತ್ತ ಬಸ್ಸನ್ನೇರಿದೆವು.

ನಮಗಾಗಿ ಅವರನ್ನೆಲ್ಲ ಕಾಯಿಸಿದ್ದರಿಂದ ಬಸ್‌ನಲ್ಲಿ ಕುಳಿತಿದ್ದವರಿಗೆಲ್ಲ ಮೈ ಉರಿದಿರಬೇಕು. ನಾವು ಹತ್ತಿದಾಗ ನಮ್ಮನ್ನು ವಿಲನ್‌ಗಳ ರೀತಿ ನೋಡುತ್ತಿದ್ದರು. 'ಸಾಯಲಿ ಹೋಗಿ, ನಮ್ಮದೇನು ತಪ್ಪಿಲ್ಲ ಇದರಲ್ಲಿ. ನಿಮಗೆ ಒಳ್ಳೆಯವರಾಗಿ ನಾವು ಸಾಧಿಸುವುದೇನಿದೆ? ನಿಮ್ಮ ಮಗಳನ್ನು ನನ್ನ ಮಗನಿಗೆ ತಂದುಕೊಳ್ಳಬೇಕಾಗಿದೆಯಾ?' ಎಂದುಕೊಳ್ಳುತ್ತ ಸೀಟಿಗೆ ಹೋಗಿ ಕುಕ್ಕರಿಸಿದೆ...

ಜ್ಯೂಗಳ ವಠಾರದಲ್ಲಿ

ಆ ದಯಾಮಯಿ ತನ್ನನ್ನು ಪೋಲೋನಿ ಎಂದು ಪರಿಚಯಿಸಿಕೊಂಡು ಅವತ್ತಿನ ಕಾರ್ಯಕ್ರಮ ಏನೇನು ಎಂದು ಹೇಳಿದಳು. ಕೆಲವೇ ನಿಮಿಷಗಳ ಪ್ರಯಾಣದ ನಂತರ ಬಸ್ ಒಂದೆಡೆ ನಿಂತಿತು. ಅಲ್ಲಿಂದ ಮುಂದಕ್ಕೆ ನಮ್ಮ ವಾಕಿಂಗ್ ಟೂರ್ ಶುರುವಾಗುವುದಿತ್ತು. ಯೂರೋಪಿನ ಸಾಕಷ್ಟು ದೇಶಗಳಲ್ಲಿ ಪ್ರವಾಸಿ ತಾಣಗಳಲ್ಲಿ, ಐತಿಹಾಸಿಕ ಸ್ಥಳಗಳಲ್ಲಿ ವಾಹನ ಸಂಚಾರಕ್ಕೆ ಅನುಮತಿ ಇರುವುದಿಲ್ಲ. ಎಲ್ಲ ಸ್ಥಳಗಳನ್ನೂ ನಡೆದೇ ನೋಡಬೇಕು. ನಿಜಕ್ಕೂ ಹೇಳಬೇಕೆಂದರೆ ಅದೊಂದು ರೀತಿಯ ಬಿಡುಗಡೆ ನಮ್ಮಂಥವರಿಗೆ. ಯಾವ ಕಡೆಯಿಂದ ವಾಹನ ಬಂದು ಗುದ್ದುತ್ತದೋ ಎನ್ನುವ ಭಯವಿಲ್ಲದೇ ರಸ್ತೆಯ ಮಧ್ಯವೇ ನಿಂತು ಆ ಸ್ಥಳಗಳನ್ನು ನೋಡುವುದರ ಮಜವೇ ಬೇರೆ. ನಾವೆಲ್ಲ ಬಸ್‌ನಿಂದ ಇಳಿದು ಪೋಲೋನಿಯನ್ನು ಹಿಂಬಾಲಿಸಿದೆವು. ಅವಳು ನಡೆಯುತ್ತಲೇ ನಾವು ನೋಡಲಿರುವ ಆ ಸ್ಥಳದ ಬಗ್ಗೆ ಮಾಹಿತಿ ನೀಡುತ್ತಾ ಹೋದಳು...

ಆ ಬಡಾವಣೆಯ ಹೆಸರು ಕಾಜ಼ಿಮಿರ್ಷ್. ಸುಮಾರು 15ನೇ ಶತಮಾನದಿಂದಲೂ ಈ ಸ್ಥಳದಲ್ಲಿ ಜ್ಯೂಗಳು ನೆಲೆಸಿ ಅಲ್ಲಿಯೇ ವ್ಯಾಪಾರ ವಹಿವಾಟು ನಡೆಸುತ್ತಿದ್ದರು. ಅದು ಬರಬರುತ್ತ ತುಂಬ ಅಭಿವೃದ್ಧಿ ಹೊಂದಿತು. ಹಿಟ್ಲರ್‌ನ ಜರ್ಮನಿ ಪೋಲೆಂಡನ್ನು ಆಕ್ರಮಿಸುವ ವೇಳೆಗೆ ಕಾಜ಼ಿಮಿರ್ಷ್‌ನಲ್ಲಿ ಸುಮಾರು 70 ಸಾವಿರ ಜ್ಯೂಗಳು ನೆಲೆಸಿದ್ದರು. 'ಆ ನಂತರ ಗೊತ್ತಲ್ಲ? ಎರಡನೇ ಮಹಾಯುದ್ಧದ ಸಮಯದಲ್ಲಿ ಅವರಲ್ಲಿ ಸುಮಾರು 65 ಸಾವಿರ ಜನ ಕಾನ್ಸನ್ಟ್ರೇಷನ್ ಕ್ಯಾಂಪ್‌ಗಳಲ್ಲಿ ಹೆಣವಾದರು. ಬದುಕುಳಿದವರು ಅಬ್ಬಬ್ಬಾ ಎಂದರೆ 5 ಸಾವಿರ. ಅದರಲ್ಲಿ ಎರಡು ಸಾವಿರದಷ್ಟು ಜ್ಯೂಗಳು ಬದುಕಿದ್ದು ಶಿಂಡ್ಲರನ ಸಹಾಯದಿಂದ. ಇಲ್ಲವಾದರೆ ಅವರೂ ಉಳಿಯುತ್ತಿರಲಿಲ್ಲ.

ಆದರೆ ಯುದ್ಧ ಮುಗಿದ ನಂತರ ಅವರಲ್ಲಿ ಕೂಡಾ ಸುಮಾರು ಜನರು ಇಸ್ರೇಲ್‌ಗೆ ಹೊರಟುಹೋದರು. ಈ ಕಾಜ಼ಿಮಿರ್ಷ್‌ನಲ್ಲಿ ಯಾರೂ ಜ್ಯೂಗಳು ಉಳಿಯಲಿಲ್ಲ. ಆದರೆ ಸ್ಪೀಲ್‌ಬರ್ಗ್ 'ಶಿಂಡ್ಲರ್ಸ್ ಲಿಸ್ಟ್' ಸಿನೆಮಾ ತೆಗೆದನಲ್ಲ ಆ ನಂತರ ಈ ಜಾಗ ತುಂಬ ಫೇಮಸ್ ಆಗಿಹೋಯಿತು! ಅದರಲ್ಲೂ ಈಗ ನಾವು ಹೋಗುವ ಶೆರೋಕಾ ರಸ್ತೆ ಇದೆಯಲ್ಲ, ಅಲ್ಲಿಯೇ ಆ ಸಿನೆಮಾದ ಸುಮಾರು ಶೂಟಿಂಗ್ ನಡೆದಿದ್ದು. ಹಾಗಾಗಿ ಈಗ ಇದೊಂಥರಾ ಐತಿಹಾಸಿಕ ಸ್ಥಳವಾಗಿ ಹೋಗಿದೆ ಪ್ರವಾಸಿಗರಿಗೆ. ಹಾಗೆ ಪ್ರಾಮುಖ್ಯತೆ ಪಡೆದ ನಂತರ ಇಲ್ಲಿನ ರೆಸ್ಟೋರೆಂಟ್‌ಗಳಲ್ಲಿ ಜ್ಯೂಗಳ ಪಾರಂಪರಿಕ

ತಿಂಡಿತಿನಿಸುಗಳನ್ನು ಮಾಡಲಾರಂಭಿಸಿದರು! ಆ ನಂತರ ಅಮೆರಿಕಾ, ಇಸ್ರೇಲ್‌ಗಳಲ್ಲಿ ನೆಲೆಸಿದ್ದ ಕೆಲವು ಜ್ಯೂಗಳು ಇಲ್ಲಿಗೆ ಬಂದು ನೆಲೆಸಿದರು ಕೂಡಾ. ಹಾಗಾಗಿ ಈಗ ಇದು ಮತ್ತೆ ಹಳೆಯ ವೈಭವವನ್ನು ಮೈಗೂಡಿಸಿಕೊಂಡಿದೆ' ಪೊಲೋನಿ ಹೇಳುವಾಗ ನನ್ನೆದುರು ಭವ್ಯ ರಸ್ತೆಯೊಂದರ ನೀಲಿನಕ್ಷೆ ಹರಡಿ ನಿಂತಿತ್ತು! ಹೀಗೆ ಮಾತನಾಡುತ್ತಲೇ ರಸ್ತೆಯ ತುದಿಯೊಂದರಲ್ಲಿ ನಿಂತ ಪೊಲೋನಿ 'ಇದೇ ಶೆರೋಕಾ ರಸ್ತೆ' ಎಂದಳು! ರಸ್ತೆಯುದ್ದಕ್ಕೂ ಕಣ್ಣು ಹಾಯಿಸಿದರೆ ಕಂಡಿದ್ದು ಎರಡೂ ಬದಿಯಲ್ಲಿ ಮುಚ್ಚಿದ್ದ ಒಂದಿಷ್ಟು ಸಾಧಾರಣ ಹೋಟೆಲ್‌ಗಳು ಮತ್ತು ಅವುಗಳ ಮುಂದಿದ್ದ ಖಾಲಿ ಕುರ್ಚಿಗಳು ಅಷ್ಟೇ. ಈ ಸಾಧಾರಣವಾದ ಈ ಜಾಗದ ಬಗ್ಗೆಯೇ ಇವಳು ಇಷ್ಟು ಬಿಲ್ಡಪ್ ಕೊಟ್ಟಿದ್ದು ಎಂದು ಆಶ್ಚರ್ಯ ಪಡುತ್ತಾ ನಿಂತೆ. ನಮ್ಮ ಹಿಂಭಾಗದಲ್ಲಿದ್ದ ಕೆಂಪು ಇಟ್ಟಿಗೆಯ ಕಟ್ಟಡವನ್ನು ತೋರಿಸುತ್ತ 'ಇಲ್ಲಿಂದ ನಮ್ಮ ಟೂರ್ ಶುರು' ಎಂದಳು.

ಆ ಕೆಂಪು ಇಟ್ಟಿಗೆಯ ಕಟ್ಟಡವು ಒಂದು ಸಿನೆಗಾಗ್, ಅಂದರೆ ಜ್ಯೂಗಳ ದೇವಸ್ಥಾನವೆಂದೂ, ಆ ಹಳೆಯ ಸಿನೆಗಾಗ್ ಅನ್ನು ಸುಮಾರು 15ನೇ ಶತಮಾನದಲ್ಲಿ ಕಟ್ಟಿದ್ದೆಂದೂ, ಎರಡನೇ ಮಹಾಯುದ್ಧದ ವೇಳೆಗೆ, ಹಿಟ್ಲರನ ಜರ್ಮನಿ ಪೋಲೆಂಡನ್ನು ಆಕ್ರಮಿಸಿದಾಗ. ನಾಜಿಗಳು ಈ ಸಿನೆಗಾಗ್ ಅನ್ನು ವಶಪಡಿಸಿಕೊಂಡು ಶಸ್ತ್ರಾಸ್ತ್ರಗಳನ್ನಿಡುವ ಉಗ್ರಾಣವನ್ನಾಗಿ ಪರಿವರ್ತಿಸಿದ್ದರೆಂದೂ, ನಂತರ ಇಲ್ಲಿಯೇ 1943ರಲ್ಲಿ 30 ಪೋಲಿಷ್ ಯುದ್ಧ ಖೈದಿಗಳನ್ನು ಕೊಂದರೆಂದೂ ಹೇಳಿ, 'ಇಗೋ ಇದೇ ಅದರ ನೆನಪಿಗಾಗಿ ಕಟ್ಟಿರುವ ಸ್ಮಾರಕ ಕಲ್ಲು' ಎಂದು ಅಲ್ಲಿಯೇ ಇದ್ದ ಒಂದು ಕಲ್ಲನ್ನು ತೋರಿಸಿದಳು ಪೊಲೋನಿ.

ಆ ಕಲ್ಲಿನ ಮೇಲೆ ಪೋಲಿಷ್ ಭಾಷೆಯಲ್ಲಿ 30 ಎಂದು ಬರೆದಿದ್ದು ಮಾತ್ರ ಅರ್ಥವಾಯಿತಷ್ಟೇ. ಒಂದಿಷ್ಟು ಫೋಟೋ ತೆಗೆದುಕೊಂಡೆವು. ಜಿಟಿಜಿಟಿ ಮಳೆಯಲ್ಲಿಯೇ ನಿಂತು 'ಈ ಪೂಜಾ ಸ್ಥಳ ಎನ್ನುವುದರಲ್ಲೆಲ್ಲ ನನಗೆ ಸ್ವಲ್ಪವೂ ಆಸಕ್ತಿಯಿಲ್ಲ. ನಾನು ನಾಸ್ತಿಕಳು. ನನ್ನ ಅಮ್ಮ ಕ್ರಿಶ್ಚಿಯನ್. ಅವಳು ನನಗೆ ಎಂದೂ ದೇವರನ್ನು ನಂಬು ಎನ್ನಲಿಲ್ಲ. ಹಾಗಾಗಿ ನಾನು ನಾಸ್ತಿಕಳಾದೆ. ನನಗೆ ಯಾವ ಧರ್ಮದಲ್ಲೂ ಆಸಕ್ತಿಯಿಲ್ಲ. ಎಲ್ಲರದ್ದೂ ಬರೀ ಸಣ್ಣತನಗಳು. ಈ ಸಿನೆಗಾಗ್ ನೆಲದ ಮಟ್ಟಕ್ಕಿಂತ ಒಂಧು ಅಡಿ ಕೆಳಕ್ಕಿದೆಯಲ್ಲ, ಯಾಕೆ ಗೊತ್ತೇ? ಮೊದಲು ಇದು ನೆಲದ ಮಟ್ಟಕ್ಕೇ ಇತ್ತು. ಆ ನಂತರ ಕರ್ಮಠ ಕ್ರಿಶ್ಚಿಯನ್ನರಿಗೆ ಇದು ಚರ್ಚ್‌ಗಿಂತ ಕಡಿಮೆ ಎತ್ತರಕ್ಕಿರಬೇಕು ಎಂಬ ಹಠ ಮೂಡಿದ್ದರಿಂದ ಇದನ್ನು ನೆಲದ ಮಟ್ಟಕ್ಕಿಂತ ಕೆಳಗಿಳಿಸಲಾಯ್ತು. ಈ ರೀತಿಯ ಧರ್ಮಗಳನ್ನು ಯಾವ ಘನ ಉದ್ದೇಶಕ್ಕೆಂದು ನಾವು ಅನುಸರಿಸಬೇಕು' ಎಂದಳು.

ನಮ್ಮ ಗುಂಪಿನಲ್ಲಿದ್ದ ಸಾಕಷ್ಟು ಜನರು ಧರ್ಮದ ಬಗ್ಗೆ ಪ್ರೀತಿ ಇದ್ದವರೇ ಎನ್ನುವುದು ಅವರೆಲ್ಲ ಒಳಗೊಳಗೇ ಅಸಹನೆಯಿಂದ ಕಾಲು ಬದಲಿಸುವ ಬಾಡಿ

ಲ್ಯಾಂಗ್ವೇಜ್‌ನಲ್ಲಿಯೇ ತಿಳಿಯಿತು! ಹೊರಗೆ ನಿಂತೇ ಇಷ್ಟು ಹೇಳುತ್ತಿದ್ದಾಳಲ್ಲ, ಇನ್ನೇನು ಒಳಗೆ ಕರೆದೊಯ್ಯುತ್ತಾಳೆ ಬಿಡು ಎಂದು ನಾವು ಕಾಯುತ್ತಿದ್ದರೆ ಅವಳು 'ಇನ್ನು ಮುಂದಿನ ಜಾಗಕ್ಕೆ ಹೋಗೋಣ ಬನ್ನಿ' ಎಂದಳು. 'ಒಳಗೆ ಕರೆದೊಯ್ಯುವುದಿಲ್ಲವೇ?' ಎಂದೆವು ಆಶ್ಚರ್ಯದಿಂದ. ಅವಳು ತುಂಬ ಕಕ್ಕುಲಾತಿಯಿಂದ 'ಇವತ್ತು ಶನಿವಾರ. ಜ್ಯೂಗಳು ಶುಕ್ರವಾರ, ಶನಿವಾರ ಶಬ್ಬತ್ ಆಚರಿಸುತ್ತಾರೆ. ಅಂಥ ದಿನಗಳಲ್ಲಿ ನಾವು ಅವರ ಪ್ರೈವೆಸಿಗೆ ಅಡ್ಡಿ ಮಾಡಬಾರದಲ್ಲವೇ' ಎಂದಳು.

ಶಬ್ಬತ್ ಎಂದರೆ ಜ್ಯೂಗಳ ವಾರದ ರಜೆ. ಅದು ಶುರುವಾಗುವುದು ಶುಕ್ರವಾರ ರಾತ್ರಿ ಸೂರ್ಯ ಮುಳುಗುವ ಮುನ್ನ ಮತ್ತು ಮುಗಿಯುವುದು ಶನಿವಾರ ರಾತ್ರಿ ಸೂರ್ಯ ಮುಳುಗಿದ ಕೂಡಲೇ. ಆ 24 ಘಂಟೆಗಳು ಜ್ಯೂಗಳು ಕೆಲಸಕ್ಕೆ ಹೋಗುವುದಿಲ್ಲ, ಒಲೆ ಹೊತ್ತಿಸುವುದಿಲ್ಲ, ಟಿವಿ ನೋಡುವುದಿಲ್ಲ, ಫೋನ್ ಬಳಸುವುದಿಲ್ಲ... ಒಟ್ಟಿನಲ್ಲಿ ಪ್ರಾಪಂಚಿಕ ವಿಷಯಗಳನ್ನೆಲ್ಲ ಬಿಟ್ಟು ಕೇವಲ ಧರ್ಮಗ್ರಂಥ ಪಠಿಸುತ್ತ, ಮಾಡಿಟ್ಟ ಅಡುಗೆ ಉಣ್ಣುತ್ತ, ಮನೆಯ ಸದಸ್ಯರೊಡನೆ ಇದ್ದುಬಿಡುತ್ತಾರೆ. ಹಾಗಾಗಿ ಅಂಥ ದಿನ ಅವರ ಜೀವನದಲ್ಲಿ ಮೂಗು ತೂರಿಸಲು ನಾವು ಯಾರು ಎಂದುಕೊಳ್ಳುತ್ತ ವಿಧಿಯಿಲ್ಲದೆ ಹೊರಗಡೆಯಿಂದಲೇ ಒಂದಿಷ್ಟು ಫೋಟೋಗಳನ್ನು ತೆಗೆದುಕೊಂಡು ಅಲ್ಲಿಂದ ಹೊರಟೆವು.

ನಂತರ ಹತ್ತಿಪ್ಪತ್ತು ಹೆಜ್ಜೆ ನಡೆದ ಮೇಲೆ ರಸ್ತೆಯ ಬಲಬದಿಯಲ್ಲಿದ್ದ ಹಸಿರು ಬಣ್ಣದ ಮನೆಯೊಂದನ್ನು ತೋರಿಸಿ 'ಈ ಮನೆ ಯಾರದ್ದು ಎಂದು ತಿಳಿದರೆ ನೀವು ನಿಜಕ್ಕೂ ಆಶ್ಚರ್ಯ ಪಡುತ್ತೀರಿ' ಎಂದಳು. ಅದು ನಮ್ಮೂರಿನ 30x40 ಸೈಟಿನಲ್ಲಿ ಕಟ್ಟಿದ ಮನೆಯಂತಿತ್ತು. ಇದರಲ್ಲಿ ಯಾರು ಹುಟ್ಟಿರಬಹುದು ಅಷ್ಟು ಆಶ್ಚರ್ಯ

ಪಡುವಂಥದ್ದು ಎಂದುಕೊಳ್ಳುವುದರಲ್ಲೇ 'ನೀವು ಹೆಲೆನಾ ರುಬೆನ್‌ಸ್ಟೆನ್ ಕಾಸ್ಮೆಟಿಕ್ ಕಂಪನಿಯ ಹೆಸರು ಕೇಳಿದ್ದೀರಾ?' ಎಂದಳು.

ನೆಟ್ಟಗೆ ಪೌಡರ್ ಕೂಡಾ ಹಚ್ಚದೆ ಅರ್ಧ ಜೀವನ ಕಳೆದು, ಈಗೀಗ ಒಂದು ಲಿಪ್‌ಸ್ಟಿಕ್ ಹಚ್ಚಲು ಕಲಿತಿರುವ ನಾನು ಹೆಲೆನಾ ರುಬೆನ್‌ಸ್ಟೆನ್ ಹೆಸರು ಹೇಗೆ ಕೇಳಿರಲು ಸಾಧ್ಯ! 'ಹೋಗಲಿ ಲಾರಿಯಲ್?' ಎಂದಳು. 'ಹೇ! ಲಾರಿಯಲ್ಲಾ! ನನಗೆ ಗೊತ್ತು!! ಯೆಸ್ ಯೆಸ್' ಎಂದು ತಲೆಯಾಡಿಸಿದೆ. 'ಆ ಕಂಪನಿ ಇತ್ತೀಚೆಗೆ ಈ ಹೆಲೆನಾ ರುಬೆನ್‌ಸ್ಟೆನ್ ಕಂಪನಿಯನ್ನು ಟೇಕ್ ಓವರ್ ಮಾಡಿತು. ಅವರು ಹುಟ್ಟಿದ ಮನೆ ಇದು' ಎಂದಳು. ನನಗೆ ಹೆಲೆನಾ ರುಬೆನ್‌ಸ್ಟೆನ್ ಯಾರು ಅಂತಲೇ ಗೊತ್ತಿಲ್ಲದಾಗ ಇನ್ನು ಆ ಕಂಪನಿಯನ್ನು ಲಾರಿಯಲ್ ಟೇಕ್ ಓವರ್ ಮಾಡಿದ್ದು ಯಾವ ಮಹತ್ವದ ವಿಷಯ ಹೇಳಿ? 'ಈಗ ಅದೇ ಮನೆ ಹೋಟೆಲ್ ಆಗಿದೆ' ಎಂದಳು ಪೊಲೊನಿ.

ಆ ಮನೆಯದ್ದೂ ಒಂದಿಷ್ಟು ಫೋಟೋ ತೆಗೆದುಕೊಂಡ ನಂತರ 'ಆಲ್ರೈಟ್ ಮುಂದಕ್ಕೋಗಣ' ಎಂದಳು. ನಾವು ಕುರಿಗಳು ಅವಳನ್ನು ಹಿಂಬಾಲಿಸಿದೆವು.

ಆ ನಂತರ ಇನ್ನೊಂದು 30, 40 ಹೆಜ್ಜೆ ಹಾಕಿ ರಸ್ತೆ ಬದಿಯಲ್ಲಿ ಬೆಂಚಿನ ಮೇಲೆ ಕಾಲಿನ ಮೇಲೆ ಕಾಲು ಹಾಕಿ ಕುಳಿತ ಮನುಷ್ಯನ ಕಂಚಿನ ವಿಗ್ರಹವೊಂದನ್ನು ತೋರಿಸಿ 'ಬನ್ನಿ ಈ ಯಾನ್ ಕರ್ಸ್ಕಿ ಎರಡನೇ ಮಹಾಯುದ್ಧದ ಸಮಯದಲ್ಲಿ ಏನು ಮಾಡಿದರು ಎನ್ನುವ ವಿಷಯ ಹೇಳುತ್ತೇನೆ' ಎಂದಳು. ಆ ವಿಗ್ರಹದ ಹಿಂದೆ ಒಂದು ಬೋರ್ಡ್ ಇತ್ತು. ಅದರಲ್ಲಿ ಆತ ಜರ್ಮನ್ನರು ಪೋಲೆಂಡನ್ನು ಆಕ್ರಮಿಸಿದಾಗ ಪೋಲಿಷ್ ಜನರ ಬೇಹುಗಾರನಾಗಿ ಅಲ್ಲಿ ನಡೆಯುವ ವಿದ್ಯಮಾನಗಳನ್ನು ಪೋಲಿಷ್ ಸರಕಾರಕ್ಕೆ, ಫ್ರಾನ್ಸ್, ಅಮೆರಿಕಾ, ಯುನೈಟೆಡ್ ಕಿಂಗ್ಡಮ್ ಎಲ್ಲೆಡೆಗೂ ವಿಷಯ ಮುಟ್ಟಿಸುತ್ತಿದ್ದರೆಂದೂ, ಪೋಲಿಷ್ ಜ್ಯೂಗಳ ಹಾಲೋಕಾಸ್ಟ್ ತಡೆಯಲು ಪ್ರಯತ್ನಿಸಿದವರೆಂದೂ ಬರೆದಿತ್ತು. ಅದನ್ನೇ ಅವಳು ಮತ್ತೆ ಓದಿ ನಮಗೆ ಹೇಳಿದಳು. ನಂತರ 'ಯಾನ್ ಆ ಕಾರಣಕ್ಕಾಗಿ ತುಂಬ ರಿಸ್ಕ್ ತೆಗೆದುಕೊಂಡಿರುತ್ತಾರೆ.

ಅವರಿಂದಲೇ ಕ್ರಾಕೋವ್‌ನ ಜ್ಯೂಗಳ ವಿಷಯ ಹೊರಜಗತ್ತಿಗೆ ತಿಳಿಯುವಂತಾದದ್ದು, ಹಾಗಾಗಿಯೇ ಅವರ ನೆನಪಿಗಾಗಿ ಈ ಪ್ರತಿಮೆ' ಎಂದು ತನ್ನದೆರಡು ವಾಕ್ಯ ಸೇರಿಸಿದಳು. ಅಲ್ಲೆರಡು ಫೋಟೋ ತೆಗೆದುಕೊಂಡೆವು. ಅಲ್ಲಿಗೆ ಅದೂ ಮುಗಿಯಿತು. ನಂತರ ಕ್ರಾಕೋವ್‌ನಲ್ಲಿ ಮಡಿದ 65 ಸಾವಿರ ಜ್ಯೂಗಳ ನೆನಪಿಗಾಗಿ ನೆಟ್ಟಿದ್ದ ಕಲ್ಲನ್ನು ತೋರಿಸಿದಳು. ಅಲ್ಲೆರಡು ಫೋಟೋ. ಅಲ್ಲಿಂದ ಮುಂದೆ ರಸ್ತೆಯ ತುದಿಯಲ್ಲಿದ್ದ ಚಾಜಿಮ್ ಕೊಹೋನ್ ಎಂದು ಬರೆದಿದ್ದ ಪುಟ್ಟ ಜ್ಯೂ ರೆಸ್ಟೋರೆಂಟ್ ಒಂದರ ಒಳಗೆ ಕರೆದುಕೊಂಡು ಹೋಗಿ ಇದು ಜ್ಯೂಗಳ ಸಂಸ್ಕೃತಿಯನ್ನು ಬಿಂಬಿಸುವ ಹೋಟೆಲ್ ಎಂದಳು. ಅಲ್ಲೆರಡು ಫೋಟೋ. ಅಲ್ಲಿಂದ ಮುಂದೆ ನಮ್ಮ

ಕುರಿಮಂದೆಯನ್ನು ಮತ್ತೆ 'ಬಾಹ್ ಬಾಹ್ ಬಾಹ್ ಓಪ್ಪ' ಎಂದು ಹೊಡೆದುಕೊಂಡು ರಾಶಿ ದೂರ ನಡೆಸಿದಳು. ಮಾರ್ಗಮಧ್ಯದಲ್ಲಿ ಅಲ್ಲಲ್ಲಿ ನಿಂತು ಈ ಬಲ ಭಾಗದಲ್ಲಿ ಇಣುಕಿದರೆ ಅದಿದೆ, ಈ ಎಡ ಭಾಗದಲ್ಲಿ ಇಣುಕಿದರೆ ಇದಿದೆ ಎಂದು ಏನೋ ಹೇಳುತ್ತಿದ್ದಳು. ನಾನು ಕಾಲೆಳೆದುಕೊಂಡು ಅಲ್ಲಿ ತಲುಪುವುದರಲ್ಲಿ ಅವಳು ಹೇಳಿದ್ದು ಮುಗಿದು ಮುಂದೆ ಹೊರಟು ಬಿಟ್ಟಾಗಿರುತ್ತಿತ್ತು. ಹಾಗಾಗಿ ಆತುರದಲ್ಲಿ ಅಲ್ಲೆರಡು ಫೋಟೋ...

ಹೀಗೆಯೇ ನಮ್ಮ ಮಂದೆಯನ್ನು ವ್ಯಾವೆಲ್ ಕ್ಯಾಸೆಲ್‌ಗೆ ಹೊಡೆದುಕೊಂಡು ಹೋದಳು. ಹಾಗೆ ನೋಡಲಿಕ್ಕೆ ಹೋದರೆ ನಮ್ಮ ಹೆಡ್ ಮೇಡಂ ಇರುವುದರಲ್ಲೇ ಈ ವ್ಯಾವೆಲ್ ಕ್ಯಾಸೆಲ್ ಅನ್ನೇ ಸುಮಾರು ದೀರ್ಘವಾಗಿ ತೋರಿಸಿದಳು ಎನ್ನಬೇಕು. ಅಲ್ಲಿಯವರೆಗೆ ಓಡಿ ಓಡಿ ಆಕೆಗೂ ಕಾಲು ನೋವು ಬಂದಿತ್ತೋ ಏನೋ ಪಾಪ! ವ್ಯಾವೆಲ್ ಬೆಟ್ಟ ಹತ್ತುವಾಗಲೇ ತುಂಬ ಸಾವಕಾಶವಾಗಿ 'ಇದನ್ನು ವ್ಯಾವೆಲ್ ಕ್ಯಾಸೆಲ್ ಎನ್ನುತ್ತಾರೆ... ಏನು ಹೇಳಿ... ವ್ಯಾ... ವೆ... ಲ್! ವಿ ಥರದ ವ್ಯಾ ಅಲ್ಲ... ಡಬಲ್ಯೂ ಥರದ ವ್ಯಾ. ಅರ್ಥವಾಯಿತಾ... ವ್ಯಾ... ವೆ... ಲ್!' ಎನ್ನುತ್ತ ಇಂಗ್ಲಿಷ್ ಪಾಠ ಮಾಡಿದಳು. ನನಗಂತೂ ವಿ ಇಂದ ಶುರುವಾಗುವ ವ್ಯಾಗೂ, ಡಬಲ್ಯೂ ಇಂದ ಶುರುವಾಗುವ ವ್ಯಾಗೂ ಏನು ವ್ಯತ್ಯಾಸ ಎಂದು ನಮ್ಮಪ್ಪನಾಣೆ ಅರ್ಥವಾಗಲಿಲ್ಲ! ಆದರೆ ಎರಡೂ ಬದಿ ಇದ್ದ ಮರದಿಂದ ಶರತ್ಕಾಲದ ಹಣ್ಣೆಲೆಗಳು ಉಗುರುತ್ತಿದ್ದ ವ್ಯಾವೆಲ್ ಬೆಟ್ಟದ ಆ ರಸ್ತೆ ಮಾತ್ರ ಅತ್ಯಂತ ಮೋಹಕವಾಗಿತ್ತು. ಬೆಟ್ಟವನ್ನೇರಿ ನಿಂತಾಗ ಅಲ್ಲಿ ಕಂಡ ವಿಸ್ತುಲಾ ನದಿಯ ನೋಟವೂ ಅದ್ಭುತವಾಗಿತ್ತು. ಬಾಗಿಲಿನ ಒಳಹೊಕ್ಕ ಕೂಡಲೇ ಕಂಡ ವಿ... ಶಾ... ಲ ಆವರಣ ಕಂಡು ಕಾಲು ನೋವು ಹೆಚ್ಚಾಯಿತು!! ಅಲ್ಲಿದ್ದ ಕಾಫಿ ಶಾಪ್ ಕಂಡು ನಾವು 'ಕಾಫೀಈಈಈ' ಎಂದು ಉತ್ಸಾಹದಿಂದ ಉದ್ಗರಿಸುವುದರಲ್ಲಿ ನಮ್ಮ ಹೆಡ್ ಮೇಡಂ ಪೋಲೊನಿ 'ಉಹು! ಕ್ಯಾಸಲ್ ನೋಡಿ ಬಂದ ನಂತರ' ಎಂದು ಬೆತ್ತ ತೋರಿಸಿದಳು. ಬೆಳಗ್ಗೆ 7.30ಕ್ಕೆ ಕಾಫಿ ಕುಡಿದಿದ್ದು. ಮನೆಯಲ್ಲಿದ್ದರೆ ಇಂಚುಗಳ ಲೆಕ್ಕದಲ್ಲಿ, ಎಂ.ಎಲ್ ಗಳ ಲೆಕ್ಕದಲ್ಲಿ ಆಗಾಗ ಕಾಫಿ ಬಸಿದುಕೊಳ್ಳುತ್ತಲೇ ಇರುವ ನಾವು ಎರಡೂವರೆ ಗಂಟೆ ಒಂದು ಹನಿ ಕಾಫಿ ಇಲ್ಲದೇ ಕಳೆದಿದ್ದೇವೆಂಬ ಕನಿಕರವೂ ಇಲ್ಲದೇ ಗದರಿಸಿದಾಗ ಬೇರೆ ದಾರಿ ಇಲ್ಲದೇ ಅವಳನ್ನು ಹಿಂಬಾಲಿಸಿದೆವು.

ಸುಮಾರು 50 ಸಾವಿರ ವರ್ಷಗಳಿಂದ ಆ ಬೆಟ್ಟದ ಮೇಲೆ ಮನುಷ್ಯರು ವಾಸಿಸುತ್ತಿದ್ದ ಕುರುಹಿದೆ, ಪೋಲೆಂಡ್ ರಾಜಮನೆತನದ ರಾಜ್ಯಭಾರದ ಸ್ಥಳ ಹಾಗೂ ವಾಸಸ್ಥಳವಾಗಿದ್ದ ಈ ವ್ಯಾವೆಲ್ ಕ್ಯಾಸೆಲ್ ಸುಮಾರು ಸಾವಿರ ವರ್ಷಗಳಷ್ಟು ಹಳೆಯದು, ಆಗಿನಿಂದ ಕಾಲಕಾಲಕ್ಕೆ ವಿಸ್ತರಿಸಿಕೊಳ್ಳುತ್ತಾ ಹೋದ ಈ ಕ್ಯಾಸೆಲ್‌ನಲ್ಲಿ ಇಟಾಲಿಯನ್, ಜರ್ಮನ್ ವಾಸ್ತುಶಿಲ್ಪದ ಮಾದರಿಗಳಿವೆ. ಅಷ್ಟೇ ಅಲ್ಲದೆ ನಮ್ಮೂರಿನಲ್ಲಿ ಸರಕಾರ ಬದಲಾಗಿ ಹೊಸ ಮಂತ್ರಿಗಳು ಬಂದ ಕೂಡಲೇ ಇರುವ ಮನೆಯನ್ನು

ಅವರವರ ವಾಸ್ತು ಸಲಹಾಗಾರರ ಸಲಹೆಗೆ ತಕ್ಕಂತೆ ಬದಲಿಸಿಕೊಳ್ಳುತ್ತಾರಲ್ಲ ಹಾಗೆಯೇ ರಾಜರು ಬದಲಾದಂತೆ ಅಲ್ಲಿನ ವಾಸ್ತುಶಿಲ್ಪವೂ ಬದಲಾಗುತ್ತಾ ಹೋಗಿದೆ, 16ನೇ ಶತಮಾನದಲ್ಲಿ ಆ ಕ್ಯಾಸೆಲ್‌ಗೆ ಬೆಂಕಿ ಬಿದ್ದಿತ್ತು... ಹೀಗೇ ಏನೋ ಒಂದಿಷ್ಟು ಮಾಹಿತಿ ಹೇಳಿದಳು. ಯಾವ್ಯಾವುದೋ ಕಾಲಘಟ್ಟದಲ್ಲಿ ಯಾವುದೋ ರಾಜ ಆಳಿದ ಸಂಗತಿ, ಆಯಾ ಕಾಲದ ವಾಸ್ತುಶಿಲ್ಪ ಇದರ ಬಗ್ಗೆ ಉದ್ದಾನುದ್ದಕ್ಕೆ ಹೇಳುತ್ತಲೇ ಒಳಗೆ ಓಡಾಡಿಸಿದಳು. ಎಲ್ಲ ರೂಮುಗಳಲ್ಲೂ ಚೆಂದದ ಕಸೂತಿಯ ಕಲಾಕೃತಿಗಳು, ಥಳಥಳ ಹೊಳೆವ ವೈಭವೋಪೇತ ಕುರ್ಚಿಗಳು, ಮಂಚಗಳು, ಕೆತ್ತನೆಗಳು, ಶಸ್ತ್ರಾಸ್ತ್ರಗಳು. ನಿಜ ಹೇಳಬೇಕೆಂದರೆ ಯಾಕೋ ಇತ್ತೀಚಿನ ದಿನಗಳಲ್ಲಿ ನನಗೆ ವೈಭವದ ವಿವರಣೆಗಳು, ಅದನ್ನು ಸಾರುವ ವಸ್ತುಗಳು, ಅರಮನೆಗಳು ಇವೆಲ್ಲ ಬೋರು ಹೊಡೆಸುತ್ತವೆ. ಜೊತೆಗೆ ನನಗೆ ಪೋಲೆಂಡ್‌ನ ಎರಡನೇ ಮಹಾಯುದ್ಧದ ಸಮಯದ ಅನಾಹುತಗಳು, ನಾಝಿಗಳ ಕ್ರೌರ್ಯದ ಕತೆಗಳು, ಎದೆ ನಡುಗಿಸುವ ಹಾಲೋಕಾಸ್ಟ್ ಇವುಗಳ ಕಡೆಗೆ ಜಾಸ್ತಿ ಗಮನವಿತ್ತೇ ಹೊರತು ಈ ಕ್ಯಾಸೆಲ್, ಅರಮನೆ, ಕ್ಯಾಥೆಡ್ರಲ್‌ಗಳಲ್ಲಲ್ಲ. ಹಾಗಾಗಿ ಆ ಸ್ಥಳಗಳ ಮೇಲೆ ಯಾವುದೇ ಆಸಕ್ತಿ ಮೂಡಲಿಲ್ಲ.

ಒಂದೂವರೆ ಗಂಟೆಗಳ ಕಾಲ ಸುತ್ತಾಡಿಸಿ ನಮ್ಮನ್ನು ಹೊರತಂದು ಬಿಟ್ಟಳು. ಆ ನಂತರ ಕಾಫಿ ಕುಡಿದು, ಒಂದಾ ಮಾಡುವ ಮಹತ್ಕಾರ್ಯಕ್ಕಾಗಿ 10 ನಿಮಿಷ ಸಮಯದ ಗಡುವು ಕೊಟ್ಟಳು. ಹತ್ತು ನಿಮಿಷವಾ ಅಂತ ಗೊಣಗಾಡಿದಕ್ಕೆ 'ಈಗ ಸಮಯ 12.15! ಸರಿಯಾಗಿ 12.25ಕ್ಕೆ ಅಲ್ಲಿ ನಿಂತಿರುತ್ತೇನೆ, ಬಂದುಬಿಡಿ' ಎಂದು

ಮಣಿರತ್ನಂ ಸಿನೆಮಾದ ನಾಯಕ ಬರುವುದಿಲ್ಲ ಎನ್ನುವ ಹೀರೋಯಿನ್‌ಗೆ 'ಸಂಜೆ... ಕೋಟೆ ಹತ್ತಿರ... ಐದು ಘಂಟೆಗೆ... ಕೆಂಪು ಡ್ರೆಸ್‌ನಲ್ಲಿ... ಕಾಯಿರ್ತೀನಿ... ಸಿಗೋಣ...' ಎನ್ನುತ್ತ ಹೊರಟೇ ಹೋಗುತ್ತಾನಲ್ಲ ಆ ಥರ ನಮ್ಮ ಮಾತಿಗೆ ಕ್ಯಾರೆ ಅನ್ನದೇ ಹೋಗಿಯೇ ಬಿಟ್ಟಳು. ಅದಾದ ಮೇಲೆ ಅವಳು ಮಾಡಿದ್ದೇನು ಗೊತ್ತೇ? ಮೇನ್ ಸ್ಕ್ವೇರ್‌ನಲ್ಲಿ ನಮ್ಮನ್ನು ಬಿಟ್ಟು ಇಲ್ಲಿಗೆ ವಾಕಿಂಗ್ ಟೂರ್ ಮುಗಿಯಿತು ಎಂದು ಘೋಷಿಸುವುದು. ಈ ಸಂಭ್ರಮಕ್ಕೆ ಯಾಕೆ ಅಷ್ಟು ಆತುರ ಮಾಡಿದೆಯೇ ತಾಯಿ ಎಂದುಕೊಳ್ಳುವುದರಲ್ಲೇ ಅವಳು ದೇವರಂತೆ ಅಂತರ್ಧಾನಳಾದಳು!

ಬೆಳಗ್ಗೆ ಬೇಗ ತಿಂಡಿ ತಿಂದಿದ್ದರಿಂದ ಮತ್ತು ಸಾಕಷ್ಟು ನಡೆದಿದ್ದರಿಂದ ಸಿಕ್ಕಾಪಟ್ಟೆ ಹೊಟ್ಟೆ ಹಸಿಯುತ್ತಿತ್ತು. ನಮ್ಮ travel buddy ಅಲ್ಲೇ ಹತ್ತಿರದಲ್ಲಿ ಮಸಾಲಾ ಅನ್ನುವ ಇಂಡಿಯನ್ ರೆಸ್ಟೋರೆಂಟ್ ಇದೆ ಎಂದು ತೋರಿಸಿತು. ಮತ್ತೆ ಯಾವ ಪ್ರಯೋಗಕ್ಕೂ ಸಮಯ ಮತ್ತು ಶಕ್ತಿ ಎರಡೂ ಇರಲಿಲ್ಲವಾಗಿ ಸೀದಾ ಆ ರೆಸ್ಟೋರೆಂಟ್‌ಗೆ ನುಗ್ಗಿದೆವು. ನಗು ಮುಖದ ವೇಟರ್ ಕೊಟ್ಟ ಅದ್ಭುತ ರೋಟಿ, ನಾನ್, ಚನಾ ಮಸಲಾ ಎಲ್ಲವನ್ನೂ ಸಾವಧಾನದಲ್ಲಿ ಕುಳಿತು ತಿಂದೆವು. ಮತ್ತೆ ಶಕ್ತಿ ಒಗ್ಗೂಡಿತು. ಇನ್ನು ಮಧ್ಯಾಹ್ನಕ್ಕೆ ಯಾವ ಟೂರ್ ಕೂಡಾ ಇರಲಿಲ್ಲವಾಗಿ ರೂಮ್‌ಗೆ ಹೋಗಬೇಕಿತ್ತಷ್ಟೇ. ಆದರೆ ಬೇರೆ ದೇಶಕ್ಕೆ ಹೋದರೆ ಸಮಯವನ್ನು ಹಣದಂತೆ ಜೋಪಾನ ಮಾಡುವ ನಾವು ಅಷ್ಟು ಬೇಗ ರೂಮ್‌ಗೆ ಹೋಗಲು ಸಿದ್ಧರಿರಲಿಲ್ಲ. ಊಟ ಮಾಡುವವರೆಗೆ ಖಾಲಿಯಾಗಿದ್ದ ತಲೆ ಮತ್ತು ಹೊಟ್ಟೆ, ಈಗ ಇದ್ದಕ್ಕಿದ್ದಂತೆ ಎಚ್ಚೆತ್ತವು. ಆಗಿನ್ನೂ ಸಮಯ ಎರಡೂ ಮುಕ್ಕಾಲು. ಶಿಂಡ್ಲರ್ಸ್ ಮ್ಯೂಸಿಯಮ್‌ಗೆ ಯಾಕೆ ಹೋಗಬಾರದು ಎಂಬ ಆಲೋಚನೆ ಬಂದಿತು. ಮೊದಲಿನ ನಮ್ಮ ಪ್ರೋಗ್ರಾಂ ಪ್ರಕಾರ ನಾವು ಸೋಮವಾರ ಅಲ್ಲಿಗೆ ಹೋಗುವುದಿತ್ತು. ಈಗ ಹೇಗೂ ಸಮಯ ಇದ್ದಿದ್ದರಿಂದ ಇಂದೇ ಅದನ್ನು ಮುಗಿಸಿಬಿಟ್ಟರೆ ಸೋಮವಾರ ಉಳಿವ ಅರ್ಧ ದಿನದಲ್ಲಿ ಮತ್ತೇನಾದರೂ ನೋಡಬಹುದು ಎನ್ನುವ ಯೋಚನೆ ಮೂಡಿದ್ದೇ ತಡ ಆರಾಮವಾಗಿ ಕುಳಿತವರು ಬಿಲ್ ಹಣ ಕೊಟ್ಟು ಹೊರಗೋಡಿದೆವು.

ರೆಸ್ಟೋರೆಂಟ್‌ನ ಎದುರೇ ಓಪನ್ ವಾಹನಗಳು ಸಾಲುಗಟ್ಟಿ ನಿಂತಿದ್ದವು. ನಮ್ಮ ಮುಖದ ಆತುರದ ಭಾವ ನೋಡಿದ ಕೂಡಲೇ ಒಂದು ಹುಡುಗಿ ಮತ್ತು ಹುಡುಗ ಓಡಿ ಬಂದು ಎಲ್ಲಿಗೆ ಎಂದು ವಿಚಾರಿಸಿದರು. ನಾವು ಹಿಂಗಿಂಗೆ ಅಂದ ಕೂಡಲೇ 'ಟಿಕೆಟ್ ಇದೆಯಾ' ಎಂದರು. ಇಲ್ಲವೆಂದು ತಲೆಯಾಡಿಸಿದೆವು. ಕೂಡಲೇ ಆ ಹುಡುಗಿ 500 ಜ್ಲಾಟಿ ಕೊಟ್ಟರೆ ನಮ್ಮನ್ನು ಅಲ್ಲಿಗೆ ಕರೆದೊಯ್ದು, ಶಿಂಡ್ಲರನ ಮ್ಯೂಸಿಯಮ್ ತೋರಿಸಿ ಮತ್ತೆ ನಮ್ಮನ್ನು ನಮ್ಮ ಹೊಟೆಲ್‌ಗೆ ತಲುಪಿಸುವ ಹೊಣೆ ಹೊರುತ್ತೇವೆಂದರು. 'ಏ ತೀರಾ ಹೆಚ್ಚಾಯಿತು ಗುರೂ... ಅಷ್ಟೆಲ್ಲ ಕೊಡುವ ಸೀನಿಲ್ಲ ಬಿಡು' ಎಂದೆವು. ಅವರಿಬ್ಬರೂ ಅಲ್ಲಿನ ಎಂಟ್ರಿ ಟಿಕೆಟ್ ಖಾಲಿಯಾಗಿರುತ್ತದೆಂದೂ, ಅದನ್ನು ವ್ಯವಸ್ಥೆ ಮಾಡಲು ಅಷ್ಟು ಹಣ ಖರ್ಚಾಗುತ್ತದೆಂದೂ, ಜೊತೆಗೆ ರಾತ್ರಿ

ನಮ್ಮನ್ನು ರೂಮ್ ತಲುಪಿಸಲು ಕಾಯಬೇಕಾಗಿರುವುದರಿಂದ ಮಧ್ಯೆ ಎರಡು ಗಂಟೆಕಾಲ ಸುಮ್ಮನೆ ಕಾಯುವ ಕೆಲಸ ಬೇರೆ ಇರುವುದರಿಂದ ಅದಕ್ಕಿಂತ ಕಡಿಮೆ ಮಾಡುವುದು ಅಸಾಧ್ಯವೆಂದೂ ಹೇಳಿದರು.

ನನ್ನ ಗಂಡನಿಗೆ ಏನಾದರೂ ಆಗಬೇಕೆಂದರೆ ಆಗಲೇ ಆಗಿಬಿಡಬೇಕು. ಹಾಗಾಗಿ ತುಂಬ ವ್ಯವಹಾರಸ್ಥನಂತೆ 'ಲಾಸ್ಟ್ ರೇಟು 400' ಅಂದ. ಅವರಿಬ್ಬರೂ ಸ್ವಲ್ಪ ಹೊತ್ತು ಚರ್ಚಿಸಿದಂತೆ ಮಾಡಿದರು ಅವರ ಭಾಷೆಯಲ್ಲಿ. ಆಮೇಲೆ ಏನೋ ಮಹತ್ತರ ನಿರ್ಧಾರಕ್ಕೆ ಬಂದವರಂತೆ 'ಸರಿ ನಾವೇ ಮಾತಾಡಿದ ನಂತರ ಹಿಂದೆಗೆಯುವುದು ವ್ಯವಹಾರವಲ್ಲ. ಬನ್ನಿ' ಎಂದು ಸೀಟಿನ ಧೂಳು ಹೊಡೆದೇ ಬಿಟ್ಟರು. ಯಾಕೋ ಏನೋ ಎಡವಟ್ಟಾಗುತ್ತಿದೆ ಎಂದು ಯೋಚಿಸುತ್ತಿರುವಾಗಲೇ ಬಗಲಿನ ದುಷ್ಮನ್ ನನ್ನ ಗಂಡ ಇದ್ದಾನಲ್ಲ, ಅವನಿಗೆ ಇವೆಲ್ಲ ಕಿರಿಕಿರಿ. ಅದ್ಯಾವನೋ ಪಾಪ ಬಂದು ಕರೆಯುತ್ತಿರಬೇಕಾದರೆ ಇವರದ್ದೇನು ಗೋಳು ಎನ್ನುವಂತೆ 'ಅಲ್ಲ ಅವನು ಬಾಯಿಗೆ ಬಂದಷ್ಟು ಚಾರ್ಜ್ ಮಾಡಲಾಗುತ್ತದಾ? ಏನೋ ಸ್ವಲ್ಪ ಹೆಚ್ಚು ಹೇಳುತ್ತಿರಬಹುದು. ನಿಮ್ಮದು ಬರೀ ಇಲ್ಲದ ಅನುಮಾನ' ಎಂದು ನಮ್ಮನ್ನೇ ಬಯ್ಯಲಾರಂಭಿಸಿದ. ಅಷ್ಟರಲ್ಲಿ ಅತ್ಯಂತ ಡ್ರಾಮಾಟಿಕ್ ಆಗಿ ಪಕ್ಕದಲ್ಲೊಂದು ಖಾಲಿ ಟ್ಯಾಕ್ಸಿ ಬಂದು ನಿಂತಿತು! ಮಗ ಹೋಗಬೇಕಾದ ಜಾಗ ಹೇಳಿದಾಗ ಅವರು ಕುಳಿತುಕೊಳ್ಳುವಂತೆ ಸಂಜ್ಞೆ ಮಾಡಿದರು. ಅಳುಕಿನಿಂದ 'ಎಷ್ಟು' ಎಂದರೆ, ಅವರು 'ಮೀಟರ್ ಎಷ್ಟಾಗತ್ತೋ ಅಷ್ಟು' ಎಂದರು. 10 ನಿಮಿಷಗಳಲ್ಲಿ ನಾವು ಮ್ಯೂಸಿಯಮ್ ತಲುಪಿದ್ದೆವು ಕೇವಲ 20 ಜ್ಲಾಟಿಯಲ್ಲಿ!

ಶಿಂಡ್ಲರ್ಸ್ ಲಿಸ್ಟ್ ಸಿನೆಮಾ ನೋಡಿದಾಗಿನಿಂದ ನನಗೆ ಶಿಂಡ್ಲರ್ ಫ್ಯಾಕ್ಟರಿ ನೋಡಲೇಬೇಕೆಂದು ಮನಸ್ಸಿನಲ್ಲಿ ಬೇರೂರಿ ಬಿಟ್ಟಿತ್ತು. ಆ ಅಂಥ ಶಿಂಡ್ಲರ್‌ನ ಫ್ಯಾಕ್ಟರಿ (ಈಗ ಅದು ಮ್ಯೂಜಿಯಮ್ ಆಗಿದೆ) ಎದುರು ಕ್ಯಾಬ್ ನಿಂತಾಗ ನಾನು ರೋಮಾಂಚಿತಳಾಗಿದ್ದೆ. ಆದರೆ ಹೊರಗಿನಿಂದ ನೋಡಿದರೆ ನಮ್ಮ ಗಾರ್ಮೆಂಟ್ ಫ್ಯಾಕ್ಟರಿಗಳ ಥರವೇ ಕಾಣಿಸುತ್ತಿತ್ತಷ್ಟೇ. ತೀರಾ ದೊಡ್ಡದಾಗಿಯೂ ಕಾಣಿಸಲಿಲ್ಲ. ವೀರಾವೇಶದಿಂದ ಒಳಗೆ ಹೋದರೆ ಕೌಂಟರ್ ಸುತ್ತ ನೆರೆದಿದ್ದ ಜನಕ್ಕೆ ಕೌಂಟರ್‌ನಲ್ಲಿದ್ದವರು ತಾರಮ್ಮಯ್ಯ ಆಡಿಸುತ್ತ 'ಟಿಕೆಟ್ ಇಲ್ಲ' ಎಂದು ಹೇಳುತ್ತಿದ್ದರು.

ನೂರೆಂಟು ಜನರ ಪ್ರಶ್ನೆಗೆ ನಗು ಮುಖದಿಂದಲೇ ಉತ್ತರಿಸುತ್ತಿದ್ದರು. ನಮಗೆ ಒಂದೇ ಆಶ್ಚರ್ಯ 'ಟಿಕೆಟ್ ಇಲ್ವಾ! ಅದು ಹೇಗೆ ಸಾಧ್ಯ!! ಆ ಏಜೆಂಟ್‌ಗೆ ಮಾತ್ರ ಅದು ಹೇಗೆ ಸಿಕ್ಕಿಬಿಡತ್ತೆ? ಅವರು ಟಿಕೆಟ್ ಸೇರಿ 400 ಜ್ಲಾಟಿ ಅನ್ನಲಿಲ್ವಾ!' ಎಂದು ಅನುಮಾನಿಸುವಾಗಲೇ ತಲೆಯಲ್ಲಿ ಟ್ಯೂಬ್ ಲೈಟ್ ಹೊತ್ತಿದಂತಾಗಿ 'ಓಓಓ ಇವರೂ ನಮ್ಮ ದೇಶದ ಹಾಗೆ ಟೇಬಲ್ ಕೆಳಗಿನ ವ್ಯವಹಾರದವರೇ ಇರಬೇಕು. ಈಗಾ ಒಂದ್ಕೆಲಸ ಮಾಡಣ. ಹಂಗೇ ಕಾಯ್ತಾ ನಿಂತಿರಣ. ಜನ ಖಾಲಿ ಆದ್ಮೇಲೆ ಮತ್ತೆ ಕೇಳಣ. ಆಗ ಒಂಚೂರು adjustment ಮಾಡಿಕೊಂಡು ಬಿಡ್ತಾರೆ' ಅಂದುಕೊಂಡೆವು.

ಅಲ್ಲೇ ಪಕ್ಕದಲ್ಲಿದ್ದ ಪುಸ್ತಕದಂಗಡಿಯಲ್ಲಿ ಚೂರು ವ್ಯಾಪಾರ ಮುಗಿಸಿ ಮತ್ತೆ ಬಂದಾಗಲೂ ಅಷ್ಟೇ ಜನರು. ಕೊನೆಗೆ ಇನ್ನು ಕಾದರೆ ಆಗುವುದಿಲ್ಲ ಎಂದುಕೊಂಡು ಹಲ್ಲು ಗಿಂಜುತ್ತ ನಮ್ಮ ಕಾಲದಲ್ಲಿ ನವರಂಗ್ ಥಿಯೇಟರ್ ಹತ್ತಿರ ಬ್ಲಾಕ್ ಟಿಕೆಟ್ ಕೊಳ್ಳುತ್ತಿದ್ದ ಅಪಾರ ಅನುಭವದಲ್ಲಿ ಮೆಲುದನಿಯಲ್ಲಿ ತುಟಿ ಅಲ್ಲಾಡಿಸದೇ 'ಟಿಕೆಟ್?' ಎಂದೆವು.

ಅವರು ನಗುನಗುತ್ತಲೇ 'ಎಲ್ಲಿಂದ ಕೊಡೋದು? ಇಷ್ಟು ಹೊತ್ತಿನಲ್ಲಿ ಕೊಡಲು ಟಿಕೆಟ್ ಇರೋದೇ ಇಲ್ಲ, ಬೆಳಗ್ಗೆಯೇ ಎಲ್ಲ ಖಾಲಿ ಆಗೋಗಿರತ್ತೆ' ಎಂದರು. ನಾವು 'ಅಲ್ಲ ನಮ್ಮ ಟ್ಯಾಕ್ಸಿಯವರು ಟಿಕೆಟ್ ಕೊಡಿಸ್ತೀನಿ ಅಂದರಲ್ಲಾ. ನೀವೇನು ಹೀಗೆ ಹೇಳ್ತೀರಾ' ಎಂದೆವು ಅನುಮಾನದಲ್ಲೇ. ಅವರು 'ಸಾಧ್ಯವೇ ಇಲ್ಲ. ಅವರು ಮಿನಿ ಟೂರ್ ಟಿಕೆಟ್ ಬಗ್ಗೆ ಹೇಳಿರಬೇಕು. ಅದಾದರೆ 8 ಜ್ಲಾಟಿಗೆ ಸಿಗುತ್ತದೆ' ಅಂದರು.

'ಮಿನಿ ಟೂರ್ ಅಂದರೆ?' ಎಂದು ಕೇಳಿದಾಗ ಪಕ್ಕ ಇದ್ದ ಬಾಗಿಲಿನತ್ತ ತೋರಿಸಿದರು. ಅದೇನು ಎಂದು ಇಣುಕಿ ನೋಡಿದರೆ ಚಿಕ್ಕದೊಂದು ರೂಮ್. ಈ ಮುಖ್ಯ ಮ್ಯೂಸಿಯಮ್‌ನ ಸಣ್ಣಾಕೃತಿ ಅಷ್ಟೇ. ಅದನ್ನು ನೋಡಲು 10-15 ನಿಮಿಷಕ್ಕಿಂತ ಹೆಚ್ಚು ಸಮಯ ಬೇಕಾಗುವುದಿಲ್ಲ. 'ಇಲ್ಲ ಮಿನಿ ಟೂರ್ ಎಲ್ಲ ಬೇಡ. ಸೋಮವಾರದ ಟಿಕೆಟ್ ಹೇಗೂ ಬುಕ್ ಆಗಿದೆ. ಇವತ್ತು ಬಿಡುವಿತ್ತು, ಹಾಗಾಗಿ ಮುಗಿಸಿಬಿಡೋಣ ಎಂದುಕೊಂಡೆವು ಅಷ್ಟೇ' ಎಂದೆವು. ಅವರು 'ಸೋಮವಾರದ ಟಿಕೆಟಾ? ಸೋಮವಾರಕ್ಕೆ ಟಿಕೆಟ್ಟೇ ಇರಲ್ವಲ್ಲ! ಅವತ್ತು ಪ್ರವೇಶ ಉಚಿತ' ಎಂದರು! ನಮಗೆ ಆಶ್ಚರ್ಯಾಘಾತವಾದಂತಾಯಿತು. ನಮ್ಮೂರಿನಲ್ಲಿ ನಮ್ಮ ಟ್ರಾವೆಲ್‌ನವರು ಟಿಕೆಟ್ ಬುಕ್ ಆಗಿದೆ ಸೋಮವಾರಕ್ಕೆ ಅಂದರು. ಇಲ್ಲಿ ನೋಡಿದರೆ ಅವತ್ತು ಉಚಿತ ಎನ್ನುತ್ತಿದ್ದಾರೆ. ಇದೇನು ನಡೆಯುತ್ತಿದೆ ಇಲ್ಲಿ ಎಂದು ತಬ್ಬಿಬ್ಬಾದೆವು. 'ಇಲ್ಲ ನಮ್ಮ ಬಳಿ ಟಿಕೆಟ್ ಇದೆ. ತೋರಿಸುತ್ತೇವೆ ಇರಿ' ಎಂದು ಹೇಳಿ ನಮ್ಮ ಬಳಿ ಇದ್ದ itinerary ತೆರೆದರೆ ಅದರಲ್ಲಿಲ್ಲವೇ ಇಲ್ಲ! ಅರೆ ಇದು ಹೇಗೆ ಮಿಸ್ ಆಯಿತು ಎಂದು ನಮಗೆ

ತಲೆ ಕೆಟ್ಟು ಹೋಯಿತು.

ನಮ್ಮ ದ್ರಾಬೆ ಮುಖ ನೋಡಿದ ಅವರು ಸಮಾಧಾನಿಸುತ್ತ 'ನೀವು ಒಂದು ಕೆಲಸ ಮಾಡಿ, ಸೋಮವಾರ ಬೆಳಗ್ಗೆ 8ಕ್ಕೆಲ್ಲ ಇಲ್ಲಿದ್ದರೆ ಮೊದಲು ಬಂದವರಿಗೆ ಆದ್ಯತೆ ಅನ್ನುವ ಲೆಕ್ಕದಲ್ಲಿ ಟಿಕೆಟ್ ಕೊಡುತ್ತಾ ಹೋಗುತ್ತೇವೆ. ಅವತ್ತು ಬಂದು ಪ್ರಯತ್ನಿಸಿ' ಕೌಂಟರ್‌ನಲ್ಲಿದ್ದವರು ಈ ಜಗತ್ತಿನಲ್ಲಿ ಮೊದಲ ಮತ್ತು ಕೊನೆಯ ಗ್ರಾಹಕರು ನಾವೇ ಏನೋ ಎನ್ನುವಷ್ಟು ತಾಳ್ಮೆಯಿಂದ ನಾವು ಕೇಳಿದ್ದಕ್ಕೆಲ್ಲ ಮೆಲುನಗುವಿನಿಂದ ಉತ್ತರಿಸುತ್ತಲೇ ಇದ್ದರು.

ಅಲ್ಲಿಗೆ ಆ ಪ್ರಯತ್ನ ಮುಗಿಯಿತು. ಹೊರಬಂದು ನನ್ನ ಗಂಡ ನಮ್ಮ ಟ್ರಾವೆಲ್ಸ್‌ನವರಿಗೆ ಫೋನ್ ಮಾಡಿ ಯಾಕೆ ಶಿಂಡ್ಲರ್ಸ್ ಮ್ಯೂಸಿಯಮ್‌ಗೆ ಟಿಕೆಟ್ ಕೊಟ್ಟಿಲ್ಲ ಎಂದು ಕೇಳಿದ. ಇನ್ನು ಎಷ್ಟು ಜಗಳವಾಡಬೇಕೋ ಏನೋ ಎಂದು ಮೀಸೆ ಹುರಿ ಮಾಡಿ ಕಾಯುತ್ತಿದ್ದರೆ ಆ ಏಜೆಂಟ್ 'ತಪ್ಪಾಯ್ತು ಸರ್, ಏನೋ ತಪ್ಪಾಗಿದೆ. ಒಂದು ಕೆಲಸ ಮಾಡಿ. ನೀವು ಟಿಕೆಟ್ ತೆಗೆದುಕೊಂಡು ಬಿಡಿ ದಯವಿಟ್ಟು, ನಾನಿಲ್ಲಿ ಅದನ್ನು ವಾಪಸ್ ಕೊಡ್ತೀನಿ' ಎಂದುಬಿಟ್ಟ. ನನ್ನ ಗಂಡ ರೆಡಿ ಮಾಡಿಟ್ಟುಕೊಂಡಿದ್ದ ಬಯ್ಗುಳೆಲ್ಲ ಒಳಗೇ ಉಳಿದುಹೋಗಿ, ಅವನಿಗೆ 'ಇದೇನು ಸಮಸ್ಯೆ ಇಷ್ಟು ಬೇಗ ಬಗೆಹರಿದುಬಿಟ್ಟಿತು ಅಸಹ್ಯ! ಇದೆಂಥಾ ಲೈಫ್ ಗುರೂ' ಅನ್ನಿಸಿರಬೇಕು.

ಸರಿ, ಟಿಕೆಟ್ ಎಲ್ಲಿ ಸಿಗುತ್ತದೆ ಎಂದು ವಿಚಾರಿಸಲಾಗಿ, ಅದು ನಾವು ಊಟ ಮಾಡಿದ್ದ ಹೋಟೆಲ್‌ನ ಹತ್ತಿರವೇ ಇದೆ ಎಂದು ಗೊತ್ತಾಯಿತು. ಸರಿ ಅವನು ಒಪ್ಪಿದಾಗಲೇ ಕೆಲಸ ಮುಗಿಸಿ ಬಿಡಬೇಕೆಂದು ತೀರ್ಮಾನಿಸಿದ ನಾವು ಕೂಡಲೇ ಮತ್ತೊಂದು ಟ್ಯಾಕ್ಸಿ ಹಿಡಿದು ಎಲ್ಲಿಂದ ಬಂದೆವೋ ಅಲ್ಲಿಗೇ ವಾಪಸ್ ಹೊರಟೆವು. ಪುಣ್ಯಕ್ಕೆ ಟ್ರಾವೆಲ್ ಆಫೀಸ್ ತೆರೆದಿತ್ತು. ನೀಟಾಗಿ ಸೂಟುಬೂಟು ಧರಿಸಿದ ವ್ಯಕ್ತಿ ಅಲ್ಲಿ ಕುಳಿತಿದ್ದ. ವಿಚಾರಿಸಿದರೆ ಸೋಮವಾರದ ಟಿಕೆಟ್ ಕೂಡಾ ಇತ್ತು! ನಮ್ಮ ಆನಂದಕ್ಕೆ ಪಾರವೇ ಇಲ್ಲ. ಅರೆ! ನಮ್ಮ ಪ್ರಯತ್ನ ವ್ಯರ್ಥವಾಗಲಿಲ್ಲ! ಅದೇ ಖುಷಿಯಲ್ಲಿ 'ಎಷ್ಟು' ಎಂದೆವು. 'ತಲಾ 32 ಜ್ಲಾಟಿ' ಎಂದ. ಸರಿ 128 ಜ್ಲಾಟಿ ತೆತ್ತು ಕೈನಲ್ಲಿ ಶಿಂಡ್ಲರ್ಸ್ ಮ್ಯೂಸಿಯಮ್‌ನ ಟಿಕೆಟ್ ಹಿಡಿದಾಗ ಜಗತ್ತನ್ನೇ ಗೆದ್ದ ಸಂಭ್ರಮ!!

ಇಷ್ಟಾದ ನಂತರ ಮನಸ್ಸು ಸ್ವಲ್ಪ ನಿರಾಳವಾಗಿ ಈಗ ಮೊಬೈಲ್‌ನ ನೆನಪಾಯಿತು. ಕೈನಲ್ಲಿ ಮೊಬೈಲ್ ಇಲ್ಲದ ಕಾಲದಲ್ಲಿ ಬದುಕು ಹೇಗಿತ್ತು ಅಂತಲೇ ನೆನಪಾಗದಷ್ಟು ಅದು ನಮ್ಮ ಬದುಕಿನಲ್ಲಿ ಹಾಸುಹೊಕ್ಕಾಗಿಬಿಟ್ಟಿದೆ. ಅದು ಇದ್ದಿದ್ದರೆ ನಾವು ವ್ರೋಟ್ಸ್ವಾವ್‌ದಲ್ಲಿ ರೈಲ್ವೇ ಸ್ಟೇಷನ್‌ನಿಂದ ಹೋಟೆಲ್‌ಗೆ ಮರಳಲು ಟ್ಯಾಕ್ಸಿಗೆ ಪರದಾಡಬೇಕಿರಲಿಲ್ಲ, ಹಿಂದಿನ ದಿನ ರೈಲ್ವೇ ಸ್ಟೇಷನ್‌ನಲ್ಲಿ ದಿಕ್ಕೆಟ್ಟು ಅಲೆಯಬೇಕಾಗಿರಲಿಲ್ಲ, ಇಂದು ಟ್ಯಾಕ್ಸಿ ಬುಕ್ ಮಾಡಲು ಇಷ್ಟು ಕಷ್ಟ ಪಡಬೇಕಿರಲಿಲ್ಲ ಎಂದೆಲ್ಲ ಜ್ಞಾನೋದಯವಾಗಿ ಹಿಂದಿನ

ದಿನ ನನ್ನ ಗಂಡ ಸಿಮ್ ಕೊಂಡ ಅದೇ ಅಂಗಡಿಗೆ ಹೋಗಿ ಅದೊಂದು ಕೆಲಸ ಮುಗಿಸಿ ಬಿಡೋಣ ಎಂದು ಅತ್ತ ಹೊರಟೆವು.

ಅದೇನು ಕ್ರಾಕೋವ್‌ನಲ್ಲಿ ಎಲ್ಲದರ ನಡುವೆಯೂ ಸ್ಕೇಲ್ ಇಟ್ಟು ಅಳತೆ ಹಾಕಿದ್ದಾರೋ ಎನ್ನುವಂತೆ ಎಲ್ಲಿಗೆ ಹೋದರೂ ಟ್ಯಾಕ್ಸಿಗೆ 18–20–22 ಜ್ಲಾಟಿಗಳಷ್ಟೇ ಆಗುತ್ತಿದ್ದವು. ಎರಡು ನಿಮಿಷದಲ್ಲಿ ಸಿಮ್ ಕೆಲಸ ಮುಗಿದು, ಅದು ಆಕ್ಟಿವೇಟ್ ಆಗಿಯೇ ಹೋಯಿತು. ಬೇರೆ ದೇಶಗಳಿಗೆ ಹೋದರೆ ನಾವು ಎಂದೂ ಸಿಮ್ ಕೊಂಡವರೇ ಅಲ್ಲ. ಅದೇನೋ ಅದು ಸಿಕ್ಕಾಪಟ್ಟೆ ಖರ್ಚಿನ ಬಾಬ್ತು ಎಂದು ನಮ್ಮ ಮನಸ್ಸಿನಲ್ಲಿ ಬೇರೂರಿಬಿಟ್ಟಿತ್ತು. ಹಾಗಾಗಿ ಈಗ ಧೈರ್ಯವಹಿಸಿ ಸಿಮ್ ಕೊಂಡು ಒಂದು ಕನೆಕ್ಷನ್‌ನ ಒಡೆಯನಾದ ನನ್ನ ಗಂಡನನ್ನು ಒಂಥರಾ ಭಯ ಭಕ್ತಿ ಅಸೂಯೆಗಳಿಂದ ನೋಡುತ್ತಾ 'ಅಂದಹಾಗೆ ಎಷ್ಟು ಕೊಟ್ಟೆ ಎಂದೆ. 'ಹತ್ತು ಜ್ಲಾಟಿ' ಎಂದ.

ನನ್ನ ಕಿವಿಗಳನ್ನೇ ನಂಬಲಾಗಲಿಲ್ಲ!! ಹತ್ತು ಜ್ಲಾಟಿ! ಬರೀ ಹತ್ತು?!! ಅಂದರೆ 200 ರೂಪಾಯಿ?!!

ಏನೇನು ಕೊಡ್ತಾರೆ ಎಂದು ವಿಚಾರಿಸಿದರೆ 10 ಜಿಬಿ ಡೇಟಾ, ಸುಮಾರು 7–8 ಗಂಟೆಗಳಷ್ಟು ಲೋಕಲ್ ಕಾಲ್‌ಗಳು ಎಂದ!

ಹತ್ತು ಜ್ಲಾಟಿಗೆ ಇಷ್ಟು!!!

ನಾವೆಲ್ಲ 'ವಿವಾಹ ಭೋಜನವಿದು ವಿಚಿತ್ರ ಭಕ್ಷಗಳಿವು... ' ಎಂದು ಹಾಡುವ ಮಾಯಾ ಬಝಾರ್‌ನ ಘಟೋತ್ಕಜನಂತಾದೆವು!

ನಾನು, ಮಗ, ಅಪ್ಪ ಮೂರು ಸಿಮ್ ಎತ್ತಾಕಿಕೊಂಡು ಅಲ್ಲಿಯೇ ಆಕ್ಟಿವೇಟ್ ಮಾಡಿಸಿದ್ದೂ ಆಯಿತು.

ಅಮ್ಮನಿಗೆ ಅಲ್ಲಿಂದಲೇ ವಾಟ್ಸಪ್ ಕರೆ ಮಾಡಿ ಮಾತಾಡಿದ ನಂತರ ನೋಡಿದರೆ ಕೇವಲ ಒಂದಿಷ್ಟು MBಗಳಷ್ಟೇ ಖರ್ಚಾಗಿದ್ದು ಕಂಡಾಗ ಅದೇನು ಸಂಭ್ರಮ!

ಅಂದು ಕೊಂಡುಕೊಂಡ ಸಿಮ್‌ನಲ್ಲಿ ಧಾರಾಳವಾಗಿ ವಾಟ್ಸಪ್ ಮಾಡಿ, ಕರೆಗಳನ್ನು ಮಾಡಿ, ಮ್ಯಾಪ್ ಉಪಯೋಗಿಸಿಕೊಂಡು ನಮ್ಮ ದೇಶದಲ್ಲಿದ್ದೀವೇನೋ ಎನ್ನುವಂತೆ ಆರಾಮವಾಗಿ ಓಡಾಡಿ, ಸುತ್ತಮುತ್ತಲಿನ ಊಟದ ಹೋಟೆಲ್‌ಗಳನ್ನು ಹುಡುಕಿಕೊಂಡು, ಬೇಕಾದಾಗ ಊಬರ್ ಮಾಡಿಕೊಂಡು, ಮಾಹಿತಿ ಬೇಕಿದ್ದಾಗ ಆರಾಮವಾಗಿ ಇಂಟರ್‌ನೆಟ್‌ನಲ್ಲಿ ಹುಡುಕಿಕೊಂಡು ಬೇಕಿದ್ದಂತೆ ಅದನ್ನು ಬಳಸಿದರೂ ಪೋಲೆಂಡ್ ಬಿಡುವಾಗ ಒಬ್ಬೊಬ್ಬರದ್ದೂ ಇನ್ನೂ ನಾಲ್ಕು ಜಿಬಿಯಷ್ಟು ಡೇಟಾ ಬಾಕಿ ಉಳಿದಿತ್ತು!

ನಾವು ಕನ್ನಡಿಗರು ಕೃಷ್ಣದೇವರಾಯನ ಕಾಲದಲ್ಲಿ ಮುತ್ತುರತ್ನಗಳನ್ನು ಬಳ್ಳದಲ್ಲಿ ಮಾರುತ್ತಿದ್ದರಂತೆ ಎಂಬ ವಿಜಯನಗರದ ಚರಿತ್ರೆ ಓದಿ ರೋಮಾಂಚನಗೊಳ್ಳುತ್ತೇವಲ್ಲ,

ಆ ರೀತಿ ನಾವು ಇಂದಿಗೂ ಪೋಲೆಂಡನ್ನು 'ಇಂಟರ್‌ನೆಟ್ ಸುಭಿಕ್ಷ ದೇಶ' ಎಂದು ನೆನಪಿಸಿಕೊಳ್ಳುತ್ತಲೇ ಇರುತ್ತೇವೆ!

Behind the Screens ಎಂಬ ಉಪಸಂಹಾರ...!

ನೀವು ಸಿನೆಮಾಗಳಲ್ಲಿ, ಹೆಚ್ಚಾಗಿ ಜಾಕಿ ಚಾನ್ ಸಿನೆಮಾಗಳಲ್ಲಿ ಸಿನೆಮಾ ಮುಗಿದ ನಂತರ ಕೊನೆಯಲ್ಲಿ ಕ್ರೆಡಿಟ್ಸ್ ಕೊಡುವಾಗ ಕೆಲವು ದೃಶ್ಯಗಳು ತೆರೆಯ ಮೇಲೆ ಹೇಗೆ ಕಾಣಿಸುತ್ತಿತ್ತು ಮತ್ತು ಶೂಟಿಂಗ್ ನಡೆಯುವಾಗ ತೆರೆಯ ಹಿಂದೆ ಏನೇನು ಎಡವಟ್ಟುಗಳಾಗಿದ್ದವು ಎನ್ನುವುದನ್ನು ತೋರಿಸುತ್ತಾರೆ. ಹಾಗೆಯೇ ಈ ದಿನದ ಕತೆಯ ತೆರೆಯ ಹಿಂದೆ ನಡೆದದ್ದು ನಿಮಗೆ ಹೇಳಬೇಕು!

ಈ ಪೋಲೋನಿ ಕಾಜ್ಹಿಮಿರ್ಜ್‌ನ ಸಿನೆಗಾಗ್ ಒಳಗೆ ಯಾಕೆ ಕರೆದುಕೊಂಡು ಹೋಗುತ್ತಿಲ್ಲ ಎಂದಾಗ ಅದು ಅವರ ಪವಿತ್ರ ಶಬ್ಬತ್ ದಿನ, ಅವರ ಪ್ರೈವೆಸಿಗೆ ಅಡ್ಡ ಬರಬಾರದಲ್ಲವೇ ಎಂದು ಪ್ರಶ್ನಿಸಿ ನಮ್ಮನ್ನು ಅಲ್ಲಿಂದ ಜಾಗ ಖಾಲಿ ಮಾಡಿಸಿದ್ದಳಲ್ಲ, ನಿಜಕ್ಕೂ ಹೇಳಬೇಕೆಂದರೆ ಆ ಸಿನೆಗಾಗ್ ಈಗ ಸಿನೆಗಾಗ್ ಆಗಿ ಉಳಿದಿಯೇ ಇಲ್ಲ! ಅದೀಗ ಒಂದು ಮ್ಯೂಸಿಯಮ್ ಆಗಿ ಪರಿವರ್ತಿತವಾಗಿದೆ. ಅಲ್ಲಿ ಯಾವ ಪೂಜೆಯೂ ನಡೆಯುವುದಿಲ್ಲ, ಇನ್ನು ಶಬ್ಬತ್ ಮಾತೆಲ್ಲಿಯದು? ಅದು ವಾರದ ಏಳೂ ದಿನಗಳು ತೆರೆದಿರುತ್ತದೆ. ಬೆಳಗ್ಗೆ 9 ಗಂಟೆಗೆ ತೆಗೆಯುತ್ತದೆ ಎಂದು ಗೊತ್ತಿದ್ದ ಅವಳು ಕೇವಲ ಎರಡು ಮೂರು ನಿಮಿಷಗಳಲ್ಲಿ ಅಲ್ಲಿನ ವಿಷಯ ಹೇಳಿ, ನಮ್ಮನ್ನು ಅಲ್ಲಿಂದ ಹೊರಡಿಸಿ ಬಿಟ್ಟಿದ್ದಳು! ಬಹುಶಃ ಮುಂದೆ ನಡೆಯುತ್ತಿದ್ದ ನಾವು ಹಿಂದಿರುಗಿ ನೋಡಿದ್ದರೆ ಸಿನೆಗಾಗ್ ಒಳಹೊರಗೆ ಜನರ ಓಡಾಟ ಕಾಣಿಸುತಿತ್ತು. ಅದೇನು ಪ್ರವೇಶ ದರ ನುಂಗಿಹಾಕಬೇಕೆಂದೇ ಸುಳ್ಳು ಹೇಳಿದಳೋ ಅಥವಾ ಅದರೊಳಗೆ

ಯಾಕೆ ಕರೆದುಕೊಂಡು ಹೋಗಲು ಸಮಯ ವ್ಯರ್ಥ ಮಾಡಬೇಕು ಎಂದು ಸುಳ್ಳು ಹೇಳಿದಳೋ ದೇವರಿಗೇ ಗೊತ್ತು.

ಇವಳದ್ದು ಹೀಗಾದರೆ ಇನ್ನು ಆ ಏಜೆಂಟರ ಕಥೆಯಂತೂ ಇನ್ನೂ ಅಧ್ವಾನ.

ಶಿಂಡ್ಲರ್ ಮ್ಯೂಸಿಯಮ್‌ಗೆ ಹೋಗಲು ಗಾಡಿ ಮತ್ತು ಟಿಕೆಟ್‌ಗೆ ನಾಲ್ಕು ಜನರಿಗೆ 400 ಜ್ಲಾಟಿ ಹೇಳಿದರಲ್ಲ. ಅವತ್ತು ನಮಗೆ ಖರ್ಚಾದದ್ದು ಎಷ್ಟು ಗೊತ್ತಾ? ಕೇವಲ 90 ಜ್ಲಾಟಿ! ಇಲ್ಲಿ ಇನ್ನೊಂದು ಸುಳ್ಳು ಸೇರಿಕೊಂಡಿದೆ. ನಾವು ಟೂರ್ ಮುಗಿಸಿ ಬರುವವರೆಗೆ ಗಂಟೆಗಟ್ಟಲೆ ಕಾಯಬೇಕು ಅಂದಿದ್ದರಲ್ಲ, ಆಗ ಅವರಿಗೆ ತಿಳಿದಿರಲಿಲ್ಲವಾ ಮಿನಿ ಟೂರ್ ಟಿಕೆಟ್ ಮಾತ್ರ ಸಿಗುತ್ತದೆ ಹಾಗೂ ಅದನ್ನು ಇಂಗಾಸಿ ಓಗಿ ಅಂಗಾಸಿ ನೋಡಿ ಮುಗಿಸಬಹುದು ಎಂದು? ಅಸಲಿಗೆ ಮಿನಿ ಟೂರ್ ಎಂಬ ಒಂದು ಟೂರ್ ಇದೆ ಶಿಂಡ್ಲರ್ ಮ್ಯೂಸಿಯಮ್‌ನಲ್ಲಿ ಅನ್ನುವುದೇ ನಮಗೆ ಗೊತ್ತಿರಲಿಲ್ಲ. ಹಾಗಾಗಿ ಆ ಟ್ಯಾಕ್ಸಿಯವರು ಅಲ್ಲಿ ಹೋಗಿ ಟಿಕೆಟ್ ತಂದು ಮಿನಿ ಟೂರ್ ಮಾಡಿಸಿ ಸಾಗಹಾಕಿದ್ದರೆ, ನಾವು ಅದೇ ಶಿಂಡ್ಲರ್ ಮ್ಯೂಸಿಯಮ್ ಎಂದುಕೊಂಡು ವಾಪಸ್ಸಾಗುತ್ತಿದ್ದೆವೋ ಏನೋ!

ಇಲ್ಲಿ ಬಂದ ನಂತರ ಸಿನೆಗಾಗ್ ವಿಷಯ ತಿಳಿದಂತೆ, ಶಿಂಡ್ಲರ್ ಮ್ಯೂಸಿಯಮ್ ವಿಷಯವೂ ತಿಳಿದು ಮತ್ತೆ ಎಷ್ಟು ಸಂಕಟ ಪಡುತ್ತಿದ್ದೆವೋ ಏನೋ. ನಮ್ಮೂರಿನ ಆಟೋ ಡ್ರೈವರ್‌ಗಳು ಮೋಸ ಮಾಡಿದರೆ ಅಬ್ಬಬ್ಬಾ ಎಂದರೆ ಒಂದು ಹತ್ತಿಪ್ಪತ್ತು ರೂಪಾಯಿ. ಇಲ್ಲಿ ಮೋಸವಾಗಿದ್ದರೆ ಸುಮಾರು 300 ಜ್ಲಾಟಿಗಳಷ್ಟು... ಅಂದರೆ 6 ಸಾವಿರ ರೂಪಾಯಿ! ಬೇರೆ ದೇಶದಲ್ಲಿ ಮೋಸ ಹೋದರೆ ಕರೆನ್ಸಿ ಎಕ್ಸ್‌ಚೇಂಜ್ ಲೆಕ್ಕದಲ್ಲಿ ಬೇರೆ ಮೋಸ ಹೋಗಬೇಕು!

ಇವುಗಳ ಕಥೆ ಹೀಗಾದರೆ, ಇನ್ನು ಸೋಮವಾರದ ಟಿಕೆಟ್ ವಿಷಯದಲ್ಲಂತೂ ನಾವೇ ತಲೆ ಕೊಟ್ಟು ಮಕ್ಮಲ್ ಟೋಪಿ ಇಡು ಪ್ಲೀಸ್ ಎನ್ನುವ ಕೆಲಸ ಮಾಡಿದ್ದೆವು! ಅಲ್ಲ ಮ್ಯೂಸಿಯಮ್‌ನವರು ಸ್ಪಷ್ಟವಾಗಿಯೇ ಹೇಳಿರಲಿಲ್ಲವಾ ಸೋಮವಾರ ಉಚಿತ ಪ್ರವೇಶ ಎಂದು? ಅದಾದ ನಂತರವೂ ನಾವು ನಮ್ಮ ಇಂಡಿಯನ್ ಟ್ರಾವೆಲ್ ಏಜೆಂಟ್‌ಗೆ ಫೋನ್ ಮಾಡಿದಾಗ ಆತ ಅಲ್ಲಿನ ಟ್ರಾವೆಲ್ ಏಜೆಂಟ್ ಬಳಿಗೆ ಹೋಗಿ ಟಿಕೆಟ್ ಪಡೆಯಿರಿ ಎಂದಾಗ ನಾವು ಹೋಗಿದ್ದು ಯಾವ ಉದ್ದೇಶದಿಂದ? ಸೋಮವಾರದ ಉಚಿತ ಟಿಕೆಟ್ ವ್ಯವಸ್ಥೆ ಮಾಡುತ್ತಾರೆ ಅಂತ ತಾನೇ? ಹಾಗೆ ಹೋದ ನಂತರ ಅವರು ಟಿಕೆಟ್ ಕೊಟ್ಟಾಗ ಸಂಭ್ರಮದಲ್ಲಿ 'ಎಷ್ಟು' ಅಂತ ಯಾಕಪ್ಪಾ ಕೇಳಬೇಕಿತ್ತು?! ಅವನಿಗೆ ತಕ್ಷಣವೇ ನಾಲ್ಕು ಕುರಿಗಳು ಕಾಣಿಸಿ ಪೂರ್ತಿ ಮುಂಡಾಯಿಸಬೇಕು ಅನ್ನಿಸಿ, ನಿಷ್ಠೆಯಿಂದ ಟಿಕೆಟ್‌ನ ಪೂರ್ತಿ ಹಣವಾದ, ಅಂದರೆ ಉಳಿದ ದಿನಗಳಲ್ಲಿ ಮಾರುವ ದರವಾದ ತಲಾ 32 ಜ್ಲಾಟಿ ಎಂದಿದ್ದ! ನಾವು 128 ಜ್ಲಾಟಿಗಳನ್ನು ತಿರುಪತಿ

ಹುಂಡಿಗೆ ಹಾಕಿದಂತೆ ಹಾಕಿ ಭಕ್ತಿಯಿಂದ ಕೈ ಮುಗಿದು ಬಂದಿದ್ದೆವು! ಒಟ್ಟಿನಲ್ಲಿ ನನಗೆ ಇಲ್ಲಿಯವರೆಗೆ ಯೂರೋಪಿಯನ್ನರೆಂದರೆ ಸತ್ಯಹರಿಶ್ಚಂದ್ರನ ತುಂಡುಗಳು ಎನ್ನುವ ಭ್ರಮೆಯಿತ್ತು. ಅವರ ಧಮನಿ ಧಮನಿಗಳಲ್ಲಿ ನ್ಯಾಯ, ನೀತಿ, ಧರ್ಮ ರಕ್ತದೊಡನೆ ಬೆರೆತು ಹೋಗಿರುತ್ತದೆ ಎಂಬ ಭ್ರಮೆಯಿತ್ತು. ಈಗ ಸಾರ್ವತ್ರಿಕ ಸಾರ್ವಕಾಲಿಕ ಸತ್ಯವೇನೆಂದರೆ ಮೋಸ ಹೋಗುವವರು ಇರುವೆಡೆಯೆಲ್ಲ ಮೋಸ ಮಾಡುವವರು ಇರುತ್ತಾರೆ ಅಷ್ಟೇ ಎಂಬ ಜ್ಞಾನೋದಯವಾಯಿತು!

ಹಣದ ವಿಷಯವಾಗಿ ಮೋಸ ಹೋದದ್ದನ್ನು ಹೇಗೋ ಸಹಿಸಿಕೊಳ್ಳಬಹುದಾದರೂ, ಸಿನೆಗಾಗ್‌ನ ಒಳಗೆ ಹೋಗಿ ನೋಡದ ನಷ್ಟವನ್ನು ಯಾರೂ ತುಂಬಿ ಕೊಡುವುದು ಅಸಾಧ್ಯ. ಅದನ್ನು ಮಾತ್ರ ನೋಡಲು ನಾವು ಮತ್ತೊಮ್ಮೆ ಪೋಲೆಂಡಿಗೆ ಹೋಗಲಾಗುತ್ತದಾ? ಅದು ಯಾಕೋ ಗೊತ್ತಿಲ್ಲ, ನಾನು ಬಹಳ ಆಸೆ ಪಟ್ಟು ನೋಡಲೇಬೇಕು ಎಂದುಕೊಂಡ ಸ್ಥಳಗಳೆಲ್ಲ ಇದೇ ರೀತಿ ಆಗುತ್ತದೆ.

ಇಸ್ರೇಲ್‌ನ ವೇಲಿಂಗ್ ವಾಲ್, ಇಟಲಿಯ ಪಾಂಪೆ, ಜೋರ್ಡಾನ್‌ನ ಪೆಟ್ರಾ, ಈಗ ಪೋಲೆಂಡ್ ಎಲ್ಲದರಲ್ಲೂ ನೋಡಬೇಕಾದ್ದು ನೋಡಬೇಕೆನ್ನಿಸಿದಷ್ಟು ನೋಡಲಾಗಲಿಲ್ಲ ಎನ್ನುವ ಅಸಂತೃಪ್ತಿ ಮನಸ್ಸಿನಲ್ಲಿ ಉಳಿದೇ ಬಿಟ್ಟಿದೆ. ಲಡಾಕ್ ಕೂಡಾ ಹಾಗೇ ಎರಡು ಬಾರಿ ಹೋದರೂ ಎರಡು ಬಾರಿಯೂ ಏನೇನೋ ಎಡವಟ್ಟಾಗಿ ಹೋಯಿತು. ಒಮ್ಮೊಮ್ಮೆ ಸಿಟ್ಟು ಬರುತ್ತದೆ ಯಾಕೆ ಹೀಗಾಗುತ್ತದೆ ಎಂದು. ಆದರೆ ಮತ್ತೂ ಒಂದು ಸಲ ಅನ್ನಿಸುತ್ತದೆ ಬಹುಶಃ ಬದುಕಿನ ಬಗೆಗೆ ಸಂಪೂರ್ಣ ತೃಪ್ತಿ ಎನ್ನುವುದು ಇಲ್ಲದಿರುವುದೇ ನನ್ನನ್ನು ಬದುಕಿನೆಡೆಗೆ ಹೆಚ್ಚು ಹೆಚ್ಚು ಸೆಳೆಯುತ್ತದೋ ಏನೋ ಎಂದು! ಮುಂದಿನ ಜನ್ಮವೆಂಬುದೇ ಇಲ್ಲ ಎಂದು ದೃಢವಾಗಿ ನಂಬಿರುವ ನನಗೆ, ಇರುವ ಈ ಜನ್ಮವೊಂದರಲ್ಲೇ ಎಲ್ಲವನ್ನೂ ನೋಡಿ ಮುಗಿಸಬೇಕು ಎನ್ನುವ ಉತ್ಕಟ ಭಾವ ಸದಾ ಕಾಡುತ್ತದೆ. ಅದೇ ನನ್ನನ್ನು ಬದುಕಿನೆಡೆಗೆ ಕಟ್ಟಿಹಾಕಿರುವ ತಂತುವೋ ಏನೋ ಯಾರು ಬಲ್ಲರು...?

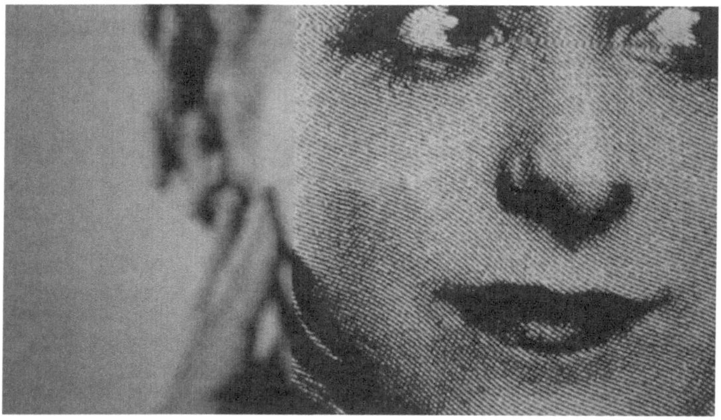

ಇಷ್ಟು ಹೇಳಲೇಬೇಕಿತ್ತು...

ಈಗ ಒಂದು ವಿಚಿತ್ರ ಸಂದರ್ಭ ಎದುರಾಗಿದೆ! ಅದೇನೆಂದರೆ ಈ ಅಧ್ಯಾಯ ಅತ್ಯಂತ ಗಂಭೀರವಾದ ಆಶ್ವಿಟ್ಜ್ ಬಗ್ಗೆ ಬರೆಯಬೇಕಿತ್ತು. ಆದರೆ ಪೋಲೊನಿ ಎಂಬ ಕೆಟ್ಟ ಗುರುವಿನ ಆತುರದಿಂದ ಹಿಂದಿನ ಅಧ್ಯಾಯ ಅಪೂರ್ಣವಾಗಿ ಉಳಿದುಬಿಟ್ಟಿದೆ. ಅವಳು ನಾವು ನೋಡಿದ ಸ್ಥಳಗಳ ಬಗ್ಗೆ ಹತ್ತು ಅಂಕಗಳ ಪ್ರಶ್ನೆಗೆ ಬೇಕಾಗುವಷ್ಟು ವಿವರ ಹೇಳಬೇಕಾದ ಜಾಗದಲ್ಲಿ, ಕೇವಲ ಒಂದು ಅಂಕದಷ್ಟು ಮಾತ್ರ ಪಾಠ ಹೇಳಿ ಮುಗಿಸಿಬಿಟ್ಟಿದ್ದಾಳೆ. ಉಳಿದ ಒಂಬತ್ತು ಅಂಕಗಳಷ್ಟು ವಿವರಗಳು ನಾನು ಆ ಸ್ಥಳಗಳ ಬಗ್ಗೆ ಪುಸ್ತಕ ಓದುವಾಗ, ಡಾಕ್ಯುಮೆಂಟರಿ ನೋಡುವಾಗ, ಗೂಗಲ್ ತಡಕಾಡುವಾಗ ತಿಳಿದಂಥವು. ಅಷ್ಟು ಆಸಕ್ತಿಕರವಾದ ವಿವರಗಳು ಗೊತ್ತೇ ಆಗದಿದ್ದರೆ ಸರಿ, ಆದರೆ ಗೊತ್ತಾಗಿಯೂ ನಿಮಗೆ ಹೇಳದೇ ಮುಂದೆ ಸಾಗುವುದು ಹೇಗೆ ಎಂಬುದು ನನ್ನ ಈ ಕ್ಷಣದ ಸಮಸ್ಯೆ.

ರಾಶಿರಾಶಿ ವಿವರಗಳು, ಅವುಗಳಲ್ಲಿನ ರೋಚಕತೆ, ನಿಗೂಢತೆ, ಸಾಹಸ, out of the box ಚಿಂತನೆ ಎಲ್ಲವನ್ನೂ ಸಂಕ್ಷಿಪ್ತಗೊಳಿಸಿ ಹೇಳಹೊರಡುತ್ತಿರುವ ನನಗೇ ಅದು ಬೆಟ್ಟದಷ್ಟಿದೆ ಎನ್ನಿಸುತ್ತಿರುವಾಗ ಅದು ಹೇಗೆ ಅಂಥದ್ದನ್ನೆಲ್ಲ ಮೂರು ನಾಲ್ಕು ವಾಕ್ಯಗಳಲ್ಲಿ ಹೇಳಿ ಮುಗಿಸುವುದು ಎಂದು ಅರ್ಥವೇ ಆಗುತ್ತಿಲ್ಲ. ಮುಗಿದುಹೋದ ಅಧ್ಯಾಯ ಪುಸ್ತಕದಲ್ಲೂ, ಬದುಕಿನಲ್ಲೂ ಮತ್ತೆ ತೆರೆಯಬಾರದು ಅನ್ನುವುದು ಸತ್ಯ. ಆದರೆ ಇಂಥ ವಿಚಿತ್ರ ಸಂದಿಗ್ಧ ಸ್ಥಿತಿಯಲ್ಲಿ ಅದನ್ನು ತೆರೆಯಲೇಬೇಕಾದ ಅನಿವಾರ್ಯತೆ ಇದೆ. ಹೇಳಲೇ ಅಥವಾ ಹೇಳದೇ ಮುಂದುವರಿಯಲೇ ಎಂದು ಯೋಚಿಸಿ ಯೋಚಿಸಿ ಸಾಕಾದ ನಾನು ಕೊನೆಗೆ 'ಅರೆ! ಎಷ್ಟೋ ಕೊಲೆಯ ಕೇಸ್‌ಗಳೇ ಮುಗಿದು ಹೋಗಿದ್ದು ಮತ್ತೆ ಎಲ್ಲೋ ತೆರೆದುಕೊಳ್ಳುತ್ತವೆ. ಅಂಥದ್ದರಲ್ಲಿ ಇದು ಹೇಳಿದರೆ ಅಂಥ ಅಪರಾಧವೇನಲ್ಲ ಬಿಡು' ಎಂದುಕೊಂಡು ಹೆಲೆನಾ ರುಬೆನ್‌ಸ್ಟೇನ್ ಮತ್ತು ಯಾನ್ ಕರ್ಸ್ಕಿಯ ಬಗ್ಗೆ ತಿಳಿದಿದ್ದನ್ನು ಹೇಳಿ ಮುಗಿಸುವ ತೀರ್ಮಾನಕ್ಕೆ ಬಂದಿದ್ದೇನೆ!

ಜಗತ್ತನ್ನು ಕೊಂಬು ಹಿಡಿದು ಎದುರಿಸುವ ಹೆಣ್ಣುಮಕ್ಕಳು ನನಗೆ ಯಾವತ್ತೂ ವಿಸ್ಮಯ ಮೂಡಿಸುತ್ತಾರೆ. ನಾವು ಹೆಣ್ಣುಮಕ್ಕಳ ಆರ್ಥಿಕ ಸ್ವಾತಂತ್ರ್ಯ, ವೈಯುಕ್ತಿಕ ಸ್ವಾತಂತ್ರ್ಯ ಎಂಬ ವಿಷಯದ ಬಗ್ಗೆ 2020ನೇ ಇಸವಿಯಲ್ಲೂ ಮಾತನಾಡುತ್ತಲೇ ಇರುವಾಗ, 120 ವರ್ಷಗಳ ಹಿಂದೆ ಹೆಲೆನಾ ರೂಬೆನ್‌ಸ್ಟೆನ್ ಇಡೀ ಜಗತ್ತಿನ ಉದ್ದಗಲಕ್ಕೂ ದಾಪುಗಾಲಿಟ್ಟು ಕ್ರಮಿಸಿದ ಕಥೆ ಅತ್ಯಂತ ರೋಚಕ! ನಾವು ಸರಗೂರೆಂಬ

ಹಳ್ಳಿಯಲ್ಲಿರುವಾಗ ಹೋಗುತ್ತಿದ್ದುದು ಸಾಧಾರಣವಾಗಿ ಮೈಸೂರು, ಅಬ್ಬಬ್ಬಾ ಎಂದರೆ ಬೆಂಗಳೂರು ಅಷ್ಟೇ. ಅದೂ ಜೊತೆಗೆ ಹಿರಿಯರು ಇದ್ದರೆ! ಈ ಹೆಲೆನಾ ಅದೆಂಥ ಗಟ್ಟಿಗಿತ್ತಿ! ಪೋಲೆಂಡ್‌ನಿಂದ ಆಸ್ಟ್ರೇಲಿಯಾಗೆ ಒಬ್ಬಳೇ ಹೋಗುವ, ಅಲ್ಲಿ ಬದುಕು ಕಟ್ಟಿಕೊಳ್ಳುವ ಧೈರ್ಯ ಅವಳಲ್ಲಿ ಹೇಗೆ ಬಂದಿತೋ! ಅದೂ ಕರ್ಮಠ ಜ್ಯೂಗಳ ಮನೆಯಲ್ಲಿ 150 ವರ್ಷಗಳ ಹಿಂದೆ ಹುಟ್ಟಿದ ಹೆಲೆನಾ, ಜ್ಯೂಗಳ ಗೆಟ್ಟೋದಲ್ಲಿ ಅತ್ಯಂತ ಸಾಧಾರಣ ಬದುಕು ಸಾಗಿಸುತ್ತಿದ್ದ ಹೆಲೆನಾ, ಮುಂದೆ ಪ್ರಸಾದನ (ಕಾಸ್ಮೆಟಿಕ್) ಜಗತ್ತನ್ನೇ ಆಳುವಂತಾದ ಅದ್ಭುತ ಯಶೋಗಾಥೆ ಸಾಮಾನ್ಯದ್ದಲ್ಲ...

1872ರಲ್ಲಿ ಕ್ರಾಕೋವ್‌ನ ಅತಿ ಸಾಧಾರಣ ಸಂಪ್ರದಾಯಸ್ಥ ಕುಟುಂಬದಲ್ಲಿ 8 ಹೆಣ್ಣುಮಕ್ಕಳಲ್ಲಿ ಮೊದಲನೆಯವಳಾಗಿ ಹುಟ್ಟಿದವಳು ಹೆಲೆನಾ. ಮೊದಲಿನಿಂದಲೂ ಏತಿ ಅಂದರೆ ಪ್ರೇತಿ ಅನ್ನುವ ಜಾತಿಯವಳು. ಅವಳ ಅಮ್ಮ ಮನೆ ಕೆಲಸ ಮಾಡು ಎಂದರೆ ಹೆಲೆನಾ ಎಂದೂ ಅದನ್ನು ಕೇಳಿದ್ದೇ ಇಲ್ಲವಂತೆ. ಸದಾ ಅವಳದ್ದೇ ಲೋಕದಲ್ಲಿರುವ ಹೆಲೆನಾಳನ್ನು ನೋಡಿ ಅವಳ ಅಮ್ಮನಿಗೆ ಸಾಕಾಗಿ ಕೊನೆಗೆ ಅವಳಿಗಿಂತ ತುಂಬ ಹಿರಿಯನಾದ ಒಬ್ಬ ಗಂಡಿನೊಡನೆ ಮದುವೆ ನಿಶ್ಚಯಿಸಿ ಬಿಡುತ್ತಾಳೆ. ಹೆಲೆನಾಗೆ ಆ ಮದುವೆ ಇಷ್ಟವಿರುವುದಿಲ್ಲ. ಹಾಗಾಗಿ ನಾವು ಬೆಂಗಳೂರಿನಿಂದ ಮೈಸೂರಿಗೆ ಗಂಟುಮೂಟೆ ಕಟ್ಟುವುದಕ್ಕಿಂತ ಸುಲಭವಾಗಿ ಕ್ರಾಕೋವ್‌ನಿಂದ ವಿಯೆನ್ನಾಗೆ ಹಾರಿ, ಆ ನಂತರ ಹೇಗೋ ಮಾಡಿ ಆಸ್ಟ್ರೇಲಿಯಾಗೆ ಹೊರಟು ಬಿಡುತ್ತಾಳೆ ಚಿಕ್ಕಪ್ಪನ ಮನೆಗೆ.

ಇದೆಲ್ಲ ನಡೆದದ್ದು ಯಾವಾಗ ಹೇಳಿ... 1896ರಲ್ಲಿ!! ಜಗತ್ತಿನ ಯಾವುದೇ ದೇಶದಲ್ಲೂ ಹೆಣ್ಣುಮಕ್ಕಳಿಗೆ ಮತದಾನ ಮಾಡುವ ಹಕ್ಕು ಕೂಡಾ ಸಿಕ್ಕಿರದ ಕಾಲಘಟ್ಟವದು, ವಿಮಾನ ಹಾರಾಟ ಕೂಡಾ ಇನ್ನೂ ಪ್ರಯೋಗದ ಘಟ್ಟದಲ್ಲಿದ್ದ ಕಾಲವದು! 2020ನೇ ಇಸವಿಯಲ್ಲಿ ನಾವು ಗೆಳತಿಯರು ದೇಶ ನೋಡಲು ಹೋದರೆ 'ಮತ್ತೆ ನೀವು ಹೀಗೆ ಹೋಗಿಬಿಟ್ಟರೆ ಮನೆಯಲ್ಲಿ ಅಡಿಗೆ ಯಾರು ಮಾಡುತ್ತಾರೆ? ಗಂಡ ಏನೂ ಅನ್ನುವುದಿಲ್ಲವೇ? ನಮ್ಮನ್ನು ಹೋಗು ಅಂದರೂ ಮನಸ್ಸೇ ಬರುವುದಿಲ್ಲವಪ್ಪಾ' ಎಂಬ ಮಾತಾಡಿ ಅಪರಾಧಿ ಪ್ರಜ್ಞೆ ಮೂಡಿಸುವ ಜನರಿರುವಾಗ, ಆ ಕಾಲದಲ್ಲಿ ಸಂಪ್ರದಾಯಸ್ಥ ಮನೆತನದಲ್ಲಿ ಬೆಳೆದ ಹೆಲೆನಾ ಪೋಲೆಂಡ್ ಬಿಟ್ಟು ಸಾವಿರಾರು ಕಿಲೋಮೀಟರ್ ದೂರದ ಆಸ್ಟ್ರೇಲಿಯಾಗೆ ಹೋಗುವುದೆಂದರೆ ಅದೇನು ಸಾಮಾನ್ಯದ ಮಾತಾ!

ಹೀಗೆ ಹೋದ ಹೆಲೆನಾ ತಲುಪುವುದು ಆಸ್ಟ್ರೇಲಿಯಾದ ಚಿಕ್ಕ ಹಳ್ಳಿಯೊಂದನ್ನು. ಅಲ್ಲಿ ಆಕೆ ಅಂಗಡಿಯೊಂದರಲ್ಲಿ ಕೆಲಸ ಮಾಡಲಾರಂಭಿಸುತ್ತಾಳೆ. ಆಗ ಅಂಗಡಿಗೆ ಬರುವ ಹೆಣ್ಣುಮಕ್ಕಳ ಚರ್ಮ ಬಿಸಿಲಿಗೆ ತುಂಬ ಒರಟಾಗಿದೆ ಎನ್ನುವುದನ್ನು ಗಮನಿಸುತ್ತಾಳೆ. ಆ ಹೆಣ್ಣುಮಕ್ಕಳು ಕೂಡಾ ಪೋಲೆಂಡ್‌ನ ಹವಾಮಾನದಿಂದ ಕಾಂತಿಯುಕ್ತವಾಗಿದ್ದ ಹೆಲೆನಾಳ ಚರ್ಮವನ್ನು ಗಮನಿಸುತ್ತಾರೆ. ಅದರ ರಹಸ್ಯವೇನು

ಎಂದು ಅವರು ಕೇಳಿದಾಗ ಹೆಲೆನಾ ಅದಕ್ಕೆ ತನ್ನ ಅಮ್ಮ ಪೋಲೆಂಡ್‌ನಲ್ಲಿ ಸಾಂಪ್ರದಾಯಿಕವಾಗಿ ತಯಾರಿಸಿದ ಕ್ರೀಮ್ ಕಾರಣ ಎನ್ನುತ್ತಾಳೆ. ಅವರೆಲ್ಲ ತಮಗೂ ಆ ಕ್ರೀಮ್ ತರಿಸಿಕೊಡೆಂದು ದುಂಬಾಲು ಬೀಳುತ್ತಾರೆ. ನಿಜಕ್ಕೂ ಹೇಳಬೇಕೆಂದರೆ ಹೆಲೆನಾ ಆ ಊರಿಗೆ ಕಾಲಿಟ್ಟಾಗಲೇ ಚರ್ಮದ ಕ್ರೀಮ್ ತಯಾರಿಸಲು ಬೇಕಾದ ಲಾನೊಲಿನ್ ಎಣ್ಣೆಯನ್ನು ಪಡೆಯಲು ಬೇಕಾದ ಕುರಿಗಳು ಆ ಊರಿನಲ್ಲಿ ಯಥೇಚ್ಛವಾಗಿರುವುದನ್ನು ಗಮನಿಸಿಯೇ ಈ ಕಥೆ ಕಟ್ಟಿರುತ್ತಾಳೆ.

ಲಾನೋಲಿನ್ ಕುರಿಯ ತುಪ್ಪಳದ ಅಡಿಯಲ್ಲಿ ಜಿನುಗುವ ಕೆಟ್ಟ ವಾಸನೆಯ ಎಣ್ಣೆ. ಹೆಲೆನಾ ಆ ವಾಸನೆ ಮರೆಸುವಂತೆ ಬೇರೆ ಬೇರೆ ಸುಗಂಧವನ್ನು ಬೆರೆಸಿ ತಾನೇ ವಲೇಝ್ ಎನ್ನುವ ಕ್ರೀಮ್ ತಯಾರಿಸಿ ಮಾರುತ್ತಾಳೆ. ಹಂಗೇರಿಯನ್ ಭಾಷೆಯಲ್ಲಿ ವಲೇಝ್ ಎಂದರೆ ಸ್ವರ್ಗದ ಉಡುಗೊರೆ ಎಂದರ್ಥ ಎನ್ನುತ್ತಾಳೆ. ನಿಜಕ್ಕೂ ಹೇಳಬೇಕೆಂದರೆ ಹಂಗೇರಿಯನ್ ಭಾಷೆಯಲ್ಲಿ ಆ ಪದವೇ ಇಲ್ಲವಂತೆ! ಒಟ್ಟಿನಲ್ಲಿ ತನ್ನ ಕ್ರೀಮ್‌ಗೆ ಒಂದು ರೀತಿಯ ಅನನ್ಯತೆಯ ಭಾವ ಬರುವಂಥ ವಾತಾವರಣ ಸೃಷ್ಟಿ ಮಾಡಿ ತನ್ನ ಕ್ರೀಮನ್ನು ಮಾರ್ಕೆಟ್ ಮಾಡಲು ಪ್ರಾರಂಭಿಸುತ್ತಾಳೆ.

ಈ ರೀತಿಯ ಮಾರ್ಕೆಟಿಂಗ್ ತಂತ್ರಗಳು ಈ ಇಂಟರ್‌ನೆಟ್ ಕಾಲದಲ್ಲಿ ಮಾಮೂಲಾಗಿರಬಹುದು. ಆದರೆ 125 ವರ್ಷಗಳ ಹಿಂದೆ ಈ ರೀತಿ ಸ್ವತಂತ್ರವಾಗಿ ಆಲೋಚನೆ ಮಾಡುವುದು ಸುಲಭದ ಮಾತಲ್ಲ! ಹಾರ್ವರ್ಡ್ ವಿಶ್ವವಿದ್ಯಾಲಯದ ತಜ್ಞರ ಪ್ರಕಾರ ಈ ರೀತಿಯಾಗಿ ನವಿರಾದ ಭಾವ ಹುಟ್ಟಿಸುವ, ಅನನ್ಯ ಹೆಸರುಗಳನ್ನಿಡುವ ಸಂಪ್ರದಾಯ ಹೆಲೆನಾಳಿಂದ ಶುರುವಾಗಿದ್ದು ಇವತ್ತಿಗೂ ಅದೇ ಅಭ್ಯಾಸ ನಡೆದುಕೊಂಡು ಬರುತ್ತಿದೆಯಂತೆ! ಈಗಲೂ ಪ್ರಸಾದನ ಕಂಪನಿಗಳು ಕ್ರೀಮ್‌ಗಳಿಗೆ ಆ ರೀತಿಯ ಹೆಸರುಗಳನ್ನೇ ಇಡುತ್ತವಂತೆ! ಸರಿ, ಹೆಲೆನಾಳ ಕ್ರೀಮ್ ಬಳಸಿದ ಅಲ್ಲಿನ ಹೆಣ್ಣುಮಕ್ಕಳ ಚರ್ಮ ಥೇಟ್ ಹೆಲೆನಾಳ ಚರ್ಮದಂತೆ ತುಂಬ ಕಾಂತಿಯುಕ್ತವಾಗಿ ಹೋಗಿ (ಅಥವಾ ಹೋದಂತೆ ಭ್ರಮೆ ಹುಟ್ಟಿ!!) ಆ ಕ್ರೀಮ್ 'ಸೂಪರ್ ಹಿಟ್, ಅಂಡ್ರೆಡ್ ಡೇಸ್ ಸಾ' ಎನ್ನುವಂತಾಗಿ ಬಿಡುತ್ತದೆ! ಸುದ್ದಿ ಒಬ್ಬರಿಂದೊಬ್ಬರಿಗೆ ಹರಡಿ ಎಲ್ಲರೂ ಅದಕ್ಕೆ ಮುಗಿಬೀಳಲಾರಂಭಿಸುತ್ತಾರೆ. ಹಾಗೆ ಶುರುವಾಗುತ್ತದೆ ಅವಳ ಬಿಸಿನೆಸ್!

1896ರಲ್ಲಿ ಹೀಗೆ ಶುರುವಾದ ವ್ಯಾಪಾರದಲ್ಲಿ ಅವಳು ಸಾಕಷ್ಟು ಹಣ ಸಂಪಾದಿಸುತ್ತಾಳೆ, ಆ ನಂತರ ಅವಳು ಮೆಲ್ಬೋರ್ನ್‌ಗೆ ಹೋಗುತ್ತಾಳೆ. ಅಲ್ಲಿಯೂ ಅವಳ ಕ್ರೀಮ್ ಸಾಕಷ್ಟು ಜನಪ್ರಿಯವಾಗಿ 1908ನೇ ಇಸವಿಯ ಹೊತ್ತಿಗೆ ಅವಳ ಬಳಿ ಒಂದು ಲಕ್ಷ ಪೌಂಡ್ ಸೇರಿರುತ್ತದೆ! ಇಲ್ಲಿಗೆ ಸುಮಾರು 110 ವರ್ಷಗಳ ಹಿಂದೆ ಲಕ್ಷ ಪೌಂಡ್ ಅಂದರೆ ಲೆಕ್ಕ ಹಾಕಿ! ನನ್ನ ಮುತ್ತಜ್ಜನ ಪುಸ್ತಕಗಳು ಸುಮಾರು 1920ರಲ್ಲಿ ಪ್ರಕಟವಾದವುಗಳ ಬೆಲೆ 2 ಆಣೆ, 3 ಆಣೆ... ಅಂದರೆ 10–20 ಪೈಸೆಗಳು! ಅಂಥ

ಕಾಲದಲ್ಲಿ ಲಕ್ಷ ಪೌಂಡ್ ಸಂಪಾದನೆ ಮಾಡಿದ ಹೆಲೆನಾ ಲಂಡನ್, ಪ್ಯಾರಿಸ್ ನಗರಗಳಲ್ಲೆಲ್ಲ ಅವಳ ಪ್ರಸಾದನಗಳನ್ನು ಮಾರಾಟ ಮಾಡುವುದಲ್ಲದೇ, ಅವುಗಳನ್ನು ಅಂಗಡಿಗಳಲ್ಲಿ ಮಾರುವುದಕ್ಕಿಂತ ಸಲೂನ್‌ಗಳಲ್ಲಿ ನೇರವಾಗಿ ಉಪಯೋಗಿಸಿದರೆ ಹೆಚ್ಚು ಮಾರಾಟವಾಗುತ್ತದೆ ಎಂಬ ಲೆಕ್ಕಾಚಾರ ಹಾಕಿ, ಸಲೂನ್‌ಗಳನ್ನು ತೆರೆದು ಆ ವ್ಯಾಪಾರದಲ್ಲೂ ಯಶಸ್ವಿಯಾಗುತ್ತಾಳೆ.

ಆ ನಂತರ ಅವಳ ಗಮನ ಅಮೆರಿಕಾದತ್ತ ಸಾಗುತ್ತದೆ! ಸಲೂನ್‌ಗಳ ಬಗ್ಗೆ ಅಂಥ ಒಳ್ಳೆಯ ಅಭಿಪ್ರಾಯ ಇಲ್ಲದ ಆ ಕಾಲದಲ್ಲಿ, ಆ ಅಭಿಪ್ರಾಯ ಬದಲಿಸಲು ಅವಳು ತನ್ನ ಸಲೂನ್‌ಗಳಲ್ಲಿ ಪ್ರಮುಖ ಚಿತ್ರಕಾರರ ಪೇಂಟಿಂಗ್‌ಗಳನ್ನು ತೂಗು ಹಾಕುತ್ತಾಳೆ, ಅತ್ಯಂತ ಶ್ರೀಮಂತವಾಗಿ ಅಲಂಕರಿಸುತ್ತಾಳೆ. ಒಟ್ಟಿನಲ್ಲಿ ಜನರಿಗೆ ಅಲ್ಲಿಗೆ ಬಂದು ಹೋಗುವುದೇ ಒಂದು ರೀತಿಯ ಹೆಗ್ಗಳಿಕೆ ಎನ್ನುವ ಭಾವನೆ ಮೂಡಿಸುವಲ್ಲಿ ಯಶಸ್ವಿಯಾಗುತ್ತಾಳೆ. ಆ ನಂತರ ಅವಳ ಸಲೂನ್‌ಗಳಿಗೆ ಬಂದು ಕೂರುವುದು, ಚಿಕಿತ್ಸೆ ತೆಗೆದುಕೊಳ್ಳುವುದು ಆ ಕಾಲದ ಶ್ರೀಮಂತ ಮಹಿಳೆಯರಿಗೆ ಪ್ರತಿಷ್ಠೆಯ ವಿಷಯವಾಗಿ ಹೋಗುತ್ತದೆ. ಹೀಗೆ ಯಶಸ್ಸಿನ ರುಚಿ ಕಾಣುತ್ತಲೇ ಹೋದ ಹೆಲೆನಾ, ಆ ನಂತರ ಹಾಲಿವುಡ್ ತಾರೆಯರಿಗೆ ಮೇಕಪ್ ಹೇಗೆ ಮಾಡಿಕೊಳ್ಳಬೇಕೆನ್ನುವ ತರಬೇತಿ ಕೊಡಲು ಪ್ರಾರಂಭಿಸುತ್ತಾಳೆ!

ವಾಟರ್ ಪ್ರೂಫ್ ಮಸ್ಕಾರಾ, ಮಾಯಿಶ್ಚರೈಸಿಂಗ್ ಕ್ರೀಮ್, ಆಂಟಿ ಏಜಿಂಗ್ ಕ್ರೀಮ್ ಮುಂತಾದವನ್ನು ಕಂಡು ಹಿಡಿಯುತ್ತಾಳೆ. ಅವಳ 'there are no ugly women, there are only lazy ones' ಎನ್ನುವ ಕೋಟ್ ಅತ್ಯಂತ ಜನಪ್ರಿಯವಾಗುತ್ತದೆ. ದೇಶದಿಂದ ದೇಶಕ್ಕೆ ಚರ್ಮದ ರೀತಿ ಕೂಡಾ ಬದಲಾಗುತ್ತದೆ ಎಂದು ಹೇಳಿ ಅದಕ್ಕೆ ತಕ್ಕನಾದ ಪ್ರಸಾದನಗಳನ್ನು ರೂಪಿಸುತ್ತಾಳೆ. ಅವಳು ಹೇಳಿದಷ್ಟು ಬೆಲೆ ನೀಡಲು ಜನ ಸಾಲುಗಟ್ಟಿ ನಿಲ್ಲುತ್ತಾರೆ. ಆ ಕಾಲಕ್ಕೆ ಅವಳ ಕಂಪನಿಯ ಉತ್ಪನ್ನಗಳು ಶ್ರೀಮಂತಿಕೆಯ ಬ್ರಾಂಡ್ ಎಂದು ಹೆಸರು ಪಡೆಯುತ್ತದೆ. ಅವಳಿಗೆ ಶ್ರೀಮಂತ ಹೆಂಗಸರ ನಾಡಿಮಿಡಿತ ಗೊತ್ತಿರುತ್ತದೆ. ಬೆಲೆ ಹೆಚ್ಚಿದಷ್ಟೂ ಆ ಉತ್ಪನ್ನ ಒಳ್ಳೆಯದು ಎನ್ನುವ ನಂಬಿಕೆ ಅವರದ್ದು ಎನ್ನುವುದನ್ನು ಅರಿತು ಅದಕ್ಕೆ ತಕ್ಕನಾಗಿ ಉತ್ಪನ್ನಗಳ ಬೆಲೆಯನ್ನು ಎರ್ರಾಬಿರ್ರಿ ಏರಿಸುತ್ತಾಳೆ! ಒಟ್ಟಿನಲ್ಲಿ ಜನ ಮರುಳೋ ಜಾತ್ರೆ ಮರುಳೋ ಎನ್ನುವಂತಿದೆ ಈ ಕತೆ.

ಹೀಗೆ ಮಿಲಿಯನ್‌ಗಟ್ಟಲೆ ವ್ಯವಹಾರ ನಡೆಸಿ ಅನಭಿಷಿಕ್ತ ರಾಣಿಯಾಗಿ ಮೆರೆವ ಹೆಲೆನಾ 1928ರಲ್ಲಿ ಇದ್ದಕ್ಕಿದ್ದಂತೆ ಲೀಮನ್ ಬ್ರದರ್ಸ್‌ಗೆ ತನ್ನ ಅಮೆರಿಕಾದ ವಹಿವಾಟನ್ನು 7.3 ಮಿಲಿಯನ್ ಡಾಲರ್‌ಗೆ ಮಾರಿಬಿಡುತ್ತಾಳೆ! ಪ್ರಸಾದನ ಜಗತ್ತಿನ ತಲೆಬುಡ ಗೊತ್ತಿಲ್ಲದ ಲೀಮನ್ ಬ್ರದರ್ಸ್ ಈ ವ್ಯಾಪಾರದಲ್ಲಿ ಸೋಲುಣ್ಣುತ್ತಾರೆ. ಕಂಪನಿಯ ಪ್ರಸಾದನಗಳ ಗುಣಮಟ್ಟ ಕುಸಿಯಲಾರಂಭಿಸುತ್ತದೆ. ಅದೇ ಸಮಯಕ್ಕೆ ಜಗತ್ತಿನಲ್ಲಿ ಆರ್ಥಿಕ ಕುಸಿತ ಶುರುವಾಗುತ್ತದೆ... the great depression!

ಹೆಲೆನಾ ಕಂಪನಿಯ ಶೇರುಗಳ ದರ ಕುಸಿಯಲು ಶುರುವಾಗುತ್ತದೆ. ಆಗ ಮತ್ತೆ ಕಣಕ್ಕಿಳಿವ ಹೆಲೆನಾ, ತನ್ನ ಕಂಪನಿಯ ಶೇರ್‌ಗಳನ್ನು ಕುಸಿದ ಬೆಲೆಗೆ ಖರೀದಿಸಲು ಪ್ರಾರಂಭಿಸುತ್ತಾಳೆ. ಆ ವ್ಯವಹಾರದಲ್ಲೇ ಅವಳು ಸುಮಾರು 100 ಮಿಲಿಯನ್ ಡಾಲರ್ ಲಾಭ ಮಾಡಿರಬಹುದೆಂದು ಆರ್ಥಿಕ ತಜ್ಞರು ಅಂದಾಜು ಮಾಡುತ್ತಾರೆ! 'ನಂತರ?' ಎಂದು ನೀವು ಪ್ರಶ್ನೆ ಮಾಡಿದರೆ ಹೇಳಲು ಏನೂ ಇರುವುದಿಲ್ಲ. ಈ Rags to riches ಕಥೆಯಲ್ಲಿ ಆ ನಂತರದ ಕಥೆ ಹೇಳಬೇಕೆಂದರೆ ಮತ್ತಿಷ್ಟು ಯಶಸ್ವಿಯಾದಳು, ಮತ್ತಿಷ್ಟು ಹಣ ಸಂಪಾದಿಸಿದಳು ಎಂದಷ್ಟೇ ಹೇಳಬಹುದು.

ಯಶಸ್ಸು ಎನ್ನುವುದು ಒಮ್ಮೆ ಅವಳ ಮುಷ್ಟಿಯಲ್ಲಿ ಬಂಧಿಯಾದ ನಂತರ ಬಿಡಿಸಿಕೊಳ್ಳಲು ಯತ್ನಿಸದೆ ಅಲ್ಲಿಯೇ ವಿರಾಜಮಾನವಾಗಿ ಬಿಡುತ್ತದೆ. ಅಲ್ಲಿಂದ ಮುಂದೆ ಅವಳು 1965ರಲ್ಲಿ ಇಲ್ಲವಾಗುವವರೆಗೆ ರುಬೆನ್‌ಸ್ಟೆನ್ ಕಂಪನಿ ಪ್ರಸಾದನ ಜಗತ್ತನ್ನು ಆಳುತ್ತದೆ. 19ನೇ ಶತಮಾನದಲ್ಲಿ ಮಧ್ಯಮ ವರ್ಗದವರು ಪ್ರಸಾದನಗಳನ್ನು ಉಪಯೋಗಿಸುವುದೇ ನಿಷಿದ್ಧವಾಗಿತ್ತು. ಅದನ್ನೆಲ್ಲ ಬಳಸುವುದು ವೇಶ್ಯೆಯರು ಮಾತ್ರ

ಎಂದು ಸಮಾಜ ಪರಿಗಣಿಸುತ್ತಿತ್ತು. ಪ್ರಸಾದನ ವ್ಯವಹಾರ ಅಂಥ ಕಾಲಘಟ್ಟದಿಂದ ಹೊರಟು, 21ನೇ ಶತಮಾನದಲ್ಲಿ 530 ಬಿಲಿಯನ್ ವಹಿವಾಟು ನಡೆಸುವ ಹಂತಕ್ಕೆ ತಲುಪುವುದರಲ್ಲಿ ಹೆಲೆನಾ ಪ್ರಮುಖ ಪಾತ್ರ ವಹಿಸಿದವಳು ಎಂದು ಗುರುತಿಸಿದೆ!! ಅವಳ ಚಾಣಾಕ್ಷ ನಡೆಗಳು ವ್ಯಾವಹಾರಿಕ, ಆರ್ಥಿಕ ಜಗತ್ತಿನಲ್ಲಿ ಇವತ್ತಿಗೂ ಎಂಥ ಕುತೂಹಲಕಾರಿ ಎಂದರೆ, ಹಾರ್ವರ್ಡ್ ಬಿಸಿನೆಸ್ ಸ್ಕೂಲ್‌ನಲ್ಲಿ ವಿದ್ಯಾರ್ಥಿಗಳಿಗೆ ಅವಳ ವಿಷಯ ಕೇಸ್ ಸ್ಟಡಿ ಆಗಿದೆಯಂತೆ! ಎಲ್ಲಿ ಹೇಳಿ.... ಹಾರ್ವರ್ಡ್ ಬಿಸಿನೆಸ್ ಸ್ಕೂಲ್‌ನಲ್ಲಿ!! ಅಂಥ ಸಂಸ್ಥೆಯಲ್ಲಿ ವಿದ್ಯಾರ್ಥಿಗಳು ಹೆಲೆನಾಳ ಬಗ್ಗೆ ಓದುತ್ತಾರೆಂದರೆ ಅದು ಸಾಮಾನ್ಯದ ಮಾತಾ?! ನನಗಂತೂ ಇಂದಿಗೂ ಆ ವಿಷಯದ ಬಗ್ಗೆ ರೋಮಾಂಚನ ನಿಂತಿಲ್ಲ. ಹೆಣ್ಣಿಗೆ ಆರ್ಥಿಕ ಸ್ವಾತಂತ್ರ್ಯ ಯಾರೂ ಕೊಡುವುದಲ್ಲ... ಅವಳಾಗಿಯೇ ಅದನ್ನು ಪಡೆಯಬೇಕು ಮತ್ತು ದಕ್ಕಿಸಿಕೊಳ್ಳಬೇಕು ಅಲ್ಲವೇ? ಇಂಥ ಅಸಾಧಾರಣ ಕಥೆಯನ್ನು ನಿಮಗೆ ಹೇಳಿದ್ದಾಯಿತು. ಇನ್ನು ಯಾನ್ ಕರ್ಸ್ಕಿಯ ಎರಡನೇ ಮಹಾಯುದ್ಧದ ಸಮಯದಲ್ಲಿನ ಅದ್ಭುತ, ನಿಗೂಢ, ಮಾನವೀಯತೆಯ ಕಥೆಯನ್ನು ಹೇಳದಿದ್ದರೆ ಇಡೀ ಪೋಲೆಂಡ್ ಕಥಾನಕವೇ ಅಪೂರ್ಣ ಎಂದೆನಿಸೀತು... ಅದೊಂದನ್ನು ಹೇಳಿಬಿಟ್ಟರೆ My soul will rest in peace!

ಕರ್ಸ್ಕಿ ಪೋಲೆಂಡ್‌ನಲ್ಲಿ 1914ರಲ್ಲಿ ರೋಮನ್ ಕ್ಯಾಥೋಲಿಕ್ ಕುಟುಂಬದಲ್ಲಿ ಹುಟ್ಟಿದರು. ಅವರು ಹುಟ್ಟಿನಿಂದ ಕ್ಯಾಥೋಲಿಕ್ ಆದರೂ ಬೆಳೆದದ್ದು ಎಲ್ಲ ಜಾತಿ, ಧರ್ಮಗಳ ಜನರ ನಡುವಿನಲ್ಲಿ. ಎಲ್ಲರ ಜೊತೆ ಆಡಿ ಬೆಳೆದಿದ್ದರಿಂದ ಕರ್ಸ್ಕಿಗೆ ಎಲ್ಲರ ಮೇಲೂ ಪ್ರೀತಿ. ದೊಡ್ಡವರಾದ ನಂತರ ಅವರು ಮಿಲಿಟರಿ ತರಬೇತಿ ಪಡೆದರು. ಆ ನಂತರ 1936ರಲ್ಲಿ ಪೋಲಿಷ್ ವಿದೇಶಾಂಗ ವ್ಯವಹಾರಗಳ ವಿಭಾಗದಲ್ಲಿ ಕೆಲಸಕ್ಕೆ ಸೇರುತ್ತಾರೆ. 1939ರಲ್ಲಿ ಎರಡನೇ ಮಹಾಯುದ್ಧ ಶುರುವಾಗುತ್ತದೆ. ಜರ್ಮನಿ ಪೋಲೆಂಡನ್ನು ಆಕ್ರಮಿಸಿದಾಗ ಪೋಲೆಂಡ್ ಸರಕಾರ ಗಡಿಪಾರಾಗುತ್ತದೆ. 1940ರಲ್ಲಿ ಕರ್ಸ್ಕಿ ಕೊರಿಯರ್ ಆಗಿ ನೇಮಿಸಲ್ಪಡುತ್ತಾರೆ. ಕೊರಿಯರ್ ಅಂದರೆ ಜರ್ಮನ್ ಆಕ್ರಮಿತ ಪೋಲ್ಯಾಂಡ್ ಒಳಗೆ ನಡೆಯುತ್ತಿರುವ ವಿದ್ಯಮಾನಗಳನ್ನು, ಗಡಿಪಾರಾಗಿ ಫ್ರಾನ್ಸ್‌ನಲ್ಲಿ ನೆಲೆಯೂರಿದ್ದ ಪೋಲಿಷ್ ಸರಕಾರಕ್ಕೆ, ಬ್ರಿಟನ್ ಮತ್ತು ಅಮೆರಿಕಾ ದೇಶಗಳಿಗೆ ತಲುಪಿಸುವ ಹೊಣೆಗಾರಿಕೆ. ಆ ಕೆಲಸದ ಸಲುವಾಗಿ ಅವರು ಅನೇಕ ಸಲ ಫ್ರಾನ್ಸ್ ಮತ್ತು ಬ್ರಿಟನ್ ದೇಶಗಳಿಗೆ ರಹಸ್ಯವಾಗಿ ಓಡಾಡುತ್ತ ಇರುವಾಗ ಒಂದು ಸಲ ಗೆಸ್ಟಾಪೋಗಳ ಕೈಯಲ್ಲಿ ಸಿಕ್ಕಿ ಬೀಳುತ್ತಾರೆ.

ಗೆಸ್ಟಾಪೋಗಳೆಂದರೆ ಜರ್ಮನ್ ಪೋಲೀಸರು. ಅವರ ಕೈಲಿ ಸಿಕ್ಕಿಬಿದ್ದರೆ ಸುಮ್ಮನೆ ಬಿಡುತ್ತಾರಾ? ಕರ್ಸ್ಕಿಯನ್ನು ಅತ್ಯಂತ ಕ್ರೂರವಾಗಿ ಹಿಂಸಿಸುತ್ತಾರೆ. ಆ ನೋವು ತಡೆಯುವುದು ಕಷ್ಟವಾದ ಕರ್ಸ್ಕಿ, ಅದನ್ನು ತಡೆಯಲಾರದೇ ತಾನೇನಾದರೂ ರಹಸ್ಯಗಳನ್ನು ಬಾಯಿಬಿಟ್ಟರೆ ಎಂದು ಹೆದರಿ ಮಣಿಕಟ್ಟಿನ ನರವನ್ನು ಕುಯ್ದುಕೊಂಡು

ಬಿಡುತ್ತಾರೆ. ಆ ಕೂಡಲೇ ಅವರನ್ನು ಆಸ್ಪತ್ರೆಗೆ ಸಾಗಿಸಲಾಗುತ್ತದೆ. ಆಸ್ಪತ್ರೆಯಲ್ಲಿ ಸುಧಾರಿಸಿಕೊಳ್ಳುತ್ತಿರಬೇಕಾದರೆ ನಡೆದ ರಹಸ್ಯ ಕಾರ್ಯಾಚರಣೆಯಲ್ಲಿ ಅವರನ್ನು ಅಲ್ಲಿಂದ ತಪ್ಪಿಸಿಕೊಳ್ಳಲು ಸಹಾಯ ಮಾಡಲಾಗುತ್ತದೆ (ಹಾಗೆ ಸಹಾಯ ಮಾಡಿದ ಅನುಮಾನದ ಮೇಲೆ ನಾಝಿಗಳು 30 ಜನರನ್ನು ಗುಂಡಿಕ್ಕಿ ಕೊಲ್ಲುತ್ತಾರೆ). ಆ ನಂತರ ಸ್ವಲ್ಪ ದಿನ ಸುಧಾರಿಸಿಕೊಂಡ ಕರ್ಸ್ಕಿ, ಮತ್ತೆ ಕೆಲಸದಲ್ಲಿ ತೊಡಗಿಕೊಳ್ಳುತ್ತಾರೆ.

ನೂರೆಂಟು ವಿವರಗಳ ಸಂಗ್ರಹಣೆಯ ಕೆಲಸ ಮತ್ತೊಮ್ಮೆ. ಲಂಡನ್‌ನಲ್ಲಿ ನೆಲೆಯೂರಿದ್ದ ಪೋಲೆಂಡ್ ಪ್ರಧಾನಿಯನ್ನು ಭೇಟಿಯಾಗಲು ಹೊರಡುವ ತಯಾರಿ ನಡೆಸುವಾಗಲೇ ಒಂದು ದಿನ ಇಬ್ಬರು ಅಪರಿಚಿತ ವ್ಯಕ್ತಿಗಳು ರಹಸ್ಯವಾಗಿ ಕರ್ಸ್ಕಿಯನ್ನು ಭೇಟಿಯಾಗಿ ಜ್ಯೂಗಳ ಬಗ್ಗೆ ಹೇಳಲು ತೊಡಗುತ್ತಾರೆ.

'ಯುದ್ಧದಲ್ಲಿ ಹಿಟ್ಲರ್ ಸೋಲುತ್ತಾನೆ. ಮಿತ್ರ ರಾಷ್ಟ್ರಗಳು ಗೆಲ್ಲುತ್ತಾರೆ... ಅದೆಲ್ಲ ಸರಿ. ಆದರೆ ಇಲ್ಲಿನ ಜ್ಯೂಗಳ ಕಥೆಯೇನು? ಯುದ್ಧದ ಬಗ್ಗೆ ಮಾತನಾಡುವಾಗ ಎಲ್ಲರಿಗೂ ಅವರವರ ದೇಶಗಳ ಬಗ್ಗೆ ಮಾತ್ರ ಚಿಂತೆ, ಅವರವರ ಪ್ರಜೆಗಳ ಬಗ್ಗೆ ಮಾತ್ರ ಚಿಂತೆ. ಆದರೆ ನಮ್ಮನ್ನು ಲಕ್ಷಗಟ್ಟಳೆ ಸಂಖ್ಯೆಯಲ್ಲಿ ಎಕ್ಸ್‌ಟರ್ಮಿನೇಷನ್ ಕ್ಯಾಂಪ್‌ಗಳಿಗೆ ಸಾಗಿಸುತ್ತಿದ್ದಾರೆ. ಗ್ಯಾಸ್ ಛೇಂಬರ್‌ನಲ್ಲಿ ನಮ್ಮನ್ನೆಲ್ಲ ದಾರುಣವಾಗಿ ಕೊಲ್ಲುತ್ತಿದ್ದಾರೆ. ಅದರ ಬಗ್ಗೆ ಯಾರಿಗೂ ಚಿಂತೆಯಿಲ್ಲ. ಅಸಲಿಗೆ ಜ್ಯೂಗಳು ಯಾರಿಗಾದರೂ ಸೇರಿದವರೆಂದು ಯಾರೂ ಎಣಿಸುತ್ತಲೇ ಇಲ್ಲ.

ನಮಗೆ ಯಾವ ದೇಶವಿಲ್ಲ, ನಾವು ಯಾರಿಗೂ ಸೇರಿದವರಲ್ಲ, ನಮ್ಮ ಪರವಾಗಿ ಯೋಚಿಸುವವರೂ ಯಾರಿಲ್ಲ. ಈಗ ನಾವೇನು ಮಾಡಬೇಕು ಹಾಗಿದ್ದರೆ? ಎಲ್ಲರಿಗೂ ರಾಜಕೀಯ ನಡೆಗಳು, ಮಿಲಿಟರಿ ಅಂಕಿ ಅಂಶಗಳು, ಯೋಜನೆಗಳು ಇವುಗಳ ಕಡೆಗಷ್ಟೇ ಗಮನ. ಅವರ ಯೋಜನೆಗಳಲ್ಲಿ ಎಲ್ಲಿಯೂ ನಮಗೆ ಜಾಗವಿಲ್ಲ. ನಮ್ಮ ಒಳಿತಿನ ಬಗ್ಗೆ ಯಾರಿಗೂ ಗಮನವಿಲ್ಲ. ಹೀಗಾದರೆ ನಾವು ಜಗತ್ತಿನಿಂದ ಪೂರ್ತಿಯಾಗಿ ಅಳಿಸಿಹೋಗುತ್ತೇವೆ. ನಮ್ಮ ವಿಷಯವನ್ನು ಯಾರಾದರೂ ಜಗತ್ತಿಗೆ ತಿಳಿಸಬೇಕು. ಇಲ್ಲಿ ಏನು ನಡೆಯುತ್ತಿದೆ ಎನ್ನುವುದು ಯಾರಿಗೂ ಗೊತ್ತಿಲ್ಲ. ಹೇಗಾದರೂ ಮಾಡಿ ಆ ವಿಷಯವನ್ನು ಜಗತ್ತಿನೆದುರು ಹೇಳಲಾಗುತ್ತದೆಯೇ? ನೀವು ಇದನ್ನು ಕಣ್ಣಾರೆ ನೋಡಬೇಕೆಂದರೆ ನಾವು ನಿಮ್ಮನ್ನು ಅಲ್ಲಿಗೆ ಕರೆದೊಯ್ಯುತ್ತೇವೆ'...

ಕರ್ಸ್ಕಿಯದ್ದು ಕೇವಲ ರಾಜಕಾರಣದ ಜಗತ್ತು. ಯುದ್ಧದಲ್ಲಿ ಜರ್ಮನಿ ಸೋಲಬೇಕು, ಪೋಲೆಂಡ್ ಬಿಡುಗಡೆ ಹೊಂದಿ ಮತ್ತೆ ಪೋಲಿಷ್ ಸರಕಾರ ದೇಶದಲ್ಲಿ ಆಡಳಿತ ನಡೆಸಬೇಕು ಇವುಗಳ ಕಡೆಗೆ ಮಾತ್ರ ಗಮನ. 'ಆವರೆಗೆ ನಾನು ನನಗೆ ವಹಿಸಿದ ಕೆಲಸವನ್ನಷ್ಟೇ ಮಾಡುತ್ತಿದ್ದೆ. ಆದರೆ ಜ್ಯೂಗಳ ಸ್ಥಿತಿ ಅಷ್ಟು ಕೆಟ್ಟದಾಗಿರಬಹುದು ಎಂದು ಊಹೆ ಕೂಡಾ ಮಾಡಿರಲಿಲ್ಲ. ನನ್ನದೇ ಮೂಗಿನಡಿಯಲ್ಲಿ

ಅವರ ಸ್ಥಿತಿ ಅಷ್ಟು ಹೀನಾಯವಾಗಿದೆ ಎಂಬುದು ನನಗೆ ಗೊತ್ತೇ ಇರಲಿಲ್ಲ' ಎನ್ನುತ್ತಾರೆ ಕರ್ಸ್ಕಿ. ಇಂಥ ಸತ್ಯ ತಿಳಿದ ನಂತರ ಆಘಾತಕ್ಕೊಳಗಾಗಿ ತಾನು ಅದನ್ನು ಜಗತ್ತಿಗೆ ತಿಳಿಸುತ್ತೇನೆ ಎಂದು ಒಪ್ಪಿಕೊಳ್ಳುತ್ತಾರೆ. ಆಗ ಅವರು ಹೇಳುತ್ತಾರೆ 'ನೀನು ಬಾಯಿ ಮಾತಿನಲ್ಲಿ ಹೇಳುವುದಕ್ಕಿಂತ, ಅದೆಲ್ಲವನ್ನೂ ಕಣ್ಣಾರೆ ಕಂಡು, ಸಾಕ್ಷಿ ಸಮೇತ ಅವರ ಮುಂದಿಟ್ಟರೆ ಅದು ಹೆಚ್ಚು ಪರಿಣಾಮ ಬೀರುತ್ತದೆ. ನೀನು ಒಪ್ಪುತ್ತೀಯಾದರೆ ನಿನ್ನನ್ನು ಗೆಟ್ಟೋದೊಳಗೆ ಕರೆದುಕೊಂಡು ಹೋಗುವ ಜವಾಬ್ದಾರಿ ನಮ್ಮದು' ಎಂದು.

ಕರ್ಸ್ಕಿಗೆ ಕೂಡಾ ಅದು ಸರಿ ಎನ್ನಿಸಿ ಗೆಟ್ಟೋಗಳ ಒಳಗೆ ಹೋಗಲು ಒಪ್ಪುತ್ತಾರೆ. ಅದು ಅತ್ಯಂತ ಕಷ್ಟದ ಕೆಲಸವಾಗಿರುತ್ತದೆ. ಸಿಕ್ಕಿಬಿದ್ದರೆ ಉಳಿಯುವ ಸಾಧ್ಯತೆಯೇ ಇರುವುದಿಲ್ಲ. ಆದರೂ ಕರ್ಸ್ಕಿ ಅಲ್ಲಿಗೆ ಹೋಗುವ ನಿರ್ಧಾರ ಮಾಡುತ್ತಾರೆ. ಯುಕ್ರೇನಿಯನ್ ಗಾರ್ಡ್‌ಗಳ ಯೂನಿಫಾರ್ಮ್ ಧರಿಸಿ ಅವರಿಬ್ಬರ ಜೊತೆ ಸುರಂಗ ಮಾರ್ಗವೊಂದರ ಮೂಲಕ ವಾರ್ಸಾ ಗೆಟ್ಟೋದೊಳಗೆ ನುಸುಳಿದ ಕರ್ಸ್ಕಿಗೆ ಅಲ್ಲಿ ನಡೆಯುವ ಘೋರಗಳು ಅರಿವಿಗೆ ಬರುತ್ತದೆ.

ಬೇಲಿ ಹಾಕಿದ್ದ ಗೆಟ್ಟೋಗಳ ಒಳಗೆ ಎಲ್ಲೆಲ್ಲಿಯೂ ಜನ, ಕೊಳಕು, ಅಸಹ್ಯ.
ರಸ್ತೆ ರಸ್ತೆಗಳ ಮೇಲೆ ಬಿದ್ದ ಬೆತ್ತಲೆ ದೇಹಗಳು..
ಹಸಿವಿನಿಂದ ಕಂಗೆಟ್ಟ ಜನ..
ರಸ್ತೆಯ ತುಂಬ ಕೇಳುವವರಿಲ್ಲದೇ ಅಲೆಯುತ್ತಿದ್ದ ಮಕ್ಕಳು..
ಅದನ್ನೆಲ್ಲ ನೋಡಿಯೂ ಯಾವ ಭಾವವನ್ನೂ ವ್ಯಕ್ತಪಡಿಸದೇ ಸಾಗಬೇಕು. ಸ್ವಲ್ಪ

ಭಾವುಕರಾದರೂ ಸಿಕ್ಕಿ ಬೀಳುತ್ತಾರೆ. ಜೊತೆಯಲ್ಲಿದ್ದ ಆ ಇಬ್ಬರೂ 'ಇದನ್ನೆಲ್ಲ ಗಮನಿಸು, ಇದನ್ನು ನೆನಪಿಟ್ಟುಕೋ, ಅದನ್ನು ನೆನಪಿಟ್ಟುಕೋ' ಎಂದು ಪಿಸುಗುಟ್ಟುವುದಲ್ಲದೇ ಬೇರೇನೂ ಮಾತುಕತೆಯಿಲ್ಲ.

ಬೆತ್ತಲೆ ಬಿದ್ದ ದೇಹಗಳನ್ನು ನೋಡಿದಾಗ ತಡೆಯಲಾರದೇ ಕರ್ಸ್ಕಿ 'ಯಾಕೆ ಅವರೆಲ್ಲ ಹಾಗೆ ಅಲ್ಲಲ್ಲಿಯೇ ಬಿದ್ದಿದ್ದಾರೆ?' ಎಂದು ಪಿಸುಗುಟ್ಟುತ್ತಾರೆ

'ಅವರೆಲ್ಲ ಇನ್ನೇನು ಸಾಯುತ್ತಾರೆ. ಮನೆಯಲ್ಲಿಯೇ ಸತ್ತರೆ ಅವರ ಹೆಣ ಹೂಳುವುದಿಕ್ಕೆ ಟ್ಯಾಕ್ಸ್ ಕಟ್ಟಬೇಕು. ಅದಕ್ಕೇ ಸಾಯುತ್ತಾರೆ ಎಂದು ತಿಳಿದ ಮೇಲೆ ಬೇರೆ ದಾರಿಯಿಲ್ಲದೇ ಅವರನ್ನು ಬೀದಿಗೆ ಬಿಸಾಕಿ ಬಿಡುತ್ತಾರೆ. ಹಾಗೆ ಬಿಸಾಕುವ ಮೊದಲು ಅವರ ಮೈಮೇಲಿನ ಬಟ್ಟೆಗಳನ್ನು ತೆಗೆದಿಟ್ಟುಕೊಳ್ಳುತ್ತಾರೆ. ಆ ಚಳಿಗೆ ಎಷ್ಟು ಬಟ್ಟೆ ಇದ್ದರೂ ಸಾಲದು. ಹಾಗಾಗಿ ಬದುಕುವವರಿಗಾದರೂ ಸ್ವಲ್ಪ ಬೆಚ್ಚಗಿರಲಿ ಎಂದು ಸತ್ತವರ ಬಟ್ಟೆಗಳನ್ನು ತೆಗೆದಿಟ್ಟುಕೊಳ್ಳುತ್ತಾರೆ...'

35 ವರ್ಷಗಳ ನಂತರವೂ ಇದರ ಬಗ್ಗೆ ಹೇಳುವಾಗ ಕರ್ಸ್ಕಿ 'ತಬ್ಬಲಿ ಮಕ್ಕಳು, ಎದೆ ಬತ್ತಿದ್ದರೂ ಹಾಲೂಡಿಸುತ್ತಿದ್ದ ತಾಯಂದಿರು, ಬರೀ ನೋವು ಸಾವು... ಅಲ್ಲಿ ಮಾನವೀಯತೆಯ ಕುರುಹೂ ಇರಲಿಲ್ಲ' ಎಂದು ಅಳುತ್ತಾರೆಂದರೆ ಅಲ್ಲಿನ ಘೋರಗಳು ಹೇಗಿದ್ದಿರಬೇಕು...

ಇಂಥ ಘೋರ ನರಕಕ್ಕೆ ಹೋಗಿ, ನೋಡಬಾರದ್ದನ್ನೆಲ್ಲ ನೋಡಿ ಬಂದ ಕರ್ಸ್ಕಿಗೆ ಇದನ್ನೆಲ್ಲ ಮಿತ್ರ ದೇಶಗಳಿಗೆ ತಲುಪಿಸುವ ಕೆಲಸ, ಪೋಲೆಂಡ್ ದೇಶವನ್ನು ಮುಕ್ತಗೊಳಿಸುವಷ್ಟೇ ಮುಖ್ಯವಾಗಿ ಬಿಡುತ್ತದೆ. ಆದರೆ ಅದು ಅತ್ಯಂತ ರಿಸ್ಕಿನ ಕೆಲಸ. ಎಲ್ಲಕ್ಕಿಂತ ಮುಖ್ಯವಾಗಿ ಆ ದಾಖಲೆಗಳನ್ನು ಜೊತೆಗೆ ಒಯ್ಯುವುದು ಮತ್ತಷ್ಟು ಅಪಾಯಕಾರಿ ಕೆಲಸ. ಹಾಗಾಗಿ ಅದಕ್ಕೆ ಬೇಕಾದ ಎಲ್ಲ ಸಿದ್ಧತೆಗಳನ್ನು ಮಾಡಿಕೊಳ್ಳುತ್ತಾರೆ. ಎಲ್ಲ ದಾಖಲೆಗಳ ಮೈಕ್ರೋಫಿಲ್ಮ್‌ಗಳನ್ನು ಕೀಲಿಕೈನ ಹಿಡಿಕೆಯೊಳಗಿಟ್ಟು ಸಾಲ್ಡರ್ ಮಾಡಿ ಭದ್ರ ಪಡಿಸುತ್ತಾರೆ. ನಂತರ ಜರ್ಮನ್ ಪೊಲೀಸರ ಕೈಗೆ ಸಿಕ್ಕಿಬಿದ್ದರೆ ಮಾತನಾಡುವಾಗ ಇವರ ಉಚ್ಚಾರಣೆಯಲ್ಲಿ ಗೊತ್ತಾಗಿಬಿಡುತ್ತದೆ. ಅದು ಗೊತ್ತಾಗ ಬಾರದು ಎಂದರೆ ಮಾತೇ ಆಡಲು ಸಾಧ್ಯವಾಗಬಾರದು! ಅದಕ್ಕೊಂದು ಉಪಾಯ ಮಾಡಿ ಒಂದಿಷ್ಟು ಹಲ್ಲುಗಳನ್ನು ಕೀಳಿಸಿಕೊಂಡು ಬಿಡುತ್ತಾರೆ. ದವಡೆಯೆಲ್ಲ ಊದಿಕೊಳ್ಳುತ್ತದೆ, ಆ ನಂತರವೇ ಕರ್ಸ್ಕಿ ಪ್ರಯಾಣ ಶುರುಮಾಡುತ್ತಾರೆ.

ಆಗ ಪೋಲೆಂಡ್‌ನಿಂದ ಜರ್ಮನ್ನರ ಕಣ್ಣು ತಪ್ಪಿಸಿ ಲಂಡನ್ನಿಗೆ ಹೋಗುವುದು ಹೆಚ್ಚುಕಡಿಮೆ ಆರೇಳು ವಾರಗಳ ಪ್ರಯಾಣ. ಅದೆಷ್ಟೋ ಸುಳ್ಳು ಹೆಸರುಗಳನ್ನು ಇಟ್ಟುಕೊಂಡು, ಅದಕ್ಕೆ ದಾಖಲೆಗಳನ್ನು ಸೃಷ್ಟಿ ಮಾಡಿಕೊಂಡು, ಅಂತೂ ಒದ್ದಾಡಿಕೊಂಡು ಪೋಲೆಂಡ್‌ನಿಂದ ಬರ್ಲಿನ್‌ಗೆ ಹೋಗುತ್ತಾರೆ. ಅಲ್ಲಿಂದ ಫ್ರಾನ್ಸ್‌ಗೆ,

ಅಲ್ಲಿಂದ ಸ್ಪೇನ್, ಅಲ್ಲಿಂದ ಜಿಬ್ರಾಲ್ಟರ್ ಮಾರ್ಗವಾಗಿ ಅಂತೂ ಲಂಡನ್ ತಲುಪುತ್ತಾರೆ! ಅಷ್ಟೆಲ್ಲ ಕಷ್ಟಪಟ್ಟು ಗಡಿಪಾರಾದ ಪೋಲೆಂಡ್ ಪ್ರಧಾನಿಯನ್ನು ಭೇಟಿಯಾಗುತ್ತಾರೆ. ಎಲ್ಲ ವಿಷಯಗಳನ್ನು ದಾಖಲೆ ಸಮೇತ ತಲುಪಿಸಿದ ನಂತರ ಅವರಿಗೆ ತಿಳಿಯುತ್ತದೆ ಜಗತ್ತಿನಲ್ಲಿ ಯಾರಿಗೂ ಜ್ಯೂಗಳ ಹೀನ ಸ್ಥಿತಿ-ಗತಿ, ಅವರ ಹೀನಾತಿಹೀನ ಬದುಕು-ಸಾವು ಯಾವುದೂ ಮುಖ್ಯವಾಗಿರಲೇ ಇಲ್ಲ ಎನ್ನುವುದು...

'ಸಹಾಯ ಕೇಳಲು ಹೊರಡುವಾಗ ಪೋಲೆಂಡ್ ಸಮಸ್ಯೆಯನ್ನು ಹೇಳುವುದು ಬಿಟ್ಟು, ಜ್ಯೂಗಳ ಸಮಸ್ಯೆಯನ್ನೇ ಹೈಲೈಟ್ ಮಾಡಿದರೆ, ನಮ್ಮ ಮುಖ್ಯ ವಿಷಯವೇ ಅಮುಖ್ಯವಾಗಿ ಬಿಡಬಹುದಾದ ಸಾಧ್ಯತೆಯಿದೆ. ಈಗ ಮುಖ್ಯವಾಗಿರುವುದು ಪೋಲೆಂಡ್ ನಮ್ಮ ಕೈ ಸೇರುವುದು. ನಾವು ಅದರ ಬಗ್ಗೆ ಮಾತನಾಡಬೇಕು. ನಾವು ಮತ್ತೆ ನಮ್ಮ ದೇಶದಲ್ಲಿ ಕಾಲಿಡಬೇಕು, ಜರ್ಮನ್ನರನ್ನು ಸೋಲಿಸಬೇಕು. ಅದಕ್ಕಾಗಿ ಮಿತ್ರ ರಾಷ್ಟ್ರಗಳ ಸಹಾಯ ಬೇಡಬೇಕು. ಈಗ ಅದರ ಬಗ್ಗೆ ಮಾತನಾಡೋಣ' ಎನ್ನುತ್ತಾರೆ ಪೋಲಿಷ್ ಪ್ರಧಾನಿ!

ಇನ್ನು ಬ್ರಿಟಿಷ್ ವಿದೇಶಾಂಗ ಕಾರ್ಯದರ್ಶಿ 'ನಾವು ಈಗಾಗಲೇ ಹತ್ತು ಸಾವಿರಕ್ಕೂ ಹೆಚ್ಚು ನಿರಾಶ್ರಿತರನ್ನು ನಮ್ಮ ದೇಶದೊಳಗೆ ಬಿಟ್ಟುಕೊಂಡಾಗಿದೆ. ಇನ್ನೇನು ಮಾಡಲು ಸಾಧ್ಯ ನಮ್ಮಿಂದ' ಎನ್ನುತ್ತಾರೆ.

ಅಮೆರಿಕಾದ ಫ್ರಾಂಕ್‌ಫರ್ಟರ್ ಎನ್ನುವ ನ್ಯಾಯಾಧೀಶ ಎಲ್ಲ ವಿಷಯ ಕೇಳಿದ ನಂತರ ತುಂಬ ತಣ್ಣಗಿನ ದನಿಯಲ್ಲಿ 'ನೀನು ಹೇಳುವುದನ್ನು ನಂಬಲಾಗುತ್ತಿಲ್ಲ' ಎನ್ನುತ್ತಾರೆ! ಕರ್ಸ್ಕಿ 'ನಾನು ಸುಳ್ಳಾಡುತ್ತಿಲ್ಲ' ಎಂದರೆ 'ಅರೆ, ನೀನು ಸುಳ್ಳಾಡುತ್ತಿದ್ದೀ ಎಂದು ನಾನೆಲ್ಲಿ ಹೇಳಿದೆ... ನನಗೆ ನಂಬಲಾಗುತ್ತಿಲ್ಲ ಎಂದಷ್ಟೇ ಹೇಳಿದೆ' ಎನ್ನುತ್ತಾರೆ!

ಇನ್ನು ಅಮೆರಿಕಾದ ಅಧ್ಯಕ್ಷ ರೂಸ್‌ವೆಲ್ಟ್ ಜೊತೆಗೆ ಕರ್ಸ್ಕಿ ಜ್ಯೂಗಳ ದಾರುಣ ಸ್ಥಿತಿಯ ಬಗ್ಗೆ ಹೇಳಿ 'ಇದರಲ್ಲಿ ನಿಮ್ಮ ಹಸ್ತಕ್ಷೇಪವಾಗದಿದ್ದರೆ ಪೋಲೆಂಡ್‌ನಲ್ಲಿ ಜ್ಯೂಗಳ ಸಂತತಿ ನಾಶವಾಗುತ್ತದೆ' ಎನ್ನುತ್ತಾರೆ. ಆಗ ರೂಸ್‌ವೆಲ್ಟ್ ಅದೊಂದು ಮುಖ್ಯ ವಿಷಯವೇ ಅಲ್ಲ ಎನ್ನುವಂತೆ ಅದನ್ನು ಬದಿಗೆ ಸರಿಸಿ ದೊಡ್ಡ ದನಿಯಲ್ಲಿ 'ಮಿತ್ರರಾಷ್ಟ್ರಗಳು ಗೆಲ್ಲುತ್ತವೆ. ಯುದ್ಧ ಕೊನೆಗೊಳ್ಳುತ್ತದೆ. ಇನ್ನು ಜಗತ್ತಿನಲ್ಲಿ ಯುದ್ಧವೆನ್ನುವುದೇ ಇರುವುದಿಲ್ಲ. ನ್ಯಾಯ ದೊರಕುತ್ತದೆ. ಪೋಲೆಂಡ್ ಮೊದಲಿಗಿಂತ ಸುಭಿಕ್ಷವಾಗುತ್ತದೆ. ತಪ್ಪಿತಸ್ಥರಿಗೆ ಶಿಕ್ಷೆಯಾಗುತ್ತದೆ. ನಮ್ಮ ದೇಶ ಯಾವಾಗಲೂ ನಿಮ್ಮ ಜೊತೆಗಿರುತ್ತದೆ' ಎಂದು ವೀರಾವೇಶದ ಮಾತುಗಳನ್ನಾಡುತ್ತಾರೆ. ಅವರ ಮಾತುಗಳಲ್ಲೆಲ್ಲಿಯೂ ಜ್ಯೂಗಳ ಬಗ್ಗೆ ಪ್ರಸ್ತಾಪವೇ ಇರುವುದಿಲ್ಲ!

'ಅಂದರೆ ಅವರಿಗೆ ನನ್ನ ಮಾತು ಅರ್ಥವಾಗಲಿಲ್ಲ ಎಂದಲ್ಲ. ಜ್ಯೂಗಳ ಅಳಿವು ಉಳಿವಿನ ಬಗ್ಗೆ ಮಾತನಾಡುವುದು ಅವರಿಗೆ ಬೇಕಿರಲಿಲ್ಲ ಅಷ್ಟೇ. ಎಲ್ಲರ ಗಮನ

ಹಿಟ್ಲರ್‌ನ 'ಥರ್ಡ್ ರೈಷ್' ಮುಗಿಸುವ ಕಡೆಗೆ ಇತ್ತೇ ಹೊರತು ಜ್ಯೂಗಳ ಬಗ್ಗೆ ಯಾರಿಗೂ ಗಮನವಿರಲಿಲ್ಲ' ಕರ್ಸ್ಕಿ ವಿಷಾದದಿಂದ ಹೇಳುತ್ತಾರೆ.

ಒಟ್ಟಿನಲ್ಲಿ ಅವರ ಕಷ್ಟಕ್ಕೆ ಯಾವ ಪ್ರತಿಫಲವೂ ದೊರೆಯುವುದಿಲ್ಲ.

ಆಗ ಯಾರಾದರೂ ಪ್ರಯತ್ನ ಪಟ್ಟಿದ್ದರೆ ಕೂಡಾ ಲಕ್ಷಗಟ್ಟಳೆ ಜ್ಯೂಗಳು ಬದುಕುಳಿಯುತ್ತಿದ್ದರು...

ಆ ನಂತರ ಕರ್ಸ್ಕಿಯ ಚಹರೆ ಜರ್ಮನ್ ಪೊಲೀಸರಿಗೆ ಗುರುತಾದ್ದರಿಂದ ಮತ್ತೆ ಅವರು ಪೋಲೆಂಡಿಗೂ ಹೋಗಲಾಗುವುದಿಲ್ಲ. ಅವರು ಅಮೆರಿಕಾದಲ್ಲೇ ಉಳಿಯಬೇಕಾಗುತ್ತದೆ. ಅದಾದ ಒಂದು ವರ್ಷಕ್ಕೆ ಯುದ್ಧ ಕೊನೆಗೊಳ್ಳುತ್ತದೆ. ಪೋಲೆಂಡ್ ಜರ್ಮನ್ನರಿಂದ ಮುಕ್ತಿ ಹೊಂದಿ ಸೋವಿಯೆಟ್ ಕೈ ಸೇರುತ್ತದೆ. ಕರ್ಸ್ಕಿಗೆ ಮತ್ತೆ ತನ್ನ ದೇಶಕ್ಕೆ ವಾಪಸ್ಸಾಗಬೇಕು ಅನ್ನಿಸುವುದೇ ಇಲ್ಲ. 1952ರಲ್ಲಿ ಅಮೆರಿಕಾದಲ್ಲಿಯೇ P hd ಮಾಡಿ, ಜಾರ್ಜ್‌ಟೌನ್ ಯೂನಿವರ್ಸಿಟಿಯಲ್ಲಿ ಪ್ರೊಫೆಸರ್ ಆಗಿ ಕೆಲಸಕ್ಕೆ ಸೇರುತ್ತಾರೆ. ಅದಾದ ನಂತರ 1978ರವರೆಗೆ ಅಲ್ಲಿ ಯಾರಿಗೂ ಎರಡನೇ ಮಹಾಯುದ್ಧದಲ್ಲಿ ತನ್ನ ಭಾಗವಹಿಸುವಿಕೆಯ ಬಗ್ಗೆ ಮಾತನಾಡದೇ ಉಳಿದುಬಿಡುತ್ತಾರೆ! 1978ರಲ್ಲಿ ಫ್ರೆಂಚ್ ನಿರ್ದೇಶಕ ಕ್ಲೂದ್ ಲಾನ್ಸ್‌ಮನ್ ಹಾಲೋಕಾಸ್ಟ್ ಬಗ್ಗೆ ಶೋವಾ ಅನ್ನುವ ಸಿನೆಮಾ ಮಾಡಲು ಹೊರಟಾಗಲೇ ಕರ್ಸ್ಕಿ ಮೊತ್ತಮೊದಲ ಬಾರಿಗೆ ತಮ್ಮ ಮೌನ ಮುರಿಯುವುದು.

ಆಗ ಅವರು ಹಳೆಯ ವಿಷಯವನ್ನೆಲ್ಲ ಬಹಿರಂಗಗೊಳಿಸಿದಾಗ ಅವರ ಸಹೋದ್ಯೋಗಿಗಳು ಇಷ್ಟು ಕಾಲ ನಮ್ಮೊಡನೆ ಇರುವ ಮನುಷ್ಯನ ಹಿಂದೆ ಇಂಥ ದೊಡ್ಡ ಚರಿತ್ರೆ ಇದೆಯೇ ಎಂದು ಆಶ್ಚರ್ಯಗೊಳ್ಳುತ್ತಾರಂತೆ! ಜ್ಯೂಗಳ ಪ್ರಾಣ ಉಳಿಸಲು ಕರ್ಸ್ಕಿ ತೆಗೆದುಕೊಂಡ ರಿಸ್ಕ್‌ಗೆ, ಪಟ್ಟ ಕಷ್ಟಕ್ಕೆ ಇಸ್ರೇಲ್ ಅವರನ್ನು ಮೆಚ್ಚಿ, ಅಲ್ಲಿಯ ಪೌರತ್ವ ನೀಡುತ್ತದೆ. 2000ನೇ ಇಸವಿಯಲ್ಲಿ ಅವರ ಸಾವಿನ ನಂತರ ಅಮೆರಿಕಾದ ಅಧ್ಯಕ್ಷ ಒಬಾಮ ಅಮೆರಿಕಾದ ಅತ್ಯುನ್ನತ ಪದವಿಯಾದ 'presidential medal for freedom' ನೀಡಿ ಕರ್ಸ್ಕಿ ಅವರನ್ನು ಗೌರವಿಸುತ್ತಾರೆ. ಯಾದ್ ವಶೇಮ್ ಅವರನ್ನು 'Righteous among Nations' ಎಂದು ಗುರುತಿಸಿ ಗೌರವಿಸುತ್ತದೆ.

ಕರ್ಸ್ಕಿಯವರನ್ನು ಅಷ್ಟು ದೀರ್ಘಕಾಲ ಮೌನವಾಗಿ ಇದ್ದಿದ್ದು ಯಾಕೆ ಎಂದು ಪ್ರಶ್ನಿಸಿದಾಗ 'ಮಾತನಾಡಿ ಏನಾಗುವುದಿತ್ತು? ನಾನು ಜ್ಯೂಗಳನ್ನು ಉಳಿಸಲಾಗದ ಮೇಲೆ ಮಾತನಾಡಿ ಏನಾಗಬೇಕಿತ್ತು' ಎಂದಿದ್ದರಂತೆ.

The world suffers not because of the violence of bad people but because of the silence of good people ಎಂಬ ಮಾತಿದೆ.

ಕರ್ಸ್ಕಿ ಮಾತನಾಡಿದ್ದರು!

ಅದನ್ನು ಕೇಳಿಸಿಕೊಳ್ಳುವವರಿರಲಿಲ್ಲ ಅಂದರೆ ಅದು ಜಗದ ಕಳಂಕವಷ್ಟೇ...

ಉಪಸಂಹಾರ:

ಈಗ ಹೇಳಿ...

ನಮ್ಮ ದೇಶದಲ್ಲಿ ಅಂಥದ್ದೊಂದು ಹೆಣ್ಣುಮಗಳು ಹುಟ್ಟಿದ್ದಳು ಅಂದರೆ ಆ ಬಗ್ಗೆ ಜಗತ್ತಿಗೇ ಕೂಗಿ ಹೇಳಬೇಕು ಎನ್ನಿಸುವುದಿಲ್ಲವೇ? ಅಂಥದ್ದೊಂದು ಪ್ರತಿಕೂಲ ಪರಿಸ್ಥಿತಿಯಲ್ಲಿ ಹೆಲೆನಾ ಈ ರೀತಿ ಮಿಲಿಯನ್‌ಗಳನ್ನು ಕಳ್ಳಮಳ್ಳ ಸಿನೆಮಾದಲ್ಲಿ ಜಗ್ಗೇಶ್ ನೋಟ್ ಮೆಷಿನ್‌ನಲ್ಲಿ ಪ್ರಿಂಟ್ ಹಾಕಿದಂತೆ ನ್ಯಾಯಯುತವಾಗಿಯೇ ಸಂಪಾದಿಸುತ್ತಾಳೆಂದರೆ, ಅದರ ಬಗ್ಗೆ ಹೆಮ್ಮೆಯೆನಿಸುವುದಿಲ್ಲವೇ?

ಇನ್ನು ಎರಡನೇ ಮಹಾಯುದ್ಧದ ಸಮಯದಲ್ಲಿ ಜ್ಯೂಗಳ ಉಳಿವಿಗಾಗಿ ಅಂಥದ್ದೊಂದು ಪ್ರಮುಖ ಪಾತ್ರ ವಹಿಸಿದ ಯಾನ್ ಕರ್ಸ್ಕಿಯಂಥವರ ಬಗ್ಗೆ ಹೆಮ್ಮೆ ಎನಿಸುವುದಿಲ್ಲವೇ? ತನ್ನ ಪ್ರಾಣವನ್ನು ಪಣಕ್ಕಿಟ್ಟು ಇಷ್ಟು ಸಾಹಸದ ಕೆಲಸ ಮಾಡಿದವರ ಬಗ್ಗೆ ಗಂಟೆಗಟ್ಟಲೆ ಹೇಳಬೇಕು ಎನ್ನಿಸುವುದಿಲ್ಲವೇ? ಅವರು ಕುಳಿತಿದ್ದ ಬೆಂಚ್‌ನ ಹಿಂದೆ ಇದ್ದ ಬೋರ್ಡ್‌ನಲ್ಲಿ ಬರೆದಿದ್ದನ್ನೇ ಮತ್ತೆ ಗಿಳಿಪಾಠ ಒಪ್ಪಿಸಿ ಬಿಟ್ಟರೆ ಸಾಕೇ?

ನಾನೇನಾದರೂ ಪೋಲೋನಿಯ ಥರ ಗೈಡ್ ಆಗಿದ್ದರೆ ಪ್ರವಾಸಕ್ಕೆ ಬಂದವರು ಸಾಕು ನಿಲ್ಲಿಸು ಎನ್ನುವವರೆಗೆ ಇದನ್ನೆಲ್ಲ ಹೇಳಿ ಹೇಳಿ ದಣಿಯುತ್ತಿದ್ದೆ. ಸುಮ್ಮನೆ ಕುತೂಹಲಕ್ಕಾಗಿ ಓದಿದ್ದನ್ನೇ ನಿಮಗೆ ಪೂರ್ತಿ ಹೇಳದೇ ಮುಂದಿನ ಚಾಪ್ಟರ್‌ಗೆ ಹೋದರೆ ನನ್ನ ಆತ್ಮಕ್ಕೆ ಶಾಂತಿಯಿಲ್ಲ ಎನ್ನಿಸುತ್ತಿತ್ತು.

ಇನ್ನು ಗೈಡ್ ಆಗಿದ್ದರೆ...?

ಲೆಕ್ಕ ಹಾಕಿ!

ಉಹು, ಲೆಕ್ಕ ಹಾಕದಿರಿ!!

ಲೆಕ್ಕ ಹಾಕಿದಷ್ಟೂ ಮನುಷ್ಯನ ಒಳಗು ಒಣಗುತ್ತ ಹೋಗುತ್ತದೆ ಎನ್ನುವುದು ನನ್ನ ಅನಿಸಿಕೆ

ಲೆಕ್ಕ ಹಾಕದ ಆನ್ಯಾ – ಲೆಕ್ಕ ಹಾಕಿದ ಪೋಲೊನಿ

ಇಬ್ಬರಲ್ಲಿ ನನ್ನ ವೋಟ್ ಆನ್ಯಾಳಿಗೆ

ನಿಮ್ಮದು...?

ಅಂತ್ಯದ ಆರಂಭ

ಇದೇ ಭೂಮಿಯಲ್ಲಿ ಹುಟ್ಟಿದ ಮನುಷ್ಯ, ಇಲ್ಲೇ ಹುಟ್ಟಿದ ಮತ್ತೊಬ್ಬ ಮನುಷ್ಯನ ಬಗೆಗೆ ಹೇಗೆ ಅಷ್ಟು ನಿರ್ದಯೆಯಿಂದ ವರ್ತಿಸುತ್ತಾನೆ ಅನ್ನುವುದು ನನಗೆ ಯಾವತ್ತಿಗೂ ಅರಗಿಸಿಕೊಳ್ಳಲಾಗದ ವಿಷಯ. ಜಾತಿ, ಚರ್ಮದ ಬಣ್ಣ, ಧರ್ಮ, ಜನಾಂಗೀಯ ಶ್ರೇಷ್ಠತೆ ಈ ರೀತಿಯ ಕಾರಣಗಳಿಗಾಗಿ ದ್ವೇಷ ಹುಟ್ಟುವುದು ನಾಗರಿಕತೆ ತಲೆತಗ್ಗಿಸುವಂಥ ವಿಚಾರ. ಇಂಥವು ಚರಿತ್ರೆಯಲ್ಲಿ ಹಲವು ದಾಖಲಾಗಿವೆ... ಮತ್ತೆ ಕೆಲವು ಇವತ್ತಿಗೂ ಮುಗಿಯದೇ ನಡೆಯುತ್ತಲೇ ಇದೆ.

ಹೀಗೆ ಚರಿತ್ರೆಯಲ್ಲಿ ದಾಖಲಾದ ಒಂದು ಅಮಾನವೀಯ ವಿಷಯ ಹಿಟ್ಲರ್‌ನ ಜ್ಯೂ ದ್ವೇಷ. ಅದೇನು ಕಾರಣವಿದ್ದೀತು ಆ ಹಿಟ್ಲರ್‌ಗೆ ಒಂದು ಇಡೀ ಜನಾಂಗವನ್ನೇ ಒರೆಸಿ ಬಿಸಾಡುವಂಥ ದ್ವೇಷ? ಒಬ್ಬ ವ್ಯಕ್ತಿ ಮತ್ತೊಬ್ಬ ವ್ಯಕ್ತಿಯನ್ನು ದ್ವೇಷಿಸಲು ದ್ರೋಹ, ಭೂಮಿ, ರಾಜ್ಯ, ಅಧಿಕಾರ ಹೀಗೆ ನಾನಾ ಕಾರಣಗಳಿರಬಹುದು. ಆದರ ಒಬ್ಬ ವ್ಯಕ್ತಿ ಇಡೀ ಒಂದು ಜನಾಂಗವನ್ನೇ ದ್ವೇಷಿಸಬೇಕೆಂದರೆ ಏನು ಕಾರಣವಿರಬಹುದು? ಈ ಪ್ರಶ್ನೆ ನನ್ನೊಬ್ಬಳದ್ದು ಮಾತ್ರವಲ್ಲ, ನನ್ನಂತೆ ಸಾವಿರಾರು ಜನ ಈ ಬಗ್ಗೆ ಯೋಚಿಸಿದ್ದಾರೆ ಎರಡನೇ ಮಹಾಯುದ್ಧದ ನಂತರದ ದಿನಗಳಿಂದ ಇವತ್ತಿನವರೆಗೂ. ಆದರೆ ಯಾರಿಗೂ ಉತ್ತರ ಸಿಕ್ಕಿಲ್ಲ. ಚರಿತ್ರೆಯಲ್ಲಿ ಯುದ್ಧಗಳು, ರಕ್ತಪಾತ, ಹಿಂಸೆ, ಆಸೆಬುರುಕತನ, ಆಕ್ರಮಣ, ಅತಿಕ್ರಮಣ, ಅಧಿಕಾರ ದಾಹ ಸಾಕಷ್ಟು ಸಾಮಾನ್ಯವಾದರೂ ಈ ರೀತಿಯಲ್ಲಿ ವ್ಯವಸ್ಥಿತವಾಗಿ ಗ್ಯಾಸ್ ಛೇಂಬರ್ ಕಟ್ಟಿಸಿ, ಅದರಲ್ಲಿ ಕೂಡಿ ಹಾಕಿ, ವಿಷಾನಿಲ ಹಾಯಿಸಿ, ಉಸಿರುಗಟ್ಟಿಸಿ... ಊಹೂಂ, ಈ ಮಟ್ಟದ ಕ್ರೌರ್ಯಕ್ಕೆ ಯಾವ ಸಮಜಾಯಿಷಿ ಕೊಡಲಾದೀತು?

ಹಾಗೆ ನೋಡಲಿಕ್ಕೆ ಹೋದರೆ ಜ್ಯೂಗಳ ಮೇಲಿನ ದ್ವೇಷ ಶುರುವಾದದ್ದು ಹಿಟ್ಲರ್‌ನಿಂದ ಅಲ್ಲವೇ ಅಲ್ಲ ಎನ್ನುತ್ತದೆ ಚರಿತ್ರೆಯ ಪುಟಗಳು. ಜೀಸಸ್‌ನನ್ನು ಶಿಲುಬೆಗೇರಿಸಿ ಕೊಂದದ್ದು ಜ್ಯೂಗಳು, ಹಾಗಾಗಿಯೇ ಕ್ರಿಶ್ಚಿಯನ್ನರಿಗೆ ಜ್ಯೂಗಳ ಮೇಲೆ ತೀವ್ರ ದ್ವೇಷವಿತ್ತು ಎನ್ನುವ ವಾದವೊಂದಿದೆ. ತಮ್ಮ ದೇವರನ್ನೇ ಹೊಡೆದು ಸಾಯಿಸಿದರು ಈ ಜ್ಯೂಗಳು ಎನ್ನುವುದು ಕ್ರಿಶ್ಚಿಯನ್ನರ ಸಿಟ್ಟು. ಆದರೆ ಜ್ಯೂಗಳಲ್ಲಿ ಶಿಲುಬೆಗೇರಿಸಿ ಮರಣದಂಡನೆ ನೀಡುವ ಪದ್ಧತಿಯೇ ಇರಲಿಲ್ಲವಂತೆ! ಅವರ ಮರಣದಂಡನೆ ಎಂದರೆ ಕಲ್ಲಿನಿಂದ ಹೊಡೆದು ಸಾಯಿಸುವ ಪದ್ಧತಿ. ರೋಮನ್ನರಲ್ಲಿ ಮಾತ್ರ ಮರಣದಂಡನೆಗೆ ಗುರಿಪಡಿಸಿದವರನ್ನು ಶಿಲುಬೆಗೇರಿಸಿ ಕೊಲ್ಲುವ ಪದ್ಧತಿ

ಇತ್ತಂತೆ. ಹಾಗಾಗಿ ಆಗ ಅಧಿಕಾರದಲ್ಲಿದ್ದ ರೋಮನ್ನರು ಜ್ಯೂಗಳಿಗೆ ಆ ಅಧಿಕಾರವನ್ನೇ ಕೊಟ್ಟಿರಲಿಲ್ಲವೆಂದೂ, ಹಾಗಿದ್ದಲ್ಲಿ ಜೀಸಸ್‌ನನ್ನು ಶಿಲುಬೆಗೇರಿಸಿ ಕೊಂದಿದ್ದು ಜ್ಯೂಗಳು ಎನ್ನುವ ವಾದವೇ ತಪ್ಪಾದದ್ದು ಎಂದೂ ಹೇಳಲಾಗುತ್ತದೆ. ವಾದ ಪ್ರತಿವಾದಗಳೇನೇ ಇರಲಿ, ಒಟ್ಟಿನಲ್ಲಿ ಈ ರೀತಿಯಲ್ಲಿ ಶುರುವಾದ ದ್ವೇಷ ಜ್ಯೂಗಳ ಹೆಗಲೇರಿ ಕುಳಿತೇಬಿಟ್ಟಿತು ಯಾವ ಕಾಲಕ್ಕೂ.

ಚರಿತ್ರೆಯಲ್ಲಿ ಜ್ಯೂಗಳ ದ್ವೇಷದ ಬಗ್ಗೆ ಮತ್ತೂ ಹಲವು ಘಟನೆಗಳು ದಾಖಲಾಗಿವೆ. 12ನೇ ಶತಮಾನದಲ್ಲಿ ಯಾರ್ಕ್ 1190 ಹತ್ಯಕಾಂಡ ಎಂದು ಗುರುತಿಸಲ್ಪಡುವ ಒಂದು ಘಟನೆಯ ಬಗ್ಗೆ ಉಲ್ಲೇಖವಿದೆ. ಇಂಗ್ಲೆಂಡ್ ದೇಶದ ಯಾರ್ಕ್ ನಗರದಲ್ಲಿ ಸುಮಾರು 150 ಜನ ಜ್ಯೂಗಳಿದ್ದರಂತೆ. ಫ್ರಾನ್ಸ್ ದೇಶದಿಂದ ಇಂಗ್ಲೆಂಡ್‌ಗೆ ವಲಸೆ ಬಂದಿದ್ದ ಜ್ಯೂಗಳು ಹಣದ ಅಗತ್ಯವಿರುವವರಿಗೆ ಸಾಲ ಕೊಡುತ್ತಿದ್ದರಂತೆ. ಹಣವನ್ನು ಬಡ್ಡಿಗೆ ಕೊಡುವುದು ಕ್ರಿಶ್ಚಿಯನ್ ಧರ್ಮದ ಕಟ್ಟಳೆಗಳಿಗೆ ವಿರುದ್ಧವಾಗಿತ್ತು. ಹಾಗಾಗಿ ರಾಜರು ಜ್ಯೂಗಳಿಂದಲೇ ಸಾಲ ಪಡೆಯುತ್ತಿದ್ದರಂತೆ. ಹಾಗಾಗಿಯೇ ಜ್ಯೂಗಳ ಬಗ್ಗೆ ಹೇಳತೀರದ ದ್ವೇಷ ಇದ್ದಿತಂತೆ. ಆದರೆ ರಾಜರು ಜ್ಯೂಗಳಿಗೆ ರಕ್ಷಣೆ ಒದಗಿಸುತ್ತಿದ್ದರಂತೆ.

ಹಾಗೆ ಒಮ್ಮೆ ಜ್ಯೂಗಳ ಮೇಲೆ ಆಕ್ರಮಣ ಪ್ರಾರಂಭವಾದ ಕಾಲ. 1190ನೇ ಇಸವಿ ಮಾರ್ಚ್ 16ರಂದು ಜ್ಯೂಗಳು ಆಶ್ರಯ ಬೇಡಿ ಯಾರ್ಕ್ ಕ್ಯಾಸಲ್‌ನಲ್ಲಿ ಸೇರಿಕೊಂಡಿದ್ದರಂತೆ. ಆಗ ಆ ಕ್ಯಾಸಲ್ ಅನ್ನು ಸುತ್ತುವರೆಯುತ್ತಾರೆ ಆಕ್ರಮಣಕಾರರು. ಅವರು ತಮ್ಮನ್ನೆಲ್ಲ ಕೊಲ್ಲಬಹುದು ಅಥವಾ ಮತಾಂತರ ಮಾಡಬಹುದು. ಹಾಗೆ ಮಾಡುವ ಮೊದಲು ತಾವೇ ಸಾಯುವುದು ಒಳಿತು ಎಂದೆಣಿಸಿ ಎಲ್ಲ ಕುಟುಂಬದ ಗಂಡಸರು ತಮ್ಮ ಹೆಂಡತಿ, ಮಕ್ಕಳನ್ನು ತಮ್ಮ ಕೈಯಾರೆ ಕೊಂದು ಹಾಕಿ ಬಳಿಕ ತಾವೂ ಆತ್ಮಹತ್ಯೆ ಮಾಡಿಕೊಂಡಿದ್ದರಂತೆ. ಕೊನೆಗೆ ಕ್ಯಾಸಲ್‌ಗೆ ಬೆಂಕಿ ಹಚ್ಚಿ ಉಳಿದ ಅಷ್ಟೂ ಜನರು ಸುಟ್ಟು ಹೋಗಿದ್ದರಂತೆ. ಹೀಗೆ ಆ ಊರಿನಲ್ಲಿದ್ದ 150 ಜನ ಜ್ಯೂಗಳೂ ಸತ್ತುಹೋಗಿದ್ದರಂತೆ.

ಅದೇ ರೀತಿಯ anti semitic ಉರಿಯೇ ಮತ್ತೆ 14ನೇ ಶತಮಾನದಲ್ಲಿ ಜ್ಯೂಗಳನ್ನು ಸುಟ್ಟು ಹಾಕಿದ್ದು. 14ನೇ ಶತಮಾನದಲ್ಲಿ ಯೂರೋಪ್‌ನಲ್ಲಿ ಪ್ಲೇಗ್ ರೋಗ ಹರಡಿತ್ತು. ರಾಶಿ ರಾಶಿ ಜನರು ಸತ್ತ ಈ ಘಟನೆಯನ್ನು black death ಎಂದು ಕರೆಯಲಾಗುತ್ತದೆ. ಆಗ ಆ ರೋಗದ ಬಗ್ಗೆ ಸರಿಯಾದ ಜ್ಞಾನವಿಲ್ಲದ ಕಾರಣ, ಈ ಸಾವಿಗೆ ಕಾರಣ ಬಾವಿಯ ನೀರಿಗೆ ವಿಷ ಬೆರೆಸಿದ್ದು ಎಂದು ಸುದ್ದಿ ಹಬ್ಬುತ್ತದೆ. ಅದನ್ನು ಬೆರೆಸಿದ್ದು ಜ್ಯೂಗಳು ಎಂದೂ ಸುದ್ದಿ ಹರಡುತ್ತದೆ. ನಿಜಕ್ಕೂ ಹೇಳಬೇಕೆಂದರೆ ಜ್ಯೂಗಳು ಸಾರ್ವಜನಿಕ ಬಾವಿಯನ್ನು ಹೆಚ್ಚು ಉಪಯೋಗಿಸದೇ ಇದ್ದ ಕಾರಣಕ್ಕೆ, ತಿನ್ನುವ ಮೊದಲು ಕೈ ತೊಳೆಯುವುದು ಒಂದು ಧಾರ್ಮಿಕ ಪದ್ಧತಿಯಾದ್ದರಿಂದ ತಪ್ಪದೇ ಕೈ ತೊಳೆಯುತ್ತಿದ್ದುದಕ್ಕೆ, ಶೌಚಕ್ಕೆ ಹೋಗಿ ಬಂದ

ನಂತರ ಕೈ ತೊಳೆಯುವುದು ಕಡ್ಡಾಯವಾಗಿದ್ದಕ್ಕೆ... ಹೀಗೆ ನಾನಾ ಕಾರಣಗಳಿಗಾಗಿ ಸತ್ತವರಲ್ಲಿ ಜ್ಯೂಗಳ ಸಂಖ್ಯೆ ಕಡಿಮೆ ಇತ್ತು. ಹಾಗಾಗಿ 'ಅಲ್ಲಾ ಎಲ್ಲರಿಗೂ ಬರುವ ಈ ರೋಗ ಇವರಲ್ಲಿ ಮಾತ್ರ ಜಾಸ್ತಿ ಜನಕ್ಕೆ ಬರಲ್ಲ. ಅಂದರೆ ಅವರೇ ವಿಷ ಬೆರೆಸುತ್ತಿದ್ದಾರೆ' ಎಂದು ಸುದ್ದಿ ಹರಡಿ ಅಪಾರ ಸಂಖ್ಯೆಯಲ್ಲಿ ಜ್ಯೂಗಳನ್ನು ಕೊಂದುಹಾಕಿದ್ದರಂತೆ! ದ್ವೇಷ ಎಂಬುದು ಮನುಷ್ಯನನ್ನು ಕುರುಡಾಗಿಸುವ ಪರಿ ಇದು. ಚರಿತ್ರೆಯಲ್ಲಿನ ಜ್ಯೂ ದ್ವೇಷಕ್ಕೆ ಯಾವುದೇ ತಾರ್ಕಿಕ ಕಾರಣ ಸಿಕ್ಕಿಲ್ಲ. ಇನ್ನು ಹಿಟ್ಲರ್‌ನ ದ್ವೇಷಕ್ಕೂ ಹಾಗೆಯೇ, ಯಾವುದೇ ಕಾರಣವೂ ಸರಿಯಾದುದು ಅನ್ನಿಸದೇ ಎಲ್ಲವೂ ಊಹಾಪೋಹಗಳ ಲೆಕ್ಕಕ್ಕೇ ಉಳಿದಿದೆ...

ಜೀಸಸ್‌ನನ್ನು ಕೊಂದವರು ಜ್ಯೂಗಳಾದ್ದರಿಂದ ಆವನಿಗೆ ಅವರ ಮೇಲೆ ಅಷ್ಟು ತೀವ್ರ ದ್ವೇಷವಿತ್ತು

ಅವನ ಮೊದಲ ಪ್ರೇಮಿ ಜ್ಯೂ ಆಗಿದ್ದು, ಅವಳು ಕೈ ಕೊಟ್ಟಿದ್ದರಿಂದ ಅವನಿಗೆ ಅವರ ಮೇಲೆ ತೀವ್ರ ದ್ವೇಷವಿತ್ತು

ಅವನಿಗೆ ಒಬ್ಬಳು ಜ್ಯೂ ವೇಶ್ಯೆಯಿಂದ ಲೈಂಗಿಕ ರೋಗ ತಗುಲಿತ್ತು, ಹಾಗಾಗಿ ಅವರ ಮೇಲೆ ತೀವ್ರ ದ್ವೇಷವಿತ್ತು

ಅವನ ತಾಯಿಗೆ ಸ್ತನ ಕ್ಯಾನ್ಸರ್ ಇತ್ತು ಆಗ ಚಿಕಿತ್ಸೆ ಕೊಟ್ಟವರು ಜ್ಯೂ ವೈದ್ಯ, ಆ ನಂತರ ಅವನ ತಾಯಿ ಸತ್ತು ಹೋದಳು ಹಾಗಾಗಿ ಅವನಿಗೆ ಜ್ಯೂಗಳ ಮೇಲೆ ದ್ವೇಷವಿತ್ತು

ಅವನು ವಿಯೆನ್ನಾ ಆರ್ಟ್ ಗ್ಯಾಲರಿಗೆ ಚಿತ್ರಕಲೆ ಕಲಿಯಲು ಹೋದಾಗ ಅವನಿಗೆ ಪ್ರವೇಶ ನಿರಾಕರಿಸಲಾಯಿತು. ಹಾಗೆ ನಿರಾಕರಿಸಿದವರಲ್ಲಿ ಹೆಚ್ಚಿನವರು ಜ್ಯೂಗಳಾದ್ದರಿಂದ ಅವನಿಗೆ ಅವರ ಮೇಲೆ ಬದ್ಧ ದ್ವೇಷವಿತ್ತು.

ಈ ರೀತಿಯ ನಾನಾ ಪುರಾವೆಗಳಿಲ್ಲದ ಗಾಳಿಸುದ್ದಿಗಳಿವೆ. ಆದರೆ ಆ ಮಟ್ಟದ ಕ್ರೌರ್ಯ ವಿವರಣೆಗೆ ಮೀರಿದ್ದಾದರೆ, ಅದಕ್ಕೆ ಈ ರೀತಿಯ ಹಾಸ್ಯಾಸ್ಪದ ಕಾರಣಗಳನ್ನು ಕೊಡುವುದೂ ವಿವರಣೆಗೆ ಮೀರಿದ್ದೇ. ಇಂಥ ಕ್ಷುಲ್ಲಕ ಕಾರಣಗಳಿಗೆ ಒಂದು ಜನಾಂಗವನ್ನೇ ಕೊಲ್ಲುವಷ್ಟು ದ್ವೇಷ ಹೇಗೆ ಬರಲು ಸಾಧ್ಯ? ಇಂಥ ಕಾರಣಗಳಿಗೆಲ್ಲ ಕೊಲ್ಲುವುದಾದರೆ ಜಗತ್ತಿನಲ್ಲಿ ಇಂದು ಮನುಷ್ಯ ಸಂತತಿಯೇ ಹೇಳಹೆಸರಿಲ್ಲದಂತೆ ಅಳಿಸಿ ಹೋಗಬೇಕಿತ್ತು.

ಇನ್ನು ಚರಿತ್ರೆಯ ಪುಟಗಳು ಹಿಟ್ಲರ್‌ನ ಜ್ಯೂ ದ್ವೇಷಕ್ಕೆ ಮತ್ತೇನೇನೋ ಕಾರಣಗಳನ್ನು ಕೊಡುತ್ತದೆ.

ಹಿಟ್ಲರ್ ಹುಟ್ಟಿದ್ದು ಆಸ್ಟ್ರಿಯಾ ದೇಶದಲ್ಲಿ. ವಿಯೆನ್ನಾದ ಮೇಯರ್ ಕಾರ್ಲ್ ಲೂಗರ್‌ನಿಂದ ಪ್ರಭಾವಿತನಾಗಿದ್ದ ಹಿಟ್ಲರ್, ಅವನ ಜ್ಯೂ ದ್ವೇಷವನ್ನು ಕೂಡಾ

ತನ್ನದಾಗಿಸಿಕೊಂಡ ಎಂದು ಹೇಳಲಾಗುತ್ತದೆ. ಅವನ 'ಮೈನ್ ಕಾಂಫ್' ಪುಸ್ತಕದಲ್ಲಿ ಕಾರ್ಲ್ ಲೂಗರ್‌ನನ್ನು 'The greatest German Mayor of all Times' ಎಂದು ಹೊಗಳಿದ್ದಾನೆ ಕೂಡಾ. ಇದಲ್ಲದೇ ಹಿಟ್ಲರ್ ಮೊದಲನೇ ಮಹಾಯುದ್ಧದಲ್ಲಿ ಜರ್ಮನಿ ಸೋಲು ಅನುಭವಿಸಿದ್ದೇ ಜ್ಯೂಗಳು ಮತ್ತು ಕಮ್ಯುನಿಸ್ಟರಿಂದ ಎಂದು ನಂಬಿದ್ದ. ಆದರೆ ಸತ್ಯವೇನೆಂದರೆ ಜರ್ಮನಿ ಮತ್ತು ಆಸ್ಟ್ರಿಯಾ ದೇಶದ ಸೈನಿಕರಲ್ಲಿ ಒಂದು ಲಕ್ಷ ಯಹೂದೀಯರೂ ಕಾದಾಡಿದ್ದರಂತೆ, ಅವರಿಗೆ badges of honour ಕೂಡಾ ಕೊಡಲಾಗಿತ್ತಂತೆ. ಆದರೂ ಜ್ಯೂಗಳ ನಿಷ್ಠೆಯನ್ನು ಹಿಟ್ಲರ್ ನಂಬಲು ಸಿದ್ಧನಿರಲಿಲ್ಲ! ಮೊದಲನೇ ಮಹಾಯುದ್ಧದ ನಂತರ ಜರ್ಮನಿಯ ಆರ್ಥಿಕ ಸಂಕಷ್ಟಗಳಿಗೂ ಅವನು ಜ್ಯೂಗಳನ್ನೇ ಹೊಣೆಯಾಗಿಸಿದನಂತೆ.

ಅದಲ್ಲದೇ ಟ್ರೀಟಿ ಆಫ್ ವರ್ಸೈಲ್ಸ್ ಪ್ರಕಾರವಾಗಿ ಯುದ್ಧ ಪ್ರಾರಂಭಿಸಿದ್ದು ಜರ್ಮನಿ ದೇಶವಾದ್ದರಿಂದ, ಅದರ ಮೇಲೆ 6.6 ಬಿಲಿಯನ್ ಪೌಂಡ್‌ಗಳಷ್ಟು ಪರಿಹಾರ ಧನ ಹೇರಲಾಯಿತು. ಈ ಪರಿಹಾರ ಧನ ಹೇರಿದ್ದು ಜರ್ಮನ್ನರಿಗೆ ಮುಖಭಂಗವಾಗಿತ್ತಂತೆ. ಆಗ ಅನಿಷ್ಟಕ್ಕೆಲ್ಲ ಶನೀಶ್ವರ ಕಾರಣ ಎನ್ನುವಂತೆ ಹಿಟ್ಲರ್ 'ನೋಡಿ ಜಗತ್ತಿನೆದುರು ತಾವು ತಲೆ ತಗ್ಗಿಸುವಂತಾಗಿದ್ದು ಈ ಜ್ಯೂಗಳ ದ್ರೋಹದಿಂದಲೇ' ಎಂದು ಅವರನ್ನೇ ಇದಕ್ಕೆಲ್ಲ ಗುರಿಯಾಗಿಸಿದನಂತೆ. ತನ್ನ ಆತ್ಮಚರಿತ್ರೆ 'ಮೈನ್ ಕಾಂಫ್'ನಲ್ಲಿ ಹಿಟ್ಲರ್ ಇದರ ಬಗ್ಗೆ ಎಲ್ಲ ಹೇಳುತ್ತ ಮೊದಲನೇ ಮಹಾಯುದ್ಧದ ಸಮಯದಲ್ಲಿ ಇದೆಲ್ಲ ಆಗಿದ್ದರಿಂದಲೇ ತನಗೆ ಜ್ಯೂಗಳ ಮೇಲೆ ದ್ವೇಷ ಎಂದು ಬರೆದುಕೊಂಡಿದ್ದಾನಂತೆ.

ಆದರೆ ಇದು ಸುಳ್ಳು ಎಂದು ಸಾಬೀತು ಪಡಿಸಲೋ ಎನ್ನುವಂತೆ 1994ರಲ್ಲಿ ಎಲಿಜಬೆತ್ ಗ್ರುನಾವರ್ ಎಂಬ ಮಹಿಳೆ ಎಲ್ಲಿಂದಲೋ ಪ್ರತ್ಯಕ್ಷವಾಗಿ, ಹಿಟ್ಲರ್ ಇದ್ದಕ್ಕಿದ್ದಂತೆ ಜ್ಯೂ ದ್ವೇಷಿಯಾಗಲಿಲ್ಲ, ಅವನು ಮೊದಲನೇ ಮಹಾಯುದ್ಧಕ್ಕೆ ಆರು ವರ್ಷ ಹಿಂದೆಯೂ ಅವರನ್ನು ದ್ವೇಷಿಸುತ್ತಿದ್ದ ಎಂಬ ಬಗ್ಗೆ ಅತ್ಯಂತ ಮುಖ್ಯವಾದ ಮಾಹಿತಿ ಕೊಡುತ್ತಾಳೆ! ಅವಳು ಮ್ಯೂನಿಕ್‌ನಲ್ಲಿ ತನ್ನ ಅಪ್ಪ-ಅಮ್ಮನ ಜೊತೆ ಇದ್ದಾಗ, ಹಿಟ್ಲರ್ ಅವರ ಮನೆಯಲ್ಲಿ ಬಾಡಿಗೆಗೆ ಇದ್ದನಂತೆ! ಆಗ ಎಲಿಜಬೆತ್ ತುಂಬ ಚಿಕ್ಕವಳು. ಹಾಗಾಗಿ ಅವಳಿಗೆ ನೇರವಾಗಿ ಯಾವುದೂ ನೆನಪಿಲ್ಲ.

'ಆದರೆ ನನ್ನ ಅಪ್ಪ ಹಿಟ್ಲರ್ ಬಗ್ಗೆ ಆ ನಂತರದ ದಿನಗಳಲ್ಲಿ ಹೇಳಿದ್ದ' ಎಂದು ಹೇಳುತ್ತಾಳೆ ಎಲಿಜಬೆತ್. ಹಿಟ್ಲರ್ ಮತ್ತೊಬ್ಬ ಗೆಳೆಯನೊಡನೆ ಅವರ ಮನೆಯಲ್ಲಿಯೇ ಬಾಡಿಗೆಗೆ ಇದ್ದನಂತೆ. ಸದಾ ಓದುತ್ತಲೇ ಇರುತ್ತಿದ್ದನಂತೆ. ಸ್ವಲ್ಪ ಕಾಲ ಕಳೆದ ನಂತರ ರಾತ್ರಿಯೆಲ್ಲ ಓದುತ್ತಲೇ ಇರುವವನ ಜೊತೆ ಬದುಕುವುದು ಕಷ್ಟವೆಂದು ಆತನ ಗೆಳೆಯ ಆ ಮನೆಯನ್ನು ಬಿಟ್ಟು ಹೊರಟುಹೋದನಂತೆ. ಆ ನಂತರ ಹಿಟ್ಲರ್‌ಗೆ ಮನೆ ಬಾಡಿಗೆ ಕಟ್ಟುವುದೂ ಕಷ್ಟವಾಗಿ ಹೋಗಿ ಒದ್ದಾಡುವಾಗ, ಅವನ ಸತತ ಓದನ್ನು ಕಂಡು ಪ್ರಭಾವಿತರಾಗಿದ್ದ ಎಲಿಜಬೆತ್ ತಂದೆ ಬಾಡಿಗೆಯಿಲ್ಲದೇ ಆ ಮನೆಯಲ್ಲಿರಲು ಹೇಳಿದರಂತೆ.

ಆ ನಂತರ ಹಿಟ್ಲರ್ ಎಲಿಜಬೆತ್ ತಂದೆಯ ಜೊತೆ ಯಾವಾಗಲೂ ಜ್ಯೂಗಳ ಕುರಿತು ಬಯ್ಯುತ್ತಲೇ ಇರುತ್ತಿದ್ದನಂತೆ. ತಾನು ಜರ್ಮನ್ ಸೈನ್ಯದಲ್ಲಿ ಕೆಲಸಕ್ಕೆ ಸೇರುತ್ತೇನೆ ಎಂದು ಸದಾ ಹೇಳುತ್ತಲಿರುತ್ತಿದ್ದನಂತೆ. ಆಗೆಲ್ಲ ಎಲಿಜಬೆತ್ ತಂದೆ 'ಅದೇಕೆ ಜರ್ಮನ್ ಸೈನ್ಯ? ಆಸ್ಟ್ರಿಯಾ ಸೈನ್ಯಕ್ಕೇ ಸೇರಬಹುದಲ್ಲ' ಎಂದು ಕೇಳುತ್ತಿದ್ದರಂತೆ. ಆಗೆಲ್ಲ ಹಿಟ್ಲರ್ 'ನನಗೆ ಆಸ್ಟ್ರಿಯಾ ಸೈನ್ಯ ಇಷ್ಟವಿಲ್ಲ... ಅದರಲ್ಲಿ ಬರೀ ಜ್ಯೂಗಳೇ

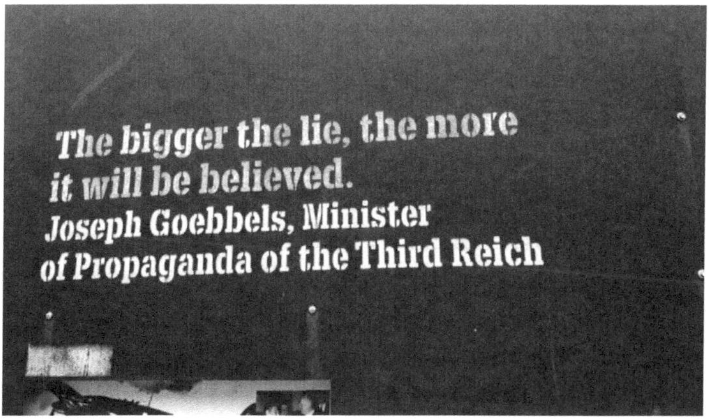

ಇದ್ದಾರೆ' ಎಂದು ತಿರಸ್ಕರಿಸುತ್ತಿದ್ದನಂತೆ. ಜ್ಯೂಗಳು ಸ್ಟಾಕ್ ಎಕ್ಸ್‌ಚೇಂಜ್ ಅನ್ನು ನಿಯಂತ್ರಿಸುತ್ತಾರೆ ಎಂದೂ ಬಯ್ಯುತ್ತಿದ್ದನಂತೆ. ಅದೇ ಕಾರಣಕ್ಕೆ ಅವನು ಆಸ್ಟ್ರಿಯಾ ದೇಶವನ್ನೇ ತೊರೆಯುವ ನಿರ್ಧಾರ ಮಾಡಿದ ಎಂದೂ ಹೇಳುತ್ತಾರೆ ಎಲಿಜಬೆತ್.

ಎಲಿಜಬೆತ್ ತಂದೆಯದ್ದು ಒಂದು ಅಂಗಡಿ ಇರುತ್ತದೆ. ಓದಿ ಓದಿ ಸಾಕಾದರೆ ಹಿಟ್ಲರ್ ಅವರ ಅಂಗಡಿಗೆ ಹೋಗಿ ಜ್ಯೂಗಳನ್ನು ಬಯ್ಯುತ್ತಾ ಕುಳಿತು ಬಿಡುತ್ತಿದ್ದನಂತೆ. ಅವನು ಬರುವುದು ನನಗೆ ತುಂಬ ತೊಂದರೆಯಾಗುತ್ತದೆ ವ್ಯವಹಾರದ ಸಮಯದಲ್ಲಿ ಎಂದು ಅವರು ಆಗಾಗ ಹೇಳುತ್ತಿದ್ದರಂತೆ. ಆದರೂ ಹೇಳಲಾಗದೇ ಸಹಿಸಿಕೊಂಡು ಸುಮ್ಮನಿರುತ್ತಿದ್ದರಂತೆ. ಹೀಗೆ ಸುಮಾರು 16 ತಿಂಗಳ ಕಾಲ ಅವರ ಮನೆಯಲ್ಲಿಯೇ ಇದ್ದ ಹಿಟ್ಲರ್ ಅನಂತರ ಜರ್ಮನ್ ಸೈನ್ಯದಲ್ಲಿ ಕೆಲಸಕ್ಕೆ ಸೇರಿ ಅಲ್ಲಿಂದ ಜಾಗ ಖಾಲಿ ಮಾಡಿದನಂತೆ. ಆ ನಂತರವೂ ಅವರೊಡನೆ ಸಂಪರ್ಕ ಕಡಿದುಕೊಳ್ಳದೆ ಆಗೀಗ ಪತ್ರ ಬರೆಯುತ್ತಿದ್ದನಂತೆ. ಅನಂತರ ರಾಜಕೀಯಕ್ಕಿಳಿಯುವ ಮೊದಲು ಅವರು ಬಾಡಿಗೆ ಹಣ ಪಡೆಯದೆ ಮಾಡಿದ ಉಪಕಾರಕ್ಕಾಗಿ ತನ್ನ 'ಮೈನ್ ಕಾಂಫ್' ಪುಸ್ತಕದಿಂದ ಬರುವ ರಾಯಲ್ಟಿಯನ್ನು ಎಲಿಜಬೆತ್ ಅಪ್ಪನ ಹೆಸರಿಗೆ ಬರೆಯುತ್ತಾನಂತೆ! ಇದನ್ನೆಲ್ಲ ನೋಡಿದರೆ ಅವನ ಜ್ಯೂ ದ್ವೇಷ ಮೊದಲನೇ ಮಹಾಯುದ್ಧಕ್ಕೆ ಮೊದಲೂ ಇತ್ತು ಎಂದರ್ಥವಲ್ಲವೇ ಎನ್ನುತ್ತಾರೆ ಎಲಿಜಬೆತ್. ಇದೆಲ್ಲದರಿಂದ ಮೊದಲನೇ ಮಹಾಯುದ್ಧದ ಸಮಯದಲ್ಲಿ ತನ್ನ ದ್ವೇಷ ಶುರುವಾದದ್ದು ಎನ್ನುವ ಹಿಟ್ಲರ್‌ನ ಮಾತು ಕೂಡಾ ಸುಳ್ಳು ಎಂದಾಗುತ್ತದೆ.

ಇದನ್ನೆಲ್ಲ ನೋಡಿದರೆ ಹಿಟ್ಲರ್ ಆರ್ಯನ್ ರಕ್ತ ಮಾತ್ರ ಶುದ್ಧವೆಂಬ ಶ್ರೇಷ್ಠತೆಯ ವ್ಯಸನದ ಒಂದೇ ಕಾರಣಕ್ಕಾಗಿ ಜ್ಯೂಗಳನ್ನು ಆ ಪರಿಯಾಗಿ ದ್ವೇಷಿಸಿದನೇನೋ ಎನ್ನುವ ಒಂದು ಕಾರಣ ಮಾತ್ರ ಉಳಿಯುತ್ತದೆ. ಹಿಟ್ಲರ್‌ಗೆ ನೀಲಿ ಕಣ್ಣುಗಳ, ತಿಳಿ ಗುಲಾಬಿ ಬಣ್ಣದ ಚರ್ಮದ, ಎತ್ತರದ ನಿಲುವಿನ ಆರ್ಯನ್ ಜನ ಮಾತ್ರ ಈ ಭೂಮಿಯಲ್ಲಿರಲು ಲಾಯಕ್ಕು ಎಂದಿತ್ತಂತೆ.

ಉಳಿದಂತೆ ಈ ಜಗತ್ತಿನಲ್ಲಿ ಮತ್ತೆ ಯಾರೂ ಉಳಿಯಬಾರದು! ಅಂದರೆ ಸಶಕ್ತ ಸಮಾಜವೊಂದು ನಿರ್ಮಾಣವಾಗಬೇಕಾದರೆ ಜ್ಯೂಗಳು, ರೊಮಾನಿಯರು (ರಾಜಸ್ಥಾನ್, ಹರಿಯಾಣ, ಪಂಜಾಬ್ ಪ್ರಾಂತ್ಯದಿಂದ 6–11ನೇ ಶತಮಾನದಲ್ಲಿ ಭಾರತ ಬಿಟ್ಟು ವಲಸೆ ಹೊರಟ ಜಿಪ್ಸಿ ಜನಾಂಗ). ಅಂಗವಿಕಲರು, ಸಲಿಂಗ ಪ್ರೇಮಿಗಳು, ಮಕ್ಕಳು, ಹೆಂಗಸರು, ಅಶಕ್ತರು, ಅನಾರೋಗ್ಯಕ್ಕೊಳಗಾದವರು, ಮಾನಸಿಕ ತೊಂದರೆಗೊಳಗಾದವರು ಯಾರೆಂದರೆ ಯಾರೂ ಉಳಿಯಬಾರದು! ಅಂದರೆ ಅವರನ್ನೆಲ್ಲ ಕೊಂದು ಬಿಸಾಡಬೇಕು! ಹೌದು ಕೊಂದು ಬಿಸಾಕಿದರೆ ಮಾತ್ರ ಈ ಜಗತ್ತಿನಲ್ಲಿ ಕುಲೀನ ಆರ್ಯನ್ ರಕ್ತ ಉಳಿಯುತ್ತದೆ. ಹೀಗೆ ಯೋಚಿಸಿ ಎರಡನೇ ಮಹಾಯುದ್ಧದ ಅವಧಿಯಲ್ಲಿ ಹಿಟ್ಲರ್‌ನಿಂದ ಕೊಲ್ಲಲ್ಪಟ್ಟ ಜ್ಯೂಗಳ ಸಂಖ್ಯೆ ಸುಮಾರು

ಆರು ಮಿಲಿಯನ್!! ಅಂದರೆ 60 ಲಕ್ಷ!!! ಹೀಗೆ ಲಕ್ಷಗಟ್ಟಳೆ ಜನರನ್ನು ಸಾಯಿಸುವ ಕ್ರೌರ್ಯ ಒಬ್ಬ ಮನುಷ್ಯನಲ್ಲಿ ಹೇಗೆ ಹುಟ್ಟುತ್ತದೆ?! ಅದೂ ಮಕ್ಕಳು ಮರಿಗಳೆನ್ನದೇ ಎಲ್ಲರನ್ನೂ ಗ್ಯಾಸ್ ಛೇಂಬರ್‌ಗೆ ತಳ್ಳಿ, ತಪ್ಪಿಸಿಕೊಳ್ಳಲಾಗದಂತೆ ಬಾಗಿಲು ಜಡಿದು ವಿಷದ ಅನಿಲ ಹಾಯಿಸಿ ಕೊಲ್ಲುವುದೆಂದರೆ? ವೈದ್ಯಕೀಯ ಪ್ರಯೋಗಗಳ ಮುಸುಕಿನಡಿಯಲ್ಲಿ ಲಕ್ಷಗಟ್ಟಳೆ ಜನರನ್ನು ಚಿತ್ರಹಿಂಸೆಗೊಳಪಡಿಸಿ ಸಾಯಿಸುವುದೆಂದರೆ? ಇದಕ್ಕೆಲ್ಲ ಯಾವ ಸಮಜಾಯಿಷಿ ಇದ್ದಿರಲು ಸಾಧ್ಯ.

ಹಿಟ್ಲರ್‌ನ ಜ್ಯೂ ದ್ವೇಷ ಮೊದಲ ದಿನದಿಂದಲೇ ತೀರಾ ಹಾಲೋಕಾಸ್ಟ್‌ನವರೆಗೆ ಹೋಗಿ ಬಿಡಲಿಲ್ಲ. ಮೊದಲಲ್ಲಿ ಅಂದರೆ 1933ರಲ್ಲಿ ಜರ್ಮನಿಯಲ್ಲಿ ಅಧಿಕಾರ ವಹಿಸಿಕೊಂಡರು ನಾಜ಼ಿಗಳು. ಸೆಪ್ಟೆಂಬರ್ 15, 1935ರಲ್ಲಿಯೇ ಎರಡು ಹೊಸ ಕಾನೂನುಗಳನ್ನು ಜಾರಿಗೆ ತಂದರು. ಆಗ ಜ್ಯೂಗಳ ವಿರುದ್ಧವಾಗಿ ಎರಡು ಕಾನೂನುಗಳನ್ನು ಜಾರಿಗೆ ತಂದರು...

ಒಂದು – ರೈಷ್ ಪೌರತ್ವ ಕಾನೂನು (Reich Citizenship Law)

ಎರಡು – ಜರ್ಮನ್ನರ ರಕ್ತ ಮತ್ತು ಗೌರವ ರಕ್ಷಣಾ ಕಾನೂನು (Law for the protection of german blood and honor)

ಇವೆರಡೂ ಕಾನೂನುಗಳು ಒಟ್ಟಾಗಿ ಸೇರಿ 'ನ್ಯೂರೆಂಬರ್ಗ್ ಲಾ' ಎಂದು ಕರೆಯಲ್ಪಟ್ಟವು.

ಈ ಕಾನೂನುಗಳನ್ನು ಜಾರಿಗೆ ತಂದ ಉದ್ದೇಶವೆಂದರೆ ತಾವು ಮಾಡುವುದೆಲ್ಲ ಕಾನೂನಿನ ಚೌಕಟ್ಟಿನೊಳಗೆ ಇದೆ, ಎಲ್ಲವೂ ನ್ಯಾಯದ ಪರಿಧಿಯೊಳಗಿದೆ ಎನ್ನುವ ಸೋಗು ಹಾಕುವುದು ಅಷ್ಟೇ. ತಾವು ಮಾಡುತ್ತಿರುವುದು ಕಾನೂನುಬಾಹಿರ ಎಂದು ಅವರಿಗೆ ಗೊತ್ತಿತ್ತು. ಹಾಗಾಗಿ ತಮ್ಮ ಉದ್ದೇಶಕ್ಕೆ ತಕ್ಕಂತೆ ಕಾನೂನನ್ನೇ ಬದಲಾಯಿಸಿಬಿಟ್ಟರೆ ಒಳ್ಳೆಯದಲ್ಲವಾ ಎನ್ನುವುದು ಅವರ ದೂರಾಲೋಚನೆ.

ರೈಷ್ ಪೌರತ್ವ ಕಾನೂನಿನ ಪ್ರಕಾರ ಜರ್ಮನ್ ರಕ್ತದವರು ಮಾತ್ರ ಜರ್ಮನಿಯ ನಾಗರಿಕರಾಗಲು ಅರ್ಹರು. ಅಂದರೆ ಜ್ಯೂಗಳು ಮತ್ತು ಉಳಿದೆಲ್ಲರೂ ಆ ದೇಶದ ಪೌರತ್ವ ಕಳೆದುಕೊಳ್ಳುತ್ತಾರೆ ಎಂದೇ ಲೆಕ್ಕ. ಪೌರತ್ವ ಕಳೆದುಕೊಂಡ ಮೇಲೆ ಅವರಿಗೆ ವೋಟ್ ಮಾಡುವ ಅಧಿಕಾರವೂ ಇಲ್ಲ. ಹಾಗಾದ ಮೇಲೆ ಅವರಿಗೆ ಜರ್ಮನ್ ಪಾಸ್‌ಪೋರ್ಟ್ ಇಲ್ಲ ಎಂದಾಯಿತು. ಅಂದಮೇಲೆ ಅವರಿಗೆ ಜರ್ಮನಿ ದೇಶದಲ್ಲಿ ನೆಲೆಯಿಲ್ಲ. ಹಾಗಂತ ಅವರು ಜರ್ಮನಿ ಬಿಟ್ಟು ಹೊರಡಲು ವೀಸಾ ಕೂಡಾ ತೆಗೆದುಕೊಳ್ಳುವಂತಿಲ್ಲ! ಪಾಸ್ ಪೋರ್ಟೇ ಇಲ್ಲದವರಿಗೆ ವೀಸಾ ಹೇಗೆ ದೊರಕಲು ಸಾಧ್ಯ...? ಹೀಗೆ ವ್ಯವಸ್ಥಿತವಾಗಿ ಜರ್ಮನ್ ಅಲ್ಲದವರ ರೆಕ್ಕೆಪುಕ್ಕ ಎಲ್ಲವನ್ನೂ ತರಿದುಹಾಕುತ್ತದೆ ಈ ಕಾನೂನು.

ಆದರೆ ಬರಿಯ ರೆಕ್ಕೆಪುಕ್ಕ ತರಿದರೆ ಏನಾಗುತ್ತದೆ? ಹಾರುವುದನ್ನು

ತಡೆಯಬಹುದಷ್ಟೇ.

ಆದರೆ ಅದಷ್ಟೇ ಸಾಕಾಗದು.

ಅವರಿಗೆ ನಡೆಯಲೂ ಆಗದಂತೆ, ತೆವಳಲೂ ಆಗದಂತೆ ಕೈ ಕಾಲುಗಳಿಗೆ ಬೇಡಿ ತೊಡಿಸಿದರೆ ಮಾತ್ರ ಅಂಕೆಯಲ್ಲಿಡಬಹುದು, ತುಳಿಯಬಹುದು

ಹೀಗೆಂದು ಯೋಚಿಸಿ ತಂದ ಕಾನೂನು ಎರಡನೆಯದ್ದು.

ಅದರ ಕಠಿಣ ನಿಯಮಗಳಂತೂ ಜ್ಯೂಗಳ ಉಸಿರುಗಟ್ಟಿಸಲೆಂದೇ ಸೃಷ್ಟಿ ಮಾಡಿದಂತಿತ್ತು.

ಜರ್ಮನ್ ರಕ್ತದ ಪರಿಶುದ್ಧತೆಯನ್ನು ಕಾಪಾಡಬೇಕೆಂದರೆ ಅದು ಬೇರೆ ರಕ್ತದವರೊಡನೆ ಬೆರೆಯಬಾರದು ಅನ್ನುವುದು ನಾಝಿಗಳ ವಿಚಿತ್ರ ಲೆಕ್ಕಾಚಾರ. ಹಾಗಾಗಿ ಜ್ಯೂಗಳು ಯಾವುದೇ ಕಾರಣಕ್ಕೂ ಜರ್ಮನ್ನರನ್ನು ಮದುವೆಯಾಗುವಂತಿಲ್ಲ, ಹಾಗೆ ಮಾಡಿಕೊಂಡಿದ್ದೇ ಆದರೂ ಅದು ಕಾನೂನಿನ ಪ್ರಕಾರ ಊರ್ಜಿತ ಮದುವೆಯಲ್ಲ ಎನ್ನುವ ನಿಯಮ ಹೇರುತ್ತದೆ ಈ ಹೊಸ ಕಾನೂನು. ಮದುವೆಯ ಮಾತಿರಲಿ, ಜ್ಯೂಗಳು ಜರ್ಮನ್ನರೊಡನೆ ವಿವಾಹೇತರ ಅಕ್ರಮ ಸಂಬಂಧವನ್ನೂ ಇಟ್ಟುಕೊಳ್ಳುವಂತಿಲ್ಲ, ಲೈಂಗಿಕ ಸಂಬಂಧವನ್ನೂ ಹೊಂದುವಂತಿಲ್ಲ, ಜೊತೆಗೆ ಮನೆಗೆಲಸಕ್ಕೆ ಕೂಡಾ 45 ವರ್ಷಕ್ಕಿಂತ ಕಡಿಮೆ ವಯಸ್ಸಿನ ಜರ್ಮನ್ ಹೆಂಗಸರನ್ನು ನೇಮಿಸಿಕೊಳ್ಳುವಂತಿಲ್ಲ ಈ ರೀತಿ ಕಾನೂನು ಕಟ್ಟಳೆಗಳನ್ನು ಹೇರಲಾಗುತ್ತದೆ. ಎಷ್ಟು ಲೆಕ್ಕಾಚಾರ ನೋಡಿ! ಒಟ್ಟಿನಲ್ಲಿ ಮದುವೆಯಲ್ಲಾಗಲೀ, ವಿವಾಹೇತರ ಅಕ್ರಮ ಸಂಬಂಧದಿಂದಾಗಲೀ ಅಥವಾ ಕೇವಲ ಲೈಂಗಿಕ ಸಂಪರ್ಕದಿಂದಾಗಲೀ ಕುಲೀನ ಆರ್ಯನ್ ರಕ್ತ ಮತ್ತು ಜ್ಯೂಗಳ ರಕ್ತ ಬೆರೆಯಬಾರದು, ಹಾಗೂ ಅಂಥ ಸಂಪರ್ಕದಿಂದ ಮಕ್ಕಳು ಹುಟ್ಟಿಬಿಡಬಾರದು!

ಆದರೆ ಇಲ್ಲಿ ಸಮಸ್ಯೆ ಏನಾಗಿತ್ತು ಎಂದರೆ ಅನೇಕ ಜ್ಯೂಗಳನ್ನು ಹೊರನೋಟಕ್ಕೆ ಗುರುತಿಸಲು ಆಗದಂತಾಗಿ ಹೋಗಿತ್ತು. ಅವರು ಜರ್ಮನ್ನರೊಡನೆ ಬೆರೆತು ಹೊರ ವೇಷಭೂಷಣಗಳಲ್ಲಿ, ಅವರ ಧಾರ್ಮಿಕ ಅಭ್ಯಾಸಗಳಲ್ಲಿ ಅವರನ್ನು ಜ್ಯೂಗಳೆಂದು ಗುರುತಿಸಲೇ ಆಗದಂತಾಗಿ ಹೋಗಿತ್ತು. ಕೆಲವರು ಕ್ರಿಶ್ಚಿಯನ್ನರನ್ನು ಮದುವೆಯಾಗಿ ಮತಾಂತರ ಹೊಂದಿದ್ದರು. ಹಾಗೆ ಮದುವೆಯಾಗದವರು ಕೂಡಾ ಸ್ಥಳೀಯರೊಡನೆ ಬೆರೆತು ಕ್ರಿಸ್‌ಮಸ್ ಮುಂತಾದ ಹಬ್ಬಗಳನ್ನು ಆಚರಿಸಿಕೊಂಡು ಸುಖವಾಗಿದ್ದು ಬಿಟ್ಟಿದ್ದರು. ಹೀಗಾಗಿಬಿಟ್ಟರೆ ಹೇಗೆ? ಇದಕ್ಕೇನಾದರೂ ಮಾಡಬೇಕು ಎಂದು ಯೋಚಿಸಿ ಜ್ಯೂಗಳೆಂದರೆ ಯಾರು ಎನ್ನುವ ಮಾರ್ಗಸೂಚಿಯನ್ನೂ ಅನುಷ್ಠಾನಕ್ಕೆ ತರಲಾಯಿತು.

ಅದರ ಪ್ರಕಾರ – ನೀವು ಕ್ರಿಶ್ಚಿಯನ್ನರಂತೆಯೇ ಬದುಕಿದರೂ ಸರಿ, ನಮಗೆ ಅವೆಲ್ಲ ಲೆಕ್ಕಕ್ಕಿಲ್ಲ. ನಮ್ಮ ಲೆಕ್ಕದಲ್ಲಿ ತಾಯಿ-ತಂದೆ ಇಬ್ಬರೂ ಜ್ಯೂಗಳಾಗಿದ್ದರೆ ಅಥವಾ ಎರಡು

ಅಜ್ಜ ಹಾಗೂ ಎರಡು ಅಜ್ಜಿಯರಲ್ಲಿ, ಕನಿಷ್ಠ ಪಕ್ಷ ಮೂರು ಜನ ಜ್ಯೂಗಳಾಗಿದ್ದರೆ ಅವರನ್ನು ಜ್ಯೂಗಳೆಂದೇ ಪರಿಗಣಿಸಲ್ಪಡಬೇಕು ಎಂದು ತೀರ್ಮಾನಿಸಲ್ಪಟ್ಟಿತು. ಹುಟ್ಟಿನಿಂದ ಜ್ಯೂಗಳಾದವರು ಆ ನಂತರ ಕ್ರಿಶ್ಚಿಯನ್ನರಾಗಿ ಮತಾಂತರ ಹೊಂದಿದ್ದರೂ ಅವರನ್ನು ಜ್ಯೂಗಳೆಂದೇ ಪರಿಗಣಿಸಬೇಕು ಎನ್ನುತ್ತಿತ್ತು ಈ ಹೊಸ ಕಾನೂನು!

ಮತಾಂತರಗೊಂಡರೆ ಅವರ ಧಾರ್ಮಿಕ ನಿಲುವುಗಳನ್ನು ಬದಲಾಯಿಸಬಹುದೇ ಹೊರತು, ಅವರ ದೇಹದೊಳಗೆ ಹರಿಯುವ ಜ್ಯೂ ರಕ್ತವನ್ನಂತೂ ಬದಲಾಯಿಸ ಲಾಗುವುದಿಲ್ಲವಲ್ಲ! ಹಾಗಾಗಿ ಅವರು ಮತಾಂತರಗೊಂಡರೂ ಜ್ಯೂಗಳೇ ಎಂದರು. ಅಲ್ಲಿಗೆ ಅವರ ವಿಧಿಬರಹವನ್ನು ಬರೆದಿದ್ದರು ನಾಜ಼ಿಗಳು. ಯಾವುದೇ ರೀತಿಯಲ್ಲಿ ತಪ್ಪಿಸಿಕೊಳ್ಳುವ ಮಾತೇ ಇಲ್ಲ. ಈ ಹೊಸ ಕಾನೂನಿನ ಅಡಿಯಲ್ಲಿ ತಾವು ಜ್ಯೂಗಳೆಂಬುದೇ ಮರೆತು ಕ್ರಿಶ್ಚಿಯನ್ನರೇ ಆಗಿಹೋಗಿದ್ದಂಥ ಲಕ್ಷಗಟ್ಟಳೆ ಜನರು ಜ್ಯೂಗಳೆಂದೇ ಪರಿಗಣಿಸಲ್ಪಟ್ಟರು!

ಇದಲ್ಲದೇ ಸಾಮಾಜಿಕವಾಗಿ, ಆರ್ಥಿಕವಾಗಿ ಕೂಡಾ ಜ್ಯೂಗಳಿಗೆ ಬಹಳ ಕಷ್ಟಗಳು ಎದುರಾದವು. ಜ್ಯೂಗಳು ನಡೆಸುತ್ತಿದ್ದ ಅಂಗಡಿಗಳ ಮೇಲೆ ದಾಳಿ ಮಾಡಿ, ಅದರಲ್ಲಿನ ಸಾಮಾನುಗಳನ್ನೆಲ್ಲ ಧ್ವಂಸ ಮಾಡುವ ಹೀನ ಕಾರ್ಯ ಶುರುವಾಯಿತು. ಜ್ಯೂ ಲಾಯರ್‌ಗಳು ಕೇಸ್ ತೆಗೆದುಕೊಳ್ಳದಂತೆ, ಪತ್ರಿಕೆಗಳಿಗೆ ಜ್ಯೂ ಸಂಪಾದಕರನ್ನು ನೇಮಿಸದಂತೆ, ಜ್ಯೂ ಡಾಕ್ಟರ್‌ಗಳು ಜ್ಯೂ ರೋಗಿಗಳಲ್ಲದೇ ಬೇರೆಯವರಿಗೆ ಚಿಕಿತ್ಸೆ ಕೊಡದಂತೆ, ಸರಕಾರಿ ಕೆಲಸಗಳನ್ನು ಕೊಡದಂತೆ, ಸರಕಾರಿ ಗುತ್ತಿಗೆಗಳನ್ನು ಕೊಡದಂತೆ, ಸ್ವಂತ ಭೂಮಿ ಹೊಂದದಂತೆ ಹತ್ತು ಹಲವಾರು ನಿಯಮಗಳನ್ನು ಹೇರಲಾಯಿತು.

ಇದಲ್ಲದೇ ಜ್ಯೂಗಳು ವೈದ್ಯಕೀಯ, ದಂತ ವೈದ್ಯ, ಫಾರ್ಮಸಿ, ಕಾನೂನು ಪರೀಕ್ಷೆಗಳನ್ನು ತೆಗೆದುಕೊಳ್ಳುವಂತಿಲ್ಲ ಎಂಬ ಕಾನೂನು ಬಂದಿತು. ಇಷ್ಟೂ ಸಾಲದು ಎಂದು ಸಾರ್ವಜನಿಕ ಸಾರಿಗೆ ವಾಹನಗಳಲ್ಲಿ ಪ್ರಯಾಣಿಸುವಂತಿಲ್ಲ, ಮ್ಯೂಸಿಯಮ್, ಆಟದ ಮೈದಾನ, ಗ್ರಂಥಾಲಯ, ಥಿಯೇಟರ್ ಪ್ರವೇಶಿಸುವಂತಿಲ್ಲ, ಮನೆಯಲ್ಲಿ ಸಾಕುಪ್ರಾಣಿಗಳನ್ನು ಇರಿಸಿಕೊಳ್ಳುವಂತಿಲ್ಲ, ಸಾರ್ವಜನಿಕ ಟೆಲಿಫೋನ್‌ಗಳನ್ನು ಬಳಸುವಂತಿಲ್ಲ, ಫರ್ ಕೋಟ್‌ಗಳನ್ನು ಹೊಂದುವಂತಿಲ್ಲ, ಹಾಲು ಮೊಟ್ಟೆ ಬಳಸುವಂತಿಲ್ಲ ಎಂಬ ವಿಚಿತ್ರ, ಹಾಸ್ಯಾಸ್ಪದ ನಿಯಮಗಳನ್ನು ಒಂದಾದ ಮೇಲೊಂದರಂತೆ ಜ್ಯೂಗಳ ಮೇಲೆ ಹೇರಿದರು. ಜ್ಯೂಗಳು ಬರೆದ ಪುಸ್ತಕಗಳನ್ನು ದೇಶದಾದ್ಯಂತ ಹುಡುಕಿ ಹುಡುಕಿ ಸುಟ್ಟು ಹಾಕಿದರು.

ಆ ನಂತರ ಜ್ಯೂಗಳು ಎಲ್ಲಿದ್ದರೂ ಗುರುತಿಸುವ ಹಾಗೆ ಭುಜದ ಮೇಲೆ ಹಳದಿ ನಕ್ಷತ್ರದ ಗುರುತು ಪಟ್ಟಿ ಧರಿಸಲೇಬೇಕು ಎಂದರು.

ಜರ್ಮನ್ನರು ಓಡಾಡುತ್ತಿದ್ದರೆ ಜ್ಯೂಗಳು ಟೋಪಿ ತೆಗೆದು ನಡೆಯಬೇಕು ಎಂದರು.
ಜರ್ಮನ್ ರಾಷ್ಟ್ರಧ್ವಜವನ್ನು ಜ್ಯೂಗಳು ಹಾರಿಸುವಂತಿಲ್ಲ ಎಂದರು.
ಜ್ಯೂಗಳ ಮನೆಯ ಮುಂದೆ ಎಲ್ಲರಿಗೂ ಗೊತ್ತಾಗುವ ಹಾಗೆ ನಕ್ಷತ್ರದ ಗುರುತು ಹಾಕಲೇಬೇಕು ಎಂದರು...
ಒಟ್ಟಿನಲ್ಲಿ ಶ್ರೇಷ್ಠತೆಯ ವ್ಯಸನಕ್ಕೆ ಬಲಿಯಾದರೆ ಇಂಥ ಹುಚ್ಚು ಆಲೋಚನೆಗಳಲ್ಲದೇ ಇನ್ನೆಂಥ ಆಲೋಚನೆಗಳು ಮೂಡಿಯಾವು?
ಈ ಕಾನೂನುಗಳನ್ನು ಉಲ್ಲಂಘಿಸಿದರೆ ಕಾರಾಗೃಹ ವಾಸ ಮತ್ತು ದಂಡ ಗ್ಯಾರಂಟಿ!
ಒಟ್ಟಿನಲ್ಲಿ ಜ್ಯೂಗಳ ಆರ್ಥಿಕ ಪರಿಸ್ಥಿತಿ ಹದಗೆಟ್ಟು, ಸಾಮಾಜಿಕವಾಗಿ ಉಸಿರುಗಟ್ಟಿ ಬದುಕುವಂಥ ಪರಿಸ್ಥಿತಿ ಎದುರಾಯಿತು.

ಇಷ್ಟಾದ ನಂತರ ಜ್ಯೂಗಳಿಗೆ ಮಾತ್ರ ಕಟ್ಟಳೆ ಹೇರಿದರೆ ಸಾಕಾ? ಉಳಿದ ಕೀಳು ರಕ್ತದವರಾದ ರೊಮಾನಿ ಬುಡಕಟ್ಟು ಜನಾಂಗದವರು ಮತ್ತು ಕಪ್ಪು ಜನರು ಜರ್ಮನ್ನರ ಕುಲೀನ ರಕ್ತದ ಜೊತೆಗೆ ಬೆರೆತುಬಿಟ್ಟರೆ? ಅಯ್ಯೋ ಅನಾಹುತವಾಗುತ್ತದೆ ಎಂಬ ಆಲೋಚನೆ ಮೂಡಿದ್ದೇ ತಡ, ಅದೇ ವರ್ಷದ ನವೆಂಬರ್ 26ರಂದು ಆ ಕಾನೂನು–ರೊಮಾನಿ ಮತ್ತು ಕಪ್ಪು ವರ್ಣದ ಜನರಿಗೂ ಅನ್ವಯಿಸುತ್ತದೆ ಎಂಬ ತಿದ್ದುಪಡಿ ತಂದರು.

ಇಷ್ಟಾದ ನಂತರವೂ ನಾಜ಼ಿಗಳಿಗೆ ಯಾಕೋ ಜ್ಯೂಗಳಿಗೆ ಇಷ್ಟು ಕಡಿಮೆ ಕಷ್ಟ ಕೊಟ್ಟಿದ್ದು ಸಮಾಧಾನ ಕೊಡಲಿಲ್ಲ. ಹಾಗಾಗಿ ಆ ನಂತರದ ಹಂತ ಜ್ಯೂಗಳನ್ನು ಇತರರಿಂದ ಪ್ರತ್ಯೇಕಿಸುವ ಗೆಟ್ಟೋಗಳದ್ದು. ಆ ಸಮಯದಲ್ಲಿ ಭುಗಿಲೆದ್ದ ಟೈಫಾಯಿಡ್ ಜ್ವರದ ನೆಪದಲ್ಲಿ 'ಜ್ಯೂಗಳೆಲ್ಲರೂ ಕೊಳಕರು. ಅವರಿಂದಲೇ ಈ ರೋಗ ಹರಡುತ್ತಿದೆ' ಎಂಬ ಸುದ್ದಿ ಹರಡಿ, ಊರಿನಲ್ಲೇ ಒಂದಿಷ್ಟು ಸಣ್ಣ ಸ್ಥಳಗಳನ್ನು ಜ್ಯೂಗಳಿಗೆಂದೇ ನಿಗದಿ ಮಾಡಿ, ಅವರೆಲ್ಲರೂ ಅಲ್ಲಿಯೇ ಉಳಿಯಬೇಕೆನ್ನುವ ಹೊಸ ಕಾನೂನು ತರಲಾಯಿತು. ಸಣ್ಣದೊಂದು ಜಾಗದಲ್ಲಿ ಒಂದೊಂದು ಪುಟ್ಟ ಮನೆಯಲ್ಲಿ ಪ್ರಾಣಿಗಳಂತೆ ಬದುಕಲು ಶುರು ಮಾಡಿದರು ಜ್ಯೂಗಳು. ಒಂದೊಂದು ಚಿಕ್ಕ ಮನೆಯಲ್ಲೂ 30–35 ಜನ... ಅದೂ ಒಂದೇ ಸಂಸಾರದವರೇನಲ್ಲ. ಸಣ್ಣ ಮನೆಗಳ ಒಂದೊಂದು ಮೂಲೆಯಲ್ಲಿ ಒಂದೊಂದು ಸಂಸಾರ! ಆ ರೀತಿಯ ಸಾವಿರಾರು ಗೆಟ್ಟೋಗಳನ್ನು ನಿರ್ಮಿಸಲಾಯಿತು.

ಮೊದಲಲ್ಲಿ ಜ್ಯೂಗಳು ಆ ಸ್ಥಳದಲ್ಲಿಯೇ ಇರಬೇಕೆನ್ನುವ ಕಾನೂನು ಮಾತ್ರ ತಂದರು. ಆಗ ಇನ್ನೂ ಬೇಲಿಯಿಂದ ಆ ಜಾಗವನ್ನು ಪ್ರತ್ಯೇಕಿಸಿರಲಿಲ್ಲ. ಆ ನಂತರ ಅದೂ ಕೂಡಾ ಯಾಕೋ ಕಡಿಮೆ ಎನ್ನಿಸಿ, ಗೆಟ್ಟೋಗಳ ಸುತ್ತಲೂ ಮುಳ್ಳು ಬೇಲಿ ಬಿಗಿದು, ಜ್ಯೂಗಳು ಅಲ್ಲಿಂದ ಹೊರಬರಲು ಪ್ರಯತ್ನಿಸಿದರೆ ಕಂಡಲ್ಲಿ ಗುಂಡಿಟ್ಟು ಸಾಯಿಸುವ ಹೊಸ ಕಾನೂನು ತಂದರು. ಗೆಟ್ಟೋಗಳ ಆಚೆ ಇರುವ ಭಾಗವನ್ನು

ಆರ್ಯನ್ನರ ಜಾಗ ಎಂದು ಕರೆದರು. ಆರ್ಯನ್ನರ ಜಾಗದಲ್ಲಿ ಜರ್ಮನ್ನರು ಮಾತ್ರ ಇರಬೇಕಿತ್ತು. ಅಲ್ಲಿ ಬೇರೆಯವರು ಓಡಾಡಿದರೆ ಅವರನ್ನು ಗೆಟ್ಟೋಗಳಿಗೆ ತಳ್ಳುತ್ತಿದ್ದರು. ಆರ್ಯನ್ನರ ಭಾಗದಲ್ಲಿ ಜೀವಿಸುವವರು ತಮ್ಮ ಹೆಸರನ್ನು ನೋಂದಾಯಿಸಿ 'ಆರ್ಯನ್ ಸರ್ಟಿಫಿಕೇಟ್' ಅಥವಾ 'ಕ್ರಿಶ್ಚಿಯನ್ ಸರ್ಟಿಫಿಕೇಟ್' ಪಡೆದು ಅದನ್ನು ಸದಾ ಕೈನಲ್ಲೇ ಹಿಡಿದು ಓಡಾಡುವುದು ಅನಿವಾರ್ಯವಾಗಿತ್ತು. ಅದನ್ನು ಜೊತೆಗೆ ಒಯ್ಯದೆ ಓಡಾಡುವವರನ್ನು ಕೂಡಾ ನಿರ್ದಾಕ್ಷಿಣ್ಯವಾಗಿ ಗುಂಡಿಕ್ಕಿ ಕೊಲ್ಲಲಾಗುತ್ತಿತ್ತು.

ಹೀಗೆ ಶುರುವಾದ ಗೆಟ್ಟೋ ವಾಸ ಬರಬರುತ್ತಾ ಮತ್ತಿಷ್ಟು ಕಠಿಣವಾಗುತ್ತಾ ಹೋಗಿ, ಗೆಟ್ಟೋಗಳಲ್ಲಿರುವವರಿಗೆ ತಿನ್ನಲು ಆಹಾರ ಸಾಮಗ್ರಿಗಳನ್ನು ಕೂಡಾ ನಾಜಿಗಳೇ ಪೂರೈಸಲಾರಂಭಿಸಿದರು. ದಿನಕ್ಕೆ ಮನುಷ್ಯನೊಬ್ಬನ ಹೊಟ್ಟೆಗೆ ಕಡಿಮೆಯೆಂದರೂ 1200–1500 ಕ್ಯಾಲೊರಿಗಳು ಬೇಕು. ಆದರೆ ನಾಜಿಗಳು ಕೊಡುತ್ತಿದ್ದುದು ಕೇವಲ 250 ಕ್ಯಾಲೊರಿಯಷ್ಟು ಆಹಾರ ಮಾತ್ರ. ಹೀಗೆ ಹಸಿವಿನಲ್ಲಿ ನರಳುತ್ತ ನಿಶಕ್ತರಾದ ಸಾಕಷ್ಟು ಜ್ಯೂಗಳು ಅಪೌಷ್ಟಿಕತೆಯಿಂದ ನರಳುತ್ತ, ರೋಗಗಳಿಗೆ ತುತ್ತಾಗಿ ಸಾಯಲಾರಂಭಿಸಿದರು. ಅವರಿಗೆ ಔಷಧಿಯಾಗಲಿ, ವೈದ್ಯಕೀಯ ಸವಲತ್ತಾಗಲಿ ಸಿಗುವಂತಿರಲಿಲ್ಲ. ಸಾಕಷ್ಟು ಸಂಖ್ಯೆಯಲ್ಲಿ ಶೌಚಾಲಯಗಳು ಕೂಡಾ ಇರಲಿಲ್ಲ. ಇದೆಲ್ಲದರ ಪರಿಣಾಮವಾಗಿ ಸಾಂಕ್ರಾಮಿಕ ರೋಗಗಳು ಹರಡುತ್ತ ಹೋದವು. ಹೀಗಾಗಿ 'ನೈಸರ್ಗಿಕ' ಕಾರಣದಿಂದ ಸಾವಿರಾರು ಜನರು ಹುಳಗಳಂತೆ ಸಾಯಲಾರಂಭಿಸಿದರು. ಜ್ಯೂಗಳ ದಾರುಣ ಬದುಕನ್ನು ಕಂಡು ಯಾರಾದರೂ ಸಹಾಯ ಮಾಡಲೆತ್ನಿಸಿದರೆ ಅವರನ್ನೂ ಗಲ್ಲಿಗೇರಿಸಲಾಗುತ್ತಿತ್ತು. ಹಾಗಾಗಿ ಆರ್ಯನ್ನರು ಮತ್ತು ಉಳಿದ ಪೋಲಿಷರು ಜ್ಯೂಗಳಿಗೆ ಸಹಾಯ ಮಾಡುವ ಪ್ರಯತ್ನ ಮಾಡಲು ಕೂಡಾ ಹೆದರುವ ಪರಿಸ್ಥಿತಿ ಬಂದಿತು.

ಇಷ್ಟೆಲ್ಲ ಆದರೂ ನಾಜಿಗಳಿಗೆ ಸಮಾಧಾನವಿಲ್ಲ. ಜ್ಯೂಗಳನ್ನು ಯೂರೋಪ್‌ನಿಂದಲೇ ಹೊರದಬ್ಬಬೇಕೆನ್ನುವಷ್ಟು ಆಕ್ರೋಶ. ಜ್ಯೂಗಳು, ರೊಮಾನಿಗಳು ಮತ್ತು ಕಪ್ಪು ಬಣ್ಣದ ಜನರು ಇವರು ಮೂರೂ ಜನಾಂಗಗಳು ಶುದ್ಧ ಆರ್ಯನ್ನರಿರುವಲ್ಲಿ ಇರಲು ಯೋಗ್ಯತೆಯೇ ಹೊಂದಿಲ್ಲ ಎಂದು ತೀರ್ಮಾನಿಸಿ ಅವರನ್ನು ಮಡಗಾಸ್ಕರ್, ಪ್ಯಾಲೆಸ್ಟೈನ್, ಸೈಬೀರಿಯಾಗಳಿಗೆ ರವಾನೆ ಮಾಡಿದರೆ ಹೇಗೆ ಎಂಬ ಯೋಚನೆ ಮಾಡಿದರು. ಆದರೆ ಇದಕ್ಕೆ ತಗಲುವ ಖರ್ಚುವೆಚ್ಚಗಳನ್ನು ಲೆಕ್ಕ ಹಾಕಿದರೆ ಅದು ಕೂಡಾ ಸ್ವಲ್ಪ ಕಷ್ಟವೇ ಎಂದು ಮನವರಿಕೆಯಾಯಿತು. ಹಾಗಾಗಿ ಜನವರಿ 20, 1942ರಂದು ಹೈನ್ರಿಕ್ ಹಿಮ್ಲರ್‌ನ ನೇತೃತ್ವದಲ್ಲಿ ನಡೆದ ವನ್ಸೀ ಕಾನ್ಫರೆನ್ಸ್‌ನಲ್ಲಿ ಇಡೀ ಜ್ಯೂ ಸಂತತಿಯನ್ನೇ ನಿರ್ನಾಮ ಮಾಡಬೇಕು ಎಂಬ ಅತ್ಯಂತ ಮಹತ್ವದ ನಿರ್ಧಾರ ಕೈಗೊಂಡರು! ತಾವು ಈ ರೀತಿಯಲ್ಲಿ ಅವರನ್ನು ಗೆಟ್ಟೋಗಳಲ್ಲಿಟ್ಟು ಕಷ್ಟ ಕೊಡುತ್ತಲಿದ್ದರೆ ಯಾವ ಕಾಲಕ್ಕೆ ಅಷ್ಟೂ ಜ್ಯೂಗಳನ್ನು ಕೊಂದು ಮುಗಿಸುವುದು?

ಈಗ ಕೊಲ್ಲುತ್ತಿರುವ ಸ್ಪೀಡ್ ಯಾತ್ಯಾತಕ್ಕೂ ಸಾಲದು. ಅತ್ಯಂತ ತ್ವರಿತಗತಿಯಲ್ಲಿ ಎಲ್ಲರನ್ನು ಕೊಂದು ಮುಗಿಸಲು ಎಕ್ಸ್‌ಟರ್ಮಿನೇಷನ್ ಕ್ಯಾಂಪ್‌ಗಳಿಂದ ಮಾತ್ರ ಸಾಧ್ಯ ಎಂದು ಜ್ಞಾನೋದಯವಾಗಿ ಬಿಟ್ಟಿತು.

ಅಲ್ಲಿಯವರೆಗೆ ಯುದ್ಧ ಖೈದಿಗಳನ್ನು ಕೂಡಿಡುವ ಕಾನ್ಸನ್ಟ್ರೇಷನ್ ಕ್ಯಾಂಪ್, ಮತ್ತು ದುಡಿಮೆಗೆ ಹಚ್ಚುವ ಲೇಬರ್ ಕ್ಯಾಂಪ್ ಮಾತ್ರ ಇದ್ದವು. ಕಾನ್ಸನ್ಟ್ರೇಷನ್ ಕ್ಯಾಂಪ್‌ಗಳಿಗೆ ರವಾನಿಸಲ್ಪಟ್ಟ ಖೈದಿಗಳಿಗೆ ಬದುಕಿರುವವರೆಗೆ ಅಥವಾ ಗಲ್ಲು ಶಿಕ್ಷೆಯಾಗುವವರೆಗೆ ಊಟ ಹಾಕಬೇಕು. ಇನ್ನು ಲೇಬರ್ ಕ್ಯಾಂಪ್‌ನಲ್ಲೂ ಕೆಲಸ ಮಾಡಿ ಮಾಡಿ, ಹೊಟ್ಟೆಗಿಲ್ಲದೇ, ರೋಗಗಳು ಅಮರಿಕೊಂಡು ಸಾಯುವುದು ತೀರಾ ನಿಧಾನದ ಪ್ರಕ್ರಿಯೆ.

ಹಾಗಾಗಿ ಅದೆಲ್ಲಕ್ಕೂ ಮೀರಿದ ಎಕ್ಸ್‌ಟರ್ಮಿನೇಷನ್ ಕ್ಯಾಂಪ್‌ಗಳನ್ನು ನಿರ್ಮಿಸಿ, ಜನರನ್ನು ಸಾಮೂಹಿಕ ನರಮೇಧ ಮಾಡಿದರೆ ಬೇಗ ಕೆಲಸ ಮುಗಿಯುತ್ತದೆ ಎಂಬ ಅವರ ಯೋಚನೆ ಅವರಿಗೇ ಖುಷಿ ಎನ್ನಿಸಿ ಅದಕ್ಕೆ 'Final Solution to Jew Question' ಎಂದು ಕರೆದರು! ಜ್ಯೂಗಳೆಂಬುವರನ್ನೇನು ಮಾಡಬೇಕು ಎನ್ನುವ ಪ್ರಶ್ನೆಗೆ ಉತ್ತರ ಸಿಕ್ಕೇ ಬಿಟ್ಟಿರುತ್ತದೆ ಕೊನೆಗೂ...!

ಇಂಥ "ಮಹತ್ವದ" ನಿರ್ಧಾರ ಕೈಗೊಂಡ ಮೇಲೆ ಹಿಮ್ಲರ್‌ಗೆ ಬರಿದೇ ಗಂಡಸರನ್ನು ಕೊಲ್ಲಬೇಕೇ ಅಥವಾ ಜೊತೆಗೆ ಹೆಂಗಸರು ಮತ್ತು ಮಕ್ಕಳನ್ನೂ ಸಾಯಿಸಬೇಕೇ... ಆದರೆ ಹೆಂಗಸರು ಮಕ್ಕಳನ್ನು ಸಾಯಿಸುವುದು ಸರಿಯೇ ಎನ್ನುವ 'ಮಾನವೀಯತೆಯ ಪ್ರಶ್ನೆ' ಎದ್ದು ಬಿಡುತ್ತದೆ!! ಆ ಕುರಿತು ಹಿಮ್ಲರ್ ಹೇಳುತ್ತಾನೆ – 'ಬರಿ ಗಂಡಸರನ್ನು ಮಾತ್ರ ಸಾಯಿಸುವುದು ನ್ಯಾಯವೇ ಹೇಳಿ? ಹೆಂಗಸರು ಮತ್ತು ಮಕ್ಕಳನ್ನು ಉಳಿಸಿಬಿಟ್ಟರೆ ಮತ್ತೆ ಜ್ಯೂಗಳ ಸಂತತಿಯವರು ನಮ್ಮ ಮಕ್ಕಳ, ಮೊಮ್ಮಕ್ಕಳ ನಡುವಲ್ಲಿಯೇ ಆಡುತ್ತ ಬೆಳೆಯುತ್ತಾರೆ. ಮತ್ತೆ ಅವರ ರಕ್ತ ನಮ್ಮ ಆರ್ಯನ್ನರ ಕುಲೀನ ರಕ್ತದೊಡನೆ ಬೆರೆತುಬಿಡುವ ಸಾಧ್ಯತೆ ಇದೆ. ಹಾಗಾಗಿ ಎಲ್ಲರನ್ನೂ ಒಟ್ಟಿಗೇ ಸಾಯಿಸಬೇಕು ಎನ್ನುವ ನಿರ್ಧಾರ ಮಾಡುವುದು ಅನಿವಾರ್ಯವಾಗಿತ್ತು' ಎಂದು! ಬಡಕೊಂತು ಇವರ ಮಾನವೀಯತೆಗೆ, ಮಾನವತಾವಾದಕ್ಕೆ, ನ್ಯಾಯಪ್ರಜ್ಞೆಗೆ...

ಹೀಗೆ ಜ್ಯೂಗಳನ್ನು ಸಾಮೂಹಿಕವಾಗಿ ಕೊಲೆ ಮಾಡುವ ಹಾಲೋಕಾಸ್ಟ್ ಯೋಜನೆ ಕಾರ್ಯರೂಪಕ್ಕೆ ತರಲು ಹೊರಟಾಗಲೇ ಪೋಲೆಂಡ್‌ನಲ್ಲಿ ಹುಟ್ಟಿಕೊಂಡಿದ್ದು ಆಶ್ವಿಟ್ಜ್, ಟ್ರೆಬ್ಲಿಂಕಾ, ಬ್ಯುಷೆತ್ಸ್, ಶೆಲ್ಮಿನೊ, ಸೋಬಿಬೋರ್ ಮತ್ತು ಮೈದಾನೆಕ್ ಎಂಬ ಆರು ಜ್ಯೂ ನರಮೇಧದ ಫ್ಯಾಕ್ಟರಿಗಳು. ಒಂದೊಂದರಲ್ಲೂ ಲಕ್ಷಗಟ್ಟಳೆ ಜನರು ಕೊಲ್ಲಲ್ಪಟ್ಟರು

ಆಶ್ವಿಟ್ಜ್‌ನಲ್ಲಿ 10.8 ಲಕ್ಷ
ಟ್ರೆಬ್ಲಿಂಕಾದಲ್ಲಿ 8.7 ಲಕ್ಷ

ಬ್ಯುಷೆತ್ಸ್‌ನಲ್ಲಿ 6 ಲಕ್ಷ
ಶೆಲ್ಮಿನೋದಲ್ಲಿ 3.2 ಲಕ್ಷ
ಸೋಬಿಬೋರ್‌ನಲ್ಲಿ 2.5 ಲಕ್ಷ
ಮೈದಾನೆಕ್‌ನಲ್ಲಿ 78 ಸಾವಿರ

ಅಂದರೆ ಈ ಆರು ಕ್ಯಾಂಪ್‌ಗಳಲ್ಲಿ ಸತ್ತ ಜ್ಯೂಗಳ ಸಂಖ್ಯೆಸುಮಾರು 32 ಲಕ್ಷ!

ಯೂರೋಪ್‌ನಲ್ಲಿ ಒಟ್ಟಾಗಿ ಸತ್ತ ಜ್ಯೂಗಳ ಸಂಖ್ಯೆ 60 ಲಕ್ಷ!!

ಹೀಗೆ ಜಗತ್ತಿನಲ್ಲಿದ್ದ 97 ಲಕ್ಷ ಜ್ಯೂಗಳಲ್ಲಿ ಮೂರನೇ ಎರಡು ಭಾಗದಷ್ಟು ಜ್ಯೂಗಳು ಹಾಲೋಕಾಸ್ಟ್‌ನಲ್ಲಿ ನಿರ್ನಾಮವಾಗಿದ್ದರು!!!

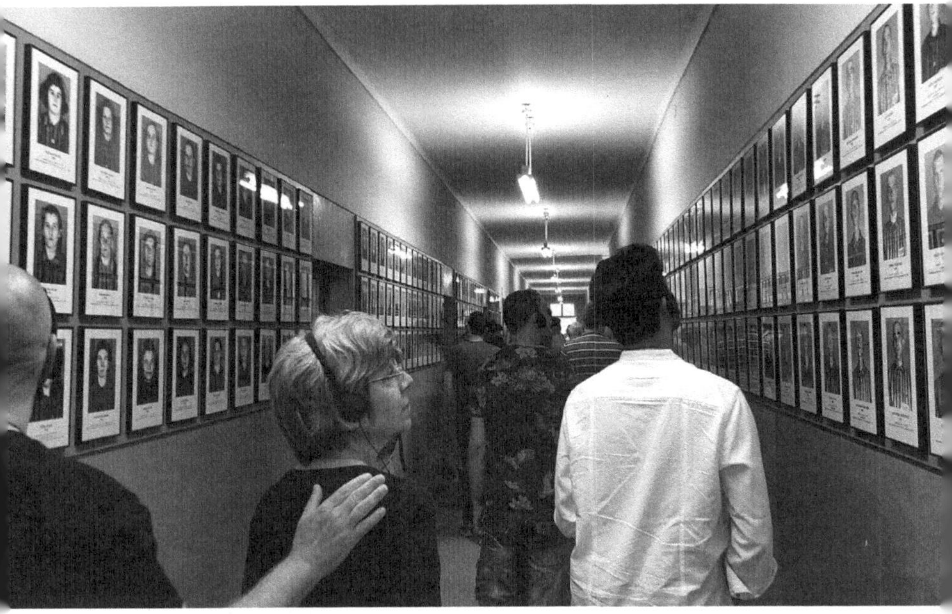

ಜಗತ್ತಿನ ಅತಿ ದೊಡ್ಡ ಸ್ಮಶಾನ ಆಶ್ವಿಟ್ಜ್‌ನಲ್ಲಿ...

ಇಂದು ನಾವು ಆಶ್ವಿಟ್ಜ್‌ಗೆ ಹೊರಟಿದ್ದೆವು. ಆರು ಎಕ್ಸ್‌ಟರ್ಮಿನೇಷನ್ ಕ್ಯಾಂಪ್‌ಗಳಲ್ಲಿ ಅತಿ ಹೆಚ್ಚಿನ ಸಂಖ್ಯೆಯಲ್ಲಿ ಜ್ಯೂಗಳನ್ನು ಕೊಂದ ಆ ಸ್ಥಳಕ್ಕೆ. World's Largest Cemetery - ಅಂದರೆ ಜಗತ್ತಿನ ಅತಿ ದೊಡ್ಡ ಸ್ಮಶಾನ ಎಂದು ಕರೆಯಿಸಿಕೊಳ್ಳುವ ಅದೇ ಆಶ್ವಿಟ್ಜ್‌ಗೆ. ಬದುಕಿನಲ್ಲಿ ಯಾವುದೇ ಪ್ರವಾಸಕ್ಕೆ ಹೋದಾಗಲೂ ಬೆಳಗ್ಗೆ ಎದ್ದು ಸಿದ್ಧವಾಗಿ ಹೊರಡಬೇಕೆಂದರೆ ದೇಹ ಮತ್ತು ಮನಸ್ಸು ಚಂಗ್ ಎಂದು ಸಿದ್ಧವಾಗಿ ಬಿಡುತ್ತದೆ. ಆದರೆ ಅಂದು ಮಾತ್ರ ನನ್ನ ಸ್ಥಿತಿ ಹಾಗಿರಲಿಲ್ಲ. ಎಷ್ಟೋ ದಿನದಿಂದ ಆಶ್ವಿಟ್ಜ್ ಬಗ್ಗೆ, ಹಾಲೋಕಾಸ್ಟ್ ಬಗ್ಗೆ ನೂರಾರು ಪುಟಗಳನ್ನು ಓದಿ, ಹಲವಾರು ಡಾಕ್ಯುಮೆಂಟರಿ ನೋಡಿದ್ದೆನಲ್ಲ, ಅದೆಲ್ಲ ಎಷ್ಟು ಘೋರವಾಗಿತ್ತು ಎಂದರೆ ಈಗ ಅದನ್ನು ನೋಡುವುದು ತುಂಬ ಕಷ್ಟದ ಕೆಲಸ ಅಂತಲೂ ಅನ್ನಿಸುತ್ತಿತ್ತು... ಆದರೆ ನೋಡಬೇಕು ಅಂತಲೂ ಅನ್ನಿಸುತ್ತಿತ್ತು... ಅದೊಂಥರಾ ವಿಚಿತ್ರ ಮನಸ್ಥಿತಿ. ಕ್ರಾಕೋವ್‌ನಿಂದ ಆಶ್ವಿಟ್ಜ್‌ವರೆಗಿನ ಒಂದೂವರೆ ಗಂಟೆಗಳ ಪ್ರಯಾಣದುದ್ದಕ್ಕೂ ಅದೇ ರೀತಿಯ ಒತ್ತಡ ಮನಸ್ಸಿನ ಮೇಲೆ.

ಹಾದಿಯುದ್ದಕ್ಕೂ ಪುಟ್ಟಪುಟ್ಟ ಹಳ್ಳಿಗಳು ಸಿಕ್ಕವು. ಸಾಧಾರಣವಾಗಿ ನನ್ನ ಪ್ರಯಾಣ ಶುರುವಾದ ಘಳಿಗೆಯಿಂದ ವಾಪಸ್ ಬರುವವರೆಗಿನ ಎಲ್ಲ ಸ್ಥಳಗಳ ಫೋಟೋ ತೆಗೆದುಕೊಳ್ಳುತ್ತೇನೆ. ಹಿಂದಿರುಗಿ ಬಂದ ಮೇಲೆ ಅವನ್ನೆಲ್ಲ ನೋಡುತ್ತಾ ಹೋದರೆ ಸಾಕು, ಮನಃಪಟಲದ ಮೇಲೆ ಸಿನೆಮಾದ ರೀತಿಯಲ್ಲಿ ಇಡೀ ಪ್ರವಾಸ ರೀಪ್ಲೇ ಆಗಲು ಶುರುವಾಗಬೇಕು, ಆ ಥರ. ಅಂಥ ನಾನು ಆ ಒಂದೂವರೆ ಗಂಟೆಗಳ ಪ್ರಯಾಣದ್ದಕ್ಕೂ ಅಂಥ ಸುಂದರ ದೇಶದ ಒಂದೇ ಒಂದು ಫೋಟೋ ತೆಗೆಯದೇ ಸುಮ್ಮನೆ ಚಡಪಡಿಸುತ್ತ ಕುಳಿತಿದ್ದೆ.

ಇದ್ದಕ್ಕಿದ್ದಂತೆ ಮೌನವಾಗಿದ್ದ ಬಸ್ ಜೀವ ತಳೆಯಿತು. ಮುಂದಿನ ಸೀಟ್‌ನಲ್ಲಿ ಕುಳಿತ ನಮ್ಮ ಗೈಡ್ ಪೋಲಾ ದನಿ... 'ಇದು ಒಸ್ವಿಯೆಂಚಿಮ್ ನಗರ. ಇನ್ನೇನು ಆಶ್ವಿಟ್ಜ್ ಕ್ಯಾಂಪ್ ಬಂತು. ಈ ದಿನ ಬೆಳಗ್ಗೆ ನಾವು ಮ್ಯೂಸಿಯಮ್ ಆಗಿ ಪರಿವರ್ತಿತವಾಗಿರುವ ಆಶ್ವಿಟ್ಜ್ ಮುಖ್ಯ ಕ್ಯಾಂಪ್ ನೋಡುವವರಿದ್ದೇವೆ. ಮಧ್ಯಾಹ್ನ ಆಶ್ವಿಟ್ಜ್ ಬರ್ಕನೌ ನೋಡಲಿದ್ದೇವೆ. ಮಧ್ಯಾಹ್ನ ಸುಮಾರು ನಾಲ್ಕರ ಹೊತ್ತಿಗೆ ನಮ್ಮ ಟೂರ್ ಮುಗಿಯುತ್ತದೆ. ಇದಿಷ್ಟೂ ಇವತ್ತಿನ ನಮ್ಮ ಕಾರ್ಯಕ್ರಮ. ಟಿಕೆಟ್ ತರುತ್ತೇನೆ, ಸಿದ್ಧವಾಗಿರಿ. ಬಹಳ ನಡೆಯುವುದಿದೆ. ಎಲ್ಲರೂ ಆರಾಮವಾಗಿರುವ ಶೂ

ಹಾಕಿದ್ದೀರಲ್ಲವಾ' ಇಷ್ಟು ಹೇಳುವುದರಲ್ಲೇ ಆಶ್ವಿಟ್ಜ್ ಕ್ಯಾಂಪ್ ತಲುಪಿದ್ದೆವು. ನಾನು ಅವತ್ತೇ ಹೊಸದಾಗಿ ಹಾಕಿದ್ದ ನನ್ನ ಶೂ ನೋಡಿಕೊಂಡೆ. ಇದು ಕಚ್ಚುತ್ತದಾ ಇಲ್ಲವಾ ನನಗೆ ಹೇಗೆ ಗೊತ್ತಾಗಬೇಕು... ಇದೂ ಬದುಕಿನಂತೆ, ನಡೆಯುತ್ತಾ ಹೋದಂತೆ ತಿಳಿಯುತ್ತಾ ಹೋಗುತ್ತದೆ ಅಷ್ಟೇ ಎಂದುಕೊಂಡೆ.

ಪೋಲಾ 5 ನಿಮಿಷಗಳಲ್ಲೇ ಟಿಕೆಟ್ ಮತ್ತು ಹೆಡ್ ಫೋನ್ ಜೊತೆಗೆ ವಾಪಸ್ಸಾದಳು. ಬೇರೆ ದೇಶಗಳಲ್ಲಿ ಸಾಕಷ್ಟು ಕಡೆ ಗೈಡ್ ಹೇಳಿದ್ದನ್ನು ಕೇಳಿಸಿಕೊಳ್ಳಲು ಅನುಕೂಲವಾಗುವಂತೆ ನಮಗೆ ಹೆಡ್ ಫೋನ್‌ಗಳನ್ನು ಕೊಡುತ್ತಾರೆ. ಸಾಕಷ್ಟು ಜನ ತುಂಬ ಮೆಲುದನಿಯಲ್ಲಿ ಮಾತನಾಡುವುದರಿಂದ ಅವರು ಹೇಳಿದ್ದನ್ನು ಕೇಳಿಸಿಕೊಳ್ಳಲು ನಮಗೆ ಇದರಿಂದ ಸುಲಭವಾಗುತ್ತದೆ. ಅದನ್ನು ಸಿಕ್ಕಿಸಿಕೊಂಡು ಹೆಜ್ಜೆ ಹಾಕುವಾಗ ನಮ್ಮ ಹೆಡ್ ಫೋನ್‌ನಲ್ಲಿ ಪೋಲಾ ಮೆಲುದನಿಯಲ್ಲಿ ಆಶ್ವಿಟ್ಜ್‌ನ ಒಳಗೆ ಜೋರಾಗಿ ಮಾತನಾಡಬಾರದು, ಜೋರಾಗಿ ನಗಬಾರದು, ಸಾಧ್ಯವಾದಷ್ಟೂ ಆ ಘೋರತಾಣಗಳ ಜೊತೆಗೆ ಸೆಲ್ಫಿಗಳನ್ನು ತೆಗೆಯಬಾರದು, ಆ ಸ್ಥಳದ ಗಾಂಭೀರ್ಯಕ್ಕೆ ತಕ್ಕಂತೆ ವರ್ತಿಸಬೇಕು... ಹೀಗೆ ಒಂದಿಷ್ಟು ಸೂಚನೆಗಳನ್ನು ಕೊಡುತ್ತಾ ಹೋದಳು. ಇಂಥ ಕಡೆ ಯಾರು ನಗುತ್ತಾರೆ ಮಾರಾಯ್ತಿ ಎಂದುಕೊಳ್ಳಬೇಡಿ. ಅಂಥವರು ಸಾಕಷ್ಟು ಸಂಖ್ಯೆಯಲ್ಲಿದ್ದಾರೆ.

ನಾನು ಇಲ್ಲಿಗೆ ಹೊರಡುವ ಮೊದಲು ಇಂಟರ್‌ನೆಟ್ ಜಾಲಾಡುವಾಗ ಈ ಬಗ್ಗೆ ಓದಿದ್ದೆ. ಕೆಲವೊಂದು ಫೋಟೋಗಳನ್ನೂ ನೋಡಿದ್ದೆ. ಬರುವ ಪ್ರವಾಸಿಗರಲ್ಲಿ ಕೆಲವರು ಆ ಸ್ಥಳವು ಮನುಕುಲದ ಚರಿತ್ರೆಯಲ್ಲಿ ಎಂಥ ಕಪ್ಪು ಚುಕ್ಕೆ ಎನ್ನುವುದರ ಅರಿವೇ ಇಲ್ಲದಂತೆ ಆಶ್ವಿಟ್ಜ್ ಬರ್ಕನೌನಲ್ಲಿ ಜ್ಯೂಗಳನ್ನು ಗ್ಯಾಸ್ ಛೇಂಬರ್‌ಗೆ ಸಾಗಿಸಲು ಬಳಸುತ್ತಿದ್ದ ರೈಲ್ವೇ ಹಳಿಗಳ ಮೇಲೆ ದೇಹ ಬ್ಯಾಲೆನ್ಸ್ ಮಾಡಿ ನಡೆಯುತ್ತ ಫೋಟೋ ತೆಗೆಸಿಕೊಳ್ಳುತ್ತಾರೆ, ಅಲ್ಲಿನ ಸ್ಮಾರಕದ ಎದುರು ಕುಳಿತು ನಗುತ್ತ, ಪಕ್ಕದವರ ತಲೆಯ ಮೇಲೆ ಕೊಂಬಿನಂತೆ ಎರಡು ಬೆರಳಿಡುವ ಕುಚೇಷ್ಟೆಗಳನ್ನು ಮಾಡುತ್ತ ಗ್ರೂಪ್ ಫೋಟೋ ತೆಗೆಸಿಕೊಳ್ಳುತ್ತಾರೆ, ಅಷ್ಟೇ ಏಕೆ ಬರ್ಲಿನ್‌ನ ಜ್ಯೂ ಸಿಮೆಟರಿಯಲ್ಲಿನ ಒಂದೊಂದು ಸಮಾಧಿಯ ಮೇಲೆ ಒಬ್ಬೊಬ್ಬರು ಹತ್ತಿ ನಿಂತು ಬೆರಳನ್ನು V ಆಕಾರದಲ್ಲಿ ತೋರಿಸುತ್ತ ಹಲ್ಲು ಕಿರಿಯುತ್ತ ಫೋಟೋ ತೆಗೆಸಿಕೊಳ್ಳುತ್ತಾರೆ.

ಅಷ್ಟೇ ಅಲ್ಲದೇ ಹಾಗೆ ತೆಗೆದಿದ್ದನ್ನು ಫೇಸ್‌ಬುಕ್, ಇನ್‌ಸ್ಟಾನಲ್ಲಿ ಚಿತ್ರವಿಚಿತ್ರ ತಲೆಬರಹಗಳನ್ನು ಕೊಟ್ಟು ಹಾಕಿಕೊಳ್ಳುತ್ತಾರೆ ಕೂಡಾ. ಈ ಅಸೂಕ್ಷ್ಮತೆಯನ್ನು ನೋಡಿದ ಜರ್ಮನ್ ಚಿತ್ರ ಕಲಾವಿದ ಶಹಕ್ ಶಪಿರಾ ಅನ್ನುವವರು ಜನರಿಗೆ ಅವುಗಳ ಗಾಂಭೀರ್ಯ ಅರ್ಥ ಮಾಡಿಸಲು, ಅವರು ಅಪ್‌ಲೋಡ್ ಮಾಡಿದ ಫೋಟೋಗಳನ್ನು ತೆಗೆದು, ಅವರ ಕಾಲಡಿಯಲ್ಲಿ ಸಾವಿರಾರು ಜ್ಯೂಗಳ ಮೃತದೇಹವಿರುವಂತೆ ಫೋಟೋಶಾಪ್ ಮಾಡಿ ಎಲ್ಲ ಕಡೆ ಹಾಕಿ, ಕೊನೆಗೆ ಹಾಗೆ

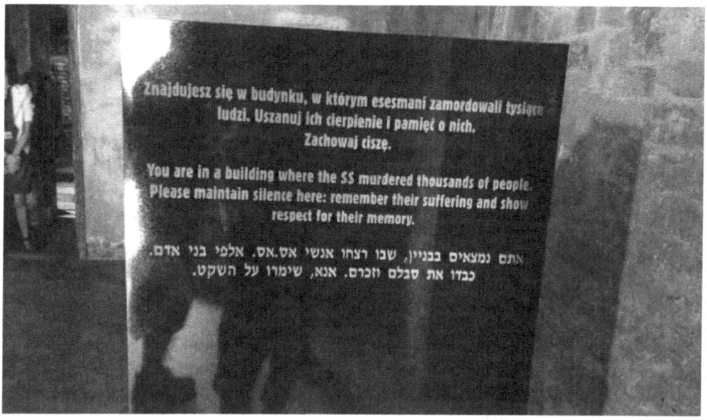

ಫೋಟೋ ಹಾಕಿದವರು ಅವಮಾನದಿಂದ ಕ್ಷಮೆ ಕೇಳಿ ತಮ್ಮ ಫೋಟೋಗಳನ್ನು ಸೋಷಿಯಲ್ ಮೀಡಿಯಾದಿಂದ ತೆಗೆದಿದ್ದರಂತೆ. ಇದಕ್ಕೆ 'ಯೋಲೋಕಾಸ್ಟ್ ಪ್ರಾಜೆಕ್ಟ್' ಎನ್ನುವ ಹೆಸರನ್ನಿಟ್ಟಿದ್ದರು ಶಹಕ್. ಇಂಥ ದಪ್ಪ ಚರ್ಮದವರು ಇರುತ್ತಾರೆ ಎಂದೋ ಏನೋ ಈ ರೀತಿಯ ಸ್ಥಳಗಳಲ್ಲೂ ಇಂಥ ಸೂಚನೆಗಳನ್ನು ಹೇಳುವ ಅನಿವಾರ್ಯತೆ ಎದುರಾಗುತ್ತದೆ. ಸದ್ಯ ನಮ್ಮ ಸುತ್ತ ಇರುವವರಲ್ಲಿ ಆ ರೀತಿಯ ಅಸೂಕ್ಷ್ಮ ಜನರು ಯಾರೂ ಇರಲಿಲ್ಲ. ಅಷ್ಟೊಂದು ಪ್ರವಾಸಿಗರಿದ್ದರೂ ಎಲ್ಲರೂ ಒಬ್ಬೊಬ್ಬ ಗೈಡ್‌ನ ಸುತ್ತ ಮಾತಿಲ್ಲದೇ ನಡೆಯುತ್ತಿದ್ದರು.

'ಆಶ್ವಿಟ್ಜ್ ಮೊದಲ ಮಹಾಯುದ್ಧದ ಸಮಯದಲ್ಲಿ ಒಸ್ವಿಯೆಂಚಿಮ್ ನಗರದ ಕಾರ್ಖಾನೆಗಳಲ್ಲಿ ದುಡಿಯಲು ಬಂದ ವಲಸೆ ಕಾರ್ಮಿಕರು ಉಳಿದುಕೊಳ್ಳುವ ಸಲುವಾಗಿ ಕಟ್ಟಿದ್ದು. ಆ ನಂತರ ಎರಡನೇ ಮಹಾಯುದ್ಧಕ್ಕೆ ಮೊದಲು ಅದನ್ನು ಪೋಲೆಂಡ್ ಸೈನ್ಯದ ರಕ್ಷಣಾದಳದ ಕ್ಯಾಂಪ್ ಆಗಿ ಉಪಯೋಗಿಸಲು ಪ್ರಾರಂಭಿಸಿದರು. 1939ರಲ್ಲಿ ಹಿಟ್ಲರ್ ಎರಡನೇ ಮಹಾಯುದ್ಧ ಪ್ರಾರಂಭಿಸಿದ ನಂತರ ಪೋಲಿಷ್ ಪ್ರಜೆಗಳು, ನಾಜ಼ಿಗಳ ವಿರೋಧಿಗಳು, ರಾಜಕೀಯ ಖೈದಿಗಳು ಎಲ್ಲರನ್ನೂ ಸೆರೆ ಇರಿಸುವ ಕಾನ್ಸನ್ಟ್ರೇಷನ್ ಕ್ಯಾಂಪ್ ಆಗಿ ಇದನ್ನು ಬಳಸುವ ನಿರ್ಧಾರ ತೆಗೆದು ಕೊಳ್ಳಲಾಯಿತು.

ಈ ಸ್ಥಳವನ್ನು ಆರಿಸಿಕೊಂಡಿದ್ದಕ್ಕೆ ಎರಡು ಮುಖ್ಯ ಕಾರಣಗಳಿದ್ದವು. ಒಂದು, ಈ ಸ್ಥಳಕ್ಕೆ ಸುಮಾರು 44 ರೈಲ್ವೇ ಹಳಿಗಳ ಸಂಪರ್ಕವಿತ್ತು, ಹಾಗೂ ಎರಡನೆಯದು ಇದು ಯೂರೋಪ್‌ನ ಮಧ್ಯಭಾಗದಲ್ಲಿದ್ದುದರಿಂದ ನಾನಾ ದೇಶಗಳಿಂದ ಖೈದಿಗಳನ್ನು ಸಾಗಿಸಲು ಈ ಸ್ಥಳವು ಹೇಳಿ ಮಾಡಿಸಿದಂತಿತ್ತು. ಹಾಗಾಗಿ ಈಗಾಗಲೇ ಇದ್ದ ಕಟ್ಟಡಗಳಿಗೆ ಮತ್ತೊಂದಿಷ್ಟನ್ನು ಸೇರಿಸಿ ಇದನ್ನು ವಿಸ್ತರಿಸುವ ನಿರ್ಧಾರ

ಕೈಗೊಂಡರು. ಈ ಉದ್ದೇಶಕ್ಕೆ ಸುತ್ತಲಿದ್ದ ಎಲ್ಲ ಕಾರ್ಖಾನೆಗಳನ್ನು, ಮನೆಗಳನ್ನು ಬಲವಂತವಾಗಿ ತೆರವು ಮಾಡಿಸಿದರು... ಹಾಗೆ ತೆರವು ಮಾಡಿಸಿದ್ದು ಹೆಚ್ಚುಕಡಿಮೆ ಒಸ್ವಿಯೆಂಚಿಮ್ ನಗರದ ಅರ್ಧ ಭಾಗ ಎನ್ನಬೇಕು. ಆ ನಂತರ ಇಲ್ಲಿದ್ದ ಖೈದಿಗಳನ್ನೇ ಉಪಯೋಗಿಸಿಕೊಂಡು ಹೊಸ ಕಟ್ಟಡಗಳನ್ನು ಕಟ್ಟಿಸಿ ಈ ಕ್ಯಾಂಪ್‌ನ ವಿಸ್ತರಣೆ ಮಾಡಿದರು. ಇಲ್ಲಿಗೆ ರವಾನಿಸಲ್ಪಟ್ಟ ಖೈದಿಗಳ ವಿಚಾರಣೆ ಇಲ್ಲಿಯೇ ನಡೆಯುತ್ತಿತ್ತು ಮತ್ತು ಶಿಕ್ಷೆಯೂ ಇಲ್ಲಿಯೇ ವಿಧಿಸಲ್ಪಡುತ್ತಿತ್ತು.

ಅಲ್ಲಿದ್ದ ಖೈದಿಗಳ ಬದುಕು ಅತ್ಯಂತ ದುರ್ಬರವಾಗಿರುತ್ತಿತ್ತು. ಹೊಟ್ಟೆಗೆ ಆಹಾರವಿಲ್ಲದೇ, ಕಷ್ಟದ ಕೆಲಸಗಳನ್ನು ಮಾಡುತ್ತ, ಜೊತೆಗೆ ಹೊಡೆತ ಬಡಿತಗಳನ್ನೂ ತಿನ್ನುತ್ತ ಬದುಕಬೇಕಿತ್ತು. ನಾಜ಼ಿಗಳು ಕಾರ್ಖಾನೆಗಳಲ್ಲಿ ಅವರನ್ನು ದುಡಿಸಿ, ಅದರಿಂದ ಬರುವ ಹಣವನ್ನು ತಾವು ತೆಗೆದುಕೊಳ್ಳುತ್ತಿದ್ದರು. ಈ ರೀತಿಯ ಕಷ್ಟದಲ್ಲಿ ಸಾಕಷ್ಟು ಯುದ್ಧಖೈದಿಗಳು ಕೆಲವು ವಾರಗಳಲ್ಲಿಯೇ ಸತ್ತು ಹೋಗುತ್ತಿದ್ದರು. ಬದುಕುಳಿದ ಕೆಲವರನ್ನು ವಿಚಾರಣೆಗೊಳಪಡಿಸಿ, ಶಿಕ್ಷೆಗೆ ಗುರಿಯಾಗಿಸಿ, ನಂತರ ಗುಂಡಿಕ್ಕಿ ಕೊಂದು ಬಿಸಾಡುತ್ತಿದ್ದರು. ಆದರೆ ಪಾಪ ಹಾಗೆ ಒಬ್ಬೊಬ್ಬರನ್ನೇ ಗುಂಡಿಕ್ಕಿ ಕೊಲ್ಲುವುದು ನಾಜ಼ಿಗಳಿಗೆ ಮಾನಸಿಕವಾಗಿ ತುಂಬ ಹಿಂಸೆಯ ಕೆಲಸವಾಗಿತ್ತಂತೆ! ಸದಾ ರಕ್ತದ ಮಡುವಿನಲ್ಲಿ ಕೆಲಸ ಮಾಡುವುದರಿಂದ ಅನೇಕರು ಹುಚ್ಚರಾಗಿ ಹೋಗಿ, ಮತ್ತೆ ಕೆಲವರು ಆತ್ಮಹತ್ಯೆ ಕೂಡಾ ಮಾಡಿಕೊಳ್ಳುತ್ತಿದ್ದರಂತೆ. ಜೊತೆಗೆ ಅಷ್ಟರಲ್ಲಿ ಜರ್ಮನಿ ಸೋವಿಯೆಟ್‌ನ ಮೇಲೆ ಆಕ್ರಮಣ ಮಾಡಿದ ಕಾರಣ, ಸೋವಿಯಟ್‌ನ ಸಾಕಷ್ಟು ಸೈನಿಕರೂ ಆಶ್ವಿಟ್ಜ್‌ಗೆ ಬರಲಾರಂಭಿಸಿ ಕೊಲ್ಲುವ 'ರಶ್' ಸಿಕ್ಕಾಪಟ್ಟೆ ಹೆಚ್ಚಾಯಿತು. ಹಾಗಾಗಿ ನಾಜ಼ಿಗಳು ಇದಕ್ಕೇನಾದರೂ ಬದಲಿ ವ್ಯವಸ್ಥೆ ಮಾಡಬೇಕು ಎಂದು ಯೋಚಿಸಿದರು. ಆಗ ಅವರಿಗೆ ತಾವು ಜರ್ಮನಿಯ ಮಾನಸಿಕ ಆಸ್ಪತ್ರೆಯೊಂದರಲ್ಲಿ ಮಾನಸಿಕ ಅಸ್ವಸ್ಥರಾದವರನ್ನು ಕಾರ್ಬನ್ ಮೋನೋಕ್ಸೈಡ್‌ನಿಂದ ಗುಟ್ಟಾಗಿ ಕೊಂದಿದ್ದು ನೆನಪಾಗಿ, ಈಗ ಖೈದಿಗಳನ್ನು ಕೊಲ್ಲಲು ಅದೇ ಮಾರ್ಗ ಅನುಸರಿಸಿದರೆ ಒಬ್ಬೊಬ್ಬರನ್ನಾಗಿ ಗುಂಡಿಕ್ಕಿ ಕೊಲ್ಲುವ ನಾಜ಼ಿಗಳ 'ಮಾನಸಿಕ ಕ್ಷೋಭೆ' ಕಡಿಮೆ ಮಾಡಬಹುದು ಎಂದು ಯೋಚಿಸಿದರು.

ಮೊದಲ ಬಾರಿಗೆ ಸೆಪ್ಟೆಂಬರ್ 1941ರಲ್ಲಿ ಬ್ಲಾಕ್ ನಂಬರ್ 11ರಲ್ಲಿ 600 ಸೋವಿಯೆಟ್ ಯುದ್ಧಖೈದಿಗಳನ್ನು ಮತ್ತು 250 ರೋಗಿಗಳನ್ನು ಜ಼ೈಕ್ಲೋನ್ ಬಿ ವಿಷಾನಿಲ ಹರಿಸಿ ಕೊಂದರು. ಅದೇ ನಾಜ಼ಿಗಳ ಮೊದಲ ಸಾಮೂಹಿಕ ಹತ್ಯೆಯ ಪ್ರಯೋಗ. ಮೊದಲ ಪ್ರಯೋಗದಲ್ಲಿ ಒಟ್ಟು 850 ಜನರನ್ನು ಕೊಲ್ಲಲು 20 ಘಂಟೆ ಸಮಯ ತಗಲಿತು. ಆ ನಂತರವೇ ಅವರಿಗೆ ಇಷ್ಟಿಷ್ಟು ಜನರನ್ನು ಕೊಲ್ಲಲು ಇಷ್ಟಿಷ್ಟು ಜ಼ೈಕ್ಲೋನ್ ಬಿ ಬಳಸಿದರೆ ಇಷ್ಟಿಷ್ಟು ಸಮಯ ತಗಲುತ್ತದೆ ಎಂಬ ಸರಿಯಾದ ಡೋಸೇಜ್ ಹಿಡಿತಕ್ಕೆ ಸಿಕ್ಕಿತು. ಅಲ್ಲಿಗೆ ಆ ಪ್ರಯೋಗ 'ಯಶಸ್ವಿಯಾಯಿತು'. ಆ

ನಂತರವೇ ಯಾಕೆ ಜ್ಯೂಗಳನ್ನೂ ಹೀಗೆ ಗ್ಯಾಸ್ ಛೇಂಬರ್‌ನಲ್ಲಿ ಬಹಳ ಕಡಿಮೆ ವೆಚ್ಚದಲ್ಲಿ ಕೊಂದು ಮುಗಿಸಬಾರದು... ಹಾಗೆ ಮಾಡಿದರೆ ತಮ್ಮ ಜನಾಂಗೀಯ ಶುದ್ಧೀಕರಣದ (ethnic cleansing) ಕಲ್ಪನೆ ಬೇಗನೇ ನಿಜವಾಗಿ ಬಿಡುತ್ತದೆ ಎಂದು ಯೋಚಿಸುತ್ತಾನೆ ಹಾಲೋಕಾಸ್ಟ್ ರೂವಾರಿ ಹೈನ್ರಿಕ್ ಹಿಮ್ಲರ್. ಆಗಲೇ Final Solution to jew question ಎಂಬ ಹಾಲೋಕಾಸ್ಟ್ ಯೋಜನೆಯ ಬೀಜ ಬಿತ್ತಲ್ಪಟ್ಟಿತು... ಪೋಲಾ ಆಶ್ವಿಟ್ಜ್ ಬಗ್ಗೆ ವಿವರ ಕೊಡುತ್ತಿದ್ದಳು.

'ಇಡೀ ಮುಖ್ಯ ಕ್ಯಾಂಪ್ ಈಗ ಒಂದು ಹಾಲೋಕಾಸ್ಟ್ ಮ್ಯೂಸಿಯಮ್ ಆಗಿ ಪರಿವರ್ತಿತವಾಗಿದೆ. ಹಾಲೋಕಾಸ್ಟ್‌ನ ಕಪ್ಪು ಚರಿತ್ರೆಯ ಎಲ್ಲ ಸಾಕ್ಷಿಗಳನ್ನು ಅಲ್ಲಿ ಇರಿಸಲಾಗಿದೆ. ನಾವು ಅದನ್ನೆಲ್ಲ ಈಗ ನೋಡುವವರಿದ್ದೇವೆ. ನಮ್ಮ ಟೂರ್ ಇಲ್ಲಿಂದ ಶುರುವಾಗುತ್ತದೆ'

ಅದನ್ನು ಟೂರ್ ಎನ್ನುವುದು ಕೂಡಾ ಅಸೂಕ್ಷ್ಮತೆ ಎನ್ನಿಸಿ ಬಿಡುತ್ತದೆ. ಟೂರ್ ಎಂದರೆ ಆ ಪದದಲ್ಲೇ ಸಂತೋಷದ ದನಿ ಇದೆ ಎನ್ನಿಸಿಬಿಡುತ್ತದೆ. ಇಲ್ಲಿ ಟೂರ್ ಅಂದರೆ ನೋಟ, ಸಂಚಾರ ಎಂದಷ್ಟೇ ಲೆಕ್ಕಕ್ಕೆ ತೆಗೆದುಕೊಳ್ಳಬೇಕು.

ಕೆಲವರು ಆಶ್ವಿಟ್ಜ್ ಅನ್ನು 'ನೋಡಲು' ಹೋಗುವುದೂ ಅಕ್ಷಮ್ಯ ಅಪರಾಧ ಎನ್ನುತ್ತಾರೆ. ಇನ್ನು ಕೆಲವರು ಇದನ್ನು ನೋಡುವುದು ಎಂದರೆ ಪ್ರೇಕ್ಷಣೀಯ ಸ್ಥಳವಾಗಿ ನೋಡುವುದು ಎಂದರ್ಥವಲ್ಲ. ಚರಿತ್ರೆಯ ಇಂಥ ಅನಾಹುತಗಳನ್ನು ಎಲ್ಲರೂ 'ನೋಡಲೇಬೇಕು', ಹಾಗೆ ನೋಡಿದರೆ ಮಾತ್ರ ಮುಂದೆ ಹೀಗಾಗದಂತೆ ಎಚ್ಚರ ವಹಿಸಲು ಸಾಧ್ಯ ಎನ್ನುತ್ತಾರೆ. ಚರಿತ್ರಕಾರ ರಾಬರ್ಟ್ ಪೆಲ್ಟ್ 'ಆಶ್ವಿಟ್ಜ್‌ನಂಥ ಸ್ಥಳವನ್ನು ಜನರು ನೋಡಲು ಬರುವ ಬಗ್ಗೆ ಯಾವ ತಕರಾರೂ ಇಲ್ಲ. ಆದರೆ ಅದೊಂದು ಪ್ರವಾಸಿಗರಿಗಾಗಿ ಸಿದ್ಧಪಡಿಸಿಟ್ಟ ಥೀಮ್ ಪಾರ್ಕ್ ರೀತಿಯಲ್ಲಿದೆ. ಚರಿತ್ರೆಯನ್ನು ಸಂರಕ್ಷಿಸಬೇಕು ಎನ್ನುವುದು ನಿಜವಾದರೂ, ಇಂಥ ಸ್ಥಳವನ್ನು ಎಂದೂ ಒಪ್ಪಗೊಳಿಸಿ ಇಡಬಾರದು. ಮಿಲಿಯನ್‌ಗಟ್ಟಲೆ ಜನರು ಹಾಲೋಕಾಸ್ಟ್‌ನಲ್ಲಿ ಪ್ರಾಣ ಕಳೆದುಕೊಂಡ ಇಂಥ ಸ್ಥಳಕ್ಕೆ ಹೋದಾಗ ನಾವು ಶೂನ್ಯದೊಡನೆ ಮುಖಾಮುಖಿಯಾಗಬೇಕು. ಅವೆಲ್ಲವನ್ನೂ ಸಂರಕ್ಷಿಸದೇ ಧೂಳಿನಲ್ಲಿ ಧೂಳಾಗುತ್ತ ಹೋಗಬೇಕು.

ನಾವು ಆ ಸ್ಥಳವನ್ನು ಸಂರಕ್ಷಿಸದೇ ಹಾಗೆಯೇ ಉಳಿಸಿ, ಅಲ್ಲಿನ ಶೂನ್ಯವನ್ನು ಕಾಪಿಡಬೇಕು. ಅಲ್ಲಿ ಕಾಲಿಡುವವರಿಗೆ ಅಂಥ ಹೀನಚರಿತ್ರೆ ಎಂದಿಗೂ ಪುನರಾವರ್ತನೆಯಾಗಬಾರದು ಎನ್ನುವ ತೀವ್ರವಾದ ಭಾವನೆ ಹುಟ್ಟಬೇಕು. ಅದೇ ಅಲ್ಲಿ ಸತ್ತವರಿಗೆ ತಕ್ಕುದಾದ ಸ್ಮಾರಕ' ಎನ್ನುತ್ತಾರೆ. ಆದರೆ ಆಶ್ವಿಟ್ಜ್ ಸರ್ವೈವರ್‌ಗಳೇ ಎಷ್ಟೋ ಜನ, ಆಶ್ವಿಟ್ಜ್ ಮ್ಯೂಸಿಯಮ್‌ನ ನಿರ್ದೇಶಕರಾಗಿ ನೇಮಕಗೊಂಡ ಹಲವರೂ ಸೇರಿದಂತೆ, 'ಆಶ್ವಿಟ್ಜ್ ಕೇವಲ ಚರಿತ್ರೆಗೆ ಸಂಬಂಧಿಸಿದ್ದಲ್ಲ, ನಮ್ಮ ಭವಿಷ್ಯಕ್ಕೂ

ಸಂಬಂಧಿಸಿದ್ದು. ಹಾಗಾಗಿ ಈ ಸ್ಥಳವನ್ನು ನಾವು ಸಂರಕ್ಷಿಸಬೇಕು. ಅದನ್ನು ಹೆಚ್ಚು ಹೆಚ್ಚು ಜನರು ನೋಡುವಂತಾಗಬೇಕು ಮತ್ತು ಅಂಥದ್ದು ಮತ್ತೆ ಈ ಭೂಮಿಯ ಮೇಲೆ ನಡೆಯದಂತೆ ಎಚ್ಚರ ವಹಿಸಬೇಕು' ಎನ್ನುತ್ತಾರೆ.

ಆಶ್ವಿಟ್ಜ್ ಕೆಲವರಿಗೆ ಭಾವನಾತ್ಮಕವಾಗಿ ಕನೆಕ್ಟ್ ಆದರೆ, ಮತ್ತೆ ಕೆಲವರಿಗೆ ಅದು ಚರಿತ್ರೆಯ ಭಾಗವಾಗಿ ಕನೆಕ್ಟ್ ಆಗುತ್ತದೆ. ಹಾಗಾಗಿ ಇಂಥ ಸ್ಥಳವೊಂದರ ಬಗ್ಗೆ ಭಿನ್ನಾಭಿಪ್ರಾಯಗಳು ಏಳುವುದು ಸಹಜ. ಆದರೆ ಎಲ್ಲವನ್ನೂ ಮಣ್ಣಲ್ಲಿ ಮಣ್ಣಾಗಿ ಹೋಗಲು ಬಿಟ್ಟುಬಿಟ್ಟರೆ ಆ ಪಾಳುಬಿದ್ದ ಅವಶೇಷಗಳು ಹೆಚ್ಚು ಪರಿಣಾಮ ಬೀರುತ್ತದೋ ಅಥವಾ ಅದಕ್ಕೆ ಸಂಬಂಧಿಸಿದ ವಸ್ತುಗಳನ್ನು ಜನರಿಗೆ ತೋರಿಸುವುದು ಹೆಚ್ಚು ಪರಿಣಾಮ ಬೀರುತ್ತದೋ ಎಂದು ಯೋಚಿಸಿದಾಗ ನನಗಂತೂ ಎರಡನೆಯದ್ದೇ ಹೆಚ್ಚು ಪರಿಣಾಮಕಾರಿ ಅನ್ನಿಸಿತು. ಇಲ್ಲಿ ಸಂರಕ್ಷಣೆಯೆಂದರೆ ಎಲ್ಲವನ್ನೂ ಸುಂದರವಾಗಿ ಕಾಣುವಂತೆ ಮಾಡುವುದು ಎಂದರ್ಥವಲ್ಲ.

ಇರುವುದನ್ನೆಲ್ಲ ಇದ್ದ ಹಾಗೆಯೇ ಉಳಿಸುವುದು ಎಂದರ್ಥವಷ್ಟೇ, ಆಶ್ವಿಟ್ಜ್ ಮುಖ್ಯ ಕ್ಯಾಂಪ್ ಮತ್ತು ಬರ್ಕನೌ ಎರಡರ ಸಂರಕ್ಷಣೆಯ ಹೊಣೆ ಹೊರಲೆಂದೇ ಒಂದು ಸಂರಕ್ಷಣಾ ದಳವಿದೆ. ಆಶ್ವಿಟ್ಜ್ ಮುಖ್ಯ ಕ್ಯಾಂಪ್ ಮತ್ತು ಬರ್ಕನೌನ 450 ಎಕರೆಯಷ್ಟು ವಿಸ್ತಾರದ ಸ್ಥಳ, ಅದರಲ್ಲಿನ 155 ಕಟ್ಟಡಗಳು, ಹಾಲೋಕಾಸ್ಟ್ ಸಂಬಂಧಿತ ಲಕ್ಷಗಟ್ಟಲೆ ವಸ್ತುಗಳು, ರೈಲ್ವೇ ಹಳಿಗಳು ಎಲ್ಲವನ್ನೂ ಸಂರಕ್ಷಿಸುವ ಜವಾಬ್ದಾರಿ ಆ ತಂಡದ ಮೇಲಿದೆ. ಇವೆಲ್ಲದರ ಸಂರಕ್ಷಣೆಗೆಂದೇ ಪ್ರತಿವರ್ಷವೂ ಲಕ್ಷಾಂತರ ಹಣ ಖರ್ಚಾಗುತ್ತದೆ. ಆ ಖರ್ಚಿನ ಬಹುಪಾಲನ್ನು ಜರ್ಮನಿ ದೇಶ ವಹಿಸಿಕೊಳ್ಳುತ್ತದೆ. ಅದಲ್ಲದೇ ಪೋಲೆಂಡ್, ಅಮೆರಿಕಾ, ಇಸ್ರೇಲ್ ಹಾಗೂ ಯೂರೋಪ್‌ನ ಮತ್ತಿತರ ದೇಶಗಳು ಸಾಕಷ್ಟು ಹಣ ಕೊಡುತ್ತವೆ. ಮ್ಯೂಸಿಯಮ್‌ನ ಹೊರಗಿನ ಮುಳ್ಳುತಂತಿಯ

ಬೇಲಿ, ಸೋರುವ ಮಾಳಿಗೆಗಳು, ಕುಸಿವ ಇಟ್ಟಿಗೆ ಗೋಡೆಗಳು, ಹಳದಿಗಟ್ಟುತ್ತಿರುವ ವೈದ್ಯಕೀಯ ವರದಿಗಳು ಎಲ್ಲವನ್ನೂ ಇರುವ ಹಾಗೆಯೇ ಉಳಿಸುವ ದುರಸ್ತಿಗೆ ಈ ಹಣವೆಲ್ಲ ಖರ್ಚಾಗುತ್ತದೆ. ಇಷ್ಟನ್ನೂ ಮಾಡದೇ ಎಲ್ಲವನ್ನೂ ಮಣ್ಣಲ್ಲಿ ಮಣ್ಣಾಗಲು ಬಿಟ್ಟುಬಿಟ್ಟರೆ ಮುಂದೆ ಹಾಲೋಕಾಸ್ಟ್‌ನ ಘೋರವನ್ನು ಪಾಳು ಅವಶೇಷಗಳಿಂದ ಮಾತ್ರವೇ ಮುಂದಿನ ಜನಾಂಗಕ್ಕೆ ತಲುಪಿಸಲು ಸಾಧ್ಯವಾ...? ಇಲ್ಲವೆಂದಿತು ಮನಸ್ಸು.

ಸ್ವಲ್ಪ ದೂರದಲ್ಲಿ ಆಶ್ವಿಟ್ಜ್ ಮುಖ್ಯ ಕ್ಯಾಂಪ್‌ನ ಗೇಟ್ ಮೇಲೆ ಕಬ್ಬಿಣದ ಸರಳುಗಳನ್ನು ಬಾಗಿಸಿ ಅಕ್ಷರವಾಗಿಸಿದ Arbeit Macht Frei ಎಂಬ ಸ್ವಾಗತ ಕಮಾನು ಕಾಣಿಸಿತು!! ಅದೆಷ್ಟೋ ಸಾವಿರ ಸಲ ಡಾಕ್ಯುಮೆಂಟರಿಗಳಲ್ಲಿ ನೋಡಿದ್ದ ಆರ್ಬೇಯ್ಟ್ ಮ್ಯಾಕ್ಟ್ ಫ್ರೈ!! ಹೀಗೆಂದರೆ ಕೆಲಸವು ನಿಮ್ಮನ್ನು ಸ್ವತಂತ್ರಗೊಳಿಸುತ್ತದೆ ಎಂದರ್ಥವಂತೆ! ಮೇಲ್ನೋಟಕ್ಕೆ ಬಸವಣ್ಣನವರ ಕಾಯಕವೇ ಕೈಲಾಸ ಎಂಬ ಮಾತಿನಂತೆ ಗೋಚರಿಸಿದರೂ, ಹೇಳಿದವರು ನಾಜಿಗಳಾದ್ದರಿಂದ ಅಂಥ ಮಹತ್ವದ ಅರ್ಥವನ್ನೆಲ್ಲ ನಿರೀಕ್ಷಿಸಬಾರದು. ಇತಿಹಾಸದ ಕರಾಳ ಪುಟಗಳಲ್ಲಿ ದಾಖಲಾದ ಹಿಟ್ಲರ್‌ನ ಕ್ರೌರ್ಯದ ಪರಾಕಾಷ್ಠೆ ಈ ಆರ್ಬೇಯ್ಟ್ ಮ್ಯಾಕ್ಟ್ ಫ್ರೈ. ಆ ಗೇಟ್‌ನ ಒಳದಾಟಿದವರು ಜೀವಂತವಾಗಿ ಹೊರಬರುವುದು ಸಾಧ್ಯವೇ ಇಲ್ಲ ಎಂದು ತಿಳಿದ ನಂತರವೂ ನೀವು ಕೆಲಸ ಮಾಡುತ್ತಿದ್ದರೆ ಒಂದು ದಿನ ಸ್ವತಂತ್ರರಾಗುತ್ತೀರಿ ಎಂದು ಭರವಸೆ ಕೊಡುವುದಿದೆಯಲ್ಲ ಅದು ಎಲ್ಲಕ್ಕಿಂತ ಅಸಹ್ಯದ ಕ್ರೌರ್ಯ.

ನಾಜಿ ಪಡೆ ನರಕದಂಥ ಈ ಶಿಬಿರಗಳಿಗೆ ರವಾನಿಸಿದವರಲ್ಲಿ, ದುಡಿಯದವರು ಅಲ್ಲಿಗೆ ಕಾಲಿಟ್ಟ ಕೂಡಲೇ ಸತ್ತರು ಮತ್ತು ದುಡಿದವರು ದುಡಿದುಡಿದು ನಂತರ ಸತ್ತರು ಅನ್ನುವುದಷ್ಟೇ ಸತ್ಯ. ಎಲ್ಲಕ್ಕಿಂತ ವಿಪರ್ಯಾಸವೆಂದರೆ ಈ Arbeit Macht Frei ಎನ್ನುವುದನ್ನು ಕಬ್ಬಿಣದ ಸರಳುಗಳಿಂದ ತಯಾರಿಸಿದ್ದು ಕೂಡಾ ಅಲ್ಲಿ ಬಂಧಿತರಾಗಿದ್ದ ಖೈದಿಗಳೇ! ಹಾಗೆ ನೋಡಿದರೆ ಆ ಆವರಣದ ತುಂಬ ಸಾಲಾಗಿ ಕೆಂಪು ಇಟ್ಟಿಗೆಯ ಕಟ್ಟಡಗಳನ್ನು ಕಟ್ಟಿದ್ದು, ಮುಳ್ಳಿನ ಬೇಲಿಗಳನ್ನು ಎಳೆದಿದ್ದು ಕೂಡಾ ಬಂಧಿಗಳೇ! ತಾವೇ ತಮ್ಮ ಬಂದೀಖಾನೆಗಳನ್ನು ಕಟ್ಟಿಕೊಂಡು, ಅದರಲ್ಲಿ ಬಂಧಿಗಳಾಗಿ ಪ್ರಾಣ ಕಳೆದುಕೊಳ್ಳುವ ನರಕ ಅದು. ಅಷ್ಟೇ ಏಕೆ... ಅವರನ್ನು ಕೊಲ್ಲಲು ಗ್ಯಾಸ್ ಛೇಂಬರ್‌ನೊಳಗೆ ಹಾಯಿಸುತ್ತಿದ್ದ ಜೈಕ್ಲೋನ್ ಬಿ ವಿಷದ ಹರಳುಗಳನ್ನು ಕೂಡಾ ಅವರುಗಳೇ ತಯಾರಿಸುತ್ತಿದ್ದುದು. ಇಂಥ ಸಾವಿನ ಆವರಣದ ಕುಖ್ಯಾತ ಸ್ವಾಗತ ಕಮಾನಿನಡಿಯಿಂದ ನಮ್ಮ ಆಶ್ವಿಟ್ಜ್ ಪಯಣ ಶುರುವಾಯಿತು...

ದಾರಿಯಲ್ಲಿ ಅಲ್ಲಲ್ಲಿ ನೆಟ್ಟಿದ್ದ 'ಸ್ಥಳಪುರಾಣದ' ಕೆಲವು ಕಲ್ಲುಗಳ ಮೇಲೆ ಕಣ್ಣಾಡಿಸುತ್ತ ಫೋಟೋ ತೆಗೆಯಲಾರಂಭಿಸಿದೆ.

ಒಂದು ಕಲ್ಲಿನ ಮೇಲೆ–ಈ ಸ್ಥಳವನ್ನು SS (ಶುಟ್ಜ್‌ಸ್ಟಾಫ಼ೆಲ್), ಅಂದರೆ ಜರ್ಮನ್

ಪ್ಯಾರಾಮಿಲಿಟರಿ ಸಂಸ್ಥೆ ಆಕ್ರಮಿಸಿದಾಗ ಕೇವಲ 20 ಕಟ್ಟಡಗಳು ಮಾತ್ರ ಇದ್ದವು. ಬರಬರುತ್ತಾ ಇಲ್ಲಿಗೆ ಬರುವವರ ಸಂಖ್ಯೆ ಬೆಳೆಯುತ್ತಾ ಹೋದಂತೆ ಈ ಸ್ಥಳವನ್ನು ವಿಸ್ತರಿಸಬೇಕು ಎಂದು ನಿರ್ಧರಿಸಿದ ನಂತರ 1941ರಲ್ಲಿ 8 ಹೊಸ ಬ್ಲಾಕ್‌ಗಳನ್ನು ಕಟ್ಟಲಾರಂಭಿಸಿದರು. ಜೊತೆಗೆ ಮೊದಲಿದ್ದ ಬ್ಲಾಕ್‌ಗಳಲ್ಲಿನ 14 ಬ್ಲಾಕ್‌ಗಳಿಗೆ ಮೊದಲ ಮಹಡಿಯನ್ನು ಕೂಡಾ ಕಟ್ಟಲು ಪ್ರಾರಂಭಿಸಿದರು. ಪಾಯ ತೋಡುವುದು, ಸಿಮೆಂಟು ಮತ್ತಿತರ ವಸ್ತುಗಳನ್ನು ಸಾಗಿಸುವುದು, ಮರಳು ಹೊರುವುದು, ಇಟ್ಟಿಗೆ ಹೊರುವುದು ಎಲ್ಲ ಕೆಲಸವನ್ನೂ ಅಲ್ಲಿನ ಖೈದಿಗಳಿಂದಲೇ ಮಾಡಿಸುತ್ತಿದ್ದರು. ಸಣ್ಣ ತಪ್ಪು ಮಾಡಿದರೂ ಮೂಳೆ ಮುರಿವಂತೆ ಹೊಡೆತ ತಿನ್ನುತ್ತಾ, ಕೆಲಸ ಮಾಡಿದ ಈ ಖೈದಿಗಳಲ್ಲಿ ಸುಮಾರು ಜನ ಈ ಕಟ್ಟಡಗಳನ್ನು ಕಟ್ಟುವಾಗಲೇ ಸತ್ತುಹೋದರು ಎಂಬ ವಿವರಣೆ ಇತ್ತು.

ಇನ್ನೊಂದು ಕಲ್ಲಿನ ಮೇಲೆ–ಪೋಲಿಷ್ ಖೈದಿಗಳಲ್ಲಿ ಯಾರಾದರೂ ತಪ್ಪಿಸಿಕೊಂಡರೆ ಅವರ ಕುಟುಂಬದ ಇತರ ಸದಸ್ಯರನ್ನು ಆಶ್ವಿಟ್ಜ್‌ಗೆ ಎಳೆದೊಯ್ಯುತ್ತಿದ್ದರು. ಅವರು ಅಲ್ಲಿಗೆ ಬಂದದ್ದಕ್ಕೆ ಕಾರಣವೇನು ಮತ್ತು ಓಡಿಹೋದ ತಮ್ಮ ಮನೆಯ ಸದಸ್ಯ ಮರಳಿ ಸಿಗುವವರೆಗೆ ತಾವು ಆ ಕ್ಯಾಂಪ್‌ನಲ್ಲಿಯೇ ಉಳಿಯಬೇಕು ಎಂಬ ವಿವರಣೆ ಬರೆದ ಬೋರ್ಡ್‌ನ ಕೆಳಗೆ ಸದಾ ನಿಂತಿರಬೇಕಿತ್ತು. ಅದು ಉಳಿದವರಿಗೆ ಕೊಡುವ ಎಚ್ಚರಿಕೆಯೂ ಆಗಿರುತ್ತಿತ್ತು ಎಂಬ ವಿವರಣೆ ಇತ್ತು. ಖೈದಿಗಳು ತಪ್ಪಿಸಿಕೊಂಡರೆ ಅವರ ಮನೆಯವರನ್ನೆಲ್ಲ ಶಿಕ್ಷೆಗೆ ಒಳಪಡಿಸುವುದರ ಬಗ್ಗೆ ನಾಗರಿಕ ಸಮಾಜದಲ್ಲಿ ಎಲ್ಲಿಯಾದರೂ ಕೇಳಿದ್ದೀರಾ?!

ನಾನು ಸಣ್ಣವಳಿರುವಾಗ ದೊಡ್ಡವರು ಪಾಪ–ಪುಣ್ಯದ ಬಗ್ಗೆ ಭಯ ಹುಟ್ಟಿಸುವಂತೆ ಹೇಳುತ್ತ, ಪಾಪ ಮಾಡಿದವರನ್ನು ಯಮಧರ್ಮ ಬಿಸಿ ಬಾಣಲೆಯಲ್ಲಿ ಹುರಿಯುತ್ತಾನೆ, ಬಿಸಿ ನೀರಿನಲ್ಲಿ ಅದ್ದುತ್ತಾನೆ, ಕೊತಕೊತ ಕುದಿವ ಎಣ್ಣೆಯಲ್ಲಿ ನಮ್ಮನ್ನು ಕರಿಯುತ್ತಾನೆ, ಮೆಣಸಿನಕಾಯಿ ಘಾಟು ಹಾಕಿ ತಲೆ ಕೆಳಕಾಗಿ ನೇತುಹಾಕುತ್ತಾರೆ ಎಂದೆಲ್ಲ ಹೇಳುತ್ತಿದ್ದರು. ನಾನು ಆ ವಯಸ್ಸಿನಲ್ಲಿ ಭಯಗೊಂಡರೂ ದೊಡ್ಡವಳಾಗುತ್ತ ಹೋಗಿ, ಬುದ್ಧಿ ಬೆಳೆದಂತೆ, ಇದನ್ನೆಲ್ಲ ನೆನೆಸಿಕೊಂಡು 'ಹೀಗೆಲ್ಲಾ ಯಾರು ಮಾಡುತ್ತಾರೆ? ಒಳ್ಳೆ ಕೆಟ್ಟಕೆಟ್ಟ ಕತೆ ಕಟ್ಟುತ್ತಿದ್ದರಪ್ಪ ಈ ದೊಡ್ಡವರು' ಎಂದು ನಗುತ್ತಿದ್ದೆ. ಈಗ ಈ ನಾಜಿಗಳು ಕೊಡುವ ಶಿಕ್ಷೆ ನೋಡುತ್ತಿದ್ದರೆ ಅವರೆಲ್ಲ ನಮ್ಮ ಯಮಧರ್ಮನಿಂದಲೇ ಟ್ರೈನಿಂಗ್ ಪಡೆದಿರಬೇಕು ಎನ್ನಿಸಿತು. ಇದು ನಾಜಿಗಳ ಕ್ರೌರ್ಯದ ಕೇವಲ ಒಂದು ತುಣುಕಷ್ಟೇ. ಇದಕ್ಕಿಂತ ಹೀನವಾದದ್ದರ ಬಗ್ಗೆ ಮುಂದೆ ಓದುತ್ತೀರಿ...

ಆಶ್ವಿಟ್ಜ್ ಆವರಣದಲ್ಲಿ 46 ಕೊಠಡಿಗಳಿವೆ. ಆದರೆ ಸಾಕಷ್ಟು ಕೊಠಡಿಗಳ ಅಡಿಪಾಯ ಕುಸಿಯುತ್ತಿದೆ, ಗೋಡೆಗಳು ಬಿರುಕು ಬಿಟ್ಟಿದೆ, ತಾರಸಿ ಸೋರುತ್ತದೆ. ಹಾಗಾಗಿ ಅವುಗಳನ್ನೆಲ್ಲ ಬೀಗ ಜಡಿದು ಇರಿಸಲಾಗಿದೆ. ಕೆಲವಕ್ಕೆ ಮಾತ್ರ ಪ್ರವೇಶವಿದೆ.

ಸತ್ತವರ ವಸ್ತುಗಳನ್ನು ಹೊಟ್ಟೆಯೊಳಗಿಟ್ಟುಕೊಂಡ ಬ್ಲಾಕ್ ನಂಬರ್ 4, 5, 6, 7, ಕಾರುಣ್ಯರಹಿತ ಕೊಲೆಗಳಿಗೆ ಸಾಕ್ಷಿಯಾದ ಸಾವಿನ ಗೋಡೆ, ಅಮಾನುಷ ಕೃತ್ಯಗಳಿಗೆ ಸಾಕ್ಷಿಯಾದ ಬ್ಲಾಕ್ ನಂಬರ್ 11, ವೈದ್ಯಕೀಯ ಪ್ರಯೋಗಗಳೆಂಬ ಕ್ರೌರ್ಯಕ್ಕೆ ಸಾಕ್ಷಿಯಾದ ಬ್ಲಾಕ್ ನಂಬರ್ 10, ಮೊದಲ ಝೈಕ್ಲೋನ್ ಬಿ ವಿಷಾನಿಲವನ್ನು ಉಸಿರಾಡಿದ ಗ್ಯಾಸ್ ಛೇಂಬರ್‌ನ ಬಣ್ಣಗೆಟ್ಟ ಗೋಡೆಗಳು, ಕೊಲೆಯಾದವರನ್ನು ದಹಿಸಿ ಅವರ ಬೂದಿಯನ್ನು ಮೈಗೆ ಅಂಟಿಸಿಕೊಂಡ ಕ್ರಿಮೆಟೋರಿಯಂ, ಹಾಗೂ ಮತ್ತೊಂದಿಷ್ಟು ಕೊಠಡಿಗಳಿಗೆ ಮಾತ್ರ ಜನರಿಗೆ ಪ್ರವೇಶವಿದೆ. ನಿಜಕ್ಕೂ ಹೇಳಬೇಕೆಂದರೆ ಆಶ್ವಿಟ್ಜ್ ಮ್ಯೂಸಿಯಮ್‌ನ ಯಾವುದೇ ಕೊಠಡಿಯನ್ನು ಹೊಕ್ಕರೂ ಅಲ್ಲಿರುವುದು 'ಬದುಕಿದವರ' ಸ್ಥಿತಿ-ಗತಿಯ ವಿವರಗಳು ಹಾಗೂ ಸಾವು ಆವರಿಸಿಕೊಂಡ ವಿವರಗಳು. ಆಶ್ವಿಟ್ಜ್‌ನಲ್ಲಿ ಬದುಕಿಗೂ ಸಾವಿಗೂ ಅಂತ ವ್ಯತ್ಯಾಸವೇನಿರಲಿಲ್ಲ ಎನ್ನುವುದು ಬೇರೆಯದೇ ಮಾತು.

ಇಡೀ ಆಶ್ವಿಟ್ಜ್‌ನಲ್ಲಿ ಒಂದು ಸುತ್ತು ಹಾಕಿಬಿಟ್ಟರೆ, ನಾಝಿಗಳಿಗೆ ಬದುಕು ಎಷ್ಟು ಅಗ್ಗವಾಗಿತ್ತು ಎನ್ನುವ ಅರಿವಾಗಿ ಬಿಡುತ್ತದೆ. ಮನುಷ್ಯರು ಹುಳಗಳಂತೆ ಸತ್ತರು ಎಂದು ಉತ್ಪ್ರೇಕ್ಷೆಯಂತೆ ಆಗಾಗ ಬಳಸುತ್ತೇವಲ್ಲ, ಇಲ್ಲಿ ನಿಜಕ್ಕೂ ಅವರು ಹುಳಗಳಂತೆಯೇ ಸತ್ತಿದ್ದು. ಕೆಲವರು ಹಸಿವಿನಿಂದ, ಕೆಲವರು ರೋಗರುಜಿನಗಳಿಂದ, ಕೆಲವರು ಗ್ಯಾಸ್ ಛೇಂಬರ್‌ನಲ್ಲಿ ವಿಷಾನಿಲದಿಂದ ಉಸಿರುಗಟ್ಟಿ, ಮತ್ತೆ ಕೆಲವರು ವೈದ್ಯಕೀಯ ಪ್ರಯೋಗಗಳ ಮುಸುಕಿನಡಿಯಲ್ಲಿ, ಇನ್ನು ಕೆಲವರು 'ವಿಚಾರಣೆ' ನಡೆದು ಶಿಕ್ಷೆಗೊಳಗಾಗಿ ಸೀದಾ ಗೋಡೆಯೊಂದರ ಬಳಿ ಕೊಂಡೊಯ್ದು ಗುಂಡಿನಿಂದ... ಸಾಯಲು ನೂರಾರು ರೀತಿ, ನೂರಾರು ಕಾರಣಗಳು ಅಷ್ಟೇ. ಒಟ್ಟಿನಲ್ಲಿ ಎಲ್ಲೆಲ್ಲೂ ಆವರಿಸಿರುವ ಸಾವಿನ ನೆರಳನ್ನು ನೋಡಲು ಗುಂಡಿಗೆ ಗಟ್ಟಿಯಿರಬೇಕು ಅಷ್ಟೇ.

Extermination block ಎಂದು ಕರೆಯಲ್ಪಡುವ ಬ್ಲಾಕ್ ನಂಬರ್ 4ರ ಒಳಹೊಕ್ಕ ಕೂಡಲೇ Those who do not remember the past are condemned to repeat it ಎನ್ನುವ ಬೋರ್ಡ್ ಕಾಣಿಸಿತು... ಅಂದರೆ ಚರಿತ್ರೆಯಿಂದ ಪಾಠ ಕಲಿಯದವರು ಅದನ್ನು ಪುನರಾವರ್ತನೆ ಮಾಡುವ ಅವಹೇಳನಕಾರಿ ಕೆಲಸಕ್ಕೆ ಕೈ ಹಾಕುತ್ತಾರೆ ಎಂದರ್ಥ. ಶಾಲೆಯಲ್ಲಿರುವಾಗ ನಾನು ಚರಿತ್ರೆಯ ದಿನಾಂಕ, ವರ್ಷಗಳನ್ನು ಉರು ಹಚ್ಚಿ ಹಚ್ಚಿ ಸುಸ್ತಾಗಿದ್ದಾಗ 'ಈ ಚರಿತ್ರೆ ಯಾಕೆ ಹೇಳಿಕೊಡುತ್ತಾರೋ ಕರ್ಮ. ಇದರಿಂದ ನಮಗೇನು ಉಪಯೋಗ? ಆಗಿ ಹೋಗಿರುವುದನ್ನು ಯಾಕೆ ಓದಬೇಕು ನಾವು' ಎಂದು ಬಯ್ದುಕೊಳ್ಳುತ್ತಿದ್ದೆ. ಚರಿತ್ರೆ ಓದುವುದೆಂದರೆ ಅದರಲ್ಲಿನ ದಿನಾಂಕಗಳನ್ನು ಉರು ಹಚ್ಚುವುದಲ್ಲ, ಅಲ್ಲಿ ನಡೆದ ಘೋರಗಳು ಮತ್ತೆ ಘಟಿಸದಿರುವಂತೆ ನೋಡಿಕೊಳ್ಳುವುದೇ ಚರಿತ್ರೆ ಕಲಿಸುವ ಮುಖ್ಯ ಉದ್ದೇಶ ಎಂಬ ಸರಳ ಪಾಠ ಯಾರಾದರೂ ಹೇಳಿಕೊಡಬೇಕು ಓದುವ ಮಕ್ಕಳಿಗೆ.

ಅಷ್ಟನ್ನೂ ಕಲಿಸದ ವಿದ್ಯೆ ವ್ಯರ್ಥವಾಗಿ ಬಿಡುತ್ತದೆ. ಬ್ಲಾಕ್ ನಂಬರ್ 4ರ ತುಂಬ ತಲೆ ಸುತ್ತುವಷ್ಟು ಅಂಕಿ ಅಂಶಗಳ ಬೋರ್ಡ್‌ಗಳು. ಆಶ್ವಿಟ್ಜ್‌ಗೆ ಒಟ್ಟು ರವಾನೆಯಾದವರ ಸಂಖ್ಯೆ, ಅದರಲ್ಲಿ ಜ್ಯೂಗಳೆಷ್ಟು, ಪೋಲಿಷ್ ಜನರೆಷ್ಟು, ರೊಮಾನಿಗಳೆಷ್ಟು, ರಷ್ಯನ್ನರೆಷ್ಟು ಅನ್ನುವ ಅಂಕಿ ಅಂಶಗಳು, ಅದರಲ್ಲಿ ಸತ್ತವರೆಷ್ಟು ಜನ ಅನ್ನುವ ಅಂಕಿ ಅಂಶಗಳು, ಕ್ಯಾಂಪ್‌ಗೆ ಸಾಗಿಸಲ್ಪಟ್ಟ ಜನರ 'ಅಪರಾಧಗಳ' ಕುರಿತಾದ ದಾಖಲೆಗಳ ಸಾಲು ಸಾಲು, ಯಾವತ್ತಿನ ದಿನ ಎಷ್ಟೆಷ್ಟು ಜನರನ್ನು ಅಲ್ಲಿಗೆ ಕಳಿಸುತ್ತಿದ್ದಾರೆ ಎನ್ನುವುದರ ಟೆಲಿಗ್ರಾಂ, ಎಷ್ಟು ಬೋಗಿಗಳ ರೈಲು ಹೊರಡುತ್ತಿದೆ ಎನ್ನುವ ಟೆಲಿಗ್ರಾಂ, ಆಯಾ ದಿನ ಗಲ್ಲಿಗೇರಿಸಲ್ಪಟ್ಟವರ ಪಟ್ಟಿ, ಗುಂಡು ಹೊಡೆದು ಸಾಯಿಸಿದವರ ಸಂಖ್ಯೆ, ದಂಗೆ ಎದ್ದ ಕಾರಣಕ್ಕಾಗಿ ಕೊಲ್ಲಲು ಆಜ್ಞೆ ಮಾಡಿದವರ ಪಟ್ಟಿ... ಆ ಕೊಠಡಿಯಲ್ಲಿ ಸತ್ತ ಮನುಷ್ಯರೆಲ್ಲರೂ ತಮ್ಮ ಅಸ್ಮಿತೆ ಕಳೆದುಕೊಂಡು ಬರಿಯ ಅಂಕಿ–ಅಂಶಗಳಾಗಿ ಬದಲಾಗಿ ಬಿಟ್ಟಿದ್ದರು... ಅದೂ ಎಲ್ಲವೂ ಸಾವಿರ, ಲಕ್ಷಗಳ ಲೆಕ್ಕದಲ್ಲಿ! ಇಡೀ ಒಂದು ಜನಾಂಗವನ್ನು ಒರೆಸಿ ಹಾಕಿದ್ದಕ್ಕೆ ಸಾಕ್ಷಿಯಾಗಿ ಉಳಿದಿದ್ದು ಬರಿದೇ ಕೆಲವು ಹಾಳೆಗಳು.

ಇನ್ನು ಅಲ್ಲಿ ಪ್ರದರ್ಶಿಸಲ್ಪಟ್ಟ ಚಿತ್ರಗಳನ್ನು ನೋಡಲಂತೂ ಗುಂಡಿಗೆ ಗಟ್ಟಿ ಇರಬೇಕು. ಸಾವಿನ ಶಿಬಿರಕ್ಕೆ ರೈಲಿನಲ್ಲಿ ಬಂದಿಳಿದವರ, ಬೇರೆ ಬೇರೆ ದೇಶಗಳಿಂದ ಅಲ್ಲಿಗೆ ಸಾಗಿಸಲ್ಪಟ್ಟ ಜ್ಯೂಗಳ, ಗೆಟ್ಟೋಗಳಿಂದ ಅಲ್ಲಿಗೆ ಕಳಿಸಲ್ಪಟ್ಟವರ ರಾಶಿ ರಾಶಿ ಚಿತ್ರಗಳು. ಎಲ್ಲೆಲ್ಲಿ ನೋಡಿದರೂ ಪೇಲವ ಮುಖದ, ಅನಿಶ್ಚಿತ ಭವಿಷ್ಯದ ಬಗ್ಗೆ ಕಳವಳದ ಮುಖ ಮಾಡಿ ನಿಂತವರ ಫೋಟೋಗಳ ರಾಶಿ. ಮಕ್ಕಳ ಚಿತ್ರ ನೋಡುವಾಗಲಂತೂ ಕಣ್ಣಲ್ಲಿ ನೀರು ಬಂದುಬಿಟ್ಟಿತು. ಏನೂ ಅರ್ಥವಾಗದೆ ತಬ್ಬಿಬ್ಬಾಗಿ ನಿಂತ ಮಕ್ಕಳ ಮುಖಗಳವು. ಕಂಗೆಟ್ಟ ಮುಖಗಳ ಮಕ್ಕಳು ಅಮ್ಮನಿಗೆ ಆತು ನಿಂತ ಚಿತ್ರಗಳನ್ನು ನೋಡುವಾಗ ಕಂಡ ಮುಖಗಳಲ್ಲಿನ ಅನಾಥಭಾವ ಆ ಪ್ರಯಾಣ ಮುಗಿಸಿ ಬಂದ ಇಷ್ಟು ದಿನಗಳ ನಂತರ ಇದನ್ನು ಬರೆಯುವಾಗಲೂ ಮರೆಯಾಗಿಲ್ಲ. ಏನಿತ್ತೋ ಆ ಮಕ್ಕಳ ಮನಸ್ಸಿನಲ್ಲಿ... ಗೆಳೆಯರೊಂದಿಗೆ ಆಡುತ್ತ ಇರಬೇಕಾದ ಆ ವಯಸ್ಸಿನಲ್ಲಿ ಈ ರೀತಿಯ ಕಷ್ಟ ಅನುಭವಿಸಬೇಕಾದವರ ಮನಸ್ಥಿತಿ ಹೇಗಿತ್ತೋ ಪಾಪ...

ಮನೆ–ಅಪ್ಪ–ಇದ್ದ ಸುಂದರ ಬದುಕು ಎಲ್ಲವನ್ನೂ ಕಳೆದುಕೊಂಡು ಹೀಗೆ ಅಮ್ಮನ
ಜೊತೆ ಹೆಜ್ಜೆ ಹಾಕುವ ಆ ಕೂಸುಗಳಲ್ಲಿ ಯಾವುದಾದರೂ ಬದುಕುಳಿಯಿತಾ?
ಪಕ್ಕದಲ್ಲಿದ್ದ ಅದರ ಅಮ್ಮ? ಆಕೆ ಬದುಕುಳಿದಳಾ?
ಅಲ್ಲಿ ನಿಂತಿದೆಯಲ್ಲ, ಅತ್ಯಂತ ಆರ್ತನಾಗಿ ತುಸು ಬೆನ್ನು ಬಾಗಿಸಿ, ಕಳೆದುಹೋದ
ಮುಖಭಾವದಲ್ಲಿ ನಿಂತ ಆ ಕೂಸು ಅದು ಯಾಕೆ ಅಮ್ಮನ ಕೈ ಹಿಡಿದಿಲ್ಲ?
ಅಥವಾ ಪಕ್ಕದಲ್ಲಿರುವವಳು ಆ ಕೂಸಿನ ಅಮ್ಮನೇ ಅಲ್ಲವೇ? ಅದರ ಕಣ್ಣು
ಅಮ್ಮನನ್ನೇ ಹುಡುಕುತ್ತಿರಬಹುದೇ?
ಪಕ್ಕದಲ್ಲಿ ಕಾಣುತ್ತಿರುವ ಆ ದುಂಡುಗಲ್ಲದ ಇನ್ನೊಂದು ಪುಟ್ಟ ಕೂಸು? ಅದರ ಗತಿ

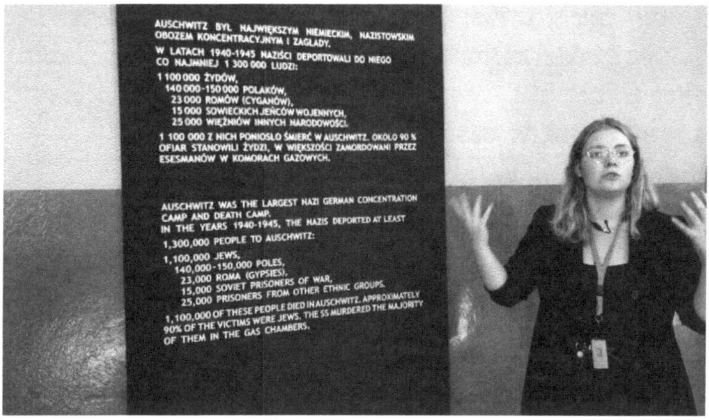

ಏನಾಯಿತೋ?
ಮೂರು ಪುಟ್ಟಮಕ್ಕಳು ಒಂದರ ಕೈ ಇನ್ನೊಂದು ಹಿಡಿದು ನಡೆಯುತ್ತಿವೆಯಲ್ಲ,
ಅವುಗಳ ಹಿಂದೆ ನಡೆಯುತ್ತಿರುವ ಅಜ್ಜಿಯ ಗತಿ ಏನಾಯಿತು?

ಬಹುಶಃ ಅವರಲ್ಲಿ ಯಾರೆಂದರೆ ಯಾರೂ ಉಳಿದಿರುವ ಸಾಧ್ಯತೆಯಿಲ್ಲ. ಹಿಟ್ಲರ್‌ನ ಮಾದರಿ ಸಮಾಜದಲ್ಲಿ ಅನುತ್ಪಾದಕ ಹೆಂಗಸರು, ಪುಟ್ಟಮಕ್ಕಳು, ವಯಸ್ಸಾದವರು, ರೋಗಿಗಳು ಯಾರೂ ಬದುಕುಳಿವ ಹಕ್ಕು ಹೊಂದಿರಲಿಲ್ಲವಲ್ಲ. ಮೇಲಾಗಿ ಅವರು ಜ್ಯೂಗಳಾದ್ದರಿಂದ ಬದುಕುವ ಹಕ್ಕು ಮೊದಲೇ ಇಲ್ಲ. ಹಾಗಾಗಿ ಅವರಲ್ಲಿ ಸಾಕಷ್ಟು ಜನ ಸತ್ತು ಹೋಗಿರುತ್ತಾರೆ!

ಮುಂದೆ ಪಟ್ಟೆ ಪಟ್ಟೆ ಶರಟು, ಪೈಜಾಮಾದ ಜ್ಯೂಗಳ ಫೋಟೋ ಗ್ಯಾಲರಿ ನೋಡುತ್ತಿದ್ದಂತೆ ಇದ್ದ ವಿಷಾದ ಇನ್ನಷ್ಟು ಗಾಢವಾಗುತ್ತಾ ಹೋಯಿತು. ಕೆಲವರು ತಡವಾಗಿ ಕ್ಯಾಂಪ್‌ಗೆ ಬಂದವರಿರಬೇಕು. ಗಲ್ಲಗಳು ಇನ್ನೂ ಸ್ವಲ್ಪ ಗುಂಡಗಿತ್ತು, ಕಣ್ಣುಗಳಲ್ಲಿ ನಕ್ಷತ್ರದ ಮಿನುಗಿತ್ತು, ತುಟಿಗಳು ಬಿಗಿದುಕೊಂಡಿದ್ದರೂ ಮುಖದಲ್ಲಿ ಜೀವಕಳೆಯಿತ್ತು. ಯಾರ ಮುಖದಲ್ಲಿಯೂ ಇನ್ನೂ ಸಾವಿನ ನೆರಳು ಹಾಯ್ದಿರಲಿಲ್ಲ. ಅದೇನು ತಾವು ಬದುಕುತ್ತೇವೆ ಎನ್ನುವ ಭರವಸೆಯೋ ಅಥವಾ ತಮ್ಮ ಕೈಯಲ್ಲಿ ಏನೂ ಇಲ್ಲ ಎಂದಾಗ ಒದಗಿಬರುವ ನಿರ್ಲಿಪ್ತತೆಯೋ ಗೊತ್ತಿಲ್ಲ. ಅದರ ಕೆಳಗೆ ಅವರು ಯಾರು, ಯಾವ ದೇಶದಿಂದ ಅಲ್ಲಿಗೆ ರವಾನಿಸಲ್ಪಟ್ಟರು, ಅಲ್ಲಿಗೆ ಬಂದ ದಿನಾಂಕ ಮತ್ತು ಸತ್ತ ದಿನಾಂಕದ ಎರಡು ಸಾಲಿನ ವಿವರಣೆ. ಆ ಎರಡು ದಿನಾಂಕದ ನಡುವಿನ ಬದುಕಿದೆಯಲ್ಲ, ಅದರ ಬಗ್ಗೆ ಮುಂದೆ ಬಹಳ ಹೇಳುವುದಿದೆ...

ಇನ್ನು Material evidence of crimes ಎಂದು ಕರೆಯಲ್ಪಡುವ ಬ್ಲಾಕ್ ನಂಬರ್

5, 4ನೇ ಬ್ಲಾಕ್‌ಗಿಂತ ಹೆಚ್ಚು ಘೋರ. 4ನೇ ಬ್ಲಾಕ್‌ನಲ್ಲಿ ಅಂಕಿ ಅಂಶಗಳಿದ್ದವಲ್ಲ, ಅವೆಲ್ಲ ಇಲ್ಲಿ ಪ್ರತ್ಯಕ್ಷ ಸಾಕ್ಷಿಗಳಾಗಿ ಕಣ್ಣೆದುರು ನಿಂತು ನರಮೇಧದ ಅಗಾಧತೆಯನ್ನು ಕಣ್ಣೆದುರು ಬಿಚ್ಚಿ ಬೆಚ್ಚಿ ಬೀಳಿಸುತ್ತದೆ. ಎಲ್ಲೆಲ್ಲಿ ನೋಡಿದರೂ ಹಾಲೋಕಾಸ್ಟ್‌ನಲ್ಲಿ ಕೊಲ್ಲಲ್ಪಟ್ಟವರ ವಸ್ತುಗಳ ರಾಶಿರಾಶಿ.

ಶೂ ಚಪ್ಪಲಿಗಳ ಅಗಾಧ ಬೆಟ್ಟ
ಶೂ ಪಾಲಿಷ್ ಡಬ್ಬಗಳು, ಬ್ರಷ್‌ಗಳು
ಬಾಚಣಿಗೆ, ಹೇರ್ ಬ್ರಷ್‌ಗಳು
ಎನಾಮೆಲ್ ತಟ್ಟೆ, ಪಾತ್ರೆಗಳು
ಕತ್ತರಿಸಲ್ಪಟ್ಟ ತಲೆಗೂದಲ ರಾಶಿ
ಬಟ್ಟೆ–ಬರೆಗಳು, ಸೂಟ್‌ಕೇಸ್‌ಗಳು, ಬ್ಯಾಗ್‌ಗಳು
ಗ್ಯಾಸ್ ಛೇಂಬರ್‌ನಲ್ಲಿ ಹಾಯಿಸಿದ ಜೈಕ್ಲೋನ್ ಬಿ ವಿಷಾನಿಲದ ಕ್ಯಾನಿಸ್ಟರ್‌ಗಳು...
ಎಲ್ಲವೂ ನಮ್ಮನ್ನು ತಲ್ಲಣಗೊಳಿಸಿ ಬಿಡುತ್ತವೆ.

ಒಂದು ಸುಮಾರು 50–60–70 ಅಡಿ ಉದ್ದದ ಕೊಠಡಿಯಲ್ಲಿನ ಎರಡೂ ಬದಿಯ ಗಾಜಿನ ಶೋಕೇಸ್‌ಗಳಲ್ಲಿ ನೆಲದಿಂದ ತಾರಸಿಯವರೆಗೆ ಬರೀ ಶೂ, ಚಪ್ಪಲಿಗಳ ರಾಶಿ ಒಟ್ಟಿದ್ದಾರೆ. ಒಟ್ಟು ಒಂದು ಲಕ್ಷದ ಹತ್ತು ಸಾವಿರ ಜೊತೆ ಇದೆಯಂತೆ ಅಲ್ಲಿ! ಎಲ್ಲವೂ ಬಣ್ಣ ಕಳೆದುಕೊಂಡು ಕಂದುಬಣ್ಣಕ್ಕೆ ತಿರುಗಿಬಿಟ್ಟಿದೆ.

ಅರೆಬರೆ ನಶಿಸಿದ, ಹೀಲ್ಸ್ ಸವೆದ, ಸೋಲ್ ಕಿತ್ತುಹೋದ ಚಪ್ಪಲಿಗಳ ನಡುವೆ ಅಲ್ಲಲ್ಲಿ ಕೆಂಪು ಬಣ್ಣದ ಶೂಗಳು ಮಾತ್ರ ಈಗಲೂ ಹೊಳೆಯುತ್ತವೆ. ಅಲ್ಲಿರುವ ಯಾವುದೇ ಶೂ, ಚಪ್ಪಲಿಗೂ ಜೊತೆಯಿಲ್ಲ... ಬರೀ ಒಂಟೊಂಟಿ ಚಪ್ಪಲಿಗಳು... ಹಾಲೋಕಾಸ್ಟ್‌ನಲ್ಲಿ ಬದುಕುಳಿದವರ ಬದುಕಿನಂತೆ. ಈ ಬದಿಯಿಂದ ಹೊರಟು ಎಡಗಡೆ ಇರುವ ಗಾಜಿನ ಬೀರುವಿನುದ್ದಕ್ಕೂ ಸಾಗಿ ಮತ್ತೆ ಅಲ್ಲಿ ಯು ಟರ್ನ್ ಹೊಡೆದು ವಾಪಸ್ ಬರುವವರೆಗೂ ಮುಗಿಯದ ಚಪ್ಪಲಿಗಳ ರಾಶಿ. ಮತ್ತೊಂದು ಗಾಜಿನ ಬೀರುವಿನಲ್ಲಿ ಇದು ಹೀಗಾಗಬಹುದೆಂಬ ಊಹೆಯೂ ಇಲ್ಲದೆ, ಇಲ್ಲಿಂದ ಹೊರಹೋಗುತ್ತೇವೆಂಬ ಭ್ರಮೆಯಲ್ಲಿ ಶೂಗಳನ್ನು ಪಾಲಿಷ್ ಮಾಡಲು ತಂದ ಪಾಲಿಷ್ ಮತ್ತು ಬ್ರಶ್‌ಗಳ ರಾಶಿ. ಮುಂದೆ ಪಾಲಿಷ್ ಮಾಡುವುದಿರಲಿ, ಕೊನೆಗೆ ಹಾಕಲು ಶೂ ಚಪ್ಪಲಿಗಳೂ ಇಲ್ಲದೇ ಬರಿಗಾಲಿನಲ್ಲಿ ನಡೆಯಬೇಕಾದ ಸ್ಥಿತಿ ಬರುತ್ತದೆಂಬ ಅರಿವಾದರೂ ಎಲ್ಲಿತ್ತು ಅವರಿಗೆ?

ಇನ್ನು ಗಾಜಿನ ಬೀರುವಿನ ತುಂಬ ತುಂಬಿದ್ದ ಸೂಟ್‌ಕೇಸ್‌ಗಳು ಮತ್ತು ಬ್ಯಾಗ್‌ಗಳ ರಾಶಿ ಇದೆಯಲ್ಲ, ಅವೆಲ್ಲ ನಾಜ಼ಿಗಳು ಜ್ಯೂಗಳನ್ನೆಲ್ಲ ಅಲ್ಲಿಗೆ ಕರೆತರುವ ಮುನ್ನ 'ನಿಮ್ಮನ್ನು ಅಲ್ಲಿಂದ ಮತ್ತೆ ಬೇರೆಡೆಗೆ ಕಳಿಸಲಾಗುತ್ತದೆ. ಹಾಗಾಗಿ ನಿಮಗೆ

ಅಗತ್ಯವೆನ್ನಿಸಿದ ವಸ್ತುಗಳನ್ನು ಪ್ಯಾಕ್ ಮಾಡಿಕೊಳ್ಳಿ. ಆದರೆ ಅಲ್ಲಿಗೆ ಹೋದ ನಂತರ ನಿಮ್ಮ ಬ್ಯಾಗ್‌ಗಳನ್ನು ನಮ್ಮ ಹತ್ತಿರವೇ ಇಟ್ಟುಕೊಂಡು, ಮತ್ತೆ ಬೇರೆಡೆಗೆ ಹೊರಡುವಾಗ ನಿಮಗೆ ಕೊಡುತ್ತೇವೆ. ಹಾಗಾಗಿ ನಿಮ್ಮ ಹೆಸರುಗಳನ್ನು, ಹುಟ್ಟಿದ ದಿನಾಂಕವನ್ನು ಅದರ ಮೇಲೆ ಸ್ಫುಟವಾಗಿ ಬರೆದಿರಿ. ಇಲ್ಲವಾದರೆ ನಿಮಗೆ ಅದು ತಲುಪುವ ಸಾಧ್ಯತೆ ಇರುವುದಿಲ್ಲ' ಎಂದು ಸುಳ್ಳು ಹೇಳಿದ್ದರಂತೆ.

ಹಾಗೆ ಹೇಳಿದರೆ ಆ ಸೂಟ್‌ಕೇಸ್‌ನಲ್ಲಿ ಅವರು ಖಂಡಿತವಾಗಿಯೂ ಚಿನ್ನ ಮತ್ತು ಹಣವನ್ನು ತಂದೇ ತರುತ್ತಾರೆ ಎಂದು ನಾಜ಼ಿಗಳಿಗೆ ಗೊತ್ತಿತ್ತು. ಅದನ್ನು ನಂಬಿದ ಮುಗ್ಧರೆಲ್ಲರೂ ಎಲ್ಲದರ ಮೇಲೂ ರುಥ್ ಹ್ಯೂಮನ್, ವೆಸ್, ನ್ಯೂಮನ್, ಕ್ಲೇನ್, ಎಲಿಜಬೆತ್ ಹೀಗೆ ನೂರಾರು ಹೆಸರುಗಳನ್ನು, ಹುಟ್ಟಿದ ದಿನಾಂಕಗಳನ್ನು ಬರೆದಿಟ್ಟಿದ್ದಾರೆ. ತಾವು ಮತ್ತೆಂದೂ ಆ ಸಾವಿನ ಕಾರ್ಖಾನೆಯಿಂದಾಚೆ ಹೋಗುವುದು ಅಸಾಧ್ಯ ಎಂದು ಗೊತ್ತಿಲ್ಲದೆ ಮುದ್ದಾಗಿ ಬಣ್ಣಬಣ್ಣದ ಅಕ್ಷರಗಳಲ್ಲಿ ದುಂಡಾಗಿ ಬರೆದ ಹೆಸರುಗಳು. ಅಲ್ಲಲ್ಲಿ ಸಾಕಷ್ಟು ಸೂಟ್‌ಕೇಸ್‌ಗಳ ಮೇಲೆ waisenkind ಎಂದು ಬರೆದಿರುವುದನ್ನು ತೋರಿಸಿದ ಪೋಲಾ 'ಅವು ಹೆಸರಲ್ಲ, ಹಾಗೆಂದರೆ 'ತಬ್ಬಲಿಗಳು' ಎಂದರ್ಥ. ಇಲ್ಲಿಗೆ ಬರುವ ಮೊದಲೇ ಹಲವಾರು ಸಂಸಾರಗಳು ಛಿದ್ರವಾಗಿದ್ದವು. ಅಪ್ಪ-ಅಮ್ಮಂದಿರಿಲ್ಲದ ಮಕ್ಕಳು ಕೂಡಾ ಇಲ್ಲಿಗೆ ಬಂದಿದ್ದವು' ಎಂದು ಹೇಳಿದಾಗ ಭಯವೆನ್ನಿಸಿತು. ಅಷ್ಟು ಪುಟ್ಟ ಕಂದಗಳು... ಇಲ್ಲಿ ಒಬ್ಬೊಂಟಿಯಾಗಿ...

ತಲೆಗೂದಲ ರಾಶಿಯನ್ನಂತೂ ನೀವು ಕಣ್ಣಾರೆ ನೋಡಿದರಷ್ಟೇ ನಂಬಲು ಸಾಧ್ಯ. ದೊಡ್ಡ ದೊಡ್ಡ ಗಾಜಿನ ಬೀರುಗಳ ತುಂಬಾ ಕತ್ತರಿಸಿದ ಎರಡು ಜಡೆ, ಒಂದು ಜಡೆ, ಜುಟ್ಟುಗಳನ್ನು ಬೆಟ್ಟದಂತೆ ತುಂಬಿಸಿ ಬಿಟ್ಟಿದ್ದಾರೆ. ಅವುಗಳಿಂದ ಜೈಕ್ಲೋನ್ ಬಿ ಗ್ಯಾಸ್ ವಾಸನೆ ಬರುತ್ತಿದ್ದುದರಿಂದ ಅದು ಬಂದ ಕೂಡಲೇ ಕತ್ತರಿಸಿರುವುದಲ್ಲ, ಗ್ಯಾಸ್ ಛೇಂಬರ್‌ನಲ್ಲಿ ಸತ್ತ ನಂತರ ಕತ್ತರಿಸಿದ ಕೂದಲು ಎಂದು ಅಂದಾಜಿಸಲಾಗಿದೆ. ನೋಡುತ್ತಿದ್ದರೆ ಹೊಟ್ಟೆಯಲ್ಲಿ ಸಂಕಟವಾಗುತ್ತದೆ. ಸುಮಾರು ಏಳು ಸಾವಿರ ಕೆಜಿಗಳಷ್ಟು ಕೂದಲು... ಈ ಏಳು ಸಾವಿರ ಕೆಜಿಗಳು ಕೇವಲ 1 ಲಕ್ಷ 40 ಸಾವಿರ ಜನರಿಗೆ ಸಂಬಂಧ ಪಟ್ಟವು ಮಾತ್ರವಂತೆ. ಇನ್ನುಳಿದವನ್ನು ರಗ್ ಮುಂತಾದವುಗಳ ತಯಾರಿಕೆಗೆಂದು ನಾನಾ ಕಾರ್ಖಾನೆಗಳಿಗೆ ರವಾನಿಸಿ ಆಗಿದೆಯಂತೆ.

ಮೊದಲಿಗೆ ಇವೆಲ್ಲವೂ ಕಂದು, ಕಪ್ಪು, ಕೆಂಪು, ಕೆಂಚು ಈ ರೀತಿ ಬೇರೆಬೇರೆ ಬಣ್ಣಕ್ಕಿದ್ದವಂತೆ. ಆದರೆ ವರ್ಷಗಳು ಕಳೆಯುತ್ತ ಹೋದಂತೆ ಎಲ್ಲವೂ ಬಣ್ಣ ಕಳೆದುಕೊಂಡು ಕಂದುಬಣ್ಣಕ್ಕೆ ತಿರುಗುತ್ತಿವೆ. ಇನ್ನೊಂದಿಷ್ಟು ವರ್ಷಗಳಲ್ಲಿ ಅವೆಲ್ಲ ಪುಡಿಪುಡಿಯಾಗುತ್ತದೆಯಂತೆ. ಹಾಗಾಗಿಯೇ ಇಲ್ಲಿ ಫೋಟೋ ತೆಗೆಯುವುದನ್ನು ಕೂಡಾ ನಿಷೇಧಿಸಿದ್ದಾರೆ. "ಕಾಲ ಕಳೆದಂತೆ ಹಾಲೋಕಾಸ್ಟ್ ನಡೆದಿತ್ತು ಎನ್ನುವುದಕ್ಕೆ ಮನುಷ್ಯ ದೇಹಕ್ಕೆ ಸಂಬಂಧಿಸಿದ ಏಕೈಕ ಸಾಕ್ಷಿಯಾದ ಕೂದಲು ಇಲ್ಲವಾಗುತ್ತದೆ...

ಜೊತೆಗೆ ಜೀವಂತವಾಗಿ ಉಳಿದಿರುವ ಬೆರಳೆಣಿಕೆಯಷ್ಟು ಜನ ಸರ್ವೈವರ್‌ಗಳೂ ಇಲ್ಲವಾಗುತ್ತಾರೆ. ಅಲ್ಲಿಗೆ ಚರಿತ್ರೆಗೆ ಇರುವ ಪ್ರತ್ಯಕ್ಷ ಸಾಕ್ಷಿಗಳ ಕೊಂಡಿ ಕಳಚುತ್ತದೆ. ಯಾವುದನ್ನೂ ನಾವು ನಶಿಸದಂತೆ ಕಾಪಾಡಿಕೊಳ್ಳಲು ಆಗುವುದಿಲ್ಲ.

ಅದಕ್ಕೇ ಇವೆಲ್ಲ ಸಾಕ್ಷಿಗಳನ್ನು, ಅದಕ್ಕೆ ಸಂಬಂಧಪಟ್ಟ ವಿಷಯಗಳನ್ನು ಆದಷ್ಟೂ ಕೇಳಿ ತಿಳಿದುಕೊಳ್ಳಬೇಕು, ದಾಖಲಿಸಬೇಕು. ಇಲ್ಲವಾದರೆ ಮುಂದೊಂದು ದಿನ ಮುಂದಿನ ಜನಾಂಗದವರಿಗೆ ಇದರ ಬಗ್ಗೆ ಹೇಳಲು ನಮ್ಮಲ್ಲಿ ಏನೂ ಇಲ್ಲದೇ ಹೋಗಬಹುದು" ಎನ್ನುತ್ತಾರೆ ಮ್ಯೂಸಿಯಮ್‌ನ ನಿರ್ದೇಶಕ ಪಿಯೋಟರ್ ಕಿವಿನ್‌ಸ್ಕಿ.

ಮತ್ತೊಂದು ಗಾಜಿನ ಬೀರುವಿನ ತುಂಬ ಗ್ಯಾಸ್ ಛೇಂಬರ್‌ನಲ್ಲಿ ಉಸಿರುಗಟ್ಟಿಸಿ ಕೊಂದ ವಿಷಾನಿಲ ಜೈಕ್ಲೋನ್ ಬಿ ಹರಳುಗಳ ಸಾವಿರಾರು ತಗಡಿನ ಡಬ್ಬಿಗಳಿವೆ! ಅದು ಇಡೀ ಹಾಲೋಕಾಸ್ಟ್ ನರಮೇಧದ ಕೇಂದ್ರಬಿಂದು... ನಾಜಿಗಳಷ್ಟೇ ವಿಷಪೂರಿತ ವಸ್ತು! ಈ ಜೈಕ್ಲೋನ್ ಬಿ ಕ್ರಿಮಿನಾಶಕವನ್ನು ಕಂಡುಹಿಡಿದವನು ಫ್ರಿಟ್ಜ್ ಹಾಬರ್ ಎನ್ನುವ ರಸಾಯನ ಶಾಸ್ತ್ರಜ್ಞ. ಜರ್ಮನಿ ದೇಶಕ್ಕೆ ಸೇರಿದ ಈತ ಹಾಬರ್-ಬಾಷ್ ಎನ್ನುವ ಒಂದು ಪ್ರಕ್ರಿಯೆಯನ್ನು ಕಂಡುಹಿಡಿದ. ಇದು ವಾತಾವರಣದಲ್ಲಿರುವ ನೈಟ್ರೋಜನ್‌ನಿಂದ ಅಮೋನಿಯಾವನ್ನು ಉತ್ಪಾದಿಸುವ ಪ್ರಕ್ರಿಯೆ. ಇದರಿಂದ ಉತ್ಪಾದಿಸಲ್ಪಟ್ಟ ಗೊಬ್ಬರವು ಜಗತ್ತಿನ ಅತ್ಯಂತ ಮಹತ್ವದ ಆವಿಷ್ಕಾರ ಎಂದು ಪರಿಗಣಿಸಲ್ಪಟ್ಟಿದೆ. 'ಗಾಳಿಯಿಂದ ಬ್ರೆಡ್' ಎಂಬುದು ಅವನ ಆವಿಷ್ಕಾರದ ಮಹತ್ವವನ್ನು ಸಾರುವ ಸ್ಲೋಗನ್ ಆಗಿತ್ತಂತೆ. ಜಗತ್ತಿನ ಒಟ್ಟು ಜನರಿಗೆ ಬೇಕಾದ ಆಹಾರೋತ್ಪನ್ನದ ಅರ್ಧಭಾಗವನ್ನು ಬೆಳೆಯಲು ಇದೇ ಗೊಬ್ಬರವನ್ನು ಬಳಸುವುದರಿಂದ ಇದು

ಅತ್ಯಂತ ಮಹತ್ವದ ಪ್ರಯೋಗಗಳಲ್ಲೊಂದು ಎಂದು ಹಾಡಿ ಹೊಗಳಲಾಗಿತ್ತು, ಆದರೆ ಆ ನಂತರ 1915ರಲ್ಲಿ ಅವನು 'ಮಗ ಎಲ್ಲ ಬಿಟ್ಟ ಭಂಗಿ ನೆಟ್ಟ' ಎನ್ನುವ ಗಾದೆ ಮಾತಿನಂತೆ ತನ್ನ ಅಮೋನಿಯಾ ಆವಿಷ್ಕಾರವನ್ನು ಬಳಸಿಕೊಂಡು ಸ್ಫೋಟಕಗಳನ್ನು ಮತ್ತು ರಾಸಾಯನಿಕ ಯುದ್ಧಾಸ್ತ್ರಗಳನ್ನು ಉತ್ಪಾದಿಸುವ ಕೆಲಸಕ್ಕೆ ಕೈ ಜೋಡಿಸಿದ.

ಅದರ ಮೊದಲ ಪ್ರಯೋಗವು ಮೊದಲನೇ ಮಹಾಯುದ್ಧದ ಸಮಯ, ಅಂದರೆ 1915ರಲ್ಲೇ ನಡೆದು, ಅದರಿಂದ ಸುಮಾರು ಆರು ಸಾವಿರ ಜನರು ಪ್ರಾಣ ಕಳೆದುಕೊಂಡರು. ಅದು ಜಗತ್ತಿನ ಮೊದಲ ರಾಸಾಯನಿಕ ಶಸ್ತ್ರ ದಾಳಿ. ಅವನ ಹೆಂಡತಿ ಕ್ಲಾರಾಳನ್ನೂ ಸೇರಿದಂತೆ ಅನೇಕರು ಇದರ ಬಗ್ಗೆ ವಿರೋಧ ವ್ಯಕ್ತಪಡಿಸಿದಾಗ ಹಾಬರ್ ಸೈನಿಕನೊಬ್ಬನ ಕಾಲು ತೆಗೆಯುವುದು ಕೂಡಾ ಈ ರಾಸಾಯನಿಕ ಶಸ್ತ್ರದಷ್ಟೇ ಕ್ರೂರ ಎಂದು ಅದನ್ನು ಸಮರ್ಥಿಸಿಕೊಂಡಿದ್ದನಂತೆ! 1918ರಲ್ಲಿ ಫ್ರಿಟ್ಜ್ ಹಾಬರ್‌ಗೆ ನೊಬೆಲ್ ಪಾರಿತೋಷಕವನ್ನು ನೀಡಲಾಯಿತು. ಮುಂದೆ ಇದೇ ಆವಿಷ್ಕಾರದ ಸಹಾಯದಿಂದ ಅವನು ಜೈಕ್ಲೋನ್ ಬಿ ಎನ್ನುವ ಕ್ರಿಮಿನಾಶಕವನ್ನು ಉತ್ಪಾದಿಸಿದ. ಅದೇ ಕ್ರಿಮಿನಾಶಕವೇ ಮುಂದೆ ಗ್ಯಾಸ್ ಛೇಂಬರ್‌ಗಳಲ್ಲಿ ಲಕ್ಷಗಟ್ಟಳೆ ಜನರನ್ನು ಉಸಿರುಗಟ್ಟಿಸಿ ಕೊಲ್ಲಲು ಉಪಯೋಗಿಸಲ್ಪಟ್ಟಿದ್ದು!

ಹೃದಯದ ಮೇಲೆ, ಶ್ವಾಸಕೋಶದ ಮೇಲೆ ಪರಿಣಾಮ ಬೀರುತ್ತಿದ್ದ ಈ ವಿಷಾನಿಲ, ದೇಹ ಹೊಕ್ಕ ಕೂಡಲೇ ಎದೆಯುಲ್ಲಿ ಚಳಕ್ಕೆನ್ನುವ ನೋವು – ಹಾರ್ಟ್ ಅಟ್ಯಾಕ್ ಆಗುವ ಅದೇ ರೀತಿಯ ನೋವಾಗಿ – ನಂತರ ಕೇವಲ 10 ನಿಮಿಷಗಳಲ್ಲಿ ಪ್ರಾಣ ಹೋಗುತ್ತಿತ್ತಂತೆ. ಇಂಥ ಜೈಕ್ಲೋನ್ ಬಿ ಕಂಡು ಹಿಡಿದು 60 ಲಕ್ಷ ಜ್ಯೂಗಳ ಸಾವಿಗೆ ಕಾರಣನಾದ ಫ್ರಿಟ್ಜ್ ಹಾಬರ್‌ನನ್ನು Chemist of life and death ಎಂದೇ ಕರೆಯುತ್ತಾರೆ ಇವತ್ತಿಗೂ.

ಆದರೆ ಬದುಕಿನ ವೈಚಿತ್ರ್ಯವೇನು ಗೊತ್ತಾ?

ಹಾಬರ್ ಕೂಡಾ ಒಬ್ಬ ಜ್ಯೂ! ತಾನು ದೇಶಪ್ರೇಮಿ ಜರ್ಮನ್ ಎಂದುಕೊಂಡು ಏನೆಲ್ಲ ಆವಿಷ್ಕಾರ ಮಾಡಿ ಜರ್ಮನಿಯ ಜೊತೆಗೆ ನಿಂತರೂ 1933ರಲ್ಲಿ ಹಿಟ್ಲರ್ ಅಧಿಕಾರಕ್ಕೆ ಬಂದ ನಂತರ ಜ್ಯೂ ದ್ವೇಷ ಹೆಚ್ಚುತ್ತಿರುವ ಕಾಲದಲ್ಲಿ ಹಾಬರ್‌ನ ಎಲ್ಲ ಕೆಲಸವನ್ನೂ ಬದಿಗಿಟ್ಟು, ಅವನನ್ನು ಒಬ್ಬ ಜ್ಯೂ ಎಂದಷ್ಟೇ ಪರಿಗಣಿಸಿದರು! ಒಂದು ದಿನ ಅವನ ಪ್ರಯೋಗಾಲಯಕ್ಕೆ ಹೋದಾಗ ಅವನಿಗೇ ಪ್ರವೇಶ ನಿರಾಕರಿಸಲಾಯಿತು! ಅದರಿಂದ ನೊಂದು ಆ ನಂತರ ಕೆಲಸಕ್ಕೆ ರಾಜೀನಾಮೆ ನೀಡಿದವನು ಕೇವಲ ಒಂದೇ ವರ್ಷದ ನಂತರ ಸ್ವಿಟ್ಜರ್‌ಲ್ಯಾಂಡ್‌ನಲ್ಲಿ ಹಾರ್ಟ್ ಅಟ್ಯಾಕ್ ಆಗಿ ಸತ್ತುಹೋದ. ಆ ನಂತರ ಜೈಕ್ಲೋನ್ ಬಿ ವಿಷಾನಿಲ ಹರಿಸಿ ಗ್ಯಾಸ್ ಛೇಂಬರ್‌ನಲ್ಲಿ ಉಸಿರುಗಟ್ಟಿ ಸತ್ತವರಲ್ಲಿ ಆತನ ಬಂಧುಗಳೂ ಇದ್ದರು!

ಮನುಕುಲದ ಚರಿತ್ರೆಯಲ್ಲಿ ಇವತ್ತು ಕೀರ್ತಿ ಏಣಿ ಹತ್ತಿ ಸ್ವರ್ಗಕ್ಕೇರಿದವರು ನಾಳೆ ಹೇಳಹೆಸರಿಲ್ಲದಂತೆ ನೆಲಕ್ಕುರುಳಿ ಮಣ್ಣುಪಾಲಾದದ್ದು ಇದೇ ಮೊದಲಲ್ಲ, ಇದೇ ಕೊನೆಯೂ ಅಲ್ಲ ಅಲ್ಲವೇ?

ಅದೇ ಕೊಠಡಿಯಲ್ಲಿ ಇದೇ 'ಆವಿಷ್ಕಾರದ' ಫಲವಾಗಿ ಸತ್ತ ಜ್ಯೂಗಳ ರಾಶಿ ರಾಶಿ ಕನ್ನಡಕಗಳು, ಊರುಗೋಲುಗಳು, ಕೃತಕ ಕಾಲುಗಳು, ಪುಟ್ಟಮಕ್ಕಳ ಬಟ್ಟೆಗಳು, ಕಾಲುಚೀಲಗಳು, ಶೂಗಳು. ಪ್ರಾರ್ಥನೆ ಮಾಡುವಾಗ ಹೊದೆವ ಶಾಲ್‌ಗಳು, ಎನಾಮೆಲ್ ತಟ್ಟೆಗಳು. ಬಟ್ಟಲುಗಳ ರಾಶಿ ಬೇರೆ.

ಇವನ್ನೆಲ್ಲ ನೋಡುತ್ತಾ ಹೋದಂತೆ ಮನಸ್ಸಿನಲ್ಲಿ –

ಆ ಪ್ರಾರ್ಥನಾ ಶಾಲ್‌ಗಳನ್ನು ಕಿತ್ತಿಟ್ಟುಕೊಂಡರಲ್ಲ, ಅದು ಇದ್ದಿದ್ದರೂ ಪ್ರಾರ್ಥನೆ ಮಾಡುವಷ್ಟು ದೇವರ ನಂಬಿಕೆ ಉಳಿದಿತ್ತೇ ಅವರಲ್ಲಿ? ಅಥವಾ ಏನೂ ಇಲ್ಲದಾಗಲೇ ದೇವರಲ್ಲಿ ನಂಬಿಕೆ ಹೆಚ್ಚುತ್ತದೋ?

ಆ ಕೆಂಪು ಒಂಟಿ ಶೂ? ಅದರ ಜೊತೆಯದ್ದೇನಾಯಿತು? ಆ ಪಕ್ಕದಲ್ಲಿದೆಯಲ್ಲ ಅದಿರಬಹುದಾ? ಅಯ್ಯೋ ಅಲ್ಲ, ಅದರ ಸೋಲ್ ಕೆನೆ ಬಣ್ಣಕ್ಕಿದೆ, ಇದರ ಜೊತೆಯದ್ದಲ್ಲ ಅದು.

ಆ ಗಾಜಿನೊಳಗಿಟ್ಟ ಪುಟ್ಟ ಗುಲಾಬಿ ಅಂಗಿ ಯಾವ ಕಂದ ತೊಟ್ಟಿತ್ತು? ಆ ಶೂಗಳನ್ನು ಯಾವ ಪುಟ್ಟ ಪಾದಗಳು ತೊಟ್ಟಿದ್ದವೋ? ಆ ಕಾಲುಚೀಲ, ಆ ಬಿಳಿಯ ಚಡ್ಡಿ ಯಾರದ್ದಿರಬಹುದು? ಮತ್ತೆ ಯಾವತ್ತಾದರೂ ಬದುಕುಳಿದವರು ಇಲ್ಲಿಗೆ ಬಂದಾಗ ತಮ್ಮ ಮಗುವಿಗೆ ಸಂಬಂಧಿಸಿದ್ದು ಎಂದು ಗುರುತಿಸಿದ್ದರೆ?

ಅಯ್ಯೋ ಈ ಪುಟ್ಟ ಪಾದದ ಕೆಂಪು ಶೂ, ಈ ಕಸೂತಿ ಮಾಡಿದ ಬಿಳಿಯ ಅಂಗಿ, ಕಪ್ಪು ಶಾಲಾ ಸಮವಸ್ತ್ರದ ಹೆಣ್ಣುಮಗುವಿನ ಒಂಟಿ ಶೂ... ಮತ್ತೆ ಮತ್ತೆ ನೋಡುತ್ತಲೇ ನಿಂತಿದ್ದೆ

"ಹೊರಡೋಣ ಇನ್ನು" ಪೋಲಾ ಮೆಲುದನಿಯಲ್ಲಿ ನಮ್ಮನ್ನು ಕರೆಯುತ್ತಿದ್ದಳು "ಇನ್ನೂ ತುಂಬ ಇದೆ ನೋಡುವುದು.."

ಉಶ್ಯಪ್ಪ... ಇನ್ನೂ ಏನೆಲ್ಲ ನೋಡುವುದಿದೆ.

ಇದೆಲ್ಲ ನೋಡಬೇಕಿತ್ತೇ ನಿಜಕ್ಕೂ?

ಇಂಥದ್ದನ್ನು?

ಊಹು, ಇಡೀ ಮನುಕುಲ ಯಾವತ್ತೂ ಇಂಥದ್ದನ್ನೆಲ್ಲ ನೋಡಲೇಬಾರದಿತ್ತು...

ಪೋಲಾಳ ಹಿಂದೆ ಹೆಜ್ಜೆ ಹಾಕಿ ಆ ಸ್ಥಳದಿಂದ ಹೊರಬಿದ್ದ ಕೂಡಲೇ ತಣ್ಣಗಿನ ಗಾಳಿ ಮುಖಕ್ಕೆ ರಾಚಿದಂತಾಗಿ ಇದ್ದಕ್ಕಿದ್ದಂತೆ ದೇಹದ ತುಂಬ ಆಮ್ಲಜನಕ ಹರಿದಾಡಿದಂತೆನಿಸಿತು, ಹಸಿರು ಮರಗಳು ಜೀವಂತಿಕೆಯ ಸಂಕೇತವೆನಿಸಿ

ನಿರಾಳವಾಗಿ ಉಸಿರಾಡುವುದರಲ್ಲೇ ಪೋಲಾ ನಮ್ಮನ್ನು ಬ್ಲಾಕ್ 7ರ ಮುಂದೆ ನಿಲ್ಲಿಸಿ ಆಗಿತ್ತು. ಅದು ಆಶ್ವಿಟ್ಜ್‌ನಲ್ಲಿ 'ಬದುಕಿದವರ' ಬದುಕು ಮತ್ತು ನೈರ್ಮಲ್ಯದ ವಿವರಗಳನ್ನು ನೀಡುವ ಬ್ಲಾಕ್. ಇದೊಂದೇ ಬ್ಲಾಕ್ ಇಡೀ ಆಶ್ವಿಟ್ಜ್ ಆವರಣದಲ್ಲಿ ಬದುಕು ಅನ್ನುವ ಪದ ಹೇಳಿದ್ದು. ಸ್ನಾನದ ಮನೆ, ಟಾಯ್ಲೆಟ್ ಕಮೋಡ್, ನಾರಿನ ಒರಟು ಹಾಸಿಗೆ, ಮೊದಲ ದಿನಗಳಲ್ಲಿ ನೆಲದ ಮೇಲೆ ಮಲಗಲು ಹಾಕುತ್ತಿದ್ದ ಹುಲ್ಲು, ಬಂಕರ್ ಬೆಡ್, ಅದರ ಮೇಲೆ ಸಾಕಷ್ಟು ದಪ್ಪಗಿನ ಹಾಸಿಗೆ, ಕಮೋಡ್ ಎಲ್ಲವೂ ಇವೆ. ಬಹುಶಃ ಯುದ್ಧಖೈದಿಗಳಿಗೆ ಈ ಹಾಸಿಗೆ, ಕಮೋಡ್ ಎಲ್ಲ ಸಿಗುತ್ತಿತ್ತೋ ಏನೋ. ಬರ್ಕನೌನಲ್ಲಿದ್ದವರಿಗಂತೂ ಇದ್ಯಾವುದೂ ಅನುಕೂಲಗಳು ಇರಲಿಲ್ಲ.

ಬಾಕಿ ಉಳಿದದ್ದು ಬ್ಲಾಕ್ 10, ಬ್ಲಾಕ್ 11, ಡೆತ್ ವಾಲ್ ಮತ್ತು ಗ್ಯಾಸ್ ಛೇಂಬರ್ ಎನ್ನುವ ಸ್ಪೆಷಲ್ ನರಕಗಳು. ಇಡೀ ಆಶ್ವಿಟ್ಜ್ ಮುಖ್ಯ ಕ್ಯಾಂಪ್‌ನ ಎಲ್ಲ ಸ್ಥಳಗಳೂ ಮನಸ್ಸಿಗೆ ಅತೀವ ಹಿಂಸೆಯನ್ನುಂಟು ಮಾಡಿದರೂ, ಇವು ಅವೆಲ್ಲವನ್ನೂ ಮೀರಿಸುವ ಕ್ರೌರ್ಯದ ಬ್ಲಾಕ್‌ಗಳು. ಬ್ಲಾಕ್ 10 ನಾಜಿ಼ ಕ್ರೌರ್ಯದ ಪರಾಕಾಷ್ಠೆಯಲ್ಲಿ ಒಂದಾದ ವೈದ್ಯಕೀಯ ಪ್ರಯೋಗಗಳು ನಡೆದ ಬ್ಲಾಕ್. ವೈದ್ಯಕೀಯ ಪ್ರಯೋಗಗಳೆನ್ನುವ ಹೆಸರೇ ಒಂದು ಕ್ರೂರ ವ್ಯಂಗ್ಯ. ಇಲ್ಲಿ ನಡೆದ ಪ್ರಯೋಗಗಳನ್ನು ವೈದ್ಯಕೀಯ ಪ್ರಯೋಗಗಳೆಂದು ಯಾರೂ ಒಪ್ಪಲಾಗದಂಥ ಹೇಯ ವಿಷಯ. ಬಿಟ್ಟಿ ಸಿಕ್ಕಿದರಲ್ಲ ಎಂದು ಅವರನ್ನು ಬೇಕಾಬಿಟ್ಟಿ ಉಪಯೋಗಿಸಿಕೊಳ್ಳುವ ಒಂದೊಂದು ಪ್ರಯೋಗದ ಬಗ್ಗೆ ಕೇಳುವಾಗಲೂ ರಕ್ತ ಹೆಪ್ಪುಗಟ್ಟಿದಂತಾಗುತ್ತದೆ.

ಸಾಧಾರಣವಾಗಿ ವೈದ್ಯರು ನಮ್ಮ ದೇಹಕ್ಕಾಗಿರುವ ರೋಗದ ಕಾರಣಕ್ಕಾಗಿ ಆಪರೇಷನ್ ಮಾಡಬೇಕಾದಾಗ ಕೂಡಾ ನಮ್ಮ ಒಪ್ಪಿಗೆಯಿಲ್ಲದೇ ನಮ್ಮ ದೇಹವನ್ನು ಮುಟ್ಟುವುದಿಲ್ಲ. ಮೊದಲೇ ಒಪ್ಪಿಗೆ ಪತ್ರಕ್ಕೆ ನಮ್ಮ ಮತ್ತು ನಮ್ಮ ಮನೆಯವರ ಸಹಿ ಹಾಕಿಸಿಕೊಳ್ಳುತ್ತಾರೆ. ಆದರೆ ಆಶ್ವಿಟ್ಜ್ ಕ್ಯಾಂಪ್‌ನಲ್ಲಿ ನಡೆದ ಈ ಪ್ರಯೋಗಗಳಿಗೆ ಮೊದಲೇ ಬೆಲೆಯಿಲ್ಲದ ಜ್ಯೂಗಳನ್ನು ಬಳಸಿಕೊಳ್ಳುವಾಗ ಅವರ ಯಾವ ಒಪ್ಪಿಗೆಯನ್ನೂ ಪಡೆಯುತ್ತಿರಲಿಲ್ಲ. ನಾಜಿ಼ಗಳ ಲೆಕ್ಕದಲ್ಲಿ ಜಗತ್ತಿನಲ್ಲಿ ಬದುಕಲು ಯೋಗ್ಯರಾದವರು ಕೇವಲ ಆರ್ಯನ್ನರ ರಕ್ತದವರು ಮಾತ್ರವಲ್ಲವೇ? ಹಾಗಾಗಿ ಅವರ ಈ ಪ್ರಯೋಗಗಳು ಕೂಡಾ ಜರ್ಮನ್ ರಕ್ತದ ಜನರನ್ನು ಹೆಚ್ಚಿನ ಸಂಖ್ಯೆಯಲ್ಲಿ 'ಉತ್ಪಾದಿಸುವುದು' ಹೇಗೆ, ಆರ್ಯನ್ನರಲ್ಲದವರು ಹುಟ್ಟದಂತೆ ತಡೆಯುವುದು ಹೇಗೆ, ಜರ್ಮನ್ ಸೈನಿಕರ ಪ್ರಾಣವನ್ನು ಕಾಪಾಡುವುದು ಹೇಗೆ, ಜರ್ಮನ್ ಜನರ ಪ್ರಾಣವನ್ನು ರೋಗರುಜಿನಗಳಿಂದ ಕಾಪಾಡುವುದು ಹೇಗೆ... ಇಂಥ ಕಾರಣಗಳಿಗಾಗಿಯೇ ಕೈಗೆತ್ತಿಕೊಂಡಂಥವು.

ಯುದ್ಧವೆಂದರೆ ಸೈನಿಕರು ಗಾಯಗೊಳ್ಳುವುದು ಮಾಮೂಲು ತಾನೇ? ಅವರು ಬೇಗ ಗುಣವಾಗಬೇಕು ಎಂದರೆ ಸರಿಯಾದ ಔಷಧಿ ಹಾಕಿದರಷ್ಟೇ ಸಾಧ್ಯವಲ್ಲವೇ?

ಸೈನಿಕರು ಗಾಯಗೊಂಡ ನಂತರ ಒಂದೊಂದೇ ಔಷಧಿಯನ್ನು ಪ್ರಯೋಗಿಸುತ್ತಾ ಹೋದಾಗ ಅದು ಸರಿಯಾದ ಔಷಧಿಯಾದರೆ ಗುಣಮುಖರಾಗುತ್ತಾರೆ, ಇಲ್ಲವಾದರೆ? ಅವರು ಸತ್ತು ಹೋಗುತ್ತಾರಲ್ಲವಾ? ಅದಕ್ಕೆ ಮೊದಲೇ ಆ ಔಷಧಿಗಳು ಆ ರೀತಿಯ ಗಾಯಕ್ಕೆ ಸರಿಯಾದ ಮದ್ದೋ ಅಲ್ಲವೋ ಎಂದು ಪರೀಕ್ಷಿಸಿದ್ದರೆ ಒಳ್ಳೆಯದಲ್ಲವಾ? ಅದಕ್ಕೆ ಅವರೊಂದು ಲೆಕ್ಕಾಚಾರ ಹಾಕಿದರು. ಹೇಗೂ ಜ್ಯೂಗಳು ಯಥೇಚ್ಛವಾಗಿ ಬಿಟ್ಟಿ ಸಿಗುತ್ತಾರೆ. ಅವರ ಮೇಲೆ ಈ ಔಷಧಿಗಳನ್ನು ಪ್ರಯೋಗಿಸಿ, ಯಾವ ಗಾಯಕ್ಕೆ ಯಾವ ಮದ್ದು ಎಂದು ಕಂಡುಹಿಡಿದು ಬಿಟ್ಟರೆ ಎಷ್ಟು ಅನುಕೂಲವಲ್ಲವಾ!

ಆದರೆ ಜ್ಯೂಗಳಿಗೆ ಯುದ್ಧದಲ್ಲಿ ಆಗುವಂಥ ಗಾಯಗಳು ಆಗಿರುವುದಿಲ್ಲ.

ಅದಕ್ಕೇನಂತೆ?

ಗಾಯಗಳು ಆಗಿಲ್ಲದಿದ್ದರೆ ನಾವೇ ಮಾಡಿದರಾಯಿತು...

ಅರ್ಥವಾಗುತ್ತಿದೆಯೇ ಈ ಕ್ರೌರ್ಯದ ಆಳ?

ಅದಕ್ಕಾಗಿ ಅವರು ಮಾಡಿದ ಪ್ರಯೋಗಗಳು ಹಲವಾರು. ಜ್ಯೂಗಳ ದೇಹಕ್ಕೆ ಗುಂಡು ಹೊಡೆದು ಆ ಗುಂಡನ್ನು ಅಲ್ಲಿಯೇ ಇರಲು ಬಿಟ್ಟು ಅವುಗಳಿಗೆ ಒಂದೊಂದೇ ಔಷಧಿಯನ್ನು ಹಾಕುತ್ತಾ ಹೋಗುವುದು, ಚೂರಿಯಿಂದ ಆಳವಾದ ಗಾಯ ಮಾಡಿ ಅಥವಾ ನಾಯಿಗಳಿಂದ ಕಚ್ಚಿಸಿ ಗಾಯ ಮಾಡಿ ಅವಕ್ಕೆ ಹೊಸ antibiotic ಗಳನ್ನು ಹಾಕುವುದು ಈ ರೀತಿಯ ಪ್ರಯೋಗಗಳನ್ನು ಶುರು ಹಚ್ಚಿಕೊಂಡರು.

ಅದಲ್ಲದೇ –

ನಾಜ಼ಿ ಸೈನಿಕರು ಕೊರೆವ ಹಿಮದಲ್ಲಿ ಸಿಕ್ಕಿಬಿದ್ದು ಮರಗಟ್ಟಿದರೆ ನಂತರ ಅವರ ದೇಹಕ್ಕೆ ಬಿಸಿ ತರಬೇಕಾದರೆ ಎಷ್ಟು ಸಮಯ ತಗಲಬಹುದು ಎಂದು ಕಂಡುಹಿಡಿಯಲು ಮೈನಸ್ 6 ಡಿಗ್ರಿ ಕೊರೆವ ನೀರಿನಲ್ಲಿ ಗಂಟೆಗಟ್ಟಲೆ ಮುಳುಗಿಸಿಟ್ಟು, ಆ ನಂತರ ಕುದಿವ ಕಡಾಯಿಗೆ ಅವರನ್ನು ಎಸೆಯುವುದು.

ಸಮುದ್ರದಲ್ಲಿ ಬಿದ್ದರೆ ಅವರು ಎಷ್ಟು ಕಾಲ ಉಳಿಯಬಲ್ಲರು ಎಂದು ಕಂಡು ಹಿಡಿಯಲು ಬಲವಂತವಾಗಿ ಉಪ್ಪು ನೀರನ್ನು ಕುಡಿಸುವುದು.

ವಿಮಾನದಿಂದ ಜಿಗಿಯಬೇಕಾದಾಗ ಎಷ್ಟು ಎತ್ತರದಿಂದ ಪ್ಯಾರಾಶೂಟ್ ಸಹಾಯದಿಂದ ಹಾರಬಹುದು ಎಂದು ಕಂಡು ಹಿಡಿಯಲು ಎತ್ತರದ ಸ್ಥಳದಲ್ಲಿ ಆಹಾರ, ನೀರು ಏನನ್ನೂ ಕೊಡದೇ ನೇತು ಹಾಕುವುದು ಇವು ಕೆಲವು ಸ್ಯಾಂಪಲ್‌ಗಳು.

ಈ ರೀತಿಯ ಪ್ರಯೋಗಕ್ಕೆ ಒಳಗಾದವರಲ್ಲಿ ಸಾಕಷ್ಟು ಜನ ಸತ್ತು ಹೋಗುತ್ತಿದ್ದರು. ಅಪ್ಪಿತಪ್ಪಿ ಬದುಕಿ ಉಳಿದರೂ ಯಾವ ಉಪಯೋಗಕ್ಕೂ ಬಾರದ ಸ್ಥಿತಿಯಲಿ ರುತ್ತಿದ್ದಂಥವರನ್ನು ಗ್ಯಾಸ್ ಛೇಂಬರ್‌ಗೆ ಸಾಗಿಸಿ ಕೈ ತೊಳೆದುಕೊಳ್ಳುತ್ತಿದ್ದರು.

ಇಷ್ಟೇ ಸಾಲದೆಂಬಂತೆ ಯುದ್ಧದಲ್ಲಿ ಗಾಯಗೊಂಡು ಕೈಕಾಲು ಕಳೆದುಕೊಂಡ ಸೈನಿಕರಿಗೆ ಕಸಿ ಮಾಡಲು ಜ್ಯೂಗಳ ಮೂಳೆ, ನರ, ಮಾಂಸಖಂಡಗಳನ್ನು ಅನಸ್ತೇಷಿಯಾ ಕೂಡಾ ಕೊಡದೇ ಹಾಗೆ ಹಾಗೇ ತೆಗೆಯುತ್ತಿದ್ದರಂತೆ.

ಮಸ್ಟರ್ಡ್ ಗ್ಯಾಸ್‌ನಿಂದಾದ ಗಾಯದ ಶಮನಕ್ಕೆ ಔಷಧಿ ಕಂಡುಹಿಡಿಯಲು ಮಸ್ಟರ್ಡ್ ಗ್ಯಾಸ್ ಹಾಯಿಸಿ, ಬೇಕಂತಲೇ ಗಾಯಗಳಾಗುವಂತೆ ಮಾಡಿ ಆ ನಂತರ ಔಷಧಿಗಳನ್ನು ಹಾಕಿ ಟೆಸ್ಟ್ ಮಾಡುತ್ತಿದ್ದರಂತೆ.

ಇಷ್ಟಕ್ಕೇ ಮುಗಿಯಿತು ಎಂದುಕೊಳ್ಳದಿರಿ. ಈಗ ಕೊರೊನಾಗೆ ವ್ಯಾಕ್ಸಿನ್ ಕಂಡುಹಿಡಿಯುವ ಹಂತದಲ್ಲಿ ಮೊಲ–ಕೋತಿ–ಇಲಿಗಳ ಮೇಲೆ ಪ್ರಯೋಗ ಮಾಡಿ ಪರೀಕ್ಷಿಸುತ್ತಾರಲ್ಲ, ಆ ರೀತಿಯ ಟೆಸ್ಟಿಂಗ್‌ಗಳಿಗೆ ಅವರು ಜ್ಯೂಗಳನ್ನು ಸಾವಿರಗಟ್ಟಲೆ ಸಂಖ್ಯೆಯಲ್ಲಿ ಪ್ರಯೋಗ ಪಶುವಾಗಿಸುತ್ತಿದ್ದರು. ಮಲೇರಿಯಾ, ಟೈಫಸ್, ಜಾಂಡೀಸ್, ಟಿಬಿ, ಹೆಪಟೈಟಿಸ್ ಮುಂತಾದ ರೋಗಗಳ ಔಷಧಿ ಮತ್ತು ರೋಗ ನಿರೋಧಕ ಶಕ್ತಿ ಪರೀಕ್ಷಿಸಲು ಜ್ಯೂಗಳನ್ನು ಬಳಸಿಕೊಳ್ಳುತ್ತಿದ್ದರು. ಅಂದರೆ ರೋಗಕ್ಕೆ ಔಷಧಿ ಕೊಟ್ಟು ಪರೀಕ್ಷಿಸಬೇಕೆಂದರೆ ಮೊದಲು ರೋಗ ಬಂದಿರಬೇಕಲ್ಲ? ಹಾಗಾಗಿ ಎಷ್ಟೋ ಬಾರಿ ಅವರು ಆ ರೋಗಗಳ ವೈರಾಣುಗಳನ್ನು ರೋಗಿಗಳಿಗೆ IV ಮೂಲಕ ಕೊಡುತ್ತಿದ್ದರಂತೆ! ಎಷ್ಟೋ ಮಕ್ಕಳಿಗೆ ಲಿಂಫ್ ನೋಡ್‌ಗಳನ್ನು ತೆಗೆದು ಟಿಬಿಗೆ ಕಾರಣವಾಗುವ ಬ್ಯಾಕ್ಟೀರಿಯಾಗಳನ್ನು ಅವರ ದೇಹಕ್ಕೆ ಚುಚ್ಚುತ್ತಿದ್ದರಂತೆ. ನರಕ ಸದೃಶ 'ಪ್ರಯೋಗಗಳು...'

ಆಶ್ವಿಟ್ಜ್‌ನ ಬ್ಲಾಕ್ 10ರ ಎದುರು ನಿಂತ ನಮಗೆ ಪೋಲಾ ಇದನ್ನೆಲ್ಲ ಹೇಳುವಾಗ ಬೆನ್ನು ಹುರಿಯಾಳದಲ್ಲಿ ನಡುಕ ಹುಟ್ಟಿತ್ತು. ಎದುರಿಗಿದ್ದ ಕಟ್ಟಡ ಯಾಕೋ ಭಯ

ಹುಟ್ಟಿಸಿತು. 'ಈಗ ಅದರ ಒಳಗೆ ಯಾರಿಗೂ ಪ್ರವೇಶವಿಲ್ಲ' ಪೋಲಾ ಹೇಳಿದಳು. ಸದ್ಯ ಒಳ್ಳೆಯದಾಯಿತು ಅನ್ನಿಸಿತು ತಕ್ಷಣಕ್ಕೆ. ಆ ನಂತರ ಇಂಟರ್‌ನೆಟ್‌ನಲ್ಲಿ ರಕ್ತಸಿಕ್ತ ಗೋಡೆಗಳ ಆ ಬ್ಲಾಕ್‌ನ ಚಿತ್ರಗಳನ್ನು ನೋಡಿದಾಗಲಂತೂ ಮತ್ತೂ ಒಳ್ಳೆಯದಾಯಿತು ಅನ್ನಿಸಿತು.

ನಾಝಿಗಳ ಪ್ರಯೋಗಗಳ ಮತ್ತೊಂದು ಪ್ರಮುಖ ಉದ್ದೇಶ ಜ್ಯೂ ಸಂತತಿ ನಾಶವಾಗಬೇಕು ಎನ್ನುವುದೂ ಒಂದು ಎಂದೆನಲ್ಲ... ಹಾಗಾಗಿ ಅತ್ಯಂತ ಕಡಿಮೆ ಖರ್ಚಿನಲ್ಲಿ ಅತಿ ಹೆಚ್ಚು ಜನರಿಗೆ ಸಂತಾನಶಕ್ತಿ ಹರಣ ಶಸ್ತ್ರಚಿಕಿತ್ಸೆ ಮಾಡುವುದು ಅದರ ಉಸ್ತುವಾರಿಯ ಜವಾಬ್ದಾರಿ ಹೊತ್ತ ಕ್ಲಾಬರ್ಗ್‌ನ ಉದ್ದೇಶವಾಗಿತ್ತು, ಅವನು ಮತ್ತು ಅವನ ಜೊತೆಗಿದ್ದ 3 ಜನ 'ವೈದ್ಯರು' ಶಸ್ತ್ರಚಿಕಿತ್ಸೆಯಿಲ್ಲದೇ ಸಂತಾನಶಕ್ತಿ ಹರಣ ಕ್ರಿಯೆ ನಡೆಸಲು ಎರಡು ರಣವೈದ್ಯವನ್ನು ಕಂಡು ಹಿಡಿದಿದ್ದರು. ಮೊದಲನೆಯದು ಗರ್ಭಕಂಠದ ಮೂಲಕ ವಿಷಪೂರಿತ ವಸ್ತುವನ್ನು ಚುಚ್ಚುವುದು, ಎರಡನೆಯದು ಕ್ಷ-ಕಿರಣಗಳನ್ನು ಹಾಯಿಸಿ ಸಂತಾನೋತ್ಪತ್ತಿಯ ಅಂಗಾಂಗಗಳನ್ನು ಸುಡುವುದು! ಎರಡೂ ಅತ್ಯಂತ ನೋವಿನ ಪ್ರಕ್ರಿಯೆಯಾಗಿದ್ದು, ಆ ಚಿಕಿತ್ಸೆಗೆ ಒಳಪಟ್ಟವರು ನರಕ ಯಾತನೆ ಅನುಭವಿಸುತ್ತಿದ್ದರಂತೆ. ಅದರಿಂದಾಗಿ ಡಿಂಬನಾಳಗಳು ಮುದುರಿ ಹೋಗಿ ಮಕ್ಕಳಾಗದಂತೆ ತಡೆಗಟ್ಟುತ್ತಿದ್ದವಂತೆ. ಆ ಬ್ಲಾಕ್‌ನಲ್ಲಿದ್ದು ಬದುಕುಳಿದ ಕೆಲವರ ಗರ್ಭಾಶಯ ಕೇವಲ ನಾಲ್ಕು ವರ್ಷದ ಮಗುವಿನ ಗರ್ಭಾಶಯದಷ್ಟು ಕುಗ್ಗಿ ಹೋಗಿದ್ದವಂತೆ.

ಇನ್ನೊಂದು ಪ್ರಯೋಗದಲ್ಲಿ ಕ್ಷ-ಕಿರಣ ಹಾಯಿಸಿದ ವೃಷಣಗಳು ಮತ್ತು ಅಂಡಾಶಯಗಳು ಸುಟ್ಟು ಬೆಂದು ಹೋಗುತ್ತಿದ್ದವಂತೆ. ಈ ಪ್ರಯೋಗಗಳೆಲ್ಲ ನಡೆದು ನೂರಾರು ಜನ ಪ್ರಾಣ ಕಳೆದುಕೊಂಡ ನಂತರ 'ಈ ಪ್ರಯೋಗಗಳು ಅಂಥ ಪರಿಣಾಮಕಾರಿಯೇನೂ ಅಲ್ಲ. ಇದಕ್ಕಿಂತ ಶಸ್ತ್ರಚಿಕಿತ್ಸೆಯ ವಿಧಾನವೇ ಹೆಚ್ಚು ಪರಿಣಾಮಕಾರಿ' ಎಂದು ವರದಿ ಕೊಟ್ಟಿದ್ದರಂತೆ!

ಇವುಗಳ ಕಥೆ ಹೀಗಾದರೆ ಇನ್ನು ಆಶ್ವಿಟ್ಜ್‌ನ ವೈದ್ಯಕೀಯ ಪ್ರಯೋಗಗಳ ಪೂರ್ಣ ಹೊಣೆ ಹೊತ್ತ ಮೆಂಗಲೆ ಎನ್ನುವವನ ಪ್ರಯೋಗಗಳಂತೂ ಮತ್ತಿಷ್ಟು ಘೋರ. ನಾಝಿಗಳ ಕ್ರೌರ್ಯದ ಕಥೆ ಓದುತ್ತಿದ್ದರೆ ಘೋರ ಎನ್ನುವುದರ ಅರ್ಥವೇ ಮರೆತ ಹಾಗಾಗುತ್ತದೆ. ಮುಂದಿನದು ಓದಿದರೆ ಅದರ ಹಿಂದಿನದಕ್ಕಿಂತ ಘೋರ ಅನ್ನಿಸುತ್ತಲೇ ಹೋಗುತ್ತದೆ. ಇದು ಘೋರ, ಮುಂದಿನದು ಅದಕ್ಕಿಂತ ಘೋರ, ಅದರ ಮುಂದಿನದ್ದು ಇದೆರಡಕ್ಕಿಂತ ಘೋರ! ಈ ಮೆಂಗಲೆ ಎನ್ನುವವನ ಪ್ರಯೋಗಗಳು ಮಾತ್ರ ನಿಜಕ್ಕೂ ಕ್ರೌರ್ಯದ ಪರಮಾವಧಿ.

ಮಗುವೊಂದಕ್ಕೆ ಹೊಸ ಆಟಿಕೆ ಕೈಗೆ ಸಿಕ್ಕ ಕೂಡಲೇ ಕೈ ಕಾಲು ಕಿತ್ತೆಸೆದು, ನೆಲದ ಮೇಲೆಸೆದು, ಬಕೆಟ್ ನೀರಲ್ಲಿ ಮುಳುಗಿಸಿ, ಮರಳಲ್ಲಿ ಹೂತುಹಾಕಿ, ಹಗ್ಗದಿಂದ

ನೇತುಹಾಕಿ, ಮಳೆಯಲ್ಲಿ ತೋಯಿಸಿ ಆಟವಾಡುತ್ತದಲ್ಲ ಆ ರೀತಿ. ಅವಳಿಜವಳಿಗಳ ಮೇಲಿನ ಅವನ ಪ್ರಯೋಗವಂತೂ ಕುಖ್ಯಾತಿ ಪಡೆದಿದೆ. ಅದಕ್ಕಾಗಿಯೇ ಟ್ರೇನಿನಲ್ಲಿ ಜ್ಯೂಗಳ 'ಲೋಡ್' ಬಂದಾಗ ಖುದ್ದಾಗಿ ಹೋಗಿ ಅವಳಿ ಮಕ್ಕಳನ್ನು ಆರಿಸಿ ತರುತ್ತಿದ್ದನಂತೆ.

ಈ ಜಗತ್ತಿನಲ್ಲಿ ಎರಡೇ ಶುದ್ಧ ರಕ್ತದ ಜನಾಂಗಗಳಿವೆ, ಒಂದು ಜರ್ಮನ್ ಮತ್ತೊಂದು ಜ್ಯೂ. ಎರಡರಲ್ಲಿ ಒಂದು ಮಾತ್ರ ಉಳಿಯಬೇಕು ಮತ್ತು ಅದು ಜರ್ಮನ್ ರಕ್ತವೇ ಆಗಿರಬೇಕು ಎನ್ನುತ್ತಿದ್ದನಂತೆ. ಅದಕ್ಕಾಗಿ ಅವನು ನಡೆಸಿದ ವಿಕೃತ ಪ್ರಯೋಗಗಳು ನೂರಾರು.

ಅವಳಿ ಮಕ್ಕಳು ಒಬ್ಬರೊಡನೆ ಒಬ್ಬರು ಸೆಕ್ಸ್ ನಡೆಸಿ ಬಸುರಾದರೆ ಏನಾಗುತ್ತದೆ ಎನ್ನುವುದು ಅವನ ವಿಕೃತ ಪ್ರಯೋಗಗಳಲ್ಲಿ ಒಂದು.

ಒಮ್ಮೆಯಂತೂ ಹಾಗೆ ಬಸುರಾದ ಪುಟ್ಟ ಹೆಣ್ಣುಮಗಳೊಬ್ಬಳಲ್ಲಿ ಅವಳಿ ಮಕ್ಕಳಿರಬಹುದು ಎಂದು ಲೆಕ್ಕಾಚಾರ ಹಾಕಿ, ಕೊನೆಗೆ ಆ ಲೆಕ್ಕ ತಪ್ಪಾಗಿ ಒಂದೇ ಮಗು ಹುಟ್ಟಿದ್ದಕ್ಕೆ ಆ ಮಗುವನ್ನು ನೇರವಾಗಿ ಓವನ್‌ಗೆ ಎಸೆದಿದ್ದ ಎಂದು ಅಲ್ಲಿ ಕೆಲಸ ಮಾಡಿದ್ದ ವಾರ್ಡನ್ ಸಾಕ್ಷಿ ನುಡಿದಿದ್ದಾಳೆ.

ಹುಟ್ಟಿದ ಮಗು ಆಹಾರವಿಲ್ಲದೇ ಎಷ್ಟು ಕಾಲ ಬದುಕುತ್ತದೆ ಎಂಬ ಪ್ರಯೋಗ ನಡೆಸಲು ತಾಯಿ ಎದೆಹಾಲು ಕೊಡದಂತೆ ಎದೆಗೆ ಬ್ಯಾಂಡೇಜ್ ಬಿಗಿಸಿದ್ದನಂತೆ ಒಮ್ಮೆ, ಹೊಟ್ಟೆಗಿಲ್ಲದ ಮಗು ಕೊನೆಗೆ ಸಾಯುವಂತಾದಾಗ ತಾಯಿಯ ಕೈನಲ್ಲೇ ಮಗುವಿಗೆ ಮಾರ್ಫಿನ್ ಚುಚ್ಚುಮದ್ದು ಕೊಡಿಸಿ ಸಾಯಿಸಿದ್ದರಂತೆ.

ಅರಿವಳಿಕೆ ಕೊಡದೇ ಕೈ ಕಾಲು ಕತ್ತರಿಸುವುದು, ಕಣ್ಣಿನ ಬಣ್ಣ ಬದಲಿಸಲು ಕೆಮಿಕಲ್‌ಗಳನ್ನು ನೇರವಾಗಿ ಕಣ್ಣಿಗೆ ಚುಚ್ಚುವುದು, ಅವಳಿಗಳಿಬ್ಬರನ್ನೂ ಸೇರಿಸಿ ಹೊಲೆದರೆ ಕೂಡು ಅವಳಿಗಳಾಗುತ್ತಾರಾ ಎಂದು ಪರೀಕ್ಷಿಸುವುದು ಇವೆಲ್ಲ ಅವನ ಇತರ 'ಪ್ರಯೋಗಗಳು'. ಹೊರಭಾಗ ಸೇರಿಸಿ ಹೊಲೆದರೆ ಕೂಡು ಅವಳಿಗಳಾಗಲು ಸಾಧ್ಯವೇ? ಅದು ಅವನಿಗೆ ಗೊತ್ತಿರುವುದಿಲ್ಲವೇ ನೀವೇ ಹೇಳಿ. ಆದರೂ ಇದನ್ನು ಮಾಡುತ್ತಾರೆ ಅಂದರೆ ಮನುಷ್ಯ ಜೀವ ಅದೆಷ್ಟು ಅಗ್ಗವಿರಬೇಕು ಅವರಿಗೆ.

ಇದಲ್ಲದೇ ನಾವು ಫ್ರಿಡ್ಜ್‌ನ ಮೇಲೆ ಮ್ಯಾಗ್ನೆಟ್ ಅಂಟಿಸುತ್ತೇವಲ್ಲ, ಆ ರೀತಿ ಅವನು ಲ್ಯಾಬ್‌ನ ಗೋಡೆಗಳಿಗೆ ಕಿತ್ತ ನೂರಾರು ಕಣ್ಣುಗಳನ್ನು ಅಂಟಿಸಿದ್ದನಂತೆ.

ನೋಮಾ ಎನ್ನುವ ವಿಚಿತ್ರ ಖಾಯಿಲೆ ಶುರುವಾದಾಗ ಆ ರೋಗಿಗಳ ಅಂಗಗಳನ್ನೆಲ್ಲ ಬದುಕಿರುವಂತೆಯೇ ಕತ್ತರಿಸಿ ರೋಗದ ಕಾರಣ ಕಂಡುಹಿಡಿಯಲು ಪ್ರಯೋಗಾಲಯಕ್ಕೆ ಕಳಿಸಿಕೊಟ್ಟಿದ್ದನಂತೆ!

ಒಮ್ಮೆ ಆಸ್ಪತ್ರೆಗೆ ಅಸ್ಥಿಪಂಜರಗಳು ಬೇಕಾದಾಗ ಬದುಕಿರುವ 112 ಜನರ ದೇಹದ

ಮೂಳೆ ಮಾಂಸಗಳನ್ನೆಲ್ಲ ತೆಗೆದು ಅವರ ಅಸ್ಥಿಪಂಜರಗಳನ್ನು ಕಳಿಸಿಕೊಟ್ಟಿದ್ದರಂತೆ. ಬ್ಲಾಕ್‌ನಲ್ಲಿದ್ದ 700 ಜನರಿಗೂ ಟೈಫಸ್ ಕಾಯಿಲೆ ತಗುಲಿದಾಗ ಅಷ್ಟು ಜನರನ್ನೂ ಗ್ಯಾಸ್ ಛೇಂಬರ್‌ಗೆ ಕಳಿಸಿ ಕೊಂದುಹಾಕಿ, ಆ ನಂತರ ಇಡೀ ಬ್ಲಾಕ್‌ಗೆ ಸೋಂಕು ನಿವಾರಕವನ್ನು (disinfectant) ಸಿಂಪಡಿಸಿದ್ದನಂತೆ.

ಹೇಳಲು ಹೊರಟರೆ ಮುಗಿಯದ ಹೃದಯವಿದ್ರಾವಕ ಕಥೆಗಳು... ಮನುಷ್ಯನೊಬ್ಬ ಇಷ್ಟು ಕ್ರೂರಿಯಾಗಿರಲು ಸಾಧ್ಯವೇ ಎಂದು ಕೇಳಿಕೊಳ್ಳಲೂ ಸಾಧ್ಯವಿಲ್ಲ, ಅಷ್ಟೆಲ್ಲ ಸಾಕ್ಷಿಗಳು ಕಣ್ಣೆದುರಿನಲ್ಲೇ ಇರುವಾಗ.

ಇಷ್ಟೆಲ್ಲ ಅನಾಹುತಗಳು ನಡೆದ ನಂತರ ಯುದ್ಧ ಮುಗಿದ ಮೇಲೆ ನ್ಯೂರೆಂಬರ್ಗ್ ಟ್ರಯಲ್‌ನಲ್ಲಿ ವಿಚಾರಣೆಗೆ ಸಿಕ್ಕಿದವರು ಕೇವಲ 23 ಜನ. ಅದರಲ್ಲಿ ಆಶ್ವಿಟ್ಜ್ ರಣವೈದ್ಯ ಪ್ರಯೋಗಗಳ ಮುಖ್ಯ ರೂವಾರಿಗಳಾದ ಡಾಕ್ಟರ್‌ಗಳಲ್ಲಿ ಮೆಂಗೆಲೆ, ಶೂಮನ್, ಕ್ಲಾಬರ್ಗ್, ವರ್ಥ್ಸ್, ಹರ್ಟ್... ಯಾರೆಂದರೆ ಯಾರೂ ಸಿಕ್ಕಿಬೀಳಲಿಲ್ಲ. ಅವರಲ್ಲಿ ಕೆಲವರು ತಪ್ಪಿಸಿಕೊಂಡು ಓಡಿಹೋದರು.

ಮತ್ತೆ ಕೆಲವರು ಆತ್ಮಹತ್ಯೆ (ಜೀವಹತ್ಯೆ ಅನ್ನೋಣ... ಆತ್ಮವೇ ಇಲ್ಲದ ಮೇಲೆ ಯಾವ ಆತ್ಮಹತ್ಯೆ?!) ಮಾಡಿಕೊಂಡರು. ಆದರೆ ನ್ಯೂರೆಂಬರ್ಗ್ ಟ್ರಯಲ್ ಎದುರಿಸಿದ 23 ಜನರಲ್ಲಿ 7 ಜನರಿಗೆ ಮರಣದಂಡನೆ ವಿಧಿಸಲಾಯಿತು, ಮತ್ತೆ 7 ಜನರಿಗೆ ಜೀವಾವಧಿ ಕಾರಾಗೃಹ ಶಿಕ್ಷೆ ನೀಡಲಾಯಿತು ಮತ್ತು ಉಳಿದ 9 ಜನರನ್ನು ಬಿಡುಗಡೆಗೊಳಿಸಲಾಯಿತು! ಹಾಗೆ ಬಿಡುಗಡೆಗೊಂಡವರು ಮತ್ತೆ ತಮ್ಮ ವೈದ್ಯ ವೃತ್ತಿ ಮುಂದುವರಿಸಿದರು ಅಷ್ಟೇ! ಕ್ಲಾಬರ್ಗ್ ಅಂತೂ ತನ್ನ 'ಲೀಲೆಗಳನ್ನು' ಹೆಮ್ಮೆಯಿಂದ ಎಲ್ಲರೆದುರೂ ಹೇಳಿಕೊಳ್ಳುತ್ತಿದ್ದನಂತೆ ಕೂಡಾ.

ಒಟ್ಟಿನಲ್ಲಿ ಇಷ್ಟು ದೊಡ್ಡ ಮಾರಣಹೋಮ ನಡೆಸಿದ ಯಾರಿಗೂ ಅದಕ್ಕೆ ತಕ್ಕನಾದ ಶಿಕ್ಷೆ ದೊರೆಯಲಿಲ್ಲ. ಎಲ್ಲರೂ ಸುಖವಾಗಿಯೇ ಬದುಕಿದ್ದರು ಮತ್ತು ಸಾಕಷ್ಟು ವಯಸ್ಸಾದ ನಂತರ ಸ್ವಾಭಾವಿಕವಾಗಿಯೇ ಸತ್ತರು ಅಷ್ಟೇ. ಚರಿತ್ರೆಯ ಪುಟಗಳನ್ನು ತಿರುಗಿಸುವುದು ನನಗೆ ಯಾವತ್ತೂ ಇಷ್ಟೊಂದು ತ್ರಾಸದಾಯಕ ಅನ್ನಿಸಿರಲಿಲ್ಲ ನಿಜಕ್ಕೂ. ಪಾಪಕ್ಕೆ ತಕ್ಕನಾದ ಶಿಕ್ಷೆ ದೊರಕುತ್ತದೆ ಎನ್ನುತಾರಲ್ಲ, ಅದೆಲ್ಲ ಸತ್ಯವಲ್ಲ ಬಿಡಿ.

ಬ್ಲಾಕ್ 10ರದ್ದು ಹೀಗಾದರೆ ಇನ್ನು ಪಕ್ಕದಲ್ಲಿಯೇ ಇರುವ ಆಶ್ವಿಟ್ಜ್ ಬಂದೀಖಾನೆಯಾಗಿದ್ದ ಬ್ಲಾಕ್ 11ರದ್ದು ಇನ್ನೊಂದು ಘೋರ ಕಥೆ. ಮೊದಲಿಗೆ ಆಶ್ವಿಟ್ಜ್‌ನೊಳಗೊಂದು ಬಂದೀಖಾನೆ ಎಂದಾಗ ವಿಚಿತ್ರವೆನಿಸಿತ್ತು. ಅಲ್ಲಾ ಇಡೀ ಆಶ್ವಿಟ್ಜ್ ಕ್ಯಾಂಪ್‌ಗೆ ಈ ಪರಿಯ ಮುಳ್ಳಿನ ಬೇಲಿ ಎಳೆದು ಅದಕ್ಕೆ ಕರೆಂಟು ಹಾಯಿಸಿದ್ದಾರೆ.

ಒಳಗೆ ಹೆಜ್ಜೆ ಹೆಜ್ಜೆಗೂ ಕಾಯುವ SS ಗಾರ್ಡ್‌ಗಳು
ಆ ಪರಿಯ ಶಿಕ್ಷೆಗಳು, ದುಡಿತ

ಅನ್ನವಿಕ್ಕದ ಕ್ರೌರ್ಯ
ಗ್ಯಾಸ್ ಛೇಂಬರ್‌ನಲ್ಲಿ ಉಸಿರುಗಟ್ಟಿ ಸಾವು
ಇಷ್ಟು ಸಾಲದೆಂಬಂತೆ ಆ ವೈದ್ಯಕೀಯ ಪ್ರಯೋಗಗಳೆಂಬ ಕ್ರೌರ್ಯ...
ಇಡೀ ಕ್ಯಾಂಪ್ ಒಂದು ಬಂದೀಖಾನೆಯಂತಿದೆ. ಇನ್ನು ಅದರೊಳಗೊಂದು ಬಂದೀಖಾನೆಯಂತೆ! ಅದೇನಿರಬಹುದು ಅದರಲ್ಲಿ ಎಂದೆನಿಸಿತ್ತು. ಆದರೆ ಅದು ನಿಜಕ್ಕೂ ಬಂದೀಖಾನೆಯೇ ಆಗಿತ್ತು ಎನ್ನುವುದು ನಂತರ ತಿಳಿಯಿತು...

ಬ್ಲಾಕ್ 11 ಆಶ್ವಿಟ್ಜ್ ಮುಖ್ಯ ಕ್ಯಾಂಪ್ ಮತ್ತು ಬರ್ಕನೌ ಕ್ಯಾಂಪ್‌ಗಳಲ್ಲಿ ಗಂಭೀರವಾದ ತಪ್ಪುಗಳನ್ನೆಸಗಿದ ಖೈದಿಗಳನ್ನು ಶಿಕ್ಷೆಗೆ ಒಳಪಡಿಸುತ್ತಿದ್ದ ಬ್ಲಾಕ್. ಕ್ಯಾಂಪ್‌ನಿಂದ ತಪ್ಪಿಸಿಕೊಂಡು ಹೋಗುವ ಯತ್ನ ಮಾಡಿದವರನ್ನು, ಹೊರ ಪ್ರಪಂಚದ ಯಾರನ್ನೇ ಆಗಲಿ ಸಂಪರ್ಕಿಸಲು ಪ್ರಯತ್ನಿಸಿದವರನ್ನು, ವಿಧ್ವಂಸಕ ಕಾರ್ಯದಲ್ಲಿ ತೊಡಗಿದವರನ್ನು, ನಾಜ಼ಿ ವಿರೋಧಿ ಚಟುವಟಿಕೆಗಳಲ್ಲಿ ತೊಡಗಿದವರನ್ನು ಹಾಗೂ ರಾಜಕೀಯ ಖೈದಿಗಳನ್ನು ಶಿಕ್ಷೆಗೆ ಒಳಪಡಿಸುವ ಬ್ಲಾಕ್ ಅದು. ಅದೇ ಬ್ಲಾಕ್‌ನಲ್ಲಿ ಒಂದು ಗೆಸ್ಟಾಪೋ ಕೋರ್ಟ್ ಕೂಡಾ ಇತ್ತು. ಗೆಸ್ಟಾಪೋ ಅಂದರೆ ಜರ್ಮನ್ ರಹಸ್ಯ ಪೊಲೀಸ್ ಕಾರ್ಯಾಚರಣೆಯ ಪಡೆ. ಆ ಕೋರ್ಟ್‌ನಲ್ಲಿ ವಿಚಾರಣೆ ಮುಗಿಯುವವರೆಗೆ ಆರೋಪಿಗಳನ್ನು (ಆರೋಪಿ ಅನ್ನುವುದೆಲ್ಲ ನಾಗರಿಕ ಪ್ರಪಂಚದ ನುಡಿಗಟ್ಟುಗಳು... ನಾಜ಼ಿಗಳ ಪ್ರಪಂಚದಲ್ಲಿ ಆರೋಪಿಗಳೆಲ್ಲ ಹೆಚ್ಚುಕಡಿಮೆ ಅಪರಾಧಿಗಳೆಂದೇ ಸಾಬೀತಾಗಿ ಕೊಲ್ಲಲ್ಪಡುತ್ತಿದ್ದರು) ಅಲ್ಲಿಯೇ ಇರಿಸುತ್ತಿದ್ದರು.

ಅಲ್ಲಿಯೇ ಒಂದು SS ಅಧಿಕಾರಿಗೆ ಮೀಸಲಾದ ಕೊಠಡಿ, ವಾರ್ಡನ್ ಕೊಠಡಿ ಎಲ್ಲವೂ ಇದೆ. ಬಂಕರ್ ಬೆಡ್ ಇಟ್ಟಿರುವ ಒಂದು ಕೊಠಡಿಯೂ ಇದೆ. ಬಹುಶಃ ಅದು ರಾಜಕೀಯ ಖೈದಿಗಳಿಗೆ ಮೀಸಲಾದ ಕೊಠಡಿ ಇದ್ದಿರಬೇಕು. ಉಳಿದಂತೆ ತಪ್ಪಿಸಿಕೊಳ್ಳಲೆತ್ನಿಸಿದ, ನಾಜ಼ಿ ವಿರೋಧಿ ಚಟುವಟಿಕೆಗಳಲ್ಲಿ ತೊಡಗಿದವರಿಗೆ ಮೀಸಲಾದ ಬೇರೆ ಬೇರೆ ರೀತಿಯ ಬಂದೀಖಾನೆಗಳಿದ್ದವು. ಅವುಗಳನ್ನು ಟಾರ್ಚರ್

ಸೆಲ್ ಎಂದು ಕರೆಯುತ್ತಾರೆ. ಈ ಟಾರ್ಚರ್ ಸೆಲ್‌ಗಳ ಕಥೆ ಕೇಳಿದರೆ ನೀವು ಅದುರಿ ಹೋಗುವುದು ಖಂಡಿತ.

ಟಾರ್ಚರ್ ಸೆಲ್‌ಗಳಲ್ಲಿ ಮಾಮೂಲಿಯದ್ದು, ಡಾರ್ಕ್ ಚೇಂಬರ್ ಮತ್ತು ನಿಲ್ಲುವ ಸೆಲ್‌ಗಳೆಂಬ ಮೂರು ವಿಧದ ಸೆಲ್‌ಗಳಲ್ಲಿ ಅವರ ಅಪರಾಧಕ್ಕೆ ತಕ್ಕನಾದ ಕಡೆಗೆ ಖೈದಿಗಳು ಇರಿಸಲ್ಪಡುತ್ತಿದ್ದರು. ಮಾಮೂಲಿ ಸೆಲ್‌ಗೆ ನೆಲಮಾಳಿಗೆಯಲ್ಲಿ ಹೊರಗಿನ ಪ್ರಪಂಚ ಕಾಣಿಸದಂತೆ ಕಿಟಕಿಗೆ ಅಡ್ಡಲಾಗಿ ಮೂರು ಭಾಗದಲ್ಲೂ ಗೋಡೆಗಳನ್ನು ಕಟ್ಟಿರುತ್ತಿದ್ದರು, ಆದರೆ ಹೊರಗಿನ ಬೆಳಕು ಒಳಗೆ ಬರುವುದು ಸಾಧ್ಯವಾಗುತ್ತಿತ್ತು. ಅದು ಇದ್ದಿದ್ದರಲ್ಲಿ ಪರವಾಗಿಲ್ಲ ಅನ್ನಿಸುವಂಥ ಸೆಲ್. ಮಲಗಲು ಮರದ ಹಲಗೆಗಳು ಕೂಡಾ ಇರುತ್ತಿದ್ದವು. ಆದರೆ ಡಾರ್ಕ್ ಸೆಲ್‌ಗಳಲ್ಲಿ ಹೊರಗಿನ ಬೆಳಕು ಒಳ ನುಸುಳದಂತೆ ಕಿಟಕಿಗಳ ಮೇಲೆ ತಗಡಿನ ಶೀಟ್ ಹೊಡೆಸಿರುತ್ತಿದ್ದರು.

ಉಸಿರಾಡಲು ಗಾಳಿ ಬರುವಂತೆ ಆ ಶೀಟ್‌ನ ಮೇಲೆ ಒಂದಿಷ್ಟು ತೂತುಗಳನ್ನು ಹೊಡೆಸಿರುತ್ತಿದ್ದರು. ಎಲ್ಲಕ್ಕಿಂತ ಅಧ್ವಾನವೆಂದರೆ ನಿಲ್ಲುವ ಸೆಲ್‌ಗಳ ಕಥೆ. ಕೇವಲ ಮೂರಡಿ ಉದ್ದ, ಮೂರಡಿ ಅಗಲದ ಕೋಣೆಗಳವು. ಅದರೊಳಗೆ ನುಸುಳಲೂ ಒಂದು ಸಣ್ಣ ಬಾಗಿಲು. ಸಾಧಾರಣ ಎತ್ತರ ಗಾತ್ರದವರಾದರೆ ಒಳಗೆ ತೂರಲೂ ಕಷ್ಟ ಪಡಬೇಕು ಅಷ್ಟು ಚಿಕ್ಕ ಬಾಗಿಲು. ಆದರೆ ಹೇಗೂ ಊಟ ಕೊಡದೇ ಎಲ್ಲರೂ ನರಪೇತಲರಾಗಿಯೇ ಇರುತ್ತಾರೆ ಎಂದು ನಾಜ಼ಿಗಳಿಗೆ ಗೊತ್ತಿತ್ತಲ್ಲ, ಹಾಗಾಗಿ ಅಷ್ಟು ಸಣ್ಣ ಬಾಗಿಲು ಸಾಕು ಎಂದು ನಿರ್ಧರಿಸಿದ್ದರು ಎಂದು ಕಾಣುತ್ತದೆ. ಕೇವಲ ಅಷ್ಟು ಸಣ್ಣ ಜಾಗದಲ್ಲಿ ನಾಲ್ಕು ಜನರನ್ನು ಇರಿಸುತ್ತಿದ್ದರು. ಎಷ್ಟು ಸಣ್ಣದೆಂದರೆ ಯಾರಿಗೂ ಕೂರಲೂ ಸ್ಥಳವಿಲ್ಲ. ಎಲ್ಲರೂ ಇಡೀ ರಾತ್ರಿ ನಿಂತೇ ಕಳೆಯಬೇಕು. ಅಪ್ಪಿತಪ್ಪಿ ಮೂರು ಜನ ಹೊಂದಾಣಿಕೆ ಮಾಡಿಕೊಂಡು ಒತ್ತಿ ನಿಂತರೆ ಒಬ್ಬ ಮಾತ್ರ ಕೂರಬಹುದಿತ್ತಂತೆ.

ಆದರೆ ಕೂರಲು ಜಾಗ ಮಾಡಿಕೊಟ್ಟರೂ ಹಿಂದೆ ಅಲ್ಲಿದ್ದ ಬಂಧಿಗಳ ಉಚ್ಚೆ, ಹೇಲು ಮೆತ್ತಿದ ಆ ನೆಲದ ಮೇಲೆಯೇ ಕೂರಬೇಕು. ಇಂಥ ಕೊಠಡಿಯಲ್ಲಿ ನಾಲ್ಕು ಜನ ನಿಂತು ಇಡೀ ರಾತ್ರಿ ಕಳೆದು, ಬೆಳಗಾದ ನಂತರ ಕೆಲಸಕ್ಕೆ ಹೋಗಬೇಕು, ಅದೂ ಖಾಲಿ ಹೊಟ್ಟೆಯಲ್ಲಿ. ಅಲ್ಲಿಗೆ ಮೂರು ಕಿಲೋಮೀಟರ್ ನಡೆದುಕೊಂಡು ಹೋಗಿ, ಅಲ್ಲಿ 8–10 ಗಂಟೆ ಕೆಲಸ ಮಾಡಿ ಬಂದ ನಂತರ ಮತ್ತೆ ಈ ಸೆಲ್ ಒಳಹೊಕ್ಕು ಮತ್ತೆ ಇಡೀ ರಾತ್ರಿ ನಿಲ್ಲಬೇಕು! ಸಣ್ಣ ಲಿಫ್ಟ್‌ನಲ್ಲಿ ಹತ್ತಿದರೆನೇ claustrophobic ಅನ್ನಿಸುವ ನನಗೆ ಇಲ್ಲಿ ಬಂಧಿಯಾಗಲ್ಪಟ್ಟವರ ಸ್ಥಿತಿ ನೆನೆಸಿಕೊಂಡೇ ಬೆವರೊಡೆದಂತಾಯಿತು. ಬೆಳಕಿನ ಸುಳಿವಿಲ್ಲ. ಹೊರಪ್ರಪಂಚದ ಗಾಳಿಯಿಲ್ಲ, ಬೆಳಕಿಲ್ಲ, ದನಿಯಿಲ್ಲ, ಮನುಷ್ಯ ಸಂಪರ್ಕವಿಲ್ಲ... ಹೇಗಿದ್ದಿರಬೇಕು ಒಂದೊಂದು ಕ್ಷಣವೂ...? ಯೋಚಿಸಲು ಕೂಡಾ ಆಗಲಿಲ್ಲ.

ವಿಧ್ವಂಸಕ ಕೃತ್ಯಗಳಲ್ಲಿ ತೊಡಗಿದವರಿಗೆ ಹಾಗೂ ತಪ್ಪಿಸಿಕೊಳ್ಳಲು ಯತ್ನಿಸಿದವರಿಗೆ

ಈ ನಿಲ್ಲುವ ಸೆಲ್ ಶಿಕ್ಷೆ ಗ್ಯಾರಂಟಿ. ಇಲ್ಲಿಗೆ ತಳ್ಳಿದರೆ ಮತ್ತೆ ಹೆಣವಾಗಿಯೇ ಈಚೆ ಬರುತ್ತಿದ್ದುದ್ದಂತೆ. ಅದಕ್ಕೇ ಇದನ್ನು Block of Death ಎಂದೆ ಕರೆಯುತ್ತಿದ್ದರಂತೆ.

ಇಲ್ಲಿ ಇಂಥ ನಾಲ್ಕು ಸೆಲ್‌ಗಳಿದ್ದವಂತೆ ಒಟ್ಟು. ಇಲ್ಲಿಗೆ ತಳ್ಳಲ್ಪಟ್ಟವರಲ್ಲಿ ಯಾರಿಗೂ ಆಹಾರವನ್ನು ಕೊಡುತ್ತಿರಲಿಲ್ಲ. ಹಾಗಾಗಿ ಇಲ್ಲಿ ಸೇರಿದವರು ಅಬ್ಬಬ್ಬಾ ಎಂದರೆ ವಾರ, ಹತ್ತು ದಿನ ಬದುಕುತ್ತಿದ್ದರಂತೆ. ಕೆಲವರು ಹಸಿವು ತಾಳಲಾರದೆ ಚಪ್ಪಲಿಯನ್ನೇ ಕತ್ತರಿಸಿ ತಿಂದಿದ್ದೂ ಉಂಟಂತೆ. ಹಾಗೆ ಕಷ್ಟ ಅನುಭವಿಸಿಯೂ ಸಾಯದ ಸಾಕಷ್ಟು ಜನರ ವಿಚಾರಣೆ ನಡೆದು, ಅವರೆಲ್ಲ ತಪ್ಪಿತಸ್ಥರೆಂದು ನಿರ್ಧಾರವಾಗಿ, ಶಿಕ್ಷೆಗೆ ಒಳಪಟ್ಟರೆ ಅವರನ್ನು ಅಲ್ಲಿಯೇ ಇದ್ದ ಮತ್ತೊಂದು ಕೊಠಡಿಗೆ ಕರೆದೊಯ್ದು ಬಟ್ಟೆ ಬಿಚ್ಚಿಸುತ್ತಿದ್ದರು. ಆ ರೀತಿ ಬಟ್ಟೆ ಬಿಚ್ಚಲು ಹೆಂಗಸರಿಗೊಂದು ರೂಮ್, ಗಂಡಸರಿಗೊಂದು ರೂಮ್ ನಿಗದಿ ಪಡಿಸಿದ್ದರು.

ಆ ರೂಮ್‌ಗಳಲ್ಲಿ ಸಾಲುಸಾಲು ಕೊಳಕು ಬಟ್ಟೆಗಳನ್ನು ನೇತುಹಾಕಿದ್ದನ್ನು ಈಗಲೂ ನೋಡಬಹುದು, ಹಾಗೆ ಬೆತ್ತಲೆಯಾಗಿಸದೇ ಸಾಯಿಸಿದರೆ ಅವರ ಮೈಮೇಲಿನ ಬಟ್ಟೆ ವ್ಯರ್ಥವಾಗಿ ಬಿಡುತ್ತದಲ್ಲವಾ ಮತ್ತೆ? ಎಂಥ ಮುನ್ನೋಟ! ಅದಕ್ಕೇ ಬಟ್ಟೆ ಬಿಚ್ಚಿಸಿ ನಂತರ ಪಕ್ಕದಲ್ಲೇ ಇದ್ದ 'ಡೆತ್ ವಾಲ್' ಬಳಿಗೆ ಇಬ್ಬಿಬ್ಬರಂತೆ ಕರೆದೊಯ್ಯುತ್ತಿದ್ದರು. ಗೋಡೆಗೆ ಮುಖವಾನಿಸಿ ನಿಲ್ಲಿಸಿ ಗುಂಡು ಹಾರಿಸಿದರೆ ಅಲ್ಲಿಗೆ ಮುಗಿಯಿತು. ಹಾಗೆ ಸಾಯಿಸಿದ ಹೆಣಗಳನ್ನು ಒಂದು ಟ್ರಕ್‌ನ ಮೇಲೆ ಹೇರಿಕೊಂಡು ಹೋಗುತ್ತಿದ್ದರು. ಆಯಾ ದಿನದ ಸಾವಿನ ಸಂಖ್ಯೆಯನ್ನು ಅವಲಂಬಿಸಿ ಅವರನ್ನು ಕ್ರಿಮೆಟೋರಿಯಂ ಅಥವಾ ದೊಡ್ಡದೊಂದು ಗುಂಡಿ, ಎರಡರಲ್ಲಿ ಒಂದು ಕಡೆ ಸುಡಲಾಗುತ್ತಿತ್ತು. ಒಂದೊಂದು ದಿನ ತೀರಾ ಹೆಚ್ಚಿನ ಸಂಖ್ಯೆಯಲ್ಲಿ ಸಾಯುವವರಿದ್ದರೆ ಆ ಬಟ್ಟೆ ಬಿಚ್ಚುತ್ತಿದ್ದ ರೂಮ್‌ನಲ್ಲೇ ಕೊಂದು ಬಿಸುಡುತ್ತಿದ್ದುದೂ ಉಂಟಂತೆ.

ಈ ರೂಮ್‌ಗಳಲ್ಲಿ ಇರುತ್ತಿದ್ದರಲ್ಲ ಅವರೆಲ್ಲರಿಗೂ ಅಲ್ಲಿ ಗುಂಡಿಕ್ಕುವ ಸದ್ದು, ಪಕ್ಕದ ಡೆತ್ ವಾಲ್‌ನ ಬಳಿಯ ಗುಂಡಿನ ಸದ್ದು ಎಲ್ಲವೂ ಕೇಳಿಸುತ್ತಿತ್ತಂತೆ. ಹಾಗೆ ಕೇಳಿದ ನಂತರ ಅವರ ಸ್ಥಿತಿ ಏನಾಗಿರಬೇಕು ಪಾಪ. ಸೆಲ್‌ಗಳ ಒಳಗೆ ಇದ್ದ ಎಷ್ಟೋ ಬಂಧಿಗಳು ಉಗುರಿನಿಂದ, ಸಿಕ್ಕ ಸಿಕ್ಕ ವಸ್ತುಗಳಿಂದ ಗೋಡೆಯ ಮೇಲೆ ತಮ್ಮ ಹೆಸರು ಮತ್ತು ಸಾಯುವ ದಿನಾಂಕಗಳನ್ನು ಗೀಚುತ್ತಿದ್ದರಂತೆ. ಯಾವತ್ತೋ ಒಂದು ದಿನ ಯಾರೋ ಬಂದು ಇಲ್ಲಿನವರನ್ನು ಮುಕ್ತಿಗೊಳಿಸಿದರೆ ತಾವು ಇಲ್ಲಿ ಇದ್ದೆವು ಮತ್ತು ಸತ್ತೆವು ಎನ್ನುವುದಾದರೂ ಮನೆಯವರಿಗೆ ತಿಳಿಯಲಿ ಎಂದು. ಆದರೆ ಸಾಕಷ್ಟು ಜನರಿಗೆ 'ಮನೆಯವರು' ಯಾರೂ ಬದುಕಿರುವುದೇ ಇಲ್ಲ ಎನ್ನುವ ಸತ್ಯವೂ ತಿಳಿದಿರುತ್ತಿತ್ತು. ಕೊನೆಗೆ ಜನವರಿ 27, 1945ರಂದು ಸೋವಿಯೆಟ್ಟರು ಆಶ್ವಿಟ್ಜ್ ಅನ್ನು ಬಂಧಮುಕ್ತವಾಗಿಸಿದಾಗ ಬ್ಲಾಕ್ 11ರಲ್ಲಿ ವಿಲೇವಾರಿಯಾಗದ ಹೆಣಗಳ ರಾಶಿಯೇ ಬಿದ್ದಿತ್ತಂತೆ...

ಉಫ್ ಒಂದೊಂದನ್ನು ನೋಡುತ್ತ, ಕೇಳುತ್ತ ಅಲ್ಲಿಂದ ಹೊರಬರುವಾಗ ಬ್ಲಾಕ್ 10 ಮತ್ತು 11ರ ನಡುವೆ ಇದ್ದ ಹಳೆಯ ಕಾಲದ ಕೋಟೆಯ ಬಾಗಿಲಿನ ಒಳಗಿದ್ದ ಸಾವಿನ ಗೋಡೆಯನ್ನು ತೋರಿಸಿದಳು. ರಕ್ತ ಸಿಡಿದ ಆ ಹಳೆಯ ಗೋಡೆಯ ಜಾಗದಲ್ಲಿ ಈಗ ಹೊಸ ಗೋಡೆ ನಿಂತಿದೆ. ಅದರ ಮುಂದೆ ಯಾರು ಯಾರೋ ಇರಿಸಿ ಹೋದ ನಳನಳಿಸುವ ಪುಷ್ಪಗುಚ್ಛಗಳಿದ್ದವು. ಅಲ್ಲೇ ಬ್ಲಾಕ್ 11ರಲ್ಲಿನ ಬಂಧಿಗಳನ್ನು ಗುಂಡಿಟ್ಟು ಕೊಲ್ಲುತ್ತಿದ್ದುದು. ಒಮ್ಮೊಮ್ಮೆ ಇಲ್ಲಿನ ಬಂಧಿಗಳನ್ನಷ್ಟೇ ಅಲ್ಲದೆ, ಇಡೀ ಸಂಸಾರಕ್ಕೆ ಸಂಸಾರವನ್ನೇ ಕರೆತಂದು ಮಕ್ಕಳನ್ನು ಸಹ ಬಿಡದಂತೆ ಕೊಂದು ಬಿಸುಡುತ್ತಿದ್ದರಂತೆ ಆ ಗೋಡೆಯ ಎದುರು. ಅಕ್ಕಪಕ್ಕದ ಬ್ಲಾಕ್‌ಗಳಲ್ಲಿದ್ದ ಎಷ್ಟೋ ಜನ ಇಂಥ ಲೆಕ್ಕವಿಲ್ಲದಷ್ಟು ಕೊಲೆಗಳಿಗೆ ಪ್ರತ್ಯಕ್ಷ ಸಾಕ್ಷಿಯಾಗಿದ್ದಾರೆ. ಇಂಥ ಕ್ರೌರ್ಯ ನಡೆದುಹೋದ ಸ್ಥಳದಲ್ಲಿ ನಿಂತಾಗ ಜಗತ್ತು ನಿಜಕ್ಕೂ ನಶ್ವರ ಎನ್ನುವ ವಿಷಾದ, ಜಗತ್ತಿನಲ್ಲಿ ಮಾನವೀಯತೆ ಎನ್ನುವುದೇ ಇರಲಿಲ್ಲವಾ ಎನ್ನುವ ಅಪನಂಬಿಕೆಗಳು ಮನಸನ್ನು ಆಕ್ರಮಿಸಲಾರಂಭಿಸಿತು...

ಆದರೆ ಇರಿ... ಈ ಕ್ರೌರ್ಯದ ನಡುವೆಯೇ ಒಂದಿಷ್ಟು ಮಾನವೀಯತೆಯ ಕಥೆಗಳೂ ಇವೆ!

ಯಾಕೋವ್ ಕೊಝ್ಡಾಲ್ಚಿಕ್ ಅನ್ನುವ ಕಾಪೋ (ಅಂದರೆ ಗಟ್ಟಿ ದೇಹದ ಜ್ಯೂಗಳನ್ನು ಮೇಲ್ವಿಚಾರಕರಾಗಿ ನೇಮಿಸುತ್ತಿದ್ದರಲ್ಲ ಅವರು) ಆಗಿ ನೇಮಿಸಲ್ಪಟ್ಟವ ಸ್ವತಃ ಒಬ್ಬ ಜ್ಯೂ. ಅವರು ಈ ಕೆಲಸಕ್ಕೆ ಆಯ್ಕೆಯಾಗಿ ಇದೇ ಬ್ಲಾಕ್ 11ರ ಸೆಲ್ ವಾರ್ಡನ್ ಆಗಿ ನೇಮಿಸಲ್ಪಟ್ಟರಂತೆ. ಅವರ ಕೆಲಸ ಆ ಇಡೀ ಬ್ಲಾಕ್‌ನ ಬಂಧಿಗಳಿಗೆ ಊಟ ಕೊಡುವುದು, ಶಿಕ್ಷೆ ಕೊಡುವುದು, ಡೆತ್ ವಾಲ್ ಬಳಿ ಕರೆದೊಯ್ದು ಗುಂಡು ಹಾರಿಸುವುದು ಎಲ್ಲವೂ. ಹೀಗೆ ನೇಮಿಸಲ್ಪಟ್ಟ ಈ ಯಾಕೋವ್ ಕೆಲವೊಮ್ಮೆ

ಖೈದಿಗಳಿಗೆ ಶಿಕ್ಷೆ ಕೊಡುವ ಬದಲು 'ನಾನು ಟೇಬಲ್ ಜೋರಾಗಿ ಗುದ್ದುತ್ತೇನೆ, ನೀನು ಕಿರುಚಿಕೋ' ಎಂದು ನಾಟಕ ಮಾಡಿ ಅವರಿಗೆ ಶಿಕ್ಷೆ ತಪ್ಪಿಸುತ್ತಿದ್ದರಂತೆ.

ಸ್ಟ್ಯಾಂಡಿಂಗ್ ಸೆಲ್‌ನಲ್ಲಿ ನಿಂತ ಬಂಧಿಗಳನ್ನು ಗುಟ್ಟಾಗಿ ಕರೆತಂದು ತನ್ನ ಹಾಸಿಗೆಯ ಮೇಲೆ ಮಲಗಿಸಿ, ರಗ್ ಹೊದೆಯಲು ಕೊಟ್ಟು, ಸುಖ ನಿದ್ರೆಯ ಬಳಿಕ ಮರುದಿನ ಮುಂಜಾನೆಯೇ ಮತ್ತೆ ಸೆಲ್‌ಗೆ ಸೇರಿಸುತ್ತಿದ್ದರಂತೆ, ಹೇಗೋ ಮಾಡಿ ಒಂದಿಷ್ಟು ಹೆಚ್ಚಿನ ಬ್ರೆಡ್ ತುಂಡುಗಳನ್ನು ಖೈದಿಗಳಿಗೆ ಕೊಡುತ್ತಿದ್ದರಂತೆ, ಇನ್ನು ಇದೇ ಬ್ಲಾಕ್ 11 ರಲ್ಲಿ ಬಂಧಿಯಾಗಿದ್ದ ಫಾದರ್ ಕೋಲ್ಬೆ ಸಾಯಬೇಕಿದ್ದ ಪೋಲಿಷ್ ಖೈದಿಯೊಡನೆ ಸ್ಥಾನ ಬದಲಿಸಿಕೊಂಡು ಅವನ ಬದಲು ತಾನು ಸಾಯಲು ಮುಂದಾದರಂತೆ... ಎಂಬೆಲ್ಲ ಕಾರುಣ್ಯದ ಕಥೆಗಳೂ ಕಿವಿಗೆ ಬೀಳುತ್ತವೆ. ಬದುಕಿನ ಬಗ್ಗೆ ನಂಬಿಕೆ ಉಳಿಸಲು ಇವೆಲ್ಲ ಕಾರ್ಮೋಡದಂಚಿನ ಆಶಾಕಿರಣಗಳು...

ಆಶ್ವಿಟ್ಜ್‌ನ ಇಡೀ ಆವರಣದಲ್ಲಿನ ಎಲ್ಲವನ್ನೂ ನೋಡಿ ಮುಗಿಸಿದ ಮೇಲೆ ಕೊನೆಯದಾಗಿ ಗ್ಯಾಸ್ ಛೇಂಬರ್ ಮತ್ತು ಕ್ರಿಮೆಟೋರಿಯಂಗೆ ಹೋಗುವುದಿತ್ತು. ಆಶ್ವಿಟ್ಜ್ ಮುಖ್ಯ ಕ್ಯಾಂಪ್ ಮತ್ತು ಬರ್ಕನೌ ಕ್ಯಾಂಪ್ ಎರಡರಲ್ಲೂ ಇದ್ದ ಒಟ್ಟು 5 ಗ್ಯಾಸ್ ಛೇಂಬರ್‌ಗಳಲ್ಲಿ ಯುದ್ಧಾನಂತರ ಉಳಿದಿರುವುದು ಇದೊಂದೇ. ಒಳಗೆ ಕಾಲಿಡುವ ಮುನ್ನವೇ 'ಸಾವಿರಗಟ್ಟಲೆ ಜನ ಪ್ರಾಣ ಕಳೆದುಕೊಂಡ ಸ್ಥಳವಿದು. ಮೌನದಿಂದ ಇದ್ದು ಸ್ಥಳದ ಘನತೆ ಕಾಪಾಡಿ' ಎನ್ನುವ ಬೋರ್ಡ್ ಕಾಣಿಸಿತು. ಬೇಕು ಎಂದರೂ ಅರ್ಧ ಪದ ಹೊರಡದಷ್ಟು ಮೂಕರಾಗಿದ್ದೆವು ನಾವೆಲ್ಲರೂ.

ಬಲ ಭಾಗದಲ್ಲಿದ್ದ ಗ್ಯಾಸ್ ಛೇಂಬರ್‌ನ ಒಳಹೊಕ್ಕೆವು. ಸುಮಾರು 50–55 ಅಡಿ ಉದ್ದದ ಕೊಠಡಿಯಲ್ಲಿ ಮೂರು ಮಂಕು ದೀಪಗಳು, ಬಣ್ಣಗೆಟ್ಟ ಗೋಡೆಗಳು, ತಾರಸಿಯಲ್ಲಿ ಅಲ್ಲಲ್ಲಿ ಕಾಣಿಸುತ್ತಿದ್ದ 'ಶವರ್'ನ ಮುಖವಾಡದ ಜೈಕ್ಲೋನ್ ಬಿ ಗ್ಯಾಸ್ ಹರಿಸುತ್ತಿದ್ದ ಪೈಪ್‌ಗಳು, ಗೋಡೆಯ ಮೇಲೆ ಗ್ಯಾಸ್ ಛೇಂಬರ್‌ನಲ್ಲಿ ಬಂಧಿಯಾಗಿ ಸತ್ತವರು ಉಸಿರುಗಟ್ಟುವಾಗ ಗೋಡೆಯ ಮೇಲೆಲ್ಲ ಉಗುರಿನಿಂದ ಕೆರೆದ ಗೆರೆಗಳು, ಸತ್ತವರನ್ನು ಒಬ್ಬರ ಮೇಲೊಬ್ಬರಂತೆ ಪೇರಿಸಿ ಸುಟ್ಟ ಆ ಎರಡು ಚಿತಾಗಾರಗಳು, ಜೊತೆಗೆ ಇಡೀ ಕೊಠಡಿಯ ತುಂಬ ಆವರಿಸಿದ್ದ ವಿಷಾದ... ಎಷ್ಟೊಂದು ಹೇಳುವುದು ಬಾಕಿ ಉಳಿದಿದೆ ಇನ್ನೂ!

ಗ್ಯಾಸ್ ಛೇಂಬರ್‌ಗೆ ತಳ್ಳುವ ಆ ಇಡೀ ಅಮಾನವೀಯ ಕಥೆಯನ್ನು ಕೇವಲ ಒಂದು ಬಿಡಿ ವಿಷಯವೆಂಬಂತೆ ಹೇಳಲಾಗುವುದಿಲ್ಲ. ಕುಟುಂಬಗಳು ಒಡೆದುಹೋದ, ಬದುಕುಗಳು ಅತಂತ್ರವಾದ ಎಲ್ಲವನ್ನೂ ಒಟ್ಟಾಗಿಸಿಯೇ ಹೇಳಬೇಕಾಗುತ್ತದೆ. ಇದನ್ನೆಲ್ಲ ಬರೆಯುತ್ತ ನನ್ನ ಶಕ್ತಿಯೆಲ್ಲ ಖಾಲಿಯಾದಂತೆನಿಸುತ್ತಿದೆ. ತುಸು ಶಕ್ತಿ ಒಗ್ಗೂಡಿಸಿಕೊಂಡು ಮುಂದಿನ ಅಂಕದಲ್ಲಿ ಅದೆಲ್ಲವನ್ನೂ ಹೇಳುತ್ತೇನೆ...

ಹಾಲೋಕಾಸ್ಟ್

ಆಶ್ವಿಟ್ಜ್‌ನಿಂದ ಹೊರ ಬರುವಾಗ ನನ್ನ ಕಾಲುಗಳು ಸೋತುಹೋಗಿದ್ದವು. ಜೊತೆಗೆ ಪಾದದ ಅಳತೆಗೆ ಸರಿಯಿದ್ದ ಶೂ ಹೆಚ್ಚು ನಡೆಯುವಾಗ ಕಚ್ಚಬಹುದೆಂದು ಲೆಕ್ಕ ಹಾಕಿ ಒಳಗೆ ಸಾಕ್ಸ್ ಹಾಕಿದ್ದೆ. ಅದೇ ನಾನು ಹಾಕಿದ ತಪ್ಪು ಲೆಕ್ಕಾಚಾರ ಎಂದು ಈಗ ಅರಿವಾಗಿತ್ತು. ಶೂನ ಉದ್ದ ಸಾಲದೆ ಒಳಗೆ ಬೆರಳುಗಳನ್ನು ಮಡಚಿಟ್ಟು ನಡೆದ ಕಾರಣ ಬೆರಳುಗಳು ಮತ್ತು ಕಾಲುಗಳೆರಡೂ ಅಸಾಧ್ಯ ನೋಯುತ್ತಿತ್ತು. ಜೊತೆಗೆ ಬೆಳಗ್ಗೆ ತಿಂದ ತಿಂಡಿ ಯಾವಾಗಲೋ ಕರಗಿ ಹೋಗಿತ್ತು. ಹೊಟ್ಟೆಗೆ ಏನಾದರೂ ಸಿಕ್ಕರೆ ಸಾಕು ಅನ್ನಿಸುತ್ತಿತ್ತು. ಹೊರಗೆ ಕರೆತಂದ ಕೂಡಲೇ ಪೋಲಾ ಲಂಚ್ ಬ್ರೇಕ್ ಘೋಷಿಸುತ್ತಾಳೆ ಮತ್ತು ನಾನು ಸಿಕ್ಕಿದ ಏನೋ ಒಂದನ್ನು ಹೊಟ್ಟೆಗೆ ಹಾಕಿಕೊಳ್ಳಬೇಕು ಎಂದು ಕಾಯುತ್ತಿದ್ದೆ.

ಆದರೆ ಪೋಲಾ ನಮ್ಮನ್ನು ಚಕಿತಗೊಳಿಸುವಂತೆ 'ಈಗಿನ್ನು ಬಸ್ ಬರುತ್ತದೆ. ನಾವು ಬರ್ಕನೌಗೆ ಹೊರಡಬೇಕು. ಸಾರಿ ಇವತ್ತು ಸ್ವಲ್ಪ ತಡವಾಗಿರುವುದರಿಂದ ಲಂಚ್ ಬ್ರೇಕ್ ಇಲ್ಲ. ನಿಮ್ಮ ಬಳಿ ಏನಾದರೂ ಇದ್ದರೆ ತಿನ್ನಬಹುದು ಅಷ್ಟೇ. ಇಲ್ಲವಾದರೆ ಇಲ್ಲಿ ಏನು ಸಿಗುತ್ತದೋ ಅದನ್ನು ತೆಗೆದುಕೊಳ್ಳಬಹುದು. ನಿಮಗೆ 5 ನಿಮಿಷ ಮಾತ್ರ ಸಮಯವಿದೆ' ಎಂದಳು. ನಾವು ಮುಖ ಮುಖ ನೋಡಿಕೊಂಡೆವು. ಬೆಳಗ್ಗೆ 8ಕ್ಕೆ ತಿಂದಿದ್ದು ತಿಂಡಿ... ಅದೂ ಬರೀ ಬ್ರೆಡ್, ಜಾಮ್, ಮತ್ತೆರಡು ತರಕಾರಿ, ಹಣ್ಣಿನ ಹೋಳುಗಳು. ಈಗ ಇಷ್ಟು ಸುತ್ತಾಡಿ ದಣಿದ ನಂತರ ಲಂಚ್ ಇಲ್ಲ ಅಂದರೆ ಹೇಗೆ? ಮಗ ಅಲ್ಲಿ ಕಾಣಿಸಿದ ಜ್ಯೂಸ್ ವೆಂಡಿಂಗ್ ಮೆಷಿನ್ ಬಳಿ ಓಡಿದ.

ಅದರೊಳಗೆ ಕಾಯಿನ್ ಹಾಕಿದರೆ ಅದು ಒಳಗೇ ಸಿಕ್ಕಿಹಾಕಿಕೊಂಡು ಬಿಟ್ಟಿತು. ಇದ್ದಬದ್ದ ಬಟನ್ ಎಲ್ಲವನ್ನೂ ಒತ್ತಿದರೂ ಜೂಸೂ ಇಲ್ಲ, ಕಾಸೂ ಇಲ್ಲ. ರೋಸಿ ಹೋಗಿ ಅಲ್ಲಿದ್ದ ಏಕೈಕ ಅಂಗಡಿಯಲ್ಲಿ ಏನಿದೆ ಎಂದು ನೋಡಿದರೆ ತೆಳುವಾದ ಸ್ಯಾಂಡ್‌ವಿಚ್ ಮಾತ್ರ ಕಾಣಿಸಿತು. ಅದನ್ನೇ ನಾಲ್ಕು ತೆಗೆದುಕೊಳ್ಳೋಣ ಎಂದರೆ ಇರುವುದೇ ಎರಡು ಎಂದರು. ಆತುರದಲ್ಲಿ ಅದನ್ನೇ ಕೊಂಡು ನಾಲ್ಕು ಜನ ಅರ್ಧರ್ಧ ಮಡಚಿ ಬಾಯಿಗಿಟ್ಟುಕೊಳ್ಳುವುದರಲ್ಲಿ ಬಸ್ ಬಂದೇ ಬಿಟ್ಟಿತು.

ನೀರು ಕುಡಿಯಲೂ ಸಮಯವಿಲ್ಲ. ಬಸ್‌ನಲ್ಲಿ 2 ಕಿಲೋಮೀಟರ್ ಪ್ರಯಾಣ ಅಲ್ಲಿಂದ ಬರ್ಕನೌಗೆ. ಅಲ್ಲಿ ಇಳಿದ ನಂತರ ಪಾರ್ಕಿಂಗ್ ಲಾಟ್‌ನಿಂದ ಸುಮಾರು ದೂರ ನಡೆಯಬೇಕಿತ್ತು. ಅಲ್ಲಿಯವರೆಗೆ ಇದ್ದ ಚಳಿ ಮಾಯವಾಗಿ ಬಿಸಿಲು

ಚುರುಕಾಗಿತ್ತು. ತುಸು ಗುಂಡುಗುಂಡಗಿದ್ದ ಪೋಲಾ ಪಟಪಟನೆ ಹೆಜ್ಜೆ ಹಾಕಿದಳು... ನಾವು ಅರ್ಧ ಓಡು ನಡಿಗೆಯಲ್ಲಿ ಅವಳ ಹಿಂದೆ ಓಡದೇ ವಿಧಿಯಿರಲಿಲ್ಲ.

ಒಂದಿಷ್ಟು ಹೆಜ್ಜೆ ಹಾಕುವುದರಲ್ಲೇ ಕಾಣಿಸಿತು ಕುಖ್ಯಾತ ಬರ್ಕನೌ ಕೆಂಪು ಕೋಟೆಯ ಮುಖ್ಯ ಬಾಗಿಲು. ಅದಕ್ಕೆದುರಾಗಿ ಮೈ ಚಾಚಿ ಮಲಗಿದ್ದ ರೈಲ್ವೇ ಹಳಿಗಳ ಮೇಲೆ ದೂರದಲ್ಲಿ ಯಾರೋ ಇಟ್ಟು ಹೋದ ಹೂಗುಚ್ಚ ಕಾಣಿಸುತ್ತಿತ್ತು... ಮಡಿದವರ ನೆನಪಿನಲ್ಲಿ.

ಕೆಂಪು ಕೋಟೆಯ ಒಳಗೆ ಕಾಲಿಟ್ಟರೆ ಅಲ್ಲೇನಿತ್ತು... ಹೆಚ್ಚು ಕಡಿಮೆ ಬಯಲಾಗಿ ಹೋಗಿತ್ತು ಬರ್ಕನೌನ ವಿಶಾಲ ಆವರಣ, ಅಲ್ಲಲ್ಲಿ ನಿಂತಿದ್ದ ಇಟ್ಟಿಗೆಯ ಕಟ್ಟಡಗಳು, ಉದ್ದಾನುದ್ದ ಮಲಗಿದ್ದ ದಣಿದ ರೈಲ್ವೇ ಹಳಿಗಳು, ಹಳಿಗಳ ಮೇಲೆ ನಿಂತಿದ್ದ ಒಂದು ಜಾನುವಾರು ಸಾಗಾಣಿಕೆ ಬೋಗಿ, ದೇಹಗಳನ್ನು ಸುಟ್ಟಾಗ ಹೊಗೆ ಹೊರ ಹಾಕುತ್ತಿದ್ದ ಕ್ರಿಮೆಟೋರಿಯಂನ ಚಿಮಣಿ, ನಿಲ್ಲಲೂ ತ್ರಾಣವಿಲ್ಲದ ಜನರನ್ನು ಓಡಿಹೋಗದಂತೆ ಕಾಯಲು ಅಲ್ಲಲ್ಲಿ ನಿರ್ಮಿಸಿದ್ದ ಮರದ ಗಾರ್ಡ್ ಅಟ್ಟ, ಮುರಿದು ಗುಪ್ಪೆ ಬಿದ್ದಿದ್ದ ಗ್ಯಾಸ್ ಛೇಂಬರ್‌ಗಳು, ಬಂಧಿಗಳು ಮಲಗುತ್ತಿದ್ದ ಕಲ್ಲು ಹಾಸಿಗೆ, ಎಕರೆಗಟ್ಟಳೆ ಭೂಮಿಯ ಸುತ್ತ ಎಳೆದಿದ್ದ ಮುಳ್ಳುಬೇಲಿ, ಮಡಿದವರ ನೆನಪಿನ ಒಂದು ಸ್ಮಾರಕ. ಅಷ್ಟೇ!

ಅಷ್ಟೇ ಅಂದರೆ ಕಾಣಲು ಉಳಿದಿರುವುದು ಅಷ್ಟೇ... ಬರೀ ಪಾಳುಬಿದ್ದ ಅವಶೇಷಗಳು ಆದರೆ ಇದೇ ರೈಲ್ವೇ ಹಳಿಗಳು ಸಾವಿರಾರು ಜನ ಜ್ಯೂಗಳನ್ನು ಅಲ್ಲಿಗೆ ಸಾಗಿಸಿದ್ದಕ್ಕೆ ಸಾಕ್ಷಿಯಾಗಿದ್ದು, ಅದೇ ರೈಲ್ವೇ ಕೋಚ್ ತನ್ನ ಒಡಲಲ್ಲಿ ಸಾವಿರಾರು ಜನರನ್ನು ತುರುಕಿಕೊಂಡು ಬಂದು ಇಲ್ಲಿ ಇಳಿಸಿದ್ದು, ಅದೇ ಕೋಚ್‌ನ ಪಕ್ಕದಲ್ಲೇ ನಾಜಿಗಳು Men to the right, Women to the left ಎಂದು ಕಿರುಚುತ್ತಿದ್ದುದು, ಯಾರು ಬದುಕಲು ಅರ್ಹರು, ಅನರ್ಹರು ಎಂದು ನಿರ್ಧಾರವಾಗುತ್ತಿದ್ದುದು, ಅಲ್ಲಿಯೇ ಸಂಸಾರಗಳೆಲ್ಲ ಒಡೆದು ಪಾಲಾಗುತ್ತಿದ್ದುದು, ಅದೇ ಸ್ಥಳದಲ್ಲಿ ಎಷ್ಟೋ ಜನ ತಮ್ಮ ಅಪ್ಪನನ್ನು, ಅಮ್ಮನನ್ನು, ತಂಗಿಯನ್ನು, ತಮ್ಮನನ್ನು ಕೊನೆಯದಾಗಿ ನೋಡಿದ್ದು, ಅಲ್ಲಿಯೇ ಒಂದು ಸಾಲು ಕೆಲವರನ್ನು ಬದುಕಿನೆಡೆಗೂ, ಮತ್ತೊಂದು ಸಾಲು ಕೆಲವರನ್ನು ಗ್ಯಾಸ್ ಛೇಂಬರ್‌ನ ಸಾವಿಡೆಗೆಗೂ ಕರೆದೊಯ್ದಿದ್ದು, ಇದೇ ಚಿಮಣಿಗಳ ಕೊಳವೆಗಳಿಗೆ ಸತ್ತವರ ಹಸಿಮಾಂಸದ ವಾಸನೆ ಮೆತ್ತಿಕೊಂಡಿದ್ದು, ಇದೇ ಗ್ಯಾಸ್ ಛೇಂಬರ್‌ಗಳು ಸಾವಿರಾರು ಸಾವಿನ ಕೂಗುಗಳಿಗೆ ಕಿವಿಯಾಗಿದ್ದು, ಇದೇ ಕಲ್ಲು ಹಾಸಿಗೆಗಳು ಅನೇಕರ ನರಳುವಿಕೆಯನ್ನು ತಬ್ಬಿಕೊಂಡು ಸಂತೈಸಿದ್ದು, ಇದೇ ಮುಳ್ಳುಬೇಲಿ ಯಾತನೆ ತಡೆಯಲಾರದೆ ತನ್ನ ಮೇಲೆ ಬಿದ್ದವರನ್ನು ಕ್ಷಣಮಾತ್ರದಲ್ಲಿ ಸುಟ್ಟು ಬೂದಿಯಾಗಿಸಿದ್ದು, ಇದೇ ಮೌನ ಹೊದ್ದು ಮಲಗಿರುವ ಬರ್ಕನೌ ಹಿಂದೆ 11 ಲಕ್ಷ ಸಂಸಾರಗಳು ನುಚ್ಚುನೂರಾಗಿದ್ದಕ್ಕೆ ಸಾಕ್ಷಿಯಾಗಿದ್ದು...

ಆ ಅವಶೇಷಗಳ ಅಡಿಯಲ್ಲಿ ಸಿಕ್ಕಿಕೊಂಡ ಚರಿತ್ರೆ ಬಗೆದರೆ ಇಂಥ ಲಕ್ಷಗಟ್ಟಲೆ ಎದೆ ನಡುಗಿಸುವ ಯಾತನೆಯ ಕಥೆಗಳಿವೆ. ಈ ರೀತಿ ಹಾಲೋಕಾಸ್ಟ್ ನರಕದಲ್ಲಿ ಬೆಂದವರ, ಬೆಂದು ಬದುಕುಳಿದವರ, ಬೆಂದು ಇಲ್ಲವಾದವರ ಲಕ್ಷಗಟ್ಟಲೆ ಕತೆಗಳಲ್ಲಿ, ಮೂರು ಕತೆಗಳನ್ನು ಹೇಳುತ್ತೇನೆ ಈಗ...

***

ಎಡಿತ್ ಪರ್ಲ್

ಎಡಿತ್ ಜೆಕೊಸ್ಲೋವಾಕಿಯಾದ ವಾಸೋವೈಸ್ ಪಟ್ಟಣದ ಬಗಲಲ್ಲಿನ ಪುಟ್ಟ ಹಳ್ಳಿಯೊಂದರಲ್ಲಿ ಅಪ್ಪ-ಅಮ್ಮ-ಅಜ್ಜಿ ಮತ್ತು ಎಂಟು ಜನ ಒಡಹುಟ್ಟಿದವರೊಡನೆ ನೆಮ್ಮದಿಯಾಗಿ ಬದುಕುತ್ತಿರುತ್ತಾಳೆ. ಇನ್ನೂ 12 ವರ್ಷದವಳು. ಸಾಕಷ್ಟು ಅನುಕೂಲವಾಗಿ ಬದುಕುತ್ತಿರುತ್ತಾರೆ. ಒಂದು ಸ್ವಂತ ಮನೆ, ಹೊಟ್ಟೆ ಪಾಡಿಗೆ ಒಂದಿಷ್ಟು ಗದ್ದೆ, ಒಂದು ಫ್ಲೋರ್ ಮಿಲ್, ಜೊತೆಗೆ ಮರದ ಬಿಸಿನೆಸ್ ಇರುತ್ತದೆ, ಜೊತೆಗೆ ಮನೆಯ ತುಂಬ ಪ್ರೀತಿಯೇ ಪ್ರೀತಿ. ಹಳ್ಳಿಯಲ್ಲಿದ್ದ 30 ಸಂಸಾರಗಳು, ಒಂದು ಮಣ್ಣಿನ ರಸ್ತೆ, ಕಾರ್ಪೇತಿಯಾ ಪರ್ವತ ಸಾಲು, ಲ್ಯಾಟೋರಿಕಾ ನದಿ ಎಲ್ಲವೂ ಅವಳಿಗಿಷ್ಟ.

ಅವಳ ಹುಟ್ಟು ಹೆಸರು ಸುರಾ ರಿಫ್ಕಾ. ಎಲ್ಲರೂ ಅವಳನ್ನು ಮುದ್ದಿನಿಂದ ರಿಫ್ಕು ಎಂದು ಕರೆಯುತ್ತಿರುತ್ತಾರೆ. ಅವಳ ಅಮ್ಮನಿಗೆ ಮಾತ್ರ ಆ ಹೆಸರು ಕಂಡರೆ ಇಷ್ಟವಿಲ್ಲ. ಹಾಗಾಗಿ ಅವಳು ಎಡಿತ್‌ಳನ್ನು ಬ್ಲಾಂಡಿ, ಮೈ ಬಿಗ್ ಗರ್ಲ್ ಹೀಗೇ ಏನೇನೋ ಮುದ್ದಿನ ಹೆಸರುಗಳಿಂದ ಕರೆಯುತ್ತಿರುತ್ತಾಳೆ. ತುಂಬ ಚುರುಕಾಗಿದ್ದ ಎಡಿತ್‌ಗೆ ಅವಳ ಅಮ್ಮ ಎಲ್ಲ ಕೆಲಸವನ್ನೂ ಕಲಿಸಿರುತ್ತಾಳೆ. ಶಾಲೆಗೆ ಹೋಗಿ ಬಂದು, ಮನೆಯಲ್ಲಿ ತಂಗಿಯರನ್ನೂ ಸಂಬಾಳಿಸುತ್ತಾ, ಮಿಲ್ ವ್ಯವಹಾರವನ್ನೂ ಅಷ್ಟಿಷ್ಟು ನೋಡಿಕೊಳ್ಳುತ್ತಿರುತ್ತಾಳೆ.

ಮಿಲ್‌ಗೆ ಸೇರಿದಂತೆಯೇ ಇರುತ್ತದೆ ಅವಳ ಮನೆ. ರಷ್ಯನ್ ಝಾರ್ ದೊರೆಯೊಬ್ಬನಿಗೆ ಸೇರಿದ ಶತಮಾನಗಳಷ್ಟು ಹಳೆಯದಾದ ಮನೆ ಅದು. ಮೀಟರ್‌ಗಟ್ಟಲೆ ದಪ್ಪನಾದ ಗೋಡೆ ಮತ್ತು ಉಕ್ಕಿನ ಕಿಟಕಿಗಳ ಮನೆ, ಅದರಲ್ಲಿನ ಜನ, ತನ್ನ ಕೆಲಸ, ಶಾಲೆ, ಊರಿಗೆ ಸುದ್ದಿ ಸಾರಲು ಬರುತ್ತಿದ್ದ ತಮಟೆ ಬಾರಿಸುವವನ ಸುದ್ದಿಗಳು, ಮಿಲ್‌ಗೆ ಬರುತ್ತಿದ್ದ ರೈತರೊಡನೆ ಮಾತು, ಕೆಲಸ ಮುಗಿಸಿ ಮನೆಗೆ ಬರುತ್ತಿದ್ದ ಅಪ್ಪ-ಅಣ್ಣಂದಿರೊಡನೆ ಜಗತ್ತಿನ ವಿಷಯ ತಿಳಿದುಕೊಳ್ಳುವುದು ಎಲ್ಲವೂ ಇಷ್ಟ ಎಡಿತ್‌ಗೆ. ಸುಂದರವಾದ ಬದುಕು...

1938ನೇ ಇಸವಿಯಲ್ಲಿ ಅದೊಂದು ದಿನ ತಮಟೆ ಬಾರಿಸುವವ ಜರ್ಮನ್ನರು ಜೆಕೊಸ್ಲೋವಾಕಿಯಾದ ಸುಡೆಟನ್‌ಲ್ಯಾಂಡ್ ಅನ್ನು ಬಿಟ್ಟು ಕೊಡಲು ಕೇಳುತ್ತಿದ್ದಾರೆ ಎಂದು ಸುದ್ದಿ ಸಾರುತ್ತಾನೆ. ಆ ಸುದ್ದಿ ಕಿವಿಗೆ ಬಿದ್ದಾಗ ತಗೊಳ್ಳಲಿ ಬಿಡು ಅತ್ಲಾಗೆ,

ಯಾವ ಸರಕಾರವಿದ್ದರೂ ನಾವು ಟ್ಯಾಕ್ಸ್ ಕಟ್ಟಬೇಕು ಅಷ್ಟೇ ತಾನೇ ಎನ್ನುತ್ತಾಳೆ ಅಮ್ಮ! ನಾಜ಼ಿಗಳು ಯಾವ ಮಟ್ಟಕ್ಕೆ ಹೋಗಬಹುದೆನ್ನುವುದರ ಅರಿವೂ ಇಲ್ಲದ ತಾಯಿಯ ಮುಗ್ಧತೆ ಇದು. ಅಪ್ಪ ಎಲ್ಲರೂ ಮಲಗಿದ ಮೇಲೆ ಅಮ್ಮನ ಬಳಿ 'ನಾವು ಅಮೆರಿಕಾಗೆ ಹೋಗಿಬಿಡಬೇಕಿತ್ತು ನನ್ನ ತಂಗಿ ಸಿಲ್ವಿಯಾ ಮನೆಗೆ. ಯುದ್ಧ ಶುರುವಾಗುತ್ತದೆ. ಜರ್ಮನ್ನರು ಜಗತ್ತನ್ನೆಲ್ಲ ಆಕ್ರಮಿಸಲು ನಿರ್ಧಾರ ಮಾಡಿದ್ದಾರೆ. ಈಗಾಗಲೇ ಜರ್ಮನಿಯಲ್ಲಿ ಜ್ಯೂಗಳಿಗೆ ಕಿರುಕುಳ ಕೊಡುತ್ತಿದ್ದಾರೆ. ಅವರಿಗೆ ಜ್ಯೂಗಳು ಬೇಕಿಲ್ಲ' ಎಂದು ಮಾತನಾಡುವುದು ಎಡಿತ್‌ಳ ಕಿವಿಗೆ ಬೀಳುತ್ತದೆ. ಅಮ್ಮ ಅದು ಸಾಧ್ಯವೇ ಇಲ್ಲ ಎನ್ನುವಂತೆ ಬಲವಾಗಿ ತಲೆಯಾಡಿಸುವುದು ಕಾಣಿಸುತ್ತದೆ.

ಅದೆಲ್ಲ ನಿರಾಕರಣೆಯ ಮನಸ್ಥಿತಿ ಏನೇ ಇದ್ದರೂ ಮುಂದೆ ಅವರ ಜಗತ್ತು ಬದಲಾಗುತ್ತ ಹೋಗುತ್ತದೆ. ಅಲ್ಲಿಯವರೆಗೆ ಒಂದೇ ಊರಿನಲ್ಲಿ ನೆಮ್ಮದಿಯಾಗಿ ಬದುಕುತ್ತಿದ್ದವರೆಲ್ಲ ಜ್ಯೂಗಳ ವಿರುದ್ಧ ತಿರುಗಿ ಬೀಳುತ್ತಾರೆ. ಶಾಲೆಯಲ್ಲಿ ಜೊತೆಗೆ ಓದುತ್ತಿದ್ದ ಗೆಳತಿಯರು, ಅಧ್ಯಾಪಕರು ಎಲ್ಲರೂ ಇದ್ದಕ್ಕಿದ್ದಂತೆ ಶತ್ರುಗಳೇ! 'ದರಿದ್ರ ಜ್ಯೂಗಳು ನೀವು. ಹಿಟ್ಲರ್ ನಮ್ಮ ದೇಶವನ್ನು ವಶಕ್ಕೆ ತೆಗೆದುಕೊಂಡ ನಂತರ ಪ್ಯಾಲೆಸ್ಟೈನ್‌ಗೆ ತೊಲಗಿರಿ ನೀವೆಲ್ಲ. ಅಲ್ಲಿಗೇ ಲಾಯಕ್ಕು ನೀವು' ಎಂದು ಎದುರೆದುರಿಗೇ ಜರಿಯಲು ಪ್ರಾರಂಭಿಸುತ್ತಾರೆ.

ಶಾಲೆಯಲ್ಲಿ ದಿನ ಕಳೆಯುವುದೇ ದುಸ್ತರವಾಗುತ್ತದೆ. ನಂತರ ಹಂಗೇರಿ ಜ಼ೆಕೊಸ್ಲೋವಾಕಿಯಾ ದೇಶವನ್ನು ತನ್ನ ವಶಕ್ಕೆ ತೆಗೆದುಕೊಳ್ಳುತ್ತದೆ. ಮೊದಲೇ ಜ್ಯೂಗಳ ದ್ವೇಷಿಯಾಗಿದ್ದ ಹಂಗೇರಿ ಅವರ ಮೇಲೆ ನಾನಾ ಕಟ್ಟಳೆಗಳನ್ನು ಹೇರುತ್ತದೆ. ಎಡಿತ್ ಓದುತ್ತಿದ್ದ ಶಾಲೆ ಮುಚ್ಚುತ್ತದೆ. ಬೇರೆ ಶಾಲೆಗೆ ಸೇರಬೇಕೆಂದರೆ ಅತ್ಯಂತ ಕಠಿಣ ಪ್ರವೇಶ ಪರೀಕ್ಷೆ ಪಾಸ್ ಮಾಡಬೇಕಾಗಿ ಬರುತ್ತದೆ. ಆದಷ್ಟೂ ಕಡಿಮೆ ಜ್ಯೂ ಜನಾಂಗದ ಮಕ್ಕಳಿಗೆ ವಿದ್ಯೆ ಸಿಗಲಿ ಎನ್ನುವುದು ಈ ಪರೀಕ್ಷೆಯ ಹಿಂದಿನ ಉದ್ದೇಶವಷ್ಟೇ. ಶಾಲೆಯಲ್ಲಿ ಹಿಟ್ಲರ್‌ನ 'ಮೈನ್ ಕಾಂಫ್' ಪಠ್ಯವಾಗುತ್ತದೆ! ಅಂದರೆ anti semitism ಅನ್ನುವುದು ತೀರಾ ದೊಡ್ಡ ಆರ್ಥಿಕ, ರಾಜಕೀಯ ಕಟ್ಟಳೆಗಳನ್ನಷ್ಟೇ ಅಲ್ಲದೇ, ಜ್ಯೂಗಳ ಬೇರನ್ನೇ ಕತ್ತರಿಸಲು ಸಿದ್ಧವಾಗಿ ಬಿಡುತ್ತದೆ.

ಜ್ಯೂಗಳನ್ನು ಗಡಿಪಾರು ಮಾಡಲು ಪ್ರಾರಂಭಿಸುತ್ತಾರೆ. ಸಣ್ಣಪುಟ್ಟ ಹಳ್ಳಿಗಳನ್ನೂ ಬಿಡದೇ ಎಲ್ಲ ಊರಿನಲ್ಲೂ ಜಾಲಾಡಿ ಜ್ಯೂಗಳನ್ನೆಲ್ಲ ಕರೆದೊಯ್ಯುತ್ತಾರೆ ಪೊಲೀಸರು. ಎಲ್ಲಿಗೆ ಎನ್ನುವುದು ಯಾರಿಗೂ ಗೊತ್ತಿಲ್ಲ. ಕೆಲವರು ಹೇಳುತ್ತಾರೆ ಜರ್ಮನಿಯ ಫ್ಯಾಕ್ಟರಿಗಳಲ್ಲಿ ದುಡಿಯಲು ಅವರನ್ನೆಲ್ಲ ಕೊಂಡೊಯ್ಯುತ್ತಿದ್ದಾರೆ ಎಂದು. ಒಂದು ದಿನ ಅಣ್ಣನ ಗೆಳೆಯನೊಬ್ಬ ಗಡಿಪಾರಾದವನು ಹೇಗೋ ಮಾಡಿ ತಪ್ಪಿಸಿಕೊಂಡು ಬಂದು ನಡುರಾತ್ರಿಯಲ್ಲಿ ಇವರ ಮನೆಯ ಬಾಗಿಲು ತಟ್ಟಿ ಜ್ಯೂಗಳನ್ನು ಕಾಡಿನಲ್ಲಿ ಬೀದಿನಾಯಿಗಳಂತೆ ಕೊಲ್ಲುತ್ತಿದ್ದಾರೆ ಎಂದು ನಿಜ ಸ್ಥಿತಿ ಹೇಳಿದಾಗಲೇ ಇವರಿಗೆಲ್ಲ

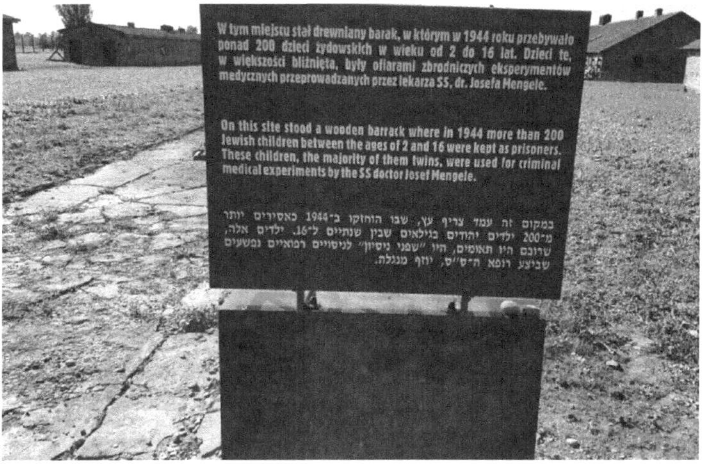

ಸತ್ಯ ತಿಳಿದು ಆಘಾತವಾಗುವುದು. ಆದರೆ ಪರಿಸ್ಥಿತಿ ಕೈ ಮೀರಿ ಹೋಗಿರುತ್ತದೆ.

ಇವರಿದ್ದ ಊರಿನ ತುಂಬ ಹಂಗೇರಿಯನ್ ಪೋಲೀಸರು ಬೀಡು ಬಿಡುತ್ತಾರೆ. ಜ್ಯೂ ಹೆಣ್ಣುಮಕ್ಕಳ ಮೇಲೆ ಅತ್ಯಾಚಾರ ನಡೆಯುವುದು ಮಾಮೂಲಾಗಿ ಬಿಡುತ್ತದೆ. 'ಅಮೆರಿಕಾದವರು ನಮ್ಮನ್ನು ಕಾಪಾಡುತ್ತಾರೆ' ಎಡಿತ್‌ಳ ಅಮ್ಮ ಅಚಲ ನಂಬಿಕೆಯಿಂದ ಕಾಯುತ್ತಲೇ ಇರುತ್ತಾರೆ. ಆಗೆಲ್ಲ ಅವಳ ಅಪ್ಪ 'ಯಾರೂ ಬರುವುದಿಲ್ಲ ಕಾಪಾಡಲು. ರೂಸ್‌ವೆಲ್ಟ್‌ಗೆ ಹಿಟ್ಲರ್ ಮತ್ತು ಜಪಾನ್ ಬಗ್ಗೆ ಚಿಂತೆಯಷ್ಟೇ. ಜ್ಯೂಗಳ ಬಗ್ಗೆಯಲ್ಲ' ಎಂದು ಎಷ್ಟೇ ಹೇಳಿದರೂ ಅವರ ನಂಬಿಕೆ ಸಡಿಲವಾಗುವುದೇ ಇಲ್ಲ. 'ಈ ಯುದ್ಧ ಬೇಗನೇ ಮುಗಿಯುತ್ತದೆ...' ಎಂದು ತಮಗೆ ತಾವೇ ಹೇಳಿಕೊಳ್ಳುತ್ತಲೇ ಇರುತ್ತಾರೆ. ವ್ಲಾಸೋವೈಸ್‌ಗೆ ಬರಲು ಇದ್ದ ದಾರಿಗಳನ್ನೆಲ್ಲ ಮುಚ್ಚಲಾಗುತ್ತದೆ. ಅವರ ಮನೆಯಲ್ಲಿದ್ದ ರೇಡಿಯೋವನ್ನು ಸರಕಾರ ಬಲವಂತವಾಗಿ ಕಿತ್ತುಕೊಳ್ಳುತ್ತದೆ. ಹೊರಗಿನ ಸುದ್ದಿ ಕಿವಿಯ ಮೇಲೆ ಬೀಳದಿರುವಂತೆ ನೋಡಿಕೊಳ್ಳಲು. ಆದರೆ ಎಡಿತ್‌ಳ ಅಪ್ಪ ಕಾಳಸಂತೆಯಲ್ಲಿ ಮತ್ತೊಂದು ರೇಡಿಯೋ ಕೊಳ್ಳುತ್ತಾರೆ.

ಯುದ್ಧದ ಸುದ್ದಿಗಳನ್ನೆಲ್ಲ ಕೇಳುತ್ತ ರಷ್ಯನ್ನರು ಒಂದು ದಿನ ಬಂದು ತಮ್ಮನ್ನೆಲ್ಲ ಕಾಪಾಡುತ್ತಾರೆ ಎಂದು ಕಾಯುತ್ತಿರುವಾಗಲೇ ಅವರನ್ನೆಲ್ಲ ಗೆಟ್ಟೋಗೆ ಹೊರಡಲು ಆದೇಶ ನೀಡಲಾಗುತ್ತದೆ. 'ಅಕ್ಕ ನಾನು ಸತ್ತು ಹೋಗುತ್ತೇನೆ ಅನ್ನಿಸುತ್ತದೆ' ಹೊರಡುವ ಹಿಂದಿನ ರಾತ್ರಿ ಪುಟ್ಟ ತಮ್ಮ ಮೆಂಡೆಲ್ ಹೇಳಿದಾಗ ಎಡಿತ್ ಎದೆ ಒಡೆದು ಹೋಗುತ್ತದೆ. ಅಯ್ಯೋ ಅವನಿಗೆ ಹೇಗೆ ಗೊತ್ತಾಯಿತು. ಅವನು ಅಂದುಕೊಂಡಿರುವುದು ಸತ್ಯ... ಆದರೆ ಅವನಿಗೆ ಹೇಗೆ ಗೊತ್ತಾಯಿತು ನರಳುತ್ತಾಳೆ. 'ಪೋಲೆಂಡ್‌ವರೆಗೆ ನಾವು ಹೇಗೆ

ನಡೆಯುವುದಕ್ಕಾಗುತ್ತದೆ? ನಾನಿನ್ನೂ ಇಷ್ಟು ಪುಟ್ಟವನು'. 'ನಿನಗೆ ಯಾರು ಹೇಳಿದ್ದು ಹಾಗೆಂದು?'. 'ಅಪ್ಪ ಅಮ್ಮ ಮಾತಾಡಿಕೊಳ್ಳುತ್ತಿದ್ದಿದ್ದು ಕೇಳಿಸಿತು....'. ಪುಟ್ಟ ಮಗುವಿಗೆ ಕೂಡಾ ಸಾವಿನ ವಾಸನೆ ಮೂಗಿಗೆ ಬಡಿಯುತ್ತಿರುತ್ತದೆ. 'ನಾನು ನಿನ್ನನ್ನು ಸಾಯಲು ಬಿಡುವುದಿಲ್ಲ ಕಣೋ... ನಾನು ನಿನ್ನನ್ನು ಕಾಪಾಡುತ್ತೇನೆ' ಅಳುತ್ತಾ ಆಣೆ ಮಾಡುತ್ತಾಳೆ ಎಡಿತ್.

1944ನೇ ಇಸವಿ ಏಪ್ರಿಲ್ 18ರಂದು ಎಡಿತ್‌ಳ ಸಂಸಾರದ 11 ಜನರು ಮುಖಾಶೆವ್ ಗೆಟ್ಟೋಗೆ ವರ್ಗಾಯಿಸಲ್ಪಡುತ್ತಾರೆ. ಅಲ್ಲಿ ಅವರಲ್ಲಿದ್ದ ಚಿನ್ನ, ಬೆಳ್ಳಿಯನ್ನು ಕಿತ್ತುಕೊಳ್ಳಲಾಗುತ್ತದೆ. ಹಲವರಿಗೆ ಹೊಡೆತಬಡಿತ. ಕಣ್ಣೆದುರಿಗೇ ಹಲವರ ಹೆಣ ಉರುಳುತ್ತದೆ. ಇವರೆಲ್ಲ ಉಸಿರೆತ್ತದೆ ಎಲ್ಲವನ್ನೂ ಅವರಿಗೊಪ್ಪಿಸಿ ಎರಡು ಜೊತೆ ಬಟ್ಟೆಯ ಜೊತೆ ಒಂದು ಶೆಡ್‌ನಲ್ಲಿ ಬೀಡು ಬಿಡುತ್ತಾರೆ. ಅಲ್ಲಿ ಎಡಿತ್ ಅಡಿಗೆ ಕೆಲಸಕ್ಕೆ ನೇಮಿಸಲ್ಪಡುತ್ತಾಳೆ. ಅವಳ ಅಣ್ಣ ಗೆಟ್ಟೋ ಗುಡಿಸುವ ಕೆಲಸಕ್ಕೆ ನೇಮಿಸಲ್ಪಡುತ್ತಾನೆ.

ಎರಡು ಜೊತೆ ಬಟ್ಟೆ, ಆಗೀಗ ಒಂದು ಸ್ನಾನ, ಹೊಟ್ಟೆಗೆ ಒಂದಿಷ್ಟು ಆಲೂಗಡ್ಡೆ ಅಥವಾ ಕೋಸಿನ ಸೂಪ್‌ನ ಅರೆಹೊಟ್ಟೆ ಊಟ, ಕೊಳಕು ಗೆಟ್ಟೋ... ಜೊತೆಗೆ ಜ್ಯೂಗಳಲ್ಲಿ ಯಾರಿಗೇ ಬೇಕಿದ್ದರೂ ಸಣ್ಣ ತಪ್ಪಿಗೆ ಅಥವಾ ತಪ್ಪೇ ಇಲ್ಲದಿದ್ದರೂ ಗುಂಡು ಹೊಡೆದು ಸಾಯಿಸಿಬಿಡಬಹುದು! ಗೆಟ್ಟೋದ ಬದುಕೆಂದರೆ ಇಷ್ಟೇ. ಆದರೆ ಈ ಎಲ್ಲ ಮೈ ಮುರಿಯುವ ದುಡಿತದ ನಡುವೆಯೂ ಮನೆಯವರೆಲ್ಲ ಒಟ್ಟಿಗೇ ಇದ್ದೇವೆ ಎನ್ನುವ ಸಮಾಧಾನದಲ್ಲಿ ಬದುಕಲು ಪ್ರಾರಂಭಿಸುತ್ತಾರೆ. ಈ ನಡುವೆ ಹತ್ತಿರದಲ್ಲೇ ಇದ್ದ ರೈಲ್ವೇ ಸ್ಟೇಷನ್‌ಗೆ ಬರುವ ರೈಲುಗಳಲ್ಲಿನ ಜಾನುವಾರು ಸಾಗಾಣಿಕೆ ಬೋಗಿಗಳಲ್ಲಿ ಸಾವಿರಾರು ಜ್ಯೂಗಳು ಎಲ್ಲಿಂದಲೋ ಬರುತ್ತಿರುತ್ತಾರೆ, ಎಲ್ಲಿಗೋ ಹೋಗುತ್ತಿರುತ್ತಾರೆ. ಎಡಿತ್‌ಗೆ ಅವರಿಗೆಲ್ಲ ಊಟ ಸರಬರಾಜು ಮಾಡುವ ಕೆಲಸ ಕೂಡಾ ಒಪ್ಪಿಸಲಾಗುತ್ತದೆ. ಊಟ ವೆಂದರೇನು? ಒಂದಿಷ್ಟು ಬೇಯಿಸಿದ ಆಲೂಗಡ್ಡೆ ಮತ್ತು ಒಂದು ಬಕೆಟ್ ನೀರು ಅಷ್ಟೇ.

ಒಬ್ಬರ ಮೈಮೇಲೆ ಒಬ್ಬರಂತೆ ಇರುಕಿಸಿ ಕುಳಿತ ಅವರೆಲ್ಲ ದೈನ್ಯದಿಂದ 'ನಮ್ಮನ್ನು ಎಲ್ಲಿಗೆ ಕರೆದುಕೊಂಡು ಹೋಗುತ್ತಿದ್ದಾರೆ' ಎಂದು ಎಡಿತ್‌ಳನ್ನು ಪ್ರಶ್ನಿಸುತ್ತಿರುತ್ತಾರೆ. 'ಆದರೆ ನನ್ನಲ್ಲಿ ಉತ್ತರವಿರಲಿಲ್ಲ' ಎನ್ನುತ್ತಾಳೆ ಎಡಿತ್. ಆ ಪ್ರಶ್ನೆಗೂ ಉತ್ತರ ಸಿಗುವ ಕಾಲ ಬರುತ್ತದೆ ಮೇ 19, 1944 ರಂದು ಎಡಿತ್‌ಳ ಸಂಸಾರದ 11 ಜನರೂ ರೈಲಿನ ಉಸಿರುಗಟ್ಟುವ ಬೋಗಿಗಳಿಗೆ ತಳ್ಳಲ್ಪಟ್ಟು ಹೊರಗಿನಿಂದ ಬೀಗ ಜಡಿದ ನಂತರ. 'ದಿನವೂ ಆ ಸದ್ದನ್ನು ಕೇಳಿದ್ದೆನಾದರೂ ಒಳಗೆ ಕೂಡಿ ಹಾಕಿದ ನಂತರ ಆ ಸದ್ದು ಬೇರೆಯದೇ ಆಗಿ ಕೇಳಿಸಿತು' ಎಡಿತ್ ನೆನಪಿಸಿಕೊಳ್ಳುತ್ತಾಳೆ.

ಒಂದು ಬೋಗಿಯಲ್ಲಿ ಅರವತ್ತಕ್ಕೂ ಹೆಚ್ಚು ಜನ ಕಾಲು ಚಾಚಿ ಕೂರಲೂ ಆಗದಷ್ಟು ಇಕ್ಕಟ್ಟು ಸ್ಥಳ. ಅಷ್ಟು ಜನರಿಗೆ ಒಂದು ಬಕೆಟ್ ನೀರು, ಜೊತೆಗೆ ಅರ್ಧ

ಬಕೆಟ್ ಆಲೂಗಡ್ಡೆ. ಇವರು ಹೋಗುವಷ್ಟರಲ್ಲಿ ಆಹಾರ ಸಾಮಗ್ರಿಗಳಿಗೆಲ್ಲ ಕೊರತೆ ಬಂದು ಒಂದು ಬಕೆಟ್ ಆಲೂಗಡ್ಡೆ ಕೂಡಾ ಇಲ್ಲ. ಹಾಗೆ ಹೊರಟ ರೈಲು ದಿನಗಟ್ಟಳೆ ಪ್ರಯಾಣಿಸುತ್ತಲೇ ಇರುತ್ತದೆ. ಉಚ್ಚೆ ಹೊಯ್ಯಲು, ಕಕ್ಕಸ್ಸಿಗೆ ಹೋಗಲು ಕೂಡಾ ಎಲ್ಲಿಯೂ ನಿಲ್ಲಿಸುವುದಿಲ್ಲ. ಮೂಲೆಯಲ್ಲಿದ್ದ ಬಕೆಟ್‌ನಲ್ಲೇ ಎಲ್ಲರೂ ಮಾಡಿ ಮುಗಿಸಬೇಕು.

ಅರ್ಧ ಬಕೆಟ್ ಆಲೂ, ಒಂದು ಬಕೆಟ್ ನೀರು ಒಂದೇ ದಿನಕ್ಕೆ ಖಾಲಿಯಾಗುತ್ತದೆ. ಅವಳ ಅಮ್ಮ ಬ್ಯಾಗ್‌ನಲ್ಲಿದ್ದ ಒಂದಿಷ್ಟು ಬಿಸ್ಕಿಟ್ ತೆಗೆದು ಹಂಚುತ್ತಾಳೆ. ಇಡೀ ಬೋಗಿಯ ತುಂಬ ಉಚ್ಚೆ, ಹೇಲು, ವಾಂತಿ, ಬೆವರಿನ ವಾಸನೆ. ಅದರಲ್ಲಿಯೇ ಮೂರು ಹಗಲು, ಮೂರು ರಾತ್ರಿ ಪ್ರಯಾಣಿಸುತ್ತಾರೆ. ಕೊನೆಗೊಮ್ಮೆ ರೈಲು ಎಲ್ಲಿಯೋ ನಿಂತಾಗ ಕಕ್ಕಸ್ಸಿನ ಬಕೆಟ್ ಖಾಲಿ ಮಾಡಲು ಬೋಗಿಯ ಬಾಗಿಲು ತೆರೆಯುತ್ತಾರೆ... ಮೂರು ದಿನಗಳ ನಂತರ ಮೊದಲ ಬೆಳಕಿನ ಕಿರಣ. ಯಾವುದೋ ಊರಿನ ನಿಲ್ದಾಣವದು. ಅಲ್ಲಿ ನಿಂತ ಜನರು ಇವರಲ್ಲಿದ್ದ ಚಿನ್ನಕ್ಕೆ ಬದಲಾಗಿ ಬ್ರೆಡ್ಡನ್ನು ಮಾರಾಟ ಮಾಡಲು ನಿಂತಿರುತ್ತಾರೆ!

'ನೀವು ಹೋಗುತ್ತಿರುವುದು ಆಶ್ವಿಟ್ಜ್‌ಗೆ. ಅಲ್ಲಿ ಚಿನ್ನ ಉಪಯೋಗಕ್ಕೆ ಬರುವುದಿಲ್ಲ. ಅಲ್ಲಿ ಇಳಿದ ಕೂಡಲೇ ಎಲ್ಲವನ್ನೂ ಕಿತ್ತುಕೊಳ್ಳುತ್ತಾರೆ ಹೇಗೂ. ಹೆಚ್ಚಿನವರನ್ನು ಅಲ್ಲಿಯೇ ಸಾಯಿಸುತ್ತಾರೆ. ಅದೇ ಚಿನ್ನಕ್ಕೆ ಈಗ ಬ್ರೆಡ್ ಆದರೂ ಕೊಂಡರೆ ಒಂದಿಷ್ಟಾದರೂ ತಿನ್ನಬಹುದು'.

'ನಾವು ಅಲ್ಲಿ ಏನೂ ವ್ಯವಹಾರ ಮಾಡಲಿಲ್ಲ. ಚಿನ್ನ ಕೊಟ್ಟರೂ ಅವರು ಬ್ರೆಡ್ ಕೊಡುತ್ತಾರೆ ಎನ್ನುವ ನಂಬಿಕೆಯೇನೂ ಇರುವುದಿಲ್ಲ ಯಾರಿಗೂ. ಹಾಗೆಯೇ ತಾವು ಹೋಗುತ್ತಿರುವುದು ಆಶ್ವಿಟ್ಜ್ ಎಂದಾಗಲಿ, ಅಲ್ಲಿಗೆ ಹೋದ ನಂತರ ಸಾಯುತ್ತೇವೆ ಎಂದು ಕೂಡಾ ಯಾರೂ ನಂಬಲಿಲ್ಲವೆನ್ನಿಸುತ್ತದೆ...' ಎಡಿತ್ ಹೇಳುತ್ತಾಳೆ. ಆದರೆ ಆಗ ಕೂಡಾ ಅವರಿಗೆ ತಮ್ಮನ್ನು ಲೇಬರ್ ಕ್ಯಾಂಪ್‌ಗೇ ಕರೆದುಕೊಂಡು ಹೋಗುತ್ತಿದ್ದಾರೆ ಎಂಬ ನಂಬಿಕೆ. ನಾಜಿಗಳಿಗೆ ದುಡಿಯಲು ಜನ ಬೇಕು ಮತ್ತು ನಮ್ಮಲ್ಲಿ ದುಡಿಯುವ ಶಕ್ತಿ ಇದೆ. ಹೀಗಿರುವಾಗ ಸುಮ್ಮಸುಮ್ಮನೆ ನಮ್ಮನ್ನು ಯಾಕಾದರೂ ಸಾಯಿಸುತ್ತಾರೆ ಎಂದು ಸಮಾಧಾನ ಮಾಡಿಕೊಳ್ಳುತ್ತಾರೆ. ಹೀಗೆಯೇ ಅಲ್ಲಲ್ಲಿ ಯಾವುದೋ ನಿಲ್ದಾಣಗಳಲ್ಲಿ ನಿಲ್ಲಿಸುತ್ತ, ಹತ್ತುತ್ತ, ಕಕ್ಕಸ್ಸಿನ ಬಕೆಟ್ ಖಾಲಿ ಮಾಡುತ್ತ, ಅನಂತ ಕಾಲ ಪ್ರಯಾಣಿಸುತ್ತಲೇ ಇದ್ದಾರೇನೋ ಅನ್ನಿಸುತ್ತಿರುವಂತೆಯೇ ನಾಲ್ಕನೇ ದಿನ ರಾತ್ರಿ ಒಂದು ಕಡೆ ನಿಲ್ಲುತ್ತದೆ. ಬಾಗಿಲು ತೆರೆದಾಗ ಕಣ್ಣು ಕುಕ್ಕುವ ಸರ್ಚ್ ಲೈಟ್ ಬೆಳಕು, ರಾಶಿ ಜನ ಯೂನಿಫಾರ್ಮ್‌ನಲ್ಲಿ, ಅರಚಾಟ, ಆಜ್ಞೆಗಳು 'ನೀವು ತಂದಿರುವುದನ್ನೆಲ್ಲ ಅಲ್ಲಲ್ಲಿಯೇ ಬಿಟ್ಟು ಕೆಳಗೆ ಇಳಿಯಿರಿ'

ಅವರು ಆಶ್ವಿಟ್ಜ್ ತಲುಪಿರುತ್ತಾರೆ!!! ಅವತ್ತು ಮೇ 22ನೇ ತಾರೀಖು...

ಇದೇ ಈಗ ನಾವು ಒಳಗೆ ಕಾಲಿಟ್ಟೆವಲ್ಲ ಅದೇ ಕೆಂಪುಕೋಟೆಯ ಮುಖ್ಯ ದ್ವಾರದ ಮೂಲಕ, ನಾವು ನೋಡಿದ ಅದೇ ರೈಲು ಹಳಿಗಳ ಮೇಲೆ, ನಮ್ಮೆದುರೇ ನಿಂತಿದ್ದ ಅದೇ ಜಾನುವಾರು ಸಾಗಾಣಿಕೆ ಬೋಗಿಯಲ್ಲಿ, ಇದೀಗ ನಾವು ನಿಂತಿರುವ ಅದೇ ಮಣ್ಣಿನ ರಸ್ತೆಯ ಮೇಲೆ...

ಮೂಗಿಗೆ ಅದೇನೋ ವಾಸನೆ ಬಡಿಯುತ್ತಿರುತ್ತದೆ. 'ಅದು ಮನುಷ್ಯ ದೇಹ ಸುಡುತ್ತಿರುವ ವಾಸನೆ ಎಂದು ನನಗೆ ಆಗ ಗೊತ್ತಾಗಲೇ ಇಲ್ಲ. ಅದು ಆ ಚಿಮಣಿಗಳಿಂದ ಹೊರಬೀಳುತ್ತಿತ್ತು... ನೂರಾರು ಜ್ಯೂಗಳ ಮಾಂಸ ಸುಟ್ಟ ವಾಸನೆ...' ಎಡಿತ್ ಮುಂದೆಂದೋ ನೆನಪಿಸಿಕೊಳ್ಳುತ್ತಾಳೆ. ನಾಲ್ಕು ದಿನ ಹೊಟ್ಟೆಗಿಲ್ಲದೇ ಪ್ರಯಾಣ ಮಾಡಿ ಬಂದವರಿಗೆ ಕುಡಿಯಲು ಒಂದು ಹನಿ ನೀರನ್ನೂ ಕೊಡದೇ ಸಾಲಾಗಿ ನಿಲ್ಲಿಸುತ್ತಾರೆ. ಲೌಡ್ ಸ್ಪೀಕರ್‌ನಲ್ಲಿ 'ಯಾರೂ ಹೆದರಬೇಡಿ. ಎಲ್ಲರಿಗೂ ಊಟ, ಮನೆ ಎಲ್ಲವನ್ನೂ ಕೊಡುತ್ತೇವೆ' ಯಾರೋ ಹೇಳುತ್ತಾರೆ. ಅದನ್ನು ಕೇಳಿದ ಪುಟ್ಟ ತಮ್ಮ ಹಸಿವು ಎಂದು ಅಳಲಾರಂಭಿಸುತ್ತಾನೆ.

ಅಮ್ಮ ಉಳಿದ ಬಿಸ್ಕೆಟ್‌ಗಾಗಿ ತಡಕಾಡಿದಾಗ ಆ ಬ್ಯಾಗನ್ನು ರೈಲಿನಲ್ಲೇ ಬಿಟ್ಟು ಬಂದೆವೆಂದು ಅರಿವಾಗುತ್ತದೆ. ಎಡಿತ್ ಅದನ್ನು ತರಲು ಓಡುತ್ತಾಳೆ. ನರಪೇತಲನಂತಿದ್ದವನೊಬ್ಬ ಆಗಲೇ ಬೋಗಿಗಳನ್ನು ತೊಳೆಯುತ್ತಿರುತ್ತಾನೆ. ಬ್ಯಾಗ್ ಬೇಕೆಂದು ಎಡಿತ್ ಕೇಳಿದಾಗ 'ಹೋಗಿ ಸುಮ್ಮನೆ ಸಾಲಿನಲ್ಲಿ ನಿಂತುಕೋ. ನಿನ್ನ ಅಮ್ಮನಿಗೆ ಮಕ್ಕಳನ್ನು ಕೆಳಗೆ ಇಳಿಸಲು ಹೇಳು. ನಿನ್ನ ಜೊತೆ ಬಲಗಡೆ ಸಾಲಿಗೆ ಹೋಗಲು ಹೇಳು. ಬಲದ ಸಾಲೆಂದರೆ ಬದುಕು. ಎಡಕ್ಕೆ ಹೋದರೆ ಗ್ಯಾಸ್ ಛೇಂಬರ್. ಆ ವಾಸನೆ ಬರುತ್ತಿದೆಯಲ್ಲ ಅದು ಜ್ಯೂಗಳ ಮಾಂಸ ಮತ್ತು ಕೂದಲು ಸುಡುವ ವಾಸನೆ. ಇದು ಆಶ್ವಿಟ್ಜ್!! ಅಮ್ಮನಿಗೆ ಹೋಗಿ ಹೇಳು ನಾನು ಹೇಳಿದ್ದನ್ನು. ಇದು ಕೊನೆಯ ಸ್ಟೇಷನ್. ಇದಾದ ನಂತರ ಎಲ್ಲಿಗೂ ದಾರಿಯೇ ಇಲ್ಲ. ಇಲ್ಲಿಂದ ಹೊರಬೀಳಬೇಕು ಎಂದರೆ ಚಿಮಣಿಯ ಮೂಲಕ ಮಾತ್ರ' ಎಂದು ಪಿಸುಗುಡುತ್ತ ಎಚ್ಚರಿಸುತ್ತಾನೆ.

'ಇದು ಆಶ್ವಿಟ್ಜ್!' ಗಾಬರಿಯಲ್ಲಿ ನಿಂತವಳನ್ನು ಟ್ರೇನಿನಿಂದ ಆಚೆ ತಳ್ಳುತ್ತಾನೆ ಆ ನರಪೇತಲ...

ಎಡಿತ್ ಮರಳಿ ಬರುವುದರಲ್ಲಿ ಅವಳ ಅಪ್ಪ-ಅಣ್ಣಂದಿರು ಗಂಡಸರ ಸಾಲಿನಲ್ಲಿ ಸೇರಿರುತ್ತಾರೆ. ಎಡಿತ್ ಓಡಿ ಬಂದು ಆತ ಹೇಳಿದ್ದನ್ನು ಗಾಬರಿಯಿಂದ ಅಮ್ಮನಿಗೆ ಹೇಳಿ 'ನಾನು ನಿನ್ನನ್ನು ಬಿಟ್ಟು ಹೋಗುವುದಿಲ್ಲ, ಎಲ್ಲರೂ ಒಟ್ಟಿಗೇ ಇರೋಣ' ಎನ್ನುತ್ತಾಳೆ ತಳಮಳದಲ್ಲಿ. ಅಮ್ಮ ಅವಳನ್ನು ಸುಮ್ಮನಾಗಿಸುತ್ತಾಳೆ. ಸಾವು-ಬದುಕಿನ ದಾರಿ ಕವಲೊಡೆಯುವ ವೇಳೆ ಸಮೀಪಿಸುತ್ತಿರುತ್ತದೆ. ಅಮ್ಮ ಆ ಕ್ಷಣದಲ್ಲಿ ನಿರ್ಧಾರದ

ದನಿಯಲ್ಲಿ 'ಗೋಲ್ಡಿ ಮತ್ತು ಜೋಲಿಯನ್ನು (ತಂಗಿಯರು) ಕರೆದುಕೊಂಡು ನೀನು ಬಲಕ್ಕೆ ಹೋಗು' ಎನ್ನುತ್ತಾಳೆ. ಆಘಾತಕ್ಕೊಳಗಾದ ಎಡಿತ್ 'ಇಲ್ಲ ನನಗೆ ನೀನು ಬೇಕು. ಪುಟ್ಟ ಮಕ್ಕಳು ಉಳಿಯುವುದಿಲ್ಲ ಹೇಗೂ. ಅವರನ್ನು ಬಿಟ್ಟು ಬಾ' ಎಂದು ಗೋಗರೆಯುತ್ತಾ ಅಳಲಾರಂಭಿಸುತ್ತಾಳೆ. ಇದನ್ನೆಲ್ಲ ನೋಡುತ್ತಿದ್ದ ಪುಟ್ಟ ಮೆಂಡಲ್ ಅಕ್ಕ ತಮ್ಮನ್ನು ಬಿಟ್ಟು ಬಾ ಎನ್ನುತ್ತಿರುವುದನ್ನು ಕೇಳಿ ಆಘಾತಕ್ಕೊಳಗಾಗಿ 'ಅಕ್ಕ ನೀನು ನನ್ನನ್ನು ಕಾಪಾಡುತ್ತೀನಿ ಅಂತ ಪ್ರಾಮಿಸ್ ಮಾಡಿದ್ದೆ' ಎಂದು ಅಳಲು ಪ್ರಾರಂಭಿಸುತ್ತಾನೆ.

ಎಡಿತ್‌ಗೆ ಗೊತ್ತಿರುತ್ತದೆ ಅವನನ್ನು ಕಾಪಾಡುವುದು ತನ್ನಿಂದ ಅಸಾಧ್ಯ ಎಂದು. ಅಷ್ಟರಲ್ಲಿ ಮುಂದೆ ನಿಂತಿದ್ದ ಯಾವುದೋ ಮಗುವನ್ನು ತಾಯಿಯಿಂದ ಕಿತ್ತು ಬಂದೂಕಿನಿಂದ ಹೊಡೆದಾಗ, ತಾಯಿ ಆ ಸೈನಿಕನ ಕಡೆಗೆ ಆಕ್ರೋಶದಿಂದ ಹಾರುವುದರಲ್ಲೇ ಅವಳಿಗೆ ಗುಂಡು ತಾಕಿ ಎದುರಿಗೇ ಸತ್ತು ಬೀಳುತ್ತಾಳೆ! ಸುತ್ತಲಿದ್ದವರು ಪ್ರತಿಭಟಿಸುವ ಸಲುವಾಗಿ ಮುನ್ನುಗ್ಗಿದಾಗ ಎಲ್ಲರೂ ಕ್ಷಣಾರ್ಧದಲ್ಲಿ ಸಾವನ್ನಪ್ಪುತ್ತಾರೆ. ಇದನ್ನೆಲ್ಲ ನೋಡುತ್ತಿದ್ದ ಅಮ್ಮ ನಿರ್ಧಾರದ ದನಿಯಲ್ಲಿ 'ನಾನು ಮಕ್ಕಳನ್ನು ಬಿಟ್ಟು ಬರುವುದಿಲ್ಲ. ಅವರನ್ನು ಒಂಟಿಯಾಗಿ ಸಾಯಲು ಬಿಡಲಾಗುವುದಿಲ್ಲ. ನಾನು ಅವರ ಜೊತೆಗಿರಬೇಕು' ಎನ್ನುತ್ತ ಎಡಿತ್‌ಳನ್ನು ಬಲಕ್ಕೆ ತಳ್ಳಿ, ನೋಡನೋಡುತ್ತಿರುವಂತೆಯೇ ಮೂರು ಪುಟ್ಟ ಮಕ್ಕಳೊಡನೆ ಎಡದ ಸಾಲಿನಲ್ಲಿ ಸಾಗಿ ಹೋಗಿಯೇ ಬಿಡುತ್ತಾಳೆ... 11 ವರ್ಷದ ಗೋಲ್ಡಿ, 16 ವರ್ಷದ ಜೋಲಿ ಮತ್ತು 18 ವರ್ಷದ ಎಡಿತ್‌ಳನ್ನು ಬರ್ಕನೌನ ನರಕದಲ್ಲಿ ಹೋರಾಡಲು ಬಿಟ್ಟು.........

'42 ವರ್ಷದ ಅಮ್ಮ ಗಟ್ಟಿಯಾಗಿದ್ದಳು. ಬೇಕೆಂದಿದ್ದರೆ ಬದುಕಬಹುದಿತ್ತು. ಆದರೆ ಅವಳಿಗೆ ಅದೊಂದು ಆಯ್ಕೆ ಬೇಕಾಗಿಯೇ ಇರಲಿಲ್ಲ. ಗ್ಯಾಸ್ ಛೇಂಬರ್‌ಗೆ ಮೂರು ಪುಟ್ಟ ಮಕ್ಕಳನ್ನು ಮಾತ್ರ ಕಳಿಸಿ ತಾನು ಬದುಕಿ ಉಳಿಯಬೇಕು ಎನ್ನುವುದನ್ನು ಅವಳು ಯೋಚಿಸಲೇ ಇಲ್ಲ. ತನ್ನ ಮಕ್ಕಳಿಗೆ ಸಾಯುವ ಮೊದಲಿನ ಆ ಅರ್ಧ ಘಂಟೆಯ ಹದುಳವನ್ನು ನೀಡಲು ತಾನು ಸಾಯಲು ಸಿದ್ಧವಾಗಿ ಬಿಡುತ್ತಾಳೆ...'

ಎಡಿತ್‌ಗೆ ಅಮ್ಮನ ಈ ನಡೆ ಮುಂದೆ ಬದುಕಿನಲ್ಲಿ ಕವಲುದಾರಿಯಲ್ಲಿ ನಿಂತಾಗಲೆಲ್ಲ ಕೈ ಹಿಡಿದು ಮುನ್ನಡೆಸುತ್ತದೆ ಮತ್ತು 'ಅಕ್ಕ ನೀನು ನನ್ನನ್ನು ಕಾಪಾಡುತ್ತೇನೆ ಎಂದಿದ್ದೆ' ಎನ್ನುವ ಪುಟ್ಟ ಮೆಂಡೆಲ್‌ನ ದನಿ ಸಾಯುವವರೆಗೆ ಹಿಂಬಾಲಿಸುತ್ತಲೇ ಇರುತ್ತದೆ.

ಎಡಿತ್, ಜೋಲಿ ಮತ್ತು ಗೋಲ್ಡಿ ಇತ್ತ ಬದುಕಿನ ಕ್ಯೂನಲ್ಲಿ ಸಾಗಿ SSಗಾರ್ಡ್‌ಗಳು ಬೆತ್ತದಲ್ಲಿ ಹೊಡೆಯುತ್ತ ಬಡಿಯುತ್ತ ಅವರನ್ನು ಕೊಠಡಿಯಿಂದ ಕೊಠಡಿಗೆ ಸಾಗಿಸುತ್ತಲೇ ಹೋಗುತ್ತಾರೆ. ಒಂದಿಷ್ಟು SS ಗಾರ್ಡ್ ಅವರ ಬಟ್ಟೆಯನ್ನು ಬಿಚ್ಚಿಸಿ ಬೆತ್ತಲಾಗಿಸುತ್ತಾರೆ. ಮತ್ತೊಬ್ಬರು ಶೂ ಕೈನಲ್ಲಿ ಹಿಡಿದು ನಿಲ್ಲಲು ಹೇಳುತ್ತಾರೆ. ಮತ್ತೆ

ಯಾರೋ ತಲೆಗೂದಲ ಬಣ್ಣಕ್ಕನುಸಾರವಾಗಿ ಬೇರೆಬೇರೆ ಸಾಲುಗಳಲ್ಲಿ ನಿಲ್ಲಲು ಹೇಳಿ ಅವರೆಲ್ಲರ ತಲೆಯನ್ನು ಬೋಳಿಸುತ್ತಾರೆ (ಆ ನಂತರ ತಿಳಿಯುತ್ತದೆ, ಬೋಳಿಸಿದ ಆ ತಲೆಗೂದಲನ್ನು ವಿಂಗಡಿಸಲು ಅನುಕೂಲವಾಗಲೆಂದು ಹಾಗೆ ಮಾಡಿದರು ಎಂದು). ಮತ್ತೆ ಯಾರೋ ಬಂದು ಎಡಿತ್‌ಳ ಕೈನಲ್ಲಿ ಉಳಿದಿದ್ದ ಶೂ ಕಿತ್ತುಕೊಳ್ಳುತ್ತಾರೆ. ಅದು ಅವಳದ್ದಾಗಿ ಉಳಿದಿದ್ದ ಕೊನೆಯ ಆಸ್ತಿ.

ಎಡಿತ್ ಎಲ್ಲವನ್ನೂ ಕಳೆದುಕೊಂಡು ನಿರ್ಗತಿಕಳಂತೆ ನಿಲ್ಲುತ್ತಾಳೆ. ಆ ಸಂಕಟದಲ್ಲಿಯೂ ತಲೆ ಬೋಳಿಸಿಕೊಳ್ಳಲು ನಿಂತಿರುವ ಗೋಲ್ಡಿಯ ಕಣ್ಣಲ್ಲಿನ ನೀರು ನೋಡಿ ಬೋಳಿಸುವವಳ ಬಳಿ ಹೋಗಿ ಸ್ವಲ್ಪವಾದರೂ ಕೂದಲು ಉಳಿಸಿ ಎಂದು ಬೇಡುತ್ತಾಳೆ! ಅದಕ್ಕವರು ಮತ್ತೊಂದು ಪುಟ್ಟ ಹುಡುಗಿಯನ್ನು ತೋರಿಸಿ ಹೇಳುತ್ತಾರೆ 'ಆ ಬ್ಲಾಕೋವಾ (ಅಂದರೆ ಬ್ಲಾಕ್‌ನ ಮೇಲ್ವಿಚಾರಕಿ) ಆ ಸಣ್ಣ ಹುಡುಗಿಯನ್ನು ಪೆಟ್ ಆಗಿ ಆರಿಸಿದ್ದಾಳೆ. ಬ್ಲಾಕೋವಾ ಅವಳನ್ನು ಬೇಕೆಂದಂತೆ ಬಳಸಿಕೊಳ್ಳುತ್ತಾಳೆ. ಅವಳಿಗೆ ಸಾಕಾಗುವವರೆಗೆ ಆ ಹುಡುಗಿ ಸುರಕ್ಷಿತವಾಗಿರುತ್ತಾಳೆ. ನಂತರ ಅವಳನ್ನು ದೂರ ತಳ್ಳುತ್ತಾಳೆ. ಆ ನಂತರ ಮೆಂಗಲೆ ಅವಳನ್ನು ವೈದ್ಯಕೀಯ ಪರೀಕ್ಷೆಗೆ ಆರಿಸಬಹುದು... ಅದೂ ಇಲ್ಲವಾದರೆ ಗ್ಯಾಸ್ ಛೇಂಬರ್‌ಗೆ. ಇಲ್ಲಿಯವರೆಗೆ ಪುಟ್ಟ ಮಕ್ಕಳು ಬದುಕಿ ಬರುವುದೇ ಅಪರೂಪ. ಹಾಗಾಗಿ ಬಂದವರನ್ನು ಹೀಗೆ ಬಳಸಿಕೊಳ್ಳುತ್ತಾರೆ.

ನಾನು ಕೂಡಾ ಒಬ್ಬ ಜ್ಯೂ. ನಾವು ಕೆಲಸ ಮಾಡಿದರೆ ಒಂದಿಷ್ಟು ಹೆಚ್ಚಿನ ರೇಷನ್ ಸಿಗುತ್ತದೆ ಅಷ್ಟು ಬಿಟ್ಟರೆ ನನಗೆ ಹೆಚ್ಚಿನ ಅಧಿಕಾರವೇನೂ ಇಲ್ಲ. ಬೇರೆ ಜ್ಯೂಗಳನ್ನು ನಿರ್ನಾಮ ಮಾಡಲು ನನಗೆ ಇಷ್ಟು ಸವಲತ್ತು ಸಿಗುತ್ತದೆ. ಇದು ಬರ್ಕನೌ. ಇಲ್ಲಿ ಎಲ್ಲ ಜ್ಯೂಗಳೂ ಸಮಾನರು ಅಷ್ಟೇ. ನೀವೀಗ ಅತ್ಯಂತ ಕ್ರೂರವಾದ ಲಾಜರ್ ಸಿಗೆ ಆಯ್ಕೆಯಾಗಿದ್ದೀರಾ. ಅದು ಮೆಂಗಲೆಯ ರಿಸರ್ವ್ ಬ್ಲಾಕ್. ಅದಕ್ಕೇ ಈ ಬ್ಲಾಕ್‌ನವರಿಗೆ

ನಂಬರ್ ಕೂಡಾ ಹಚ್ಚೆ ಹಾಕುವುದಿಲ್ಲ. ನೀವೆಲ್ಲ ಇಲ್ಲಿ ಹೆಚ್ಚು ದಿನ ಉಳಿಯುವುದೇ ಇಲ್ಲ. ಅದರ ಬಗ್ಗೆ ಯೋಚಿಸುವುದು ಬಿಟ್ಟು ನೀನು ತಂಗಿಯ ಕೂದಲಿನ ಬಗ್ಗೆ ಮಾತನಾಡುತ್ತಿದ್ದೀ.'

'ರಿಸರ್ವ್ ಅಂದರೆ? ಯಾವುದಕ್ಕೆ'

'ಕ್ರಿಮೆಟೋರಿಯಂ, ವೈದ್ಯಕೀಯ ಪ್ರಯೋಗಗಳು, ಸೆಕ್ಸ್... ಹೀಗೆ ದೇಹವೊಂದು ಯಾವುದಕ್ಕೆಲ್ಲ ಉಪಯೋಗಕ್ಕೆ ಬರುತ್ತದೋ ಅದಕ್ಕೆಲ್ಲ. ಇಲ್ಲಿ ಜ್ಯೂಗಳ ದೇಹದ ಕೊಬ್ಬಿನಿಂದ ಸೋಪ್ ಕೂಡಾ ತಯಾರಿಸುತ್ತಾರೆ ಗೊತ್ತಾ? ಆದರೆ ನೀನು ಚಿಂತಿಸಬೇಕಿಲ್ಲ. ನೀನು ತುಂಬ ತೆಳುವಾಗಿದ್ದೀ. ನೀನು ಸೋಪ್‌ಗೆ ಉಪಯೋಗವಾಗುವುದಿಲ್ಲ. ನೀನು ಬಹುಶಃ ಲ್ಯಾಂಪ್‌ಶೇಡ್ ಆಗಲು ಸರಿ ಇದ್ದೀ ಎನ್ನಿಸುತ್ತದೆ! ನೀನು ಇದನ್ನೆಲ್ಲ ಬಿಟ್ಟು ಹೇಗಾದರೂ ಮಾಡಿ ಆ ಲಾಜರ್ ಸಿ ಯಿಂದ ಹೊರಬೀಳುವ ಮಾರ್ಗ ಹುಡುಕು!' ಎಡಿತ್‌ಗೆ ಬರ್ಕನೌನ ಬದುಕೇನೆಂದು ಈ ಮಾತುಗಳು ಅರ್ಥ ಮಾಡಿಸಿರುತ್ತದೆ. ಇದನ್ನೆಲ್ಲ ನೆನಪಿಸಿಕೊಳ್ಳುತ್ತಾ ಎಡಿತ್ ಹೇಳುತ್ತಾಳೆ 'ನನ್ನನ್ನು ಎಲ್ಲರೂ ಮುದ್ದಿನಿಂದ ರಿಫ್ಲಾ, ರಿಫ್ಕು, ಬ್ಲಾಂಡಿ ಎಂದೆಲ್ಲ ಕರೆದರು. ಆದರೆ ನಾಜ಼ಿಗಳಿಗೆ ನಾನು ಬರಿಯ ಒಂದು ದೇಹವಾಗಿದ್ದೆ, ಒಂದು ನಂಬರ್ ಕೂಡಾ ಪಡೆಯುವ ಅರ್ಹತೆ ಇಲ್ಲದ ನಿರುಪಯುಕ್ತ ದೇಹವಾಗಿದ್ದೆ' ಎಂದು...

ಆ ನಂತರ ಅವರನ್ನೆಲ್ಲ ಒಂದು ರೂಮ್‌ಗೆ ಕರೆದೊಯ್ದು ಸ್ನಾನ ಮಾಡಿರೆಂದು ಹೇಳಿ ಬಾಗಿಲು ಜಡಿಯುತ್ತಾರೆ. ಅದೇನು ನೀರು ಬರುತ್ತದೋ, ಗ್ಯಾಸ್ ಬರುತ್ತದೋ ಎಂಬ ಭಯದಲ್ಲಿ ಎಲ್ಲರೂ ಕಿರುಚುತ್ತಿರುವಾಗಲೇ ಬಾಗಿಲು ಮುಚ್ಚಿಕೊಳ್ಳುತ್ತದೆ ಮತ್ತು ದಣಿದ ದೇಹದ ಮೇಲೆ ಒಂದಿಷ್ಟು ಹನಿ ಮಣ್ಣು ನೀರು ಬೀಳುತ್ತದೆ! ದೇಹದ ಮೇಲೆ ಟ್ರೇನಿನಲ್ಲಿ ಬರುವಾಗ ಸಿಡಿದ ವಾಂತಿ ತೊಳೆದು ಹೋಗುವ ಮುನ್ನವೇ ನೀರು ನಿಂತುಹೋಗುತ್ತದೆ. ಆದರೆ ಸದ್ಯ ನೀರೇ ಬಿದ್ದಿತ್ತಲ್ಲ, ಗ್ಯಾಸ್ ಅಲ್ಲವಲ್ಲ! ಅಷ್ಟಕ್ಕೇ ಎಲ್ಲರೂ ಸಂಭ್ರಮಿಸುತ್ತಾರೆ. ಬದುಕು ಇನ್ನೊಂದಿಷ್ಟು ದಿನಗಳ ಗ್ರೇಸ್ ಪೀರಿಯಡ್ ಕೊಟ್ಟಿರುತ್ತದೆ ಅವರಿಗೆಲ್ಲ.

ಎಡಗಡೆಯ ಸಾಲಿನಲ್ಲಿ ಹೊರಟ ಎಡಿತ್‌ಳ ಅಮ್ಮ-ತಮ್ಮ-ತಂಗಿಯರನ್ನೂ ಹೀಗೆಯೇ ಕರೆದೊಯ್ದಿರುತ್ತಾರೆ, ಹೀಗೆಯೇ ಬಟ್ಟೆ ಬಿಚ್ಚಿಸಿರುತ್ತಾರೆ, ಹೀಗೆಯೇ ಸ್ನಾನ ಮಾಡಲು ಹೇಳಿ ಒಂದು ರೂಮಿನಲ್ಲಿ ಸೇರಿಸಿ ಬಾಗಿಲು ಜಡಿಸಿರುತ್ತಾರೆ. ಆದರೆ ಒಂದೇ ವ್ಯತ್ಯಾಸವೆಂದರೆ ಅಲ್ಲಿರುವ ಪೈಪ್‌ನ ಮೂಲಕ ಮಣ್ಣು ನೀರಿನ ಬದಲು ಜ಼ೈಕ್ಲೋನ್ ಬಿಯ ಹರಳುಗಳನ್ನು ಸುರಿದು ಆ ಪೈಪ್‌ನ ಮೂಲಕ ಗ್ಯಾಸ್ ಹರಿದು ಬಂದಿರುತ್ತದೆ. ಒಂದಿಷ್ಟೇ ನಿಮಿಷಗಳಲ್ಲಿ ಅದು ಒಳಗಿರುವ ಎಲ್ಲರ ಉಸಿರುಗಟ್ಟಿಸಿ ಸಾಯಿಸಿರುತ್ತದೆ.

ಹದಿನೈದು ಇಪ್ಪತ್ತು ನಿಮಿಷಗಳಲ್ಲಿ ಒಳಗಿರುವವರ ಹೆಣಗಳನ್ನೆಲ್ಲ ಹೊರಗೆಳೆದು ಹಾಕಿರುತ್ತಾರೆ. ಸತ್ತವರ ತಲೆಗೂದಲನ್ನು ಕತ್ತರಿಸಿ, ಅವರಲ್ಲಿ ಚಿನ್ನದ ಹಲ್ಲುಗಳೇನಾದರೂ ಇದ್ದರೆ ಅದನ್ನೆಲ್ಲ ಕಿತ್ತು, ನಂತರ ಅವರನ್ನೆಲ್ಲ ಕ್ರಿಮೆಟೋರಿಯಂಗೆ ಸಾಗಿಸಿರುತ್ತಾರೆ. ಆ ಕ್ರಿಮೆಟೋರಿಯಂಗಳು ಆ ಒಂದು ಒಬ್ಬೆ ಜನರನ್ನು ಸುಡಲು ಸಿದ್ಧವಾಗಿ ನಿಂತಿರುತ್ತವೆ. ಆದರೆ ಅವುಗಳನ್ನೆಲ್ಲ ಒಂದರ ಮೇಲೊಂದರಂತೆ ಒಟ್ಟುವುದು ಅತ್ಯಂತ ಅದಕ್ಷ ಮಾರ್ಗ. ಅತ್ಯಂತ ವ್ಯವಸ್ಥಿತವಾಗಿ ಜೋಡಿಸಿದರೆ ಮಾತ್ರ ಹೆಚ್ಚು ತ್ವರಿತವಾಗಿ ಕೆಲಸ ಸಾಗುತ್ತದೆ. ಮಕ್ಕಳು, ಸಣಕಲರು, ಡುಮ್ಮ ದೇಹದವರು ಎಲ್ಲರನ್ನೂ ಬೆರೆಸಿ ಒಬ್ಬರ ಕಾಲು, ಮುಂದಿನವರ ತಲೆ, ಅದರ ಮೇಲಿನವರ ಕಾಲು... ಹೀಗೆ ವ್ಯವಸ್ಥಿತವಾಗಿ ಜೋಡಿಸಿದರೆ ಹೆಚ್ಚು ಜನರನ್ನು ಒಂದೇ ಒಬ್ಬೆಯಲ್ಲಿ ಸುಡಬಹುದು. ಇವೆಲ್ಲವನ್ನೂ ಅತ್ಯಂತ ವೈಜ್ಞಾನಿಕವಾಗಿ ಮಾಡಬೇಕು.

ಹೆಂಗಸರ ದೇಹದಲ್ಲಿ ಕೊಬ್ಬಿನ ಅಂಶ ಜಾಸ್ತಿ ಇರುತ್ತದೆ. ಹಾಗಾಗಿ ಮೊದಲಿಗೆ ಒಂದು ಹೆಂಗಸಿನ ದೇಹ, ನಂತರ ಒಂದೆರಡು ಬಲಿಷ್ಠ ಗಂಡಸರ, ಒಂದು ನರಪೇತಲ ದೇಹ, ನಂತರ ಮೇಲೆ 5–6 ಮಕ್ಕಳ ದೇಹ... ಹೀಗೆ ಜೋಡಿಸಿದರೆ ಅತ್ಯಂತ ದಕ್ಷ ರೀತಿಯಲ್ಲಿ ಸುಡಬಹುದು ಎಂದೆಲ್ಲ ಎರಡು ವರ್ಷಗಳಲ್ಲಿ ಅಪಾರ ಅನುಭವ ಗಳಿಸಿರುತ್ತಾರೆ. ಆ ರೀತಿಯಾಗಿ ಮಾಡಿದರೆ ದಿನವೊಂದಕ್ಕೆ ಸುಮಾರು 5–7 ಸಾವಿರ ಜ್ಯೂಗಳನ್ನು ಸುಡಬಹುದು ಎಂದೆಲ್ಲ ಲೆಕ್ಕಾಚಾರ ಹಾಕಿಟ್ಟಿರುತ್ತಾರೆ. ಒಂದೊಂದು ದಿನ 'ಲೋಡ್' ಹೆಚ್ಚಿದ್ದಾಗ ದೊಡ್ಡ ಗುಂಡಿಯೊಂದಕ್ಕೆ ಹೆಣಗಳನ್ನು ಉರುಳಿಸಿ ಒಟ್ಟಾಗಿ ಬೆಂಕಿ ಇಡುತ್ತಿದ್ದರಂತೆ.

ಯೆಹುದಾ ಬೇಕನ್ ಅನ್ನುವ ಹಾಲೋಕಾಸ್ಟ್ ಸರ್ವೈವರ್ ಒಬ್ಬರು ಒಂದು ಡಾಕ್ಯುಮೆಂಟರಿಯಲ್ಲಿ ಹೇಳಿದ್ದು ನೆನಪಾಯಿತು 'ಅಲ್ಲಿಂದ ಬಂದಮೇಲೆ ಯಾರಾದರೂ ಸತ್ತಾಗ ಶವದ ಪೆಟ್ಟಿಗೆಯಲ್ಲಿಟ್ಟು ಸಂಗೀತದ ಸಮೇತ ಅವರನ್ನು ಗುಂಡಿಗಿಳಿಸುವುದು ನೋಡಿದರೆ ನನಗೀಗ ನಗು ಬರುತ್ತದೆ. ಅಯ್ಯಾ ಒಬ್ಬನ ಸಾವಿಗೆ ಇಷ್ಟೆಲ್ಲ ಮಾಡಬೇಕಾ ಎಂದು. ಅಲ್ಲಿ ಸಾವಿರಗಟ್ಟಳೆ ಹೆಣಗಳನ್ನು ಪೇರಿಸಿ ರದ್ದಿಗೆ ಬೆಂಕಿ ಇಡುವಂತೆ ಇಡುತ್ತಿದ್ದುದು ನೆನಪಾಗುತ್ತದೆ' ಎಂದು. ಬರ್ಕನೌನಲ್ಲಿ ಅಷ್ಟು ಅಗ್ಗವಾಗಿರುತ್ತದೆ ಸಾವು! ಗ್ಯಾಸ್ ಛೇಂಬರ್‌ಗೆ ಹೋಗದೇ ಉಳಿದುಕೊಂಡ ಅದೃಷ್ಟವಂತರಾದ ಎಡಿತ್ ತಂಗಿಯರ ಜೊತೆ ಸ್ನಾನ ಮುಗಿಸಿ, ಬರಿಮೈಯಲ್ಲಿ ಚಳಿಯಲ್ಲಿ ನಡುಗುತ್ತ ಮತ್ತೊಂದು ಬ್ಯಾರಕ್‌ಗೆ ಹೋಗಿ, ಅಲ್ಲಿ ತಮ್ಮತ್ತ ಬಿಸಾಡಿದ ಯಾವುದೋ ದೊಗಳೆಬಗಳೆ ಬಟ್ಟೆಯನ್ನು ತೊಟ್ಟು, ತಮ್ಮ ಬ್ಲಾಕ್ 24ರ ಲಾಜರ್ ಸಿಗೆ ಹೋಗುತ್ತಿರುವಾಗ ಪಕ್ಕದಲ್ಲಿದ್ದ ಗ್ಯಾಸ್ ಛೇಂಬರ್‌ನಿಂದ ನೂರಾರು ಜನರ ಆಕ್ರಂದನ ಕೇಳಿ ಬರುತ್ತದೆ.

ಜೋಲಿ 'ಅದೇನು ಸದ್ದು' ಎನ್ನುತ್ತಾಳೆ. ಎಡಿತ್‌ಗೆ ಗೊತ್ತು ಅದು ಗ್ಯಾಸ್ ಛೇಂಬರ್‌ನಿಂದ ಬರುತ್ತಿರುವುದು ಎಂದು. ಆದರೂ ಒಳಗಿನ ಸಂಕಟವನ್ನು

ಅದುಮಿಟ್ಟುಕೊಂಡು 'ಸುಮ್ಮನೆ ನಿನ್ನ ಪಾಡು ನೋಡಿಕೋ' ಎನ್ನುತ್ತಾಳೆ. ಬದುಕಬೇಕೆಂದರೆ ಅವರವರ ಪಾಡು ನೋಡಿಕೊಳ್ಳುವುದು ಅತ್ಯವಶ್ಯಕ ಎನ್ನುವ ಪಾಠವನ್ನು ಬರ್ಕನೌ ಮೊದಲನೇ ದಿನವೇ ಕಲಿಸಲು ಪ್ರಾರಂಭಿಸಿರುತ್ತದೆ.

ಬರ್ಕನೌ ನರಕದಲ್ಲಿ ಬೆಳಗ್ಗೆ 4ಕ್ಕೆ ವಿಷಲ್ ಶಬ್ದವಾದ ಕೂಡಲೇ ಮಲಗಿರುವವರು ಎದ್ದು ರೋಲ್ ಕಾಲ್‌ಗೆ ಹೋಗಲೇಬೇಕು. ಬೆಳಗ್ಗೆ ಎದ್ದ ಕೂಡಲೇ ಟಾಯ್ಲೆಟ್‌ಗೆ ಕೂಡಾ ಹೋಗುವಂತಿಲ್ಲ, ಹೊಟ್ಟೆಗಿಲ್ಲ, ನೀರು ಕೂಡಾ ಇಲ್ಲ... ಎದ್ದವರೇ ಸೀದಾ ಅಲ್ಲಿಗೆ ಹೋಗಿ ನಿಲ್ಲಬೇಕು. ರೋಲ್ ಕಾಲ್ ಅಂದರೆ ಗಂಟೆಗಟ್ಟಲೆ ಎಲ್ಲರನ್ನೂ ನಿಲ್ಲಿಸಿ ಎಲ್ಲರ ಅಟೆಂಡೆನ್ಸ್ ತೆಗೆದುಕೊಂಡು ಮತ್ತೆ ಅವರ ಬ್ಯಾರಕ್‌ಗೆ ಕಳಿಸುವುದು ಅಷ್ಟೇ. ಅದರಲ್ಲೂ ಬ್ಲಾಕ್ ನಂಬರ್ 24ರವರಿಗೆ ನಂಬರ್ ಹಚ್ಚೆ ಹಾಕಿಲ್ಲವಾದ ಕಾರಣಕ್ಕೆ ದಿನವೂ ಈ ರೋಲ್ ಕಾಲ್ ನರಕ ಅನುಭವಿಸಲೇಬೇಕು. ಮೈನಸ್ 5 ಡಿಗ್ರಿ ಇರಲಿ, ಉರಿವ ಬಿಸಿಲಿರಲಿ ಈ ರೋಲ್ ಕಾಲ್‌ನಿಂದ ಮುಕ್ತಿಯಿಲ್ಲ. ಬದುಕಿರುವವರು, ಹೆಸರಿಗೆ ಬದುಕಿದಂತಿರುವವರು, ಅನಾರೋಗ್ಯ ಪೀಡಿತರು, ಕೊನೆಗೆ ಸತ್ತವರು ಕೂಡಾ ರೋಲ್ ಕಾಲ್‌ಗೆ ಬರಬೇಕು.

ಹೌದು! ಸತ್ತವರು ಕೂಡಾ!! ಅನಾರೋಗ್ಯದವರನ್ನು ಎತ್ತಿಕೊಂಡು ಬಂದು ಸಾಲಿನಲ್ಲಿ ನಿಲ್ಲಿಸಬೇಕು ಮತ್ತು ರಾತ್ರೋರಾತ್ರಿ ಸತ್ತವರ ಹೆಣಗಳನ್ನು ಎಲ್ಲರಿಗಿಂತ ಮುಂದೆ ಗುಡ್ಡೆ ಹಾಕಬೇಕು. ನಂತರ ಇವರೆಲ್ಲ ಆ ಹೆಣಗಳ ರಾಶಿಯ ಹಿಂದೆ ನಿಲ್ಲಬೇಕು. ಹೆಣಗಳ ಸಮೇತ ಎಣಿಕೆ ಮಾಡಿ ಎಲ್ಲರೂ ಇದ್ದಾರೆ ಎಂದು ರೋಲ್ ಕಾಲ್‌ನಲ್ಲಿ ಖಾತರಿಯಾದ ಬಳಿಕವೇ ಹೆಣಗಳನ್ನೆಲ್ಲ ಸುಡಲು ಒಯ್ಯುವುದು. ಮುಂಜಾನೆಯ ಕತ್ತಲಲ್ಲಿ ಸಾಲಿನಲ್ಲಿ ನಿಂತಿರಬೇಕಾದರೆ ಸರ್ಚ್ ಲೈಟ್‌ನ ಬೆಳಕಿನಲ್ಲಿ ಚಿಮಣಿಯಿಂದ ಹೊರಹೋಗುವ ಹೊಗೆ ಕಾಣಿಸಿದರೆ ಎದೆಯಲ್ಲಿ ನಡುಕ ಹುಟ್ಟಬೇಕು. ಗಾಳಿ ಹೆಚ್ಚಿದ್ದಾಗ ತೂರಿಹೋಗುವ ಆ ಹೊಗೆ ಮತ್ತು ಅದರೊಟ್ಟಿಗಿನ ಬೂದಿ, ಗಾಳಿ ಇಲ್ಲದಾಗ ಇವರು ನಿಂತಿರುವ ನೆಲದ ಮೇಲೆ ಬಂದು ಬೀಳುತ್ತಿರುತ್ತದೆ. ಕಾಲಡಿಯಲ್ಲಿ ಹೆಣ ಸುಟ್ಟ ಬೂದಿ! ಎಂಥ ಭಯಾನಕ ಎಂದಿರಾ? ಇಲ್ಲ ಅದಕ್ಕಿಂತ ಭಯಾನಕವಾದದ್ದೂ ಇತ್ತು ಅಲ್ಲಿ. ಅದೆಂದರೆ ದಿನವೂ ನಡೆಯುತ್ತಿದ್ದ ಹೊಸ 'ಸೆಲೆಕ್ಷನ್...' ಅಂದರೆ ಸಾವು ಬದುಕಿನ ಸೆಲೆಕ್ಷನ್! ಈ ಲಾಜರ್ ಸಿ ಎನ್ನುವುದು ಬರ್ಕನೌನ ರಿಸರ್ವ್ ಇದ್ದಂತೆ ಎಂದು ಕೂದಲು ಬೋಳಿಸಿದಾಕೆ ಹೇಳಿದ್ದಳಲ್ಲ, ಅಂದರೆ ಗ್ಯಾಸ್ ಛೇಂಬರ್ ಫ್ಯಾಕ್ಟರಿಯಲ್ಲಿ ಸುಡಲು ಜನ ಕಡಿಮೆಯಾದ ದಿನ ಈ ಬ್ಲಾಕ್‌ನವರನ್ನು ಆ ಸಾವಿನ ಕೋಟಾ ತುಂಬಲು ಬಳಸುತ್ತಿರುತ್ತಾರೆ! ಅಂದರೆ ಇಲ್ಲಿ ನಿಂತಿರುವ ತಾವು ಕ್ಷಣಾರ್ಧದಲ್ಲಿ ಇದೇ ರೀತಿ ಮತ್ತೆ ಯಾರದ್ದೋ ಕಾಲಬುಡದ ಬೂದಿಯಾಗಬಹುದೆನ್ನುವ ಭಯಾನಕ ಘಳಿಗೆ...!

ಬೆಳಗ್ಗೆ ಎದ್ದ ನಂತರ ಟಾಯ್ಲೆಟ್‌ಗೆ ಕೂಡಾ ಹೋಗದೇ ನಿಲ್ಲಬೇಕಾದ್ದರಿಂದ

ನಿಂತಲ್ಲಿಯೇ ಉಚ್ಚೆ ಮಾಡಿಕೊಂಡರೂ ನಿಂತಲ್ಲಿಂದ ಕದಲಬಾರದು! ರೋಲ್ ಕಾಲ್ ನಡೆಯುವಾಗ ಗಂಟೆಗಟ್ಟಲೆ ನಿಂತಿರುವವರು ಶಕ್ತಿ ಇಲ್ಲದೆ ಸುಸ್ತಾಗಿ ನೆಲಕ್ಕೆ ಬೀಳುತ್ತಿರುತ್ತಾರೆ. ಅಂಥವರೆಲ್ಲ ಸೀದಾ ಗ್ಯಾಸ್ ಛೇಂಬರ್‌ಗೆ. ಗಾರ್ಡ್‌ಗಳು ಸಾವಕಾಶವಾಗಿ ಒಂದೊಂದೇ ಸಾಲನ್ನು ನೋಡುತ್ತಾ ಬಂದು ಅಲ್ಲಿ ಕಾಣಿಸುವ ನರಪೇತಲ, ರೋಗಿಷ್ಟರನ್ನು ಸೆಲೆಕ್ಟ್ ಮಾಡಿ ಇವರೆದುರೇ ಗ್ಯಾಸ್ ಛೇಂಬರ್‌ಗೆ ಸಾಗಿಸುತ್ತಿರುತ್ತಾರೆ! ಹಾಗಾಗಿಯೇ ಸಾಲಿನಲ್ಲಿ ನಿಂತಾಗ ಎಲ್ಲರೂ ತಮ್ಮ ತಮ್ಮ ಕೆನ್ನೆಗಳನ್ನು ಚಿವುಟಿಕೊಂಡು ಕೆಂಪಾಗಿಸಿಕೊಂಡು ರಕ್ತವಿರುವಂತೆ ತೋರ್ಪಡಿಸಿಕೊಳ್ಳುವ ನಾಟಕವಾಡುವುದು, ಆದಷ್ಟೂ ನೇರವಾಗಿ ನಿಂತು ಆರೋಗ್ಯವಂತರಂತೆ ತೋರಿಸಿ ಕೊಳ್ಳುವುದು ಇವೆಲ್ಲವನ್ನೂ ಮಾಡಬೇಕಾಗುತ್ತದೆ.

ಇಂಥ ಕ್ರೌರ್ಯಕ್ಕೆ ಯಾವ ಸಮಜಾಯಿಷಿ ಕೊಡಬಹುದು ಅರ್ಥವಾಗುತ್ತಿಲ್ಲ. ಪುಟ್ಟ ತಂಗಿ ಗೋಲ್ಡಿಯನ್ನು ಈ ಸೆಲೆಕ್ಷನ್‌ಗೆ ಒಪ್ಪಿಸದಂತೆ ಕಾಪಾಡಲು ಎಡಿತ್ ಪಡುವ ಪಾಡು ಅಷ್ಟಿಷ್ಟಲ್ಲ. ಹೋದ ಮೊದಲ ದಿನವೇ ಗೋಲ್ಡಿ ಸೆಲೆಕ್ಟ್ ಆಗಿ ಗ್ಯಾಸ್ ಛೇಂಬರ್ ಕಡೆ ನಡೆಯುತ್ತಿರುವಾಗ, ಎಡಿತ್ ಕದ್ದು ಅವಳನ್ನು ಮರಳಿ ಕರೆದು ತರುವ ಸಾಹಸ ಮಾಡುತ್ತಾಳೆ ಕೂಡಾ!

ಮೊದಲ ದಿನವಂತೂ ಈ ರೋಲ್ ಕಾಲ್ ನರಕ ಮುಗಿಸಿ ಮಧ್ಯಾಹ್ನ ಬ್ಯಾರಕ್‌ಗೆ ಬಂದು ಸೂಪ್ ಕುಡಿಯುವುದರಲ್ಲಿ ಮಧ್ಯಾಹ್ನದ ರೋಲ್ ಕಾಲ್ ಸಮಯ ಬಂದೇ ಬಿಟ್ಟಿರುತ್ತದೆ! ಆಗ ಶುರುವಾದ ರೋಲ್ ಕಾಲ್ ರಾತ್ರಿಯವರೆಗೂ ನಡೆಯುತ್ತದೆ. ಎಲ್ಲ ವರ್ಕಿಂಗ್ ಬ್ಯಾರಕ್‌ಗಳ ಜನರದ್ದು ಮುಗಿದರೂ ಇವರದ್ದು ನಡೆಯುತ್ತಲೇ ಇರುತ್ತದೆ. ಇಡೀ ದಿನ ಬಿಸಿಲಿನಲ್ಲಿ ನಿಂತು ದಣಿದು ಹೋಗುತ್ತಾರೆ.

ರಾತ್ರಿ ಬ್ಯಾರಕ್‌ಗೆ ಬಂದು ಅವರು ಕೊಟ್ಟ ಎರಡು ತುಂಡು ಬ್ರೆಡ್‌ನಲ್ಲಿ ಒಂದಿಷ್ಟನ್ನು ಗೋಲ್ಡಿಗೆ ಕೊಟ್ಟ ನಂತರ ಊಟದ ಆಟವು ಮುಗಿದಿರುತ್ತದೆ. ಈ ದಿನಚರಿ ಅವರು ಅಲ್ಲಿರುವ ಸುಮಾರು 7 ತಿಂಗಳಲ್ಲಿ ಹೆಚ್ಚುಕಡಿಮೆ ಎಲ್ಲ ದಿನಗಳದ್ದೂ ಹೌದು. ಬ್ಲಾಕ್‌ನ ಮೇಲ್ವಿಚಾರಕರಾಗಿ 24 ಜ್ಯೂಗಳನ್ನು ಕಾಪೋಗಳಾಗಿ ನೇಮಿಸಲು ಸಿದ್ಧವಾದಾಗ, ಗೋಲ್ಡಿಯೊಬ್ಬಳನ್ನೇ ಬಿಟ್ಟು ಹೋಗುವ ಹಾಗಿಲ್ಲವಾಗಿ ಆ ಯೋಚನೆ ಕೈ ಬಿಟ್ಟಿರುತ್ತಾಳೆ ಎಡಿತ್. ಜೋಲಿ ಹೋಗುತ್ತೇನೆಂದು ಹಠ ಹಿಡಿದಾಗ ಅವಳನ್ನು ಕೂಡಾ ಹೋಗದಂತೆ ತಡೆಹಿಡಿದು ಬಿಟ್ಟಿರುತ್ತಾಳೆ. ಕಾಪೋಗಳ ಕೆಲಸಕ್ಕೆ ಸೇರಿದವರಿಗೆ ಜ್ಯೂಗಳಿಂದ ಕಿತ್ತುಕೊಂಡ ವಸ್ತುಗಳನ್ನು ವಿಂಗಡಿಸುವ ಕೆನಡಾ ಎಂಬ ವಿಭಾಗದಲ್ಲಿ ಕೆಲಸ ಮಾಡುವುದು, ಅಡಿಗೆಮನೆ, ಟಾಯ್ಲೆಟ್ ಶುದ್ಧಗೊಳಿಸುವುದು, ಗ್ಯಾಸ್ ಛೇಂಬರ್‌ನಿಂದ ಹೆಣಗಳನ್ನು ಸಾಗಿಸುವುದು ಇಂಥ ಕೆಲಸಗಳನ್ನು ವಹಿಸಲಾಗುತ್ತಿರುತ್ತದೆ.

ಅವರೆಲ್ಲರಿಗೂ ಇವರಿಗಿಂತ ಹೆಚ್ಚು ಊಟ, ಬೆಚ್ಚಗಿನ ಬಟ್ಟೆ, ನೀರು, ಮಲಗಲು

ಹಾಸಿಗೆ, ಜೊತೆಗೆ ಎಲ್ಲಕ್ಕಿಂತ ಹೆಚ್ಚಾಗಿ ದಿನದ ಸೆಲೆಕ್ಷನ್‌ಗೆ ನಿಲ್ಲಬೇಕಿಲ್ಲದ ಸೌಲಭ್ಯ ಎಲ್ಲವೂ ಸಿಗುತ್ತಿರುತ್ತದೆ. ಆದರೂ ಆ ಕೆಲಸವನ್ನು ತಿರಸ್ಕರಿಸಿ ಇಲ್ಲಿಯೇ ಉಳಿಯುವ ಎಡಿತ್, ಬದುಕುವ ಮಾರ್ಗಗಳ ತಲಾಷೆಗೆ ಹೊರಡುತ್ತಾಳೆ. ಅವಳಿಗೆ ಬರುತ್ತಿದ್ದ ಹಂಗೇರಿಯನ್, ಯುಕ್ರೇನಿಯನ್, ರಷ್ಯನ್, ಯಿದ್ದಿಷ್ ಮತ್ತು ಜರ್ಮನ್ ಭಾಷೆಗಳ ಸಹಾಯದಿಂದ ಅಲ್ಲಿನ ಕೆಲಸಗಳ ಬಗ್ಗೆ ಒಂದು ಲೆಕ್ಕಾಚಾರ ಸಿಗುತ್ತದೆ. ಹಾಗಾಗಿ ಅಡುಗೆ ಮನೆಯಲ್ಲಿ ಸಿದ್ಧವಾದ ಸೂಪ್ ತಮ್ಮ ಬ್ಯಾರಕ್‌ಗೆ ತಂದು ಹಂಚುವುದು, ಬ್ರೆಡ್ ತರುವುದು ಈ ರೀತಿಯ ಸಣ್ಣಪುಟ್ಟ ಕೆಲಸಗಳನ್ನು ಅಲ್ಲಿದ್ದೇ ಮಾಡಬಹುದು ಎಂದಾದಾಗ ಆ ಕೆಲಸವನ್ನು ವಹಿಸಿಕೊಳ್ಳುತ್ತಾಳೆ.

ಇದರಿಂದ ಅವಳಿಗೆ ಅಡಿಗೆಮನೆಯಲ್ಲಿ ಕೆಲವರು ಪರಿಚಿತರಾಗುತ್ತಾರೆ. ಹಾಗಾಗಿ ಅಲ್ಲಿಗೆ ಹೋಗಿ ಬರುವುದು ಸ್ವಲ್ಪ ಸಲೀಸಾಗುತ್ತದೆ. ಕದ್ದರೆ ಗುಂಡಿಕ್ಕಿ ಸಾಯಿಸುತ್ತಾರೆ ಎನ್ನುವ ಭಯವಿದ್ದರೂ ದಿನವೂ ಪ್ರಾಣವನ್ನು ಪಣಕ್ಕಿಟ್ಟು ಒಂದಿಷ್ಟು ಕೊಳೆತ ಕ್ಯಾರೆಟ್, ಕೋಸು ತಂದು ತಂಗಿಯರಿಗೆ ತಿನ್ನಿಸುವುದರಲ್ಲಿ ಯಶಸ್ಸು ಕಾಣುತ್ತಾಳೆ ಕೂಡಾ! ಬರ್ಕನೌನಲ್ಲಿ ಹೆಜ್ಜೆಯಿಟ್ಟಲ್ಲೆಲ್ಲ ತೊಡರುವ ಸಾವಿನಿಂದ ಗೋಲ್ಡಿಯನ್ನು ಹೇಗಾದರೂ ಉಳಿಸಿಕೊಳ್ಳುವ ಹಠ ಅವಳದ್ದು.

ಅವಳಿಗೆ ಬರುತ್ತಿದ್ದ ಭಾಷೆಗಳ ಸಹಾಯದಿಂದ ಇಬ್ಬರು ರಷ್ಯನ್ನರ ಜೊತೆ ಸ್ನೇಹ ಸಂಪಾದಿಸಿ ರಷ್ಯನ್ನರು ಯಾವತ್ತು ಅಲ್ಲಿಗೆ ತಲುಪಬಹುದು, ಯಾವತ್ತು ತಮ್ಮನ್ನು ಮುಕ್ತಗೊಳಿಸಬಹುದು ಎಂದು ವಿಚಾರಿಸುತ್ತಿರುತ್ತಾಳೆ. ಅಲ್ಲಿಯೇ ತಮ್ಮ ಊರಿನ

ಹಲವರು ಗೆಳತಿಯರು ಎದುರಾಗುತ್ತಿರುತ್ತಾರೆ. ಕೆಲವರು ಬದುಕಿನಲ್ಲಿ ಆಸಕ್ತಿ ಕಳೆದುಕೊಂಡು ನೋಡನೋಡುತ್ತಿರುವಂತೆಯೇ ಸೆಲೆಕ್ಷನ್‌ಗೆ ದೇಹ ಒಪ್ಪಿಸಿ ಗ್ಯಾಸ್ ಛೇಂಬರ್‌ಗೆ ಹೋಗಿಬಿಡುತ್ತಾರೆ. ಮತ್ತೆ ಕೆಲವರು ಸಿಕ್ಕ ಕೆಲಸಗಳನ್ನೆಲ್ಲ ಮಾಡುತ್ತ ಬದುಕುವ ಅದಮ್ಯ ಛಲ ಮುಕ್ಕಾಗದಂತೆ ನೋಡಿಕೊಳ್ಳುತ್ತಾರೆ.

ಕೆಲವರು ನೆಂಟರು, ಇಷ್ಟರು ಎದುರಾಗುತ್ತಾರೆ. ಚಿಕ್ಕಪ್ಪನ ಮಗನೊಬ್ಬ ಸಿಕ್ಕು ಆ ಸ್ಥಿತಿಯಲ್ಲೂ ದೇವರು ಕಾಪಾಡುತ್ತಾನೆ ಎಂಬ ಭ್ರಮೆಯಲ್ಲಿ ಬದುಕುತ್ತಿರುವುದನ್ನು ಕಂಡು ಎಡಿತ್ ಅವನೊಡನೆ ದೇವರು ಎನ್ನುವವನು ಇಲ್ಲವೇ ಇಲ್ಲ ಎಂದು ವಾದಿಸಿದಾಗ ಅವನು 'ಇಲ್ಲ ದೇವರಿದ್ದಾನೆ. ಹೆಚ್ಚು ಹೆಚ್ಚು ಪ್ರಾರ್ಥಿಸುತ್ತಿದ್ದರೆ ನಮ್ಮನ್ನು ಕಾಪಾಡುತ್ತಾನೆ' ಎನ್ನುವ ನಂಬಿಕೆ ಬಿಡಲು ಸಿದ್ಧವಿರುವುದೇ ಇಲ್ಲ!

ಒಂದು ದಿನ ಒಂದು ಅಮ್ಮ-ಮಗಳ ಜೋಡಿ ಪ್ರೀತಿಯಿಂದ ಮಾತನಾಡುತ್ತ ನಿಂತಿರುವುದನ್ನು ನೋಡಿದ ಎಡಿತ್‌ಗೆ ಆ ಹುಡುಗಿಯ ಬಗ್ಗೆ ಅಸೂಯೆ ಹುಟ್ಟಿ ಬಿಡುತ್ತದೆ. ನನಗೆ ಮಾತ್ರ ಅಮ್ಮನ ಜೊತೆ ಇರುವ ಭಾಗ್ಯ ಸಿಗಲಿಲ್ಲ ಎಂದು ನಿಟ್ಟುಸಿರಿಡುವಾಗಲೇ ಎಲ್ಲಿಂದಲೋ ಬಂದ ಗುಂಡೊಂದು ಆ ಹುಡುಗಿಯ ದೇಹ ಹೊಕ್ಕಿ ಕ್ಷಣಾರ್ಧದಲ್ಲೆ ಅವಳು ಅಮ್ಮನ ಕಣ್ಣೆದುರಲ್ಲೇ ಪ್ರಾಣ ಬಿಡುತ್ತಾಳೆ. ಅರೆಕ್ಷಣದ ಹಿಂದೆ ತಾನು ಇವರನ್ನು ನೋಡಿಯೇ ಅಸೂಯೆ ಪಟ್ಟಿದ್ದು ಎಂದು ಎಡಿತ್ ಮನಸ್ಸಿನಲ್ಲೇ ದಿಗ್ಭ್ರಾಂತಳಾಗಿ ಯೋಚಿಸುತ್ತ ನಿಂತಿರುವಾಗಲೇ ಆ ತಾಯಿ ಓಡಿ ಹೋಗಿ ವಿದ್ಯುತ್ ಬೇಲಿಯ ಮೇಲೆ ಬಿದ್ದು ಬಿಡುತ್ತಾಳೆ! ಕೆಲವೇ ನಿಮಿಷಗಳಲ್ಲಿ ಅವಳ ದೇಹ ಚಿಟಿಚಿಟಿ ಉರಿದು ಕಣ್ಣೆದುರಿನಲ್ಲೇ ಬೂದಿ! ಈ ಸಾವು ಎಡಿತ್‌ಳನ್ನು ಅದೆಷ್ಟೋ ಕಾಲ ಹಿಂಬಾಲಿಸುತ್ತಲೇ ಇರುತ್ತದೆ.

ಬರ್ಕನೌನಲ್ಲಿ ಕೆಲವು ಸಂಸಾರಸ್ಥ ಕ್ಯಾಂಪ್‌ಗಳೂ ಇರುತ್ತವೆ. ಅಲ್ಲಿ ಸಂಸಾರಗಳು ಒಟ್ಟಾಗಿ ಬದುಕುವ ಅವಕಾಶವಿರುತ್ತದೆ. ಝೆಕೊಸ್ಲೋವಾಕಿಯಾದ ಜ್ಯೂಗಳು ಮತ್ತು ಜಿಪ್ಸಿಗಳಿಗೆ ಅಂಥ ಅದೃಷ್ಟವಿರುತ್ತದೆ. ತಮ್ಮ ಬ್ಲಾಕ್‌ನಿಂದ ಅನತಿ ದೂರದಲ್ಲಿದ್ದ ಅವರ ಕ್ಯಾಂಪ್‌ನಲ್ಲಿ ಸಂಸಾರಗಳು ಒಟ್ಟೊಟ್ಟಿಗೆ ಇರುವುದನ್ನು ಕಂಡು ಎಡಿತ್ ತಮಗಿಲ್ಲದ ಸುಖ ಅವರಿಗಿದೆಯಲ್ಲ ಎಂದು ಸಂಕಟ ಪಡುತ್ತಾಳೆ. ಜಿಪ್ಸಿಗಳು ಹಾಡು, ನೃತ್ಯದಲ್ಲಿ ಪರಿಣತಿ ಹೊಂದಿರುತ್ತಾರೆ. ಹಾಗಾಗಿ ನಾಝಿಗಳಿಗೆ ಅವರು ಒಂದು ರೀತಿಯ ಮನರಂಜನಾ ಸರಕು.

ಬೇಕೆಂದಾಗೆಲ್ಲ ಹೋಗಿ ಅವರ ಹಾಡು, ನೃತ್ಯ ನೋಡಿ ಬರುತ್ತಿರುತ್ತಾರೆ. ಗೆಳತಿಯೊಬ್ಬಳಲ್ಲಿ ಅದನ್ನು ಹೇಳಿದಾಗ 'ಅಯ್ಯೋ ಅದೆಲ್ಲ ಸ್ವಲ್ಪ ದಿನ. ಒಂದು ದಿನ ಅದೆಲ್ಲ ಸಾಕು ಅನ್ನಿಸಿದಾಗ ಅವರನ್ನೆಲ್ಲ ಮುಗಿಸಿಬಿಡುತ್ತಾರೆ ಬಿಡು' ಎನ್ನುತ್ತಾಳೆ. ಎಡಿತ್‌ಗೆ ಆ ಕ್ಷಣಕ್ಕೆ ನಂಬಿಕೆ ಬರುವುದಿಲ್ಲ ಅವಳ ಮಾತಿನ ಮೇಲೆ. ಆದರೆ ಕೆಲವೇ

ದಿನಗಳಲ್ಲಿ ಒಂದು ದಿನ ಇಡೀ ಕ್ಯಾಂಪ್‌ಗೆ ಕ್ಯಾಂಪನ್ನೇ ತೆರವು ಮಾಡಿಸಿ ಎಲ್ಲರನ್ನೂ ಸಾಯಿಸಿಬಿಡುತ್ತಾರೆ. ಇಡೀ ರಾತ್ರಿ ಚಿಮಣಿ ಹೊಗೆ ಉಗುಳುತ್ತಲೇ ಇರುತ್ತದೆ...

ಮತ್ತೊಂದು ದಿನ ಚೆಕ್ ಕ್ಯಾಂಪ್ ಗುಡಿಸಿ ಚೊಕ್ಕಟ ಮಾಡುತ್ತಿರುವುದನ್ನು ಕಂಡವಳು ಅದೇನೆಂದು ವಿಚಾರಿಸಿದಾಗ ಅಲ್ಲಿಗೆ ರೆಡ್ ಕ್ರಾಸ್‌ನವರು ಬರುತ್ತಿದ್ದಾರೆ ಎನ್ನುವ ವಿಷಯ ತಿಳಿಯುತ್ತದೆ. ಅವರು ಬರುತ್ತಾರೆ, ಹೋಗುತ್ತಾರೆ. ಅದಾದ ನಂತರ ಆ ಕ್ಯಾಂಪ್‌ನಲ್ಲಿದ್ದವರ ಸ್ಥಿತಿ ಮೊದಲಿಗಿಂತ ಹೀನವಾಗಿ ಬಿಡುತ್ತದೆ. ಮನೆಯವರೊಟ್ಟಿಗೆ ಇದ್ದೇವೆಂಬುದೊಂದನ್ನು ಬಿಟ್ಟರೆ ಅದೇ ಹಸಿವು, ರೋಗಗಳು, ಅದೇ ನರಕ. ಒಂದು ದಿನ ಅಷ್ಟೂ ಜನರನ್ನು ಕ್ಯಾಂಪ್‌ನಿಂದ ಹೊರತರುತ್ತಾರೆ. ಟ್ರಕ್‌ಗೆ ಹತ್ತಿಸಿ ಅಲ್ಲಿಯೇ ಉಸಿರುಗಟ್ಟಿಸಿ ಸಾಯಿಸಿ, ಅಷ್ಟೂ ಜನರನ್ನು ಕ್ರಿಮೆಟೋರಿಯಮ್‌ಗೆ ಎಸೆದು ಬಿಡುತ್ತಾರೆ.

ಈ ಸಾವುಗಳನ್ನು ನೋಡುತ್ತ ಎಡಿತ್ ಸಂಪೂರ್ಣವಾಗಿ ದೇವರಲ್ಲಿ ನಂಬಿಕೆ ಕಳೆದು ಕೊಳ್ಳುತ್ತಾಳೆ... ಜೊತೆಗೆ ಮನುಷ್ಯರಲ್ಲಿಯೂ. ರೆಡ್ ಕ್ರಾಸ್ ಬಂದು ಹೋದ ದಿನ ಚೆಕ್ ಕ್ಯಾಂಪ್ ತೊಳೆದು ಬಳಿದು ಮೋಸ ಮಾಡಿದರೂ, ಚಿಮಣಿಗಳಿಂದ ಹೊರಬೀಳುತ್ತಿದ್ದ ಮಾಂಸ ಸುಟ್ಟ ವಾಸನೆ ಅವರನ್ನು ಯಾಕೆ ತಲುಪಲಿಲ್ಲ, ಕಾಪಾಡುವ ಉದ್ದೇಶವಿದ್ದಿದ್ದೇ ಆದರೆ ಜ್ಯೂಗಳನ್ನು ಕರೆತರುತ್ತಿದ್ದ ರೈಲ್ವೇ ಹಳಿಗಳನ್ನೇ ರಷ್ಯನ್ನರು ಯಾಕೆ ಉಡಾಯಿಸಲಿಲ್ಲ, ಅಮೆರಿಕಾದವರು ಬರ್ಕನೌ ಕ್ಯಾಂಪ್‌ನ ಮೇಲೆ ಯಾಕೆ ಬಾಂಬ್ ಎಸೆಯುತ್ತಿಲ್ಲ... ಹೀಗೆ ಯೋಚಿಸುತ್ತ ಬಹುಶಃ ತಮ್ಮನ್ನು ಕಾಪಾಡುವುದು ಯಾರ ಉದ್ದೇಶವೂ ಆಗಿಯೇ ಇಲ್ಲವೇ ಎಂದುಕೊಳ್ಳುತ್ತಿರುತ್ತಾಳೆ.

ಲಾಜರ್ ಸಿ ಯಲ್ಲಿನ ಜನಸಂಖ್ಯೆ ದಿನದಿನಕ್ಕೂ ಕಡಿಮೆಯಾಗುತ್ತಲೇ ಹೋಗುತ್ತದೆ. ಹೆಚ್ಚು ಓದಿದವರು, ಕವಿಗಳು, ಪಂಡಿತರು ಈ ಪ್ರತಿಕೂಲ ಪರಿಸ್ಥಿತಿಗೆ ಹೆಚ್ಚು ಹೆಚ್ಚು ಬಲಿಯಾಗುತ್ತಿರುತ್ತಾರೆ. ಉಳಿದವರು ಬದುಕಲು ನಾನಾ ಮಾರ್ಗಗಳನ್ನು ಅನುಸರಿಸಿ ಬದುಕುವ ಪ್ರಯತ್ನ ಮಾಡುತ್ತಲೇ ಇರುತ್ತಾರೆ. ಬ್ಯಾರಕ್‌ನ ಮುಂದೆ ಬೆಳೆದಿರುವ ಹುಲ್ಲನ್ನು ಕೂಡಾ ತಿಂದು ಮುಗಿಸಿ ಬಿಡುತ್ತಿರುತ್ತಾರೆ.

ಇವರ ಬ್ಯಾರಕ್‌ನಲ್ಲಿದ್ದ ಹೆಣ್ಣುಮಕ್ಕಳು ಒಂದು ತುಂಡು ಬ್ರೆಡ್‌ಗೋಸ್ಕರ, ಎರಡು ಎಸಳು ತರಕಾರಿಗೋಸ್ಕರ, ಒಂದು ಬೆಚ್ಚನೆಯ ಬಟ್ಟೆಗೋಸ್ಕರ ಏನು ಮಾಡಲೂ ಸಿದ್ಧವಿರುತ್ತಾರೆ. ಹೊಸದಾಗಿ ಬಂದ ಹೆಣ್ಣುಮಕ್ಕಳ ಗುಂಪೊಂದು ಒಂದು ದಿನ ಎಡಿತ್ ಮತ್ತಿತರರ ಜೊತೆ ಸೂಪ್ ತಪ್ಪಲೆ ತರುತ್ತಿರುವಾಗ ಮುಗಿಬಿದ್ದು ಶೂಗಳನ್ನೇ ಸೌಟುಗಳಂತೆ ಬಳಸಿ ಇಡೀ ತಪ್ಪಲೆ ಖಾಲಿ ಮಾಡಿಬಿಡುತ್ತಾರೆ! 'ನೀವು ಮಾಡಿದ್ದು ತಪ್ಪಲ್ಲವಾ? ಈಗ ಎಲ್ಲರೂ ಊಟವಿಲ್ಲದೇ ಮಲಗಬೇಕು' ಎಂದರೆ 'ಏನೂ ಪರವಾಗಿಲ್ಲ. ಈ ಬರ್ಕನೌನಲ್ಲಿ ಒಳ್ಳೆಯವರೇ ಮೊದಲು ಸಾಯುವುದು. ನಾವು ಬದುಕಬೇಕು' ಎಂದು ಹೇಳಿ ನೆಮ್ಮದಿಯಾಗಿ ಉಂಡು ಎದ್ದು ಹೋಗುತ್ತಾರೆ!

ಇನ್ನು ಹಲವರು ಅದಕ್ಕಾಗಿ ಕಾಪೋಗಳ ಜೊತೆ, ಯುದ್ಧಖೈದಿಗಳ ಜೊತೆ, ಗಾರ್ಡ್‌ಗಳ ಜೊತೆ ಮಲಗಿ ಅದನ್ನೆಲ್ಲ ಪಡೆಯುವ ಪ್ರಯತ್ನ ಮಾಡುತ್ತಾರೆ. ಒಮ್ಮೆ ಅವಳ ತಂಗಿ ಜೋಲಿ ಕೂಡಾ ಒಂದು ಬೆಚ್ಚನೆಯ ಕೋಟ್‌ಗಾಗಿ ಒಬ್ಬನ ಪಕ್ಕ ಮಲಗಿರುವುದನ್ನು ಕಣ್ಣಾರೆ ನೋಡಿ ಅವನನ್ನು ಒದ್ದು ಓಡಿಸಿ ಯಾರನ್ನೋ ಕಾಡಿಬೇಡಿ ಒಂದು ಕೋಟ್ ಕೊಡಿಸುತ್ತಾಳೆ ಎಡಿತ್. ಒಮ್ಮೆ ಮೆಂಗಲೆ ಸೈನಿಕರಿಗೆ ರಕ್ತ ಬೇಕೆಂದು ಎಡಿತ್ ಮತ್ತು ಇನ್ನೂ 50 ಜನರನ್ನು ಆರಿಸಿ ಒಬ್ಬೊಬ್ಬರ ದೇಹದಿಂದಲೂ ಕೊನೆಯ ಹನಿ ರಕ್ತದವರೆಗೆ ಎಳೆದುಕೊಂಡು ಕಣ್ಣೆದುರಿನಲ್ಲೇ ಅವರನ್ನು ಹೆಣವಾಗಿಸುತ್ತಿರುವುದನ್ನು ನೋಡಿದ ಎಡಿತ್ ಅಲ್ಲಿದ್ದವರನ್ನು ತಳ್ಳಿ ಓಡಿಹೋಗಿ ತಪ್ಪಿಸಿಕೊಂಡಿರುತ್ತಾಳೆ. ಇವಳ ಕೈಮೇಲೆ ನಂಬರ್ ಇಲ್ಲದ್ದರಿಂದ, ಹಾಗೂ ತಲೆ ಬೋಳಿಸಿ ಎಲ್ಲರೂ ಒಂದೇ ರೀತಿ ಕಾಣುತ್ತಿದ್ದುದರಿಂದ ಅವರಿಗೆ ಓಡಿಹೋದವಳು ಇವಳೇ ಎಂದು ಗೊತ್ತಾಗಿರುವುದಿಲ್ಲ!

ಬರ್ಕನೌನಲ್ಲಿ ಸಾವೆನ್ನುವುದು ಕೂಡಾ ಈಗ ಅತ್ಯಂತ ಸಾಮಾನ್ಯವಾಗಿ ಹೋಗಿರುತ್ತದೆ. ರಾತ್ರಿ ಮಲಗಿ ಬೆಳಗ್ಗೆ ಏಳುವುದರಲ್ಲಿ ಸುತ್ತ ಹೆಣಗಳು. ಇವರೆಲ್ಲ ಅಂಥ ಹೆಣಗಳನ್ನು ಕಂಡ ಕೂಡಲೇ ಅವರ ಬಟ್ಟೆ ಬಿಚ್ಚಿ ತಮ್ಮದರ ಮೇಲೆ ಇನ್ನೊಂದು ಪದರ ಹಾಕಿಕೊಳ್ಳುವಷ್ಟು ಸಾಮಾನ್ಯ ವಿಷಯವಾಗಿ ಹೋಗಿರುತ್ತದೆ. ನಾಜ಼ಿಗಳು ಕೂಡಾ ಈಗ ಕ್ರಿಮೆಟೋರಿಯಂನ ಆಚೆ ಅಲ್ಲಲ್ಲಿಯೇ ಗುಂಡಿ ತೋಡಿ ಲೋಡ್‌ಗಟ್ಟಳೆ ಹೆಣಗಳನ್ನು ಅದರಲ್ಲಿ ಉರುಳಿಸಿ ರದ್ದಿಗೆ ಬೆಂಕಿ ಹಾಕುವಂತೆ ಸುಡುತ್ತಿರುತ್ತಾರೆ.

ಕೆಲವೊಮ್ಮೆ ಸ್ವಲ್ಪ 'ಮೋಜು' ಬೇಕೆನ್ನಿಸಿದಾಗ ಬೇಕೆಂದು ಅವರಿಗೆ ಗುಂಡು ಹೊಡೆದು ಸಾಯಿಸದೆ, ಕಾಲಿಗೆ ಮಾತ್ರ ಗುಂಡು ಹೊಡೆದು ಗುಂಡಿಯೊಳಗೆ ಬೇಯುತ್ತಿರುವ ದೇಹಗಳ ಜೊತೆಗೆ ತಳ್ಳಿ ಸಜೀವವಾಗಿ ಸುಡುತ್ತಿರುತ್ತಾರೆ. 'ನಮ್ಮ ಬ್ಯಾರಕ್ ಗುಂಡಿಯ ಹತ್ತಿರವಿರುವುದರಿಂದ ಆ ಶಾಖ ನಮ್ಮನ್ನು ಸಾಕಷ್ಟು ಬಿಸಿಯಾಗಿಸುತ್ತಿತ್ತು' ಎನ್ನುತ್ತಾಳೆ ಎಡಿತ್. ಹಂಗೇರಿಯಿಂದ ಎಂಟೂವರೆ ಲಕ್ಷ ಜ್ಯೂಗಳ 'ಲೋಡ್' ಬಂತು ಎಂದು ತಿಳಿದ ದಿನ ಇನ್ನು ಸ್ವಲ್ಪ ದಿನ ಗ್ಯಾಸ್ ಚೇಂಬರ್‌ಗೆ ಸೆಲೆಕ್ಷನ್ ಆಗುವುದು ತಪ್ಪಿತು ಎಂದು ಖುಷಿ ಪಡುತ್ತಾಳೆ. ಆರು ತಿಂಗಳವರೆಗೂ ಒಂದೇ ಬಟ್ಟೆಯಲ್ಲಿ, ಸ್ನಾನವಿಲ್ಲದೇ ಬದುಕಿದ ನಂತರ ಒಮ್ಮೆ ಆಶ್ವಿಟ್ಜ್ ಮೇನ್ ಕ್ಯಾಂಪ್‌ನಲ್ಲಿ ಸ್ನಾನ ಮಾಡುವ ಅವಕಾಶ ಸಿಕ್ಕಿದಾಗ ಜ್ಯೂಗಳ ದೇಹದ ಕೊಬ್ಬನ್ನು ತೆಗೆದು ಮಾಡಿದ ಸೋಪ್ ಬಳಸಿ ಸ್ನಾನ ಮಾಡುತ್ತಾಳೆ ಕೂಡಾ...!

ಇದೆಲ್ಲದರ ನಡುವೆ ನವೆಂಬರ್ ಕಾಲಿಟ್ಟಿರುತ್ತದೆ. ಈಗಾಗಲೇ ಇದ್ದ ಗೋಳುಗಳಿಗೆ ಕೊರೆವ ಚಳಿಯೂ ಸೇರಿಕೊಳ್ಳುತ್ತದೆ. ಸಾಕಷ್ಟು ಜನ ಬದುಕುವ ಛಲವನ್ನು ಕಳೆದುಕೊಳ್ಳುತ್ತಿರುತ್ತಾರೆ. ಹತ್ತಿರದಲ್ಲೇ ಇದ್ದ ಗಂಡಸರ ಬ್ಲಾಕ್‌ನಿಂದ ರಾತ್ರಿ ಪೂರಾ

ಎದೆ ನಡುಗಿಸುವ ಊಳಿನಂಥ ಸದ್ದು. ರಾತ್ರಿಯೆಲ್ಲ ಅಳುತ್ತಲೇ ಇರುತ್ತಾರೆ. ಎಡಿತ್ ಕೂಡಾ ಒಂದೆರಡು ಬಾರಿ ಹಾರಿ ಆ ಬೇಲಿಯ ಮೇಲೆ ಬಿದ್ದು ಸತ್ತು ಹೋದರೆ ಹೇಗೆ ಎಂದು ಅರೆಕ್ಷಣ ಯೋಚಿಸುವಷ್ಟು ಸುಸ್ತಾಗಿ ಹೋಗಿರುತ್ತಾಳೆ.

ಇನ್ನು ಬರೀ 11 ವರ್ಷದ ಗೋಲ್ಡಿಯ ಕತೆ ಏನಾಗಬೇಕು ಪಾಪ. ಅಂಥ ಪ್ರತಿಕೂಲ ಪರಿಸ್ಥಿತಿಯಲ್ಲಿ ಅವಳು ದಿನದಿಂದ ದಿನಕ್ಕೆ ಬದುಕುವ ಛಲ ಕಳೆದುಕೊಳ್ಳುತ್ತಿರುತ್ತಾಳೆ. ಅವಳ ಪುಟ್ಟ ದೇಹ ಇದ್ದ ಶಕ್ತಿಯನ್ನೂ ಕಳೆದುಕೊಂಡು ಬಿಟ್ಟಿರುತ್ತದೆ. ಕೊನೆಗೊಂದು ದಿನ 800 ಜನರನ್ನು ಕೆಲಸಕ್ಕಾಗಿ ಆರಿಸುತ್ತಿರುವ ವಿಷಯ ಕಿವಿಗೆ ಬಿದ್ದಾಗ ಎಡಿತ್ ಜೋಲಿಗೆ ಹೊರಟು ಬಿಡುವಂತೆ ಆಗ್ರಹ ಪಡಿಸುತ್ತಾಳೆ. ಹೊರಡಲು ಒಪ್ಪದ ಜೋಲಿಯನ್ನು ಹೇಗೋ ಮಾಡಿ ಹೊರಡಿಸುತ್ತಾಳೆ. ತಾನು ಗೋಲ್ಡಿಯ ಜೊತೆಗೆ ಇರಲು ತೀರ್ಮಾನಿಸುತ್ತಾಳೆ. ಆದರೆ ಗೋಲ್ಡಿ ಎಡಿತ್‌ಳನ್ನೂ ಹೋಗಲು ಹೇಳಿ ಬಿಡುತ್ತಾಳೆ.

'ನಿನ್ನನ್ನು ಹೇಗೆ ಬಿಟ್ಟು ಹೋಗಲಿ. ನೀನು ನನ್ನ ಕಂದ' ಎಡಿತ್ ಆರ್ತಳಾಗಿ ಅಳುತ್ತಾಳೆ.

ಆದರೆ 11 ವರ್ಷದ ಗೋಲ್ಡಿಗೆ ಸಾವು ಹತ್ತಿರವಾಗಿದೆ ಎಂದು ತಿಳಿದುಬಿಟ್ಟಿರುತ್ತದೆ.

'ನೀವಿಬ್ಬರೂ ಹೊರಡಬೇಕು ರಿಫ್ಕು ನೀವಿಬ್ಬರೂ ನನ್ನ ಸಲುವಾಗಿ ತುಂಬ ಒದ್ದಾಡಿದ್ದೀರಾ. ಮೊದಲೇ ಹೊರಡಬೇಕಿತ್ತು ನೀವು. ನನಗೋಸ್ಕರ ಇಷ್ಟು ಕಾಲ ಉಳಿದಿರಿ. ಇನ್ನು ಸಾಕು. ಇನ್ನುಳಿದರೆ ನನ್ನ ಜೊತೆಗೆ ನೀನೂ ಸಾಯಬೇಕಾಗುತ್ತದೆ. ಅಮ್ಮನಿಗೆ ನಾವೆಲ್ಲರೂ ಸತ್ತರೆ ಇಷ್ಟವಾಗುವುದಿಲ್ಲ. ನೀವಿಬ್ಬರೂ ಬದುಕಬೇಕು' ಎಂದು ಹೇಳಿ ಎಡಿತ್‌ಳನ್ನು ಹೊರಡಿಸಿಬಿಡುತ್ತಾಳೆ

ಪಕ್ಕದ ಬ್ಯಾರಕ್‌ಗೆ ಇವರು ನಡೆದು ಹೋಗುತ್ತಿರುವಾಗ ಕಣ್ಣೆದುರೇ ಗೋಲ್ಡಿಯನ್ನು ಗ್ಯಾಸ್ ಛೇಂಬರ್‌ನ ಕಡೆ ಕರೆದೊಯ್ಯುವುದು ಕಾಣಿಸುತ್ತದೆ...

ಮೊದಲೇ ಹೊರಡಬೇಕಿತ್ತು ನೀವು! ಹೀಗೆನ್ನುತ್ತಾಳೆ ಗೋಲ್ಡಿ ಎಡಿತ್ ಮತ್ತು ಜೋಲಿಗೆ.

ಎಲಿ ವೀಝೆಲ್ ಮೊದಲೇ ಹೊರಟಿದ್ದ... ಬರ್ಕನೌನಿಂದ ಬ್ಯೂನಾಗೆ (ಮೋನೋ ವಿಟ್ಜ್) ಕೆಲಸ ಮಾಡಲು

ಅಕ್ಕಂದಿರು ಕೆಲಸ ಮಾಡಲು ಈ ಮೊದಲೇ ಹೊರಡಬೇಕಿತ್ತು ಎಂದು ಹಳಹಳಿಸಿದ್ದಳಲ್ಲ ಗೋಲ್ಡಿ...

ಹಾಗೆ ಹೊರಟವನ ಬದುಕು ಹೇಗಿತ್ತು, ಏನಾಯಿತು ಹೇಳುತ್ತೇನೆ ಬನ್ನಿ...

2. ಎಲಿ ವೀಝೆಲ್

ರೊಮಾನಿಯಾದಲ್ಲಿ ಹುಟ್ಟಿದ ಎಲಿ ಮುಂದೆ ಹಾಲೋಕಾಸ್ಟ್‌ನಲ್ಲಿ ಬದುಕುಳಿದ ಸುದೀರ್ಘ ಕಥಾನಕದ ಮೊದಲ ಭಾಗ ಎಡಿತ್‌ಳ ಕಥೆಯಂತೆಯೇ ಹೆಚ್ಚು ಕಡಿಮೆ. ಪ್ರೀತಿಸುವ ಅಪ್ಪ ಅಮ್ಮನ ಮಗ, ಇಬ್ಬರು ಅಕ್ಕಂದಿರ ತಮ್ಮ, ಒಬ್ಬಳು ತಂಗಿಯ ಅಣ್ಣ. ಖುಷಿಯಾಗಿರುತ್ತಾರೆ ಎಲ್ಲರೂ. ಅವರ ಮನೆಯಲ್ಲಿಯೂ ಯಾರಿಗೂ ಜ್ಯೂಗಳ ಮಾರಣಹೋಮ ನಡೆಯುತ್ತಿದೆ ಎಂಬುದರ ಬಗ್ಗೆ ನಂಬಿಕೆ ಇಲ್ಲ.

ಅವರಿದ್ದ ಸಯಾಟ್ ಎಂಬ ಊರಿನಿಂದ ಎಳೆದೊಯ್ದು ಒಬ್ಬನು ಹೇಗೋ ತಪ್ಪಿಸಿಕೊಂಡು ಓಡಿ ಬಂದು ನಾಝಿಗಳು ಕಾಡಿನಲ್ಲಿ ಕಣ್ಣೆದುರಿನಲ್ಲೇ ನೂರಾರು ಜನರನ್ನು ಕೊಂದಿದ್ದನ್ನು, ಮಕ್ಕಳನ್ನು ಗಾಳಿಗೆ ಹಾರಿಸಿ ಗುಂಡು ಹೊಡೆದಿದ್ದನ್ನು ಹೇಳಿದರೂ ಯಾರೂ ನಂಬುವುದಿಲ್ಲ, ಎಲಿಯನ್ನು ಬಿಟ್ಟು. ಎಲಿಗೆ ತುಂಬ ಭಯವಾಗಿ ಅಪ್ಪನ ಬಳಿ 'ನಾವು ಪ್ಯಾಲೆಸ್ಟೈನ್‌ಗೆ ಹೋಗಿಬಿಡೋಣ ನಡಿ' ಎಂದಾಗ ಅವನ ಅಪ್ಪ 'ಹೇಗಾಗುತ್ತದೆ ಮಗಾ ಈಗ ದೇಶದೇಶ ಬದಲಿಸುವುದು? ನನಗೆ ವಯಸ್ಸಾಗಿದೆ. ಹೀಗೆಲ್ಲ ಹೊಸ ಬದುಕು ಶುರು ಮಾಡುವ ಉತ್ಸಾಹವಿಲ್ಲ' ಎಂದು ಬಿಡುತ್ತಾನೆ. ಬುಡಾಪೆಸ್ಟ್‌ನ ಜ್ಯೂಗಳನ್ನು ಎಳೆದೊಯ್ಯುತ್ತಿದ್ದಾರೆ ಎಂದಾಗಲೂ 'ಇಷ್ಟು ದೂರದ ಈ ಹಳ್ಳಿಗೆ ಬರುವುದಿಲ್ಲ ಬಿಡು' ಎನ್ನುತ್ತಾರೆ. ಆದರೆ ಅದಾದ ಮೂರೇ ದಿನಕ್ಕೆ ಜರ್ಮನ್ ಪೋಲೀಸರು ಆ ಹಳ್ಳಿಗೆ ಕಾಲಿಡುತ್ತಾರೆ! ಬಂದವರು ಜ್ಯೂಗಳ ಮನೆಯಲ್ಲಿಯೇ ಬೀಡು ಬಿಡುತ್ತಾರೆ. ಎಲ್ಲರೊಂದಿಗೆ ಮಾತಾಡುತ್ತ ಹಳ್ಳಿಯಲ್ಲಿಯೇ ಉಳಿಯುತ್ತಾರೆ.

ಇವರನ್ನೆಲ್ಲ ಕಂಡು ನಸುನಗೆ ಕೂಡಾ ಬೀರುತ್ತಿರುತ್ತಾರೆ! ಒಂದು ದಿನ ಒಬ್ಬ ಅಧಿಕಾರಿ ಮನೆಯ ಒಡತಿಗೆ ಚಾಕೊಲೇಟ್ ಕೂಡಾ ಕೊಡುತ್ತಾನೆ, ಮೊದಲಲ್ಲಿ ನಡುಗಿದ್ದ ಜ್ಯೂಗಳು 'ಏ ನಾವು ಹೇಳ್ಳಿಲ್ವಾ ಅಷ್ಟೆಲ್ಲ ಕೆಟ್ಟದೇನೂ ಆಗುತ್ತಿಲ್ಲ ಜ್ಯೂಗಳಿಗೆ. ಅವರು ಅಷ್ಟೆಲ್ಲ ಕ್ರೂರಿಗಳು ಎನ್ನುತ್ತಾರೆ. ಎಲ್ಲಪ್ಪಾ ಅವರು ಕ್ರೂರಿಗಳು? ನೋಡಿ ಎಷ್ಟು ಆರಾಮವಾಗಿ ನಮ್ಮ ಜೊತೆಯೇ ಇದ್ದಾರೆ' ಎಂದು ಸಮಾಧಾನ ತಾಳುತ್ತಾರೆ. ಸ್ವಲ್ಪ ದಿನಗಳಲ್ಲೇ ಗೆಟ್ಟೋಗಳ ನಿರ್ಮಾಣವಾಗುತ್ತದೆ. ಜ್ಯೂಗಳೆಲ್ಲ ಅಲ್ಲಿಯೇ ವಾಸಿಸಬೇಕು ಎಂದಾಗಲೂ 'ಒಳ್ಳೆಯದಾಯಿತು ಬಿಡು. ನಮ್ಮವರ ಜೊತೆ ಆರಾಮವಾಗಿ ಇರಬಹುದು' ಎಂದು ನೆಮ್ಮದಿ ತಾಳುತ್ತಾರೆ.

ಹಾಗಿರುವಾಗಲೇ ಶಾವುವೋತ್ ಹಬ್ಬ ಬರುತ್ತದೆ. ಅಂದು 1944ರ ಮೇ 27ನೇ ತಾರೀಖು. ಮರುದಿನ ಎಲ್ಲರೂ ಅಲ್ಲಿಂದ ಹೊರಡಬೇಕು ಎನ್ನುವ ಆಜ್ಞೆ ಹೊರಡಿಸುತ್ತಾರೆ. ಇದ್ದದ್ದು ಇದ್ದಲ್ಲೇ ಬಿಟ್ಟು, ಆವರೆಗೆ ತಮ್ಮದೆಂದುಕೊಂಡಿದ್ದನ್ನೆಲ್ಲ ಅಲ್ಲಲ್ಲಿಯೇ ಬಿಟ್ಟು ಹೊರಡಬೇಕು! ಎಲ್ಲಿಗೆಂದು ಯಾರಿಗೂ ಗೊತ್ತಿಲ್ಲ. ಇರುಕಿಸುವ ಬೋಗಿಯಲ್ಲಿ ಕುಳಿತು ಹೊರಟ ನಂತರವೇ ಗೊತ್ತಾಗುವುದು ತಮ್ಮ ರೈಲು

ಜೆಕೊಸ್ಲೋವಾಕಿಯಾದ ಗಡಿ ದಾಟಿ ತಮ್ಮನ್ನು ಕಾಣದ ದೇಶಕ್ಕೆಲ್ಲೋ ಕರೆದೊಯ್ಯುತ್ತಿದ್ದಾರೆ ಎಂಬ ಸತ್ಯ.

ನಂತರ? ನಂತರ ಇನ್ನೇನು...? ಅವರು ಇದೇ ಬರ್ಕನೌ ತಲುಪುತ್ತಾರೆ. ಕಣ್ಣೆದುರಿನಲ್ಲೇ ಅಮ್ಮ, ತಂಗಿಯ ಜೊತೆ ಗ್ಯಾಸ್ ಛೇಂಬರ್ ಕಡೆ ನಡೆಯುತ್ತಾರೆ. ಎಲಿ ನಿಂತಿದ್ದ ಕ್ಯೂ ಮುಂದೆ ಸಾಗಿದಂತೆ ಅಲ್ಲಿ Angel of Death ಮೆಂಗಲೆ ನಿಂತಿರುತ್ತಾನೆ. ಎಲಿಯ ಸರದಿ ಬಂದಾಗ ಎಡಕ್ಕೆ ಹೋಗೆನ್ನುತ್ತಾರೆ. ಅವನ ಅಪ್ಪನ ಸರದಿ ಬಂದಾಗ ಎಲಿ ಉಸಿರು ಬಿಗಿಹಿಡಿದು ಕಾಯುತ್ತಿರುವಾಗಲೇ ಅವನನ್ನೂ ಎಡಕ್ಕೆ ಹೋಗೆನ್ನುತ್ತಾರೆ. ಎಡಕ್ಕೆ ಹೋದರೆ ಗ್ಯಾಸ್ ಚೇಂಬರೋ, ಅಥವಾ ಬಲಕ್ಕೆ ಹೋದರೋ ಏನೂ ಗೊತ್ತಿಲ್ಲ. ಆದರೆ ಅಪ್ಪ ತಾನಿದ್ದ ಸಾಲಿಗೇ ಬಂದಿದ್ದು ಎಲಿಗೆ ನೆಮ್ಮದಿಯಾಗುತ್ತದೆ. 'ಅಪ್ಪ ಬಲಕ್ಕೆ ಹೋಗಿದ್ದರೆ ನಾನೂ ಓಡಿ ಬಿಡುತ್ತಿದ್ದೆ. ಅಪ್ಪನ ಜೊತೆಗೆ ಇರುವುದು ನನಗೆ ಮುಖ್ಯವಾಗಿತ್ತಷ್ಟೇ' ಎನ್ನುತ್ತಾನೆ 15 ವರ್ಷದ ಎಲಿ.

ಸಾಲು ಮುಂದೆ ಸಾಗುತ್ತದೆ. ಎದುರಿಗೆ ದೊಡ್ಡ ಗುಂಡಿ. ಅದರಲ್ಲಿ ಹೆಣಗಳನ್ನು ತಳ್ಳಿ ಬೆಂಕಿ ಹಚ್ಚಿರುತ್ತಾರೆ. ಮಾಂಸ ಸುಡುವ ಕಮಟು ವಾಸನೆ ಮೂಗಿಗೆ ಅಡರುತ್ತದೆ. ಎಲಿ ನೋಡುತ್ತಿರುವಂತೆಯೇ ಮಕ್ಕಳ ದೇಹಗಳನ್ನು ಹೊತ್ತ ಟ್ರಕ್ ಒಂದು ರಾಶಿ ಮಕ್ಕಳನ್ನು ತಂದು ಆ ಗುಂಡಿಗೆ ಎಸೆದು ಹೋಗುತ್ತದೆ! ಎಲಿಗೆ ತಮ್ಮನ್ನೂ ಅಲ್ಲಿಗೇ ಎಸೆಯುತ್ತಾರೆ ಎಂದು ಖಾತರಿಯಾಗುತ್ತದೆ. ಸಾಲು ಮುಂದೆ ಸಾಗುತ್ತಿರುತ್ತದೆ.

ಇನ್ನೊಂದಿಷ್ಟು ಹೆಜ್ಜೆ ಸಾಗಿದರೆ ಆ ಗುಂಡಿ! ಎಲ್ಲರೂ ದೇವರನ್ನು ಸ್ತುತಿಸಲು ಕದ್ದಿಷ್ ಹೇಳಲಾರಂಭಿಸುತ್ತಾರೆ. ಎಲಿ ಸುಮ್ಮನೆ ಉಳಿಯುತ್ತಾನೆ.

ಇನ್ನೇನು ಅನತಿ ದೂರದಲ್ಲಿ ಆ ಹೊತ್ತಿ ಉರಿವ ಬೆಂಕಿ... ತಾವು ಕೂಡಾ ಆ ಬೆಂಕಿಗೆ ಬೀಳಬೇಕಾ ಎಂದುಕೊಳ್ಳುತ್ತಾ ಎಲಿ ಸಾವಿಗೆ ಅಣಿಯಾಗುವುದರಲ್ಲೇ ಮೆಂಗಲೆ ಅವರನ್ನು ಎಡಕ್ಕೆ ತಿರುಗಿ ಬ್ಯಾರಕ್ ಕಡೆ ಹೋಗಲು ಹೇಳುತ್ತಾನೆ! ಎಲಿ ಮತ್ತು ಅವನ ಅಪ್ಪ ಬದುಕುಳಿದಿರುತ್ತಾರೆ! ಕಣ್ಣೆದುರಿನಲ್ಲೇ ಹೊತ್ತಿ ಉರಿಯುತ್ತಿದ್ದ ದೇಹಗಳು... ಸಾವಿಗೆ ಅಷ್ಟು ಹತ್ತಿರ ಸಾಗಿ ಇದ್ದಕ್ಕಿದ್ದಂತೆ ಪಾರಾದ ಆ ಕ್ಷಣ 'ನನ್ನಲ್ಲಿದ್ದ ಮಗು ಉರಿದುಹೋಗಿದ್ದ. ಬರಿಯ ನಾನು ಉಳಿದಿದ್ದೆ. ನನ್ನ ಆತ್ಮವನ್ನು ಕಪ್ಪು ಬೆಂಕಿ ನುಂಗಿ ಹಾಕಿತ್ತು' ಎನ್ನುತ್ತಾನೆ ಎಲಿ...

ಅಲ್ಲಿಂದ ಎಲಿ ಆಶ್ವಿಟ್ಜ್ ಮೇನ್ ಕ್ಯಾಂಪ್‌ಗೆ ರವಾನೆಯಾಗುತ್ತಾನೆ ಅಪ್ಪನ ಜೊತೆಯೇ. ಈಗ ಎಲಿಗೆ ಸರ್ವಸ್ವವೂ ಅಪ್ಪನೇ. ಅವರಿದ್ದಲ್ಲಿ ತಾನಿದ್ದರೆ ಸಾಕು ಎಂಬುದಷ್ಟೇ ಅವನ ನಿರೀಕ್ಷೆ. ಅಲ್ಲಿ ಒಂದು ಶವರ್‌ನ ನಂತರ ತಲೆ ಬೋಳಿಸಿ, ಕೈ ಮೇಲೆ ನಂಬರ್ ಹಚ್ಚೆ ಹಾಕುತ್ತಾರೆ, ನಂಬರ್ 7713! ಮನೆಯಿಂದ ಹೊರಟ 72 ಘಂಟೆಗಳ ನಂತರ ಎಲಿ ನಿದ್ದೆ ಮಾಡುತ್ತಾನೆ! ಅಲ್ಲಿ ಮೂರು ವಾರಗಳ ಕಾಲ ಇರುತ್ತಾರೆ ಇವರೆಲ್ಲ. ಮೊದಲ ದಿನ ಅವರು ಕೊಟ್ಟ ಸೂಪ್ ಕೆಟ್ಟದಾಗಿದೆ ಎನ್ನುವ ಕಾರಣಕ್ಕೆ ಬೇಡ ಎಂದ ಎಲಿ ಮೂರನೇ ದಿನದ ಹೊತ್ತಿಗೆ ಅದೇ ಸೂಪ್‌ಗೆ ಕಾಯುತ್ತ ಕುಳಿತಿರುತ್ತಾನೆ!

ದಿನಕ್ಕೆ ಕೊಡುವ 1 ಕಪ್ ಬ್ಲ್ಯಾಕ್ ಕಾಫಿ, ಒಂದು ಬಟ್ಟಲು ಸೂಪ್ ಮತ್ತು ಎರಡು ತುಂಡು ಬ್ರೆಡ್ ಅದಷ್ಟೇ ಅವರ ಆಹಾರ. ಅಲ್ಲಿ ಕಾಪೋ ಆಗಿದ್ದ ನೆಂಟನೊಬ್ಬ ಕದ್ದು ಅರ್ಧ ಪೌಂಡ್ ಬ್ರೆಡ್ ಕೊಟ್ಟು 'ಚೆನ್ನಾಗಿ ತಿನ್ನು. ಇಲ್ಲವಾದರೆ ಸೆಲೆಕ್ಷನ್ ಆಗಿಬಿಡುತ್ತೀಯಾ' ಎಂದು ಉಪಚರಿಸುತ್ತಾನೆ. ಅವನು ಇವರಿಗೆ ಉಪಚರಿಸಲೂ ಒಂದು ಕಾರಣವಿರುತ್ತದೆ. ಆ ನೆಂಟ ಇಲ್ಲಿಗೆ ರವಾನೆಯಾದರೂ ಅವನ ಸಂಸಾರ ಊರಿನಲ್ಲೇ ಉಳಿದು ಬಿಟ್ಟಿರುತ್ತದೆ. ಅವರು ಬದುಕಿದ್ದಾರೋ ಇಲ್ಲವೋ ಎಂದು ಎಲ್ಲರನ್ನೂ ಕೇಳುತ್ತಲೇ ಇರುತ್ತಾನೆ. ಮೊದಲ ದಿನ ಎದುರಾದಾಗ ಎಲಿಯನ್ನೂ ಕೇಳುತ್ತಾನೆ.

ಅವರೆಲ್ಲ ಸತ್ತುಹೋಗಿದ್ದಾರೆ ಎಂಬ ಸತ್ಯ ಗೊತ್ತಿದ್ದರೂ ಎಲಿ ಅವರು ಬದುಕಿದ್ದಾರೆ ಎಂದು ಸುಳ್ಳಾಡುತ್ತಾನೆ ಅವನೇಕೆ ಸುಮ್ಮನೆ ನೋಯಬೇಕು ಎನ್ನುವ ಉದ್ದೇಶದಿಂದ. ಹಾಗಾಗಿ ಎಲಿಗೆ ಈ ವಿಶೇಷ ಅರ್ಧ ಪೌಂಡ್ ಬ್ರೆಡ್‌ನ ಬಹುಮಾನ! ಆದರೆ ಅಷ್ಟರಲ್ಲೇ ಬಂದ ಮತ್ತೊಂದು ಟ್ರಾನ್ಸ್‌ಪೋರ್ಟ್‌ನಲ್ಲಿದ್ದ (ಸಾಗಿಸಲ್ಪಟ್ಟ ಜ್ಯೂಗಳ ಗುಂಪು) ಯಾರೋ ಅವನ ಹೆಂಡತಿ, ಮಕ್ಕಳು ಸತ್ತು ಹೋಗಿದ್ದಾರೆನ್ನುವ ಸತ್ಯ ಹೇಳಿಬಿಡುತ್ತಾರೆ

ಮತ್ತು ಆ ನಂತರ ಅವನೆಂದಿಗೂ ಕಾಣಸಿಗುವುದೇ ಇಲ್ಲ ಎಲಿಗೆ. ಅವನ ಬುದ್ಧಿ ಮಾತಿನಂತೆ ಸಿಕ್ಕಿದ್ದನ್ನೇ ತಿಂದು ಸ್ವಲ್ಪ ಆರೋಗ್ಯವಂತರಾಗಿ ಕಾಣುತ್ತಿದ್ದ ಎಲಿ ಮತ್ತು ಅವನ ತಂದೆ ಶ್ಲೊಮೋ ಮೂರು ವಾರಗಳ ನಂತರ ಬ್ಯೂನಾದ ಲೇಬರ್ ಕ್ಯಾಂಪ್‌ಗೆ 'ಸೆಲೆಕ್ಟ್' ಆಗುತ್ತಾರೆ.

ಬ್ಯೂನಾ ಅಥವಾ ಮೋನೋವಿಟ್ಜ್ ಎನ್ನುವುದು ಆಶ್ವಿಟ್ಜ್‌ನ ಮತ್ತೊಂದು ಉಪ ಶಿಬಿರ. ಆಶ್ವಿಟ್ಜ್‌ಗೆ ಈ ರೀತಿಯ ಒಟ್ಟು 39 ಉಪ ಶಿಬಿರಗಳಿರುತ್ತವೆ. ಆಶ್ವಿಟ್ಜ್ ಶುರುವಾದಾಗ ಅದು ತನ್ನ ಸುತ್ತಮುತ್ತಲಿನ ಕಿಲೋಮೀಟರ್‌ಗಟ್ಟಲೆ ಭೂಮಿಯಲ್ಲಿ ಈಗಾಗಲೇ ನೆಲೆಯಾಗಿದ್ದವರನ್ನೆಲ್ಲ ಓಡಿಸಿ ತನ್ನ ವಶಕ್ಕೆ ತೆಗೆದುಕೊಳ್ಳುತ್ತದೆ. ಅಲ್ಲಿ ಹಲವರು ಯುದ್ಧ ಸಂಬಂಧಿ ವಸ್ತುಗಳ ಕೈಗಾರಿಕಾ ಘಟಕಗಳನ್ನು ಸ್ಥಾಪಿಸಲು ಪ್ರೋತ್ಸಾಹ ನೀಡುತ್ತಾರೆ. ಹಾಗಾಗಿ ಹಲವಾರು ಕಂಪನಿಗಳು ಅಲ್ಲೆಲ್ಲ ನೆಲೆಯೂರುತ್ತವೆ.

ಅಲ್ಲಿ ಕೆಲಸ ಮಾಡಲು ಜನ ಬೇಕಲ್ಲ? ಅದಕ್ಕೆ ಹೇಗೂ ಬಿಟ್ಟಿ ಜ್ಯೂಗಳು ಇದ್ದರಲ್ಲ? ಅವರನ್ನೆಲ್ಲ ಜೀತದಾಳುಗಳಾಗಿ ಈ ಕಂಪನಿಗಳಿಗೆ ಕೊಡುತ್ತಾರೆ. ಹಾಗೆ ನೆಲೆಗೊಂಡ ಒಂದು ಕಂಪನಿ ಐಜಿ ಫ್ಲಾರ್ಬೆನ್. ಅದು ಬ್ಯೂನಾ ಅನ್ನುವ ಕೃತಕ ರಬ್ಬರ್, ಸ್ಫೋಟಕಗಳು, ಹಾಗೂ ಝೈಕ್ಲೋನ್ ಬಿ ಹರಳುಗಳನ್ನು ಉತ್ಪಾದಿಸುತ್ತಿರುತ್ತದೆ. ಅಲ್ಲಿಗೆ ದುಡಿಯಲು ಹೊರಟ ಜ್ಯೂಗಳ ಮತ್ತು ಇತರ ಯುದ್ಧಖೈದಿಗಳ ದುಡಿಮೆಯಿಂದ ಬರುವ ಹಣವೆಲ್ಲ ನಾಜ಼ಿಗಳಿಗೆ ಸೇರುತ್ತಿರುತ್ತದೆ. ಮೊದಲಲ್ಲಿ ಅವರನ್ನೆಲ್ಲ ಆಶ್ವಿಟ್ಜ್ ಮೇನ್ ಕ್ಯಾಂಪ್ ಮತ್ತು ಬರ್ಕನೌನಿಂದ ದಿನವೂ ನಡೆಸಿಕೊಂಡು ಕರೆದೊಯ್ಯುತ್ತಿರುತ್ತಾರೆ. ಆದರೆ ನಡೆಯುವುದರಲ್ಲಿ ಅವರ ಶಕ್ತಿಯೆಲ್ಲ ಸೋರಿಹೋಗಿ ಉತ್ಪಾದನೆ ಕಡಿಮೆಯಾಗುತ್ತಿದೆ ಎನ್ನಿಸಿ ಇದಕ್ಕೇನಾದರೂ ಮಾಡಬೇಕು ಎಂದು ಯೋಚಿಸಿ ಕೊನೆಗೆ ಐಜಿ ಫ್ಲಾರ್ಬೆನ್ ಕಂಪನಿಯೇ ಈ ಆಶ್ವಿಟ್ಜ್ 3, ಅಂದರೆ ಮೋನೋವಿಟ್ಜ್ ಎನ್ನುವ ಲೇಬರ್ ಕ್ಯಾಂಪನ್ನು ಕಟ್ಟುತ್ತದೆ! ಬ್ಯೂನಾ ರಬ್ಬರ್ ಉತ್ಪಾದಿಸುತ್ತಿದ್ದ ಕಂಪನಿಯ ಹೆಸರು ಈ ಕ್ಯಾಂಪ್‌ನೊಡನೆ ಸೇರಿಕೊಂಡು ಆ ಕ್ಯಾಂಪ್‌ನ ಹೆಸರೇ ಬ್ಯೂನಾ ಎಂದಾಗುತ್ತದೆ.

ಐಜಿ ಫ್ಲಾರ್ಬೆನ್ ಕಂಪನಿಯಲ್ಲಿ ಸುಮಾರು ಹನ್ನೊಂದು ಸಾವಿರ ಜ್ಯೂಗಳು ಕೆಲಸ ಮಾಡುತ್ತಿರುತ್ತಾರೆ. ಅವರನ್ನು ನೋಡಿಕೊಳ್ಳುವ SS ಗಾರ್ಡ್‌ಗಳು ಕೂಡಾ ಕ್ಯಾಂಪ್‌ನಲ್ಲೇ ಬೀಡು ಬಿಡುತ್ತಾರೆ. ದಿನವೂ ಜ್ಯೂಗಳನ್ನು ಕೆಲಸಕ್ಕೆ ಕರೆದುಕೊಂಡು ಹೋಗಿ ಬರುವುದು ಅವರ ಕೆಲಸ. ಅತ್ಯಂತ ಕಠಿಣ ಶಿಕ್ಷೆ, ಹೊಡೆತ, ಬಡಿತ, ಹೊಟ್ಟೆಗೆ ಆಹಾರ ಇಲ್ಲದಿರುವುದು ಈ ಎಲ್ಲ ಕಾರಣಗಳಿಂದಾಗಿ ದುಡಿಯಲು ಆಗದವರ ಬಗ್ಗೆ ಕಂಪನಿಯು SS ಅಧಿಕಾರಿಗಳಿಗೆ ದೂರು ಕೊಡುತ್ತಿರುತ್ತದೆ ಮತ್ತು ಅಂಥವರು ಅಲ್ಲಿಂದ ಬರ್ಕನೌಗೆ ರವಾನೆಯಾಗಿ ಗ್ಯಾಸ್ ಛೇಂಬರ್‌ಗಳಲ್ಲಿ ಪ್ರಾಣ ಕಳೆದುಕೊಳ್ಳುತ್ತಿರುತ್ತಾರೆ, ಮತ್ತೆ ಕೆಲವರಿಗೆ ಹೃದಯಕ್ಕೆ ನೇರವಾಗಿ ಫೆನಾಯಿಲ್ ಚುಚ್ಚಿ ಕೊಂದು ಬಿಸುಡುತ್ತಿರುತ್ತಾರೆ. ಇಂಥ ಕ್ಯಾಂಪ್‌ಗೆ ಹೊರಟಿರುತ್ತಾನೆ ಎಲಿ ಅಪ್ಪನ

ಜೊತೆಗೆ. ಅಲ್ಲಿಂದ ಮುಂದೆ 15 ವರ್ಷದ ಎಲಿಗೆ ತನ್ನ ಅಪ್ಪನ ಜೊತೆಗಿದ್ದೇನೆ ಅನ್ನುವುದೇ ಬದುಕಲು ಒಂದು ಗುರಿಯಾಗಿ ಬಿಡುತ್ತದೆ...

ಮರುದಿನದಿಂದ ಬೆಳಗ್ಗೆ ಎದ್ದ ಕೂಡಲೇ ಅದೇ ಸೂಪ್, ಸಂಜೆಗೆ ಎರಡು ತುಂಡು ಬ್ರೆಡ್‌ನ ದಿನಚರಿ ಶುರುವಾಗುತ್ತದೆ. ಒಂದು ಹೊದಿಕೆ, ಒಂದು ತುಂಡು ಸೋಪ್ ಮತ್ತು ಸೂಪ್ ಕುಡಿಯಲು ಅವರದ್ದೇ ಆದ ಒಂದು ಬೋಗುಣಿಯ ಬೋನಸ್! ಬಿಡಿ ಭಾಗಗಳನ್ನು ವಿಂಗಡಿಸುವ ಕೆಲಸ. ದಿನಕ್ಕೆ 8ರಿಂದ 12 ಗಂಟೆಗಳಷ್ಟು ಕೆಲಸ. ಪುಣ್ಯಕ್ಕೆ ಅವನ ಅಪ್ಪನನ್ನೂ ಅಲ್ಲಿಯೇ ಕೆಲಸಕ್ಕೆ ಹಚ್ಚುತ್ತಾರೆ. ಅದು ಎಲಿಗೆ ಎಲ್ಲಿಲ್ಲದ ಸಮಾಧಾನ. ಇಡೀ ದಿನ ಮೈಮುರಿಯುವ ಕೆಲಸ. ಭಾನುವಾರ ಕೆಲಸಕ್ಕೆ ರಜೆ. ಆದರೆ ಅಂದು ಮೈ ಚಾಚಿ ಮಲಗುವಂತೇನೂ ಇಲ್ಲ.

ಅಂದು ಕ್ಯಾಂಪ್ ಶುದ್ಧಗೊಳಿಸುವ ಕೆಲಸ ಇವರದ್ದೇ. ಬದುಕು ಹೇಗೋ ಸಾಗುತ್ತಿರುತ್ತದೆ. ಎಲಿಗೆ ಒಂದಿಬ್ಬರು ಜೆಕೊಸ್ಲೋವಾಕಿಯಾದ ಹುಡುಗರ ಗೆಳೆತನವೂ ದೊರಕುತ್ತದೆ. ಅಪ್ಪ-ಅಮ್ಮ ಇಬ್ಬರೂ ಗ್ಯಾಸ್ ಛೇಂಬರ್‌ಗೆ ಸಾಗಿಸಲ್ಪಟ್ಟ ಆ ಮಕ್ಕಳು ಇವರಿಗೆ ಹತ್ತಿರವಾಗುತ್ತಾರೆ. ಒಂದಲ್ಲ ಒಂದು ದಿನ ಬಿಡುಗಡೆ ಸಿಗುತ್ತದೆ, ಅಲ್ಲಿಯವರೆಗೆ ತಾವು ಬದುಕಿದ್ದರೆ ಹೈಫಾಗೆ ಓಡಿಹೋಗಬೇಕು, ಅಲ್ಲಿಯೇ ನೆಲೆಸಬೇಕು... ಹೀಗೆ ನೂರೆಂಟು ಕನಸುಗಳು ಭವಿಷ್ಯದ ಬಗ್ಗೆ! ಮನುಷ್ಯನಲ್ಲಿ ಬದುಕುವ ಆಸೆ ಅದೆಷ್ಟು ಅದಮ್ಯ!!

ಲೇಬರ್ ಕ್ಯಾಂಪ್‌ನಲ್ಲಿ ತುಂಬ ಜನ ಜ್ಯೂಗಳು ಕಾಪೋಗಳಾಗಿ ನೇಮಿಸಲ್ಪಟ್ಟಿರುತ್ತಾರೆ. ಅವರಲ್ಲಿ ಸಾಕಷ್ಟು ಜನ ಒಳ್ಳೆಯವರಿರುತ್ತಾರೆ. ಹಾಗಾಗಿ ತೀರಾ ಹಿಂಸೆ ಅನ್ನುವ ಮಟ್ಟಕ್ಕೇನೂ ಇರುವುದಿಲ್ಲ ಬದುಕು. ಆಗೀಗ ಕದ್ದುಮುಚ್ಚಿ ಒಂದು ಸೌಟು ಸೂಪ್ ಕೊಡುವಷ್ಟು ಒಳ್ಳೆಯವರಿರುತ್ತಾರೆ. ಪರವಾಗಿಲ್ಲ, ಕೆಲಸ ಮಾಡಿಕೊಂಡು ಹೇಗೋ ಬದುಕಿರಬಹುದು ಎಂದುಕೊಳ್ಳುವುದರಲ್ಲಿ ಅಲ್ಲಿನ ಕ್ರೌರ್ಯ ಇಂಚಿಂಚಾಗಿ ತೆರೆದುಕೊಳ್ಳಲು ಪ್ರಾರಂಭಿಸುತ್ತದೆ.

ಸಣ್ಣಪುಟ್ಟ ತಪ್ಪಿಗೆ ಮೈಮುರಿಯುವಂಥ ಹೊಡೆತ ಶುರುವಾಗುತ್ತದೆ. ಯಾರೋ ಕಾಪೋವಿಗೆ ಅವತ್ತು ಮೂಡ್ ಸರಿ ಇಲ್ಲದಿದ್ದರೂ ಹೊಡೆತ, ಸಾಲಿನಲ್ಲಿ ಸರಿಯಾಗಿ ನಡೆಯದಿದ್ದರೂ ಹೊಡೆತ, ಕೆಲಸ ತುಸು ನಿಧಾನವಾದರೂ ಹೊಡೆತ. ಒಮ್ಮೆ ಶ್ಲೋಮೋ ಕೆಲಸ ನಿಧಾನವಾಯಿತೆಂದು ಕಬ್ಬಿಣದ ರಾಡ್‌ನಲ್ಲಿ ಬಾರಿಸುತ್ತಾರೆ. ಇನ್ನೊಮ್ಮೆ ಅಧಿಕಾರಿಯೊಬ್ಬ ಹೆಣ್ಣಿನೊಡನೆ ಮಲಗಿದ್ದು ನೋಡಿದ ತಪ್ಪಿಗಾಗಿ ಎಲಿಗೆ ಜ್ಞಾನ ತಪ್ಪುವಂಥ ಹೊಡೆತ ಬೀಳುತ್ತದೆ. ಕ್ಯಾಂಪ್‌ನ ಬದುಕು ತನ್ನ ನಿಜಸ್ವರೂಪ ಸ್ವಲ್ಪವಾಗಿ ತೋರಿಸುತ್ತಿರುತ್ತದೆ.

ಒಂದು ದಿನ ಇದ್ದಕ್ಕಿದ್ದಂತೆ ಕ್ಯಾಂಪ್‌ನಲ್ಲಿ ಅದೇನೋ ಗಡಿಬಿಡಿ. ಏನೋ

ನಡೆಯುತ್ತಿದೆ ಇಲ್ಲಿ ಎಂದುಕೊಳ್ಳುವುದರಲ್ಲಿ ತಿಳಿಯುತ್ತದೆ ಅಲ್ಲಿಯೂ 'ಸೆಲೆಕ್ಷನ್' ಇರುತ್ತದೆ ಎಂದು! ಎಷ್ಟೇ ಗಟ್ಟಿಯಾಗಿರುವವರೂ ಅರೆ ಹೊಟ್ಟೆ ತಿಂದು, ಕೆಲಸ ಮಾಡುತ್ತಿದ್ದರೆ ಶಕ್ತಿಗುಂದುತ್ತಾರಲ್ಲಾ, ಅಂಥವರು ಮತ್ತು ರೋಗಪೀಡಿತರು ಇಂಥವರನ್ನೆಲ್ಲ ಅಲ್ಲಿಂದ ಸೆಲೆಕ್ಟ್ ಮಾಡಿ ಗ್ಯಾಸ್ ಛೇಂಬರ್‌ಗೆ ಕಳಿಸುವುದು ಅದರ ಮುಖ್ಯ ಉದ್ದೇಶ. ಆ ಕ್ಯಾಂಪ್‌ನಲ್ಲಿ ಸುಮಾರು 11,000 ಜನರು ಮಾತ್ರ ಉಳಿಯಬಹುದಿರುತ್ತದೆ. ಹಳಬರು ಶಕ್ತಿ ಇರುವವರೆಗೆ ಸರಿ. ಆ ನಂತರ ಅವರನ್ನು ಉಳಿಸಿಕೊಂಡರೆ ಕೆಲಸ ನಿಧಾನವಾಗುತ್ತದೆ. ಅವರ ಜಾಗ ಖಾಲಿ ಮಾಡದಿದ್ದರೆ ಹೊಸಬರನ್ನು ಎಲ್ಲಿ ಉಳಿಸುವುದು? ಹಾಗಾಗಿ ಬರ್ಕನೌನಂತಲ್ಲದಿದ್ದರೂ ಆಗಾಗ ಮೆಂಗಲೆ ಇಲ್ಲಿಗೆ ಬಂದು ಸೆಲೆಕ್ಷನ್ ನಡೆಸುತ್ತಿರುತ್ತಾನೆ. ಒಳ್ಳೆಯವರಾದ ಕಾಪೋಗಳು ಅವರಿಗೆ ಬದುಕಿ ಉಳಿಯುವ ಮಾರ್ಗಗಳನ್ನು ಹೇಳಿಕೊಡುತ್ತಾರೆ 'ಚೆನ್ನಾಗಿ ಮುಖ ಉಜ್ಜಿ ಕೆನ್ನೆ ಕೆಂಪಗಾಗಿಸಿಕೋ. ಅವರೆದುರು ಎದೆಯುಬ್ಬಿಸಿ ಶಕ್ತಿವಂತನಂತೆ ನಿಲ್ಲು. ಅವರೆದುರು ಹೋಗುವ ಸಮಯದಲ್ಲಿ ಜೋರಾಗಿ ಓಡು, ಕಾಲಿನಲ್ಲಿ ಶಕ್ತಿ ಇಲ್ಲದಿದ್ದರೂ ಸಾಧ್ಯವಾದಷ್ಟೂ ಬೇಗ ಓಡಿ ಶಕ್ತಿವಂತನಂತೆ ತೋರಿಸಿಕೋ' ಈ ರೀತಿ.

ಎಲಿ ಸಣ್ಣ ವಯಸ್ಸಿನವನಾದ್ದರಿಂದ ಸೆಲೆಕ್ಷನ್ ತಪ್ಪಿಸಿಕೊಳ್ಳುತ್ತಾನೆ. ಆದರೆ ಮೊದಲ ಸುತ್ತಿನಲ್ಲಿ ತನ್ನ ನಂಬರ್ ಬರೆದುಕೊಂಡಿಲ್ಲವೆಂದುಕೊಂಡಿದ್ದ ಅವನ ಅಪ್ಪನ ಹೆಸರು ಆ ಪಟ್ಟಿಯಲ್ಲಿ ಸೇರಿ ಬಿಡುತ್ತದೆ! ಅಂದು ಅವರನ್ನೆಲ್ಲ ಕರೆದೊಯ್ಯುತ್ತಾರೆ ಎಂಬ ಸುದ್ದಿ ತಲುಪುತ್ತದೆ. ಆದರೆ ಅಂದು ಎಲಿ ಕೆಲಸಕ್ಕೆ ಹೋಗಬೇಕು. ಬರುವುದರಲ್ಲಿ ಅಪ್ಪ ಗ್ಯಾಸ್ ಛೇಂಬರ್‌ಗೆ ಹೋಗಿರಬಹುದೆನ್ನುವ ಸಂಕಟದಲ್ಲಿ ಎಲಿ ಅಳುತ್ತಾನೆ. ಶ್ಲೋಮೋ ಕೂಡಾ ತನ್ನಲ್ಲಿದ್ದ ಆಸ್ತಿಯಾದ ಸ್ಪೂನ್ ಮತ್ತು ಕತ್ತಿಯನ್ನು ಮಗನಿಗೆ ಕೊಡುತ್ತಾನೆ. ಇಡೀ ದಿನ ಕೆಲಸ ಮಾಡುವಾಗ ಎಲಿಗೆ ಅದೇ ಚಿಂತೆ. ದಿನ ಬೇಗ ಕಳೆಯಲಿ ಮತ್ತು ಕಳೆಯದೆ ಇರಲಿ ಎಂಬ ಎರಡೂ ಭಾವ. ಹಿಂತಿರುಗಿ ಬರುವಾಗ ಕಾಲೆಳೆದುಕೊಂಡು ಬಂದ ಎಲಿಗೆ ಅಪ್ಪ ಸೆಲೆಕ್ಷನ್ ತಪ್ಪಿಸಿಕೊಂಡಿರುವುದನ್ನು ನೋಡಿದ ಆ ಘಳಿಗೆ!! ಕೈನಲ್ಲಿದ್ದ ಚಾಕು ಮತ್ತು ಸ್ಪೂನನ್ನು ಅಪ್ಪನಿಗೆ ಮರಳಿ ಕೊಟ್ಟು ನೆಮ್ಮದಿಯಾಗುತ್ತಾನೆ.

ತಪ್ಪು ಮಾಡಿದವರನ್ನು, ಸಣ್ಣ ಪುಟ್ಟ ವಸ್ತುಗಳನ್ನು ಕದ್ದವರನ್ನು ಎಲ್ಲರೆದುರಿನಲ್ಲೇ ನೇಣು ಹಾಕುವುದು ಬ್ಯೂನಾ ಕ್ಯಾಂಪ್‌ನ ವಿಶೇಷ. ಒಮ್ಮೆ ಇದ್ದಕ್ಕಿದ್ದಂತೆ ಅಮೆರಿಕಾ ಏರ್ ರೈಡ್ ಮಾಡಿದಾಗ ಬಯಲಲ್ಲಿ ಬೇಯಿಸಲು ಇಟ್ಟಿದ್ದ ಎರಡು ಸೂಪ್ ತಪ್ಪಲೆಯಲ್ಲಿನ ಸೂಪ್ ತಿನ್ನಲು ತೆವಳಿಕೊಂಡು ಹೋದ ಮನುಷ್ಯನ ಬಾಯಲ್ಲಿನ ಸೂಪ್ ಗಂಟಲಿಗಿಳಿಯುವ ಮುನ್ನವೇ ಅವನಿಗೆ ಗುಂಡಿಕ್ಕಿ ಸಾಯಿಸುತ್ತಾರೆ

ಮತ್ತೊಮ್ಮೆ ಏರ್ ರೈಡ್ ಸಮಯದಲ್ಲಿ ಚಿಕ್ಕ ಹುಡುಗನೊಬ್ಬ ಏನೋ ಕದ್ದನೆಂದು ಅವನನ್ನು ಎಲ್ಲರೆದುರಿನಲ್ಲಿಯೇ ಗಲ್ಲಿಗೇರಿಸುತ್ತಾರೆ. ಇವರಲ್ಲಿಯೇ ಯಾರೋ ಒಂದಿಬ್ಬರನ್ನು ಕರೆಸಿ ಎರಡು ತುಂಡು ಬ್ರೆಡ್ ಹೆಚ್ಚು ಕೊಡುತ್ತೇವೆಂಬ ಆಸೆಯೊಡ್ಡಿ

ಕುಣಿಕೆ ಎಳೆಸುತ್ತಾರೆ. ಆದರೆ ಆ ಹುಡುಗ ತುಂಬ ತೆಳ್ಳಗಿರುವುದರಿಂದ ಕುಣಿಕೆ ಎಳೆದರೂ ಅವನ ಜೀವ ಸಂಪೂರ್ಣ ಹೋಗುವುದಿಲ್ಲ. ಗಲ್ಲಿಗೇರಿದವರನ್ನು ಅಲ್ಲಿರುವ ಪ್ರತಿಯೊಬ್ಬರೂ ನೋಡಿದ ನಂತರವೇ ಎಲ್ಲರಿಗೂ ಊಟ. ಹಾಗಾಗಿ ಇವರೆಲ್ಲ ಒಬ್ಬೊಬ್ಬರಾಗಿ ಅವನನ್ನು ನೋಡಲು ಹೋಗುವಾಗಲೂ ಅವನ ಪ್ರಾಣವಿನ್ನೂ ಸಂಪೂರ್ಣ ಹೋಗದೆ ಜೀವ ಉಸಿರಿಗಾಗಿ ಚಡಪಡಿಸುತ್ತಲೇ ಇರುತ್ತದೆ ಅನೇಕ ಗಂಟೆಗಳ ಕಾಲ.

ಹೀಗೆ ಅನೇಕರನ್ನು ಕಣ್ಣೆದುರಿನಲ್ಲೇ ಗಲ್ಲಿಗೇರಿಸುತ್ತಿದ್ದರೂ ಸಾಯುವ ಯಾರೊಬ್ಬರೂ ಹೆದರದೇ ನಿರ್ಲಿಪ್ತವಾಗಿ ನಿಂತು ಕುಣಿಕೆ ಎಳೆವ ಮುನ್ನ ಜರ್ಮನಿ ನಾಶವಾಗಲಿ ಎಂದೋ, ಸ್ವಾತಂತ್ರ್ಯಕ್ಕೆ ಜಯವಾಗಲಿ ಎಂದೋ ಘೋಷಣೆ ಕೂಗಿ ಸಾಯುತ್ತಿರುತ್ತಾರೆ! ನೋಡುತ್ತಾ ನಿಂತಿರುವವರು ಸಾಯುವವರಿಗಿಂತ ಹೆಚ್ಚು ಉದ್ವಿಗ್ನರಾಗುತ್ತಿರುತ್ತಾರೆ, ಶೋಕಿಸುತ್ತಿರುತ್ತಾರೆ...

ಆ ಕಷ್ಟದ ದಿನಗಳಲ್ಲಿಯೂ ಹಲವರು ದೇವರ ಅಸ್ತಿತ್ವದ ಬಗ್ಗೆ ಅಪನಂಬಿಕೆಯಲ್ಲಿದ್ದರೆ ಮತ್ತೆ ಕೆಲವರು ಯೊಮ್ ಕಿಪ್ಪುರ್ ಹಬ್ಬ, ರೋಶ್ ಹಶನಾ ಹಬ್ಬಗಳಲ್ಲಿ ದೇವರಿಗೆ ಪ್ರಾರ್ಥನೆ ಮಾಡುವುದನ್ನು ತಪ್ಪಿಸುವುದಿಲ್ಲ. ಯೋಮ್ ಕಿಪ್ಪುರ್ ಹಬ್ಬದ ದಿನ ಉಪವಾಸ ಮಾಡಬೇಕೆಂದಾಗ 'ವರ್ಷವಿಡೀ ನಾವು ಮಾಡುತ್ತಿರುವುದು ಮತ್ತೇನು?' ಎಂದ ಎಲಿ ಅವತ್ತು ಕೊಟ್ಟ ಸೂಪನ್ನು ಕುಡಿಯುತ್ತಾನೆ. ಎಲಿ ದಿನದಿಂದ ದಿನಕ್ಕೆ ದೇವರಲ್ಲಿ ನಂಬಿಕೆ ಕಳೆದುಕೊಳ್ಳುತ್ತಾ ಹೋಗುತ್ತಾನೆ. ಚಳಿಗಾಲ ಕಾಲಿಟ್ಟ ನಂತರವಂತೂ ಬದುಕು ಮತ್ತಿಷ್ಟು ದುಸ್ತರವಾಗುತ್ತದೆ.

ಆ ಕೊರೆವ ಚಳಿಯಲ್ಲಿ ಹಿಮದ ಮೇಲೆ ನಡೆದು ಅವನ ಕಾಲುಗಳೆಲ್ಲ ಬಾತುಕೊಳ್ಳುತ್ತವೆ. ಪಾದದ ತುಂಬ ಕೀವು ತುಂಬಿಕೊಳ್ಳುತ್ತದೆ. ಅವನನ್ನು ಪರೀಕ್ಷಿಸಿದ

ಡಾಕ್ಟರ್ ಆಪರೇಷನ್ ಅಗತ್ಯವಿದೆ ಎನ್ನುತ್ತಾರೆ. ಜನವರಿ ತಿಂಗಳಲ್ಲಿ ಆಪರೇಷನ್ ಮಾಡಿಸಿಕೊಂಡು ಆಸ್ಪತ್ರೆಯಲ್ಲಿರುತ್ತಾನೆ ಎಲಿ. ಗಾಯ ಸಂಪೂರ್ಣವಾಗಿ ವಾಸಿಯಾಗಲು ಎರಡು ವಾರ ಸಮಯ ಬೇಕು ಎಂದಿರುತ್ತಾರೆ ವೈದ್ಯರು. ಅನಿರೀಕ್ಷಿತವಾಗಿ ಸಿಕ್ಕ ಈ ವಿರಾಮದ ಸುಖ ಅನುಭವಿಸುತ್ತಿರುವಾಗಲೇ ಇದ್ದಕ್ಕಿದ್ದಂತೆ ಒಂದು ದಿನ ಕ್ಯಾಂಪ್‌ನಲ್ಲಿ ಮತ್ತೆ ಗಡಿಬಿಡಿ. ಮತ್ತೆ ಸೆಲೆಕ್ಷನ್ ಸಮಯ ಸನಿಹಿತವಾಯಿತೋ ಏನೋ ಅಂದುಕೊಳ್ಳುವಾಗಲೇ ಗೊತ್ತಾಗುತ್ತದೆ ರೆಡ್ ಆರ್ಮಿ ಅಲ್ಲಿಗೆ ಸದ್ಯದಲ್ಲೇ ಬರುತ್ತಿದ್ದಾರೆ, ಹಾಗಾಗಿ ನಾಜ಼ಿಗಳು ಬ್ಯೂನಾ ಕ್ಯಾಂಪನ್ನು ತೆರವು ಮಾಡಿ ಎಲ್ಲರನ್ನೂ ಬೇರೆ ಕಡೆಗೆ ಕರೆದುಕೊಂಡು ಹೋಗುತ್ತಾರೆ ಮತ್ತು ಬರಲು ಇಷ್ಟವಿಲ್ಲದವರು ಬೇಕಿದ್ದರೆ ಅಲ್ಲಿಯೇ ಉಳಿಯಬಹುದು ಎಂದು! ಇದ್ದಕ್ಕಿದ್ದಂತೆ ಎದುರಾದ ಈ ವಿಚಿತ್ರ ಸ್ಥಿತಿಗೆ ಯಾರಿಗೂ ಹೇಗೆ ಪ್ರತಿಕ್ರಯಿಸಬೇಕೆಂದು ಅರ್ಥವಾಗುತ್ತಿಲ್ಲ!

ಹಿಟ್ಲರ್ ರಾತ್ರಿ 12ಕ್ಕೆ ಎಲ್ಲ ಜ್ಯೂಗಳನ್ನೂ ಕೊಂದು ಮುಗಿಸುತ್ತೇನೆ ಎಂದು ಘೋಷಿಸಿದ್ದಾನೆ – ಯಾರೋ ಹೇಳುತ್ತಾರೆ

ಎಲಿ ಸಿಟ್ಟಿನಿಂದ 'ಅವನೇನು ದೇವರಾ ಹೀಗೆ ಘೋಷಿಸಲು' ಎಂದು ಸಿಡಿದೆದ್ದಾಗ ಮತ್ತೊಬ್ಬನು ಹೇಳುತ್ತಾನೆ 'ಇಲ್ಲ ಈವರೆಗೆ ಹಿಟ್ಲರ್ ಒಬ್ಬನೇ ಜ್ಯೂಗಳ ವಿಷಯವಾಗಿ ಆಡಿದ ಮಾತನ್ನೆಲ್ಲ ಉಳಿಸಿಕೊಂಡಿರುವುದು. ಹಾಗಾಗಿ ನನಗೆ ದೇವರಿಗಿಂತ ಹಿಟ್ಲರ್‌ನ ಮಾತುಗಳಲ್ಲಿಯೇ ಹೆಚ್ಚು ನಂಬಿಕೆ' ಎಂದು!

SS ಇಲ್ಲೇ ನೂರಾರು ಜನರನ್ನು ಉಳಿಯಲು ಬಿಡುತ್ತಾರಾ? ಬಹುಶಃ ಹೊರಡುವ ಮೊದಲು ಎಲ್ಲರನ್ನೂ ಕೊಂದು ಬಿಸಾಕುತ್ತಾರೆ ಅನ್ನಿಸುತ್ತದೆ ಅಥವಾ ಇಡೀ ಕ್ಯಾಂಪನ್ನೇ ಉಡಾಯಿಸಿಬಿಡಬಹುದು... ನೂರಾರು ಪಿಸುಮಾತುಗಳು

ಎಲಿಗೆ ಸಾವಿನ ಯೋಚನೆಯಿಲ್ಲ. ಎಲ್ಲಿದ್ದರೂ ಒಟ್ಟಿನಲ್ಲಿ ಅವನ ಅಪ್ಪನ ಜೊತೆಗೆ ಇರಬೇಕು ಅಷ್ಟೇ! ಆದರೆ ಅವನ ಕಾಲಿಯ ಗಾಯ ಮತ್ತೆ ಹೆಚ್ಚಾಗಿದೆ. ಈ ಪರಿಸ್ಥಿತಿಯಲ್ಲಿ ಏನು ಮಾಡಬೇಕು ತೋಚದೇ ಅಪ್ಪನನ್ನು ಕೇಳುತ್ತಾನೆ 'ಏನು ಮಾಡೋಣ?'

'ಮೊದಲ ಬಾರಿಗೆ ನಮ್ಮ ಹಣೆಬರಹವನ್ನು ಆಯ್ಕೆ ಮಾಡಿಕೊಳ್ಳುವುದು ನಮ್ಮ ಕೈನಲ್ಲಿತ್ತು' ಎನ್ನುತ್ತಾನೆ ಎಲಿ.

ಅಪ್ಪ ಮೌನ...

'ನಡಿ ಹೋಗಿಬಿಡೋಣ' ನಿರ್ಧರಿಸುತ್ತಾನೆ ಎಲಿ

ಶ್ಲೋಮೋ 'ನಿನ್ನ ಗಾಯ ಒಣಗಿಲ್ಲ. ನಡೆಯಲು ಆಗುತ್ತದಾ ನಿನಗೆ?'

'ಆಗುತ್ತದೆ ಅನ್ನಿಸುತ್ತದೆ'

'ನಾವು ನಮ್ಮ ನಿರ್ಧಾರಕ್ಕೆ ನಂತರ ಪಶ್ಚಾತ್ತಾಪ ಪಡುವ ಸ್ಥಿತಿ ಬಾರದಿರಲಿ'

ಎನ್ನುತ್ತಾನೆ ಶ್ಲೋಮೋ

ಇದು ಮುಂದೆ ಮನುಕುಲದ ಕರಾಳ ಚರಿತ್ರೆಯಲ್ಲಿ 'ಸಾವಿನ ನಡಿಗೆ' ಅಂದರೆ 'ಡೆತ್ ಮಾರ್ಚ್' ಎಂದು ದಾಖಲಾಗುತ್ತದೆ ಮತ್ತು ತಮ್ಮ ಆ ನಿರ್ಧಾರ ತಪ್ಪಾಗಿತ್ತು ಎಂದು ಎಲಿ ಆಜೀವಪರ್ಯಂತ ಪಶ್ಚಾತ್ತಾಪ ಪಡುವಂತಾಗುತ್ತದೆ...

ಡೆತ್ ಮಾರ್ಚ್...

ಮರುದಿನ ಹೊರಡುವವರಿಗೆಲ್ಲ ಡಬ್ಬಲ್ ಕೋಟಾ ಬ್ರೆಡ್, ಮಾರ್ಗರಿನ್ ಕೊಟ್ಟು, ಬಟ್ಟೆಗಳ ರಾಶಿ ಹಾಕಿ ಎಷ್ಟು ಬೇಕೆಂದರಷ್ಟು ಹಾಕಿಕೊಳ್ಳಿ ಎನ್ನುತ್ತಾರೆ. ಇಡೀ ಕ್ಯಾಂಪನ್ನು ಸಾರಿಸಿ ಗುಡಿಸುತ್ತಾರೆ. ರಷ್ಯನ್ನರು ಅಲ್ಲಿಗೆ ಬಂದು ನೋಡಿದರೆ ನಡೆದಿದ್ದರ ಯಾವ ಕುರುಹು ಕೂಡಾ ಉಳಿಯಬಾರದೆಂದು! ನಡೆಯಲಾಗದ ಹಲವರು ಕ್ಯಾಂಪ್‌ನಲ್ಲಿಯೇ ಉಳಿಯುತ್ತಾರೆ. ಜನವರಿ 18ರ ರಾತ್ರಿ ಅವರು ಅಲ್ಲಿಂದ ಹೊರಡುತ್ತಾರೆ. ಆ ರಾತ್ರಿ ಹಿಮಪಾತ ಪ್ರಾರಂಭವಾಗುತ್ತದೆ.

ರಾತ್ರಿಗೆ ನೂರಾರು ಜನ SS ಅಧಿಕಾರಿಗಳು, ಪೊಲೀಸ್ ನಾಯಿಗಳು ಎಲ್ಲಿಂದಲೋ ಪ್ರತ್ಯಕ್ಷವಾಗುತ್ತಾರೆ. ಸಾವಿರಾರು ಜನ ಸಾಲಾಗಿ ನಡೆಯಲು ಪ್ರಾರಂಭಿಸುತ್ತಾರೆ. ನಾಯಿಗಳಾ, ಹಂದಿಗಳಾ, ತಿರುಕರಾ, ಹುಳ ಹತ್ತಿದ ಕೊಳಕರಾ ಬೇಗ ಬೇಗ ನಡೆಯಿರಿ – ಗನ್ ಹಿಡಿದ ಅವರ ಆದೇಶ. ಅವರು ನಡೆಯಿರೆಂದರೆ ಇವರು ಓಡುತ್ತಾರೆ! ದಾರಿಯಲ್ಲಿ ಯಾರಾದರೂ ಎಡವಿ ಬಿದ್ದರೆ ಅವರೆಡೆಗೆ ಒಂದು ಗುಂಡು! ನೆಲಕ್ಕೆ ಉರುಳಿದವರ ಮೇಲೆಯೇ ಉಳಿದವರು ಹತ್ತಿ ಸಾಗುತ್ತಾರೆ. ನಿಲ್ಲುವಂತಿಲ್ಲ, ಸಾಲು ಬಿಟ್ಟು ಸರಿಯುವಂತಿಲ್ಲ. ಸರಿದರೆ ಅವರ ಗತಿಯೂ ಅದೇ ಆಗುತ್ತದೆಂದು ಎಲ್ಲರಿಗೂ ಗೊತ್ತಾಗಿ ಬಿಟ್ಟಿರುತ್ತದೆ ಅಷ್ಟರಲ್ಲೇ. ಎಲಿಯ ಗಾಯದಿಂದಾಗಿ ಕಾಲು ಊದಿರುತ್ತದೆ. ದೊಡ್ಡ ಅಳತೆಯ ಶೂ ಸಿಕ್ಕಿರದೆ, ಆ ಕಾಲಿಗೆ ಸಿಕ್ಕ ಒಂದಿಷ್ಟು ಬಟ್ಟೆಯನ್ನು ಸುತ್ತಿಕೊಂಡಿರುತ್ತಾನೆ ಅಷ್ಟೇ. ಅದರಲ್ಲಿಯೇ ಇರುವ ಶಕ್ತಿಯನ್ನೆಲ್ಲ ಹಾಕಿ ನಡೆಯುತ್ತಾನೆ.

ಕಾಲಿನಲ್ಲಿ ಬೆಂಕಿಯಂಥ ಉರಿಯೇಳುತ್ತದೆ, ಇನ್ನೇನು ಸತ್ತು ಹೋಗುತ್ತೇನೆ ಅನ್ನಿಸುತ್ತಿರುತ್ತದೆ, ಆದರೂ ಅಪ್ಪನಿಗೆ ಇರುವುದೇ ನಾನೊಬ್ಬನು. ಅವನಿಗಾಗಿ ನಡೆಯಲೇಬೇಕು ಎಂದುಕೊಳ್ಳುತ್ತ ಎಲಿ ನಡೆಯುತ್ತಾನೆ. ಬರಬರುತ್ತ ದೇಹವೊಂದು ಇರುವ ಅನುಭವವೇ ಹೊರಟು ಹೋದಂತಾಗಿ ನಿದ್ರೆಯಲ್ಲಿ ನಡೆಯುತ್ತಿರುವಂತೆ ಅನ್ನಿಸಲು ಪ್ರಾರಂಭಿಸುತ್ತದೆ. ದಾರಿಯಲ್ಲಿ ಆಯಾಸವಾದ ಗಾರ್ಡ್‌ಗಳ ಸ್ಥಳಕ್ಕೆ ಬೇರೆಯವರು ಬದಲಾಗುತ್ತಾ ಹೋಗುತ್ತಾರೆ. ಆದರೆ ನಮ್ಮ ಬದಲಿಗೆ ಯಾರೂ ಇರಲಿಲ್ಲ ನಡೆಯಲು ಎನ್ನುತ್ತಾನೆ ಎಲಿ ವಿಷಾದದಿಂದ.

ಹೊಟ್ಟೆಗೆ ಏನೂ ಆಹಾರವಿಲ್ಲ, ನೀರು ಕೂಡಾ ಇಲ್ಲ. ನಡೆದೇ ನಡೆಯುತ್ತಾರೆ ಎಲ್ಲರೂ... ಬೆಳಗಾಗುವುದರಲ್ಲಿ 20 ಕಿಲೋಮೀಟರ್ ನಡೆದಿರುತ್ತಾರೆ! ಅಂತೂ

ಕೊನೆಗೆ ಅವರಿಗೆ ನಿಲ್ಲಲು ಅವಕಾಶ ಸಿಗುತ್ತದೆ. ಹಿಮದ ಮೇಲೆಯೇ ಜಾರಿ ನಿದ್ರೆಗೆ ಜಾರುತ್ತಾನೆ ಎಲಿ.

ಇಹದ ಪರಿವೆಯನ್ನೆಲ್ಲ ಕಳೆದುಕೊಂಡು ಮಲಗಿರುವಂತೆಯೇ ಯಾರೋ ಎಚ್ಚರಿಸಿದಂತಾಗುತ್ತದೆ. ಕಣ್ಣು ಬಿಟ್ಟು ನೋಡಿದರೆ ಅಪ್ಪ. ಒಂದೇ ದಿನದಲ್ಲಿ ಅವನು ಮುದುಕನಾಗಿಬಿಟ್ಟ ಅನ್ನಿಸುತ್ತದೆ ಎಲಿಗೆ. 'ಹಿಮದ ಮೇಲೆ ಮಲಗಿದರೆ ಅದೇ ಶಾಶ್ವತ ನಿದ್ರೆಯಾಗುತ್ತದೆ ಎಲಿ' ದೈನ್ಯದಲ್ಲಿ ಅಪ್ಪ ಹೇಳುತ್ತಿರುತ್ತಾನೆ. ಅರೆ ನಿದ್ರೆ ಅರೆ ಎಚ್ಚರದ ಸ್ಥಿತಿಯಲ್ಲಿದ್ದ ಎಲಿ ಕಷ್ಟ ಪಟ್ಟು ಏಳುತ್ತಾನೆ. ಕಾಲಿಗೆ ನೂರಾರು ಹೆಣಗಳು ತೊಡರುತ್ತವೆ. ಎಲ್ಲರೂ ಬಿದ್ದಲ್ಲಿಯೇ ಸತ್ತು ಹೋಗಿರುತ್ತಾರೆ. ಆ ರಾತ್ರಿ ಎಲಿ ಮಲಗಿದಾಗ ಶ್ಲೋಮೋ ಎಬ್ಬಿಸುತ್ತ, ಶ್ಲೋಮೋ ಮಲಗಿದಾಗ ಎಲಿ ಎಬ್ಬಿಸುತ್ತ ಸರಿಯುತ್ತದೆ. ಮಲಗಿದರೆ ಮತ್ತೆ ಏಳುವುದಿಲ್ಲವೆಂಬ ಅರಿವು ಇಬ್ಬರಿಗೂ ಇರುತ್ತದೆ.

ಪಕ್ಕದಲ್ಲಿ ಮಲಗಿದ್ದ ಅಣ್ಣನನ್ನು ಎಬ್ಬಿಸಿ ಸೋತ ಯಾವುದೋ ತಮ್ಮ ಬದುಕುವ ಆಸೆ ತೊರೆದು ತಾನೂ ಮಲಗಿದಾಗ ಅಲ್ಲಿಯೇ ಇದ್ದ ಎಲಿ 'ಏಳು ಈ ಹಿಮದ ಮೇಲೆ ಮಲಗಿದರೆ ಮತ್ತೆ ಏಳಲಾಗದು' ಎಂದು ಎಚ್ಚರಿಸುತ್ತಾನೆ. ಅವನು ಲೆಕ್ಕಿಸದೇ ನಿದ್ರೆಗೆ ಜಾರಿಯೇ ಬಿಡುತ್ತಾನೆ.

ಅಷ್ಟರಲ್ಲಿ ಕ್ಯಾಂಪ್‌ನಲ್ಲಿ ಎಲ್ಲರಿಗೂ ಪರಿಚಿತನಾದ ರಬ್ಬಿ ತನ್ನ ಮಗನನ್ನು ಹುಡುಕಿ ಬರುತ್ತಾನೆ, 'ದಾರಿಯಲ್ಲಿ ಕಾಲು ಸೋತು ನಡಿಗೆ ನಿಧಾನವಾಗಿ ಬಿಟ್ಟಿತು. ನನ್ನ ಮಗ ಅವನ್ನು ಗಮನಿಸಲಿಲ್ಲ ಎನ್ನಿಸುತ್ತದೆ. ಆ ನಂತರ ಅವನು ಕಾಣಿಸುತ್ತಲೇ ಇಲ್ಲ. ನೀನು ಕಂಡೆಯಾ ಅವನನ್ನು?' ಎನ್ನುತ್ತಾನೆ.

ಎಲಿ ನೋಡಲಿಲ್ಲವೆನ್ನುತ್ತಾನೆ.

ರಬ್ಬಿ ಮಗನನ್ನು ಹುಡುಕಿ ಮತ್ತೆ ಹೊರಟ ನಂತರ ಎಲಿಗೆ ಮಧ್ಯದಲ್ಲೆಲ್ಲೋ ಅವನ ಮಗ ದಾಪುಗಾಲಿಕ್ಕಿ ತನ್ನನ್ನು ದಾಟಿ ಮುಂದೆ ಹೋದದ್ದು ಅಸ್ಪಷ್ಟವಾಗಿ ನೆನಪಾಗುತ್ತದೆ. ರಬ್ಬಿ ಹಿಂದೆ ಬಿದ್ದಾಗ ಅವನು ಹಿಂದಿರುಗಿ ನೋಡಿರುತ್ತಾನೆ ಮತ್ತು ನೋಡಿಯೂ ನಿಲ್ಲದೇ ಮುಂದೆ ಓಡಿರುತ್ತಾನೆ ಎಂಬ ಸತ್ಯ!

'ಅಂದರೆ... ಅಂದರೆ... ಅಪ್ಪನಿಂದ ಬಿಡಿಸಿಕೊಳ್ಳಲೆಂದೇ ಅವನು ಓಡಿಹೋಗಿದ್ದನೇ...?' ಈ ಯೋಚನೆ ಎಲಿಯನ್ನು ನಡುಗಿಸಿ ಬಿಡುತ್ತದೆ. ಅಪ್ಪ ಶಕ್ತಿಗುಂದುತ್ತಿದ್ದಾನೆ, ನಾನು ಅವನ ಜೊತೆಗೆ ಇದ್ದರೆ ತಾನೂ ಬದುಕುವ ಸಾಧ್ಯತೆ ಕಡಿಮೆ ಆಗುತ್ತಿದೆ ಅನ್ನಿಸಿ ಬೇಕಂತಲೇ ಅವನನ್ನು ಬಿಟ್ಟು ಹೋಗಿರಬಹುದಾ?! ದೇವರನ್ನೇ ನಂಬದ ಎಲಿ 'ದೇವರೇ ರಬ್ಬಿಯ ಮಗನ ರೀತಿ ನಾನೂ ಅಪ್ಪನಿಗೆ ಮಾಡದಂಥ ಶಕ್ತಿ ಕೊಡು' ಎಂದು ಬೇಡುತ್ತಾನೆ...

ಮರುದಿನ ಬೆಳಗ್ಗೆ ಬಿದ್ದಿದ್ದ ಹೆಣಗಳನ್ನು ಅಲ್ಲಲ್ಲಿಯೇ ಬಿಟ್ಟು ಎಲ್ಲರೂ ಕಾಲೆಳೆಯುತ್ತ

ನಡಿಗೆ ಮುಂದುವರಿಸುತ್ತಾರೆ. SS ಗಾರ್ಡ್‌ಗಳಿಗೆ ಸುಸ್ತಾಗಿರುವುದರಿಂದ ಯಾರಿಗೂ ಗುಂಡು ಹೊಡೆಯುವುದಿಲ್ಲ. ಇನ್ನೇನು ಬಂದುಬಿಟ್ಟಿತು ಎಂಬ ಅನುಕಂಪದ ಮಾತುಗಳಿಗೆ ಆತುಕೊಂಡು ನಡೆಯುತ್ತ 55 ಕಿಲೋಮೀಟರ್ ದೂರದ ಗ್ಲೈವಿಟ್ಜ್ ಕ್ಯಾಂಪ್‌ವರೆಗೆ ನಡೆದಿರುತ್ತಾರೆ ಆಹಾರವಿಲ್ಲದೆ, ನೀರಿಲ್ಲದೆ!

ಸಿಕ್ಕ ಬ್ಯಾರಕ್‌ನಲ್ಲಿ ಒಬ್ಬರ ಮೇಲೊಬ್ಬರು ಬಿದ್ದುಕೊಳ್ಳುತ್ತಾರೆ. ಅಡಿಯಲ್ಲಿ ಸಿಕ್ಕಿಬಿದ್ದವರಿಗೆ ಕೂಗಲು ಕೂಡಾ ತ್ರಾಣವಿರುವುದಿಲ್ಲ. ನಡುರಾತ್ರಿಯಲ್ಲೆಲ್ಲೋ ಎಚ್ಚರವಾದಾಗ ಬ್ಯೂನಾದ ಆರ್ಕೆಸ್ಟ್ರಾದಲ್ಲಿ ವಯಲಿನ್ ನುಡಿಸುತ್ತಿದ್ದ ಜೂಲಿಯೆಕ್ ಬಿಥೋವನ್‌ನ ಸಂಯೋಜನೆಯೊಂದನ್ನು ನುಡಿಸುತ್ತಿರುತ್ತಾನೆ. ಇದೇನು ಭ್ರಮೆಯಾ ಎಂದುಕೊಳ್ಳುತ್ತಲೇ ಕೇಳುತ್ತ ಕುಳಿತ ಎಲಿಗೆ ಯಾವಾಗಲೋ ಮತ್ತೆ ನಿದ್ದೆ. ಎಚ್ಚರವಾದಾಗ ಜೂಲಿಯೆಕ್ ಸತ್ತುಹೋಗಿರುತ್ತಾನೆ. ಮೂರು ದಿನ ಅದೇ ಕ್ಯಾಂಪ್‌ನಲ್ಲಿ ನೀರು, ಆಹಾರವಿಲ್ಲದೆ ಬಿದ್ದಿರುತ್ತಾರೆ. ಅವರನ್ನು ಕಾಯಲು ಒಬ್ಬ SS ಗಾರ್ಡ್. ಅವನು ಕಾಯದಿದ್ದರೂ ಓಡಿ ಹೋಗುವ ತ್ರಾಣ ಯಾರಿಗಿತ್ತು?

ಹೊರಡುವ ದಿನ ಮತ್ತೊಂದು 'ಸೆಲೆಕ್ಷನ್' ನಡೆಸುತ್ತಾರೆ. ಸೋತ ಅಪ್ಪನನ್ನು ಬೇರೆಯ ಸಾಲಿಗೆ ಕಳಿಸಿದಾಗ ಎಲಿ ಅಲ್ಲಿಗೆ ಓಡಿ, ಉಳಿದವರೂ ಓಡಿ ದೊಡ್ಡ ಗಲಭೆಯಾಗಿ ಅಲ್ಲಿ ಒಂದಿಷ್ಟು ಜನರಿಗೆ ಗುಂಡು ಹೊಡೆದು ಸಾಯಿಸಿ, ಉಳಿದವರನ್ನು ಮತ್ತೆ ಒಂದರ್ಧ ಗಂಟೆ ನಡೆಸಿಕೊಂಡು ಅಂತೂ ಕೊನೆಗೆ ಹೇಗೋ ಎಲಿ ಮತ್ತು ಶ್ಲೋಮೋ ಪಾರಾಗುತ್ತಾರೆ. ನಂತರ ಅವರೆಲ್ಲ ಯಾವುದೋ ರೈಲ್ವೇ ಸ್ಟೇಷನ್ ತಲುಪುತ್ತಾರೆ. ಅಲ್ಲಿ ದಟ್ಟ ಮಂಜಿನಲ್ಲಿ ಎಲ್ಲರೂ ಕಾಯುತ್ತಾ ನಿಲ್ಲುತ್ತಾರೆ. ಅಲ್ಲಿ ಎರಡು ಸ್ಲೈಸ್ ಬ್ರೆಡ್ 5 ದಿನಗಳ ನಂತರ! ನೀರಡಿಕೆಗೆ ಪಕ್ಕದವನ ಬಟ್ಟೆಯ ಮೇಲಿದ್ದ ಮಂಜನ್ನೇ ಬಾಯಿಗಿಟ್ಟುಕೊಳ್ಳುತ್ತಾರೆ ಎಲ್ಲರೂ... ಬಾಗುವಂತಿಲ್ಲ, ಕೆಳಗೆ ಕೂರುವಂತಿಲ್ಲ ಎಂಬ ಆಜ್ಞೆ ಕೊಟ್ಟಿರುತ್ತಾರೆ ನರಹಂತಕರು. ಸಂಜೆಯವರೆಗೆ ನಿಂತೇ ಇರುತ್ತಾರೆ ಎಲ್ಲರೂ. ಆ ನಂತರ ಗೂಡ್ಸ್ ರೈಲು ಬಂದು ಎಲ್ಲರನ್ನೂ ಹತ್ತಿಸಿಕೊಳ್ಳುತ್ತದೆ.

ಎಲ್ಲರೂ ಅರೆಜೀವವಾಗಿರುತ್ತಾರೆ. ದಾರಿಯುದ್ದಕ್ಕೂ ಕೂತಲ್ಲಿಯೇ ಎಷ್ಟೋ ಜನ ಸತ್ತು ಹೋಗುತ್ತಾರೆ. ರೈಲು ಅಲ್ಲಲ್ಲಿ ನಿಂತು ಸತ್ತವರನ್ನು ಕೆಳಗೆಸೆದು ಮತ್ತೆ ಮುಂದೆ ಸಾಗುತ್ತಿರುತ್ತದೆ. ಇಲ್ಲೊಬ್ಬ ಸತ್ತಿದ್ದಾನೆ ಎಂದು ಬದುಕಿರುವವರೇ ಗಾರ್ಡ್‌ಗಳನ್ನು ಕರೆಯುತ್ತಿರುತ್ತಾರೆ ಅವನ ಬಟ್ಟೆಗಳನ್ನು ಬಿಚ್ಚಿಕೊಂಡ ನಂತರ! ಶ್ಲೋಮೋ ಅರೆಜೀವವಾಗಿರುತ್ತಾನೆ. ಅವನೂ ಸತ್ತು ಹೋಗಿದ್ದಾನೆ ಎಂದು ಎಸೆಯಲು ಬಂದಾಗ ಎಲಿ ಕಿರುಚಾಡಿ ಅವರಿಂದ ಬಿಡಿಸಿಕೊಳ್ಳುತ್ತಾನೆ ಅಪ್ಪನನ್ನು. ಮೊದಲ ದಿನವೇ ಅವರ ಬೋಗಿಯಲ್ಲಿದ್ದ ನೂರು ಜನರಲ್ಲಿ ಇಪ್ಪತ್ತು ಜನ ಸತ್ತು ಹೋಗಿರುತ್ತಾರೆ. ಅಲ್ಲಿಂದ ಮುಂದೆ ಮತ್ತೆ ಎಷ್ಟೋ ದಿನಗಳ ಪ್ರಯಾಣ. ಮೈಮೇಲೆ ಬಿದ್ದ ಮಂಜಷ್ಟೇ ಅವರಿಗೆ ನೀರು. ದಾರಿಯಲ್ಲಿ ನಿಂತು ನೋಡುವ ಜರ್ಮನ್ನರ ಮುಖದಲ್ಲಿ ತುಸು ಆಶ್ಚರ್ಯ

ಕೂಡಾ ಇರುವುದಿಲ್ಲ! ಯಾರೋ ಒಬ್ಬ ತಾನು ಎಸೆದ ಒಂದು ತುಂಡು ಬ್ರೆಡ್‌ಗೆ ಎಲ್ಲರೂ ಮುಗಿಬೀಳುವುದನ್ನು ಅತ್ಯಂತ ಕುತೂಹಲದಿಂದ ವೀಕ್ಷಿಸುತ್ತಾನೆ.

ದಿನಗಟ್ಟಲೆ ಪ್ರಯಾಣದ ನಂತರ ದಾರಿಯಲ್ಲೆಲ್ಲೋ ಬ್ರೆಡ್ ತುಂಡುಗಳನ್ನು ಎಲ್ಲ ಬೋಗಿಗಳಿಗೂ ಎಸೆಯುತ್ತಾರೆ. ಒಂದು ತುಂಡು ಬ್ರೆಡ್‌ಗೆ ಮುಗಿಬಿದ್ದು, ಬೇರೆಯವರನ್ನು ಹೊಡೆದು ಕಿತ್ತುಕೊಂಡು ತಿನ್ನುತ್ತಾರೆ ಎಲ್ಲರೂ. ಅಪ್ಪನೊಬ್ಬ ಬ್ರೆಡ್ ತುಂಡನ್ನು ತಿನ್ನುವುದರಲ್ಲಿ ಮಗನೇ ಅವನ ಮೇಲೆರಗಿ ಅಪ್ಪನನ್ನು ಕೊಂದು ಹಾಕಿದ್ದನ್ನು ಕಣ್ಣಾರೆ ನೋಡುತ್ತಾನೆ ಎಲಿ. ನಾಲ್ಕು ದಿನಗಳ ಪ್ರಯಾಣದ ನಂತರ ಬೂಕೆನ್‌ವಾಲ್ಡ್ ಕ್ಯಾಂಪ್ ತಲುಪಿದಾಗ 100 ಜನರಲ್ಲಿ 12 ಜನ ಬದುಕುಳಿದಿರುತ್ತಾರೆ.

ಶ್ಲೋಮೋ ಜರ್ಝರಿತನಾಗಿರುತ್ತಾನೆ. ಬದುಕುವ ಎಲ್ಲ ಉತ್ಸಾಹ ಕಳೆದುಕೊಂಡಿರುತ್ತಾನೆ. ಹತಾಶನಾದ ಎಲಿ ಶ್ಲೋಮೋವನ್ನು ಮತ್ತೆ ಬದುಕಿನೆಡೆಗೆ ಎಳೆಯಲು ಬೇಡುತ್ತಾನೆ, ಹುರಿದುಂಬಿಸುತ್ತಾನೆ, ಗದರುತ್ತಾನೆ ಕೂಡಾ. ಶ್ಲೋಮೋ ಬಿದ್ದಲ್ಲೇ ಬಿದ್ದಿರುತ್ತಾನೆ. ಅಷ್ಟರಲ್ಲಿ ಎಲ್ಲಿಂದಲೋ ಬಂದ ಗಾರ್ಡ್‌ಗಳು ಅವರನ್ನು ಬ್ಲಾಕ್‌ನ ಒಳಗೆ ಓಡಿಸುತ್ತಾರೆ. ಕೊಳದಪ್ಪಲೆಗಳಲ್ಲಿದ್ದ ಸೂಪ್ ಅನ್ನು ಕೂಡ ಕೇಳುವವರಿಲ್ಲ. ಎಲಿ ಗಾಢವಾದ ನಿದ್ರೆಗಿಳಿಯುತ್ತಾನೆ... ಬೆಳಗ್ಗೆ ಎದ್ದಾಗಲೇ ಮತ್ತೆ ಅವನಿಗೆ ಅಪ್ಪನ ನೆನಪಾಗುವುದು!

ಅಪ್ಪನನ್ನು ಹುಡುಕಿ ಹೊರಡುತ್ತಾನೆ. 'ಅಯ್ಯೋ ಅಪ್ಪ ಸಿಗದಿದ್ದರೆ?' ಎಂದುಕೊಳ್ಳುವುದರಲ್ಲಿ ಒಳ ಮನಸ್ಸಿನಲ್ಲಿ 'ಅಪ್ಪನದ್ದೊಂದು ಜವಾಬ್ದಾರಿ ಇಲ್ಲದಿದ್ದರೆ ಆ ಶಕ್ತಿಯನ್ನೆಲ್ಲ ನಾನು ಬದುಕುಳಿಯಲು ವ್ಯಯಿಸಬಹುದಿತ್ತು' ಎನ್ನುವ ಯೋಚನೆ ಬಂದುಬಿಡುತ್ತದೆ! ತನ್ನ ಯೋಚನೆಗೆ ತಾನೇ ಅವಮಾನಪಟ್ಟು ಹುಡುಕಲು ಹೊರಡುತ್ತಾನೆ. ಎಷ್ಟೋ ಬ್ಲಾಕ್‌ಗಳಲ್ಲಿ ಹುಡುಕಿ ಹುಡುಕಿ ಸುಸ್ತಾಗುವುದರಲ್ಲಿ ಯಾವುದೋ ಬ್ಲಾಕ್‌ನಲ್ಲಿ ಅಪ್ಪ ಸಿಗುತ್ತಾನೆ. ಸಿಕ್ಕಾಪಟ್ಟೆ ಜ್ವರ, ಮೈ ಸುಡುತ್ತಿರುತ್ತದೆ. ಕಷ್ಟಪಟ್ಟು ಒಂದಿಷ್ಟು ಕಾಫಿ ಸಂಪಾದಿಸಿ ಅಪ್ಪನಿಗೆ ಕುಡಿಸುತ್ತಾನೆ.

ಅಪ್ಪನ ಕಣ್ಣುಗಳಲ್ಲಿ ತೀರದ ಕೃತಜ್ಞತೆ. ಅಷ್ಟರಲ್ಲಿ ರೋಗಿಗಳನ್ನು ಬಿಟ್ಟು ಎಲ್ಲರೂ ಹೊರ ಹೋಗಿ ಎನ್ನುತ್ತಾರೆ. ಹೊರಗೆ ಸೂಪ್ ಹಂಚುತ್ತಿರುತ್ತಾರೆ. ಮತ್ತೆ ಬ್ಲಾಕ್‌ಗೆ ಬಂದು ಅಪ್ಪನ ಬಳಿ ಓಡಿ 'ನೀನು ಸೂಪ್ ಕುಡಿದೆಯಾ' ಎಂದು ಕೇಳುತ್ತಾನೆ. 'ಇಲ್ಲ ಹೇಗೂ ಸಾಯುವವರಿದ್ದೇವೆ. ಊಟ ದಂಡ ಅಂದರು' ಎನ್ನುತ್ತಾನೆ. ಕೈನಲ್ಲಿದ್ದ ಬಟ್ಟಲಲ್ಲಿ ಸ್ವಲ್ಪ ಸೂಪ್ ಉಳಿದಿರುತ್ತದೆ. ಅದನ್ನು ಅಪ್ಪನಿಗೆ ಕೊಡುತ್ತಾನೆ... ಎಲಿಯ ಹೃದಯ ಭಾರವಾಗಿರುತ್ತದೆ. ಒಲ್ಲದ ಮನಸ್ಸಿನಿಂದ ತಾನು ಅದನ್ನು ಅಪ್ಪನಿಗೆ ಕೊಟ್ಟೆ ಎಂದು ಎಲಿಗೆ ಅರ್ಥವಾದ ಆ ಕ್ಷಣದಲ್ಲಿ ತಾನೂ ರಬ್ಬಿಯ ಮಗನಂತೆಯೇ ಬದುಕಿನ ಪರೀಕ್ಷೆಯಲ್ಲಿ ಸೋತೆ ಎಂದು ಗೊತ್ತಾಗಿ ಬಿಡುತ್ತದೆ...

ಅಲ್ಲಿಂದ ಮುಂದೆ ಅಪ್ಪ ಸಾವಿಗೆ ಹತ್ತಿರವಾಗುತ್ತಾ ಹೋಗುತ್ತಾನೆ. ಸಾವು ಖಚಿತವಾದಾಗ ಎಲಿಯನ್ನು ಕರೆದು ಚಿನ್ನ, ಬೆಳ್ಳಿ ಎಲ್ಲಿ ಅಡಗಿಸಿಟ್ಟಿದ್ದೇನೆ ಎಂದು ಹೇಳುತ್ತಾನೆ ಶ್ಲೋಮೋ. ಒಂದು ವಾರ ಅತ್ಯಂತ ಕರುಣಾಜನಕ ಸ್ಥಿತಿಯಲ್ಲಿಯೇ ಜೀವ ಎಳೆದಾಡುತ್ತದೆ. ಬ್ರೆಡ್ ಲಂಚ ಕೊಟ್ಟು ಡಾಕ್ಟರ್‌ಗಳನ್ನು ಕರೆತರುತ್ತಾನೆ. ಊಹೂಂ, ಯಾರಿಂದಲೂ ಯಾವ ಸಹಾಯವೂ ಸಿಗುವುದಿಲ್ಲ. ಇವನ ಪರದಾಟ ನೋಡುತ್ತಲೇ ಇದ್ದ ಬ್ಲಾಕ್ ಗಾರ್ಡ್ 'ಇದು ಕಾನ್ಸನ್ಟ್ರೇಷನ್ ಕ್ಯಾಂಪ್. ಇಲ್ಲಿ ಯಾವ ಸಂಬಂಧಗಳೂ ನಡೆಯುವುದಿಲ್ಲ. ಅವರವರನ್ನು ಅವರವರೇ ಕಾಪಾಡಿಕೊಳ್ಳಬೇಕು. ಇನ್ನು ಅಪ್ಪನಿಗೆ ನಿನ್ನ ಭಾಗದ ಸೂಪ್ ಮತ್ತು ಬ್ರೆಡ್ ಕೊಡುವುದನ್ನು ನಿಲ್ಲಿಸು. ಇನ್ನು ಅವನಿಗೆ ಸಹಾಯ ಮಾಡುವುದು ವ್ಯರ್ಥ' ಎಲಿಗೆ ಕೂಡಾ ಹಾಗೆಯೇ ಅನ್ನಿಸುತ್ತಿರುತ್ತದೆ... ಆದರೆ ಒಪ್ಪಿಕೊಳ್ಳುವ ಧೈರ್ಯ ಇರುವುದಿಲ್ಲ. ಕ್ಷಣಾರ್ಧದಲ್ಲಿ ಮತ್ತದೇ ಅವಮಾನ... ತನ್ನ ಯೋಚನಾ ಧಾಟಿಗೆ ತಾನೇ ಬೆದರುತ್ತಾನೆ ಎಲಿ.

ಅಷ್ಟರಲ್ಲಿ ರೋಲ್ ಕಾಲ್ ಕರೆ. ಹೊರಗೆ ಹೋದವನು ಹೇಗೋ ತಪ್ಪಿಸಿಕೊಂಡು ಮತ್ತೆ ಅಪ್ಪನ ಬಳಿ ಓಡಿ ಬರುತ್ತಾನೆ. ಅಪ್ಪ ನೀರಿಗಾಗಿ ಬೇಡುತ್ತಿರುತ್ತಾನೆ. ಅಷ್ಟರಲ್ಲಿ ಬ್ಲಾಕ್‌ನ ಮುಂದೆ ಹಾದು ಹೋಗುತ್ತಿದ್ದ SS ಅಧಿಕಾರಿಗೆ ಅವನ ಮಾತು ಕೇಳಿಸಿ ಒಳ ಬಂದಾಗ ಹೆದರಿದ ಎಲಿ ಮೇಲಿನ ಬಂಕರ್‌ನಲ್ಲಿ ಅಡಗಿ ಕೂರುತ್ತಾನೆ. ಅವನ ಕಣ್ಣೆದುರಿಗೇ ಶ್ಲೋಮೋನ ತಲೆಗೆ ಒಂದು ಬಲವಾದ ಹೊಡೆತ ಕೊಡುತ್ತಾನೆ ಅಧಿಕಾರಿ. ಎಲಿ ಸದ್ದಿಲ್ಲದೆ ಕುಳಿತಿರುತ್ತಾನೆ. ಕೂಗಬೇಕು ಎಂದುಕೊಳ್ಳುತ್ತಾನೆ. ಕೂಗಿದರೆ ಮತ್ತೊಂದು ಹೊಡೆತ ಬೀಳಬಹುದು ಎನ್ನುವ ಭಯ ಏರುತ್ತದೆ... ಅಪ್ಪನಿಗಲ್ಲ, ತನಗೆ ಬೀಳಬಹುದೆನ್ನುವ ಭಯ! ಅಧಿಕಾರಿ ಹೋದ ನಂತರ ಕೆಳಗಿಳಿದು ಬಂದವನು ಅಪ್ಪನ ಮಗ್ಗುಲಲ್ಲಿ ಒಂದು ಗಂಟೆ ಕುಳಿತಿರುತ್ತಾನೆ. ಮುಖವೆಲ್ಲ ರಕ್ತ... ಜಜ್ಜಿ ಹೋಗಿರುತ್ತದೆ. ನಂತರ ನಿದ್ರೆ ಹೋಗುತ್ತಾನೆ. ಬೆಳಗ್ಗೆ ಎದ್ದಾಗ ಅಪ್ಪ ಅವನ ಜಾಗದಲ್ಲಿರುವುದಿಲ್ಲ. ಯಾವಾಗಲೋ ಅವನನ್ನು ಕ್ರಿಮೆಟೋರಿಯಂಗೆ ಹೊತ್ತು ಒಯ್ದಿರುತ್ತಾರೆ. ಎಲಿಗೆ ಅಳು ಬರುವುದಿಲ್ಲ... ತನಗೆ ಅಳು ಬರುತ್ತಿಲ್ಲ ಎನ್ನುವ ಅಂಶ ಅವನನ್ನು ನೋಯಿಸುತ್ತದೆ... ಆದರೆ ಅವನಲ್ಲಿ ಕಣ್ಣೀರು ಉಳಿದಿರುವುದೇ ಇಲ್ಲ!

ಎಲಿ ಹೇಳುತ್ತಾನೆ – ಹೃದಯದಾಳದಲ್ಲಿ ಕೆದಕಿ, ಅಲ್ಲಿದ್ದ ಕ್ಷೀಣವಾದ ಆತ್ಮಸಾಕ್ಷಿಯನ್ನು ಎದುರಿಸಿದರೆ ಅದು ಹೇಳುತ್ತಿತ್ತೇನೋ 'ಕೊನೆಗೂ ಸ್ವಾತಂತ್ರ್ಯ' ಸಿಕ್ಕಿತು ಅಪ್ಪನಿಂದ ಎಂದು...!

ಮೊದಲಿಗೆ ಬರ್ಕನೌಗೆ ಬಂದಾಗ ಅಪ್ಪನಿರುವ ಸಾಲು ಗ್ಯಾಸ್ ಛೇಂಬರ್‌ಗೇ ಕರೆದೊಯ್ದರೂ ಅವನನ್ನು ಹಿಂಬಾಲಿಸಲು ಸಿದ್ಧನಿದ್ದ ಎಲಿಯನ್ನು ಡೆತ್ ಮಾರ್ಚ್ ಹೀಗೆ ಬದಲಿಸಿರುತ್ತದೆ....

ಹೊರಡದೇ ಅಲ್ಲಿಯೇ ಉಳಿದಿದ್ದರೆ ರಷ್ಯನ್ನರು ಎರಡೇ ದಿನದಲ್ಲಿ ಬಂದು

ಬ್ಯೂನಾದಲ್ಲಿರುವವರನ್ನು ಕಾಪಾಡುತ್ತಿದ್ದರು, ತಾನು ಡೆತ್ ಮಾರ್ಚ್ ಹೊರಟಿದ್ದು ತಪ್ಪಾಯಿತು ಎನ್ನುತ್ತಾನೆ ಎಲಿ!

ಆದರೆ ಅದೇ ಕ್ಯಾಂಪ್‌ನಲ್ಲಿದ್ದ ಪ್ರಿಮೋ ಲೆವಿ ಡೆತ್ ಮಾರ್ಚ್‌ಗೆ ಹೊರಡದೇ ಅಲ್ಲಿಯೇ ಉಳಿದಿರುತ್ತಾನೆ! ಎಲಿ ಹಳಹಳಿಸಿದನಲ್ಲ ಅಲ್ಲಿಯೇ ಉಳಿದಿದ್ದರೆ ಚೆನ್ನಾಗಿತ್ತು ಎಂದು? ಹಾಗೆ ಉಳಿದ ಪ್ರಿಮೋ ಬದುಕು ಏನಾಯಿತು ಎಂಬುದನ್ನು ಈಗ ಹೇಳುತ್ತೇನೆ...

3. ಪ್ರಿಮೋ ಲೆವಿ

ಜನವರಿ 11ನೇ ತಾರೀಖು ಸ್ಕಾರ್ಲೆಟ್ ಜ್ವರಪೀಡಿತನಾದ ಪ್ರಿಮೋನನ್ನು ಬ್ಯೂನಾ ಕ್ಯಾಂಪ್‌ನ ಆಸ್ಪತ್ರೆ ಕಾಬೆಗೆ ಸಾಗಿಸುತ್ತಾರೆ. ಸ್ಕಾರ್ಲೆಟ್ ಜ್ವರಕ್ಕೆ 40 ದಿನ ಪ್ರತ್ಯೇಕವಾಗಿರಬೇಕು. ಅದು ಪ್ರಿಮೋಗೆ ಖುಷಿಯನ್ನೇ ತರುತ್ತದೆ. ಹೊರಗೆ ಹಿಮ ಸುರಿಯುತ್ತಿರುತ್ತದೆ, ಕೊಠಡಿಯಲ್ಲಿ ಹೀಟರ್ ಇರುತ್ತದೆ. ಹಾಗಾಗಿ ಅನಿರೀಕ್ಷಿತವಾಗಿ ಸಿಕ್ಕ ವಿರಾಮಕ್ಕೆ ಪ್ರಿಮೋ ಖುಷಿಯಾಗಿಯೇ ಇರುತ್ತಾನೆ. ಇದ್ದಕ್ಕಿದ್ದಂತೆ ಐದನೇ ದಿನ ಸುದ್ದಿ ಹರಡುತ್ತದೆ ಸೋಲು ಸನ್ನಿಹಿತವಾಗಿರುವುದನ್ನು ಅರಿತ ಜರ್ಮನ್ನರು ಬ್ಯೂನಾ ಕ್ಯಾಂಪನ್ನು ಬಿಟ್ಟು ಹೊರಡುತ್ತಿದ್ದಾರೆ ಎಂಬ ವಿಷಯ! ನಡೆಯಲು ಶಕ್ತಿ ಇರುವ ರೋಗಿಗಳಿಗೆ ಶೂ ಮತ್ತು ಬಟ್ಟೆ ಕೊಡುತ್ತಾರೆ. ಅಲ್ಲಿಂದ ಹನ್ನೆರಡು ಮೈಲಿ ನಡೆಯಬೇಕು. ಉಳಿದವರು ಅಲ್ಲಿಯೇ ಉಳಿಯಬಹುದು, ಅವರವರ ಹಣೆಬರಹದಲ್ಲಿ ಬರೆದಿದ್ದಂತೆ ಆಗುತ್ತದೆ ಎನ್ನುತ್ತಾರೆ. ರಾಶಿ ಹಾಕಿದ್ದ ಬಟ್ಟೆ ಮತ್ತು ಶೂಗಳನ್ನು ಆರೋಗ್ಯ ಸರಿ ಇರುವವರೆಲ್ಲರೂ ದೋಚಿಕೊಳ್ಳುತ್ತಾರೆ. ಪ್ರಿಮೋಗೆ ನೆಟ್ಟಗಿರುವ ಶೂ ಕೂಡಾ ಸಿಗುವುದಿಲ್ಲ. ರೂಮ್‌ನಲ್ಲಿ ಒಟ್ಟು 13 ಜನ ರೋಗಿಗಳಿರುತ್ತಾರೆ. ಹಂಗೇರಿಯಾದ ಇಬ್ಬರು ಹುಡುಗರು ಸಡಗರದಿಂದ ಬಟ್ಟೆ ಸಂಪಾದಿಸಿ ಒಂದರ ಮೇಲೊಂದು ತೊಟ್ಟು ಹೊರಡಲು ಸಿದ್ಧವಾಗುತ್ತಾರೆ.

ಅವರಿಗೆ ಹನ್ನೆರಡು ಮೈಲಿ ನಡೆಯುವ ಶಕ್ತಿ ಇಲ್ಲವೆಂದು ಗೊತ್ತಿದ್ದರೂ ನಡೆಯಲು ಸಿದ್ಧವಾಗಿ ಬಿಡುತ್ತಾರೆ. ಪ್ರಿಮೋ ಅವರಿಗೆ ತಿಳಿಹೇಳಲು ಪ್ರಯತ್ನಿಸುತ್ತಾನೆ. ಅವರು ಕಿವಿಗೊಡದೇ ಹೊರಟೇ ಬಿಡುತ್ತಾರೆ. ಲೆವಿ ಅಂದುಕೊಳ್ಳುತ್ತಾನೆ 'ಯಾರಿಗೆ ಗೊತ್ತು! ಅವರು ತೆಗೆದುಕೊಂಡ ನಿರ್ಧಾರವೇ ಸರಿ ಇರಬಹುದೋ ಏನೋ' ಎಂದು! ದೇಹದ ಸುಸ್ತು ಅವನನ್ನು ಬೇರೆ ಯೋಚನೆ ಮಾಡದೆ ಅಲ್ಲಿಯೇ ಉಳಿಯುವ ನಿರ್ಧಾರಕ್ಕೆ ತರುತ್ತದೆ. ಅಸಹಾಯಕತೆ! ತಮ್ಮ ಕೈಯಲ್ಲಿ ಏನೂ ಇಲ್ಲ, ಎಲ್ಲ ಹಣೆಬರಹಕ್ಕೆ ಬಿಟ್ಟಿದ್ದು ಎನ್ನುವಾಗಿನ ಅಸಹಾಯಕತೆ ಅವನನ್ನು ನಿಷ್ಕ್ರಿಯಗೊಳಿಸಿರುತ್ತದೆ.

ಜನವರಿ 18, 1945ರ ರಾತ್ರಿ ಬ್ಯೂನಾ ಕ್ಯಾಂಪ್‌ನ ಎಲ್ಲರೂ ಹೊರಡುತ್ತಾರೆ.

ಕಾಬೆ ಆಸ್ಪತ್ರೆಯಲ್ಲಿನ ಸುಮಾರು 800 ರೋಗಿಗಳು ಮತ್ತು ಕಾಯಲು ಒಂದಿಷ್ಟು SS ಗಾರ್ಡ್‌ಗಳನ್ನು ಬಿಟ್ಟು

'ಬಹುಶಃ ಅವರಲ್ಲಿ ಯಾರಾದರೂ ಒಬ್ಬರು ಮುಂದೆ ಅವರಿಗೇನಾಯಿತೆಂದು ಬರೆಯಬಹುದು' ಎಂದುಕೊಳ್ಳುತ್ತಾನೆ ಪ್ರಿಮೋ

ಅಂದು ರಾತ್ರಿ ಹೊರಟ ಎಲಿ ವೀಝೆಲ್ ಅವನ ಕಥೆ ಬರೆಯುತ್ತಾನೆ ಮತ್ತು ಉಳಿದ ಪ್ರಿಮೋ ಲೆವಿಯೂ ತನ್ನ ಕತೆ ಬರೆಯುತ್ತಾನೆ...!

ಹೊರಡುವ ದಿನ ಸೂಪ್ ಹಂಚುತ್ತಾರೆ. ಮರುದಿನ ಬ್ರೆಡ್ ಕೊಡುತ್ತಾರೆ. ಉಳಿದ ಗಾರ್ಡ್ ಒಬ್ಬ ಬಂದು ಆ ಕ್ಷಣದಲ್ಲೂ ಜ್ಯೂಗಳು ಮತ್ತು ಜ್ಯೂ ಅಲ್ಲದವರ ಪ್ರತ್ಯೇಕ ಪಟ್ಟಿ ಸಿದ್ಧಪಡಿಸಿಕೊಂಡು ಹೋಗುತ್ತಾನೆ! ಮಧ್ಯಾಹ್ನದ ವೇಳೆಗೆ ಹೊರಟವರು ಬಿಟ್ಟು ಹೋಗಿದ್ದ ಬ್ಲಾಂಕೆಟ್‌ಗಳನ್ನು ಉಳಿದವರು ಹುಡುಕಾಡಿ ತರುತ್ತಾರೆ. ಪ್ರಿಮೋ ಭೇದಿಯ ವಾರ್ಡ್‌ನಲ್ಲಿದ್ದುದನ್ನು ತಂದಾಗ ಆರ್ಥರ್ ಎನ್ನುವವ ಅಸಹ್ಯ ಪಟ್ಟುಕೊಳ್ಳುತ್ತಾನೆ. 'ಆದರೆ ಚಳಿಯಲ್ಲಿ ನಡುಗಿ ಸಾಯುವುದಕ್ಕಿಂತ ಇದು ಮೇಲಲ್ಲವೇ' ಎನ್ನುವುದು ಪ್ರಿಮೋನ ಅನಿಸಿಕೆ.

ಸರಿಸುಮಾರು ರಾತ್ರಿ 11 ಗಂಟೆಗೆ ಎಲ್ಲಿಯೋ ಸ್ಫೋಟದ ಸದ್ದು. 'ಬಹುಶಃ ಆಶ್ವಿಟ್ಜ್‌ನಲ್ಲಿರಬೇಕು' ಎಂದುಕೊಳ್ಳುತ್ತಾನೆ ಪ್ರಿಮೋ. ಅಷ್ಟರಲ್ಲೇ ಹತ್ತಿರದಲ್ಲೆಲ್ಲೋ ಒಂದು ಸ್ಫೋಟದ ಸದ್ದು. ಕಿಟಕಿಗಳು ಅದುರುತ್ತವೆ, ನೆಲ ಅಲುಗಾಡಿದಂತಾಗುತ್ತದೆ. ಬ್ಯೂನಾ ಕ್ಯಾಂಪ್‌ನ ಒಂದಿಷ್ಟು ಗುಡಿಸಲಿಗೂ ಬೆಂಕಿ ಬಿದ್ದಿರುವುದು ಸ್ಪಷ್ಟವಾಗುತ್ತದೆ. ಆ ಗುಡಿಸಲಿನಲ್ಲಿದ್ದ ರೋಗಿಗಳು ಕಂಡ ಕಂಡ ಗುಡಿಸಲಿನ ಬಾಗಿಲು ಬಡಿಯುತ್ತಾರೆ. ಇವರ ಗುಡಿಸಲಿನಲ್ಲಿ ಜಾಗವಿರುವುದಿಲ್ಲ. ಅವರೆಷ್ಟೇ ತಟ್ಟಿದರೂ ಇವರು ಬಾಗಿಲು ತೆರೆಯುವುದಿಲ್ಲ. ಪರಿಪರಿಯಾಗಿ ಎಲ್ಲ ಭಾಷೆಗಳಲ್ಲೂ ಬೇಡುತ್ತಾರೆ, ಬೆದರಿಸುತ್ತಾರೆ... ಆದರೂ ತೆರೆಯುವುದಿಲ್ಲ. ಅವರೆಲ್ಲ ಕಾಲೆಳೆಯುತ್ತ ಬರಿಗಾಲಿನಲ್ಲಿ ಹಿಮದ ಮೇಲೆ ಹೆಜ್ಜೆಯೂರುತ್ತ ಮತ್ತೆಲ್ಲಾದರೂ ಜಾಗ ಸಿಗುತ್ತದಾ ಎಂದು ಹುಡುಕಿ ಹೊರಡುತ್ತಾರೆ.

ಸ್ಫೋಟದಿಂದಾಗಿ ಕಿಟಕಿ ಒಡೆದುಹೋಗಿ ಕೊರೆವ ನರಕದ ಚಳಿ. ಒಂದು ಒಲೆ, ಒಂದಿಷ್ಟು ಇದ್ದಿಲು, ಮರದ ತುಂಡುಗಳು, ಸ್ವಲ್ಪ ಆಹಾರದ ವ್ಯವಸ್ಥೆ ಮಾಡಿಕೊಳ್ಳದಿದ್ದರೆ ಬದುಕುವುದು ಕಷ್ಟವೆಂಬ ಅರಿವಾಗುತ್ತದೆ ಪ್ರಿಮೋಗೆ. ಚಾರ್ಲ್ಸ್, ಆರ್ಥರ್ ಮತ್ತು ಪ್ರಿಮೋ ಅದನ್ನು ಹುಡುಕುವ ನಿರ್ಧಾರ ಮಾಡುತ್ತಾರೆ.

ಮರುದಿನ ಜ್ವರದಿಂದ ಬಳಲಿದ ಅವರು ಮರಗಟ್ಟುವ ಚಳಿಯಲ್ಲಿ, ಬೆಚ್ಚಗಿನ ಬಟ್ಟೆಯೂ ಇಲ್ಲದೆ ಹೊರಗೆ ಹೊರಡುತ್ತಾರೆ. ಹಿಂದಿನ ದಿನದ ಬಾಂಬ್ ದಾಳಿಯ ನಂತರ SS ಗಾರ್ಡ್‌ಗಳು ಕಾಯುವ ಅಟ್ಟಣಿಗೆ ಮೇಲೆ ನಿಂತಿರುವುದಿಲ್ಲವಾದ್ದರಿಂದ ಅವರೆಲ್ಲ ಓಡಿಹೋಗಿರಬಹುದೆಂಬ ಊಹೆಯ ಮೇಲೆ ಹೊರಡುತ್ತಾರೆ. ಅವರ ಎಣಿಕೆ ತಪ್ಪಾಗಿದ್ದರೆ ಅರೆಕ್ಷಣದಲ್ಲಿ ಹೆಣವಾಗುವ ಅಪಾಯ ಬೇರೆ. ಆದರೂ ಧೈರ್ಯವಹಿಸಿ ಹೊರಟವರು ಹೊರಗಿನ ಸ್ಥಿತಿ ನೋಡಿ ಕಂಗಾಲಾಗುತ್ತಾರೆ.

ಕರೆಂಟ್ ಇಲ್ಲ, ನೀರಿಲ್ಲ, ಒಡೆದ ಕಿಟಕಿಗಳು, ಹಾರು ಹೊಡೆದ ಬಾಗಿಲುಗಳು, ಜೋತಾಡುತ್ತಿರುವ ತಾರಸಿಯ ಭಾಗಗಳು, ಅಡ್ಡಾಡುತ್ತಿದ್ದ ಅಸ್ಥಿಪಂಜರದಂತಿದ್ದ ರೋಗಿಗಳು! ಖಾಲಿಯಾಗಿದ್ದ ಎಲ್ಲ ಗುಡಿಸಲುಗಳ ಒಳಹೊಕ್ಕು ಆಹಾರಕ್ಕಾಗಿ ಎಲ್ಲವನ್ನೂ ಎಳೆದಾಡಿ ಧ್ವಂಸ ಮಾಡಿಬಿಟ್ಟಿರುತ್ತಾರೆ. ಇದಲ್ಲದೇ ತಮ್ಮ ದೇಹಬಾಧೆಯನ್ನು ತಡೆಯಲಾಗದೆ ಎಲ್ಲೆಂದರಲ್ಲಿ ಭೇದಿ ಮಾಡಿಕೊಂಡುಬಿಟ್ಟಿರುವುದರಿಂದ ಗಡ್ಡೆಗಟ್ಟಿದ ಹಿಮದ ನೆಲವೆಲ್ಲ ಹೊಲಸಾಗಿ ದುರ್ವಾಸನೆ. 'ಅಯ್ಯೋ ಕುಡಿಯಲು ನೀರಿಲ್ಲ, ಇದೇ ಹಿಮವೇ ಗತಿ! ಇದನ್ನೂ ಹೀಗೆ ಹಾಳುಮಾಡಿದರೆ ಗತಿ?' ಎಂದು ಕಂಗೆಡುತ್ತಾನೆ ಪ್ರಿಮೋ.

ಅಡಿಗೆಮನೆಗೆ ಹೋದರೆ ಒಂದಿಷ್ಟೇ ಆಲೂಗಡ್ಡೆಗಳು ಉಳಿದಿರುವುದು ಕಾಣುತ್ತವೆ... ಜೊತೆಗೊಂದು ಕಬ್ಬಿಣದ ಒಲೆ ಕೂಡಾ. ಅಲ್ಲೇ ಬಿದ್ದಿದ್ದ ತಳ್ಳುಗಾಡಿಯೊಂದರ ಮೇಲೆ ಎಲ್ಲವನ್ನೂ ಹಾಕಿಕೊಂಡು ತರುವುದರಲ್ಲಿ ಜ್ವರದ ಬಳಲಿಕೆಯಿಂದ ಮೂವರೂ ಸುಸ್ತಾಗಿ ಬಿಡುತ್ತಾರೆ. ಆದರೂ ಕೂರುವಂತಿಲ್ಲ. ಮರಗಟ್ಟುವ ದೇಹಗಳನ್ನು ಬೆಚ್ಚಗಾಗಿಸಬೇಕೆಂದರೆ ಕೂಡಲೇ ಬೆಂಕಿ ಹೊತ್ತಿಸಬೇಕಿತ್ತಲ್ಲ! ಮತ್ತೆ ಹೊರಟು ಉರಿಯುತ್ತಿರುವ ಗುಡಿಸಲಿನಿಂದ ಒಂದಿಷ್ಟು ಮರ ಮತ್ತು ಇದ್ದಿಲು ಮತ್ತು ರಸ್ತೆಯಲ್ಲಿ ಬಿದ್ದಿದ್ದ ಯೀಸ್ಟ್ ಸಂಪಾದಿಸುತ್ತಾರೆ.

ಬಾಂಬ್ ದಾಳಿಯಿಂದ ಒಡೆದ ಕಿಟಕಿಯನ್ನು ರಿಪೇರಿ ಮಾಡಿ, ಬೆಂಕಿ ಹೊತ್ತಿಸಿದಾಗ ಮರಗಟ್ಟಿದ ದೇಹದಲ್ಲಿ ತುಸು ಜೀವಸಂಚಾರ! ಉಳಿದ ಎಂಟು ಜನ ಇವರ ಕೆಲಸಕ್ಕೆ ಕೃತಜ್ಞತೆಯಾಗಿ ಒಂದೊಂದು ತುಂಡು ಬ್ರೆಡ್ ಇವರಿಗೆ ನೀಡುತ್ತಾರೆ. ಪ್ರಿಮೋ ಹೇಳುತ್ತಾನೆ 'ಅದು ಇಲ್ಲಿನ ಬಂದೀಖಾನೆಯಲ್ಲಿ ಮೊದಲ ಮನುಷ್ಯತ್ವದ ಕುರುಹು. ಅಲ್ಲಿಯವರೆಗೆ ನಿನ್ನ ಬ್ರೆಡ್ ಅನ್ನು ನೀನು ತಿನ್ನು. ಸಾಧ್ಯವಾದರೆ ಪಕ್ಕದವರದ್ದನ್ನೂ

ತಿನ್ನು ಎನ್ನುವುದು ಇಲ್ಲಿಯವರೆಗಿನ ನಮ್ಮ ಅಭ್ಯಾಸವಾಗಿತ್ತು' ಎಂದು. ಎಲ್ಲರೂ ಒಂದೊಂದು ತುಂಡು ಆಲೂಗಡ್ಡೆ ಮತ್ತು ಒಂದು ಸ್ಪೂನ್ ಯೀಸ್ಟ್ ತಿಂದು ಅವತ್ತಿನ ಊಟ ಮುಗಿಸುತ್ತಾರೆ!

ದೂರದಲ್ಲೆಲ್ಲೋ ಫಿರಂಗಿಗಳ ಸದ್ದು... ಹಿಂದೆಯೇ ಗುಂಡಿನ ಪ್ರತ್ಯುತ್ತರ...

'ಇವುಗಳ ನಡುವೆಯೇ ಸಿಕ್ಕ ಯಾವುದೋ ಎಲೆಗಳನ್ನು ಸುತ್ತಿ ಸಿಗರೇಟ್ ಮಾಡಿ ಸೇದುತ್ತಾ ಹಳೆಯ, ಹೊಸ ಕಥೆಗಳನ್ನು ಮಾತಾಡುತ್ತಾ ಕುಳಿತುಕೊಂಡಾಗ ಏನೋ ಸಾಧನೆ ಮಾಡಿದ ಹೆಮ್ಮೆ ನಮಗೆ. ಜಗತ್ತನ್ನು ಸೃಷ್ಟಿ ಮಾಡಿದ ದಿನ ದೇವರಿಗೆ ಕೂಡಾ ಹೀಗೆಯೇ ಅನ್ನಿಸಿರಬೇಕು' ಅನ್ನುತ್ತಾನೆ ಪ್ರಿಮೋ!

ಎರಡು ದಿನಕ್ಕಾಗುವಷ್ಟು ಮಾತ್ರ ಆಲೂ ಇದ್ದಿದ್ದರಿಂದ ಮತ್ತೆ ಅವತ್ತೂ ಹಿಮಪಾತದ ನಡುವೆಯೇ ಹೊರಗೆ ಹೋಗುತ್ತಾರೆ, ಅಡಿಗೆ ಮನೆಯಲ್ಲಿ ಉಳಿದಿದ್ದ ಕೊಳೆತ ಆಲೂಗಾಗಿ ಇಬ್ಬರು ಶಕ್ತಿಹೀನರು ಜುಟ್ಟು ಹಿಡಿದು ಕಾದಾಡುತ್ತಿರುತ್ತಾರೆ. ಎದುರಿಗೆ ಸಿಕ್ಕ ಪ್ರೇತಾತ್ಮಗಳಂಥ ಮನುಷ್ಯರು ಏನು ಸಿಕ್ಕರೆ ಅದನ್ನು ತಮ್ಮ ತಮ್ಮ ಗುಡಿಸಲಿಗೆ ಸಾಗಿಸುತ್ತಿರುತ್ತಾರೆ. ಹಾಗೇ ತಡಕಾಡುವಾಗ ಎರಡು ಚೀಲದ ತುಂಬ ಇದ್ದ ಕೋಸು, ನವಿಲು ಕೋಸು, ಒಂದಿಷ್ಟು ಕುಡಿಯುವ ನೀರು ಮತ್ತು ಒಂದು ಪ್ಯಾಕೆಟ್ ಉಪ್ಪು ಸಿಗುತ್ತದೆ! ಅವತ್ತಿನ ಮಟ್ಟಿಗೆ ಅದು ದೊಡ್ಡ ನಿಧಿ ಸಿಕ್ಕಂತೆ.

ಆದರೂ ಕಾಲು ಚಾಚಿ ಕೂರಬಾರದು, ಬದುಕು ಮುಖ್ಯ! ಮತ್ತೆ ಆಪರೇಷನ್ ಥಿಯೇಟರ್ ಬಳಿ ಹೋಗುತ್ತಾನೆ. ಅದರ ತುಂಬ ಚೆಲ್ಲಾಡಿದ್ದ ಕಕ್ಕಸ್ಸು, ರಕ್ತದ ಬ್ಯಾಂಡೇಜುಗಳು ಮತ್ತು ಸೆಟೆದು ಬಿದ್ದಿದ್ದ ಹೆಣದ ನಡುವೆಯೇ ಒಂದು ಬ್ಯಾಟರಿ ಸಿಗುತ್ತದೆ. ಅದರಿಂದ ರೂಮ್‌ಗೆ ದೀಪದ ವ್ಯವಸ್ಥೆಯಾಗುತ್ತದೆ! 'ಅರೆಬೆಳಕಿನಲ್ಲಿ ಕಾಯುತ್ತ ಕುಳಿತ ನಾನು ಏನಾದರೂ ಚಲಿಸುವ ವಸ್ತು ಕಾಣಿಸಬಾರದೇ ಎನ್ನುವಷ್ಟು ಜಡ ಆವರಿಸಿತ್ತು' ಎನ್ನುತ್ತಾನೆ ಪ್ರಿಮೋ. ಮರುದಿನ ಇದ್ದ ಜಾಗದಲ್ಲೇ ಒಂದಿಷ್ಟು ಶುದ್ಧ ಮಾಡಿ ಸೂಪ್ ಮಾಡುತ್ತಾರೆ. ಆ ಸುದ್ದಿ ಇಡೀ ಕ್ಯಾಂಪ್‌ನ ತುಂಬ ಹರಡಿ ಎಲ್ಲರೂ ಇವರ ಗುಡಿಸಲಿನ ಮುಂದೆ ಜಮಾಯಿಸುತ್ತಾರೆ. ಯಾರಿಗೂ ಒಂದೇ ಒಂದು ಹನಿಯನ್ನೂ ಕೊಡುವುದಿಲ್ಲ ಇವರು.

ಆದರೆ ಒಬ್ಬ ಮಾತ್ರ ತಾನು ದರ್ಜಿಯೆಂದೂ, ಅವರು ಸೂಪ್ ಕೊಟ್ಟರೆ ತಾನು ಅವರಿಗೆ ಸಿಕ್ಕ ಬಟ್ಟೆಗಳನ್ನೆಲ್ಲ ಸೇರಿಸಿ ಜಾಕೆಟ್ ಹೊಲಿದುಕೊಡುತ್ತೇನೆ ಎಂದು ವ್ಯವಹಾರಕ್ಕಿಳಿಯುತ್ತಾನೆ! ಕೊಟ್ಟ ಸೂಪ್‌ಗೆ ಮೋಸವಿಲ್ಲದಂತೆ ಒಂದು ಪ್ಯಾಂಟ್, ಜಾಕೆಟ್, ಗ್ಲೋವ್‌ಗಳನ್ನು ತಯಾರಿಸಿಕೊಡುತ್ತಾನೆ ಆತ. ಆ ನಂತರ ಬದುಕು ಸ್ವಲ್ಪ ಸಹ್ಯವಾಗುತ್ತದೆ.

ಇದಾದ ನಂತರ ಪ್ರಿಮೋ ಮತ್ತು ಆರ್ಥರ್ ಮುಳ್ಳುಬೇಲಿಯ ಆಚೆಗಿದ್ದ SS

ಗಾರ್ಡ್‌ಗಳ ಕ್ಯಾಂಪ್‌ಗೆ ಕಾಲಿಡುತ್ತಾರೆ ಧೈರ್ಯವಹಿಸಿ. SS ಗಾರ್ಡ್‌ಗಳು ಅರ್ಧ ಊಟ ಮಾಡುವಾಗಲೇ ಆತುರದಲ್ಲಿ ಎದ್ದು ಹೊರಟಿದ್ದರಿಂದ ಅವರು ಅರ್ಧ ತಿಂದ ಸೂಪ್ ಮತ್ತು ಮಗ್‌ಗಳಲ್ಲಿದ್ದ ಬಿಯರ್ ಸಿಗುತ್ತದೆ! ಅದನ್ನು ಚಪ್ಪರಿಸಿ ತಿಂದವರು, ಅಲ್ಲಿ ಸಿಕ್ಕ ಅನೇಕ ಉಪಯುಕ್ತ ವಸ್ತುಗಳನ್ನು ಹೊತ್ತು ತರುತ್ತಾರೆ. ಒಂದು ಬಾಟಲ್ ವೋಡ್ಕಾ, ಒಂದಿಷ್ಟು ಔಷಧಿಗಳು, ದಿನ ಪತ್ರಿಕೆಗಳು ಎಲ್ಲ ನಿಧಿಯನ್ನೂ ಹೊತ್ತು ತರುತ್ತಾರೆ. ಆ ಸಂಜೆಯೇ ಇವರ ಸಾಹಸದ ಕಥೆ ಕೇಳಿದ 18 ಜನ ಫ್ರೆಂಚರು ಅಲ್ಲಿ ಹೋಗಿರುವಾಗ ಸುತ್ತ ಅಲೆದಾಡುತ್ತಿದ್ದ ಗಾರ್ಡ್‌ಗಳು ಅಷ್ಟೂ ಜನರಿಗೆ ಗುಂಡಿಕ್ಕಿ ಸಾಯಿಸುತ್ತಾರೆ! ಆ ಹೆಣಗಳು ರಷ್ಯನ್ನರು ಕ್ಯಾಂಪ್‌ನ ವಿಮೋಚನೆ ಮಾಡುವ ದಿನದವರೆಗೆ ಅಲ್ಲಿಯೇ ಬಿದ್ದಿರುತ್ತವೆ... ಸಂಸ್ಕಾರ ಮಾಡುವ ಶಕ್ತಿ ಯಾರಿಗಿತ್ತು ಪಾಪ! ಅಷ್ಟರಲ್ಲಾಗಲೇ ಎಲ್ಲ ಗುಡಿಸಲಿನಲ್ಲೂ ಹೆಣಗಳ ರಾಶಿ ಬೀಳಲು ಶುರುವಾಗುತ್ತದೆ. ಒಂದಿಷ್ಟು ಶಕ್ತಿ ಇರುವವರು ಒಂದಿಷ್ಟು ಹೆಣಗಳನ್ನು ಗುಂಡಿಯೊಳಕ್ಕೆ ಎಸೆದು ಬರುತ್ತಿರುತ್ತಾರೆ. ಉಳಿದ ಹೆಣಗಳು ಅಲ್ಲಲ್ಲಿಯೇ.

ಅಷ್ಟರಲ್ಲಿ ಕ್ಯಾಂಪ್‌ನ ತುಂಬ ಸುದ್ದಿ ಹರಡುತ್ತದೆ ಹತ್ತಿರದಲ್ಲೆಲ್ಲೋ ಒಂದು ದೊಡ್ಡ ಗುಂಡಿಯ ತುಂಬ ಆಲೂಗಡ್ಡೆ ಇದೆ ಎಂದು. ಇವರ ಬಳಿ ಇದ್ದ ಆಲೂ ಮುಗಿದಿರುತ್ತದೆ. ಹಾಗಾಗಿ ಚಾರ್ಲ್ಸ್ ಮತ್ತು ಪ್ರಿಮೋ ಅದನ್ನು ಹುಡುಕಿ ಹೊರಡುತ್ತಾರೆ. ಮುಳ್ಳಿನ ಬೇಲಿಯಾಚೆಗೆಲ್ಲೋ ದೊಡ್ಡ ಗುಂಡಿಯ ತುಂಬ ಆಲೂಗಡ್ಡೆ ಸಿಕ್ಕೇ ಬಿಡುತ್ತದೆ! ಇವರ ಸಂತೋಷ ಹೇಳತೀರದು.

ಹಿಮದಿಂದ ನೆಲ ಗಟ್ಟಿಯಾಗಿರುವುದರಿಂದ, ಕೈನಲ್ಲಿದ್ದ ಕೊಡಲಿಯಿಂದ ಸ್ವಲ್ಪವೇ ಅದನ್ನು ಕೆತ್ತಿದಾಗ ಅಡಿಯಲ್ಲಿ ಈಗಾಗಲೇ ಯಾರೋ ಕೊರೆದಿದ್ದ ರಂಧ್ರ ಕಾಣಿಸುತ್ತದೆ! ಆ ತೂತಿನಿಂದ ಒಳಗಿದ್ದ ಆಲೂಗಡ್ಡೆಯನ್ನು ಸಾಕಷ್ಟು ಸಾಗಿಸಿರಬೇಕು ಅದಾಗಲೇ. ಹತ್ತಿರದಲ್ಲೇ ಆಲೂ ತೆಗೆದುಕೊಳ್ಳಲು ಹೋದ ಮುದುಕನೊಬ್ಬ ಚಳಿಗೆ ಮರಗಟ್ಟಿ ಸತ್ತು ಬಿದ್ದಿರುತ್ತಾನೆ.... ಅವನ ಕೈ ಆಲೂಗಡ್ಡೆಯ ರಾಶಿಯೆಡೆಗೆ ಚಾಚಿರುವಂತೆಯೇ! ಇವರಿಬ್ಬರೂ ಅವನನ್ನು ಅಲಕ್ಷಿಸಿ ಸಾಧ್ಯವಾಗುವಷ್ಟು ಆಲೂಗಡ್ಡೆಗಳನ್ನು ಹೊತ್ತು ತರುತ್ತಾರೆ. ಮುಂದಿನ ಬಾರಿ ಹೋದಾಗ ನೋಡಿದರೆ ಯಾರೋ ಆ ಹೆಣವನ್ನು ಬದಿಗೆ ಸರಿಸಿ ಆ ರಂಧ್ರದ ಬಾಯಿಯಿದ್ದ ಜಾಗ ತೆರೆದಿಟ್ಟಿರುತ್ತಾರೆ. ಆ ನಂತರ ಊಟದ ಸಮಸ್ಯೆ ತೀರುತ್ತದೆ. ಬೇಯಿಸಿದ ಆಲೂ, ಆಲೂ ಸೂಪ್ ಮತ್ತು ಆಲೂ ಪ್ಯಾನ್‌ಕೇಕ್ ಕೂಡಾ ತಯಾರಿಸುತ್ತಾರೆ! ದೇಹಕ್ಕೆ ಶಕ್ತಿ ಬರುತ್ತದೆ.

ಡಯೇರಿಯಾ, ಡಿಫ್ತೀರಿಯಾ, ಟಿಬಿ, ನ್ಯುಮೋನಿಯಾ, ವಾಂತಿ ಭೇದಿ, ಸ್ಕಾರ್ಲೆಟ್ ಜ್ವರ. ಟೈಫಸ್ ಜ್ವರ ಇವುಗಳಿಂದ ಜನ ಹುಳಗಳಂತೆ ಸಾಯುತ್ತಲೇ ಇರುತ್ತಾರೆ. ಇವರ ಗುಡಿಸಲಿನ ಕಿಟಕಿಯಾಚೆ ಕಾಣುತ್ತಿದ್ದ ಗುಂಡಿಯು ಪೂರ್ತಿ ಹೆಣಗಳಿಂದ ತುಂಬಿಹೋಗುತ್ತದೆ. ರಾತ್ರಿ ಮಲಗಿರುವವರು ಬೆಳಗ್ಗೆ ಏಳುವುದರಲ್ಲಿ ಅಲ್ಲಲ್ಲಿಯೇ ಸತ್ತುಹೋಗಿರುತ್ತಾರೆ. ದೂರದಲ್ಲೆಲ್ಲೋ ಮೊರೆವ ಬಾಂಬ್ ಸದ್ದು. ರಷ್ಯನ್ನರು ಇನ್ನೇನು ಬರುತ್ತಾರೆ ಎನ್ನುವ ನಿರೀಕ್ಷೆ ಮಾಡಿ ಮಾಡಿ ಸುಸ್ತಾದವರಿಗೆ ಈಗ ನಿರೀಕ್ಷೆ ಕೂಡ ಸಾಕಾಗಿರುತ್ತದೆ. ಜೊತೆಗೆ ಯಾವುದೋ ಒಂದು ಬಾಂಬ್ ತಮ್ಮ ಮೇಲೆ ಬಂದು ಬಿದ್ದು ತಾವೆಲ್ಲರೂ ಇದ್ದಲ್ಲಿಯೇ ಹೆಣವಾಗಬಹುದೆನ್ನುವ ಸತ್ಯ ಕೂಡಾ ಅವರಿಗೆ ಅರಿವಿರುತ್ತದಲ್ಲ...! ಸಾವು ಎನ್ನುವುದು ಈಗ ಸಾಮಾನ್ಯ ಸಂಗತಿಯಾಗಿ ಬಿಟ್ಟಿರುತ್ತದೆ. ಗುಡಿಸಲಿನ ಹೊರಗೆ ಕಾಲಿಟ್ಟರೆ ಅಲ್ಲಲ್ಲಿಯೇ ಸೆಟೆದು ಬಿದ್ದ ಹೆಣಗಳು! ಇವರ ಗುಡಿಸಲಿನಲ್ಲಿನ ಒಬ್ಬಾತ ರಾತ್ರಿ ಸತ್ತುಹೋಗುತ್ತಾನೆ... ಇವರೆಲ್ಲರೂ ಹೊದ್ದು ಮಲಗಿ ನಿದ್ರಿಸುತ್ತಾರೆ.

ಮರುದಿನ ಬೆಳಗ್ಗೆ ಎದ್ದು ಹೆಣವನ್ನು ಅಲ್ಲಿಂದ ತೆಗೆಯೋಣ ಅಂದಾಗ ಮತ್ತೊಬ್ಬ ಮೊದಲು ಕಕ್ಕಸ್ಸಿನ ಬಕೆಟನ್ನು ಖಾಲಿ ಮಾಡಿ ಬಾ, ನಂತರ ಹೊಟ್ಟೆಗಿಷ್ಟು ಹಾಕಿಕೋ, ನಂತರ ಹೆಣ ಎಸೆಯೋಣ, ಹೆಣ ಎಸೆದು ಬಂದರೆ ಕೈ ತೊಳೆದುಕೊಳ್ಳಲು ಸೋಂಕು ನಿವಾರಕ ಸಾಕಷ್ಟಿಲ್ಲ ಎನ್ನುತ್ತಾನೆ! ಆ ಘಟನೆಯ ಬಗ್ಗೆ ಬರೆಯುತ್ತಾ 'ನಿಜ... ಸತ್ತಿರುವವರಿಗೆ ಆತುರವೇನಿಲ್ಲ, ಬದುಕಿರುವವರದ್ದೇ ನೂರೆಂಟು ಬೇಡಿಕೆಗಳು' ಎನ್ನುತ್ತಾನೆ ಪ್ರಿಮೋ ತಣ್ಣಗೆ. ಅವತ್ತು ಜನವರಿ 27ನೇ ತಾರೀಖು ಕಾಪಾಡುವ ರಷ್ಯನ್ನರು ಕುದುರೆಯ ಮೇಲೆ ಬಂದಾಗ ಪ್ರಿಮೋ ಮತ್ತು ಚಾರ್ಲ್ಸ್ ಹೆಣವನ್ನು ಗುಂಡಿಗೆ ಎಸೆಯಲು ಹೋಗಿರುತ್ತಾರೆ. ನಾವು ಅಂದುಕೊಂಡಂತೆ ಆ ಘಟನೆಯೇನೂ ಸಿನಿಮೀಯವಾಗಿ ಇರುವುದಿಲ್ಲ! ಮಾರನೇ ದಿನದಿಂದ ಗಾಡಿಯಲ್ಲಿ ಒಂದಿಷ್ಟಿಷ್ಟೇ

ಜನರನ್ನು ಆಶ್ವಿಟ್ಜ್ ಮೇನ್ ಕ್ಯಾಂಪ್‌ಗೆ ಸಾಗಿಸಲು ಶುರು ಮಾಡುತ್ತಾರೆ, ಪ್ರಿಮೋ ಸರದಿ ಬರುವುದರಲ್ಲಿ ಮೂರು ದಿನವಾಗಿರುತ್ತದೆ. ಅಲ್ಲಿಗೆ ಸಾಗಿಸಿದ ಬಳಿಕ ಇನ್ನೂರು ಜನ ಚಿಕಿತ್ಸೆಗೆ ಸ್ಪಂದಿಸದೇ ಸತ್ತು ಹೋಗುತ್ತಾರೆ. ಕೊನೆಗೆ ಇಡೀ ಮೋನೋವಿಟ್ಜ್‌ನಲ್ಲಿದ್ದ ಎಂಟುನೂರು ಜನರಲ್ಲಿ ಬದುಕಿ ಉಳಿದವರು ಕೇವಲ ನೂರು ಜನ...

ಒಟ್ಟಿನಲ್ಲಿ ಬರ್ಕನೌನಲ್ಲಿ ಉಳಿದ ಎಡಿತ್, ಬ್ಯೂನಾದಿಂದ ಹೊರಟ ಎಲಿ, ಬ್ಯೂನಾದಲ್ಲಿಯೇ ಉಳಿದ ಪ್ರಿಮೋ, ಯಾರೊಬ್ಬರೂ ಸುಖವಾಗಿ ಬದುಕಲಿಲ್ಲ, ಅಲ್ಲಿ ಉಳಿಯಬೇಕಿತ್ತು, ಇಲ್ಲಿ ಹೊರಡಬಾರದಿತ್ತು ಎಂದೆಲ್ಲ ನೂರೆಂಟು ಪಶ್ಚಾತ್ತಾಪಗಳು. ಆದರೆ ನಿಜಕ್ಕೂ ಹೇಳಬೇಕೆಂದರೆ ಯಾವ ನಿರ್ಧಾರವನ್ನೆ ತೆಗೆದುಕೊಂಡಿದ್ದರೂ ಬದುಕು ಅಷ್ಟೇ ಕಷ್ಟಕರವಾಗಿರುತ್ತಿತ್ತು ಎಂಬುದಷ್ಟೇ ಅಂತಿಮ ಸತ್ಯ. ಯಾವುದಾದರೂ ಊರಿಗೆ ಒಂದಿಷ್ಟು ದಿನಗಳ ಕಾಲ ಹೋದರೆ ನಮಗೆ ಅದೆಷ್ಟೇ ಸುಂದರವಾದ ಊರಾದರೂ, ದೇಶವಾದರೂ ಮರಳಿ ಮನೆಗೆ ಹೋಗಲು ಹಾತೊರೆಯುತ್ತಿರುತ್ತದೆ ಮನಸ್ಸು. ನಮ್ಮ ಮನೆಯೆಂಬ ಆ ತುಡಿತ ಅಷ್ಟು ಬಲವಾದದ್ದು. ಆದರೆ ಎಡಿತ್, ಎಲಿ, ಪ್ರಿಮೋ ಮತ್ತು ಇಂಥ ಲಕ್ಷಗಟ್ಟಳೆ ಜನರ ಬದುಕು ತಾವು ಬೆಳೆದ ಊರಿರಲಿ, ದೇಶವನ್ನೇ ಬಿಟ್ಟು ಎಲ್ಲೆಲ್ಲಿಯೋ ಛಿದ್ರವಾಗಿ ಚದುರಿಹೋದವು...

ಝೆಕೊಸ್ಲೋವಾಕಿಯಾದಲ್ಲಿ ಹುಟ್ಟಿದ ಎಡಿತ್ ಪರ್ಲ್‌ಗೆ ಯುದ್ಧದ ನಂತರ, ಅಪ್ಪ ಮತ್ತು ಮೂರು ಅಣ್ಣಂದಿರು ಸಿಗುತ್ತಾರೆ. ಆದರೆ ಹಳ್ಳಿಯಲ್ಲಿದ್ದ ಅವರ ಮನೆ, ಮಿಲ್, ಎಲ್ಲ ಆಸ್ತಿಯನ್ನೂ ಸುತ್ತಮುತ್ತಲಿನವರು ಕಬಳಿಸಿ ಬಿಟ್ಟಿರುತ್ತಾರೆ. ಆ ನಂತರ ಎಲ್ಲರೂ ಬರಿಗೈನಲ್ಲಿ ಇಸ್ರೇಲ್‌ಗೆ ಹೋಗುತ್ತಾರೆ. ಅಲ್ಲಿ ಎಡಿತ್ ರಷ್ಯನ್ ಸೈನಿಕನೊಬ್ಬನನ್ನು ಪ್ರೀತಿಸಿ, ಮದುವೆಯಾಗಿ ಕೆನಡಾಗೆ ವಲಸೆ ಹೋಗಿ, ಕೊನೆಗೆ ಅಮೆರಿಕಾದಲ್ಲಿ ನೆಲೆಸುತ್ತಾಳೆ. ಉಳಿದವರು ಇಸ್ರೇಲ್‌ನಲ್ಲಿಯೇ ಉಳಿಯುತ್ತಾರೆ. ಆ ನಂತರ ಎಡಿತ್‌ಗೆ ಮಗಳು ಹನ್ನೊಂದನೆಯ ವರ್ಷ ತಲುಪಿದರೆ ಆ ವಯಸ್ಸಿನಲ್ಲಿ ಗ್ಯಾಸ್ ಛೇಂಬರ್ ಸೇರಿದ ತಂಗಿಯ ನೆನಪು, ತನಗೆ 44 ವರ್ಷವಾದರೆ ಆ ವಯಸ್ಸಿನಲ್ಲಿ ಗ್ಯಾಸ್ ಛೇಂಬರ್ ಸೇರಿದ ಅಮ್ಮನ ನೆನಪು, ಸಂಜೆಗಳು ಸಮೀಪಿಸಿದರೆ ಬರ್ಕನೌನ ನೆನಪು... ಹೀಗೆ ಜೀವಮಾನ ಪೂರ್ತಿ ಕರಾಳ ದಿನಗಳ ನೆನಪು ಅವಳ ಬೆನ್ನು ಬಿಡುವುದೇ ಇಲ್ಲ.

ಇನ್ನು ರೊಮಾನಿಯಾದ ಹಳ್ಳಿಯೊಂದರಲ್ಲಿ ಹುಟ್ಟಿದ ಎಲಿ, ಯುದ್ಧದ ನಂತರ ಫ್ರಾನ್ಸ್‌ನ ಮಕ್ಕಳ ಪುನರ್ವಸತಿ ಕೇಂದ್ರವೊಂದಕ್ಕೆ ಹೋಗಿ ಸೇರುತ್ತಾರೆ. ಅದೃಷ್ಟಕ್ಕೆ ಫ್ರಾನ್ಸ್‌ನ ಅನಾಥ ಶಿಬಿರದಲ್ಲಿ ಅಕ್ಕಂದಿರು ಸಿಗುತ್ತಾರೆ. ಅಲ್ಲಿಯೇ ಜರ್ನಲಿಸಂ ಓದಿ ಪತ್ರಕರ್ತನಾಗಿ, ನಂತರ ಅಮೆರಿಕಾಗೆ ವಲಸೆ ಹೋಗಿ, ಅಲ್ಲಿ ಪ್ರೊಫೆಸರ್ ಆಗಿ, ಸಾಮಾಜಿಕ ಕಾರ್ಯಕರ್ತನಾಗಿ, ಬರಹಗಾರನಾಗಿ, ಬದುಕು ಸಾಗಿಸುತ್ತಾನೆ. ನಂತರ ಎಲಿಗೆ ನೊಬೆಲ್ ಶಾಂತಿ ಪುರಸ್ಕಾರ ಕೂಡಾ ದೊರೆಯುತ್ತದೆ. ನಾನು

ಎಂದಿಗೂ ಮುಕ್ತವಾಗಿ ನಗಲು ಸಾಧ್ಯವೇ ಆಗಲಿಲ್ಲ ಎನ್ನುವ ಎಲಿಗೆ ಸಾಯುವವರೆಗೆ ದುಃಸ್ವಪ್ನಗಳು, ಭಯ, ಅಭದ್ರತೆ ಕಾಡುತ್ತಲೇ ಇರುತ್ತವೆ.

ಪ್ರಿಮೋ ಲೆವಿ ಬ್ಯೂನಾದಿಂದ ಬಿಡುಗಡೆಯಾದನಲ್ಲ, ಆ ನಂತರ 35 ದಿನಗಳ ಕಾಲ ಪ್ರಯಾಣ ಮಾಡಿ ಇಟಲಿಯ ತನ್ನ ಮನೆ ಸೇರುತ್ತಾನೆ. ಮನೆಯವರ್ಯಾರಿಗೂ ಪ್ರಿಮೋ ಬದುಕಿರುವ ನಿರೀಕ್ಷೆಯೇ ಇಲ್ಲದೇ ಅವನ ಆಗಮನವನ್ನು ನಿರೀಕ್ಷಿಸುತ್ತಲೂ ಇರಲಿಲ್ಲವಂತೆ ಪಾಪ. ಹರಿದ ಬಟ್ಟೆಯಲ್ಲಿ ಹುಚ್ಚನಂತಿದ್ದ ಪ್ರಿಮೋ ತಾನೇ ತನ್ನ ಗುರುತು ಹೇಳಿಕೊಳ್ಳಬೇಕಾಗುತ್ತದೆ. 'ಮನೆ ಸೇರಿದ ಎಷ್ಟೋ ವರ್ಷಗಳ ನಂತರವೂ ನಾನು ನಡೆಯುವಾಗ ನೆಲ ನೋಡಿಕೊಂಡೇ ನಡೆಯುತ್ತಿದ್ದೆ, ನೆಲದ ಮೇಲೆ ಬಿದ್ದಿದ್ದನ್ನು ಆಯ್ದ ಆ ದಿನಗಳ ಅಭ್ಯಾಸ ಬಲ ಅದು' ಎಂದು ನೆನಪಿಸಿಕೊಳ್ಳುತ್ತಾನೆ ಲೆವಿ. ಬದುಕಿನ ಕೊನೆಯವರೆಗೂ ಖಿನ್ನತೆಯಲ್ಲಿದ್ದ ಲೆವಿಯನ್ನು 'ನೀನು ಆ ನಂತರ ಅವರನ್ನು ದ್ವೇಷಿಸಲಿಲ್ಲವಾ' ಎಂದು ಕೇಳಿದಾಗ ಲೆವಿ ಕೇಳುತ್ತಾನೆ **'ದ್ವೇಷಿಸಲು ನಾನೇನು ನಾಝಿಯಾ?'**

***

ನಾನೆಂಬುವವಳ ಎರಡೇ ಎರಡು ಮಾತುಗಳು...

ಬರ್ಕನೌಗೆ ಹೋದ ಕೇವಲ ಆ ಒಂದು ಮಧ್ಯಾಹ್ನ ನಮಗೆ ಊಟ ಸಿಕ್ಕಿರಲಿಲ್ಲ. ಕೇವಲ ಅದೊಂದು ದಿನ ನನ್ನ ಶೂ ನನ್ನ ಕಾಲುಗಳನ್ನು ಕಚ್ಚಿ ನೋಯಿಸಿತ್ತು. ಅಂಥ ಒಂದು ದಿನವನ್ನು ಸಹಿಸಲು ಅಷ್ಟು ಒದ್ದಾಡಿದೆ ನಾನು. ಅಂಥದ್ದರಲ್ಲಿ ಹಾಲೋಕಾಸ್ಟ್ ಎಂಬ ಘೋರ ನರಕವನ್ನು ನಾನು ನನ್ನ ಮಾತುಗಳಲ್ಲಿ ನಿಮಗೆ ಹೇಗೆ ಕಟ್ಟಿಕೊಡಲಿ ಎಂಬುದೇ ಅರ್ಥವಾಗದೇ ತುಂಬ ಒದ್ದಾಡಿದೆ. ಅಂಥ ಗಾಢ ವಿಷಾದವನ್ನು ಅನುಭವಿಸದವರು ಕಟ್ಟಿಕೊಡುವುದು ಅಸಾಧ್ಯ. ಹಾಗಾಗಿ ನಾನು ಕಣ್ಣೀರು ಹರಿಸುತ್ತಲೇ ಓದಿದ

ಎಡಿತ್ ಪರ್ಲ್‌ಳ ನಾಟ್ ಈವೆನ್ ಎ ನಂಬರ್

ಎಲಿ ವೀಝೆಲ್‌ನ ನೈಟ್

ಪ್ರಿಮೊ ಲೆವಿಯ ಇಫ್ ದಿಸ್ ಈಸ್ ಎ ಮ್ಯಾನ್

ಎಂಬ ಮೂರು ಪುಸ್ತಕಗಳಲ್ಲಿನ ಅವರ ಅನುಭವಗಳನ್ನೇ ಇಲ್ಲಿ ಬರೆವ ನಿರ್ಧಾರ ಮಾಡಿದೆ

ನನ್ನನ್ನು ತಲ್ಲಣಗೊಳಿಸಿದ ಪುಸ್ತಕಗಳು ಇವು. ಓದುವಾಗ ಯಾವಾಗಲೂ ಅಳುತ್ತಲೇ ಇರುತ್ತಿದ್ದೆ

ಅದರಲ್ಲೂ ಎಲಿ ವೀಝೆಲ್ ತನ್ನ ಅಪ್ಪನ ಬಗ್ಗೆ ಬರೆದಿದ್ದನ್ನು ಓದಿದ ರಾತ್ರಿ

ಬರ್ಕನೌನಲ್ಲಿ ಕಾಲೆಳೆದುಕೊಂಡು ನಡೆಯುತ್ತಿದ್ದ 82 ವರ್ಷದ ಅಪ್ಪನನ್ನು

ಹುಷಾರಿಲ್ಲದ ನಾನು ಅಸಹಾಯಕತೆಯಲ್ಲಿ 'ಅಣ್ಣ ಸ್ವಲ್ಪ ಬೇಗ ನಡೀರಿ. ನಾವು ತುಂಬ ಹಿಂದೆ ಉಳಿಯುತ್ತಿದ್ದೀವಿ' ಎಂದು ಹೇಳಿದಾಗ ಅಪ್ಪ ಕಷ್ಟಪಟ್ಟು ಎರಡು ಹೆಜ್ಜೆ ಬೇಗ ಹಾಕಿದವರು, ನಂತರ ಮತ್ತೆ ಸೋತು ಕಾಲೆಳೆಯುತ್ತ ಹೆಜ್ಜೆ ಹಾಕುತ್ತಿದ್ದ ನೆನಪಾಗಿ ಭರ್ತಿಮೂರು ಗಂಟೆ ಬಿಕ್ಕಿಬಿಕ್ಕಿ ಅತ್ತಿದ್ದೆ, ಎಲಿ ಮತ್ತು ಅವನ ಅಪ್ಪನ ನೆನಪಿನಲ್ಲಿ...

ಬರ್ಕನೌನ ಈ ಸುದೀರ್ಘ ಕಥಾನಕಗಳನ್ನು ನಿಮಗೆ ಹೇಳಿರುವೆ. ಆ ಗಾಢತೆಯನ್ನು ಪದಗಳಲ್ಲಿ ಕಟ್ಟಿಕೊಡಲು ನಾನು ಶಕ್ತಳಾಗಿದ್ದೇನೋ ಇಲ್ಲವೋ ಗೊತ್ತಿಲ್ಲ. ಶಕ್ತಳಾಗಿದ್ದರೆ ನಾನು ಧನ್ಯಳು...

ಶಿಂಡ್ಲರ್ ಎಂಬ ಅಪ್ಪಟ ಮನುಷ್ಯ!

ಅಂದು ಬೆಳಗ್ಗೆಯೇ ನಾವು ಶಿಂಡ್ಲರನ ಮ್ಯೂಸಿಯಮ್‌ಗೆ ಹೋಗುವುದಿತ್ತು. ಹಾಗಾಗಿ ಬೆಳಗ್ಗೆ ಬೇಗ ಎದ್ದವಳು ಸರಸರ ಸ್ನಾನ ಮುಗಿಸೋಣವೆಂದು ನೋಡಿದರೆ ನಮ್ಮ ರೂಮ್‌ನಲ್ಲಿ ಟವೆಲ್ ಇಟ್ಟಿರಲಿಲ್ಲ. ಬಾಗಿಲು ತೆರೆದು ಪಕ್ಕದಲ್ಲೇ ಇದ್ದ ರಿಸೆಪ್ಷನ್‌ಗೆ ಹೋಗಿ ಅಲ್ಲಿದ್ದ ಆ ಪುಟ್ಟಮರಿಗೆ ಹೇಳಿ ಬಂದೆ. ಐದು ನಿಮಿಷದ ಮೇಲೆ ಬಾಗಿಲು ತಟ್ಟಿದ ಸದ್ದು. ತೆರೆದರೆ ಅದೇ ಆ ಪುಟ್ಟಮರಿ ತಾನೇ ಟವೆಲ್ ತಂದಿತ್ತು. 'ಅಯ್ಯೋ ಪಾಪ ನಾವು ಆತುರಾತುರದಲ್ಲಿ ಮಾತನಾಡಿದ್ದಕ್ಕೆ ರೂಮ್ ಬಾಯ್‌ಗೆ ಕಾಯಲು ಸಮಯವಿಲ್ಲ ಎಂದುಕೊಂಡು ಅವನೇ ಟವಲ್ ತಂದನೇನೋ' ಎಂದುಕೊಂಡು ಸಂಕೋಚದಲ್ಲೇ ಥ್ಯಾಂಕ್ಸ್ ಹೇಳಿದೆ.

ಅಷ್ಟರಲ್ಲಿ ಅಪ್ಪ ಮತ್ತು ಗಂಡ ಇಳಿದುಕೊಂಡಿದ್ದ ರೂಮ್‌ನಲ್ಲಿ ಬಿಸಿನೀರಿಲ್ಲ ಎಂದು ಮೆಸೇಜ್ ಮಾಡಿದರು. ಮತ್ತೆ ರಿಸೆಪ್ಷನ್‌ಗೆ ಹೋಗಿ ಹೇಳಿದೆ. ಆ ಪುಟ್ಟಮರಿ 'ಐದು ನಿಮಿಷ' ಎಂದಿತು. ಅಪ್ಪನ ರೂಮ್‌ಗೆ ಹೋಗಿ ಆ ವಿಷಯ ತಿಳಿಸುವುದರಲ್ಲೇ ಅದೇ ಪುಟ್ಟಮರಿ ಸ್ಪ್ಯಾನರ್ ಜೊತೆ ಹಾಜರ್! ತಾನೇ ಅದೇನೋ ತಿರುಗಿಸಿ ಬಡಿದಾಡಿ ಅಂತೂ ಬಿಸಿನೀರು ಬರುವ ಹಾಗೆ ಮಾಡಿತು. ಅಲ್ಲಿಂದ ನಮ್ಮ ರೂಮ್‌ಗೆ ಮರಳುವಾಗ ನೋಡಿದರೆ ಅದೇ ಪುಟ್ಟಮರಿ ಒಂದು ಕೈನಲ್ಲಿ ಫೋನ್ ಹಿಡಿದು ಮಾತನಾಡುತ್ತಾ, ಮತ್ತೊಂದು ಕೈನಲ್ಲಿ ಅಲ್ಲಿಯೇ ಇದ್ದ ಸ್ಟೋವ್‌ನಲ್ಲಿ ಟೀ ಕಾಯಿಸುತ್ತಿತ್ತು.

ಇದು ಮನುಷ್ಯನಲ್ಲ ಬಿಡು... ಥೇಟ್ ದೇವರ ಹಾಗೆ multiple ಕೈಗಳು ಎಂದುಕೊಳ್ಳುವಾಗಲೇ ಎರಡು ಕಪ್‌ಗೆ ಟೀ ಸುರಿದುಕೊಂಡು ಅದೆಲ್ಲಿಗೋ ಓಡಿತು. ಆಗ ನಮಗೆ ಗೊತ್ತಾಯಿತು ಅಲ್ಲಿ ಒಬ್ಬ ರೂಮ್ ಬಾಯ್ ಕೂಡಾ ಇಲ್ಲ, ಆ ಪುಟ್ಟಮರಿಯೇ ಆಲ್-ಇನ್-ಒನ್ ಎಂದು. ಇಷ್ಟೂ ರೂಮ್‌ಗಳ ಇಷ್ಟೆಲ್ಲ ಗಿರಾಕಿಗಳ ಬೇಡಿಕೆಗಳನ್ನು ಒಂದೇ ಹುಡುಗ ಪೂರೈಸುತ್ತದಲ್ಲ ಎಂದು ಪಾಪವೆನ್ನಿಸಿತು ಆ ಹುಡುಗನ ಮೇಲೆ. ಮತ್ತೆ ಕಾಲೇಜ್‌ಗೆ ಬೇರೆ ಹೋಗಿ ಅದೇನು ಪಾಠ ಕೇಳುತ್ತದೋ, ಅದೇನು ಓದುತ್ತದೋ, ಮನೆಯಲ್ಲಿ ಏನು ಕಷ್ಟವೋ, ಅದೆಷ್ಟು ಜನರಿದ್ದಾರೋ, ಅಪ್ಪ-ಅಮ್ಮ ಇದ್ದಾರೋ ಇಲ್ಲವೋ... ನಾನು ಮತ್ತು ನನ್ನ ಮಗ ಒಂದೇ ಸಮನೆ ಮರುಗಿದೆವು.

ಆ ದಿನ ಹೊರಡುವಾಗ ಕೌಂಟರ್‌ನಲ್ಲಿ ಕೀ ಕೊಡಲು ಹೋದಾಗಲೂ ಆ ಹುಡುಗನ ಶಿಫ್ಟ್ ಮುಗಿದಿರಲಿಲ್ಲ. ಇರುವ ಎರಡು ಕೈಗಳಲ್ಲಿ ಮೂರು ಕೆಲಸ

ಮಾಡುತ್ತಲೇ, ನಮ್ಮೆಡೆಗೆ ಒಂದು ಮುಗುಳ್ನಗು ರವಾನಿಸಿ ಕೀ ತೆಗೆದು ಒಳಗಿಟ್ಟು, ಮತ್ತೆ ಯಾವುದೋ ರೂಮ್‌ನಿಂದ ಕರೆ ಬಂದಾಗ ಬಂದೆ ಬಂದೆ ಎನ್ನುತ್ತ ಓಡಿತು. ಇಷ್ಟು ಕೆಲಸ ಮಾಡುವ ಆ ಹುಡುಗನ ಜೊತೆ ನಾನು ಬಂದ ದಿನ ರೂಮ್‌ನ ವಿಷಯವಾಗಿ ಅಷ್ಟು ಕಿತ್ತಾಡಿದರೂ ಅವನು ಏನೂ ಆಗದಂತೆ ಕೆಲಸ ಮಾಡಿಕೊಳ್ಳುತ್ತಲೇ ಇದ್ದಿದ್ದು ಅವತ್ತಿನ ದಿನಕ್ಕೆ ಉದ್ಧಟತನ ಎನ್ನಿಸಿದ್ದು, ಇವತ್ತು ತಾಳ್ಮೆಯ ಪ್ರತೀಕ ಎನ್ನಿಸಿತು!

ತಿಂಡಿ ತಿನ್ನಲು ಹೋದಾಗ ಹಿಂದಿನ ದಿನ ಕ್ರೊಸಾಂಟ್ ಮಾಡಿಲ್ಲದಾಗ ನನ್ನ ಗಂಡ ಜಗಳವಾಡಿದ ನಂತರ ನಾಳೆಗೆ ಮಾಡಿಕೊಡುತ್ತೇವೆ ಎಂದು ಒಪ್ಪಿದ್ದರಲ್ಲ? ಈಗ ಹೋದಾಗ ನಮ್ಮನ್ನು ನೋಡಿದ ಕೂಡಲೇ ತಟ್ಟೆಯ ತುಂಬ ಆರೆಂಟು ತಂದಿಟ್ಟಳು ಆ ಹುಡುಗಿ. ನನ್ನ ಗಂಡ 'How we?' ಎನ್ನುವಂತೆ ಹೆಮ್ಮೆಯಿಂದ ನೋಡಿ ನಕ್ಕು ತಿನ್ನಲಾರಂಭಿಸಿದ. ನಾವೂ ಖುಷಿಯಲ್ಲಿ ಅದನ್ನು ಬಾಯಿಗಿಟ್ಟ ನಂತರ ಗೊತ್ತಾಯಿತು ಹಿಂದಿನ ದಿನ ಬೇಕ್ ಮಾಡಿದ್ದ ಬನ್ ಹಿಟ್ಟನ್ನೇ ಇಂದು ಸ್ವಲ್ಪ ತಿರುಚಿ ಬಿಟ್ಟು, ಕ್ರೊಸಾಂಟ್‌ನ ಆಕಾರ ಮಾಡಿ ಬೇಕ್ ಮಾಡಿಟ್ಟಿದ್ದಾರೆ, ಅಸಲಿಗೆ ಅದು ಕ್ರೊಸಾಂಟ್ ಅಲ್ಲವೇ ಅಲ್ಲ ಎಂದು!

ನನ್ನ ಗಂಡನಿಗೆ ಹಸಿವಾಗಿತ್ತು ಅನ್ನಿಸುತ್ತದೆ. 'ಕ್ರೊಸಾಂಟ್' ಅನ್ನು ಆನಂದದಿಂದ ತಿನ್ನುತ್ತಾ ಕೂತ. ನಾನು, ನನ್ನ ಮಗ ಆ ಕ್ರೊಸಾಂಟ್ ಅಲ್ಲದ ಕ್ರೊಸಾಂಟನ್ನು ನೋಡಿ ನಗುತ್ತ ಅದನ್ನೇ ತಿಂದೆವು. ಒಂದೇ ಮನುಷ್ಯ ನಾನಾ ಪಾತ್ರಗಳನ್ನು ನಿಭಾಯಿಸಿದ ಪರಿ, ಒಂದೇ ಹಿಟ್ಟು ನಾನಾ ಆಕಾರ ತಾಳಿ ನಮ್ಮಂಥ ಗಿರಾಕಿಗಳನ್ನು ನಿಭಾಯಿಸಿದ ಪರಿ! ಪ್ರಯಾಣ ಕಲಿಸುವ ಪಾಠಗಳು ಅಷ್ಟಿಷ್ಟಲ್ಲ. ನೋಡುವ ಸ್ಥಳಗಳು ಹಲವು ಬಗೆಯಲ್ಲಿ ಪಾಠ ಕಲಿಸಿದರೆ, ಎದುರಾಗುವ ಜನರು ಹಲವು ಪಾಠಗಳನ್ನು ಕಲಿಸುತ್ತಲೇ ಇರುತ್ತಾರೆ...

ಇಂದು ನಮ್ಮನ್ನು ಕರೆದೊಯ್ಯಲು ಯಾರೂ ಇರಲಿಲ್ಲ. ನಾವಾಗಿಯೇ ಶಿಂಡ್ಲರನ ಮ್ಯೂಸಿಯಮ್‌ಗೆ ಹೋಗುವುದಿತ್ತು. ಹಾಗಾಗಿ ಸಮಯದ ಕಟ್ಟುನಿಟ್ಟು ಪರಿಪಾಲನೆ ಮಾಡುವ ಅಗತ್ಯವೇನೂ ಇರಲಿಲ್ಲ. ಕೈಯಲ್ಲಿ ಟಿಕೆಟ್ ಬೇರೆ ಇದ್ದಿದ್ದರಿಂದ ಆರಾಮವಾಗಿಯೇ ಹೋಗಬಹುದಿತ್ತು. ಆರಾಮವೆಂದರೆ ಜಗತ್ತಿನ ದೃಷ್ಟಿಯಲ್ಲಿನ ಆರಾಮವಲ್ಲ ಮತ್ತೆ! ನಮ್ಮ ಆರಾಮವೆಂದರೆ 10 ಗಂಟೆ ಅಂದರೆ 10.05ಕ್ಕೆ ಅಲ್ಲಿರುವುದು ಅಷ್ಟೇ! ಅತಿರೇಕದ ಸಮಯ ಪ್ರಜ್ಞೆಯ ನಮಗೆ ಲೇಟ್ ಅಂದರೆ ಅಬ್ಬಬ್ಬಾ ಎಂದರೆ ಐದು ನಿಮಿಷಗಳಷ್ಟೇ. ಹಾಗಾಗಿ ಹೋಟೆಲ್‌ನವರಿಗೆ ಟ್ಯಾಕ್ಸಿ ಹೇಳದೇ ಮಗನೇ ಅಲ್ಲಿಯ ಊಬರ್ ಬುಕ್ ಮಾಡುವ ಮೊದಲ ಪ್ರಯೋಗ ಮಾಡುವೆನೆಂದಿದ್ದ.

ಅವನು ಬುಕ್ ಮಾಡುವಾಗ ನಾನು ಚಂದ್ರಲೋಕಕ್ಕೆ ರಾಕೆಟ್ ಹಾರಿಸುತ್ತಿದ್ದಾನೇನೋ ಎನ್ನುವಷ್ಟು ಉದ್ವಿಗ್ನತೆಯಿಂದ ಅವನ ಮೊಬೈಲನ್ನೇ ನೋಡುತ್ತ ಕುಳಿತಿದ್ದೆ! ಬುಕ್ಕಿಂಗ್

ಯಶಸ್ವಿಯಾಯಿತು! ವಾಹ್ ಅದ್ಭುತ ಸ್ವಾತಂತ್ರ್ಯದ ಘಳಿಗೆಯದು. ನಾವು ಈವರೆಗೆ ಹೋದ ಯಾವುದೇ ದೇಶದಲ್ಲೂ ಈ ಸ್ವಾತಂತ್ರ್ಯವನ್ನು ಅನುಭವಿಸಿರಲಿಲ್ಲ. ಅಲ್ಲಿಂದ ಮುಂದೆ ಪೋಲೆಂಡ್ ಬಿಡುವವರೆಗೆ ನಾವು ಎಲ್ಲಿಂದೆಲ್ಲಿಗೇ ಆದರೂ ಆರಾಮವಾಗಿ ಊಬರ್ ಬುಕ್ ಮಾಡಿಕೊಂಡು ಅಡ್ಡಾಡುವ ಸುಖ ಅನುಭವಿಸಿದೆವು, ಸಾಕಷ್ಟು ಕಡಿಮೆ ಖರ್ಚಿನಲ್ಲಿ. ಅಂತೂ ಸರಿಯಾಗಿ 10 ಗಂಟೆಗೆ ಬಾಗಿಲು ತೆರೆಯುವಷ್ಟರಲ್ಲಿ ನಾವು ಅಲ್ಲಿದ್ದೆವು!

ಸ್ಟೀವನ್ ಸ್ಪೀಲ್‌ಬರ್ಗ್‌ನ ಶಿಂಡ್ಲರ್ಸ್ ಲಿಸ್ಟ್ ಸಿನೆಮಾ ನೋಡಿದಾಗಿನಿಂದ ನನಗೆ ಆ ಸ್ಥಳವನ್ನು ನೋಡಲೇಬೇಕೆನ್ನುವ ಹುಚ್ಚು ಹಿಡಿದಿತ್ತು. 1993ರಲ್ಲಿ ಬಿಡುಗಡೆಯಾದ ಈ ಚಿತ್ರ ಒಟ್ಟು ಏಳು ಆಸ್ಕರ್ ಪ್ರಶಸ್ತಿಗಳನ್ನು ಗೆದ್ದಿತ್ತು. ನಾಝಿ ಶಿಂಡ್ಲರ್ ಸಾವಿರದ ನೂರು ಜ್ಯೂಗಳನ್ನು ರಕ್ಷಿಸಲು ಒದ್ದಾಡುವ, ಅದಕ್ಕಾಗಿ ನಾನಾ ರಿಸ್ಕ್‌ಗಳನ್ನು ತೆಗೆದುಕೊಳ್ಳುವ ಈ ಕಥೆ ನನ್ನಲ್ಲಿ ಕುತೂಹಲ, ಬೆರಗು, ಖುಷಿ, ಕೃತಕೃತ್ಯತೆ ಎಲ್ಲವನ್ನೂ ಹುಟ್ಟಿಸಿತ್ತು. ನಾಝಿಗಳು ಜ್ಯೂಗಳನ್ನು ಜೀತದಾಳುಗಳಾಗಿ ಬಳಸಿಕೊಳ್ಳುವ ನಿರ್ಧಾರಕ್ಕೆ ಬಂದಾಗ ಅದರ ಸಂಪೂರ್ಣ ಉಪಯೋಗ ಪಡೆದ ಕಂಪನಿಗಳ ದೊಡ್ಡ ಪಟ್ಟಿಯೇ ಇದೆ.

ಬಾಷ್, ಕ್ರುಪ್, BMW, ಫೋರ್ಡ್, ಸೀಮೆನ್ಸ್ ಮುಂತಾದ ಕಂಪನಿಗಳು ಕಾನ್ಸನ್ಟ್ರೇಷನ್ ಕ್ಯಾಂಪ್‌ಗಳ ಮುಂದೆ ಸಾಲುಗಟ್ಟಿ ನಿಂತಿರುತ್ತಾರೆ ಅಲ್ಲಿನ ಜ್ಯೂಗಳನ್ನು ತಮ್ಮ ಫ್ಯಾಕ್ಟರಿಗೆ ಕೆಲಸಕ್ಕೆ ತೆಗೆದುಕೊಳ್ಳಲು. ಹಾಗೆಯೇ ಶಿಂಡ್ಲರ್ ಕಾರ್ಖಾನೆಗೆ ಕೂಡಾ ಒಂದಿಷ್ಟು ಜ್ಯೂ ಕೆಲಸಗಾರರು ಬರಲಾರಂಭಿಸುತ್ತಾರೆ. ಅವರು ಕ್ರಾಕೋವ್ ಗೆಟ್ಟೋದಿಂದ ದಿನವೂ ಇವನ ಫ್ಯಾಕ್ಟರಿಗೆ ನಡೆದುಕೊಂಡೇ ಬರುತ್ತಿರುತ್ತಾರೆ. ಕೆಲಕಾಲದ ನಂತರ ಗೆಟ್ಟೋ ಮುಚ್ಚಿ ಅಲ್ಲಿದ್ದ ಜನರನ್ನು ಪ್ಲಾಝೋವ್ ಕಾನ್ಸನ್ಟ್ರೇಷನ್ ಕ್ಯಾಂಪ್‌ಗೆ ಸಾಗಿಸುತ್ತಾರೆ. ಆ ನಂತರವೂ ಅಲ್ಲಿಂದಲೇ ಕೆಲಸಕ್ಕೆ ಬರುತ್ತಿರುತ್ತಾರೆ ಜ್ಯೂಗಳು. ಆಗಲೇ ಶಿಂಡ್ಲರ್ ತನ್ನ ಫ್ಯಾಕ್ಟರಿಯ ಪಕ್ಕದಲ್ಲೇ ಇದ್ದ ಖಾಲಿ ಸ್ಥಳದಲ್ಲಿ ತನ್ನದೇ ಹಣದಲ್ಲಿ ಒಂದು ಲೇಬರ್ ಕ್ಯಾಂಪ್ ನಿರ್ಮಿಸಲು ಮುಂದಾಗುತ್ತಾನೆ.

ಆ ಎಲ್ಲ ಫ್ಯಾಕ್ಟರಿಗಳಲ್ಲೂ ಕೆಲಸಕ್ಕಿದ್ದ ಜ್ಯೂಗಳಿಂದ ಅತ್ಯಧಿಕ ಕೆಲಸ ತೆಗೆಯುವುದಲ್ಲದೇ, ಅವರನ್ನು ಹೊಡೆದು, ಬಡಿದು, ಹಿಂಸಿಸಿ ಸಾಯಿಸುತ್ತಿದ್ದರು. ಆದರೆ ಈ ಶಿಂಡ್ಲರ್ ಅವರನ್ನು ಮನುಷ್ಯರಂತೆ ಕಂಡ. ಅವನ ಈ ಕೆಲಸದಲ್ಲಿ ಒತ್ತಾಸೆಯಾಗಿ ನಿಲ್ಲುತ್ತಾಳೆ ಅವನ ಹೆಂಡತಿ ಎಮಿಲಿಯಾ. ಅವರ ಈ ಕಾರುಣ್ಯದ ಬಗ್ಗೆ, ಒಳ್ಳೆಯತನದ ಬಗ್ಗೆ ಬದುಕುಳಿದ ಶಿಂಡ್ಲರ್ ಜ್ಯೂಗಳು ಪ್ರಮಾಣಿಸಿ ಹೇಳುತ್ತಾರೆ. ಅವರಿಗೆ ಊಟ ಹಾಕಲು ಶಿಂಡ್ಲರ್ ಮತ್ತು ಎಮಿಲಿಯಾ ತಿಂಗಳಿಗೆ ಸಾವಿರಾರು ಮಾರ್ಕ್ ಖರ್ಚು ಮಾಡುತ್ತಾರೆ. ಎಲ್ಲ ಫ್ಯಾಕ್ಟರಿಗಳಲ್ಲೂ ಅವರಿಗೆ 250–300 ಕ್ಯಾಲೋರಿಗಳಷ್ಟು ಆಹಾರ ಕೊಟ್ಟು ಅಪೌಷ್ಟಿಕತೆಯಿಂದ ನರಳಿಸುತ್ತಿದ್ದಾಗ ಇವರ ಕಾರ್ಖಾನೆಯಲ್ಲಿ ಎಮಿಲಿಯಾ ಖುದ್ದಾಗಿ ನಿಂತು ಪೌಷ್ಟಿಕವಾದ ಆಹಾರವನ್ನು ಕೊಡುತ್ತಾಳೆ.

ಆಹಾರ ಧಾನ್ಯಗಳು ಕಡಿಮೆಯಾದಾಗ ಅದನ್ನು ಒದಗಿಸಲು ಅವರಿವರಲ್ಲಿ ಬೇಡಿ, ಅಂತೂ ಎಲ್ಲರಿಗೂ ಹೊಟ್ಟೆತುಂಬ ಊಟ ಕೊಡುತ್ತಿರುತ್ತಾರೆ. ಅವರಿಗೆ ಎರಡು ಸಾವಿರ ಕ್ಯಾಲೊರಿಯಷ್ಟು ಆಹಾರವಷ್ಟೇ ಅಲ್ಲದೆ, ಆಗೀಗ ಒಂದು ಬಿಯರ್ ಅಥವಾ ಶಾಂಪೇನ್ ಕೂಡಾ ಕೊಡುತ್ತಿದ್ದರು ಎಂದು ಶಿಂಡ್ಲರ್ ಜ್ಯೂಗಳಲ್ಲಿ ಸಾಕಷ್ಟು ಜನ ನೆನಪಿಸಿಕೊಳ್ಳುತ್ತಾರೆ! ಈ ರೀತಿಯ ಅವರ ಅವಶ್ಯಕತೆಗೆ ಅವನು ಸ್ವತಃ ತನ್ನ ಜೇಬಿನಿಂದ ಖರ್ಚು ಮಾಡುತ್ತಿದ್ದ. ಯಾರಾದರೂ ಚಳಿಯಲ್ಲಿ ನಡುಗುತ್ತಿದ್ದರೆ ಕರೆದುಕೊಂಡು ಹೋಗಿ ಬೆಚ್ಚಗಿನ ಬಟ್ಟೆ ಕೊಡಿಸುತ್ತಿದ್ದ, ಫ್ಯಾಕ್ಟರಿಯನ್ನು ಬೆಚ್ಚಗಿಡಲು ಇದ್ದಿಲಿನ ಒಲೆಯೊಂದನ್ನು ಇರಿಸಿದ. ಬೇರೆ ಕಡೆ ಕೆಲಸ ಮಾಡುವ ಕೆಲಸಗಾರರಿಗೆ ಬದುಕೇ ದುಸ್ತರ ಅನ್ನಿಸುತ್ತಿರುವಾಗ, ಶಿಂಡ್ಲರ್ ಇಷ್ಟೆಲ್ಲ ಅನುಕೂಲತೆಗಳನ್ನು ಒದಗಿಸಿಕೊಡುವುದಲ್ಲದೇ, ಕಾನೂನಿನ ಕಣ್ಣಿಗೆ ಮಣ್ಣೆರಚಿ, ರಿಸ್ಕ್ ತೆಗೆದುಕೊಂಡು ಅವರನ್ನೆಲ್ಲ ಸಣ್ಣಪುಟ್ಟ ಪ್ರವಾಸಕ್ಕೆ ಕರೆದೊಯ್ಯುತ್ತಿದ್ದ, ಸ್ನಾನ ಮಾಡಲು ಶವರ್, ಬಟ್ಟೆಗಳನ್ನು ಒಗೆದುಕೊಳ್ಳಲು ಲಾಂಡ್ರಿ ಎಲ್ಲ ಅನುಕೂಲವನ್ನೂ ಮಾಡಿಕೊಟ್ಟಿದ್ದ. ಕ್ರಾಕೋವ್‌ನ ಜ್ಯೂಗಳು ಶಿಂಡ್ಲರ್‌ನ ಕಾರ್ಖಾನೆಯಲ್ಲಿ ಕೆಲಸ ಮಾಡಿದರೆ ಪ್ರಾಣಕ್ಕೆ ಅಪಾಯವಿಲ್ಲ ಎಂದು ಮಾತಾಡಿಕೊಳ್ಳುವಷ್ಟು ಆ ಜಾಗ ಸುರಕ್ಷತೆಗೆ ಹೆಸರಾಗಿತ್ತು.

ಅದೇ ಸಮಯಕ್ಕೆ ಶಿಂಡ್ಲರ್ ನಾಝಿಯಾಗಿದ್ದರಿಂದ ಅನೇಕ SS ಅಧಿಕಾರಿಗಳ ಜೊತೆ ಸಂಜೆಗಳನ್ನು ಸಂತೋಷದಿಂದ ಕಳೆಯುತ್ತಿದ್ದ! ಎಲ್ಲರ ಜೊತೆ ಒಳ್ಳೆಯ ಸಂಬಂಧವಿಟ್ಟುಕೊಂಡಿದ್ದ. ನಾಝಿಗಳ ನಡುವಿನಲ್ಲಿ ಅವನಿಗೆ ಒಳ್ಳೆಯ ಹೆಸರಿತ್ತು. ಇಷ್ಟೇ ಅಲ್ಲದೆ ಅವನ ಕಚೇರಿಗೆ ಕೂಡಾ SS ಅಧಿಕಾರಿಗಳು ಭೇಟಿ ನೀಡುತ್ತಿದ್ದರು. ಶಿಂಡ್ಲರ್ ಅವರೊಡನೆ ನಗುತ್ತ ಮಾತಾಡುತ್ತ, ವೋಡ್ಕಾ ಕುಡಿಯುತ್ತ 'ಇನ್ನೊಂದಿಷ್ಟು ಜ್ಯೂಗಳನ್ನು ಕಳಿಸಿ. ಅವರಿಂದ ಚೆನ್ನಾಗಿ ಕೆಲಸ ತೆಗೆಯುತ್ತೇನೆ' ಎಂದು ಹೇಳಿ ಅವರನ್ನು ತನ್ನಲ್ಲಿ

ಕೆಲಸಕ್ಕೆ ಕರೆಸಿಕೊಳ್ಳುತ್ತಿದ್ದ. ಹೀಗೆ ಕರೆಸಿಕೊಳ್ಳುತ್ತಿದ್ದ ಕೆಲಸಗಾರರು ಬದುಕುಳಿಯಲು ಸಾಧ್ಯವಾಗುವಂತೆ ಅವರ ವಯಸ್ಸನ್ನು ಬದಲಿಸಿ ದಾಖಲೆ ಸೃಷ್ಟಿಸುತ್ತಿದ್ದ. ಅವರು ಯುದ್ಧ ಸಂಬಂಧಿ ವಸ್ತುಗಳನ್ನು ತಯಾರಿಸುವುದರಲ್ಲಿ ಪರಿಣಿತರು ಎಂದು ಹೇಳಿ ಅವರು ತನ್ನ ಕಾರ್ಖಾನೆಗೆ ಅನಿವಾರ್ಯವೆನ್ನುವಂತೆ ದಾಖಲೆ ಸೃಷ್ಟಿಸುತ್ತಿದ್ದ.

ಇದನ್ನೆಲ್ಲ ಪರಿಶೀಲಿಸಲು ಬರುವ ಅಧಿಕಾರಿಗಳಿಗೆ ಸಾಕಷ್ಟು ಉಡುಗೊರೆಗಳನ್ನು ಕೊಟ್ಟು ಅವರ ಬಾಯಿ ಮುಚ್ಚಿಸುತ್ತಿದ್ದ. ಈ ರೀತಿ ಜ್ಯೂಗಳಿಗೆ ತೊಂದರೆಯಾಗದಂತೆ ಕಾಪಾಡಲು, ತನ್ನ ಆಸ್ತಿಪಾಸ್ತಿಯೆಲ್ಲ ಕರಗುವವರೆಗೆ ಲಂಚ ತಿನ್ನಿಸಿದ. ಹೀಗೆ ಅವನು ಜ್ಯೂಗಳಿಗಾಗಿ ಶಾಂತಿಯನ್ನು ಕೊಂಡುಕೊಳ್ಳುತ್ತಿದ್ದ. ಅವನು ಬದುಕಿಸಿದ ಜ್ಯೂಗಳು ಅವನನ್ನು ತಂದೆ, guardian angel, ಅಷ್ಟೇಕೆ ದೇವರು ಎನ್ನುತ್ತಾರೆ ಕೂಡಾ! ಹೊಡೆತ ಬಡಿತವಿಲ್ಲದೆ ಕಾಪಾಡುವುದೇನೋ ಸರಿ, ಆದರೆ ಯಾಕಾಗಿ ಇಷ್ಟೆಲ್ಲ ಮಾಡಿದನೋ ಗೊತ್ತಿಲ್ಲ! ನಾಝಿಗಳು ಯಾಕೆ ಕಾರಣವಿಲ್ಲದೇ ಜ್ಯೂಗಳನ್ನು ಕೊಂದರು ಅನ್ನುವಷ್ಟೇ ಕುತೂಹಲದ ವಿಷಯ, ಶಿಂಡ್ಲರ್ ಅವರನ್ನುಳಿಸಲು ಒದ್ದಾಡಿದ್ದು ಕೂಡಾ.

ಈ ರೀತಿಯ ಕರುಣಾರ್ದ್ರ ಹೃದಯವಿರುವ ವ್ಯಕ್ತಿ, ತನ್ನ ಜೀವನದ ವಿಷಯಕ್ಕೆ ಬಂದರೆ ದೊಡ್ಡ ಲೋಲುಪ, ವಿಷಯಾಸಕ್ತ, ಹೆಣ್ಣುಬಾಕ, ದುಂದುಗಾರಿಕೆಯವ, ಕುಡುಕ ಎಂದು ಕೂಡಾ ಕೆಲವರು ಹೇಳುತ್ತಾರೆ. ಇನ್ನು ಕೆಲವರು ಹೇಳುತ್ತಾರೆ 'ಯಾರಿಗೆ ಶಿಂಡ್ಲರ್ ಎಂಥವನೆಂದು ತೃಣಮಾತ್ರವೂ ಗೊತ್ತಿರಲಿಲ್ಲವೋ ಅವರೇ ಆ ಬಗ್ಗೆ ಹೆಚ್ಚು ಮಾತನಾಡುತ್ತಾರೆ' ಎಂದು! ಆದರೆ ಅವನ ಹೆಂಡತಿ ಎಮಿಲಿಯಾಳನ್ನು ಈ ಬಗ್ಗೆ ಕೇಳಿದಾಗ ಆ ಬಗ್ಗೆ ಕೇವಲ ಸೂಚ್ಯವಾಗಿ ಒಂದೆರಡು ಮಾತನಾಡಿದವರು, ಆ ನಂತರ ತಾವು ಜ್ಯೂಗಳನ್ನು ಉಳಿಸಬೇಕಾದ ಆ ದಿನಗಳ ಬಗ್ಗೆಯೇ ಹೆಚ್ಚಿನ ಮಾತುಗಳನ್ನಾಡುತ್ತಾರೆ. ಅಂದರೆ ಅವನ ವೈಯುಕ್ತಿಕ ವಿಷಯ ಮತ್ತು ಜ್ಯೂಗಳ ವಿಷಯ ಎರಡನ್ನೂ ಪ್ರತ್ಯೇಕವಾಗಿಸಿ ನೋಡಲು ಆತನ ಜೊತೆಗಾತಿಯಾದ ಎಮಿಲಿಗೆ ಸಾಧ್ಯವಾಗಿದೆ ಎಂದಾಯಿತು.

ಅವನು ಬಹಳ ವಿನಯದಿಂದ ಮಾತನಾಡುತ್ತಿದ್ದ, ಬಹಳ ಆಕರ್ಷಕವಾಗಿ ಮಾತನಾಡುತ್ತಿದ್ದ, ಜನರ ಜೊತೆ ಸ್ನೇಹ ಸಂಪಾದಿಸುವ, ಅದನ್ನು ಉಳಿಸಿಕೊಳ್ಳುವ ಕಲೆ ಗೊತ್ತಿತ್ತು. ಹಾಗಾಗಿಯೇ ಅವನು ಬಹಳಷ್ಟು ಪ್ರಭಾವಿ ವ್ಯಕ್ತಿಗಳೊಡನೆ ಸ್ನೇಹ ಬೆಳೆಸಿ, ಅವರಿಗೆ ಲಂಚ ಕೊಟ್ಟು, ನಾನಾ ಉಡುಗೊರೆಗಳನ್ನು ಕೊಟ್ಟು, ಅನೇಕ ಆಮಿಷಗಳನ್ನೊಡ್ಡಿ ಜ್ಯೂಗಳನ್ನು ಕಾಪಾಡಿದ ಎನ್ನುತ್ತಾರೆ ಎಮಿಲಿ.

ಆತನ ಬಗ್ಗೆ ಪುಸ್ತಕ ಬರೆದ ಅಲೆಕ್ಸಾಂಡರ್ ಕೋಟ್‌ನಿಸ್ಕಿ ಹೇಳುತ್ತಾರೆ 'ಒಳ್ಳೆಯತನವೆಂದರೆ ಗಾಂಧಿಯಂತೆ, ಮದರ್ ತೆರೆಸಾರಂತೆ ಇರಬೇಕು. ಒಳ್ಳೆಯವರು ಕುಡಿಯುವುದಿಲ್ಲ, ಒಳ್ಳೆಯವರು ಹೆಣ್ಣುಬಾಕರಾಗಿರುವುದಿಲ್ಲ, ಒಳ್ಳೆಯವರು

ನಾಝಿಗಳಾಗಿರುವುದಿಲ್ಲ, ನಿಜ. ಆದರೆ ಶಿಂಡ್ಲರ್ ಎಂದೂ ತಾನು ಒಳ್ಳೆಯವನೆಂದು ಹೇಳಿಕೊಳ್ಳಲಿಲ್ಲ ಕೂಡಾ' ಎಂದು!

ಆತ ಹೇಳಿಕೊಳ್ಳಲಿಲ್ಲ ನಿಜ. ಆದರೆ ಅವನ ಫ್ಯಾಕ್ಟರಿಯಲ್ಲಿ ಕೆಲಸ ಮಾಡಿದ ಅನೇಕ ಜ್ಯೂಗಳು, ಅವರನ್ನು ಶಿಂಡ್ಲರ್ ಜ್ಯೂಗಳು ಎಂದೇ ಗುರುತಿಸುತ್ತಾರೆ, ಅವರೆಲ್ಲರೂ ಅವನ ಬಗ್ಗೆ ನೂರಾರು ಒಳ್ಳೆಯ ಮಾತುಗಳನ್ನಾಡುತ್ತಾರೆ.

ಎಷ್ಟೋ ಜನ ಕೆಲಸಗಾರರು ಜೊತೆಯಲ್ಲಿ ತಮ್ಮ ಮಕ್ಕಳನ್ನೂ ಇಟ್ಟುಕೊಂಡಿದ್ದರು. ಜ್ಯೂಗಳ ಮಕ್ಕಳು ಬದುಕುಳಿಯುವುದೇ ಅಸಾಧ್ಯ ಎನ್ನುವ ಪರಿಸ್ಥಿತಿಯಲ್ಲಿ ಈ ರೀತಿಯ ಔದಾರ್ಯವಿತ್ತು ಶಿಂಡ್ಲರ್‌ನಲ್ಲಿ. ಅವನು ಆ ಮಕ್ಕಳಿಗೆಲ್ಲ ಹಾಲು ಕೊಡುವ ವ್ಯವಸ್ಥೆ ಮಾಡಿದ್ದ.

ಮಕ್ಕಳನ್ನು ನೇರವಾಗಿ ಗ್ಯಾಸ್ ಛೇಂಬರ್‌ಗೆ ಕಳಿಸುತ್ತಿದ್ದ ನಾಝಿಗಳು ಫ್ಯಾಕ್ಟರಿ ಚೆಕಿಂಗ್‌ಗೆ ಬರುತ್ತಾರೆ ಎಂದರೆ, ಆ ಬಗ್ಗೆ ಮೊದಲೇ ತಿಳಿದಿರುತ್ತಿದ್ದ ಶಿಂಡ್ಲರ್ ಮಕ್ಕಳನ್ನೆಲ್ಲ ಅಡಗಿಸಿ ಇಡುವಂತೆ ಮೊದಲೇ ತಾಕೀತು ಮಾಡುತ್ತಿದ್ದ ಎಂದೆಲ್ಲ ಹಾಡಿ ಹೊಗಳಿದರೆ, ಮಗದೊಬ್ಬರು ಎಲ್ಲರಿಗೂ ಹೊಟ್ಟೆ ತುಂಬ ಊಟ, ಮೈ ಬೆಚ್ಚಗಾಗಿಸುವ ಬಟ್ಟೆ ಕೊಡುವುದೇ ಅದ್ಭುತ ಅನ್ನಿಸುವ ಆ ಕಾಲದಲ್ಲಿ, ವರ್ಷಕ್ಕೊಂದು ಸಲ ತನ್ನ ಫ್ಯಾಕ್ಟರಿಯಲ್ಲಿ ತಯಾರಾಗುವ ಎನಾಮೆಲ್ ಪಾತ್ರೆಗಳನ್ನು ಅವರಿಗೆಲ್ಲ ಉಚಿತವಾಗಿ ಕೊಡುತ್ತಿದ್ದ ಎನ್ನುತ್ತಾರೆ. ಒಂದು ಬಾರಿ ಕಾನ್ಸನ್ಟ್ರೇಷನ್ ಕ್ಯಾಂಪ್‌ನಿಂದ ಹೊರಟ 300 ಹೆಂಗಸರಿದ್ದ ಟ್ರೈನ್ ಇವರಲ್ಲಿಗೆ ತಲುಪುವುದೇ ಇಲ್ಲ. ಇದ್ದಬದ್ದ ಕೆಲಸವನ್ನೆಲ್ಲ ಬಿಟ್ಟು ಶಿಂಡ್ಲರ್ ಅಲ್ಲಿಗೆ ಓಡಿ, ಗ್ಯಾಸ್ ಛೇಂಬರ್ ಸೇರಬೇಕಿದ್ದ ಅವರನ್ನು ಬಿಡಿಸಿಕೊಂಡು ಬಂದ ಎಂದು ಎಮಿಲಿ ನೆನಪಿಸಿಕೊಂಡರೆ ಇನ್ನೊಂದು ಬಾರಿ ನಾಝಿಗಳು ನೂರು ಜನರನ್ನು ಗ್ಯಾಸ್ ಛೇಂಬರ್‌ಗೆ ಕರೆದೊಯ್ಯುತ್ತಾರೆ ಎನ್ನುವ ವಿಷಯ ತಿಳಿದಾಗ, ಅವರು ಬರುವ ಹಿಂದಿನ ದಿನವೇ ಕೆಲಸಗಾರರಿಗೆಲ್ಲ ಸಂಬಳದ ಹಣ ಕೊಟ್ಟು, ನಂತರ ಅಂದೇ ಅವರನ್ನೆಲ್ಲ ವಜಾಗೊಳಿಸಿ, ಮರುದಿನ ನಾಝಿಗಳ ಕೈಗೆ ಸಿಕ್ಕಿಬೀಳದಂತೆ ಮಾಡಿ ಅವರ ಜೀವವನ್ನು ಕಾಪಾಡಿದ್ದ ಎಂದು ಮತ್ತೆ ಹಲವರು ನೆನಪಿಸಿಕೊಳ್ಳುತ್ತಾರೆ. ಸಾಕಷ್ಟು ಶಿಂಡ್ಲರ್ ಜ್ಯೂಗಳು ಅವನು ತನ್ನ ಹುಟ್ಟುಹಬ್ಬವನ್ನು ನಮ್ಮ ಜೊತೆಯಲ್ಲೇ ಆಚರಣೆ ಮಾಡಿಕೊಳ್ಳುತ್ತಿದ್ದ, ಎಷ್ಟೋ ದಿನ ನಮ್ಮ ಜೊತೆಯೇ ಊಟ ಮಾಡುತ್ತಿದ್ದ, ಅವನನ್ನು ಹೆಣ್ಣುಬಾಕ ಅಂದರೂ ನಮ್ಮೊಡನೆ ಯಾವತ್ತೂ ಅನುಚಿತವಾಗಿ ನಡೆದುಕೊಂಡಿಲ್ಲ ಎಂದೆಲ್ಲ ಅವನನ್ನು ಕೊಂಡಾಡುತ್ತಾರೆ!

ಇಂಥ ವಿಚಿತ್ರ ವ್ಯಕ್ತಿತ್ವದ ಶಿಂಡ್ಲರ್ ಯುದ್ಧಾನಂತರ ಪಶ್ಚಿಮ ಜರ್ಮನಿಗೆ ಹೋಗುತ್ತಾನೆ. ಎಲ್ಲ ಹಣ ಕಳೆದುಕೊಂಡು ಬರಿಗೈ ಆಗಿದ್ದವನಿಗೆ ಜ್ಯೂಗಳು ಸಹಾಯ ಮಾಡುತ್ತಾರೆ. ಆ ನಂತರ ಅವನು ತನ್ನ ಪತ್ನಿ–ಉಪಪತ್ನಿ–ಒಂದಿಷ್ಟು

ಜನ ಜ್ಯೂಗಳೊಡನೆ ಅರ್ಜೆಂಟೈನಾಗೆ ಹೋಗಿ ಅಲ್ಲಿ ಒಂದಿಷ್ಟು ಕಾಲ ಬೇಸಾಯ ಮಾಡುತ್ತಾನೆ.

1957ರಲ್ಲಿ ಯುದ್ಧದ ಸಮಯದಲ್ಲಿ ಆಸ್ತಿ ಕಳೆದುಕೊಂಡವರಿಗೆ ಸರಕಾರ ಪರಿಹಾರ ಕೊಡುತ್ತಿದೆ ಎಂದಾಗ, ಅದನ್ನು ಪಡೆಯಲು ಜರ್ಮನಿಗೆ ಒಂಟಿಯಾಗಿ ಹೊರಟವನು, ಅಲ್ಲಿಯೇ ಉಳಿದುಬಿಡುತ್ತಾನೆ. ಎಮಿಲಿ ಆ ನಂತರ ಎಂದಿಗೂ ಅವನನ್ನು ಮತ್ತೆ ನೋಡುವುದೇ ಇಲ್ಲ. ಅಲ್ಲಿ ನಾನಾ ವ್ಯವಹಾರಗಳಿಗೆ ಕೈ ಹಾಕುತ್ತಾನೆ, ಎಲ್ಲದರಲ್ಲಿಯೂ ಹಣ ಕಳೆದುಕೊಳ್ಳುತ್ತಾನೆ.

ಹೀಗೆ ಬರಿಗೈ ಆದವನನ್ನು, ಅವನು ಕಾಪಾಡಿದ ಜ್ಯೂಗಳು 1974ರಲ್ಲಿ ಅವನು ಕಾಲವಾಗುವವರೆಗೂ ಪೊರೆಯುತ್ತಾರೆ! ಹೀಗೆ ಶಿಂಡ್ಲರ್ ಎನ್ನುವವನನ್ನು ಎಂದೂ ದೈವತ್ವಕ್ಕೇರಿಸದೇ, ಎಲ್ಲ ಕುಂದುಕೊರತೆಗಳು, ದೌರ್ಬಲ್ಯಗಳು, ಕಾರುಣ್ಯ, ಒಳ್ಳೆಯತನ, ಭೋಳೆತನ ಎಲ್ಲವನ್ನೂ ಹೊಂದಿದ ಅಪ್ಪಟ ಮನುಷ್ಯನಾಗಿದ್ದ ಎನ್ನುವ ಕಾರಣಕ್ಕೇ ಜ್ಯೂಗಳು ಅವನನ್ನು ತಮ್ಮವನಾಗಿಸಿಕೊಳ್ಳುತ್ತಾರೆ. ಸತ್ತ ನಂತರ ಇಸ್ರೇಲ್‌ನ ಜೆರುಸಲೇಂನಲ್ಲಿ ಅವನು ಸಮಾಧಿಯಾಗುತ್ತಾನೆ. ಇಂದಿಗೂ ಅನೇಕ ಜ್ಯೂಗಳು ಅವನು ಸತ್ತ ದಿನ, ಹುಟ್ಟಿದ ದಿನ ಅಲ್ಲಿಗೆ ಬಂದು ಇಡೀ ಜ್ಯೂ ಜನಾಂಗದ ಪರವಾಗಿ ಕೃತಜ್ಞತೆ ಸಲ್ಲಿಸುತ್ತಾರೆ.

ಇಸ್ರೇಲ್ ಅವನಿಗೆ Righteous among Nations ಎಂಬ ಪುರಸ್ಕಾರ ನೀಡಿ ಗೌರವಿಸಿದೆ ಕೂಡಾ! ಇಷ್ಟೆಲ್ಲ ವಿಚಿತ್ರ ವ್ಯಕ್ತಿತ್ವದ ಶಿಂಡ್ಲರ್‌ನ ಎನಾಮೆಲ್ ಫ್ಯಾಕ್ಟರಿ ಕ್ರಾಕೋವ್‌ನಲ್ಲಿಯೇ ಇದೆ ಅನ್ನುವ ವಿಷಯ ಮಾತ್ರ ತಲೆಯಿಂದ ಸಂಪೂರ್ಣವಾಗಿ ಮರೆಯಾಗಿಬಿಟ್ಟಿತ್ತು. ಈಗ ಪೋಲೆಂಡ್ ಪ್ರವಾಸಕ್ಕೆ ಹೊರಟಾಗ ಅಲ್ಲಿನ

ವಿಷಯಗಳನ್ನೆಲ್ಲ ಕೆದಕುತ್ತ ಹೊರಟಾಗಲೇ ನನಗೆ ಶಿಂಡ್ಲರ್ ಸಾವಿರ ಜ್ಯೂಗಳನ್ನು ಕೆಲಸಕ್ಕೆ ಇಟ್ಟುಕೊಂಡಿದ್ದ ಆ ಎನಾಮೆಲ್ ಫ್ಯಾಕ್ಟರಿ ಕ್ರಾಕೋವ್‌ನಲ್ಲಿದೆ ಎಂದು ನೆನಪಾಗಿದ್ದು! ಹಾಗಾಗಿಯೇ ಅದನ್ನು ನೋಡಲೇಬೇಕೆಂದು ಟಿಕೆಟ್‌ಗಾಗಿ ಹೋರಾಟ ಮಾಡಿ, ಉಳಿದ ಕಾರ್ಯಕ್ರಮಗಳನ್ನು ಬದಲಿಸಿ ಅಂತೂ ಆ ಸಮಯ ಈಗ ಕೂಡಿಬಂದಿತ್ತು!

ಆಗಲೇ ಮುಖ್ಯದ್ವಾರದ ಬಳಿ ಸಾಕಷ್ಟು ಜನ ಸೇರಿದ್ದರು. ನಮ್ಮಲ್ಲಿ ಟಿಕೆಟ್ ಇದ್ದಿದ್ದರಿಂದ ಕೂಡಲೇ ಒಳಗೆ ಹೋಗಲು ಸಾಧ್ಯವಾಯಿತು. ಒಳಹೊಕ್ಕ ಕೂಡಲೇ ಎಡಬದಿಯಲ್ಲಿ ಒಂದು ಕೆಫೆ ಇತ್ತು. ಸ್ಪೀಲ್‌ಬರ್ಗ್‌ನ ಶಿಂಡ್ಲರ್ಸ್ ಲಿಸ್ಟ್ ಸಿನೆಮಾಗೆಂದೇ ಮೀಸಲಾಗಿಟ್ಟ ಕೆಫೆ ಅದಂತೆ! ಅಲ್ಲಿ ಸಿನೆಮಾದ ಶೂಟಿಂಗ್ ನಡೆಯುವಾಗಿನ ಕ್ಲಾಪ್ ಬೋರ್ಡ್, ಸಿನೆಮಾದ ಪೋಸ್ಟರ್‌ಗಳು, ಪ್ಲಾಝೋವ್ ಕಾನ್ಸನ್ಟ್ರೇಷನ್ ಕ್ಯಾಂಪ್‌ನ ಒಂದು ಮಾಡೆಲ್, ಜೊತೆಗೆ ಕಾಫಿ ಟೇಬಲ್‌ಗಳ ಗಾಜಿನಡಿಯಲ್ಲಿ ಸಿನೆಮಾದ ಸನ್ನಿವೇಶಗಳ ಕಾರ್ಡ್‌ಗಳು ಎಲ್ಲವನ್ನೂ ಜೋಡಿಸಿಟ್ಟಿದ್ದಾರೆ.

ಅದನ್ನು ನೋಡಿ ನನಗೆ ಅಲ್ಲಿ ಶಿಂಡ್ಲರ್‌ಗಿಂತ ಶಿಂಡ್ಲರ್ಸ್ ಲಿಸ್ಟ್ ಸಿನೆಮಾನೇ ಹೆಚ್ಚು ಮುಖ್ಯವಾಯಿತಾ ಎನ್ನಿಸಲಾರಂಭಿಸಿತು! ಆಗ ತಿಳಿದದ್ದೇನೆಂದರೆ ಶಿಂಡ್ಲರ್‌ನ ಈ ಕಾರ್ಖಾನೆ ಮುಖ್ಯ ಭೂಮಿಕೆಗೆ ಬಂದಿದ್ದೇ ಈ ಸಿನೆಮಾ ತೆಗೆದ ನಂತರವಂತೆ! ಎರಡನೇ ಮಹಾಯುದ್ಧದ ನಂತರ ಈ ಸ್ಥಳದಲ್ಲಿ 1948ರಿಂದ 2002ರವರೆಗೆ ದೂರಸಂಪರ್ಕ ಕಂಪನಿಯೊಂದರ ಕಚೇರಿ ಇತ್ತು. ಆ ಸ್ಥಳದ ಬಗ್ಗೆ ಯಾರಿಗೂ ಅಂಥ ಆಸಕ್ತಿಯೇನೂ ಇರಲಿಲ್ಲ. 1993ರಲ್ಲಿ ಸ್ಪೀಲ್‌ಬರ್ಗ್ ಶಿಂಡ್ಲರ್ ಬಗ್ಗೆ ಸಿನೆಮಾ

ಮಾಡಿದ ನಂತರ ಮತ್ತು ಆ ತನ್ನ ಸಿನೆಮಾದ ಕೆಲವು ಭಾಗಗಳ ಶೂಟಿಂಗನ್ನು ಈ ಕಟ್ಟಡದಲ್ಲಿ ಚಿತ್ರೀಕರಿಸಿದ ನಂತರ ಆ ಸ್ಥಳ ಕ್ರಾಕೋವ್‌ನಲ್ಲಿ ಪ್ರಾಮುಖ್ಯತೆ ಪಡೆದು, ಕ್ರಾಕೋವ್‌ಗೆ ಬರುವ ಪ್ರವಾಸಿಗರು ಶಿಂಡ್ಲರ್ ಫ್ಯಾಕ್ಟರಿ ಶೂಟಿಂಗ್ ನಡೆದ ಸ್ಥಳ ಎಲ್ಲಿ ಎಂದು ಹುಡುಕಿ ಬರಲಾರಂಭಿಸಿದರು.

ಆ ನಂತರವೇ ಕ್ರಾಕೋವ್ ಪ್ರಾಧಿಕಾರವು ಆ ಸ್ಥಳವನ್ನು ತನ್ನ ವಶಕ್ಕೆ ತೆಗೆದುಕೊಂಡು ಅದನ್ನು ಮ್ಯೂಸಿಯಮ್ ಆಗಿ ಪರಿವರ್ತಿಸಿದ್ದು! ಹಾಗಾಗಿಯೇ ಇಲ್ಲಿ ಶಿಂಡ್ಲರ್ಸ್ ಲಿಸ್ಟ್ ಸಿನೆಮಾಗೆ ವಿಶೇಷ ಮಾನ್ಯತೆ! ಅಂದರೆ ಶಿಂಡ್ಲರ್‌ನ ಈ ಫ್ಯಾಕ್ಟರಿಯ ಪುನರುತ್ಥಾನ ಮಾಡಿದ್ದು ಸ್ಪೀಲ್‌ಬರ್ಗ್ ಎಂದೇ ಹೇಳಬೇಕು! ಯಾಕೋ ಅದನ್ನು ನೋಡಿದ ಮೇಲೆ ಒಂದು ರೀತಿಯ ವಿಚಿತ್ರ ಕಸಿವಿಸಿ ಶುರುವಾಯಿತು.

ತಮ್ಮದೇ ಊರಿನಲ್ಲಿ ಸಾವಿರದ ನೂರಕ್ಕೂ ಮೇಲ್ಪಟ್ಟು ಜ್ಯೂಗಳ ಪ್ರಾಣ ಉಳಿಸಿದ್ದು ಆ ಊರಿನವರಿಗೆ ದೊಡ್ಡದು ಅನ್ನಿಸಿರಲೇ ಇಲ್ಲವೇ?

ಅಥವಾ ಲಕ್ಷಾಂತರ ಜನರ ಸಾವಿನೆದುರು ಈ ಸಾವಿರ ಜನರ ಪ್ರಾಣ ಉಳಿದದ್ದು ಅಷ್ಟು ಕ್ಷುಲ್ಲಕ ಘಟನೆ ಎನ್ನಿಸಿಬಿಟ್ಟಿತಾ?

ಅಥವಾ ಅವನು ಮೂಲತಃ ನಾಝಿ ಅನ್ನುವುದು ಅವನ ವಿರುದ್ಧದ ಅಂಶವಾಗಿ ಕೆಲಸ ಮಾಡಿತಾ?

ಸಿನೆಮಾವೊಂದರ ಯಶಸ್ಸಿನ ನೆರಳಿನಲ್ಲಿ ಶುರುವಾದದ್ದಾ ಈ ಮ್ಯೂಸಿಯಮ್?

ಹೀಗೆ ಶುರುವಾದ ಮ್ಯೂಸಿಯಮ್ ನಿಜಕ್ಕೂ ಶಿಂಡ್ಲರ್‌ನ ಪ್ರಯತ್ನಕ್ಕೆ ನ್ಯಾಯ ಒದಗಿಸಲು ಸಾಧ್ಯವೇ?

ಮನಸ್ಸಿನಲ್ಲಿ ಏಳುತ್ತಿದ್ದ ನೂರಾರು ಪ್ರಶ್ನೆಗಳಿಗೆ 'ಇರು ಒಳಗೆ ಹೋಗಿ ನೋಡುವವರೆಗೆ ನಿರಾಶಳಾಗಬೇಡ' ಎಂದು ಸಮಾಧಾನ ಕೊಟ್ಟುಕೊಂಡು ಒಳಹೊಕ್ಕೆ...

ಆದರೆ ನನ್ನ ಮೊದಲಿನ ಅನಿಸಿಕೆಯೇ ಪ್ರಾಮಾಣಿಕ ಅನಿಸಿಕೆಯಾಗಿತ್ತು!

ಸಾಕಷ್ಟು ದೊಡ್ಡ ಮ್ಯೂಸಿಯಮ್. ಮೂವತ್ತರ ದಶಕದಿಂದ ಮೊದಲುಗೊಂಡು ಎರಡನೇ ಮಹಾಯುದ್ಧ ಮುಗಿಯುವವರೆಗಿನ ಕ್ರಾಕೋವ್ ಅಲ್ಲಿತ್ತು. ಯುದ್ಧಕ್ಕೆ ಮೊದಲು ಜ್ಯೂಗಳ ಕಷ್ಟಕಾಲ ಪ್ರಾರಂಭವಾದ ದಿನಗಳಿಂದ ಶುರು ಮಾಡಿ, ಯುದ್ಧಕಾಲದಲ್ಲಿ ಕ್ರಾಕೋವ್ ತೊರೆದು ಹೋದ ಜ್ಯೂಗಳ ಪರಿಸ್ಥಿತಿ, ತೊರೆದು ಹೋಗದೇ ಉಳಿದವರು ಗೆಟ್ಟೋಗಳಲ್ಲಿ ಕಿಷ್ಕಿಂಧೆಯಂಥ ಮನೆಗಳಲ್ಲಿ 30–35 ಅಪರಿಚಿತ ಜನರು ಒಟ್ಟಾಗಿ ಬದುಕಿದ ಸ್ಥಿತಿ, ಬೀದಿಬೀದಿಗಳಲ್ಲಿ ನೇತಾಡುವ ಸಾರ್ವಜನಿಕವಾಗಿ ಗಲ್ಲಿಗೇರಿಸಿದ ಹೆಣಗಳು, ಕಾನ್ಸನ್ಟ್ರೇಷನ್ ಕ್ಯಾಂಪ್‌ಗಳಲ್ಲಿಂದ ಜ್ಯೂಗಳು ಪ್ರೀತಿಪಾತ್ರರಿಗೆ ಬರೆದ ಪತ್ರಗಳು... ಹೀಗೆ ಒಂದಾದನಂತರ ಒಂದು ಎದುರಾಗುತ್ತಲೇ ಹೋಯಿತು

‘ಅದೆಲ್ಲ ಸರಿ ಇದನ್ನು ಶಿಂಡ್ಲರ್ಸ್ ಮ್ಯೂಸಿಯಮ್ ಎಂದು ಯಾಕೆ ಕರೆದರು... ಇಲ್ಲೆಲ್ಲಿಯೂ ಅವನ ಸುಳಿವೇ ಇಲ್ಲವಲ್ಲ’ ಎಂದು ಮನಸ್ಸು ಕೇಳುತ್ತಲೇ ಹೋಯಿತು! ನನ್ನ ಮನಸ್ಸಿನ ಮಾತು ಕೇಳಿಸಿತೇನೋ ಎನ್ನುವಂತೆ ಶಿಂಡ್ಲರ್‌ನ ಆಫೀಸ್ ಎಂದು ಕರೆಸಿಕೊಳ್ಳುವ ಕೊಠಡಿ ಎದುರಾಯಿತು. ಅಲ್ಲಿ ಅವನು ಬಳಸುತ್ತಿದ್ದ ಟೇಬಲ್, ಕುರ್ಚಿ, ಫೋನ್, ಅವನ ಫ್ಯಾಕ್ಟರಿಯಲ್ಲಿ ತಯಾರಾದ ಎನಾಮೆಲ್ ಪಾತ್ರೆಗಳು, ಒಂದಿಷ್ಟು ಕಾಗದ ಪತ್ರಗಳು ಇವೆಲ್ಲವನ್ನೂ ಜೋಡಿಸಿ ಇಟ್ಟಿದ್ದರು. ಅದೊಂದು ಸಣ್ಣಕೊಠಡಿ ಅಷ್ಟೇ.

ಆ ನಂತರ ತಿಳಿದದ್ದೇನೆಂದರೆ ಶಿಂಡ್ಲರ್‌ನ ನಿಜದ ಆಫೀಸ್ ಕೊಠಡಿ ಅದಲ್ಲವೇ ಅಲ್ಲ... ಇದು ಸಿನೆಮಾಗೆ ಸ್ಪೀಲ್‌ಬರ್ಗ್ ಆರಿಸಿಕೊಂಡ ಕೊಠಡಿ ಅಷ್ಟೇ ಎಂದು.

ಅರೆ! ಇದೇನು ವಿಚಿತ್ರ? ಈ ಮ್ಯೂಸಿಯಮ್ ಚರಿತ್ರೆಗಿಂತ ಶಿಂಡ್ಲರ್ಸ್ ಲಿಸ್ಟ್ ಸಿನೆಮಾಗೇ ಹೆಚ್ಚು ನಿಷ್ಠವಾಗಿರುವಂತೆ ಕಾಣಿಸುತ್ತಿದೆಯಲ್ಲ ಅನ್ನಿಸಲಾರಂಭಿಸಿತು.

ಎಲ್ಲವನ್ನೂ ನೋಡಿ ಮುಗಿಸುವಾಗ ಕೊನೆಯಲ್ಲಿ ಅವನ ಕಾಲದಲ್ಲಿ ಬಳಸುತ್ತಿದ್ದ ಒಂದೆರಡು ತಳ್ಳುಗಾಡಿಗಳು, ಮೆಷಿನ್‌ಗಳು ಇದ್ದವು. ಅದು ಬಿಟ್ಟರೆ ಅವನಿಗೆ ಸಂಬಂಧ ಪಟ್ಟಿದ್ದು ಹೆಚ್ಚೇನೂ ಇರಲೇ ಇಲ್ಲ.

ಹಿಂದಿನ ದಿನ ತಾನೇ ಆಶ್ವಿಟ್ಜ್‌ನಲ್ಲಿ ಘಟನೆಗಳು ನಡೆದ ಜಾಗಗಳಿಗೇ ಭೇಟಿಕೊಟ್ಟ ನಂತರ ಈ ಮ್ಯೂಸಿಯಮ್ ಆಹಾ ಓಹೋ ಎಂದೇನೂ ಅನ್ನಿಸಲಿಲ್ಲ. ಹಾಲೋಕಾಸ್ಟ್‌ಗೆ ಸಂಬಂಧಪಟ್ಟ ಬೇರೆಯ ಇನ್ನೂ ಎಷ್ಟೋ ಮ್ಯೂಸಿಯಮ್‌ಗಳು ಈಗಾಗಲೇ ಇರುವುದರಿಂದ, ಇಲ್ಲಿ ಕೇವಲ ಶಿಂಡ್ಲರನಿಗೆ ಸಂಬಂಧ ಪಟ್ಟಿದ್ದೆಲ್ಲವನ್ನೂ ಸೇರಿಸಿ ಅದ್ಭುತವಾದ ಒಂದು ಬೇರೆಯದೇ ರೀತಿಯ ಮ್ಯೂಸಿಯಮ್ ಮಾಡಬಹುದಾಗಿತ್ತು.

ಅದೇನೂ ಇರದಿದ್ದರೂ ಆ ಫ್ಯಾಕ್ಟರಿಯ ಲೇಔಟನ್ನು ಇದ್ದ ಹಾಗೆಯೇ ಉಳಿಸಿಕೊಂಡು ಅವ ಇಲ್ಲಿ ಕುಳಿತುಕೊಳ್ಳುತ್ತಿದ್ದ, ಇಲ್ಲಿ ನಡೆಯುತ್ತಿದ್ದ, ಇಲ್ಲಿ ಊಟ ಮಾಡುತ್ತಿದ್ದ, SS ಅಧಿಕಾರಿಗಳು ಈ ಗೇಟಿನ ಮುಖಾಂತರ ಬರುತ್ತಿದ್ದರು... ಹೀಗೆ ತೋರಿಸಿದ್ದರೂ ಇದಕ್ಕಿಂತ ಆಸಕ್ತಿಕರವಾಗಿರುತ್ತಿತ್ತೇನೋ ಅನ್ನಿಸಲಾರಂಭಿಸಿತು.

ಒಟ್ಟಿನಲ್ಲಿ ನಾನು ಶಿಂಡ್ಲರ್‌ನ ಬಗ್ಗೆ ಹೆಚ್ಚಿನದೇನನ್ನೋ ನಿರೀಕ್ಷಿಸಿ ಬಂದಿದ್ದರಿಂದಲೋ, ಅಥವಾ ಹಿಂದಿನ ದಿನ ತಾನೇ ಆಶ್ವಿಟ್ಜ್‌ನಲ್ಲಿ ಇದೆಲ್ಲದರ ಬಗ್ಗೆ ಸಾಕಷ್ಟು ನೋಡಿದ್ದರಿಂದಲೋ ನನಗಂತೂ ಈ ಮ್ಯೂಸಿಯಮ್ ನಿರಾಸೆಗೊಳಿಸಿತು. ಒಟ್ಟಿನಲ್ಲಿ ಬಂದಿದ್ದರಿಂದ ನೋಡಿದ್ದಾಯಿತು. ಹೆಸರಿಗೆ ಮಾತ್ರ ಶಿಂಡ್ಲರ್ಸ್ ಮ್ಯೂಸಿಯಮ್ ಆಗಿ ಉಳಿದು, ಅವನ ಫ್ಯಾಕ್ಟರಿಯ ರೂಪರೇಷೆಯೇ ಸಂಪೂರ್ಣವಾಗಿ ಬದಲಾಗಿಹೋದ ಆ ಮ್ಯೂಸಿಯಮ್. ಏನೋ ಒಟ್ಟಿನಲ್ಲಿ ಅದ್ಭುತ ನಿರೀಕ್ಷೆಯಿಟ್ಟು ಹೋದ ಸ್ಥಳ ಬಿಟ್ಟು ಹೊರಡುವಾಗ ಎದೆಯಲ್ಲಿ ಯಾವ ತಂತುವನ್ನೂ ಮೀಟದೇ ಸುಮ್ಮನೆ ಹೋದ್ಯಾ ಪುಟ್ಟ ಬಂದ್ಯಾ ಪುಟ್ಟ ಎನ್ನುವಂತೆ ಮುಗಿದುಹೋಯಿತು.

ಹೆಚ್ಚು ಕಾಡುವಂಥದ್ದು ಅಲ್ಲಿ ಏನೂ ಇರಲಿಲ್ಲವಾದರೂ, ಈಗಲೂ ಶಿಂಡ್ಲರ್ ಮ್ಯೂಸಿಯಮ್‌ನ ಒಂದು ಪೋಸ್ಟರ್ ನೆನಪಾಗುತ್ತದೆ. ಪುಟ್ಟ ಕಂದಮ್ಮನೊಂದು ಭಾರವಾದ ಹೆಜ್ಜೆಗಳನ್ನಿಡುತ್ತಾ ಗೆಟ್ಟೋದ ನಿರ್ಜನ ಬೀದಿಗಳಲ್ಲಿ ಭಾರವಾದ ಹೆಜ್ಜೆಗಳನ್ನಿಡುತ್ತಾ ಒಂಟಿಯಾಗಿ ಅದೆಲ್ಲಿಗೋ ಹೋಗುತ್ತಿರುವ ಒಂದು ಅಗಾಧ ಉದ್ದಗಲದ ಪೋಸ್ಟರ್‌ನ ಮುಂದೆ ಅಂದು ನಾನು ಅದೆಷ್ಟು ಹೊತ್ತು ನಿಂತಿದ್ದೆನೋ ನನಗೇ ಗೊತ್ತಿಲ್ಲ. ಪುಟ್ಟ ದೇಹ, ಸುಮಾರು ಐದು ವರ್ಷವಿರಬಹುದೋ ಏನೋ. ಅದರ ದೇಹಕ್ಕೆ ಹಾಕಿದ್ದ ಪುಟ್ಟನೆಯ ಪ್ಯಾಂಟ್, ಕೋಟ್... ಗುಂಡುಗುಂಡು ಮಗು ಥೇಟ್ ನನ್ನ ಮಗನಂತೆ... ಇಡೀ ರಸ್ತೆಯಲ್ಲಿ ಯಾರೆಂದರೆ ಯಾರಿಲ್ಲ! ಅದನ್ನು ನೋಡಿದಾಗ ನನಗೆ ನೆನಪಾದದ್ದು ನನ್ನ ಮಗನಿಗೆ ಸಂಬಂಧಿಸಿದ ಆ ಘಟನೆ...

ಆಗ ಅವನು ತುಂಬ ಸಣ್ಣವನು, ಬಹುಶಃ ಮೂರು ವರ್ಷವಿರಬೇಕು. ಇನ್ನೂ ಮಾತನಾಡಲೂ ಬರುತ್ತಿರಲಿಲ್ಲ. ನಾವು ಶಿವಮೊಗ್ಗಕ್ಕೆ ಹೋಗಲು ರಾತ್ರಿ ಬಸ್ ಹತ್ತಿದ್ದೆವು. ನಡುರಾತ್ರಿಯಲ್ಲೆಲ್ಲೋ ಚಾಲಕ ಕಾಫಿಗೆಂದು ಬಸ್ ನಿಲ್ಲಿಸಿದಾಗ ನನಗೆ ಗಾಢ ನಿದ್ರೆ. ನನ್ನ ಗಂಡ ಕೆಳಗಿಳಿದು ಕಾಲಾಡಿಸಿ ಬರುತ್ತೇನೆಂದು ಹೊರಟಾಗ ಮಗ ತಾನೂ ಅವನೊಡನೆ ಹೋಗುತ್ತೇನೆಂದು ದುಂಬಾಲು ಬಿದ್ದ. ಅಂದು ಊರಿನಲ್ಲಿ ಯಾವುದೋ ವಿಶೇಷ ಹಬ್ಬ ಇದ್ದಿದ್ದರಿಂದ ಬೇರೆ ಬೇರೆ ಬಸ್‌ಗಳಲ್ಲಿ ನಮ್ಮ ಕಡೆಯವರು ಸಾಕಷ್ಟು ಜನ ಹೊರಟಿದ್ದೆವು. ಅವರೆಲ್ಲರೂ ಬಸ್ ನಿಲ್ದಾಣದಲ್ಲಿ ಭೇಟಿಯಾಗಿ ಮಾತುಕತೆಯಲ್ಲಿ ಮುಳುಗಿರಬೇಕಾದರೆ, ಈ ನನ್ನ ಮಗ ಅದೇನೋ ರಾಜಕಾರ್ಯ ಇರುವವನಂತೆ ಅಪ್ಪನ ಕೈ ಬಿಡಿಸಿಕೊಂಡಿದ್ದು ನನ್ನ ಗಂಡನ ಅರಿವಿಗೇ ಬಂದಿಲ್ಲ.

ಒಂದಿಷ್ಟು ಅಡ್ಡಾಡಿದ ಮೇಲೆ ಮಗನಿಗೆ ಬೋರಾಗಿರಬೇಕು, ನಾನಿದ್ದ ಬಸ್ ಹುಡುಕಿ

ಹೊರಟಿದ್ದಾನೆ. ಎಲ್ಲ ಬಸ್‌ಗಳೂ ಒಂದೇ ರೀತಿ ಇರುವುದರಿಂದ ಅವನಿಗೆ ಯಾವ ಬಸ್‌ನಲ್ಲಿ ನಾನಿದ್ದೇನೆ ಎಂಬುದು ಗೊತ್ತಾಗಿಲ್ಲ. ಹುಡುಕಿ ಹುಡುಕಿ ಆಯಾಸವಾಗಿ ಸಿಕ್ಕ ಯಾವುದೋ ಬಸ್ ಹತ್ತಿಬಿಟ್ಟಿದ್ದಾನೆ. ಹತ್ತಿದವ ನನ್ನನ್ನು ಹುಡುಕಲು ಪ್ರಯತ್ನಿಸಿದ್ದಾನೆ, ಕತ್ತಲಲ್ಲಿ ನಾನು ಹೇಗೆ ಸಿಗಬೇಕು ಪಾಪ. ಹಾಗಾಗಿ ದಿಕ್ಕು ತೋಚದೇ ಚಾಲಕನ ಸೀಟ್‌ನ ಹಿಂಭಾಗದಲ್ಲಿ ಒರಗಿ ಕುಳಿತು ಒಬ್ಬನೇ ಬಿಕ್ಕಿ ಬಿಕ್ಕಿ ಅಳುತ್ತಿದ್ದಾನೆ. ಗಾಢ ನಿದ್ರೆಯಲ್ಲಿದ್ದ ನನಗೆ ಎಲ್ಲೋ ಅವನ ದನಿ ಕೇಳಿಸಿದಂತಾಗಿ ಬೆಚ್ಚಿ ಎದ್ದವಳು 'ಅಯ್ಯೋ ಭ್ರಮೆ. ಅಪ್ಪನ ಜೊತೆ ಹೋದವನು ಇಲ್ಲೆಲ್ಲಿ ಬರಲು ಸಾಧ್ಯ' ಎಂದು ಮತ್ತೆ ಮಲಗಿದ್ದೆ. ಆ ನಂತರವೂ ಆ ದನಿ ಕೇಳಿಸುತ್ತಲೇ ಹೋದಾಗ ಅದು ಭ್ರಮೆಯಲ್ಲ ಎಂದರಿವಾಗಿ, ದನಿ ಬಂದತ್ತ ಧಾವಿಸಿದರೆ ಅಲ್ಲಿ ಅವನು ಮಂಡಿಯ ಮೇಲೆ ತಲೆಯೂರಿ ಅಳುತ್ತಾ ಕುಳಿತಿದ್ದ!

ಒಬ್ಬನೇ...

ಗುಬ್ಬಿಯಂತೆ...

ದೇಹ ಮುದುಡಿಸಿ...

ಪುಟ್ಟ ಕಾಲುಗಳನ್ನು ಮಡಿಸಿ...

ಅದಾಗಿ 25 ವರ್ಷಗಳೇ ಕಳೆದರೂ ಅದು ನೆನಪಾದಾಗಲೆಲ್ಲ ಅಂದು ಅವನು ನಾನಿದ್ದ ಬಸ್ ಬಿಟ್ಟು ಬೇರೆ ಯಾವುದಾದರೂ ಬಸ್ ಹತ್ತಿ, ಅದರಲ್ಲಿ ಹೊರಟು ಹೋಗಿದ್ದರೆ ಎಂದೆನ್ನಿಸಿದಾಗೆಲ್ಲ ಒಂದು ಚೀತ್ಕಾರ ಹೊರಡುತ್ತದೆ ನನಗೇ ಅರಿವಿಲ್ಲದಂತೆ.

ಈ ಪೋಸ್ಟರ್ ಎದುರು ನಿಂತಾಗ ನನಗೆ ನೆನಪಾದದ್ದು ಅದೇ ಘಟನೆ.

ಆ ಪಾಪು ಯುದ್ಧದ ಸಮಯದಲ್ಲಿ ಹಾಗೆ ಒಬ್ಬೊಂಟಿ ಭಾರದ ಹೆಜ್ಜೆಗಳನ್ನಿಡುತ್ತಿರಬೇಕಾದರೆ ಬಹುಶಃ ಅಪ್ಪ-ಅಮ್ಮನಿಂದ ದೂರವಾಗಿರಬೇಕಾ ಬೆನ್ನು ಹಾಕಿ ನಡೆಯುತ್ತಿರುವುದರಿಂದ ಅದರ ಮುಖಭಾವ ಗೊತ್ತಾಗುವ ಸಾಧ್ಯತೆ ಇಲ್ಲದಾಗಲೂ ಅದರ ಹೆಜ್ಜೆಯಲ್ಲಿನ ಅಸಹಾಯಕತೆ, ಭಾರ ನನಗೆ ವೇದ್ಯವಾಗಿದ್ದು ಹೇಗೆ?

ಅಷ್ಟು ಸಣ್ಣ ಕೂಸು ಹೇಗೆ ಆ ದುರ್ಭರ ಸಮಯವನ್ನು ದಾಟಿತು?

ದಾಟಿತೋ?

ಅಥವಾ...

ಅಥವಾ...

ದಾಟಲಿಲ್ಲವೋ...

ವಾರ್ಸಾ ಎಂಬ ಫೀನಿಕ್ಸ್!

ಕಾಕೋವ್‌ನಿಂದ ಹೊರಡುವಾಗ ಹೋಟೆಲ್‌ನ ಪುಟ್ಟಮರಿಗೆ ವಿಶೇಷ ಧನ್ಯವಾದಗಳನ್ನು ಅರ್ಪಿಸಿದೆ. ಅವನು ನನಗಾಗಿ ವಿಶೇಷವಾದದ್ದೇನನ್ನೂ ಮಾಡಿಲ್ಲದಿದ್ದರೂ, ನನ್ನಲ್ಲಿ ಅವನು ತಂದ ಧನಾತ್ಮಕ ಚಿಂತನೆಗೋಸ್ಕರ ಅಷ್ಟು ಹೇಳಲೇಬೇಕು ಅನ್ನಿಸಿತು. ಅವನು ನಗುಮೊಗದಲ್ಲಿ ತಲೆಯಾಡಿಸಿದ. ಮೊದಲ ದಿನ ನಾವು ಎಲ್ಲೆಲ್ಲಿಯೋ ತಪ್ಪಿಸಿಕೊಂಡಿದ್ದ ಅದೇ ರೈಲ್ವೇ ನಿಲ್ದಾಣಕ್ಕೆ ಬಂದಿಳಿದು ನೋಡಿದರೆ ಎಲ್ಲೆಲ್ಲೂ ರಸ್ತೆಯೇ! ರೈಲ್ವೇ ನಿಲ್ದಾಣವೇ ಕಾಣುತ್ತಿಲ್ಲ! ಆಗಲೇ ನನಗೆ ಗೊತ್ತಾಗಿದ್ದು ಈ ರೈಲ್ವೇ ನಿಲ್ದಾಣ ನೆಲದ ಮಟ್ಟಕ್ಕಿಂತ ಕೆಳಗಿದೆ ಎಂಬ ವಿಷಯ.

ಬಂದ ದಿನ ನನ್ನ ಮಗ, ಗಂಡನ ಜೂಟಾಟದಲ್ಲಿ, ಡ್ರೈವರ್ ಕಣ್ಣಾಮುಚ್ಚಾಲೆಯಲ್ಲಿ ಅದು ಗಮನಕ್ಕೇ ಬಂದಿರಲಿಲ್ಲ. ರಾಶಿ ಮೆಟ್ಟಿಲುಗಳಲ್ಲಿ ಇಷ್ಟು ಹೆಣಭಾರದ ಸೂಟ್‌ಕೇಸ್‌ಗಳನ್ನು ಸಾಗಿಸುವುದು ಹೇಗೆ ಎಂದುಕೊಳ್ಳುವಾಗಲೇ ಯಾರೋ ಆ ಬದಿಯಲ್ಲಿ ಲಿಫ್ಟ್ ಇದೆ ಅದರಲ್ಲಿ ಹೋಗಬಹುದು ಎಂದು ಹೇಳಿದರು. ಸೀದಾ ನಾವು ಹೋಗಬೇಕಿದ್ದ ಪ್ಲಾಟ್‌ಫಾರಂಗೆ ಕರೆದೊಯ್ದು ಬಿಟ್ಟಿತು ಆ ಲಿಫ್ಟ್. ನಮ್ಮ ರೈಲು ಅದಾಗಲೇ ಬಂದು ನಿಂತಿತ್ತು. ರೈಲನ್ನು ಶುದ್ಧಗೊಳಿಸಿದ ನಂತರ ಒಳಗೆ ಬಿಡುತ್ತಾರೆ ಎಂದರು.

ಒಂದಿಪ್ಪತ್ತು ನಿಮಿಷ ಫೋಟೋ ತೆಗೆದುಕೊಳ್ಳುವುದರಲ್ಲೇ ರೈಲಿನ ಬಾಗಿಲು ತೆರೆಯಿತು ಮತ್ತು ಅದರೊಳಗಿನಿಂದ ಹೀರೋ, ಹೀರೋಯಿನ್ ಥರ ಚೆಂದಕ್ಕೆ ಬಟ್ಟೆ ಧರಿಸಿದ್ದ ಶುಭ್ರವಾಗಿದ್ದ ಒಂದಿಷ್ಟು ಜನ ಕೆಳಗಿಳಿದರು! ಅವರಲ್ಲಿ ಇಬ್ಬರ ಕೈನಲ್ಲಿ ಎರಡು ವ್ಯಾಕ್ಯೂಮ್ ಕ್ಲೀನರ್‌ಗಳು, ಇಬ್ಬರ ಕೈನಲ್ಲಿ ಎರಡು ಬಾಯಿ ಬಿಗಿದ ಕಸತುಂಬಿದ ಕವರ್‌ಗಳು. ಕೈನಲ್ಲಿ ಚಾರ್ಟ್ ಹಿಡಿದ ಹೆಣ್ಣುಮಗಳೊಬ್ಬಳು, ಅವರೆಲ್ಲರಿಗೂ ಮೇಲಿನ ಅಧಿಕಾರಿಯಂತಿದ್ದ ಒಬ್ಬಾತ, ಇನ್ನೇನೋ ಬ್ಯಾಗ್ ಹಿಡಿದವರೊಬ್ಬರು... ಒಟ್ಟಿನಲ್ಲಿ ಏಳು ಜನರ ಗುಂಪು ಟ್ರೈನ್ ಕ್ಲೀನ್ ಮಾಡಲು! ವ್ಯಾಕ್ಯೂಮ್ ಕ್ಲೀನರ್, ಕಸದ ಬ್ಯಾಗ್ ಎಲ್ಲವೂ ಇಲ್ಲದೇ ಹೋದರೆ ನಮ್ಮ ಹಾಗೆಯೇ ಅವರೂ ಪ್ರಯಾಣಿಕರು ಅಂದುಕೊಳ್ಳುವಷ್ಟು ಶುಭ್ರ ಎಲ್ಲರೂ.

ನಾನು ಕಸ ಗುಡಿಸಿ, ತಿಕ್ಕಿ ತೊಳೆದರೆ ತಲೆ ಪೊರಕಚ್ಚಿಯಂತಾಗಿ, ಮುಖವೆಲ್ಲ ಬೆವರಿ, ದ್ರಾಬೆಯಂತಾಗಿರುತ್ತದೆ. ಇವರು ನಳನಳಿಸುವುದನ್ನು ನೋಡಿ ನಾನು ಆಶ್ಚರ್ಯ ಪಡುವಾಗಲೇ ಒಳಗೆ ಹೋಗಲು ನಮಗೆ ಬಾಗಿಲು ತೆರೆದರು. ಲಗೇಜ್ ಇಡಲು

ಬಾಗಿಲ ಪಕ್ಕದಲ್ಲೇ ಜಾಗ ಮಾಡಿದ್ದರು. ನಮ್ಮ ಸೀಟಿನ ಅಡಿಯಲ್ಲಿ ಇಡಬೇಕಾದ ಗೋಳಿಲ್ಲ ಸದ್ಯ ಎಂದು ಎಲ್ಲವನ್ನೂ ಅಲ್ಲಿಟ್ಟು ನಿರಾಳವಾದೆವು. ಮೊದಲೆಲ್ಲ ಅಲ್ಲಿ ಇಟ್ಟರೆ ಯಾರಾದರೂ ಎತ್ತಿಕೊಂಡು ಓಡಿಹೋದರೆ ಎನ್ನುವ ಆತಂಕದಲ್ಲಿ ಕ್ಷಣಕ್ಕೊಂದು ಬಾರಿ ಹೋಗಿ ನೋಡಿ ಬರುತ್ತಿದ್ದೆವು. ಈಗ ಏನೂ ಆಗುವುದಿಲ್ಲ ಎನ್ನುವ ಧೈರ್ಯ ಬಂದಿದೆ! ನಾವು ನಾಲ್ಕು ಜನ ಒಟ್ಟಾಗಿ ಎದುರಾಬದುರ ಕುಳಿತುಕೊಳ್ಳುವ ಹಾಗೆ ನಾಲ್ಕು ಸೀಟ್, ನಡುವೆ ಒಂದು ಟೇಬಲ್ ಇರುವುದನ್ನು ಬುಕ್ ಮಾಡಿದ್ದರು. ನಾವು ಪೀಠಾಧೀಶರಾಗುವುದರಲ್ಲಿ ರೈಲು ಹೊರಟೇ ಬಿಟ್ಟಿತು ಮೂರು ದಿನಗಳಿಂದ ಅತ್ಯಂತ ಪ್ರಿಯವಾಗಿದ್ದ ಕ್ರಾಕೋವ್‌ಗೆ ವಿದಾಯ ಹೇಳುವಾಗ ಮತ್ತೆ ಎಂದಾದರೂ ಇಲ್ಲಿಗೆ ಬರಬೇಕು ಎಂದುಕೊಂಡೆ, ಅಷ್ಟು ಪ್ರಿಯವೆನಿಸಿತ್ತು ಆ ಸ್ಥಳ.

ರೈಲಿನಲ್ಲಿ ಪ್ಯಾಂಟ್ರಿ ಕಾರ್ ಇತ್ತು. ಅಲ್ಲಿಯೇ ಕುಳಿತು ತಿನ್ನಲು ಟೇಬಲ್, ಕುರ್ಚಿಗಳು ಎಲ್ಲವೂ ಇದ್ದವು. ಕೇಕ್, ಗೋಧಿಯ ಬಿಯರ್, ಸ್ಯಾಂಡ್‌ವಿಚ್ ಎಲ್ಲವೂ ಇದ್ದವು. ಹೆಚ್ಚು ಜನರೂ ಇರಲಿಲ್ಲ. ಹಾಗಾಗಿ ಅಲ್ಲಿಯೇ ಕುಳಿತು ಒಂದಿಷ್ಟು ತಿಂದು, ಕುಡಿಯುವುದರಲ್ಲಿ ರೈಲು ಎರಡೂವರೆ ಗಂಟೆಗಳಲ್ಲಿ 250 ಕಿಲೋಮೀಟರ್‌ಗಳನ್ನು ಸವೆಸಿ ನಮ್ಮನ್ನು ವಾರ್ಸಾಗೆ ತಲುಪಿಸಿಯೇ ಬಿಟ್ಟಿತು.

ರೈಲ್ವೇ ನಿಲ್ದಾಣದಿಂದ ಹೋಟೆಲ್ ಗೋಲ್ಡನ್ ಟ್ಯುಲಿಪ್‌ವರೆಗೆ ಸಾಗುವಾಗ ವಾಹನಗಳಿಂದ ತುಂಬಿದ ರಸ್ತೆಗಳು ಕಂಗೆಡಿಸಿದಾಗ, ಸದ್ರಾವಸ್ಥೆಯ ಶಾಂತ ಕ್ರಾಕೋವ್ ಎಂಬ ಮೈಸೂರಿನಿಂದ ವಾರ್ಸಾ ಎಂಬ ಬೆಂಗಳೂರಿಗೆ ಬಂದಿಳಿದ ಹಾಗೆನಿಸಿತು. ಟ್ಯಾಕ್ಸಿಯಲ್ಲಿ ಬರುತ್ತಿರಬೇಕಾದರೆ ನೋಡಿದರೆ ಅರಿಶಿನ–ಕುಂಕುಮ ಚೆಲ್ಲಿದಂತೆ ಎಲ್ಲೆಲ್ಲಿಯೂ ಹಳದಿ ಕೆಂಪು ಬಣ್ಣವೇ! ಟ್ರಾಮ್, ಬಸ್, ಕೊನೆಗೆ ಹೂವುಗಳು ಕೂಡಾ ಹಳದಿ–ಕೆಂಪು! ನಮ್ಮ ಕರ್ನಾಟಕದ ಬಾವುಟದಂತಿದ್ದ ಅದನ್ನು ನೋಡಿ ಯಾಕೆ ಅಷ್ಟು ಖುಷಿಯಾಯಿತೋ ಗೊತ್ತಿಲ್ಲ. ಬಹುಶಃ ಊರು ಬಿಟ್ಟು ವಾರವಾಗುತ್ತ ಬಂದಿತ್ತಲ್ಲ, ಅದಕ್ಕಿರಬೇಕು. ಗಾಢ ಬಣ್ಣಗಳನ್ನು ಮೋಹಿಸುವ ನಾನು, ನಮ್ಮ ಕರ್ನಾಟಕದವರೂ ಹೀಗೆಯೇ ಹಳದಿ ಕೆಂಪು ಬಸ್ಸು ಇಟ್ಟಿದ್ದರೆ ಚೆನ್ನಾಗಿರುತ್ತಿತ್ತಲ್ಲವಾ ಎಂದುಕೊಂಡೆ.

ಇದೇನು ಈ ಊರಿನಲ್ಲಿ ಈ ಎರಡು ಬಣ್ಣಗಳಿಗೆ ಅಷ್ಟೊಂದು ಪ್ರಾಮುಖ್ಯತೆ ಎಂದು ಗೂಗಲ್ ಮಾಡಿ ನೋಡಿದರೆ ವಾರ್ಸಾದ ಬಾವುಟ ನಮ್ಮ ಕನ್ನಡ ಬಾವುಟ ಎರಡೂ ಒಂದೇ ಬಣ್ಣದ್ದು! 'ಅದು ಹೇಳು ಮತ್ತೆ' ಎಂದು ಏನೋ ಮಹತ್ತರ ಡಿಸ್ಕವರಿ ಮಾಡಿದಂತೆ ನನಗೆ ನಾನೇ ಹೇಳಿಕೊಂಡೆ. ನಮ್ಮ ಹೋಟೆಲ್ ವಾರ್ಸಾದ ನಟ್ಟನಡುವಿನಲ್ಲಿತ್ತು. ನಾಲ್ಕಾರು ರಸ್ತೆಗಳು ಕೂಡುವ ಮುಖ್ಯ ರಸ್ತೆಯಲ್ಲಿನ ಹೋಟೆಲ್.

ನನಗೆ ಆ ರೀತಿಯ ಸ್ಥಳ ಅನುಕೂಲದ ದೃಷ್ಟಿಯಿಂದ ತುಂಬ ಇಷ್ಟ, ಆದರೆ ಗಲಾಟೆಯ ದೃಷ್ಟಿಯಿಂದ ಇಷ್ಟವೇ ಆಗುವುದಿಲ್ಲ! ಬೆಂಗಳೂರಿನಲ್ಲಿಯೂ ನಮ್ಮ

TYSKIE
TYSKIE

ಮನೆ ಅದೇ ರೀತಿ ಇರಲೆಂದು ಆಸೆ ಪಟ್ಟಿದ್ದಕ್ಕೆ ಸದ್ದು ತಡೆಯಲಾಗದೆ ಕಿಟಕಿಯೆಲ್ಲ ಮುಚ್ಚಿ ಬದುಕುವಾಗ 'ಥು ಯಾವುದಾದರೂ ಗಲಾಟೆ ಇಲ್ಲದ ರಸ್ತೆಯಲ್ಲಿ ಮನೆ ಮಾಡಿಕೊಳ್ಳಬೇಕಿತ್ತು' ಅಂತಲೂ, ಎಲ್ಲಿಗಾದರೂ ಹೊರಟಾಗ ಎರಡು ಹೆಜ್ಜೆಯಲ್ಲಿ ಮುಖ್ಯರಸ್ತೆ ತಲುಪಿ ಆಟೋಗೆ ಕೈ ತೋರಿಸುವಾಗ 'ಆಹಾ ಎಂಥ ಒಳ್ಳೆಯ ಕೆಲಸ ಮಾಡಿದೆ ಇಲ್ಲಿ ಮನೆ ಮಾಡಿ' ಅಂತಲೂ ಅಂದುಕೊಳ್ಳುತ್ತಿರುತ್ತೇನೆ!

ಲಗೇಜನ್ನೆಲ್ಲ ರೂಮಿಗೆ ಸಾಗಿಸಿದ ನಂತರ ಮೊದಲು ಮಾಡಬೇಕಿದ್ದ ಕೆಲಸವೆಂದರೆ ಮೊದಲು ಹೊಟ್ಟೆಗೇನಾದರೂ ವ್ಯವಸ್ಥೆ ಮಾಡಿಕೊಳ್ಳುವುದು ಮತ್ತು ಚುಸ್ ಇಲ್ಲದ ನೀರಿನ ವ್ಯವಸ್ಥೆ ಮಾಡಿಕೊಳ್ಳುವುದು. ಇಲ್ಲಿನ ರೂಮ್ ಲಕ್ಷಣವಾಗಿತ್ತು. ಹಾಗಾಗಿ ನೆಮ್ಮದಿಯಿಂದ ಎಲ್ಲವನ್ನೂ ಜೋಡಿಸಿ ಹೊರಗೆ ಹೊರಡಲು ಸಿದ್ಧವಾಗುತ್ತಿರಬೇಕಾದರೆ ಎಲ್ಲಿಂದಲೋ ಗಣೇಶನ ಭಕ್ತಿಗೀತೆ ಅಲೆಅಲೆಯಾಗಿ ತೇಲಿ ಕಿವಿಗೆ ಬೀಳಲಾರಂಭಿಸಿತು!

ಪೋಲೆಂಡ್‌ನಲ್ಲಿ ಗಣೇಶನ ಭಕ್ತಿ ಗೀತೆ...?

ಅರೆಕ್ಷಣ 'ಎಲ್ಲಿದ್ದೀನಿ ನಾನು' ಎಂದು ನನಗೆ ನಾನೇ ಕೇಳಿಕೊಂಡೆ!

ಮೊಬೈಲ್‌ನಲ್ಲಿ ಕಣ್ಣು ನೆಟ್ಟ ಮಗನಿಗೆ ಶೆರ್ಲಾಕ್ಸ್ ಹೋಮ್ಸ್ ಥರ ಕಣ್ಣು ಕಿರಿದು ಮಾಡಿ 'ಕೇಳಿಸ್ತಿದೆಯಾ ಗಣೇಶನ ಹಾಡು' ಎಂದು ಪಿಸುಗುಟ್ಟಿದೆ

ಅವನು ತಲೆ ಎತ್ತದೆ ನಗುತ್ತಾ 'ಅಯ್ಯೋ ನೀನು ಊರು ಮಿಸ್ ಮಾಡ್ಕೊಳ್ತಿರಬೇಕು. ಬರುವಾಗ ಕನ್ನಡ ಬಾವುಟ ಅಂದ್ಕೊಂಡು ಕೂತಿದ್ಯಲ್ಲ. ಅದಕ್ಕೇ ಗಣೇಶನ ಹಾಡು ಕೇಳಿದ ಹಾಗೆ ಭ್ರಮೆ ಇರಬೇಕು' ಎಂದ!

'ಅದು ಭ್ರಮೆಯಲ್ಲ ಮಗಾ ಕೇಳಿಸಿಕೋ' ಎನ್ನುವ ನನ್ನ ಮಾತು ಗಂಟಲಲ್ಲೇ ಉಳಿಯಿತು.

ಸಿದ್ಧವಾಗಿ ಹೊರ ಬಂದು ಬಾಗಿಲು ಎಳೆದು ಭದ್ರ ಪಡಿಸುವಾಗ ಹಾಡು ಮತ್ತಿಷ್ಟು ಸ್ಫುಟವಾಗಿ ಕೇಳಿಸಲಾರಂಭಿಸಿತು. 'ನೋಡು ನೋಡು ಹಾಡು ಕೇಳಿಸ್ತಿಲ್ವಾ? ಸುಮ್ಮನೆ ಭ್ರಮೆ ಅಂತೀ' ಎನ್ನುವುದರಲ್ಲಿ ನನ್ನ ಗಂಡ ಬಂದು ಹೊರಡಲು ಅವಸರಿಸಿದ. ನಾನು ಏನೋ ಅದ್ಭುತವಾದದ್ದು ಹೇಳುವಂತೆ 'ಶ್! ಗಣೇಶನ ಭಕ್ತಿಗೀತೆ... ಕೇಳಿಸ್ತಿದೆಯಾ?' ಅಂದೆ. 'ಆಯ್ತು... ಸರಿ... ಬರ್ತಿದೆ... ಅದಕ್ಕೇನೀಗ...' ಎಂದ. ಥೋ ಈ ರೋಮಾಂಚನ ಯಾರಿಗೂ ಅರ್ಥವಾಗ್ತಿಲ್ವೇ ಎಂದುಕೊಂಡವಳು 'ಆ ನಂತರ ಈ ರಹಸ್ಯ ಕಂಡುಹಿಡಿದರಾಯಿತು ಬಿಡು ಶೆರ್ಲಾಕ್' ಎಂದುಕೊಂಡು ಹೊರಟೆ.

ಕೆಳಗೆ ಬರುವುದರಲ್ಲಿ ಇದ್ದಕ್ಕಿದ್ದಂತೆ ರಿಸೆಪ್ಷನ್‌ನಲ್ಲಿ ಕೇಳಿದರೆ ಏನಾದರೂ ಗೊತ್ತಾಗಬಹುದಾ ಅನ್ನಿಸಿತು. ತಕ್ಷಣ ಅವರ ಬಳಿ ಓಡಿ ನಮ್ಮ ರೂಮ್ ನಂಬರ್ ಹೇಳಿ 'ಆ ಫ್ಲೋರ್‌ನಲ್ಲಿ ಯಾರಾದರೂ ಭಾರತೀಯರು ತಂಗಿದ್ದಾರಾ?' ಎಂದು ವಿಚಾರಿಸಿದೆ. ಆತನಿಗೋ ಕೆರಕೊಳ್ಳಲು ಪುರುಸೊತ್ತಿಲ್ಲ ಪಾಪ. ಅ ಗಡಿಬಿಡಿಯಲ್ಲಿ

ನನ್ನ ಪ್ರಶ್ನೆ ಅರ್ಥವಾಗದೇ ಪಿಳಿಪಿಳಿ ನೋಡಿದ. ನಾನು ರಾಗ ಎಳೆಯುತ್ತ ಅವನಿಗೆ ಅರ್ಥ ಮಾಡಿಸಿಯೇ ಬಿಡುವವಳಂತೆ 'ನಾನು ಇಂಡಿಯಾದವಳು. ಆ ರೂಮ್ ನಂಬರ್ ನನ್ನದು. ಅಲ್ಲಿರುವಾಗ ನನಗೆ ಎಲ್ಲಿಂದಲೋ ಗಣೇಶನ ಹಾಡು... ಅಂದರೆ ನನ್ನ ದೇಶದ ದೇವರ ಹಾಡು ಕೇಳಿಸಿತು. ಇಲ್ಲಿ ಯಾರಿದ್ದಾರೆ ಎನ್ನುವ ಕುತೂಹಲ ನನ್ನದು...' ಹೇಳುತ್ತಿರುವಾಗಲೂ ಅವನ ಮುಖದಲ್ಲಿ ಅದೇ ನಿರಾಸಕ್ತ ಕಳೆ. ಥೋ ಇವನಿಗೆ ಹೇಗಪ್ಪಾ ಅರ್ಥ ಮಾಡಿಸೋದು ಎಂದುಕೊಳ್ಳುವುದರಲ್ಲಿ ನನ್ನ ಗಂಡ ಹೊರಡಲು ಅವಸರಿಸಿದ್ದರಿಂದ ಓಡಿದೆ.

ಹೋಟೆಲ್ ಸಿದ್ದಾರ್ಥ ಎರಡೇ ನಿಮಿಷದಲ್ಲಿ ಸಿಕ್ಕಿತು. ಆದರೆ ಒಳಗಿದ್ದವರೆಲ್ಲ ಬೇರೆಯ ದೇಶದವರೇ! ನಾನು ಎಷ್ಟೋ ಬಾರಿ ಭಾರತೀಯ ಹೋಟೆಲ್‌ಗಳಲ್ಲಿ ಬೇರೆಯ ದೇಶದವರೇ ಹೆಚ್ಚಾಗಿ ಇರುವುದು ಕಂಡು 'ನಮ್ಮ ಖಾರದ ಊಟ ಇವರು ಹೇಗೆ ತಿನ್ನುತ್ತಾರೋ' ಎಂದು ಆಶ್ಚರ್ಯ ಪಟ್ಟಿದ್ದೇನೆ. ಎಷ್ಟೋ ಕಡೆ ಮಾಂಸಾಹಾರ ಬಿಟ್ಟು ಸಸ್ಯಾಹಾರಕ್ಕೆ ಚೈನಾ ದೇಶದವರೂ ಸಾಲು ನಿಂತಿದ್ದು ಕಂಡು ಬೆಕ್ಕಸಬೆರಗಾಗಿದ್ದೇನೆ... ಜೊತೆಗೆ ನಮ್ಮ ಊಟವನ್ನೆಲ್ಲ ಇವರು ಖಾಲಿ ಮಾಡಿ ನಮ್ಮನ್ನು ಎಲ್ಲಿ ಉಪವಾಸ ಕೆಡವುತ್ತಾರೋ ಎಂದು ಆತಂಕಗೊಂಡಿದ್ದೇನೆ ಕೂಡಾ!

ಒಂದು ಸಲ ಕ್ರೂಸ್‌ಗೆ ಹೋಗಿದ್ದಾಗ ಉಪ್ಪು ಹುಳಿ ಖಾರವಿಲ್ಲದ ಮುಸುಕಿನ ಜೋಳದ ಸಾಂಬಾರ್ ಕೂಡ ಮಾಡಿದ್ದರು ಆ ಪುಣ್ಯಾತ್ಮರು! ಮುಸುಕಿನ ಜೋಳದಲ್ಲಿ ಸಾಂಬಾರ್ ಕೂಡ ಮಾಡಬಹುದೆಂಬ ಜ್ಞಾನೋದಯ ಅಂದೇ ಆಗಿದ್ದು! ಅಂಥ ಸಾಂಬಾರನ್ನು ಕೂಡಾ ಚೈನಾದವರು ಸಾಲುಗಟ್ಟಿ ನಿಂತು ತಿನ್ನುತ್ತಿದ್ದುದು ಕಂಡು 'ಅಯ್ಯೋ, ನೀರ ಬಿಟ್ಟು ನೆಲದ ಮೇಲೆ ದೋಣಿ ಸಾಗದು ಕಣ್ರೋ... ನನ್ನ ಊಟವೆಲ್ಲ ನೀವೇ ತಿಂದರೆ ಇಲ್ಲಿಂದ ಇಳಿದು ಹೋಟೆಲ್ ಹುಡುಕಿ ಹೋಗಲೂ ಸಾಧ್ಯವಿಲ್ಲ. ನಾ ಎಂತ ತಿನ್ನಲಿ ನೀವು ಖಾಲಿ ಮಾಡಿದರೆ ಈ ತೇಲುವ ಹಡಗಿನಲ್ಲಿ' ಎಂದು ಅವರನ್ನು ಶತ್ರುಗಳಂತೆ ನೋಡಿದ್ದೆ!

ಈ ಹೋಟೆಲ್‌ನಲ್ಲಿದ್ದವರು ಭಾರತೀಯರಲ್ಲದಿದ್ದರೂ, ಹೋಟೆಲ್ ಮಾತ್ರ ಭಾರತೀಯನದ್ದೇ ಆಗಿತ್ತು. ನಮ್ಮ ದೇಶದವನೇ ಆದರೂ ಇಲ್ಲಿರುವ ನೂರಾರು ಭಾಷೆಗಳ ಕಾರಣದಿಂದ ನಮ್ಮ ಮಧ್ಯೆ ಸಂವಹನ ನಡೆಯುವುದೆಲ್ಲ ಇಂಗ್ಲಿಷಿನಲ್ಲೇ. ಪುಟ್ಟ ಹುಡುಗ ಪುಟಪುಟನೆ ಓಡಾಡುತ್ತ ಅನ್ನ, ಪನೀರ್ ಗ್ರೇವಿ ಮತ್ತು ಸೂಪ್ ತಂದು ಕೊಟ್ಟ. ಹಸಿದಿದ್ದ ನಾನು ಪನೀರ್ ಗ್ರೇವಿಗೆ ಚಪಾತಿ ಕೊಡು ಅಂದರೆ ಅದಿಲ್ಲ ಅನ್ನುತ್ತಾನೆ! ಮತ್ತೆ ಇನ್ನೇನು ಮಾಡಲಿ ಎಂದು ಯೋಚಿಸಿ ಕೊನೆಗೆ ಅನ್ನಕ್ಕೆ ಆ ಸೂಪ್ ಹಾಕಿ ಕಲೆಸಿಕೊಂಡು 'ನಾನು ಮಾಡುವ ತೊವ್ವೆ ಥರಾನೇ ಇದೆ' ಎಂದು ಚಪ್ಪರಿಸಿ ತಿಂದೆ.

ಅದನ್ನು ನೋಡಿದ ಮಗ 'ಅಷ್ಟೇ ಉಪ್ಪಿಲ್ಲದ, ಹುಳಿ ಇಲ್ಲದ ಖಾರವಿಲ್ಲದ ತೊವ್ವೆನಾ' ಎಂದು ರೇಗಿಸಿದ! ನಾನು ಕ್ಯಾರೆ ಅನ್ನದೇ ತಟ್ಟೆ ಬಳಿದು ಎಲ್ಲ ತಿಂದು ಮುಗಿಸಿದೆ. ಹೊಟ್ಟೆಗೆ ಬಿದ್ದ ಮೇಲೆ ಮುಂದಿನ ಕಾರ್ಯಕ್ರಮದ ಬಗ್ಗೆ ಯೋಚಿಸಲು ಶುರು ಮಾಡಿದೆವು. ಬರುವಾಗಲೇ ಅವತ್ತಿನ ದಿನ ಖಾಲಿ ಇರುವುದರಿಂದ ಸಮಯವಾದರೆ ಅಲ್ಲಿನ ಪೋಲಿಷ್ ಜ್ಯೂ ಮ್ಯೂಸಿಯಮ್ ನೋಡಬೇಕು ಎಂದುಕೊಂಡಿದ್ದೆವು. ಆಗ ಸಮಯ ಎರಡೂವರೆಯಾಗಿತ್ತು. ಊಬರ್ ಬುಕ್ ಮಾಡಿದೆವು. ಅಲ್ಲಿಂದ ಹೊರಟಾಗ ದಾರಿಯುದ್ದಕ್ಕೂ ಅರಳಿದ್ದ ಹೂಗಳು, ಎತ್ತರೆತ್ತರದ ಕಟ್ಟಡಗಳು, ಶುಭ್ರವಾದ ಊರನ್ನು ನೋಡುತ್ತಾ ಇದಕ್ಕೆ ಫೀನಿಕ್ಸ್ ಎನ್ನುವ ಹೆಸರು ಸಾರ್ಥಕ ಬಿಡು ಎಂದುಕೊಂಡೆ.

ಎರಡನೇ ಮಹಾಯುದ್ಧದ ಸಮಯದಲ್ಲಿ ಈ ಊರು ಹೆಚ್ಚುಕಡಿಮೆ ಮಣ್ಣುಕಲ್ಲಿನ ರಾಶಿಯಾಗಿ ಹೋಗಿತ್ತು. ಇಡೀ ಊರಿನಲ್ಲಿದ್ದ ಶಾಲೆಗಳು, ಆಸ್ಪತ್ರೆಗಳು, ಮನೆಗಳು, ಮ್ಯೂಸಿಯಮ್‌ಗಳು ಎಲ್ಲವೂ ಉರುಳಿ ಬಿದ್ದಿದ್ದವು. ಯುದ್ಧಕ್ಕೆ ಮೊದಲು ಅಲ್ಲಿ ಮೂರೂವರೆ ಲಕ್ಷ ಜನ ಜ್ಯೂಗಳು ಇದ್ದರು. ಯುದ್ಧ ಮುಗಿದಾಗ ಬದುಕುಳಿದವರು ಕೇವಲ 11,500 ಜ್ಯೂಗಳು ಅಷ್ಟೇ. ಯುದ್ಧ ಮುಗಿಯುವ ಸಮಯದಲ್ಲಿ ನೆಲಸಮವಾಗಿ ಮತ್ತೆ ಆ ಧೂಳಿನಿಂದ ಎದ್ದು ಬಂದಿತ್ತು, ನಾವು ಈಗ ನೋಡುತ್ತಿರುವ ಫೀನಿಕ್ಸ್ ವಾರ್ಸಾ! ಈಗ ನಾವು ನೋಡಲು ಹೋಗುತ್ತಿರುವ ಪೋಲಿಷ್ ಜ್ಯೂ ಮ್ಯೂಸಿಯಮ್ ಅದೇ ವಾರ್ಸಾ ಗೆಟ್ಟೋ ಇದ್ದ ಜಾಗದಲ್ಲಿಯೇ ಕಟ್ಟಿರುವುದು!

ಯಾವ ನೆಲದಲ್ಲಿ ಲಕ್ಷಗಟ್ಟಳೆ ಜ್ಯೂಗಳ ಬದುಕು ನೆಲಸಮವಾಗಿತ್ತೋ ಅದೇ ಸ್ಥಳದಲ್ಲಿ ಎದ್ದು ನಿಂತಿತ್ತು ಈ ಮ್ಯೂಸಿಯಮ್. ನನ್ನ must see ಜಾಗಗಳಲ್ಲಿ ಇದೂ

ಒಂದು. ಹಾಗಾಗಿ ಬಹಳ ಉತ್ಸಾಹದಿಂದ ಒಳ ಹೋಗುವಾಗಲೇ ಹಬ್ಬದ ಪ್ರಯುಕ್ತ ಮ್ಯೂಸಿಯಮ್ ಮುಚ್ಚಿದೆ ಎಂದು ಬೋರ್ಡ್ ಹಾಕಿದ್ದು ನೋಡಿ ಭಯಂಕರ ನಿರಾಸೆಯಾಯಿತು. ಆ ಮ್ಯೂಸಿಯಮ್ ಮುಚ್ಚುವುದೇ ಕೆಲವು ಜ್ಯೂ ಹಬ್ಬಗಳಂದು ಮಾತ್ರ. ನಾವು ದುರಾದೃಷ್ಟವಶಾತ್ ಆ ಹಬ್ಬದ ದಿನವೇ ಹೋಗಬೇಕಾ ಕರ್ಮ ಎಂದು ಸಿಟ್ಟು ಬಂತು ನಮ್ಮ ಮೇಲೆಯೇ.

ಮತ್ತೆ ಮುಂದೇನು ಎಂದು ಯೋಚಿಸುವಾಗಲೇ ಇದ್ದಕ್ಕಿದ್ದಂತೆ ನೆನಪಾಯಿತು ಊರು ಬಿಡುವಾಗಲೇ ಗೆಳತಿ ಸಿಂಧು ವಾರ್ಸಾದಲ್ಲಿ ಸಮಯವಿದ್ದರೆ ಮೇರಿ ಕ್ಯೂರಿ ಮ್ಯೂಸಿಯಮ್ ನೋಡು ಎಂದಿದ್ದು. ಕೊನೆಯ ಘಳಿಗೆಯಲ್ಲಿ ಅವಳು ಅದನ್ನು ಹೇಳಿದ್ದರಿಂದ 'ಈಗ ಬದಲಾವಣೆ ಮಾಡಿಕೊಳ್ಳುವುದು ಅಸಾಧ್ಯ. ಸಾಧ್ಯವಾದರೆ ನೋಡುವೆ' ಎಂದಿದ್ದೆ. ಈಗ ಅದು ಸಾಧ್ಯವಾಗುವುದರಲ್ಲಿತ್ತು...!

ಊಬರ್ ಡ್ರೈವರ್ ಬಳಿ 'ಮೇರಿ ಕ್ಯೂರಿ ಮ್ಯೂಸಿಯಮ್' ಎಂದರೆ ಅವರ ಮುಖದಲ್ಲಿ 'ಅದ್ಯಾವುದಪ್ಪಾ' ಎನ್ನುವ ಭಾವವಿತ್ತು! ಒಂದಾರು ಕಿಲೋಮೀಟರ್ ಹೋದಮೇಲೆ ಒಂದು ಕಡೆ ಗಾಡಿ ನಿಲ್ಲಿಸಿ 'ಇಲ್ಲಿಂದ ಮುಂದೆ ನಡೆದು ಹೋಗಬೇಕು. ಮುಂದೆ ಗಾಡಿಗಳಿಗೆ ಪ್ರವೇಶವಿಲ್ಲ' ಎಂದರು. ಯೂರೋಪ್‌ನ ಸಾಕಷ್ಟು ಕಡೆ ಈ ರೀತಿ No Vehicle Zone ಇರುತ್ತದೆ. ರಸ್ತೆ ರಸ್ತೆಯಲ್ಲಿ ಪುಟ್ಟಪುಟ್ಟ ರೆಸ್ಟೋರೆಂಟ್‌ಗಳು, ಒಂದು ಐದಾರು ಟೇಬಲ್, ಒಂದಿಷ್ಟೇ ಜನ ಕೂರಬಹುದಾದಂಥವು ಇರುತ್ತವೆ. ಅಲ್ಲಿ ಜನರು ಮಾತ್ರ ಓಡಾಡಬಹುದು.

ಗಾಡಿಗಳ ಭಯವಿಲ್ಲದೇ ಒಂಥರಾ ಆರಾಮವಾಗಿರುತ್ತದೆ. ಡ್ರೈವರ್ ಇಲ್ಲಿ ಇಳಿಸಿ ಹೋದಮೇಲೆ ಮುಂದೆ ನಡೆಯುತ್ತಾ ಆ ಮ್ಯೂಸಿಯಮ್ ಹುಡುಕಿಕೊಂಡು ಹೊರಟೆವು. ಕಾಬಲ್ ಸ್ಟೋನ್ ರಸ್ತೆ ಅಂದವಾಗಿತ್ತು. ಅದರ ಮೇಲೆ ನಡೆಯುವುದೇ ಒಂದು ರೀತಿಯ ಮಜಾ. ತುಸು ದೂರ ಹಾಗೇ ನಡೆಯುವುದರಲ್ಲಿ ರಸ್ತೆಯೇ ಮುಗಿದು ಹೋಯಿತು. 'ಇದೊಳ್ಳೆ ವಿಚಿತ್ರವಾಯಿತಲ್ಲ! ಎಲ್ಲಿ ಮೇರಿಯ ಮ್ಯೂಸಿಯಮ್' ಎಂದು ಮತ್ತೆ ಹಿಂತಿರುಗಿ ಬರುವಾಗ ಕಾಣಿಸಿತು ಪುಟ್ಟದೊಂದು ಮನೆಯ ಮುಂದೆ ಗೋಡೆಯಲ್ಲಿ ಹುದುಗಿ ಕುಳಿತಿದ್ದ ಮೇರಿ ಸ್ಕೊಡೋವ್‌ಸ್ಕಾ ಕ್ಯೂರಿಯ ಮ್ಯೂಸಿಯಮ್ ಎನ್ನುವ ಸಣ್ಣ ಫಲಕ! ಸಣ್ಣದಾದ ಆ ಮನೆ ಅಷ್ಟು ಸಣ್ಣದಾಗಿದ್ದರಿಂದಲೇ ನಮ್ಮ ಕಣ್ಣಿಗೆ ಬೀಳದೇ ತಪ್ಪಿಸಿಕೊಂಡಿತ್ತು. ಒಳಹೊಕ್ಕರೆ ಟಿಕೆಟ್ ಕೌಂಟರ್‌ನಲ್ಲಿ ಯಾರೂ ಇರಲೇ ಇಲ್ಲ. ನಾವು ಒಂದೆರಡು ನಿಮಿಷ ಅತ್ತಿತ್ತ ಬಗ್ಗಿ ನೋಡುವಾಗಲೇ ಹೆಣ್ಣುಮಗಳೊಬ್ಬಳು ಓಡಿಬಂದು ಟಿಕೆಟ್ ಕೊಟ್ಟರು. ಒಳಹೊಕ್ಕರೆ ನಮ್ಮನ್ನು ಬಿಟ್ಟರೆ ಅಲ್ಲಿ ಇನ್ನಿಬ್ಬರು ಇದ್ದರು ಅಷ್ಟೇ. ಅಂಥ ಅದ್ಭುತ ಸಾಧನೆ ಮಾಡಿದ ವಿಜ್ಞಾನಿಯೊಬ್ಬರ ಮನೆ ಯಾಕೋ ಹೆಚ್ಚು ಪ್ರಾಮುಖ್ಯತೆ ಪಡೆದಿಲ್ಲವಾ ಎಂದುಕೊಳ್ಳುವುದರಲ್ಲೇ, ಬೇರೆಯವರೇಕೆ ನನಗೆ ಕೂಡಾ ಗೆಳತಿ ಹೇಳುವವರೆಗೆ ಇದರ ಬಗ್ಗೆ ಗೊತ್ತೇ ಇರಲಿಲ್ಲವಲ್ಲ ಎನ್ನುವುದು ನೆನಪಾಯಿತು!

ಸಣ್ಣ ವಯಸ್ಸಿನಲ್ಲಿ ನನ್ನ ಹತ್ತಿರ ಹಿಂದು ಮುಂದಿಲ್ಲದ ಒಂದು ಹರಕಲು ಬುಕ್ ಇತ್ತು ಮೇರಿ ಕ್ಯೂರಿ ಎಂದು ಹೆಸರು ಮಾತ್ರ ನೆನಪಿದೆ. ಎಂಥ ಸಣ್ಣ ವಯಸ್ಸಿನಲ್ಲಿ ಓದಿದ್ದೆ ಅಂದರೆ ಅದರ ತಲೆಬುಡ ನೆನಪಿಲ್ಲ ಈಗ. ಜೊತೆಗೆ ವಿಜ್ಞಾನವೆಂದರೆ ಮಿದುಳಿನ ಬಾಗಿಲು ತಂತಾನೇ ಮುಚ್ಚಿಕೊಂಡು ಬಿಡುವ ನನಗೆ ವಿವರಗಳು ಏನೇನೂ ನೆನಪಿಲ್ಲವಾದರೂ ಅದೇನೋ ಮಹತ್ತರ ಸಾಧನೆ ಮಾಡಿ ನೊಬೆಲ್ ಪುರಸ್ಕಾರ ಪಡೆದಿದ್ದರು ಅನ್ನುವುದಷ್ಟು ಮಾತ್ರ ನೆನಪಿತ್ತು. ಗೆಳತಿ ಆ ಮ್ಯೂಸಿಯಮ್ ಬಗ್ಗೆ ಹೇಳಿದಾಗ ನಾನು ಅದನ್ನು ನೋಡಲಾಗುತ್ತದೋ, ಬಿಡುತ್ತದೋ ನಂತರ ನೋಡೋಣ... ಆದರೆ ಅದರ ಬಗ್ಗೆ ಸ್ವಲ್ಪವಾದರೂ ವಿವರ ತಿಳಿದಿರಲಿ ಎಂಬ ದೃಷ್ಟಿಯಿಂದ ಒಂದಿಷ್ಟು ಓದಿದ್ದೆ.

ಮೇರಿ ನೊಬೆಲ್ ಪಾರಿತೋಷಕ ಪಡೆದ ಮೊದಲ ಹೆಣ್ಣುಮಗಳು

1903 ಮತ್ತು 1911 ಎರಡು ಬಾರಿ ನೊಬೆಲ್ ಪಾರಿತೋಷಕ ಪಡೆದ ಮೊದಲ ಮತ್ತು ಏಕೈಕ ಹೆಣ್ಣುಮಗಳು.

ಭೌತಶಾಸ್ತ್ರ ಮತ್ತು ರಸಾಯನಶಾಸ್ತ್ರ ಎರಡು ಬೇರೆ ಬೇರೆ ವಿಜ್ಞಾನ ಕ್ಷೇತ್ರಗಳಲ್ಲಿ ನೊಬೆಲ್ ಪಡೆದ ಏಕೈಕ ವ್ಯಕ್ತಿ

ಮೊದಲ ಬಾರಿ 1903ರಲ್ಲಿ ಥಿಯರಿ ಆಫ್ ರೇಡಿಯೋ ಆಕ್ಟಿವಿಟಿ ಈ ವಿಷಯದಲ್ಲಿ ಪತಿ ಪಿಯರ್ ಕ್ಯೂರಿ ಹಾಗೂ ಹೆನ್ರಿ ಬೆಕೆರೆಲ್ ಜೊತೆಗೆ ನೊಬೆಲ್ ಹಂಚಿಕೊಂಡರೆ, ಎರಡನೆಯ ಬಾರಿ 1911ರಲ್ಲಿ ಪೊಲೋನಿಯಮ್ ಮತ್ತು ರೇಡಿಯಂ ಅನ್ನು ಕಂಡುಹಿಡಿದಿದ್ದಕ್ಕಾಗಿ ಪಡೆದರು.

ಮೇರಿ 2, ಆಕೆಯ ಪತಿ ಪಿಯರ್ 1, ಮಗಳು ಐರೀನ್ 1, ಅಳಿಯ ಪಿಯರ್ ಜೋಲಿಯೆಟ್ 1, ಹೀಗೆ ಒಟ್ಟು 5 ನೊಬೆಲ್ ಪಾರಿತೋಷಕಗಳನ್ನು ಪಡೆದಿದೆ ಇವರ ಸಂಸಾರ!

ಇದೆಲ್ಲ ಓದಿ ಬೆರಗಾಗಿದ್ದೆ!

ಮೇರಿ ಹುಟ್ಟಿದ್ದು ಇದೇ ವಾರ್ಸಾದಲ್ಲಾದರೂ, ಪಿಯರ್‌ನನ್ನು ಮದುವೆಯಾದ ನಂತರ ಫ್ರೆಂಚ್ ನಾಗರಿಕಳಾದಳು. ಆದರೆ ಪೋಲೆಂಡ್ ಎಂಬ ತನ್ನ ದೇಶದ ಸವಿನೆನಪಿಗಾಗಿ ತಾನು ಕಂಡು ಹಿಡಿದ ಮೂಲಧಾತುವಿನ ಹೆಸರನ್ನು ಪೊಲೋನಿಯಮ್ ಎಂದು ಕರೆದಳು! ಈ ಮ್ಯೂಸಿಯಮ್ ಸ್ಥಾಪಿತವಾದದ್ದು 1967ರಲ್ಲಿ ಮೇರಿ ಹುಟ್ಟಿದ ನೂರು ವರ್ಷದ ನೆನಪಿಗೆ. ಇದು ಜಗತ್ತಿನ ಏಕೈಕ ಜೀವನ ಚರಿತ್ರಾತ್ಮಕ ಮ್ಯೂಸಿಯಮ್ ಅಂತೆ! ಈ ಕಟ್ಟಡ ಮೊದಲು ಮೇರಿಯ ಮನೆಯಾಗಿತ್ತು. ಅಂದರೆ ಅದೇ ಜಾಗ... ಆದರೆ ಅದೇ ಮನೆಯಲ್ಲ. ಎರಡನೇ ಮಹಾಯುದ್ಧದ ಸಮಯದಲ್ಲಿ ಜರ್ಮನ್ನರು ಆ ಮನೆಯನ್ನು ನೆಲಸಮ ಮಾಡಿದ್ದರು.

ಅದನ್ನು ಯುದ್ಧಾನಂತರ ಮತ್ತೆ ಕಟ್ಟಿದ್ದಾರೆ. ಆ ಪುಟ್ಟ ಮ್ಯೂಸಿಯಮ್‌ನಲ್ಲಿ ಒಂದು ಕೊಠಡಿಯನ್ನು ಮೇರಿ ಮತ್ತು ಪಿಯರ್‌ನ ಪ್ರಯೋಗಾಲಯದಂತೆ ರೂಪಿಸಿದ್ದಾರೆ. ಅದರಲ್ಲಿ ಅವರು ಪ್ರಯೋಗಕ್ಕೆ ಬಳಸುತ್ತಿದ್ದ ಉಪಕರಣಗಳು, ಪ್ರಯೋಗದ ಕುರಿತು ಮಾಡಿಕೊಂಡ ನೋಟ್ಸ್, ಆಕೆ ಬಳಸುತ್ತಿದ್ದ ಕುರ್ಚಿ, ಟೇಬಲ್, ವಾಷ್ ಬೇಸಿನ್ ಮೊದಲುಗೊಂಡು ಎಲ್ಲವೂ ಇವೆ. ಮತ್ತೊಂದು ಕೊಠಡಿಯಲ್ಲಿ ಮೇರಿಗೆ ಸಂಬಂಧಿಸಿದ ಹಲವಾರು ವೈಯಕ್ತಿಕ ವಸ್ತುಗಳು, ಮೆಡಲ್‌ಗಳು, ಮೇರಿ ಮತ್ತು ಪಿಯರ್‌ನ ಚಿತ್ರ ಮುದ್ರಿಸಿದ್ದ ಫ್ರಾನ್ಸ್‌ನ ಕರೆನ್ಸಿ ನೋಟ್‌ಗಳು, ಅವರು ಬಳಸುತ್ತಿದ್ದ ಪೆನ್ನು, ಕನ್ನಡಕ, ಕನ್ನಡಕದ ಕೇಸ್, ಪೇಪರ್ ವೇಯ್ಟ್ ಆಗಿ ಬಳಸುತ್ತಿದ್ದ ಕಲ್ಲು, ಆಕೆಯ ಗೌನ್ ಎಲ್ಲವನ್ನೂ ಅಂದವಾಗಿ ಜೋಡಿಸಿಟ್ಟಿದ್ದಾರೆ.

ಮ್ಯೂಸಿಯಮ್‌ನಲ್ಲಿ ಆಕೆಯ ಬಾಲ್ಯದ, ಯೌವನದ, ಪ್ರಯೋಗಾಲಯದ, ಆಕೆ ಹೋದ ಕಾನ್ಫರೆನ್ಸ್‌ಗಳ ಫೋಟೋಗಳಿದ್ದವು. ಆಲ್ಬರ್ಟ್ ಐನ್‌ಸ್ಟೀನ್‌ರ ಜೊತೆಗೆ ಮೇರಿಯ ಹಲವಾರು ಫೋಟೋಗಳೂ ಇವೆ... ಐಕಾನ್‌ಗಳನ್ನು ಹೀಗೆ ಒಟ್ಟೊಟ್ಟಿಗೆ ಕಾಣುವುದೇ ಒಂದು ರೀತಿಯ ಬೆರಗು! 1911ನೇ ಇಸವಿಯಲ್ಲಿ ನಡೆದ ಭೌತಶಾಸ್ತ್ರದ ಮೊದಲ ಕಾನ್ಫರೆನ್ಸ್‌ನ ಫೋಟೋದಲ್ಲಿದ್ದ ಏಕೈಕ ಮಹಿಳಾ ವಿಜ್ಞಾನಿ ಮೇರಿ! ಅದನ್ನು ನೋಡಿ 'ಅರೆ ವಾಹ್' ಎಂದುಕೊಂಡೆ. ಪುಟ್ಟ ಆಕಾರದ ಮೇರಿ ಆತ್ಮವಿಶ್ವಾಸವೇ ಮೂರ್ತಿವೆತ್ತಂತೆ ಕುಳಿತಿರುವುದು ನೋಡಿದರೆ ಹೆಮ್ಮೆ ಎನಿಸಿತು. ಅದಾದ ನಂತರದ

ದಿನಗಳಲ್ಲಿ ಪಿಯರ್ ಅಪಘಾತವೊಂದರಲ್ಲಿ ದುರ್ಮರಣಕ್ಕೀಡಾದ ದಿನ ಮಗಳು ಐರೀನ್ ಜೊತೆ ಕಂಗೆಟ್ಟು ಕುಳಿತ ಮೇರಿಯ ಫೋಟೋ, ಮಕ್ಕಳಿಬ್ಬರೂ ಎಲ್ಲ ಕಳೆದುಕೊಂಡವರಂತೆ ಕುಳಿತ ಫೋಟೋ ಇವನ್ನೆಲ್ಲ ನೋಡುತ್ತಲೇ, ಆ ದಿನಗಳಲ್ಲಿ ಅವಳ ವಿಷಯವಾಗಿ ಹರಡಿದ ನಾನಾ ಸುದ್ದಿಗಳು, ವೈಯಕ್ತಿಕ ಮಟ್ಟದ ತೇಜೋವಧೆ, ಪ್ರೀತಿಯ ವಿಷಯವಾಗಿ ಪಟ್ಟ ನೋವುಗಳು ಎಲ್ಲ ನೆನಪಾದವು.

150 ವರ್ಷಗಳ ಹಿಂದೆಯೇ ಬದುಕು ಕಟ್ಟಿಕೊಳ್ಳಲು ಅವಳು ನಡೆಸಿದ ಸೆಣಸಾಟ, ಫ್ರೆಂಚ್ ಆದ ಪಿಯರ್‌ನನ್ನು ಮದುವೆಯಾಗಿ ಅಲ್ಲಿಯವಳೇ ಆದರೂ, ಆಕೆ ಹೆಣ್ಣು ಎನ್ನುವ ಕಾರಣಕ್ಕೆ, ಬೇರೆ ದೇಶದವಳೆನ್ನುವ ಕಾರಣಕ್ಕೆ 'ನಿಮ್ಮೊಡನಿದ್ದೂ ನಿಮ್ಮಂತಾಗದೇ' ಎಂಬಂತೆ ಬದುಕಿದ ರೀತಿ, ಈ ರೀತಿಯ ಕಷ್ಟಗಳ ನಡುವೆಯೇ ಇಷ್ಟೆಲ್ಲ ಸಾಧನೆಗೈದದ್ದು! ಆಗಲೇ ಹೇಳಿದಂತೆ ವಿಜ್ಞಾನ ನನಗೆ ಹೆಚ್ಚು ಅರ್ಥವಾಗುವುದಿಲ್ಲ... ಆದರೆ ಆ ಸಾಧನೆಯ ಹಿಂದಿನ ಪಡಿಪಾಟಲು ಚೆನ್ನಾಗಿ ಅರ್ಥವಾಗುತ್ತದೆ. ರೇಡಿಯೋ ಆಕ್ಟಿವ್ ವಸ್ತುಗಳಿಂದಾಗುವ ದುಷ್ಪರಿಣಾಮಗಳ ಅರಿವಿಲ್ಲದೇ ಅದರ ಸಂಪರ್ಕದಲ್ಲಿದ್ದ ಮೇರಿಗೆ 1934ನೇ ಇಸವಿಯಲ್ಲಿ ಅಪ್ಲಾಸ್ಟಿಕ್ ಅನೀಮಿಯಾ ಎಂಬ ರೋಗ ತಗುಲಿತು... ಬೋನ್ ಮ್ಯಾರೋನಲ್ಲಿ ರಕ್ತಕಣಗಳು ಉತ್ಪತ್ತಿಯಾಗದ ವಿಚಿತ್ರ ರೋಗವದು.

ಅದರಿಂದ ಸತ್ತಾಗ ಅವರಿಗೆ ಪಾಪ ಬರೀ 66 ವರ್ಷ. ಇನ್ನಿಷ್ಟು ಕಾಲ ಬದುಕಿದ್ದರೆ ಮತ್ತೇನೇನು ಸಾಧಿಸುತ್ತಿದ್ದರೋ ಎಂದುಕೊಂಡೆ. ಎಷ್ಟೇ ಆರಾಮಾಗಿ ನೋಡಿದರೂ ಒಂದು ತಾಸಿಗಿಂತ ಹೆಚ್ಚು ಸಮಯವೇನೂ ಬೇಕಾಗಲಿಲ್ಲ. ಅಂತೂ ಹೇಗೋ ಸಮಯ ದೊರೆತು ನಾವಲ್ಲಿ ಬರುವಂತಾಗಿದ್ದಕ್ಕೆ ಖುಷಿಯಾಯಿತು. ನೋಡಬೇಕಿದ್ದು ಮಿಸ್ ಆದರೆ, ಮತ್ತೆ ಯಾವುದೋ ನೋಡಲು ಸಿಗುತ್ತದೆ! ಮನಸ್ಸು ತೆರೆದಿದ್ದರೆ ಹಾದಿಗಳೂ ತೆರೆದಿರುತ್ತವೆ ಅಲ್ಲವೇ?

ಹಿಂತಿರುಗಿ ಹೋಟೆಲ್ ಹತ್ತಿರ ಬಂದಾಗ ಮತ್ತೊಂದು ಮುಖ್ಯ ಕೆಲಸ ಉಳಿದಿತ್ತಲ್ಲ ಚುಸ್ ನೀರಿನದ್ದು, ಅದು ನೆನಪಾಯಿತು. ಈಗ ನಾವು ನೋ ಗ್ಯಾಸ್ ವಾಟರ್ ಎಂದು ಕಲಿತುಕೊಂಡಿದ್ದೆವಲ್ಲ, ಹಾಗಾಗಿ ಮೊದಲಿನ ಆತಂಕವಿರಲಿಲ್ಲ. ನಮ್ಮ ಹೋಟೆಲ್ ಎದುರು ಇಳಿದವರೇ ಪಕ್ಕದ ರಸ್ತೆಗೆ ತಿರುಗಿದರೆ ಥೇಟ್ ನಮ್ಮ ದೇಶದ ಥರವೇ ಪುಟ್ಟ ಪುಟ್ಟ ಗೂಡಂಗಡಿಗಳು! ನನಗಂತೂ ಆ ಥರದ ಅಂಗಡಿಗಳನ್ನು ನೋಡಿದರೆ ನಾವು ಮೊದಲಿದ್ದ ಶಿವನಹಳ್ಳಿಯಲ್ಲಿನ ಮೀನಮ್ಮನ ಅಂಗಡಿಯ ಮುಂದೆ ನಿಂತಂಥದ್ದೇ ಖುಷಿ!

ನಾಲ್ಕು ಅಂಗಡಿ ದಾಟುವುದರಲ್ಲಿ ಒಂದು ಅಂಗಡಿಯಲ್ಲಿ ಸಾಲು ನೀರಿನ
ಬಾಟಲ್‌ಗಳನ್ನು ಜೋಡಿಸಿಟ್ಟಿದ್ದು ಕಾಣಿಸಿತು.
ಒಳ ಹೊಕ್ಕು ಏ ನಮಗೆ ಗೊತ್ತು ಗುರೂ ನಿಮ್ಮ ದೇಶದ ಭಾಷೆ ಎನ್ನುವ ಗತ್ತಿನಲ್ಲಿ
'ನೋ ಗ್ಯಾಸ್ ವಾಟರ್ ಪ್ಲೀಸ್' ಎಂದೆವು.
ಆತ ನಗುತ್ತ 'ಯು ಮೀನ್ ಪ್ಲೈನ್ ವಾಟರ್ ಅಂಡ್ ನಾಟ್ ಸೋಡಾ?' ಎಂದ!
ಆತನ ಅಂಗಡಿಗೆ ಮುಂಚೆ ಯಾವ ಭಾರತೀಯರು ನಮ್ಮ ಥರ ಆ ನೀರು ಹುಡುಕಿ
ಅಲೆದಾಡಿದ್ದರೋ ಪಾಪ. ಹಾಗಾಗಿ ಆತ ನಮ್ಮ ಭಾಷೆ ಕಲಿತಿದ್ದ!
ನಾನು ನನ್ನ ಮಗ ಮುಖ ಮುಖ ನೋಡಿ ನಗುತ್ತಾ ತಲೆಯಾಡಿಸಿದೆವು
ಬದುಕು ಅದೆಷ್ಟು ಪಾಠಗಳನ್ನು ಕಲಿಸುತ್ತಲೇ ಇರುತ್ತದೆ...!

ಚಕಚಕನೆ ವ್ಯಾಪಾರ ಮುಗಿಸಿ ರಾಶಿ ನೀರನ್ನು ಹೊತ್ತುಕೊಂಡು ಹೋಟೆಲ್‌ಗೆ ಕಾಲಿಟ್ಟೊಡನೆಯೇ ಮತ್ತೆ ನೆನಪಾಯಿತು ಗಣೇಶನ ಭಜನೆ! ರಿಸೆಪ್ಷನ್‌ಗೆ ಮತ್ತೆ ಹೋಗಿ 'ಇಲ್ಲಿ ಯಾರಾದರೂ ಭಾರತೀಯರು ಇದ್ದಾರಾ' ಎಂದು ವಿಚಾರಣೆಗೆ ನಿಂತರೆ, ಮಧ್ಯಾಹ್ನವೇನೋ ಬಿಜಿ ಇದ್ದರು ಎಂದುಕೊಂಡರೆ ಈ ರಾತ್ರಿಯಲ್ಲೂ ಅದೇ ರೀತಿಯ ಪ್ರತಿಕ್ರಿಯೆ ಅವರಿಂದ! ಆಗ ಗೊತ್ತಾಯಿತು ಅದು ಬಿಜಿಯಲ್ಲ ಭಾರತಿ... he's not bothered about that ಭಜನೆ ಎಂದು.

ಹೌದು ಮತ್ತೆ... ಆತನಿಗೆ ಯಾರು ಯಾವ ಭಜನೆ ಹಾಕಿಕೊಂಡರೆ ಏನಾಗಬೇಕಿದೆ? ನನಗಿರುವ ಕುತೂಹಲ ಆತನಿಗೆ ಯಾಕೆ ಇರಬೇಕು? ಇಷ್ಟು ಜ್ಞಾನೋದಯವೇನೋ ಆಯಿತು. ಇದು ಬುದ್ಧಿಗೆ ಸಂಬಂಧಿಸಿದ ಜ್ಞಾನೋದಯ. ಆದರೆ ಭಾವಕ್ಕೆ ಸಂಬಂಧಿಸಿದ ಕುತೂಹಲ, ಹುಡುಕುವ ತೀವ್ರ ಆಸೆ? ಅದನ್ನೇನು ಮಾಡಲಿ ನೀವೇ ಹೇಳಿ! ಈ ರೀತಿಯ ಕುತೂಹಲಗಳು ನನ್ನ ಬದುಕಿಗೆ ಮುಗಿಯದ ಕಥೆ. ಯಾವುದೋ ಇಷ್ಟವಾದ ಕಥೆಗಾರರು, ಎಂದೋ ಬದುಕಿನಿಂದ ದೂರವಾದ ಗೆಳತಿಯರು, ಎಂದೋ ಒಂದು ಮಿಂಚಿನಂತೆ ಸುಳಿದು ಮಾಯವಾದ ಪ್ರೀತಿ...

ಅವರನ್ನೆಲ್ಲ ಹೇಗೆ ಕೈತೊಳೆದುಕೊಂಡು ಬೆನ್ನು ಬಿದ್ದು ಹುಡುಕಿದ್ದೇನೆ (ಅದಾದ

ನಂತರ ಪಡೆದಿದ್ದೇನು, ಕಳೆದುಕೊಂಡಿದ್ದೇನು ಎನ್ನುವುದು ಬೇರೆಯದೇ ಪ್ರಶ್ನೆ) ಎನ್ನುವುದು ನನಗೆ ಗೊತ್ತು. ಇದರಿಂದೆಲ್ಲ ಏನಾಗಬೇಕಿತ್ತು ಅನ್ನುವ ಪ್ರಶ್ನೆಗೆ ನನ್ನಲ್ಲಿ ಉತ್ತರವಿಲ್ಲ. ಆದರೆ ನಾನು ಇರುವುದೇ ಹಾಗೆ. ಹಾಗೆಯೇ ಈಗಲೂ ಅದರ ಉಪಯುಕ್ತತೆ, ಅನುಪಯುಕ್ತತೆ ಅತ್ತ ಕಡೆಗಿರಲಿ... ಈ ಗಣೇಶನ ಭಜನೆಯ ಮೂಲ ಹುಡುಕಬೇಕಿತ್ತು ಅಷ್ಟೇ!

ಆದರೆ ಮರುದಿನ ನಾವು ವುಲ್ಫ್ಸ್ ಲೇರ್‌ಗೆ ಹೋಗುವುದಿತ್ತು. ಅದು ಹಿಟ್ಲರ್‌ನ ಹತ್ಯೆಯ ವಿಫಲ ಸಂಚು ನಡೆದ ಜಾಗ! ಪೋಲೆಂಡ್ ಪ್ರವಾಸ ನೀಲನಕ್ಷೆ ಸಿದ್ಧವಾಗುತ್ತಿರಬೇಕಾದರೆ, ವಾರ್ಸಾದಿಂದ ವುಲ್ಫ್ಸ್ ಲೇರ್‌ಗೆ ಹೋಗಿಬರಲು ಹೆಚ್ಚು ಕಡಿಮೆ ಹತ್ತು ಗಂಟೆಗಳ ಪ್ರಯಾಣ ಎಂದಾಗಲೂ ಹಿಂಜರಿಯದೇ, ನಾನು ನೋಡಲೇಬೇಕೆಂದು ಬಯಸಿಬಯಸಿದ ಸ್ಥಳವಿದು. ಹಾಗಾಗಿ ಆ ಪ್ರಯಾಣಕ್ಕೆ ಹೆಚ್ಚು ಒತ್ತು ಕೊಡಬೇಕಿದ್ದರಿಂದ ಈಗ ಗಣೇಶನ ಹುಡುಕಾಟ ನಿಲ್ಲಿಸದೇ ವಿಧಿಯಿರಲಿಲ್ಲ....

ಕೋಟೆ ಕಟ್ಟಿ
ಮೆರೆದೋರೆಲ್ಲ ಏನಾದರೂ...

ವ್ರೋಲ್ಫ್ಸ್ ಲೇರ್‌ಗೆ ಹೊರಡಲು ರೂಮಿನ ಬಾಗಿಲು ಎಳೆಯುತ್ತಿರುವಾಗ ಮತ್ತದೇ ಹಿಂದಿನ ದಿನ ಕಿವಿಗೆ ಬಿದ್ದ ಗಣೇಶನ ಭಜನೆ!

ಅರೆರೆ! ಮತ್ತೆ?! ಎಲ್ಲಿಂದ?!!

ಸಿನೆಮಾಗಳಲ್ಲಿ ಹೀರೋನ ಪರಿಚಿತ ಕೊಳಲ ಗಾನ ಅಥವಾ ಹೀರೋಯಿನ್‌ಳ ಪರಿಚಿತ ಹಾಡು ಎಲ್ಲಿಂದಲೋ ಕೇಳಿಸಿದಾಗ ಅಲ್ಲೋಲ ಕಲ್ಲೋಲವಾಗಿ ತರಗೆಲೆಯಂತೆ ಸುತ್ತುತ್ತ ಕಂಡಕಂಡ ಕಡೆ ಹುಡುಕುತ್ತಾ, ಗೋಡೆಗೆ ಬಡಿಯುತ್ತಾ ಓಡುತ್ತಾರಲ್ಲ, ಆ ರೀತಿಯಾಯಿತು ನನ್ನದೂ ಪರಿಸ್ಥಿತಿ!

ಹಾಕುತ್ತಿದ್ದ ಬಾಗಿಲನ್ನು ಅತ್ತ ಬಿಟ್ಟು ಸ್ಲೋ ಮೋಷನ್‌ನಲ್ಲಿ (ಫಾಸ್ಟ್ ಮೋಷನ್‌ನಲ್ಲಿ ಓಡಲು ದೇಹ ಸಹಕರಿಸಬೇಕಲ್ಲ!) ಓಡಿದೆ... ತೆರೆದಿದ್ದ ಅದೊಂದು ಬಾಗಿಲಿನ ಒಳಗಿನಿಂದ ಬರುತ್ತಿದೆ ಆ ಹಾಡು!

ಒಳಗೆ ನುಗ್ಗಲಾ? ಅಯ್ಯೋ ಯಾರೋ ಕಳ್ಳಿ ಎಂದುಕೊಂಡರೆ? ಒದ್ದು ಒಳ ಹಾಕಿದರೆ? ಎಂದು ಕಾಲು ತುಸು ತಡೆಯಿತು. ಅಲ್ಲಿಯೇ ನಿಂತು 'ಹಲೋ ಯಾರಿದ್ದೀರಿ' ಎಂದೆ. ಒಂದು ಹುಡುಗಿ, ಸುಮಾರು 24-25 ವಯಸ್ಸಿನವಳು ಬಾತ್ ರೂಮ್‌ನಿಂದ ತಲೆ ಆಚೆಗೆ ಹಾಕಿ 'ಏನು' ಎಂದಳು ಹಿಂದಿಯಲ್ಲಿ! ಅಲ್ಲಿಗೆ ಮಿಸ್ಟರಿ ಸಾಲ್ವ್‌ಡ್ ಭಾರತಿ ಎಂದು ನಿಟ್ಟುಸಿರು ಬಿಟ್ಟೆ! ಆದರೆ ಯಾರೋ ಬೇರೆ ದೇಶದವರು ನಮ್ಮ ಭಜನೆ ಕೇಳುತ್ತಿರಬಹುದು ಎಂದು ಸಣ್ಣ ರಹಸ್ಯ ರೋಮಾಂಚನವಿತ್ತಲ್ಲ ಅದೀಗ ಇಲ್ಲವಾಯ್ತು

ಹಿಂದಿನ ದಿನದಿಂದ ಆ ಹಾಡನ್ನು ಕೇಳಿದ ನಂತರ ನನ್ನ ಕಥೆಯನ್ನೆಲ್ಲ ಹೇಳಿದಾಗ ಆ ಹುಡುಗಿ 'ಹೀಗೂ ಉಂಟೇ' ಎನ್ನುವಂತೆ ನಗುತ್ತಾ ನಿಂತಿದ್ದಳು. ಎಲ್ಲವನ್ನೂ ಬಡಬಡಿಸಿ ನಿರಾಳವಾದ ನಂತರ ನೀವು ಯಾರು, ಏನು, ಎತ್ತ ಎಂದು ವಿಚಾರಿಸಿದೆ. ಅವಳು ಗುಜರಾತ್‌ನವಳಂತೆ. ಅಲ್ಲಿಯೇ ಕೆಲಸ ಮಾಡುತ್ತಿದ್ದೇನೆ ಎರಡು ವರ್ಷದಿಂದ ಎಂದಳು. 'ಅಪ್ಪ-ಅಮ್ಮ?' ಎಂದೆ. 'ಅವರು ಊರಿನಲ್ಲಿಯೇ ಇದ್ದಾರೆ' ಎಂದಳು. 'ಮತ್ತೆ ನೀನೊಬ್ಬಳೇ ಇಲ್ಲಿದ್ದೀಯಾ?' ಎಂದೆ. 'ಹೌದು... ಮತ್ತೆ ಹೊಟ್ಟೆಪಾಡು ನಡೆಯಬೇಕಲ್ಲ' ಎಂದಳು. ವಿಷಾದವೇನಾದರೂ ಇದೆಯಾ ಎಂದು ಅವಳ ಮುಖ ತಡಕಾಡಿದೆ. ಉಹು, ಅದರ ಎಳೆಯೂ ಇರಲಿಲ್ಲ. ಬಂದಿದ್ದನ್ನು ಒಪ್ಪಿಕೊಂಡಂಥ ಶಾಂತ, ಸೌಮ್ಯ, ನಗುಮುಖ. ಕಲಿತುಕೊಳ್ಳಬೇಕು ಇಂಥ ಹಲವರಿಂದ ಬದುಕಿನ

ಪಾಠಗಳನ್ನು ಎಂದು ಒಂದು ಕೋಟಿ ಎಪ್ಪತ್ತಾರು ಲಕ್ಷದ ಮೂವತ್ತೆಂಟು ಸಾವಿರದ ಇನ್ನೂರ ಎರಡನೇ ಬಾರಿಗೆ ಅಂದುಕೊಂಡೆ! ನನ್ನ ಕುತೂಹಲ ತಣಿದ ಆ ದಿವ್ಯ ಶಾಂತತೆಯಲ್ಲಿ 'ನಿನ್ನದೊಂದು ಫೋಟೋ ತೆಗೆದುಕೊಳ್ಳಲಾ' ಎಂದೆ. ಅವಳು ತುಸು ಗಾಬರಿಯಲ್ಲಿ 'ಅಯ್ಯೋ ಯಾಕೆ' ಎಂದಳು. 'ಹೆದರಬೇಡ ಹುಡುಗಿ. ಯಾವ ಸೋಷಿಯಲ್ ಮೀಡಿಯಾದಲ್ಲಿಯೂ ಹಾಕುವುದಿಲ್ಲ' ಎಂದು ಭರವಸೆ ಕೊಟ್ಟ ಮೇಲೆ ನೆಮ್ಮದಿಯಲ್ಲಿ ನಕ್ಕು ಪೋಸ್ ಕೊಟ್ಟಳು. ನನಗೀಗ ಭಯಂಕರ ನೆಮ್ಮದಿಯ ಮೂಡ್. ಅವಳಿಂದ ಬೀಳ್ಕೊಂಡು ಬರುವಾಗ,

ಅಲ್ಲ ಫೋಟೋ ಯಾಕೆ ಬೇಡ ಅಂದಳು!

ಅಲ್ಲಿ ಮನೆಯವರಿಗೆಲ್ಲ ಇಲ್ಲಿ ಏನೋ ದೊಡ್ಡ ಕೆಲಸದಲ್ಲಿದ್ದೀನಿ ಎಂದು ಸುಳ್ಳು ಹೇಳಿರಬಹುದಾ?

ಮದುವೆ ಮಾಡಿಕೊಂಡ ಗಂಡ ಅವಳಿಗೆ ಕಾಟ ಕೊಟ್ಟು ಹೀಗೆ ಕೆಲಸ ಮಾಡುತ್ತಿರಬಹುದಾ?

ಊರಿಗೆ ಹಿಂತಿರುಗುವ ದಾರಿ ಕಾಣದೇ ಈ ರೀತಿ ಸ್ವಲ್ಪ ಸಂಪಾದಿಸಿ ನಂತರ ಭಾರತಕ್ಕೆ ಮರಳುವ ಕನಸಿರಬಹುದಾ?

ಹಳಿ ಇರದ ರೈಲಿನಂತೆ ಯೋಚನೆಗಳು ಪುಂಖಾನುಪುಂಖವಾಗಿ ತಲೆಯಲ್ಲಿ ಆಡಲು ಪ್ರಾರಂಭಿಸಿದಾಗ ಥು ಮನಸ್ಸು ಮರ್ಕಟ ಅನ್ನುವ ಗಾದೆ ನನ್ನನ್ನು ನೋಡಿಯೇ ಮಾಡಿರಬೇಕು ಎಂದು ಬಯ್ದುಕೊಂಡು ಸುಮ್ಮನಾದೆ.

ಅಂತೂ ಆ ಪತ್ತೆದಾರಿ ಕೆಲಸವೊಂದು ಮುಗಿದ ನಂತರ ನನಗೆ ನಿರಾಳವಾಯಿತು! ವುಲ್ಫ್ಸ್ ಲೇರ್‌ಗೆ ಹೊರಡಲು ನಮ್ಮ ಡ್ರೈವರ್ ಕಮ್ ಗೈಡ್ ಯಾದ್‌ಸೆಕ್ ಕಾಯುತ್ತಿದ್ದ. ಎಂದಿನಂತೆ ಎಂಟು ಜನ ಕುಳಿತುಕೊಳ್ಳುವ ಗಾಡಿಯಲ್ಲಿ ನಾವು ನಾಲ್ಕೇ ಜನ. ನಾನು ಎಂದಿನಂತೆ ಅವನ ಜೊತೆ ಹರಟಲು ಮುಂದಿನ ಸೀಟ್‌ನಲ್ಲಿ ಅವನ ಪಕ್ಕ ಕುಳಿತೆ. ಹೊರಟ ಕೂಡಲೇ ನನಗಿಂತ ಹೆಚ್ಚು ಅವನೇ ಮಾತನಾಡುವ ಮೂಡ್‌ನಲ್ಲಿ ನೀವು ಯಾವ ದೇಶದವರು ಎಂದು ಮಾತು ಶುರು ಮಾಡಿದ.

ಭಾರತ ಎಂದ ಕೂಡಲೇ 'ಹೋ ಮುಂಬಯಿ?' ಎಂದ! ಭಾರತ ಎಂಬ ಹೆಸರಿನ ದೇಶವೊಂದು ಇದೆ ಅನ್ನುವುದೇ ಸಾಕಷ್ಟು ಜನರಿಗೆ ಗೊತ್ತಿಲ್ಲದ ಆ ದೇಶದಲ್ಲಿ ಇವ ನಮ್ಮ ದೇಶ ಗುರುತಿಸುವುದಲ್ಲದೇ, ನಮ್ಮ ಊರಿನ ಹೆಸರೊಂದನ್ನೂ ಹೇಳಿದ್ದಕ್ಕೆ ಆನಂದತುಂದಿಲಳಾಗಿ 'ಅರೆ ನಿನಗೆ ಹೇಗೆ ಗೊತ್ತು?' ಎಂದೆ. 'ಹೋದ ತಿಂಗಳು ತಾನೇ ಅಲ್ಲಿಂದ ಮೂರು ಜನ ಹೆಂಗಸರು ಬಂದಿದ್ದರು. ತುಂಬ ಖುಷಿಯಲ್ಲಿ, ಉತ್ಸಾಹದಲ್ಲಿ ತಿರುಗಾಡಿದ್ದರು. ಅವರು ಬಂದಿದ್ದು ಮುಂಬಯಿಂದ ಅಂದಿದ್ದರು. ಹಾಗಾಗಿ ಆ ಹೆಸರು ನೆನಪಿದೆ' ಎಂದ.

ನಿಮ್ಮೂರು ಬೆಂಗಳೂರು ಎಲ್ಲಿದೆ, ಉತ್ತರ ಭಾರತದಲ್ಲಾ ದಕ್ಷಿಣ ಭಾರತದಲ್ಲಾ, ನೀವೆಲ್ಲ ಒಬ್ಬರಿಗೊಬ್ಬರು ಹೇಗೆ ಸಂಬಂಧ, ನಿಮ್ಮ ಭಾಷೆ ಯಾವುದು, ನೀವೇನು ಕೆಲಸ ಮಾಡುತ್ತೀರಿ... ಮುಗಿಯದ ಪ್ರಶ್ನೆಗಳ ಸರಮಾಲೆ ಅವನದ್ದು.

ನಾನು ಬರೆಯುತ್ತೇನೆ ಅಂದಾಗ 'ಅರೆ ನೀವು ಬರಹಗಾರರಾ! ಸಿಕ್ಕಾಪಟ್ಟೆ ಖುಷಿಯಾಗುತ್ತಿದೆ. ಯಾವ ಭಾಷೆ?' ಅಂದ.

ನಮ್ಮ ಭಾಷೆ ಕನ್ನಡದಲ್ಲಿ ಬರೆಯುತ್ತೇನೆ ಅಂದಾಗ 'ಅದೇನು ಭಾಷೆ? ಇರಿ ಇರಿ... ಹೇಳಲು ಪ್ರಯತ್ನಿಸುತ್ತೇನೆ' ಎಂದವ ನಾನಾ ನಾಮಕರಣ ಮಾಡಿದ ನಮ್ಮ ಕನ್ನಡಕ್ಕೆ!

ಒಟ್ಟಿನಲ್ಲಿ ಹರಟೆ ಮಲ್ಲನಿಗೆ ಮುಗಿಯದ ಕುತೂಹಲ, ಉತ್ಸಾಹ. ಮೌನ ಬಂಗಾರ ಎನ್ನುವುದು ನಿಮಗಿರಲಿ, ನಾನು ಮಾತು ಬೆಳ್ಳಿಯೋ ತಗಡೋ ಹಿತ್ತಾಳೆಯೋ ಏನಾದರಾಗಲಿ, ಒಟ್ಟು ಮಾತನಾಡುತ್ತೇನೆ ಎನ್ನುವ ಸ್ವಭಾವದವನು!

ಕನ್ನಡ ಅನ್ನಲು ಅದೇನು ಕಷ್ಟ ಪಡುತ್ತೀಯೋ ತಂದೆ ಎಂದು ನಾನು ನಗುತ್ತಾ ಅವನಿಗೆ ಹೇಳಿಕೊಡುತ್ತಿರುವಾಗಲೇ ಅವನು ಇದ್ದಕ್ಕಿದ್ದಂತೆ 'ಅಂದಹಾಗೆ ನಿಮ್ಮ ಮನೆಯಲ್ಲಿ ಎಷ್ಟು ಹಸುಗಳಿವೆ?' ಎಂದ!

ನಾನು ಆಶ್ಚರ್ಯದಿಂದ 'ಹಸೂನಾ? ನಮ್ಮ ಮನೆಯಲ್ಲಿ ಹಸು ಇಲ್ಲ!' ಎಂದೆ

'ಅಯ್ಯೋ ಹೌದಾ! ಭಾರತದಲ್ಲಿ ಬರೀ ಹಳ್ಳಿಗಳು. ಎಲ್ಲರ ಮನೆಯಲ್ಲೂ ಹಸು ಇರುತ್ತದೆ ಎನ್ನುತ್ತಾರಲ್ಲ?' ಎಂದ

ಮೊದಲೆಲ್ಲ ಭಾರತ ಎಂದರೆ ಬೀದಿಬೀದಿಯಲ್ಲಿ ಎಲ್ಲರೂ ಹಾವಾಡಿಸುತ್ತಿರುತ್ತೇವೆ ಎಂದುಕೊಂಡಿದ್ದರು ಹಲವಾರು ವಿದೇಶೀಯರು. ಈಗ ಹಾವಿನಿಂದ ಹಸುವಿಗೆ ಭಡ್ತಿ ದೊರಕಿತ್ತು!

ಅಯ್ಯೋ ಇಲ್ಲ ಕಣಪ್ಪಾ ಹಸು ಎಲ್ಲರ ಮನೆಯಲ್ಲೂ ಇರುವುದಿಲ್ಲ, ನಮ್ಮ ದೇಶವೆಲ್ಲ ಹಳ್ಳಿಯಿಂದಲೇ ತುಂಬಿಲ್ಲ... ಎನ್ನುತ್ತಾ ನಮ್ಮ ದೇಶದ ಬಗ್ಗೆ ಒಂದಿಷ್ಟು ಮಾತನಾಡುವುದರಲ್ಲಿ ನನಗೆ ಇದ್ದಕ್ಕಿದ್ದಂತೆ ಕೆಮ್ಮು ಶುರುವಾಗಬೇಕಾ ಹಾಳಾದ್ದು. ಎಷ್ಟು ಹೊತ್ತಾದರೂ ನಿಲ್ಲಲೇ ಇಲ್ಲ. ನನಗೆ ಒಂಥರಾ ಮುಜುಗರ... ಅವನು ಹಸು ಎಮ್ಮೆ ಕಟ್ಟುವ ದೇಶದವರು ಅಂದುಕೊಂಡವನು ನಮ್ಮ ದೇಶದ ಜನರ ಬಗ್ಗೆ ಕೊಳಕರು, ಭಿಕ್ಷುಕರು ಹೀಗೆ ಏನೇನು ಅಂದುಕೊಂಡಿದ್ದಾನೋ... ನಾನು ಈ ರೀತಿ ಕೆಮ್ಮುತ್ತಿದ್ದರೆ ಅವ ಏನೇನು ಊಹಿಸಿಕೊಳ್ಳುತ್ತಾನೋ, ನೀನು ಹಿಂದೆ ಹೋಗಿ ಕುಳಿತುಕೋ ಎಂದು ಗಾಡಿ ನಿಲ್ಲಿಸುತ್ತಾನೋ ಏನೋ ಎಂದೆಲ್ಲ ಅಂದುಕೊಳ್ಳುತ್ತ ಒಂದೇ ಹಿಂಸೆ ಅನುಭವಿಸಿದೆ.

ಕೆಮ್ಮು ಒಂದು ರೀತಿಯಲ್ಲಿ ಮಾನಸಿಕ ಕಾಯಿಲೆ ಕೂಡಾ! ಯಾರಾದರೂ ಕೆಮ್ಮುತ್ತಿದ್ದರೆ ನಮಗೂ ಶುರುವಾಗುತ್ತದೆ. ನನ್ನ ಕೆಮ್ಮು ನೋಡಿ ಅಪ್ಪನದ್ದೂ

ಜುಗಲ್‌ಬಂದಿ ಶುರುವಾಯಿತು. ಅವರು ನಿಲ್ಲಿಸಿದರೆ ನಾನು, ನಾನು ನಿಲ್ಲಿಸಿದರೆ ಅವರು ಕೆಹೆ ಕೆಹೆ ಅಂದಂದು ಸಾಕಾದಾಗ ಕೊನೆಗೆ ಬ್ಯಾಗ್‌ನಲ್ಲಿದ್ದ ಸ್ಟ್ರೆಪ್ಸಿಲ್ ನೆನಪಾಯಿತು. ಅದನ್ನು ತೆಗೆದುಕೊಂಡರೆ ನನಗೇನೋ ದೊಡ್ ರೋಗ ಎಂದುಕೊಂಡರೆ ಎಂದುಕೊಳ್ಳುತ್ತ ಸಂಕೋಚದಿಂದ ಅದನ್ನು ಬಿಡಿಸುವಾಗ ಆತ ನನ್ನ ಕೈಯನ್ನೇ ನೋಡಲಾರಂಭಿಸಿದ್ದು ಗಮನಿಸಿ, ನನಗೆ ಮತ್ತಿಷ್ಟು ಹಿಡಿಯಾಯಿತು. ಅಪ್ಪನಿಗೊಂದು ಕೊಟ್ಟು, ನಾನೊಂದು ಬಾಯಿಗೆ ಹಾಕಿಕೊಳ್ಳುವವರೆಗೆ ಅವನು ಒಮ್ಮೆ ರಸ್ತೆ ನೋಡುವುದು, ಒಮ್ಮೆ ನನ್ನ ಕೈ ನೋಡುವುದು ಮುಂದುವರಿಯಿತು. ನಾನು ಮುಜುಗರದಿಂದ ಒದ್ದಾಡುವಾಗಲೇ ಅವನು ಗಂಟಲು ಸರಿಮಾಡಿಕೊಂಡವ 'ಹೆಚ್ಚಿನ ಮಾತ್ರೆಗಳಿದ್ದರೆ ನನಗೊಂದು ಕೊಡಿ. ನನಗೂ ಯಾಕೋ ಸ್ವಲ್ಪ ಕೆಮ್ಮು' ಅಂದು ಸಣ್ಣಗೆ ಎರಡು ಸಲ ಕೆಮ್ಮಿದ!

'ಅಯ್ ಥು ನಿನ್ ಮಕಾ ಮುಚ್ಚ! ಅದಕ್ಕಾ ನೀನು ಪುಣ್ಯಾತ್ಮ ನನ್ನ ಕೈಯನ್ನೇ ಹಾಗೆ ದಿಟ್ಟಿಸುತ್ತಿದ್ದುದು' ಎಂದು ಹೊಟ್ಟೆಯಲ್ಲೆಲ್ಲ ನಗು ಆಡಿತು... ಜೊತೆಗೆ ನಿರಾಳ ಕೂಡ...

ಇದ್ದಕ್ಕಿದ್ದಂತೆ ರಸ್ತೆ ಬದಿಯಲ್ಲಿ ಒಂದಿಷ್ಟು ಗಾಡಿಗಳು ನಿಂತಿರುವುದನ್ನು ಕಂಡು 'ಅಯ್ಯೋ ಅಪಘಾತವೇನಾದರೂ ಆಗಿರಬೇಕಾ?' ಎಂದೆ ಗಾಬರಿಯಲ್ಲಿ, ಟ್ರಾಫಿಕ್ ಜಾಮ್ ಆಗಿ ಇನ್ನು ಆ ದಿನದ ಕಾರ್ಯಕ್ರಮ ಹಾಳಾದರೆ ಎನ್ನುವ ಭಯದಲ್ಲಿ. 'ಇಲ್ಲ ಇಲ್ಲ ಅಪಘಾತವಲ್ಲ. ರಸ್ತೆ ರಿಪೇರಿ ಕೆಲಸ ಅಷ್ಟೇ' ಎಂದ. 'ನಿನಗೆ ಹೇಗೆ ಗೊತ್ತಾಯಿತು ಇಲ್ಲಿಂದಲೇ' ಎಂದೆ. 'ಅಗೋ ಅಲ್ಲೊಂದು ಗಾಡಿ ನಿಲ್ಲಿಸಿದ್ದಾರಲ್ಲ, ಅದರ ಮೇಲೆ ಬಲಕ್ಕೆ ಹೋಗುವಂತೆ ದೀಪದ ಬಾಣದ ಗುರುತಿದೆಯಲ್ಲ, ಜೊತೆಗೆ ಹಿಂಭಾಗದಲ್ಲಿ ಟ್ರಾಫಿಕ್ ಬೋರ್ಡ್‌ನ ಗುರುತಿದೆಯಲ್ಲ, ಹಾಗಿದ್ದರೆ ಅದು ರಸ್ತೆ ರಿಪೇರಿಯ ಕೆಲಸವೇ' ಎಂದ. ಎಷ್ಟು ಸುಲಭ ಮಾಡಿಕೊಂಡಿದ್ದಾರೆ ಬದುಕು ಇಂಥ ಸಣ್ಣಪುಟ್ಟ ಸರಳ ವಿಧಾನಗಳಿಂದ ಎಂದು ಮೆಚ್ಚಿಕೊಂಡೆ.

ಆ ಗಾಡಿಗಳ ಪಕ್ಕ ಬಂದಾಗ ಗೊತ್ತಾಯಿತು ಅವನು ಹೇಳಿದ್ದು ಸರಿ ಎಂದು. ಗಾಡಿಗಳ ಡಿಕ್ಕಿಯಿಂದ ವ್ಯಾಕ್ಯುಮ್ ಕ್ಲೀನರ್, ಮತ್ತಿತರ ಏನೇನೋ ವಸ್ತುಗಳನ್ನು ಇಳಿಸುತ್ತಿದ್ದರು. ರಸ್ತೆ ಬದಿಯ ಸಣ್ಣ ಜಾಗವನ್ನು ಮಾತ್ರ ಆಕ್ರಮಿಸಿ ಹೋಗುವ ಗಾಡಿಗಳ ಸಾಲನ್ನು ಎರಡು ನಿಮಿಷದಲ್ಲಿ ಕ್ಲಿಯರ್ ಮಾಡಿದರು. ನಮ್ಮ ಗಾಡಿ ಎಂದಿನ ಗತಿಯಲ್ಲಿ ಮುಂದೆ ಸಾಗಿತು. ವಾರ್ಸಾ ಬಹಳ ತುಟ್ಟಿಯಾದ ಊರು, ಎಷ್ಟು ಸಂಪಾದಿಸಿದರೂ ಅಲ್ಲಿಗಲ್ಲಿಗೆ ಸರಿಯಾಗಿ ಬಿಡುತ್ತದೆ, ಏನೂ ಉಳಿಸಲಾಗುವುದಿಲ್ಲ ಎಂದೆಲ್ಲ ಅವನ ಕತೆಯನ್ನೊಂದಿಷ್ಟು ಹೇಳುವುದರಲ್ಲಿ ಮುಖ್ಯ ರಸ್ತೆಗೆ ರಿಪೇರಿ ನಡೆಯುತ್ತಿದ್ದ ಮತ್ತೊಂದು ಸ್ಥಳಕ್ಕೆ ತಲುಪಿದ್ದೆವು.

ಮುಖ್ಯ ರಸ್ತೆ ರಿಪೇರಿಯಲ್ಲಿ ಇದ್ದುದರಿಂದ ಬೈಪಾಸ್ ರಸ್ತೆ ಸಿದ್ಧ ಮಾಡಿದ್ದರು. ಅದು ಮುಖ್ಯ ರಸ್ತೆಗೆ ಹೋಲಿಸಿದರೆ ಚಿಕ್ಕದಾಗಿತ್ತು. ಹಾಗಾಗಿ ಸಾಲಾಗಿ ಒಂದು ರಾಶಿ ಗಾಡಿಗಳು ನಿಂತುಬಿಟ್ಟಿದ್ದವು. ನಮ್ಮೂರಲ್ಲಿ ಬೈಪಾಸ್ ರಸ್ತೆಯನ್ನು ಎಂದಿಗೂ ಒಳ್ಳೆಯ ಗುಣಮಟ್ಟದ್ದು ಮಾಡಿರುವುದೇ ಇಲ್ಲವಲ್ಲ, ಹಾಗಾಗಿ ಇಲ್ಲಿಯೂ ಹಾಗೆಯೇ ಇದ್ದರೆ ಇನ್ನು ಇದು ಕ್ಲಿಯರ್ ಆಗುವುದು ಎಷ್ಟು ಹೊತ್ತಿಗೋ ಎಂದುಕೊಂಡೆ. ಆದರೆ ಈ ಬೈಪಾಸ್ ರಸ್ತೆ ಮುಖ್ಯ ರಸ್ತೆಗಿಂತ ಅಗಲ ಕಡಿಮೆ ಇತ್ತು ಎನ್ನುವುದು ಬಿಟ್ಟರೆ, ಸಪಾಟಾಗಿ ಟಾರ್ ಬಳಿದುಕೊಂಡು, ರೋಡ್ ಮಾರ್ಕಿಂಗ್ ಪೇಂಟ್, ಸೈನ್ ಬೋರ್ಡ್‌ಗಳ ಸಮೇತ ಪಕ್ಕಾ ರಸ್ತೆಯಂತೆಯೇ ಸಿದ್ಧವಾಗಿತ್ತು. ಆ ಗಾಡಿಗಳ ಹಿಂದೆ ನಾವೂ ಕಾಯುತ್ತ ಸಾಲಿನಲ್ಲಿ ನಿಂತೆವು. ಎದುರಿನಿಂದ ಒಂದೇ ಒಂದು ವಾಹನ ಬರುತ್ತಿರಲಿಲ್ಲ. ಆದರೂ ಈ ಸಾಲಿನಲ್ಲಿ ಕಾಯುತ್ತ ನಿಂತವರು ಒಬ್ಬರೂ ಮುಂದಿನ ಗಾಡಿಯ ಓವರ್ ಟೇಕ್ ಮಾಡಿ ಹೊರಟು ಬಿಡಬೇಕೆನ್ನುವ ಆತುರ ತೋರಿಸದೇ ಆರಾಮವಾಗಿ ಕಾಯುತ್ತ ನಿಂತಿದ್ದು ಕಂಡು ನನಗಂತೂ ಮಹದಾಶ್ಚರ್ಯ!

'ಎದುರಿನಿಂದ ಗಾಡಿ ಬರುತ್ತಿಲ್ಲವಲ್ಲ, ಆದರೂ ಹೋಗುವುದಿಲ್ಲವಾ' ಎಂದರೆ ಅವ ಇದೇನು ridiculous ಮಾತು ಎನ್ನುವಂತೆ ತಲೆಯಾಡಿಸಿ 'ಇಲ್ಲ ಇದು ಇನ್ನೇನು ಕ್ಲಿಯರ್ ಆಗುತ್ತದೆ. ನಂತರವೇ ಹೋಗಬೇಕು. ಹಾಗೆಲ್ಲ ಲೇನ್ ಕಟ್ ಮಾಡುವುದಿಲ್ಲ' ಎಂದ. ಯುದ್ಧದ ಕಹಿ ಇಲ್ಲಿನ ಜನರಿಗೆ ತಾಳ್ಮೆ ಕಲಿಸಿದೆಯೋ, ಅಥವಾ ಹಾಗೆ ಹೋದರೆ ಪೊಲೀಸ್ ಮಾಮ 'ತಿ' ಮೇಲೆ ಒದೆಯುತ್ತಾನೋ ಗೊತ್ತಾಗಲಿಲ್ಲ! ಅದೇನೇ ಇರಲಿ, ಆ ಶಿಸ್ತು ನನಗೆ ಇಷ್ಟವಾಯಿತು. ಐದು ನಿಮಿಷಗಳ ತಾಳ್ಮೆಯ ಕಾಯುವಿಕೆಯ ನಂತರ ವಾಹನಗಳು ಚಲಿಸಲಾರಂಭಿಸಿತು. ಆಗಲೂ ಯಾರೂ ಹಾರ್ನ್ ಮಾಡದೇ, ನುಗ್ಗದೇ ಶಾಂತವಾಗಿ ಇದ್ದಿದ್ದರಿಂದ ವಾಹನ ಸಂಚಾರ ಸಲೀಸಾಗಿ ಶುರುವಾಯಿತು.

ದಾರಿಯುದ್ದಕ್ಕೂ ಅಲ್ಲಲ್ಲಿ ಪುಟ್ಟ ಕೊಳಗಳು, ಮೋಹಕ ಹಳದಿ ಎಲೆಗಳ ಮರಗಳು, ಪ್ರಶಾಂತ ಹಳ್ಳಿಗಳು, ಮನೆಯ ಮುಂದೆ ಆಲಸ್ಯದಲ್ಲಿ ಬಿಸಿಲು ಕಾಯಿಸಿಕೊಳ್ಳುತ್ತ ಸಿಗರೇಟ್ ಎಳೆಯುತ್ತ ಕುಳಿತಿದ್ದ ಮಧ್ಯವಯಸ್ಕರು, ಗ್ಲೋವ್ಸ್ ಏರಿಸಿ ಇಟ್ಟಿಗೆ ಹಿಡಿದು ಕೆಲಸದಲ್ಲಿ ನಿರತರಾಗಿದ್ದ ತರುಣರು, ಹಳ್ಳಿಗಳ ರಸ್ತೆಗಳಲ್ಲೂ ಹಾಕಿದ್ದ ಸೈನ್ ಬೋರ್ಡ್‌ಗಳು, ರಸ್ತೆಯ ಮಧ್ಯೆ ಬಳಿದಿದ್ದ ರೋಡ್ ಮಾರ್ಕಿಂಗ್ ಪೇಂಟ್ (ಸೈನ್ ಬೋರ್ಡ್ ಕಂಪನಿಯಲ್ಲಿ ಕೆಲಸ ಮಾಡಿದ ಪೂರ್ವ ಜನ್ಮದ ಪರಿಮಳ ಇನ್ನೂ ಹಿಂಬಾಲಿಸುತ್ತಿದೆ!), ಎಲ್ಲೆಲ್ಲೂ ಬೆಳೆದಿದ್ದ ಹಚ್ಚಹಸಿರು ಮರಗಳು, ಮನೆಯ ಮುಂದೆ ಬೆಳೆಸಿದ್ದ ಬಣ್ಣಬಣ್ಣದ ಹೂ ಗಿಡಗಳು, ಹೊಲಗದ್ದೆಗಳು ನಳನಳಿಸುವ ಪೈರುಗಳು... ಪ್ರಯಾಣ ಸುಖಕರವಾಗಿತ್ತು.

ವಿದ್ಯುತ್ ಕಂಬದ ಮೇಲೆ ಕಟ್ಟಿದ್ದ ನಾನು ಕುಳಿತುಕೊಳ್ಳಬಹುದಾದಷ್ಟು ದೊಡ್ಡ ಗೂಡು ನೋಡಿ ನಾನು ಅತ್ಯಂತ ಕುತೂಹಲದಿಂದ ಅದೇನು ಎಂದು ವಿಚಾರಿಸಿದಾಗ ಯಾದ್‌ಸೆಕ್ 'ಸ್ಟಾರ್ಕ್ ನೆಸ್ಟ್' ಎಂದ. 'ಅಯ್ಯೋ ಆ ಪರಿ ದೊಡ್ಡ ಗೂಡು! ಅದೂ ಕಂಬದ ತುದಿಯಲ್ಲಿ. ಭಳಾರೆ ವಿಚಿತ್ರಂ' ಎಂದುಕೊಂಡು ವೇಗವಾಗಿ ಸಾಗುತ್ತಿದ್ದ ಗಾಡಿಯಿಂದ ನಾನು ಅದರ ಫೋಟೋ ತೆಗೆಯಲು ಹರಸಾಹಸ ಮಾಡಿದರೂ ಸಾಧ್ಯವಾಗಲಿಲ್ಲ.

ಹಾಗೇ ಹೋಗುತ್ತಿದ್ದ ಯಾದ್‌ಸೆಕ್ ಇದ್ದಕ್ಕಿದ್ದಂತೆ 'ನಾ ನಿನ್ನ ಮರೆಯಲಾರೆ' ರಾಜ್‌ಕುಮಾರ್ ಥರ ಮುಖ್ಯ ರಸ್ತೆ ಬಿಟ್ಟು ರೊಯ್ ಅಂತ ಎಡಬದಿಯಲ್ಲಿ ಕವಲೊಡೆದ ರಸ್ತೆಗೆ ಗಾಡಿ ಹತ್ತಿಸಿ 'ಈಗ ಅದೆಷ್ಟು ಫೋಟೊ ಬೇಕಿದ್ದರೆ ತೆಗೆದುಕೊಳ್ಳಿ' ಎಂದು ಗಾಡಿ ನಿಲ್ಲಿಸಿದ! ನಾನು ಇನ್ನೊಂದು ಚೂರು ಮುಂದೆ, ಅಲ್ಲಲ್ಲ ಸ್ವಲ್ಪ ಹಿಂದೆ... ಈ ಕಡೆ... ಆ ಕಡೆ... ಎಂದು ಹೇಳಿದಾಗಲೆಲ್ಲ ಅತ್ಯಂತ ಶಾಂತವಾಗಿ ಗಾಡಿ ಓಡಿಸಿ ನಾನು ಹೇಳಿದ ಸೂಚನೆಗಳನ್ನು ಪಾಲಿಸಿ ನನಗೆ ಫೋಟೋ ತೆಗೆದುಕೊಳ್ಳಲು ಸಹಕರಿಸಿದ ಪುಣ್ಯಾತ್ಮ. ಅದಾದ ನಂತರ ಭಾರತಿಯ ಆತ್ಮಕ್ಕೆ ಶಾಂತಿ ಸಿಕ್ಕಿತ್ತು!

ಅಂತೂ 260 ಕಿಲೋಮೀಟರ್‌ಗಳ ನಾಲ್ಕು ಘಂಟೆಗಳ ಸುಂದರ ಪಯಣವೊಂದನ್ನು ಮುಗಿಸಿ ಕೊನೆಗೆ 1.45ಕ್ಕೆ ನಾವು ವುಲ್ಫ್ಸ್ ಲೇರ್‌ನ ಆವರಣದಲ್ಲಿ ನಿಂತಿದ್ದೆವು!

ವುಲ್ಫ್ಸ್ ಲೇರ್! ತೋಳದ ಅಡಗುದಾಣ...!

ಹಿಟ್ಲರ್ ತನಗೆ ತಾನೇ ತೋಳವೆಂದು ಬಿರುದು ಕೊಟ್ಟುಕೊಂಡಿದ್ದ. ತೋಳಗಳು ತುಂಬ ಬುದ್ಧಿವಂತ ಪ್ರಾಣಿಗಳಂತೆ. ಹಾಗಾಗಿ ಹಿಟ್ಲರ್ ತನಗೆ ತಾನೇ ಆ ಬಿರುದು ದಯಪಾಲಿಸಿಕೊಂಡಿದ್ದಿರಬೇಕು. ಆದರೆ ನಿಜಕ್ಕೂ ಹೇಳಬೇಕೆಂದರೆ ತೋಳಗಳು ಸಂಸಾರಕ್ಕೆ ತುಂಬ ಮಹತ್ವ ಕೊಡುತ್ತವಂತೆ. ಇವನಿಗೆ ಆ ಬಿರುದು ಹೊಂದುವುದಿಲ್ಲ

ಅಲ್ಲವಾ ಎಂದುಕೊಳ್ಳುವುದರಲ್ಲೇ ನೆನಪಾಯಿತು... ಇಲ್ಲ ಇಲ್ಲ, ಹಿಟ್ಲರ್ ಬೇರೆಯವರ ಸಂಸಾರದ ಬಗ್ಗೆ ಮಹತ್ವ ಕೊಡದೇ ಬದುಕುಗಳನ್ನು ಮುರಿದು ಹಾಕಿದ. ಆದರೆ ತನ್ನ ಬದುಕಿನ ವಿಷಯಕ್ಕೆ ಬಂದರೆ ಪ್ರಿಯತಮೆ ಈವಾ ಬ್ರೌನ್‌ಳನ್ನು ತುಂಬ ಪ್ರೀತಿಸುತ್ತಿದ್ದ. ಹಾಗಾಗಿಯೇ ಸಾಯುವ 40 ಗಂಟೆಗಳ ಮೊದಲು ಅವಳನ್ನು ಮದುವೆಯೂ ಆಗಿದ್ದ... ಅಷ್ಟೇ ಅಲ್ಲ, ಇಬ್ಬರೂ ಸತ್ತಿದ್ದು ಕೂಡಾ ಒಟ್ಟಿಗೇ ಅಲ್ಲವಾ ಎಂದು.

ಏನೋ ಒಟ್ಟಿನಲ್ಲಿ, ಸಿನೆಮಾ ನಟರ ರೀತಿ ಹಿಟ್ಲರ್‌ಗೂ ಒಂದು ಬಿರುದು... ಕರ್ಮ!

ಕಾರ್ ಪಾರ್ಕಿಂಗ್ ಹತ್ತಿರ ಗೈಡ್ ಯದ್ವಿಗಾ ಕಾಯುತ್ತ ನಿಂತಿದ್ದರು. ಯಾದ್‌ಸೆಕ್ ಅವರಿಗೆ ನಮ್ಮನ್ನು ಅವರಿಗೆ ಒಪ್ಪಿಸಿ ಹೊರಟ. ಹೊನ್ನಗೂದಲು, ಪುಟ್ಟ ಆಕಾರದ ಸುಮಾರು 60 ವರ್ಷದ ಯದ್ವಿಗಾ ಮುಖದಲ್ಲಿ ಉತ್ಸಾಹ, ಚುರುಕು. ಅವರ ಹೆಸರನ್ನು ಓದಿದಾಗ Jadwiga ಎಂದಿದ್ದರಿಂದ ಜದ್ವೀಗಾ ಎಂದು ಓದಿಕೊಂಡಿದ್ದೆವು. ಈಗ ಅವರು ಪರಿಚಯ ಮಾಡಿಕೊಂಡ ನಂತರವೇ ಅದು ಯದ್ವಿಗಾ ಎಂದು ಗೊತ್ತಾಗಿದ್ದು! ಅವರು ಹೆಚ್ಚು ಸಮಯ ವ್ಯರ್ಥ ಮಾಡದೇ ನಮ್ಮ ಟೂರ್ ಶುರು ಮಾಡಿಯೇ ಬಿಟ್ಟರು.

ವುಲ್ಫ್ಸ್ ಲೇರ್ ಕೂಡಾ ಬರ್ಕನೌ ಥರವೇ ಬರೀ ಪಾಳುಪಾಳು. ಎತ್ತೆತ್ತ ನೋಡಿದರೂ ಮುರಿದು ಬಿದ್ದ ತಾರಸಿ. ಅಗಾಧ ಗಾತ್ರದ ತೊಲೆಗಳು. ಸಾಕಷ್ಟು ಕಟ್ಟಡಗಳ ಒಳಗೆ ನಾವು ಹೋಗಲಾಗದಂತೆ ಅಡ್ಡಪಟ್ಟಿ ಹೊಡೆದಿದ್ದರು. ಬೇರೆಬೇರೆ ಬಂಕರ್‌ಗಳನ್ನು ಗುರುತಿಸಲು ಅನುಕೂಲವಾಗುವಂತೆ ಬೇರೆಬೇರೆ ನಂಬರ್ ಕೊಟ್ಟಿದ್ದಾರೆ. ಆಯಾ ಸ್ಥಳಗಳಲ್ಲಿ ಏನೇನಿತ್ತು ಎನ್ನುವುದರ ಕುರಿತು ಒಂದು ಮಾಹಿತಿ ಬೋರ್ಡ್ ಮೊದಲಿಗೇ ನೆಟ್ಟಿದ್ದಾರೆ. 1 – 29 ಮತ್ತು A – J ಎಂದು ಗುರುತಿಸಲಾದ ಒಟ್ಟು 39 ಸ್ಥಳಗಳ ಬಗ್ಗೆ ಅದರಲ್ಲಿ ವಿವರಗಳನ್ನು ಕೊಟ್ಟಿದ್ದಾರೆ. ಒಂದು ಕಟ್ಟಡಕ್ಕಿಂತ ಮತ್ತೊಂದು ಕಟ್ಟಡದ ನಡುವೆ ರಾಶಿ ದೂರ. ಮುರಿದು ಬಿದ್ದ ಅವಶೇಷಗಳ ಪಕ್ಕದಲ್ಲಿ, ನಡುವಲ್ಲಿ, ಮೇಲೆ, ಪಕ್ಕ ನಡೆಯುತ್ತಾ ಯದ್ವಿಗಾ ಅದರ ವಿವರಗಳನ್ನು ಕೊಡಲಾರಂಭಿಸಿದರು.

ಯದ್ವಿಗಾ ನರ್ತನ ಕಲಿತಿದ್ದಾರಂತೆ. ಹಾಗಾಗಿ ಈ ವಯಸ್ಸಿನಲ್ಲಿ ಕೂಡಾ ಪುಟಿಯುತ್ತ ನಡೆಯುತ್ತಿದ್ದರು. ನಾವು ಅವರ ವೇಗಕ್ಕೆ ಹೊಂದಿಕೊಳ್ಳಲಾರದೇ ಓಡುನಡಿಗೆಯಲ್ಲಿ ಅವರ ಹಿಂದೆ. ಈ ವುಲ್ಫ್ಸ್ ಲೇರ್‌ನ ಕಥೆಯಲ್ಲಿ ಮೊದಲಿಗೆ ಏನೇನು ಸಿಕ್ಕಿತೋ ಆ ಕ್ರಮದಲ್ಲಿಯೇ ನಿಮಗೆ ಹೇಳಲು ಪ್ರಾರಂಭಿಸಿದರೆ ಇದರ ಒಟ್ಟು ವಿಷಯ ಹಿಡಿತಕ್ಕೆ ಸಿಗುವುದಿಲ್ಲ. ಏಕೆಂದರೆ ಎದುರಾದ ಕೂಡಲೇ ಮೊದಲಿಗೇ ಕಾಣಿಸುವುದು ಹಿಟ್ಲರ್‌ನ ಮೇಲೆ ಬಾಂಬ್ ದಾಳಿಯಾದ ಸ್ಥಳ! ಅಲ್ಲಿಂದ ಕಥೆ ಹೇಳಲು ಹೊರಟರೆ ಯಾವ ಸ್ವಾರಸ್ಯವೂ ಉಳಿಯುವುದಿಲ್ಲ. ಹಾಗಾಗಿ ನಮಗೆ

ಅಲ್ಲಿ ಯಾವುದೇ ಮೊದಲು ಸಿಕ್ಕಿರಲಿ, ಯಾವುದೇ ನಂತರದಲ್ಲಿ ಸಿಕ್ಕಿರಲಿ... ನಾನು ಆ ಕ್ರಮದಲ್ಲಿ ಹೇಳದೇ, ಮೊದಲಿನಿಂದ ಕಥೆಯನ್ನು ಹೇಳಲು ಪ್ರಾರಂಭಿಸಿದರೆ ಸ್ವಾರಸ್ಯಕರವಾಗಿರುತ್ತದೆ ಅನ್ನಿಸುತ್ತಿದೆ.

ಇದಕ್ಕೆ ಯುದ್ಧಪೂರ್ವದ ಒಂದಿಷ್ಟು ರಾಜಕೀಯ ನಡೆಗಳು, ಎಡವಟ್ಟುಗಳು, ಆಸೆಬುರುಕತನ, ಸಮಯಸಾಧಕತನ ಎಲ್ಲದರ ಹಿನ್ನೆಲೆ ಸಣ್ಣದಾಗಿ ಹೇಳದಿದ್ದರೆ ಇದು ಅಪೂರ್ಣವೆನಿಸೀತು. ಹಾಗಾಗಿ ಅಲ್ಲಿಂದ ಪ್ರಾರಂಭಿಸುತ್ತೇನೆ...

ಜರ್ಮನಿ ಝೆಕೊಸ್ಲೊವಾಕಿಯಾದ ಸುಡೇಟೆನ್‌ಲ್ಯಾಂಡ್‌ನಲ್ಲಿ ಜರ್ಮನ್ನರು ಹೆಚ್ಚಿನ ಸಂಖ್ಯೆಯಲ್ಲಿ ಇದ್ದಾರೆ, ಹಾಗಾಗಿ ಅದು ತನಗೇ ಸೇರಬೇಕು ಎಂದೆಣಿಸಿ ಅದರ ಮೇಲೆ ಆಕ್ರಮಣ ಮಾಡಿತಾ...

ನಂತರ ಬ್ರಿಟನ್ ಮತ್ತು ಫ್ರಾನ್ಸ್ ಮುನ್ನೆಚ್ಚರಿಕೆ ವಹಿಸಿ ಪಕ್ಕದಲ್ಲಿಯೇ ಇರುವ ಪೋಲೆಂಡ್ ಮೇಲೇನಾದರೂ ನೀನು ಆಕ್ರಮಣ ಮಾಡಿದರೆ ನಾವು ಅದರ ಪರವಾಗಿ ನಿಲ್ಲುತ್ತೇವೆ ಅಂತ ಘೋಷಣೆ ಮಾಡಿದರಾ...

ಹು ಸರಿ ಎಂದು ವಿಧೇಯವಾಗಿ ಒಪ್ಪಿದ ಜರ್ಮನಿ, ಅತ್ತ ಒಳಗೊಳಗೇ ಸೋವಿಯೆಟ್ ಯೂನಿಯನ್ ಜೊತೆಗೆ ನಾನು–ನೀನು ಪೋಲೆಂಡನ್ನು ಅರ್ಧರ್ಧ ಹಂಚಿಕೊಳ್ಳೋಣ ಎಂದು ಒಪ್ಪಂದ ಮಾಡಿಕೊಂಡಿತಾ...

ನಂತರ ಹಿಟ್ಲರ್‌ಗೆ ಹೇಗೂ ಸೋವಿಯೆಟ್ ತನ್ನ ಜೊತೆಗಿದೆ ಎಂದು ಧೈರ್ಯ ಬಂದಿತಾ...

ಸರಿ ಅದೇ ಧೈರ್ಯದಲ್ಲಿ ಸೆಪ್ಟೆಂಬರ್ 1, 1939ರಂದು ಪೋಲೆಂಡ್ ಮೇಲೆ ಆಕ್ರಮಣ ಮಾಡಿ, ಎರಡನೇ ಮಹಾಯುದ್ಧಕ್ಕೆ ನಾಂದಿ ಹಾಡಿಯೇ ಬಿಟ್ಟಿತು!

ಇಲ್ಲಿಯವರೆಗಿನದ್ದು ಒಂದು ಕತೆಯಾಯಿತು ಸರಿ. ಆದರೆ ಆಮೇಲೆ ಜರ್ಮನಿಗೆ ಅದೇನು ಕೇಡುಗಾಲ ಬಂದಿತ್ತೋ ಗೊತ್ತಿಲ್ಲ, ಒಪ್ಪಂದ ಕಡೆಗಣಿಸಿ ಆಸೆಬುರುಕತನದಿಂದ ಸೋವಿಯೆಟ್ ಯೂನಿಯನ್ ಮೇಲೆ ಕೂಡಾ ಮುರಕೊಂಡು ಬೀಳಬೇಕು ಎನ್ನುವ ಯೋಜನೆ ಹಾಕಿಬಿಟ್ಟಿತು!

ಈಗ ಜರ್ಮನಿಗೆ ಪೂರ್ವ ದಿಕ್ಕಿನಲ್ಲಿ ಎರಡೆರಡು ಜವಾಬ್ದಾರಿ... ಒಂದು, ಆಕ್ರಮಣ ಮಾಡಿದ ಪೋಲೆಂಡನ್ನು ಉಳಿಸಿಕೊಳ್ಳುವುದು, ಇನ್ನೊಂದು ಸೋವಿಯೆಟ್ ಯೂನಿಯನ್ ಮೇಲೆ ಆಕ್ರಮಣ ಮಾಡುವುದು...

ಇದರಿಂದ ಏನಾಯಿತೆಂದರೆ ಅಲ್ಲಿಯವರೆಗೆ ನಾಜಿ ಮುಖ್ಯ ಕಚೇರಿ ಬರ್ಲಿನ್‌ನಲ್ಲಿತ್ತಲ್ಲ, ಅದು ಪಶ್ಚಿಮದ ಮೂಲೆಯಲ್ಲಿತ್ತು, ಹಾಗಾಗಿ ಜರ್ಮನಿಗೆ ಪೂರ್ವದಲ್ಲಿದ್ದ ಪೋಲೆಂಡ್ ಮತ್ತು ಅದಕ್ಕೂ ಪೂರ್ವದಲ್ಲಿದ್ದ ಸೋವಿಯೆಟ್ ಯೂನಿಯನ್ ಎರಡಕ್ಕೂ ಹತ್ತಿರವಾಗುವಂತೆ ಮತ್ತೊಂದು ಮುಖ್ಯ ಕಚೇರಿ

ತೆಗೆಯಬೇಕಾದ ಅನಿವಾರ್ಯತೆ ಎದುರಾಗಿಬಿಟ್ಟಿತು.

ಅದನ್ನು ಎಲ್ಲಿ ಮಾಡಬೇಕೆಂದು ಬಹಳವೇ ಯೋಚಿಸಿ ಕೊನೆಗೆ ಅದನ್ನು ಒಂದು ರೈಲಿನಲ್ಲಿ ನಡೆಸುವ ನಿರ್ಧಾರಕ್ಕೆ ಬಂದರು! ಹೌದು, ಒಂದು ರೈಲಿನಲ್ಲಿ ಜರ್ಮನಿಯ ಚಾನ್ಸಲರ್ ಸರ್ವಾಧಿಕಾರಿ ಹಿಟ್ಲರ್‌ನ ಮುಖ್ಯ ಕಚೇರಿ!! ರೈಲೆಂದರೆ ಸುಮ್ಮನೆ ಒಂದು ಬೋಗಿಯಲ್ಲಿ ಆಫೀಸಲ್ಲ... ಇಡೀ ರೈಲೇ ಆಫೀಸ್! ಆ ರೈಲು ಪ್ರಧಾನ ಕಚೇರಿಯ ಕತೆ ಹೇಳಿದರೆ ನೀವು ದಂಗು ಬಡೆದು ಹೋಗುವುದು ಖಚಿತ! 4.7 ಕಿಲೋಮೀಟರ್ ಉದ್ದದ ಈ ರೈಲು ಫ್ಯೂರರ್‌ಸೋಂಡೆರ್‌ಝುಗ್ 'ಅಮೆರಿಕಾ'ದಲ್ಲಿ ಹಿಟ್ಲರ್‌ಗೆಂದೇ ಪ್ರತ್ಯೇಕವಾಗಿ ಒಂದು ಡ್ರಾಯಿಂಗ್ ರೂಮ್, ರೇಡಿಯೋ, ಟೆಲಿಫೋನ್ ಎಲ್ಲ ಅನುಕೂಲಗಳೂ ಇರುವ ಒಂದು ಸಂಪರ್ಕ ಕೇಂದ್ರ ಮತ್ತು ಒಂದು ಸ್ನಾನದ ಮನೆ ಇರುವ ಕೋಚ್ ಇತ್ತು. ಆ ಸ್ನಾನದ ಮನೆಯಲ್ಲಿ ಬಾತ್ ಟಬ್, ಚಿನ್ನದ ಫ್ಲಾಸೆಟ್ ಎಲ್ಲವೂ ಇತ್ತು. ಎರಡು ಕೋಚ್‌ಗಳಲ್ಲಿ ಇವರೆಲ್ಲರ ಸಾಮಾನು ಸರಂಜಾಮು, ಒಂದು ಪತ್ರಕರ್ತರ ಕೋಚ್, ಅತಿಥಿಗಳಿಗೆ ಒಂದು ಕೋಚ್, ಊಟದ ಮನೆಯಾಗಿ ಒಂದು ಕೋಚ್, ಹಿಟ್ಲರ್‌ನ ಸಹಾಯಕರಿಗೆ ಒಂದು ಕೋಚ್ ಇದ್ದವು.

ಇಷ್ಟಲ್ಲದೇ ಹಿಟ್ಲರ್‌ನ ಇಬ್ಬರು ವೈದ್ಯರು, ಮುಖ್ಯ ಪತ್ರಕರ್ತ, ಹಲವಾರು ರೇಡಿಯೋ ಆಪರೇಟರ್‌ಗಳು, ಅಡಿಗೆಯವರು, ವೇಟರ್‌ಗಳು, ಪಾತ್ರೆ ತೊಳೆಯುವ ಸಹಾಯಕರು, ಬೆಳ್ಳಿ ಸಾಮಾನು ತೊಳೆಯಲು ಬೇರೆಯದೇ ಆದ ಕೆಲಸಗಾರರು, ಸಂಪರ್ಕಾಧಿಕಾರಿಗಳು, ಕಾರ್ಯದರ್ಶಿಗಳು, ಮಿಲಿಟರಿ ಮುಖ್ಯಸ್ಥರು, ಅವರ ಸಹಾಯಕರು, ಡ್ರೈವರ್‌ಗಳು, ಹಿಟ್ಲರ್‌ನ ಆಪ್ತ ಸಹಾಯಕರು, ಫೋಟೋಗ್ರಾಫರ್‌ಗಳು,

ಪೊಲೀಸ್ ಅಧಿಕಾರಿಗಳು.... ಸಾಲು ಸಾಲು ಕೋಚ್‌ಗಳಲ್ಲಿ ಇದಿಷ್ಟೂ ಜನರು. ಇದಲ್ಲದೇ ಹಿಂಬಾಲಿಸಲು ಆಂಬ್ಯುಲೆನ್ಸ್ ಬೇರೆ! ಆದರೆ ಹಿಟ್ಲರ್‌ಗೆ ಇದು ಇಕ್ಕಟ್ಟು ಸ್ಥಳದ ಭೀತಿ (Claustrophobia) ತಂದೊಡ್ಡಿತಂತೆ!

ಒಂದು ಕೋಚ್‌ನಲ್ಲಿ ನೂರು ಜನ ಜ್ಯೂಗಳನ್ನು ತುರುಕಿ ಸಾವಿನ ಕ್ಯಾಂಪ್‌ಗಳಿಗೆ ರವಾನೆ ಮಾಡುತ್ತಿದ್ದ, ಒಂದು ಚದರ ಮೀಟರ್‌ನ Standing Cellನಲ್ಲಿ ನಾಲ್ಕು ಜನರನ್ನು ಇಡೀ ರಾತ್ರಿ ನಿಲ್ಲಿಸುತ್ತಿದ್ದ, ಗ್ಯಾಸ್ ಛೇಂಬರ್‌ನಲ್ಲಿ ಉಸಿರಾಡಲು ಸ್ಥಳವಿಲ್ಲದಂತೆ ಜ್ಯೂಗಳನ್ನು ತುರುಕಿ ಮಿತವ್ಯಯದಲ್ಲಿ ಕೊಲ್ಲುತ್ತಿದ್ದ ಹಿಟ್ಲರ್‌ಗೆ ಇಷ್ಟೆಲ್ಲ ಅನುಕೂಲಗಳಿರುವ ಅವನ ಕೋಚ್ ಇಕ್ಕಟ್ಟೆನಿಸಿ ಹಿಂಸೆ, ಭಯ, ಗಾಬರಿ ಎಲ್ಲವನ್ನೂ ತಂದೊಡ್ಡುತ್ತಿತ್ತಂತೆ!! ಒಂದೇ ಒಂದು ದಿನ ಇವನನ್ನು ಸ್ಟ್ಯಾಂಡಿಂಗ್ ಸೆಲ್‌ಗೆ ಬಿಟ್ಟಿದ್ದರೆ ಭಯದಲ್ಲಿ ಅಲ್ಲಿಯೇ ಕೊನೆಯುಸಿರೆಳೆಯುತ್ತಿದ್ದನೇನೋ ಅಂದುಕೊಂಡೆ.

ಈ ಕಾರಣದಿಂದ ಅವನು 'ಇದಾಗಲ್ಲ ಗುರೂ... ನನಗೆ ಒಂದು ನೆಲದ ಮೇಲಿನ ಪ್ರಧಾನ ಕಚೇರಿ ಬೇಕೇ ಬೇಕು' ಎಂದು ತಾಕೀತು ಮಾಡಿದನಂತೆ. ಇದಾದ ನಂತರ ಮೂರ್ನಾಲ್ಕು ಕಡೆಗಳಲ್ಲಿ ಕಚೇರಿ ಸ್ಥಾಪಿಸಿ, ಅದು ಸಾಲದೇ ಕೊನೆಗೆ ವಿಶಾಲವಾದ ಒಂದು ಪ್ರಧಾನ ಕಚೇರಿ ಸ್ಥಾಪಿಸುವ ನಿರ್ಧಾರಕ್ಕೆ ಬಂದಾಗಲೇ ಕಾಡಿನ ನಡುವೆ ಇದ್ದ ಈ ವುಲ್ಫ್ಸ್ ಲೇರ್ ಇರುವ ಸ್ಥಳ ಅವರ ಕಣ್ಣಿಗೆ ಬಿದ್ದಿದ್ದು ಮತ್ತು ಒಂದೂವರೆ ಲಕ್ಷ ಚದರ ಮೀಟರ್‌ಗಳ ನೀಲನಕ್ಷೆ ತಯಾರಾದದ್ದು!

1940ರಲ್ಲಿ ಈ ಯೋಜನೆಯ ಪ್ರಾರಂಭವಾಯಿತು. 4600 ಜನ ಕೆಲಸಗಾರರು ಇಲ್ಲಿ ಗುಟ್ಟಾಗಿ ನೆಲೆಸಿ, ಕಾಡನ್ನು ಕಡಿದು ಈ ಆವರಣದಲ್ಲಿನ 50 ಬಂಕರ್‌ಗಳು,

70 ಬ್ಯಾರಕ್‌ಗಳು, ಸೌನಾ, ಸಿನೆಮಾ ಥಿಯೇಟರ್, ಒಂದು ರೈಲ್ವೇ ಸ್ಟೇಷನ್, ಎರಡು ಏರ್‌ಫೀಲ್ಡ್‌ಗಳು ಎಲ್ಲವನ್ನೂ ಕಟ್ಟಲಾರಂಭಿಸಿದರು. ಈ ಬಂಕರ್‌ಗಳಿಗೆ ಸೆಂಟ್ರಲ್ ಹೀಟಿಂಗ್, ಏಸಿ, ಜನರೇಟರ್‌ಗಳು, ವೆಂಟಿಲೇಟರ್‌ಗಳು, ಒಳಚರಂಡಿ ವ್ಯವಸ್ಥೆ ಎಲ್ಲವೂ ಇದ್ದವು. ಮೂರು ಹಂತದ ಭದ್ರತಾ ವ್ಯವಸ್ಥೆ, ಬಾಂಬ್‌ಗಳು ನಾಶ ಮಾಡಲು ಸಾಧ್ಯವಾಗದಂಥ ನಿರ್ಮಾಣ, ಮೀಟರ್‌ಗಟ್ಟಳೆ ದಪ್ಪ ಗೋಡೆಗಳು, ತಾರಸಿ ಇವುಗಳಿಂದ ಈ ಇಡೀ ಆವರಣವನ್ನು ಭದ್ರಪಡಿಸಿದರು. ಕಾಡನ್ನು ಕಡಿದ ಸ್ಥಳ ಮೇಲಿನಿಂದ ನೋಡಿದರೆ ಬೋಳುಬೋಳಾಗಿ ಕಾಣಿಸುತ್ತದಲ್ಲ? ಅದು ಮುಚ್ಚಿಹಾಕಲು ಕೃತಕ ಮರಗಳನ್ನು ಬೆಳೆಸಿದರು.

ಕಟ್ಟಡಗಳ ಮೇಲೆಲ್ಲ ಕೃತಕ ಹಸಿರು ಪಾಚಿಯನ್ನು, ಕೃತಕ ಎಲೆಗಳನ್ನು, ಪೊದೆಗಳನ್ನು ಅಂಟಿಸಿ ಶತ್ರುರಾಷ್ಟ್ರದವರು ವಿಮಾನ ದಾಳಿ ಮಾಡಲೆತ್ನಿಸಿದರೆ ಈ ಅಡಗುದಾಣದ ಸುಳಿವು ಕೂಡಾ ಸಿಗದಂತೆ ಎಚ್ಚರಿಕೆ ವಹಿಸಿದರು. ಅಂತೂ 3.6 ಕೋಟಿ ಮಾರ್ಕ್‌ಗಳ ವೆಚ್ಚದಲ್ಲಿ ಕಟ್ಟಿದ ವುಲ್ಫ್ಸ್ ಲೇರ್ ವಾಸಿಸಲು ಸಿದ್ಧವಾಯಿತು. ಸುಕುಮಾರ ಹಿಟ್ಲರ್‌ಗೆ ಬಿಸಿಲು ತಾಗದಂತೆ ಉತ್ತರ ಭಾಗದಲ್ಲಿನ ಬಂಕರ್ ನಂಬರ್ 11 ನ್ನು ಮೀಸಲಿಟ್ಟರು ಈಗ ಅವನ ಬಂಕರ್ ಮೇಲೆ ಅವ ಅಪಶಕುನದ ಪ್ರತೀಕ ಎಂದು, ದುರಾದೃಷ್ಟದ ಪ್ರತೀಕ ಎಂದು 13 ಎಂದು ಬರೆದಿದ್ದಾರಾದರೂ ಮೂಲದಲ್ಲಿ ಹಿಟ್ಲರ್‌ನ ಬಂಕರ್ ಸಂಖ್ಯೆ 11 ಆಗಿತ್ತು.

ಬೃಹತ್ ಯೋಜನೆಯಾದ್ದರಿಂದ ಇನ್ನೂ ಕೆಲಸವೆಲ್ಲ ಪೂರ್ತಿ ಮುಗಿದಿರಲಿಲ್ಲ. ಆದರೆ ಕಾಯಲು ಸಮಯವಿಲ್ಲದ ಹಿಟ್ಲರ್‌ನ ಒಟ್ಟು ಎರಡು ಸಾವಿರ ಜನರ ಪಡೆ ಇಲ್ಲಿ ಬೀಡು ಬಿಟ್ಟಿತು. ಅದೇನು ಕಟ್ಟಡ ಕಟ್ಟಿದ ಇಷ್ಟೊಂದು ಜನ ಕೆಲಸಗಾರರಲ್ಲಿ ಯಾರೊಬ್ಬರೂ ಬಾಯಿ ಸಡಿಲ ಬಿಟ್ಟು ಇಂಥದ್ದೊಂದು ಕೆಲಸ ಮಾಡುತ್ತಿದ್ದೇವೆ ಎಂದು ಯಾರಲ್ಲಿಯೂ ಗುಟ್ಟು ಬಿಟ್ಟುಕೊಡಲಿಲ್ಲವಾ ಎಂಬ ಅನುಮಾನ ಬಂದಿತು ನನಗೆ... ಅಥವಾ ಅವರ ಕೆಲಸ ಮುಗಿದ ನಂತರ ಅವರ ಬಾಯನ್ನು ಶಾಶ್ವತವಾಗಿ ಮುಚ್ಚಿಸಿದ್ದರೂ ಆಶ್ಚರ್ಯವಿಲ್ಲ ಬಿಡಿ. ಅರವತ್ತು ಲಕ್ಷ ಜನರನ್ನು ಕೊಂದವರಿಗೆ ಈ 4600 ಜನ ಅದ್ಯಾವ ಲೆಕ್ಕ...

ಇಲ್ಲಿಗೆ ಬಂದಾಗ ಮೊದಲು ಹಿಟ್ಲರ್ ಅಂದುಕೊಂಡಿದ್ದನಂತೆ ಇನ್ನೇನು ಚಳಿಗಾಲದ ಒಳಗೆ ರಷ್ಯಾವನ್ನು ಜೋಳಿಗೆಗೆ ಹಾಕಿಕೊಂಡು ಬಿಡುತ್ತೇವೆ. ಆ ನಂತರ ಮತ್ತೆ ಬರ್ಲಿನ್‌ಗೆ ಹೋಗಿಬಿಟ್ಟರೆ ಆಯಿತು ಎಂದು. ಅವನಿಗೆ ತನ್ನ ಸೈನ್ಯದ ಬಗ್ಗೆ ಅಂಥ ನಂಬಿಕೆ ಮತ್ತು ರಷ್ಯಾದ ಮಿಲಿಟರಿ ಶಕ್ತಿಯ ಬಗ್ಗೆ ಅಂಥ ಅಪನಂಬಿಕೆ ಇತ್ತು! ಹಾಗಾಗಿ ಅವನ ದಿನಚರಿ ಕೂಡಾ ನೆಮ್ಮದಿಯಾಗಿಯೇ ಇತ್ತು.

ಬೆಳಗ್ಗೆ ಮಿಲಿಟರಿ ಅಧಿಕಾರಿಗಳು, ಸೆಕ್ರೆಟರಿ ಹೀಗೆ ಒಂದಿಪ್ಪತ್ತು ಜನರ ಜೊತೆ

ಕುಳಿತು ಆರಾಮವಾಗಿ ತಿಂಡಿ ತಿನ್ನುತ್ತ ತಮ್ಮ ಸೈನ್ಯ ಈಗ ಎಲ್ಲಿದೆ, ರಷ್ಯನ್ ಸೈನ್ಯದ ಟ್ಯಾಂಕ್‌ಗಳು ಎಷ್ಟು ಹಾಳಾದವು ಎಂದೆಲ್ಲ ವರದಿ ಪಡೆಯುತ್ತಿದ್ದನಂತೆ, ಒಂದಿಷ್ಟು ಕೊರಿಯರ್ ನೋಡುತ್ತಿದ್ದನಂತೆ. ಮತ್ತೆ ಮಧ್ಯಾಹ್ನ ಊಟದ ಸಮಯಕ್ಕೆ ಮತ್ತೊಂದು ರೌಂಡ್ ಮಾತುಕತೆ ಸುಮಾರು ಎರಡು ಗಂಟೆಕಾಲ. ಮತ್ತೆ ಸ್ವಲ್ಪ ವಿರಾಮ.

ಆ ನಂತರ ಸಂಜೆ ಊಟಕ್ಕೆ ಮೊದಲು ಮ್ಯಾಪ್ ಹರಡಿ ಕುಳಿತು 'ಇನ್ನೇನು ರಷ್ಯಾ ಕತೆ ಮುಗೀತು ಬಿಡಿ' ಎನ್ನುತ್ತ ಮಾತನಾಡುತ್ತಲೇ ಇರುತ್ತಿದ್ದನಂತೆ. ಈ ಬೆಳಗಿನ ತಿಂಡಿ, ಮಧ್ಯಾಹ್ನದ ಊಟ, ರಾತ್ರಿ ಊಟ, ಮತ್ತೆ ಆ ಸಮಯದಲ್ಲಿನ ಮಾತುಕತೆ ಇಷ್ಟು ಬಿಟ್ಟರೆ ಉಳಿದ ಸಮಯದಲ್ಲಿ ಸಾಕಷ್ಟು ಜನ ನಿದ್ರೆ ಮಾಡುತ್ತಾ ಸಮಯ ಕಳೆಯುತ್ತಿದ್ದರಂತೆ. ಒಂದೊಂದು ದಿನ ರಾತ್ರಿ ಊಟದ ನಂತರ ಮುಂದುವರಿದ ಮಾತುಕತೆ ಬೆಳಗಿನ ಜಾವದವರೆಗೂ ನಡೆದು ಆ ನಂತರ ಎಲ್ಲರೂ ಮತ್ತೆ ರೆಸ್ಟೋರೆಂಟ್‌ಗೆ ಹೋಗಿ ಕೇಕ್ ತಿಂದು, ಕಾಫಿ ಕುಡಿದು ಆ ನಂತರ ನಿದ್ರೆ ಮಾಡುತ್ತಿದ್ದುದೂ ಉಂಟೆಂದು ಆತನ ಸೆಕ್ರೆಟರಿ ಆಗಿದ್ದ ಕ್ರಿಸ್ಟಾ ಸ್ಕೋಡರ್ ನೆನಪಿಸಿಕೊಳ್ಳುತ್ತಾಳೆ. ಒಂದೊಂದು ದಿನ ಸ್ವಲ್ಪ ಉಪಯೋಗದ ಕೆಲಸವೇನಾದರೂ ಮಾಡಬೇಕು ಎಂದೆಣಿಸಿದಾಗ ಒಂದಿಷ್ಟು ಹೂಗಳನ್ನು ಕಿತ್ತು ಫ್ಯೂರರ್‌ನ (ಹಿಟ್ಲರ್) ಬೋಳು ಬಂಕರ್‌ಗಳನ್ನು ಅಲಂಕರಿಸುತ್ತಿದ್ದರಂತೆ! ಇದೇ ಉಪಯುಕ್ತ ಕೆಲಸವೆಂದರೆ, ಉಳಿದ ಕೆಲಸಗಳ ಬಗ್ಗೆ ವಿಚಾರ ಮಾಡಿ!

ಇದು ಹಿಟ್ಲರ್‌ನ ರಾಜಕೀಯ ಬದುಕಾದರೆ ಇನ್ನು ಅವನ ವೈಯಕ್ತಿಕ ಬದುಕು ಬೆಳಗಿನ ವಾಯುವಿಹಾರದೊಡನೆ ಪ್ರಾರಂಭವಾಗುತ್ತಿರುತ್ತದೆ. ತನ್ನ ನಾಯಿಯೊಡನೆ ವಾಕ್ ಮಾಡುತ್ತಾ, ಇನ್ನೂ ಕಟ್ಟಡಗಳನ್ನು ಕಟ್ಟುವುದು ಮುಗಿದಿಲ್ಲದ ಕಾರಣ ಅಲ್ಲಲ್ಲಿ ಕೆಲಸ ಮಾಡುತ್ತ ಕುಳಿತ ಕೆಲಸಗಾರರನ್ನು ಮಾತನಾಡಿಸುತ್ತ ಅಲ್ಲೆಲ್ಲ ಅಡ್ಡಾಡುತ್ತಿದ್ದನಂತೆ! ಬೇಸರವಾದಾಗ ಒಂದಿಷ್ಟು ಬಿಥೋವೆನ್‌ನ ಸಂಗೀತ ಕೇಳುತ್ತಿದ್ದನಂತೆ.

ನಂತರ ಬೆಳಗಿನ ತಿಂಡಿಗೆ ಬೇಯಿಸಿದ ಆಲೂಗಡ್ಡೆ, ಅಥವಾ ಸೇಬು ತಿಂದು ಜೊತೆಗೆ ಹಾಲು ಅಥವಾ ಚಹಾ ಮಧ್ಯಾಹ್ನ ಊಟಕ್ಕೆ ಅನ್ನ, ನೂಡಲ್ಸ್, ಒಂದಿಷ್ಟು ತರಕಾರಿ ಪಲ್ಯ ತಿನ್ನುತ್ತಿದ್ದನಂತೆ ಅವನು ತಿನ್ನುವ ತರಕಾರಿಯನ್ನು ಅಲ್ಲಿಯೇ ಬೆಳೆಯುತ್ತಿದ್ದರಂತೆ. ಅದನ್ನು ಬೆಳೆಯಲೆಂದೇ ಒಬ್ಬ ಮಾಲಿ, ಒಂದು ನೆಲದೊಳಗಣ ಬಾಯ್ಲರ್ ರೂಮ್ ಎಲ್ಲವೂ ಇದ್ದಿತಂತೆ. ಹಿಟ್ಲರ್ ಅಲ್ಲಿಯೇ ಬೆಳೆದ ತರಕಾರಿಗಳನ್ನು ಕಿತ್ತು ತಂದು ಫ್ರೆಶ್ ಆಗಿ ಮಾಡುವ ಅಡಿಗೆಯನ್ನು ಸೇವಿಸುತ್ತಿದ್ದನಂತೆ. ಸಂಜೆಗೆ ಒಂದಿಷ್ಟು ಚಹಾ ನಂತರ ರಾತ್ರಿಗೆ ಊಟ. ಯಾವಾಗಲೋ ನಿದ್ರೆ ಬಂದಾಗ ಮಲಗುವುದು... ಇಷ್ಟೇ! ಹಿಟ್ಲರ್ ಸಂಪೂರ್ಣ ಸಸ್ಯಾಹಾರಿ! ಸಿಗರೇಟು ಸೇದುತ್ತಿರಲಿಲ್ಲ! ಕುಡಿಯುವುದು ಮೊದಲೇ ಇಲ್ಲ! ಸಸ್ಯಾಹಾರ ಸಾತ್ವಿಕ ಆಹಾರ ಎಂದೆಲ್ಲ ಪ್ರತಿಪಾದಿಸುವವರ ಎದುರು ಇವನ ಉದಾಹರಣೆಯನ್ನು ಇಟ್ಟರೆ ಸಾಕು... ಅದು ಸುಳ್ಳು ಎಂದು ಸಾಬೀತು ಪಡಿಸಲು

ಕಷ್ಟವೇ ಪಡಬೇಕಿಲ್ಲ! ಒಟ್ಟಿನಲ್ಲಿ ಈ ಸುಖಿಪುರುಷನ ಮೊದಲ ದಿನಗಳು ಅತ್ಯಂತ ಖುಷಿಯಲ್ಲಿ ಕಳೆಯುತ್ತವೆ.

ಆ ನಂತರ ಹಿಟ್ಲರ್‌ಗೆ ಮಿಲಿಟರಿ ನಡೆಗಳು ಕೈ ಕೊಟ್ಟಾಗೆಲ್ಲ, ಸಣ್ಣಪುಟ್ಟ ವಿಷಯಗಳೂ ಒತ್ತಡ ಉಂಟು ಮಾಡಲು ಶುರುವಾಗುತ್ತದೆ. ಕಾಡುಗಳನ್ನು ಕಡಿದು ಆ ಸ್ಥಳ ನಿರ್ಮಾಣ ಮಾಡಿದ್ದರಿಂದ ರಾಶಿರಾಶಿ ಸೊಳ್ಳೆಗಳ ಹಿಂಡು ಹಿಂಸೆ ಕೊಡಲಾರಂಭಿಸುತ್ತದೆ. 'ಅದಕ್ಕೇನಾದರೂ ಮಾಡ್ರಯ್ಯಾ' ಎನ್ನುತ್ತಾನೆ ಶಿಷ್ಯರಿಗೆ. ಆ ಶಿಷ್ಯರು ಹತ್ತಿರದಲ್ಲಿಯೇ ಇರುವ ಕೆರೆಯೇ ಇದಕ್ಕೆ ಕಾರಣ. ಅಲ್ಲಿಯೇ ಸೊಳ್ಳೆಗಳು ಮೊಟ್ಟೆ ಇಟ್ಟು ಮರಿ ಮಾಡುತ್ತಿರುವುದು ಎಂಬ ಅತ್ಯದ್ಭುತ ಸಂಶೋಧನೆ ನಡೆಸಿ, ಆ ಕೊಳಕ್ಕೆ ಎಣ್ಣೆ ಸುರಿದುಬಿಡುತ್ತಾರೆ ಸೊಳ್ಳೆಗಳು ಮೊಟ್ಟೆ ಇಡದಂತೆ! ಯಾವುದೋ ಜೋಕ್ ಓದಿದ್ದೆ 'ಕೊಕ್ಕರೆಯನ್ನು ಹಿಡಿಯಲು ಅದರ ತಲೆಯ ಮೇಲೆ ಬೆಣ್ಣೆ ಇಟ್ಟುಬಿಡಿ. ಬಿಸಿಲಿಗೆ ಅದು ಕರಗಿ ನೀರಾಗಿ, ಅದರ ಕಣ್ಣಿಗೆ ಇಳಿಯುತ್ತದೆ. ಆಗ ಕಣ್ಣು ಕಾಣಿಸದಂತಾಗುತ್ತದೆ.

ಆ ಸಮಯ ನೋಡಿ ಕೊಕ್ಕರೆ ಹಿಡಿದುಬಿಡಿ' ಎಂದು! ಈ ಗಾಂಪ ಶಿಷ್ಯರ ಕಥೆಯೂ ಅದೇ ಆಯಿತು ನೋಡಿ! ಇದರಿಂದ ಸೊಳ್ಳೆಗಳ ಕಾಟ ಕಡಿಮೆಯಾಗದಿದ್ದರೂ, ಅದರಲ್ಲಿದ್ದ ಕಪ್ಪೆಗಳು ಮತ್ತು ಅದು ತಿನ್ನುತ್ತಿದ್ದ ಹುಳಹುಪ್ಪಟೆಗಳ ಸಂತತಿ ಪೂರ್ತಿ ನಾಶವಾಗಿ ಬಿಡುತ್ತದೆ. ಹಿಟ್ಲರ್‌ಗೆ ರಾತ್ರಿ ಮಲಗಿರುವಾಗ ಕಪ್ಪೆಗಳ ವಟರ್ ವಟರ್ ಒಂಥರಾ ಸುಖ ಕೊಡುತ್ತಿರುತ್ತದೆ.

ಈಗ ಈ ಮೂರ್ಖರು ಎಣ್ಣೆ ಹೊಡೆದು... ಅಲ್ಲ ಅಲ್ಲ ಕೊಳಕ್ಕೆ ಎಣ್ಣೆ ಹೊಡೆದು ಅವುಗಳ ವಂಶವನ್ನೇ ನಿರ್ವಂಶ ಮಾಡಿಬಿಟ್ಟಾಗ ಹಿಟ್ಲರ್‌ಗೆ ಒಂದು ರೀತಿಯ ಖಾಲಿತನ ಕಾಡಲಾರಂಭಿಸುತ್ತದೆ!!! 'ಇದಕ್ಕೇನಾದರೂ ಮಾಡ್ರಯ್ಯಾ' ಎನ್ನುತ್ತಾನೆ ಮತ್ತೆ. ಆ ಶಿಷ್ಯರು ಮತ್ತೊಂದು ಲಾರಿ ಲೋಡ್ ಕಪ್ಪೆ ತಂದು ಕೆರೆಗೆ ಸುರಿದು ನೆಮ್ಮದಿಯ ನಿಟ್ಟುಸಿರು ಬಿಡುತ್ತಾರೆ! ಉಳ್ಳವರ ತೆವಲುಗಳ ಕಥೆಯೇ ಕಥೆ!

ಬರೀ ಹಿಟ್ಲರ್‌ಗಲ್ಲ, ಅಲ್ಲಿ ಇರುವ ಎಲ್ಲರಿಗೂ ವುಲ್ಫ್ಸ್ ಲೇರ್‌ನ ಅಗಾಧ ವಿಸ್ತಾರದಲ್ಲಿ ಒಂಟಿತನ ಬಾಧಿಸಲಾರಂಭಿಸುತ್ತದೆ. ಒಂದು ಬಂಕರ್‌ನಿಂದ ಮತ್ತೊಂದು ಬಂಕರ್ ತುಂಬ ದೂರದಲ್ಲಿರುವುದರಿಂದ ಜನರ ಸಂಪರ್ಕವಿಲ್ಲದೇ ಎಲ್ಲರೂ ಮಾನಸಿಕ ಒತ್ತಡಕ್ಕೆ ತುತ್ತಾಗುತ್ತಾರೆ! ಚಳಿಗಾಲದಲ್ಲಿ ಬಂಕರ್ ಒಳಗಿನ ಹೀಟರ್ ಅಸಹನೀಯ ಅನ್ನಿಸಲಾರಂಭಿಸುತ್ತದೆ. ಸೆಕೆಗಾಲದಲ್ಲಿ ಏರ್‌ಕಂಡೀಷನರ್‌ನ ಚಳಿ ಬಂಕರ್ ಒಳಗಿರುವಾಗ ಕಾಲುಗಳನ್ನು ಮರಗಟ್ಟಿಸಿದರೆ, ಧಾರಣಾ ಶಕ್ತಿ ಕಡಿಮೆಯಾಗಿ ಹೊರಗೆ ಹೋದಾಗ ಜಗತ್ತು ಬೆಂಕಿಯಂತೆ ಸುಡುತ್ತಿದೆ ಅನ್ನಿಸಲು ಶುರುವಾಗುತ್ತದೆ. ರಾತ್ರಿಯ ಹೊತ್ತು ಏರ್‌ಕಂಡೀಷನರ್ ಸದ್ದಿಗೆ ನಿದ್ರೆ ಬೇರೆ ಇಲ್ಲ. ಬೆಳಗ್ಗೆ ಎದ್ದರೆ ನಿದ್ರೆ ಇಲ್ಲದೇ ಅಸಾಧ್ಯ ತಲೆನೋವು. ಬಂಕರ್ ಒಳಗಿನ ಥಂಡಿಗೆ ಎಲ್ಲೆಲ್ಲೂ ಫಂಗಸ್ ಹುಲುಸಾಗಿ ಬೆಳೆಯಲಾರಂಭಿಸುತ್ತದೆ.

ಒದ್ದೊದ್ದೆ ಬಟ್ಟೆ, ಎದೆಬಿಗಿತ, ರಕ್ತಹೀನತೆ ಎಲ್ಲವೂ ಹಿಂಸೆ ಕೊಡಲಾರಂಭಿಸುತ್ತದೆ. ಸಿನೆಮಾ, Sauna ಯಾವುದೂ ಅವರನ್ನು ಸಂತೋಷಗೊಳಿಸುವುದಿಲ್ಲ. ಸೊಳ್ಳೆಗಳ ಕಡಿತ ಬೇರೆ ಪಾಪ. ಬದುಕು ಕಷ್ಟ ಅನ್ನಿಸಲಾರಂಭಿಸುತ್ತದೆ. ಇದು ಸಾಲದೆಂಬಂತೆ ದೊಡ್ಡ ಜಾಗದ ಸುತ್ತ ಹಾಕಿರುವ ಮುಳ್ಳಿನ ಬೇಲಿ ಇತ್ತಲ್ಲ, ಅದು ಮುಳ್ಳಿನ ಬೇಲಿಗಳ ನಡುವೆ ಬಂಧಿಸಿಟ್ಟ ಜ್ಯೂಗಳ ನೆನಪು ಮಾಡಿ, ತಾವು ಕೂಡಾ ಅದರೊಳಗೆ ಬಂಧಿಯಾಗಿದ್ದೀವೇನೋ ಎನ್ನಿಸಲು ಶುರುವಾಗುತ್ತದೆ! ಕೆಫೆ, ಸಿನೆಮಾ ಹಾಲ್, ಟರ್ಕಿಷ್ ಬಾತ್, ಕ್ಲಬ್, ಈಜುಗೊಳ ಎಲ್ಲ ಇದ್ದರೂ ಬಂಧಿ ಅನ್ನಿಸುವ ಭಾವನೆ ಪಾಪ. ಹಾಗಾಗಿ ಎಲ್ಲರೂ ಬೇಲಿಯಾಚೆ ಹೋಗಿ ಹತ್ತಿರದ ಹಳ್ಳಿಗಳಲ್ಲಿನ ರಸ್ತೆಗಳಲ್ಲಿ, ಜನರ ಮಧ್ಯೆ ಅಡ್ಡಾಡಿ ಏಕತಾನತೆ ಕಳೆದುಕೊಂಡು ಬರಲು ಹಾತೊರೆಯಲಾರಂಭಿಸುತ್ತಾರೆ. ಬೇಲಿ ದಾಟಿ ಸಿಕ್ಕ ಸಿಕ್ಕ ತೊರೆ, ಕಾಡು, ಮೇಡು ಅಲೆದಾಡಲಾರಂಭಿಸುತ್ತಾರೆ. ಹಿಟ್ಲರ್‌ನ ಸಹಾಯಕಿ ಕ್ರಿಸ್ಟಾ ಆ ದಿನಗಳ ಬಗ್ಗೆ ಬರೆಯುತ್ತಾಳೆ 'ಈ ವುಲ್ಫ್ಸ್ ಲೇರ್ ಆಶ್ರಮ ಮತ್ತು ಕಾನ್ಸನ್ಟ್ರೇಷನ್ ಕ್ಯಾಂಪ್ ಎರಡರ ಮಿಶ್ರಣದಂತಿತ್ತು. ಮೊದಲೇ ಎಲ್ಲರಿಂದ ದೂರ ಇದ್ದೆವು. ಚಳಿಗಾಲದವರೆಗೆ ಇಲ್ಲಿಯೇ ಉಳಿದರೆ ನಾವು ಮರಗಟ್ಟಿ ಸತ್ತು ಹೋಗುತ್ತೇವೇನೋ' ಎಂದು.

ಅಲ್ಲಾ ಇವರಿಗೆ ಸ್ವಲ್ಪವಾದರೂ ನಾಚಿಕೆ ಅನ್ನುವುದಿದೆಯಾ? ಅದೇ ಸಮಯಕ್ಕೆ ಗ್ಯಾಸ್ ಛೇಂಬರ್‌ಗಳಲ್ಲಿ ಲಕ್ಷಗಟ್ಟಲೆ ಜ್ಯೂಗಳನ್ನು ಸಾಯಿಸುತ್ತಿದ್ದ ಇದೇ ಮಂದಿಗೆ,

ಹೊಟ್ಟೆಗೆ ಹಾಕದೇ ನರಳಾಡಿಸುವ ಮಂದಿಗೆ ತಮ್ಮ ವಿಷಯಕ್ಕೆ ಬಂದರೆ ಎಲ್ಲವೂ ಹೇಗೆ ದೊಡ್ಡ ಸಮಸ್ಯೆ ಅನ್ನಿಸಿಬಿಡುತ್ತದೆ!

ರಾಶಿ ಆಹಾರ ಪದಾರ್ಥಗಳಿವೆ
ಮಾಡಿ ಬಡಿಸುವವರಿದ್ದಾರೆ
ಹೊಟ್ಟೆಬಿರಿಯ ತಿಂದುಂಡುಕೊಂಡಿದ್ದಾರೆ
ಮೈತುಂಬ ಬಟ್ಟೆ ಇದೆ
ಏಸಿ, ವೆಂಟಿಲೇಟರ್, ಹೀಟರ್...
ಹೀಗೆ ಏನೆಲ್ಲ ಅನುಕೂಲಗಳಿವೆ
ಆದರೆ ತಮ್ಮ ಸಣ್ಣಪುಟ್ಟ ತೊಂದರೆಗಳಿಗೆ ಗೋಳಾಡುತ್ತಾರೆ, ನರಳುತ್ತಾರೆ!
ಅನ್ಯರ ಪ್ರಾಣ ಅಷ್ಟು ಸಸಾರವಾಗಿದ್ದ ನಾಜಿಗಳಿಗೆ ತಮ್ಮ ಸುಖದ ಬಗ್ಗೆ, ತಮ್ಮ ಪ್ರಾಣದ ಬಗ್ಗೆ ಎಷ್ಟೆಲ್ಲ ಕಾಳಜಿ!

ನಿಜಕ್ಕೂ ಆ ಭದ್ರತಾ ವ್ಯವಸ್ಥೆಯೂ ಅಷ್ಟೇ ರೇಜಿಗೆಗೊಳಿಸುವಂತೆ ಇತ್ತು ಅಂತಿಟ್ಟುಕೊಳ್ಳಿ. ವುಲ್ಫ್ಸ್ ಲೇರ್‌ನ ಸುತ್ತಲೂ ಇದ್ದ ಕಾಡು ಪ್ರದೇಶದಲ್ಲಿ 50 ಸಾವಿರಕ್ಕೂ ಹೆಚ್ಚು ಲ್ಯಾಂಡ್ ಮೈನ್‌ಗಳಿದ್ದವಂತೆ. ಅದು ಮೊದಲನೇ ಸುತ್ತಿನ ಭದ್ರತೆ. ಆ ನಂತರ ಮುಳ್ಳಿನ ಬೇಲಿ. ಅದು ಎರಡನೇ ಸುತ್ತಿನ ಭದ್ರತೆ. ಅದರ ಬಳಿ ಭದ್ರತಾ ತಪಾಸಣಾ ಗಾರ್ಡ್‌ಗಳು. ಅದು ಮೂರನೇ ಹಂತದ ಭದ್ರತೆ. ಪ್ರತಿಯೊಬ್ಬರೂ ಒಳಗೆ ಬರುವಾಗ ಅವರ ಅನುಮತಿ ಪಡೆದೇ ಒಳಗೆ ಬರಬೇಕು. ಪ್ರತಿಯೊಬ್ಬರೂ ಅಂದರೆ ಯಾವುದೇ ಪ್ರಮುಖ ಅಧಿಕಾರಿಯೇ ಆಗಿದ್ದರೂ. ಅವರು ತೋರಿಸಿದ ಪಾಸ್ ಪ್ರತಿಬಾರಿ ಪರೀಕ್ಷೆ ನಡೆಸಿ, ಆ ನಂತರ ಅವರು ಯಾರ ಭೇಟಿಗೆ ಬಂದಿದ್ದಾರೋ ಅವರ ಬಳಿಗೆ ಗಾರ್ಡ್‌ಗಳೇ ಕರೆದೊಯ್ಯುತ್ತಿದ್ದರು.

ಅಪ್ಪಿತಪ್ಪಿ ಪಾಸ್ ಇಲ್ಲದೇ ಯಾರಾದರೂ ಒಳಗೆ ಕಾಲಿಟ್ಟರೆ ವಿಚಾರಣೆಯಲ್ಲಿಯೇ ಅವನ ಕಥೆ ಮುಗಿದಂತೆಯೇ ಲೆಕ್ಕ. ಪರಿಚಿತರೇ ಆದರೂ ಪ್ರತಿಬಾರಿ ಇದೆಲ್ಲ ಹಂತ ದಾಟಿಯೇ ಒಳಗೆ ಬರಬೇಕು. ಪರಿಚಿತರು ಮತ್ತೊಬ್ಬರನ್ನು ಯಾವುದೇ ಕಾರಣಕ್ಕೂ ಒಳಗೆ ಕರೆದುಕೊಂಡು ಬರುವಂತಿಲ್ಲ. ಎಲ್ಲ ಗಾಡಿಗಳ ಚಾಲಕರು ಕೂಡಾ ಇದೆಲ್ಲ ತಪಾಸಣೆಗೆ ಪ್ರತಿಬಾರಿಯೂ ತಮ್ಮನ್ನು ಒಡ್ಡಿಕೊಳ್ಳಬೇಕು. ಅವರಿಗೆ ಅನುಮತಿ ಇರುವ ಪ್ರದೇಶದ ಆಚೆಗೇನಾದರೂ ಕಾಲಿಟ್ಟರೆ ಕಂಡಲ್ಲಿಯೇ ಗುಂಡು ಹೊಡೆದು ಸಾಯಿಸುತ್ತಿದ್ದರು. ಒಂದು ದಿನ ಕಟ್ಟಡ ನಿರ್ಮಾಣ ಕಾರ್ಯದ ಕೆಲಸಗಾರನೊಬ್ಬ ಮನೆಗೆ ಯಾವುದೋ ಹತ್ತಿರದ ಒಳದಾರಿ ಇದೆ ಎಂದು ಹೋಗುತ್ತಿರುವಾಗ ಅಲ್ಲಿಯೇ ಗುಂಡಿಕ್ಕಿ ಸಾಯಿಸಿದ್ದರಂತೆ! ಇದಷ್ಟು ಸಾಲದೆಂದು ಹಿಟ್ಲರ್‌ಗೆ ಹದಿನೈದು ಜನ ಆಹಾರ ಪರೀಕ್ಷಕಿಯರು ಬೇರೆ ಇದ್ದರಂತೆ. ಹಿಟ್ಲರ್‌ಗೆಂದು ತಯಾರಿಸಿದ ಆಹಾರವನ್ನೆಲ್ಲ ಅವರು ಅವನ ಊಟದ ಒಂದು ಗಂಟೆ ಮೊದಲೇ ತಿನ್ನಬೇಕು ದೇವರ ನೈವೇದ್ಯದಂತೆ!

ಅಲ್ಲಿಂದಾಚೆ ಒಂದು ತಾಸು ಅವರು ಸಾಯುತ್ತಾರಾ ಎಂದು ಕಾದುನೋಡಿ, ನಂತರ ಆ ಅಡಿಗೆಯನ್ನು ಹಿಟ್ಲರ್‌ಗೆ ಬಡಿಸುತ್ತಿದ್ದರಂತೆ!

ಇಷ್ಟೆಲ್ಲ ಭದ್ರತೆ ಇದ್ದ ವುಲ್ಫ್ಸ್‌ಲೇರ್‌ನಲ್ಲೂ ಎಡವಟ್ಟುಗಳಾಗುತ್ತಿದ್ದವು ಅಂದರೆ ನಂಬಬೇಕು!

ಒಂದು ದಿನ ಕರ್ನಲ್ ಒಬ್ಬ ಟ್ರೈನಿನಲ್ಲಿ ಇಳಿದು ಅವನ ಆಫೀಸ್‌ಗೆ ಹೊರಟವನು ದಾರಿಯಲ್ಲಿ ಕಂಡ ವುಲ್ಫ್ಸ್‌ಲೇರನ್ನೇ ತನ್ನ ಆಫೀಸ್ ಅಂದುಕೊಂಡು ಸೀದಾ ಒಳಗೆ ಬಂದು ಮೆಸ್‌ನಲ್ಲಿ ತಿಂಡಿ ಆರ್ಡರ್ ಮಾಡಿ ಕಾಯುತ್ತ ಕುಳಿತಿದ್ದನಂತೆ!

ಪರಿಚಯದಾತನೊಬ್ಬ ಇವನನ್ನು ನೋಡಿ ಗಾಬರಿಯಿಂದ 'ಇಲ್ಲಿ ಯಾಕೆ ಕೂತಿದ್ದೀ' ಎಂದರೆ 'ಇದು ಮಾರೆವಾಲ್ಡ್ ಆರ್ಮಿ ಆಫೀಸ್ ಅಲ್ವಾ' ಎಂದು ಕಣ್ಣು ಕಣ್ಣು ಬಿಟ್ಟಿದ್ದನಂತೆ.

ಆಗ ಪರಿಚಯದಾತ ಅಲ್ಲೇ ವಾಕ್ ಮಾಡುತ್ತಿದ್ದ ಹಿಟ್ಲರ್‌ನನ್ನು ತೋರಿಸಿದಾಗ ಆತ ಹೌಹಾರಿದ್ದನಂತೆ.

ಇದೇನೋ ಈ ರೀತಿ ತೊಂದರೆಯಿಲ್ಲದೇ ಮುಗಿಯಿತು.

ಆದರೆ ಕರ್ನಲ್ ಕ್ಲಾಸ್ ವಾನ್ ಸ್ಟಾಫನ್‌ಬರ್ಗ್ ಎಂಬ ಜರ್ಮನ್ ಸೈನ್ಯಾಧಿಕಾರಿ ಮಾತ್ರ ಇಂಥ ಭದ್ರ ಕೋಟೆಯ ಒಳಗೆ ಬಾಂಬ್ ಸಾಗಿಸಿ ನಿಜಕ್ಕೂ ಹಿಟ್ಲರ್‌ನನ್ನು ಹತ್ಯೆ ಮಾಡಲು ಪ್ರಯತ್ನಿಸಿದ್ದು ವುಲ್ಫ್ಸ್ ಲೇರ್‌ನ ಅತ್ಯಂತ ರೋಚಕ ಅಧ್ಯಾಯ!

ಅವತ್ತು ಜುಲೈ 20, 1944 ಮುಸ್ಸೋಲಿನಿ ವುಲ್ಫ್ಸ್ ಲೇರ್‌ಗೆ ಬರುವವನಿದ್ದ. ಹಿಟ್ಲರ್‌ನ ಬಂಕರ್‌ನಲ್ಲಿ ದಿನವೂ ಮಧ್ಯಾಹ್ನ ಒಂದು ಗಂಟೆಗೆ ಮೀಟಿಂಗ್ ಇರುತ್ತಿತ್ತು. ಆದರೆ ಮುಸ್ಸೋಲಿನಿಯನ್ನು ಭೇಟಿಯಾಗಬೇಕಿದ್ದರಿಂದ ಅಂದು ಮೀಟಿಂಗ್ ಅರ್ಧ ಗಂಟೆ ಮೊದಲೇ ನಡೆಯಲಿ ಎಂದು ಹಿಟ್ಲರ್ ನಿರ್ಧರಿಸಿದ. ಅಂದು ಏನೋ ರಿಪೇರಿ ಕೆಲಸ ನಡೆಯುತ್ತಿದ್ದುದರಿಂದ ಮೀಟಿಂಗ್ ನಡೆಯುವ ಸ್ಥಳ ಕೂಡಾ ಬದಲಾಗಿಬಿಟ್ಟಿತು. 12.25ಕ್ಕೆ ಹಿಟ್ಲರ್ ಮೀಟಿಂಗ್ ನಡೆವ ಸ್ಥಳಕ್ಕೆ ಬಂದ. ಇಪ್ಪತ್ತು ಜನ ಅಧಿಕಾರಿಗಳು ಅವನಿಗಾಗಿ ಕಾಯುತ್ತಿದ್ದರು. ಅಂದು ಮೋಡ, ಮಳೆಯ ವಾತಾವರಣ. ಹಾಗಾಗಿ ಧಗೆ ಹೆಚ್ಚಿತ್ತು. ಆದ್ದರಿಂದ ಎಲ್ಲ ಕಿಟಕಿಗಳನ್ನೂ ತೆಗೆದಿರಿಸಿದ್ದರು. ಅಧಿಕಾರಿಗಳೆಲ್ಲರೂ ಅವರವರ ವರದಿಯನ್ನು ಒಪ್ಪಿಸುತ್ತಿದ್ದರು. ಅಷ್ಟರಲ್ಲಿ ಸೆಕ್ಯುರಿಟಿಯವರು ಸ್ಟಾಫನ್‌ಬರ್ಗ್‌ನ ಆಗಮನದ ವಿಷಯ ಹೇಳಿದರು. ಸ್ಟಾಫನ್‌ಬರ್ಗ್ ಎಂಬ ಜರ್ಮನ್ ಸೈನ್ಯಾಧಿಕಾರಿ ಹಳದಿ ಬ್ರೀಫ್‌ಕೇಸ್ ಜೊತೆ ಒಳಗೆ ಬಂದ. ಅವನು ಅಂದು ಹಿಟ್ಲರ್‌ಗೆ ಹೊಸ ವಿಭಾಗಗಳ ಬಗ್ಗೆ ವರದಿ ಒಪ್ಪಿಸಬೇಕಿತ್ತು. ಅವನಿಗೆ ಒಂದು ಕಣ್ಣು ಇರಲಿಲ್ಲ, ಒಂದು ಕೈ ಇರಲಿಲ್ಲ.

ಆತ ಮೋಟು ಕೈನಲ್ಲಿ ಹಿಟ್ಲರ್‌ನ ಕೈ ಕುಲುಕಿದ. ಹಿಟ್ಲರ್ ಮೊದಲು ಮಾತನಾಡುತ್ತಿರುವವನು ವರದಿ ಮುಗಿಸುವವರೆಗೂ ಸ್ಟಾಫನ್‌ಬರ್ಗ್‌ಗೆ ಕಾಯಲು ಹೇಳಿದ. ಆತ ತನ್ನ ಕೈನಲ್ಲಿದ್ದ ಹಳದಿ ಬ್ರೀಫ್‌ಕೇಸ್ ಅಲ್ಲಿಯೇ ಬಿಟ್ಟು ಅವಸರದಲ್ಲಿ ಅಲ್ಲಿಂದ ಹೊರಬಿದ್ದ. ಹಿಟ್ಲರ್ ಆ ಕ್ಷಣದಲ್ಲಿ ಎದ್ದುನಿಂತು, ಮ್ಯಾಪ್‌ನ ಮೇಲೆ ಕೈ ಊರಿ ನಿಂತು ತನ್ನ ಸೂಚನೆಗಳನ್ನು ಕೊಡುತ್ತಿರುವಾಗಲೇ, ಅದೇ ಸಮಯಕ್ಕೆ ಯಾರೋ ಆ ಬ್ರೀಫ್‌ಕೇಸನ್ನು ಕಾಲಿನಿಂದ ತುಸು ದೂರ ತಳ್ಳಿದ್ದಾರೆ! ಆ ಕ್ಷಣದಲ್ಲಿ ಕಣ್ಣು ಕುರುಡಾಗಿಸುವ ಬೆಳಕಿನೊಂದಿಗೆ ದೊಡ್ಡ ಸ್ಫೋಟವಾಯಿತು! ಕ್ಷಣಮಾತ್ರದಲ್ಲಿ ಇಡೀ ಸ್ಥಳ ಸ್ಫೋಟಗೊಂಡು, ಕಿಟಕಿ ಮತ್ತು ಬಾಗಿಲಿನಿಂದ ಕಲ್ಲುಮಣ್ಣುಗಳ ರಾಶಿ ಹೊರಕ್ಕೆ ಹಾರಿತು. ಇಡೀ ಕೊಠಡಿಯ ತುಂಬ ಹೊಗೆ. ಎಲ್ಲರಿಗೂ ಆ ಕ್ಷಣಕ್ಕೆ ಅನ್ನಿಸಿದ್ದೆಂದರೆ ಶತ್ರುರಾಷ್ಟ್ರ ತಮ್ಮ ಮೇಲೆ ವೈಮಾನಿಕ ದಾಳಿ ನಡೆಸುತ್ತಿದೆ ಎಂದು! ಇಡೀ ಕೊಠಡಿಯ ತುಂಬ ಬಿದ್ದಿದ್ದ ಕಲ್ಲುಮಣ್ಣಿನ ರಾಶಿಯಡಿಯಲ್ಲಿ ಹಲವರು ಸಿಲುಕಿದ್ದರು.

ಸ್ಫೋಟದ ರಭಸಕ್ಕೆ ಹಿಟ್ಲರ್ ಹಾರಿ ಬಾಗಿಲಿನ ಬಳಿ ಬಿದ್ದಿದ್ದ. ಅವನ ಪ್ಯಾಂಟ್ ಚಿಂದಿಚಿಂದಿಯಾಗಿತ್ತು. ತೊಡೆಯ ಬಳಿ ಸ್ವಲ್ಪ ಗಾಯವಾಗಿತ್ತು ಮತ್ತು ಸಣ್ಣಪುಟ್ಟ ಗಾಜಿನ ಚೂರುಗಳು ಅವನ ಕಾಲು ಹೊಕ್ಕಿದ್ದವು, ಹಣೆಯ ಮೇಲೆ ದೊಡ್ಡದೊಂದು ಗಾಯವಾಗಿತ್ತು. ಆದರೆ ಗಟ್ಟಿಪಿಂಡ ಬದುಕುಳಿದಿತ್ತು! ಹಿಟ್ಲರ್‌ನ ಪ್ರಾಣವೆಂದರೆ ಅದೇನು ಸಾಮಾನ್ಯದ್ದಾ? ಆರ್ಯನ್ ರಕ್ತದ್ದಲ್ಲವೇ? ಜ್ಯೂಗಳ ಪ್ರಾಣವಾದರೆ ಸರಿ ಇವರಿಗೆ ಬೆಲೆಯಿಲ್ಲದ್ದು. ಸಾಕ್ಷಾತ್ ಹಿಟ್ಲರನ ಕೊಲೆ ಪ್ರಯತ್ನವೆಂದರೆ ಅದು ಸಾಮಾನ್ಯದ್ದಾ?! ಇಡೀ ಆವರಣದಲ್ಲಿ ಮತ್ತೆಲ್ಲಾದರೂ ಬಾಂಬ್ ಇದೆಯಾ ಎಂದು

ಹುಡುಕಿಸಿ, ಒಳಬರುವವರನ್ನೆಲ್ಲ ಮತ್ತಿಷ್ಟು ಉಗ್ರಪರೀಕ್ಷೆಗೊಳಪಡಿಸುವಂತೆ ಆದೇಶಿಸಿ, ಗೇಟುಗಳನ್ನೆಲ್ಲ ಮುಚ್ಚಿಸಿ, ರಸ್ತೆತಡೆಗಳನ್ನು ಹಾಕಿ, ಹೊಸ ರಕ್ಷಣಾಪಡೆಯನ್ನು ಕರೆಸಿ ಮೂಲೆಮೂಲೆಯಲ್ಲೂ ನಿಲ್ಲಿಸಿ... ಇಡೀ ವುಲ್ಫ್ಸ್ ಲೇರನ್ನು ಭದ್ರ ಪಡಿಸುವವರೆಗೆ ಯಾರಿಗೂ ನೆಮ್ಮದಿಯಿರಲಿಲ್ಲ.

ಇನ್ನು ಈ ಹಿಟ್ಲರ್ ಅಂತೂ ಏನೂ ಆಗದವನಂತೆ ಕೇವಲ ಹದಿನೈದು ನಿಮಿಷಗಳಲ್ಲಿ ಮತ್ತೆ ಹೊಸ ಯೂನಿಫಾರ್ಮ್ ಧರಿಸಿ ಸಿದ್ಧನಾಗಿ, ಆವರಣದಲ್ಲೆಲ್ಲ ಒಬ್ಬನೇ ಓಡಾಡುತ್ತ, ಕಟ್ಟಡ ಕಟ್ಟುತ್ತಿದ್ದ ಕೆಲಸಗಾರರನ್ನೆಲ್ಲ ಮಾತನಾಡಿಸಿ, ಅವರಿಗೆ ಭರವಸೆ ನೀಡಿ ಬಂದನಂತೆ. ಅವರ ಬಗ್ಗೆ ತನಗೆ ಅನುಮಾನವಿಲ್ಲ ಎಂದು ತೋರಿಸುವುದರ ಜೊತೆಗೆ ತಾನು ಬದುಕಿದ್ದೇನೆ ಎಂದು ಪ್ರೂವ್ ಮಾಡುವುದು ಅವನಿಗೆ ಮುಖ್ಯವಾಗಿರುತ್ತದೆ... ಜೊತೆಜೊತೆಗೆ ತಾನು ಬಲಶಾಲಿ, ಇಂಥದ್ದಕ್ಕೆಲ್ಲ ಸೊಪ್ಪು ಹಾಕುವುದಿಲ್ಲ ಎನ್ನುವುದು ತನ್ನ ಅನುಯಾಯಿಗಳಿಗೆ ಮತ್ತು ಶತ್ರುಗಳಿಗೆ ತೋರಿಸುವುದು ಕೂಡಾ ಅವನ ಉದ್ದೇಶ!

ನಿಮಗೆ ಗೊತ್ತಾ... ಕಾಡುಪ್ರಾಣಿಗಳು ನಮ್ಮೆದುರು ನಿಂತಾಗ ನಾವು ನಮ್ಮ ಕೈಯನ್ನು ಎತ್ತರಕ್ಕೆ ಚಾಚಿ, ಕಾಲುಗಳನ್ನು ಅಗಲಿಸಿ ನಿಂತು ನಮ್ಮ ಆಕಾರ ಇರುವುದಕ್ಕಿಂತ ಎತ್ತರ, ಅಗಲಕ್ಕೆ ತೋರಿಸಿಕೊಂಡರೆ ಎದುರುಗಿರುವ ಪ್ರಾಣಿಗೆ ನಾವು ಬಲಶಾಲಿ ಎನ್ನಿಸಿ ಸ್ವಲ್ಪಮಟ್ಟಿಗೆ ಹಿಮ್ಮೆಟ್ಟುತ್ತದಂತೆ!

ಹಿಟ್ಲರ್‌ನ ಉದ್ದೇಶವೂ ಅದೇ ಇರಬೇಕು. ತಾನು ಹೆದರಿದ್ದೇನೆ ಎಂದು ಗೊತ್ತುಪಡಿಸದಂತೆ, ಅವನು ಎಲ್ಲ ಅಧಿಕಾರಿಗಳ ಜೊತೆ ಎಂದಿನಂತೆ ಕುಳಿತು ಊಟ ಮಾಡುತ್ತಾ 'ನೋಡಿ ಹೇಗೆ ಆಶ್ಚರ್ಯಕರ ರೀತಿಯಲ್ಲಿ ನಾನು ಬಚಾವಾದೆ. ಇದರಿಂದಲೇ ಗೊತ್ತಾಗುತ್ತದೆ ದೇವರು ನನ್ನ ಕಡೆಗಿದ್ದಾನೆ ಮತ್ತು ನನ್ನನ್ನು ಸದಾ ಕಾಯುತ್ತಾನೆ ಎಂದು. ಇದು ಜರ್ಮನಿಗೆ ಯುದ್ಧದಲ್ಲಿ ಅತ್ಯಂತ ಮುಖ್ಯವಾದ ತಿರುವು. ಇದರಲ್ಲಿ ನಾನು ಬದುಕುಳಿದೆ ಅನ್ನುವುದರಲ್ಲೇ ಗೊತ್ತಾಗುತ್ತದೆ ಇನ್ನು ಮುಂದೆ ನಮಗೆ ಗೆಲುವು ಕಾದಿದೆ ಎನ್ನುವುದು' ಎಂದು ಭಾಷಣ ಬಿಗಿದನಂತೆ! ನಂತರ ಮೊದಲಿದ್ದ ಪ್ಲಾನ್ ಪ್ರಕಾರ ತಾನೇ ಹೋಗಿ ಮುಸ್ಸೋಲಿನಿಯನ್ನು ರೈಲ್ವೇ ನಿಲ್ದಾಣದಿಂದ ಕರೆತಂದು, ಸ್ಫೋಟ ನಡೆದ ಸ್ಥಳಕ್ಕೆ ಕರೆದೊಯ್ದು 'ಗೈಡೆಡ್ ಟೂರ್' ಮಾಡಿಸಿದ್ದನಂತೆ!

ಅಂದು ಸಂಜೆಗೇ ಬಾಂಬ್ ಸ್ಫೋಟಿಸುವ ಸ್ವಲ್ಪ ಮೊದಲು ತರಾತುರಿಯಲ್ಲಿ ಹೊರಬಂದ ಒಕ್ಕಣ್ಣಿನ ಜನರಲ್ ಒಬ್ಬನ ಕೈನಲ್ಲಿ ಒಳಹೋಗುವಾಗ ಇದ್ದ ಬ್ರೀಫ್‌ಕೇಸ್ ಇರಲಿಲ್ಲವೆಂದೂ, ಅತ್ತ ಬಾಂಬ್ ಸ್ಫೋಟಿಸಿದ ಸಮಯಕ್ಕೆ ಸರಿಯಾಗಿ ಈತ ಗಾಡಿ ಹತ್ತಿ ಅಲ್ಲಿಂದ ಹೊರಟನೆಂದು ಗೊತ್ತಾಗುತ್ತದೆ. ಸ್ಫೋಟವಾದ ನಂತರ ತಾನು ಅಲ್ಲಿ ಸಿಕ್ಕಿ ಬೀಳದಂತೆ ಹಿಟ್ಲರ್‌ನೇ ತನ್ನನ್ನು ಏನೋ ಕೆಲಸದ ಮೇಲೆ ಕಳಿಸುತ್ತಿದ್ದಾನೆ ಎಂದು

ಹೇಳಿ ಭದ್ರತಾಪಡೆಗಳನ್ನು ದಾಟಿ ತರಾತುರಿಯಲ್ಲಿ ಹೊರಟಿದ್ದನಂತೆ ಸ್ಟಾಫನ್‌ಬರ್ಗ್! ಕೊಲೆ ಪ್ರಯತ್ನ ನಡೆಸಿದವನು ಅವನೇ ಎಂದು ಗೊತ್ತಾಗಿ ಬಿಡುತ್ತದೆ.

ಬರ್ಲಿನ್ ತಲುಪಿದ್ದವನನ್ನು ಹಿಡಿದು ಗುಂಡು ಹಾರಿಸಿ ಕೊಂದು ಮುಗಿಸುತ್ತಾರೆ. ಅವನ ಹೆಂಡತಿಗೆ ತನ್ನ ಗಂಡನೇ ಅದನ್ನು ಮಾಡಿದ್ದು ಎಂದು ಗೊತ್ತಾಗಿ, ಮಕ್ಕಳ ಬಳಿ ಹೇಳಿದಾಗ ಅವನ ಹತ್ತು ವರ್ಷದ ಮಗ ಬರ್‌ತೋಲ್ಡ್ 'ಈ ಅಪ್ಪನಿಗೆ ಏನಾಯಿತು? ನಮ್ಮ ಶಾಲೆಯ ಪುಸ್ತಕದಲ್ಲಿ ಹಿಟ್ಲರ್ ಎಂಥ ದೊಡ್ಡ ಮನುಷ್ಯ ಅಂತೆಲ್ಲ ಬರೆದಿದೆ. ಅವನನ್ನು ಯಾಕೆ ಕೊಲ್ಲುವ ಪ್ರಯತ್ನ ನಡೆಸಿದ ಈ ಅಪ್ಪ?' ಎಂದು ಆಶ್ಚರ್ಯಗೊಂಡಿದ್ದೆನೆಂದು ಮುಂದೆ ಅವರು ನೆನಪಿಸಿಕೊಳ್ಳುತ್ತಾರೆ! ಅವನ ಹೆಂಡತಿ, ತಾಯಿ, ಸೋದರ ಮಾವ ಎಲ್ಲರೂ ಅರೆಸ್ಟ್ ಆಗುತ್ತಾರೆ. ಅವನ ಐದು ಮಕ್ಕಳು ಯಾವುದೋ ರಿಮ್ಯಾಂಡ್ ಹೋಮ್ ಸೇರುತ್ತಾರೆ. ಅಲ್ಲಿಗೆ ವಿರೋಧಿಸಿದವರನ್ನು ಮಟ್ಟ ಹಾಕಲಾಗುತ್ತದೆ. ಅಂದು ಆ ಪ್ರಯತ್ನದಲ್ಲಿ ಸ್ಟಾಫನ್‌ಬರ್ಗ್ ಯಶಸ್ಸು ಕಂಡಿದ್ದರೆ, ಹಿಟ್ಲರ್ ಆ ದಾಳಿಯಲ್ಲಿ ಇಲ್ಲವಾಗಿದ್ದರೆ, ಲಕ್ಷಗಟ್ಟಳೆ ಜ್ಯೂಗಳು ಬದುಕುಳಿಯುತ್ತಿದ್ದರೇನೋ ಪಾಪ.

ಆದರೆ ಈ ಪಾಪಿ ಚಿರಾಯುವಾಗಿದ್ದ. ಆದರೆ ಅವನು ಬದುಕುಳಿದು ತನಗೇನೂ ಆಗಿಲ್ಲವೆಂಬಂತೆ ನಟಿಸಿದರೂ ಬಾಂಬ್ ಸ್ಫೋಟ ಅವನಿಗೆ ಅನೇಕ ರೀತಿಯಲ್ಲಿ ಸಮಸ್ಯೆ ತಂದೊಡ್ಡಿರುತ್ತದೆ. ದಾಳಿಯ ಸಮಯದಲ್ಲಿ ಬಲಗಿವಿಯ ತಮಟೆ ಹರಿದು ಹೋಗಿರುತ್ತದೆ. ಕಿವಿಯಲ್ಲಿ ಸೋಂಕು ಉಂಟಾಗಿ ಆ ನಂತರ ಬಲಗಿವಿ ಸಂಪೂರ್ಣವಾಗಿ ನಿಷ್ಕ್ರಿಯಗೊಳ್ಳುತ್ತದೆ. ಕಣ್ಣಿಗೆ ಕೂಡಾ ಗಾಯವಾಗಿ ಬಲಗಣ್ಣು ಇದ್ದಕ್ಕಿದ್ದಂತೆ ಅದುರಲು ಪ್ರಾರಂಭವಾಗುತ್ತದೆ. ಅವನಿಗೆ ನಿದ್ರಾಹೀನತೆಯ ರೋಗ ಪ್ರಾರಂಭವಾಗುತ್ತದೆ. ನಿದ್ರಾಹೀನತೆಯಿಂದ ಸಿಡುಕು ಹೆಚ್ಚಾಗುತ್ತದೆ.

ಈ ಹತ್ಯೆಯ ಸಂಚಿನ ಹಿಂದೆ ಯಾರು ಯಾರು ಇದ್ದರು ಎಂದು ದಿನಗಳೆದಂತೆ ತಿಳಿಯುತ್ತಾ ಹೋದಂತೆ ಹಿಟ್ಲರ್‌ಗೆ ಅತ್ಯಂತ ನಂಬಿಕಸ್ಥರು ಕೂಡಾ ಇದರಲ್ಲಿ ಶಾಮೀಲಾಗಿದ್ದರು ಎಂದು ತಿಳಿಯುತ್ತಾ ಹೋಗಿ, ಕೊನೆಗೆ ಎಲ್ಲರಲ್ಲೂ ನಂಬಿಕೆ ಕಳೆದುಕೊಳ್ಳುತ್ತಾ ಹೋಗುತ್ತಾನೆ. ಭದ್ರತಾ ನಿಯಮಗಳು ಅತಿರೇಕದ ಮಟ್ಟಕ್ಕೆ ಹೋಗುತ್ತವೆ. ಮೊದಲೇ ಅನುಮಾನದ ಸ್ವಭಾವದವನಾಗಿದ್ದ ಹಿಟ್ಲರ್‌ಗೆ ಈಗ ಅದೊಂದು ಗೀಳಾಗಿ ಬಿಡುತ್ತದೆ. ತೀರಾ ಹತ್ತಿರದವರನ್ನು ಕೂಡಾ ಮತ್ತೆ ಮತ್ತೆ ಪರೀಕ್ಷೆಗೊಳಪಡಿಸಿ ಸಾಕೋಸಾಕು ಅನ್ನಿಸಿಬಿಡುತ್ತಾನೆ.

ಅವನ ಬಳಿಗೆ ಬರುವ ಅಧಿಕಾರಿಗಳ ಬ್ರೀಫ್‌ಕೇಸ್ ಪದೇಪದೇ ತಪಾಸಣೆಗೊಳಗಾಗುವುದರಿಂದ ಬೇಸತ್ತು ಅವರು ಅದನ್ನು ತರುವುದನ್ನೇ ಬಿಟ್ಟು ಬಿಡುತ್ತಾರೆ. ಇನ್ನು ಕಟ್ಟಡದ ಕೆಲಸಗಾರರಂತೂ ದಿನವೂ ಒಳಬರುವಾಗ

ಹೋಗುವಾಗ ಗಂಟೆಗಟ್ಟಲೆ ಪರೀಕ್ಷೆಗೆ ಒಳಪಡಬೇಕಾಗುತ್ತದೆ. ಎಲ್ಲರಿಗೂ ವುಲ್ಫ್ಸ್ ಲೇರ್‌ನ ಒಳಗೆ ಬದುಕು ದುಸ್ತರವೆನ್ನಿಸುವ ಹಾಗಾಗಿ ಬಿಡುತ್ತದೆ. ತನಗೆ ಬೆನ್ನಲ್ಲಿ ಇರಿಯುತ್ತಿರುವುದರಿಂದಲೇ ಯುದ್ಧದಲ್ಲಿ ಸೋಲಾಗುತ್ತಿದೆ ಎಂದು ಹಿಟ್ಲರ್ ಎಲ್ಲರ ಮೇಲೆ ಗೂಬೆ ಕೂರಿಸಿ, ಅವರೆದುರಿನಲ್ಲೇ 'ನನ್ನ ಸೆಕ್ರೆಟರಿಗಳು ಮತ್ತು ನಾಯಿ ಮಾತ್ರ ನಂಬಿಕೆಗೆ ಅರ್ಹರು' ಎಂದು ಹೇಳಲಾರಂಭಿಸುತ್ತಾನೆ.

ಅವನ ಜನರಲ್‌ಗಳು ಮತ್ತೆ ಅವನ ನಂಬಿಕೆಯನ್ನು ಗಳಿಸಲು ಪ್ರತಿಕ್ಷಣವೂ ಕಷ್ಟಪಡುವ ಸ್ಥಿತಿ ಎದುರಾಗುತ್ತದೆ. ಆದರೂ ಅದು ಸಾಧ್ಯವಾಗದೇ ಹೋಗಿ ಅವರೆಲ್ಲ ಸದಾ ಆತಂಕದ ಮನಸ್ಥಿತಿಯಲ್ಲಿಯೇ ಬದುಕುವಂತಾಗಿ ಹೋಗುತ್ತದೆ. ಒಬ್ಬರೇ ಒಬ್ಬರೂ ಅವನನ್ನು ಯಾವುದೇ ವಿಷಯ ಕೇಳುವಂತಿಲ್ಲ, ಪ್ರಶ್ನಿಸುವಂತಿಲ್ಲ, ಖಂಡಿಸುವಂತಿಲ್ಲ! ಅವನಿಷ್ಟ ಬಂದದ್ದೇ ಮಿಲಿಟರಿ ನಡೆಗಳು ಮತ್ತು ನಿರ್ಧಾರಗಳನ್ನು ತೆಗೆದುಕೊಳ್ಳುತ್ತಾ ಹೋಗುತ್ತಾನೆ. ಯಾರು ಯಾವ ಸಲಹೆಯನ್ನು ಕೊಟ್ಟರೂ ಅದನ್ನೆಲ್ಲ ಕೇಳಿದಂತೆ ಮಾಡಿದರೂ, ಕೊನೆಯ ನಿರ್ಧಾರ ಮಾತ್ರ ಅವನದ್ದೇ. ಒತ್ತಡದ ನಿರ್ಧಾರಗಳನ್ನು ತೆಗೆದುಕೊಂಡರೂ ಯುದ್ಧದಲ್ಲಿ ಎಲ್ಲ ಕಡೆ ಸೋಲು ಎದುರಾಗುತ್ತಾ ಹೋಗುತ್ತದೆ.

ಒಂದೊಂದೇ ದೇಶದ ಮೇಲೆ ಹಿಡಿತ ಕಡಿಮೆಯಾಗುತ್ತ ಹೋದಂತೆ ಹಿಟ್ಲರ್ ಮಾನಸಿಕ ನೆಮ್ಮದಿ ಕಳೆದುಕೊಳ್ಳುತ್ತಾ ಹೋಗುತ್ತಾನೆ. ಜೊತೆಗೆ ಅವನ ದೈಹಿಕ ಆರೋಗ್ಯವೂ ಏರುಪೇರಾಗತೊಡಗುತ್ತದೆ. ಬಲಗೈ ನಡುಕ, ಮರೆಗುಳಿತನ, ಹೊಟ್ಟೆನೋವು ಇವೆಲ್ಲದರಿಂದ ಕುಗ್ಗುತ್ತಾ ಹೋಗುತ್ತಾನೆ. ಸೆಪ್ಟೆಂಬರ್ 1944ರ ಹೊತ್ತಿಗೆ ಹಿಟ್ಲರ್ ಆರೋಗ್ಯ ಹದಗೆಡುತ್ತದೆ. ಅಸಾಧ್ಯ ತಲೆಬೇನೆಯಿಂದ ನರಳಿ, ಶಕ್ತಿಹೀನ ನಾಗುತ್ತಾನೆ. ಜರ್ಮನಿಗೆ ಸೋಲು ಖಚಿತ ಎನ್ನುವಂತಾಗುತ್ತದೆ.

ರಷ್ಯನ್ ಪಡೆ ಹೆಚ್ಚು ಪ್ರಬಲವಾಗುತ್ತಾ ಹೋಗಿ ಪೂರ್ವ ದಿಕ್ಕಿನಲ್ಲಿ ಸೋಲು ಹತ್ತಿರವಾಗತೊಡಗುತ್ತದೆ. ಹಿಟ್ಲರ್ ಹತಾಶನಾಗುತ್ತಾ ಹೋಗುತ್ತಾನೆ. ಯುದ್ಧದ ವರದಿಗಳಲ್ಲಿ ಕೂಡಾ ಆಸಕ್ತಿ ಕಳೆದುಕೊಳ್ಳುತ್ತಾನೆ. ಶತ್ರು ಪಡೆಗಳು ವುಲ್ಫ್ಸ್ ಲೇರ್‌ಗೆ ಹತ್ತಿರವಾಗುತ್ತಾ ಹೋದಂತೆ ನವೆಂಬರ್ 20ಕ್ಕೆ ಕೊನೆಗೆ ವುಲ್ಫ್ಸ್ ಲೇರ್ ಬಿಟ್ಟು ಹೊರಡಲು ನಿರ್ಧರಿಸುತ್ತಾನೆ. ಹೊರಡುವುದು ಖಚಿತವಾದ ನಂತರವೂ ಬಿದ್ದರೂ ಮೀಸೆ ಮಣ್ಣಾಗದ ಹಿಟ್ಲರ್ ತಾನು ಮತ್ತೆ ಹಿಂತಿರುಗಿ ಬರುತ್ತೇನೆಂದೂ, ಕಟ್ಟಡ ನಿರ್ಮಾಣದ ಕೆಲಸ ಮುಂದುವರಿಸುವಂತೆಯೂ ಹೇಳಿ ಜಾಗ ಖಾಲಿ ಮಾಡುತ್ತಾನೆ.

1945ರ ಜನವರಿಯ ಹೊತ್ತಿಗೆ ಹಿಟ್ಲರ್ ಸಂಪೂರ್ಣ ಮುದುಕನಾಗಿರುತ್ತಾನೆ.

ಬೆನ್ನು ಗೂನಾಗಿರುತ್ತದೆ.

ದನಿ ಎಷ್ಟು ಅಶಕ್ತವೆಂದರೆ ಅವನು ಮಾತನಾಡುವುದು ಯಾರಿಗೂ ಕೇಳಿಸುತ್ತಲೇ

ಇರುವುದಿಲ್ಲ... ಜೊತೆಗೆ ದನಿ ನಡುಕ ಬೇರೆ.

ತಲೆಗೂದಲು ಬೆಳ್ಳಗಾಗಿರುತ್ತದೆ.

ನಾವು ಚಿತ್ರಗಳಲ್ಲೆಲ್ಲ ನೋಡುತ್ತೇವಲ್ಲ, ನೊಣದಂಥ ಪುಟಗೋಸಿ ಕರಿಮೀಸೆ, ಅದು ಕೂಡಾ ಬೆಳ್ಳಗಾಗಿತ್ತಂತೆ.

ಕೈ ಎಷ್ಟು ನಡುಗಲಾರಂಭಿಸುತ್ತದೆ ಎಂದರೆ ಒಂದು ಅಕ್ಷರ ಬರೆಯಲೂ ಕಷ್ಟ ಪಡುವ ಸ್ಥಿತಿ ತಲುಪಿರುತ್ತಾನೆ. ಅವನ ನಂಬಿಕಸ್ಥ ಕೆಲಸದಾಳು ಮುಖ್ಯ ದಾಖಲೆಗಳ ಮೇಲೆ ಅವನ ಸಹಿಯನ್ನು ನಕಲು ಮಾಡಬೇಕಾದ ಸ್ಥಿತಿ ತಲುಪಿರುತ್ತಾನೆ!

ಆ ಸ್ಥಿತಿಯಲ್ಲಿ ಅಂತೂ ಹಿಟ್ಲರ್‌ಗೆ ತಾನು ಇನ್ನು ವುಲ್ಫ್ಸ್ ಲೇರ್‌ಗೆ ಹೋಗುವುದು ಅಸಾಧ್ಯ ಎಂಬ ಜ್ಞಾನೋದಯವಾಗಿರಬೇಕು. ಕೊನೆಗೂ ಅಲ್ಲಿದ್ದ ಜನರನ್ನು ಖಾಲಿ ಮಾಡುವಂತೆ ಹೇಳಿ, ಕಾಗದಪತ್ರಗಳನ್ನು ಸುಟ್ಟ ನಂತರ ಇಡೀ ವುಲ್ಫ್ಸ್ ಲೇರನ್ನು ನಾಶಪಡಿಸಲು ಆಜ್ಞಾಪಿಸಿದ. ಆಗ ಅಲ್ಲಿದ್ದ ಎಲ್ಲ ಫೈಲ್‌ಗಳನ್ನೂ ಸುಡಲೇ ಸತತ ಹದಿನೆಂಟು ಗಂಟೆ ಸಮಯ ಹಿಡಿದಿತ್ತಂತೆ!

'ಜನವರಿ 25-26, 1945ರಂದು ಈ ಕೋಟೆಯನ್ನು ಸ್ಫೋಟಿಸಿದರು. ಅಲ್ಲಿದ್ದ ಎಲ್ಲ ಬಂಕರ್‌ಗಳನ್ನೂ ಸ್ಫೋಟಿಸಲು ಟನ್‌ಗಟ್ಟಳೆ ಸ್ಫೋಟಕಗಳನ್ನು ಇರಿಸಿ ಎಲ್ಲವನ್ನೂ ಕೆಡವಲು ಯತ್ನಿಸಿದರು. ಆದರೆ ಮೀಟರ್‌ಗಟ್ಟಳೆ ದಪ್ಪದ ಕಾಂಕ್ರೀಟ್ ಗೋಡೆಗಳು, ತಾರಸಿಗಳ ಕಟ್ಟಡಗಳನ್ನು ಪೂರಾ ಬೀಳಿಸಲು ಸಾಧ್ಯವಾಗದೇ ಹೋಯಿತು.

ಹೀಗೆ ಒಮ್ಮೆ ಹಿಟ್ಲರ್‌ನ ಪ್ರಧಾನ ಕಚೇರಿಯಾಗಿದ್ದ ಈ ವುಲ್ಫ್ಸ್ ಲೇರ್, ಈ ರೀತಿಯಲ್ಲಿ ಪತನಗೊಂಡು ಹೀಗೆ ಛಿದ್ರಛಿದ್ರವಾಯಿತು' ಯದ್ವೀಗಾ ಉದ್ವೇಗವಿಲ್ಲದ

ದನಿಯಲ್ಲಿ ಹೇಳುವಾಗ ನಾನು ಬೃಹತ್ ವುಲ್ಫ್ಸ್ ಲೇರ್‌ನ ಸ್ಟಾಫನ್‌ಬರ್ಗ್ ಬಾಂಬ್ ಇಟ್ಟ ಅದೇ ಸ್ಥಳದಲ್ಲಿ ನಿಂತಿದ್ದೆ. ಆ ವಿಶಾಲ ಕೊಠಡಿಯಿದ್ದ ಸ್ಥಳದಲ್ಲಿ ಈಗ ಏನೆಂದರೆ ಏನೇನೂ ಇರಲಿಲ್ಲ ಉದ್ದಕ್ಕೆ ಮೈಚಾಚಿ ಮಲಗಿದ್ದ ಒಂದು ಕಂಬ ಮತ್ತು ಅದರಡಿಯಲ್ಲಿ ಈಗಲೂ ಹಚ್ಚಹಸಿರಾಗಿ ಫಳಫಳ ಹೊಳೆಯುತ್ತಿದ್ದ ಕೃತಕ ಎಲೆಗಳನ್ನು ಬಿಟ್ಟು...

ಅಂತೂ ಕೊನೆಗೆ ವುಲ್ಫ್ಸ್ ಲೇರ್‌ನ ಪಾಳು ಬಿದ್ದ ಅವಶೇಷಗಳನ್ನು ನೋಡಿ ಮುಗಿಸಲು ನಮಗೆ ಎರಡೂವರೆ ತಾಸು ತಗುಲಿತ್ತು. ಕಿಲೋಮೀಟರ್‌ಗಟ್ಟಲೆ ಸುತ್ತಾಡುತ್ತ ಎಲ್ಲವನ್ನೂ ತಾಳ್ಮೆಯಿಂದ ತೋರಿಸಿದ್ದರು ಯದ್ವಿಗಾ. ನಡೆದು ನಡೆದು ಪಾದಗಳೆಲ್ಲ ನೋಯುತ್ತಿದ್ದವು. ಆದರೆ ಇಡೀ ಆವರಣದಲ್ಲಿ ಎಲ್ಲೆಲ್ಲೂ ಹಸಿರು ತುಂಬಿದ್ದರಿಂದ ನಡೆದ ಆಯಾಸ ಸ್ವಲ್ಪವೂ ಗೊತ್ತಾಗಿರಲೇ ಇಲ್ಲ. ಸಾಧಾರಣವಾಗಿ ಆ ರೀತಿಯ ಅಧಃಪತನವನ್ನು ಕಂಡ ನಂತರ ಮನಸ್ಸು ಮುದುಡುತ್ತದೆ.

ಆದರೆ ವುಲ್ಫ್ಸ್ ಲೇರ್ ನೋಡಿ ನನಗಂತೂ ಮನಸ್ಸು ಪ್ರಫುಲ್ಲವಾಗಿತ್ತು. ಒಂದೇ ಒಂದು ವಿಷಾದವೆಂದರೆ ಅವರೆಲ್ಲ ತೊಲಗುವಾಗ ಯಾಕೆ ಅದನ್ನೆಲ್ಲ ಮುರಿದು ಹೋದರು ಎನ್ನುವುದಷ್ಟೇ. ಇಲ್ಲವಾದಲ್ಲಿ ಒಳಗೆಲ್ಲ ಹೋಗಿ ನೋಡಿ ನೋಡಬಹುದಿತ್ತು. ಆಪಾಟಿ ಗಾತ್ರದ ತೊಲೆಗಳನ್ನು ನೋಡುತ್ತಿದ್ದರೆ ಜುರಾಸಿಕ್ ಪಾರ್ಕ್ ಸಿನೆಮಾದಲ್ಲಿ ನೋಡಿದ ಬೃಹದಾಕಾರದ ಡೈನೋಸಾರ್‌ಗಳ ಕಾಲುಗಳನ್ನು ನೋಡಿದಂತಾಗುತ್ತಿತ್ತು! ಇನ್ನು ಆ ಗೋಡೆಗಳು, ಬಂಕರ್‌ಗಳು ಡೈನೊಸಾರ್ ವಾಸಿಸಲೇ ಸರಿ. ಕೆಲವೊಂದು ಕಡೆಯಲ್ಲಂತೂ ನಾವು ಮುರಿದುಬಿದ್ದ ಒಂದು ಕಟ್ಟಡದ ತಾರಸಿಯೋ, ಗೋಡೆಯೋ ಏನೋ ಒಂದನ್ನು ನೋಡಿ ಅಲ್ಲಿಂದ ಸಾಕಷ್ಟು ದೂರ ನಡೆದು ಬರುತ್ತಿರುವಾಗ

ಯದ್ವಿಗಾ 'ಇಲ್ಲಿ ಆ ಕಟ್ಟಡದ ಇನ್ನೊಂದು ಕೊನೆ' ಅನ್ನುತ್ತಿದ್ದರು! ಅಷ್ಟರಲ್ಲಿ ಅದರ ಮೊದಲ ಭಾಗ ಯಾವುದು ಅಂತಲೇ ಮರೆತು ಹೋಗುವಂತಾಗಿರುತ್ತಿತ್ತು ನಮಗೆ! ಅಷ್ಟು ದೂರ ನಡೆದಿರುತ್ತಿದ್ದೆವು! ಇಬ್ಭಾಗವಾಗಿ ಮುರಿದು ಬಿದ್ದಿರುವ ಕೆಲವು ಕಟ್ಟಡಗಳ ಎರಡು ಭಾಗಗಳ ನಡುವೆ ಯದ್ವಿಗಾ ನಮ್ಮನ್ನು ಕರೆದೊಯ್ಯುವಾಗ ಎರಡೂ ಬದಿಯಲ್ಲಿನ ಭಾಗಗಳ ನಡುವೆ ನಡೆವ ನಾವು ಇಲಿಮರಿಗಳ ಹಾಗೆ ಅನ್ನಿಸಿಬಿಡುತ್ತಿತ್ತು. ಅಷ್ಟು ತೃಣಮಾತ್ರವಾಗಿ ಬಿಡುತ್ತಿದ್ದೆವು! ಹಿಟ್ಲರ್ ಅದೇನು ಕಡೆದು ಕಟ್ಟೆ ಹಾಕಲೆಂದು ಈ ಯುದ್ಧ ಸಾರಿದನೋ, ಕ್ರೌರ್ಯ ಮೆರೆದನೋ, ಇಂಥ ಬೃಹತ್ ಕೋಟೆ ಕಟ್ಟಿಸಿದನೋ ದೇವರಿಗೇ ಗೊತ್ತು.

ಮೊದಲಿನ ಆ ಬಂಕರ್‌ಗಳ ಒಳಗಿನ ಫೋಟೋಗಳ ಆಲ್ಬಮ್ ಒಂದು ಯದ್ವಿಗಾ ಬಳಿಯಲ್ಲಿದೆ. ನೋಡಬೇಕು ಅದರ ವೈಭವವನ್ನು! ಆ ಮೇಜುಗಳೇನು, ಕುರ್ಚಿಗಳೇನು, ಸೋಫಾಗಳೇನು, ಸಭೆ ನಡೆಯುತ್ತಿದ್ದ ಹಾಲ್‌ಗಳೇನು, ಊಟದ ಟೇಬಲ್‌ಗಳೇನು! ಅಂಥ ವೈಭವೋಪೇತ ಸ್ಥಳವೀಗ ಹೀಗೆ ಮುರಿದು ಬಿದ್ದಿದೆ.

ಇಡೀ ಆವರಣದಲ್ಲಿ ಮನುಷ್ಯರು ಈಗಲೂ ಬಳಸುತ್ತಿರುವ ಒಂದೇ ಒಂದು ಕಟ್ಟಡವೆಂದರೆ ಹಿಂದೆ ಹಿಟ್ಲರ್‌ನ SS ಅಂಗರಕ್ಷಕರು ಇರುತ್ತಿದ್ದ ಕಟ್ಟಡ. ಅದೀಗ ರೆಸ್ಟೋರೆಂಟ್ ಆಗಿದೆ! ಅಂಥ ಐತಿಹಾಸಿಕ ಸ್ಥಳದಲ್ಲಿಯೇ ನಾವು ಅಲ್ಲಿಯೇ ಊಟ ಮಾಡಿದೆವು... ಸಿಹಿಯೇನೂ ಇರಲಿಲ್ಲ ಅಲ್ಲಿ, ಇದ್ದಿದ್ದರೆ ಅದನ್ನೂ ತಿಂದು ಹಬ್ಬ ಆಚರಿಸುತ್ತಿದ್ದೆ!

ಅಷ್ಟೆಲ್ಲ ಹಾರಾಡಿದ ಹಿಟ್ಲರ್ ಕೊನೆಗೆ ಯುದ್ಧದಲ್ಲಿ ಸೋಲುವುದು ಖಚಿತವಾದಾಗ, ಶತ್ರುಗಳಿಗೆ ಸೆರೆ ಸಿಕ್ಕಲು ಇಷ್ಟವಿಲ್ಲದೇ ಏಪ್ರಿಲ್ 30, 1945ರಂದು ಗುಂಡಿಕ್ಕಿಕೊಂಡು ಆತ್ಮಹತ್ಯೆ ಮಾಡಿಕೊಂಡ. ಸಾಯುವ ಕೇವಲ ನಲವತ್ತು ಗಂಟೆಗಳ ಮೊದಲು ಇವಾ ಬ್ರೌನ್ ಅನ್ನುವ ಪ್ರಿಯತಮೆಯ ಜೊತೆ ಮದುವೆಯಾಗಿ, ಇಬ್ಬರೂ ಒಟ್ಟಾಗಿ ಆತ್ಮಹತ್ಯೆ ಮಾಡಿಕೊಳ್ಳುವ ವಿಚಿತ್ರ ಬೆಳವಣಿಗೆ ಬೇರೆ.

ನಂತರ ಅವರ ಇಚ್ಛೆಯಂತೆ ಬರ್ಲಿನ್‌ನ ಬಂಕರ್‌ನಾಚೆ ಒಟ್ಟಿಗೇ ಇರಿಸಿ ಪೆಟ್ರೋಲ್ ಸುರಿದು ಸುಟ್ಟರು. ಉಳಿದದ್ದನ್ನು ನೆಲದಲ್ಲಿ ಹೂತರು. ಆದರೆ ರಷ್ಯನ್ನರು ಆ ಸ್ಥಳವನ್ನು ಆಕ್ರಮಿಸಿದ ನಂತರ ಹಿಟ್ಲರ್‌ನ ದೇಹ ಅಲ್ಲಿಯೇ ಇದ್ದರೆ ನಾಜಿಗಳಿಗೆ ಅದೇ ಒಂದು ಪೂಜಾ ಸ್ಥಳವಾದರೆ ಎಂಬ ಶಂಕೆಯಿಂದ ಅದನ್ನು ಯಾರಿಗೂ ತಿಳಿಯದ ಯಾವುದೋ ಅನಾಮಿಕ ಕಾಡಿನಲ್ಲಿ ಹೂಳಿದರು. ಮುಂದೆ ಎಷ್ಟೋ ವರ್ಷಗಳು ಕಳೆದ ನಂತರ ಅಂಥವನಿಗೆ ಸಂಬಂಧಿಸಿದ ಯಾವುದೇ ಕುರುಹೂ ಇರಬಾರದು ಎಂದೆಣಿಸಿ, ವ್ಲಾಡಿಮಿರ್ ಗುಮೆನ್ಯುಕ್ ಎಂಬ KGB ಅಧಿಕಾರಿಗೆ ಆ ಕೆಲಸ ವಹಿಸಿದರಂತೆ.

ಅವನು ಮತ್ತಿಬ್ಬರ ಜೊತೆ ಸೇರಿ ಆ ಸ್ಥಳವನ್ನು ಅಗೆದು ಅದರಲ್ಲಿ

ಅಳಿದುಳಿದಿದ್ದನ್ನೆಲ್ಲ ತೆಗೆದು ಸುಟ್ಟು, ಆ ಬೂದಿಯನ್ನು ಒಂದು ಚೀಲದಲ್ಲಿರಿಸಿಕೊಂಡು ಯಾರಿಗೂ ಗೊತ್ತಿಲ್ಲದ ಒಂದು ಸ್ಥಳಕ್ಕೆ ಹೋಗಿ, ಗಾಳಿಯಲ್ಲಿ ಹಾರಿ ಬಿಟ್ಟರಂತೆ. 'ಅದು ಯಾವ ಸ್ಥಳ ಎಂದು ನಾನು ಎಂದಿಗೂ ಬಾಯಿ ಬಿಡುವುದಿಲ್ಲ. ಯಾಕೆಂದರೆ ನಿಯೋ ನಾಜ಼ಿಗಳು ಅದನ್ನು ಯಾತ್ರಾ ಸ್ಥಳವಾಗಿಸಬಹುದು... ಅಲ್ಲಿ ಸ್ಮಾರಕ ನಿರ್ಮಿಸಿದರೂ ಆಶ್ಚರ್ಯವಿಲ್ಲ. ಹಾಗಾಗಿ ಆ ಸತ್ಯ ನನ್ನೊಡನೆಯೇ ಸಮಾಧಿಯಾಗಬೇಕು' ಎನ್ನುತ್ತಾರೆ ಗುಮೆನ್ಯುಕ್! ಹೀಗೆ ಸರ್ವಾಧಿಕಾರಿಯೊಬ್ಬ ಅಷ್ಟೆಲ್ಲ ಮೆರೆದಾಡಿದವನು ಕೊನೆಗೆ ಸಣ್ಣ ಧೂಳ ಕಣದಂತೆ ಗಾಳಿಯಲ್ಲಿ ಹಾರಿಹೋದ.

ಹಣೆಬರಹ ಹೇಗೆ ಬದಲಾಗುತ್ತದೆ ಎಂದು ಹೇಳುವಾಗ 'ದೋಸೆ ಮಗುಚಿ ಹಾಕಿದ ಹಾಗೆ' ಎನ್ನುತ್ತಾರಲ್ಲ... ಅದೇ ಆಗಿದೆ ವುಲ್ಫ್ಸ್ ಲೇರ್‌ನಲ್ಲಿಯೂ

ಅಂದು ಹಿಟ್ಲರ್‌ನನ್ನು ಹತ್ಯೆ ಮಾಡಲು ಯತ್ನಿಸಿದ್ದಕ್ಕೆ ದೇಶದ್ರೋಹಿ ಎಂದು ಪರಿಗಣಿಸಲ್ಪಟ್ಟ ಸ್ಟಾಫನ್‌ಬರ್ಗ್‌ನನ್ನು ಇಂದು ಸ್ವಾತಂತ್ರ್ಯ ಹೋರಾಟಗಾರನೆಂದು ಪರಿಗಣಿಸುತ್ತಾರೆ! ಜರ್ಮನಿಯ ಮೇಲೆ ಶಾಶ್ವತ ಕಳಂಕ ಹೊರೆಸಿ ಸತ್ತ ಹಿಟ್ಲರ್‌ನ ಕೊಲೆ ಸಂಚಿನಲ್ಲಿ ಭಾಗಿಯಾಗಿದ್ದರಿಂದ ಸ್ಟಾಫನ್‌ಬರ್ಗ್ ಜರ್ಮನ್ನರಿಗೆ ಸ್ವಲ್ಪ ಮಟ್ಟಿಗೆ ಮುಖಭಂಗ ತಪ್ಪಿಸಿದ್ದ ಎಂದು ಕೊಂಡಾಡುತ್ತಾರೆ.

ಮುರಿದು ಬಿದ್ದ ವುಲ್ಫ್ಸ್ ಲೇರ್‌ನಲ್ಲಿ ಅವನ ನೆನಪಿಗೊಂದು ಪುಟ್ಟ ಸ್ಮಾರಕ ಕಟ್ಟಿದ್ದಾರೆ!

ಆದರೆ ಹಿಟ್ಲರ್ ರಾಜ್ಯಭಾರ ಮಾಡಿದ ಆ ಬೃಹತ್ ಕೋಟೆಯೊಳಗೆ ಯಾವ ಕಟ್ಟಡ ಉಳಿದಿತ್ತು ಮಣ್ಣು! ಅಬ್ಬರಿಸಿ ಬೊಬ್ಬಿರಿದ ಈ ಹಿಟ್ಲರ್ ಅಲ್ಲಿ ಹೇಳ ಹೆಸರಿಲ್ಲದಂತಾಗಿದ್ದಾನೆ.

ಕಟ್ಟಡಗಳ ಒಳಗಿನ ಜೀವಗಳು, ಅವರೊಡನೆಯ ಸಂಬಂಧಗಳು ಎಲ್ಲ ಸೇರಿದರಷ್ಟೇ ಕಟ್ಟಡಕ್ಕೆ ಬೆಲೆ, ಇಲ್ಲವಾದರೆ ಅದು ನಿರರ್ಥಕ ಎಂಬ ಸರಳ ಸತ್ಯದ ಅರಿವಿಲ್ಲದೆ ಮೂರ್ಖ ಹಿಟ್ಲರ್ 'Men and wars come and go. But what is left are the buildings' ಎಂದಿದ್ದನಂತೆ!

ನನಗೆ ಯಾಕೋ ಆ ಕ್ಷಣಕ್ಕೆ 'ಕೋಟೆ ಕಟ್ಟಿ ಮೆರೆದೋರೆಲ್ಲ ಏನಾದರೂ...' ನಮ್ಮ ಅಣ್ಣಾವ್ರ ಹಾಡು ನೆನಪಾಯಿತು!!

ಮುಗಿಯದ ಯುದ್ಧ...

ಅಂತೂ ಹಿಟ್ಲರ್ ಹೀಗೆ ಹೇಳಹೆಸರಿಲ್ಲದಂತೆ ಮುಗಿದುಹೋದ. ಸೆಪ್ಟೆಂಬರ್ 2, 1945ರಂದು ಎರಡನೇ ಮಹಾಯುದ್ಧ ಮುಗಿಯಿತು! ಯುದ್ಧ ಪ್ರಾರಂಭಿಸಿದವನೇ ಕೈ ತೊಳೆದುಕೊಂಡು ಹೊರಟುಬಿಟ್ಟ ನಂತರ ಯುದ್ಧ ಮುಗಿಯಲೇಬೇಕಲ್ಲ?

ಆದರೆ ಯುದ್ಧವೊಂದು ಮುಗಿದರೂ ಅದರ ನಂತರದ ಪರಿಣಾಮಗಳು ಅಂತಿಂಥದ್ದಲ್ಲ... ಜಗತ್ತನ್ನೇ ಮಗುಚಿ ಹಾಕುವ ಶಕ್ತಿ ಇರುತ್ತದೆ ಅದಕ್ಕೆ.

ಆ ನಂತರ ರಾಜಕೀಯವಾಗಿ ಅನೇಕ ಸ್ಥಿತ್ಯಂತರಗಳಾದವು...

ರಾಜಕೀಯದಲ್ಲಿ ಯಾರೂ ಯಾರಿಗೂ ಶಾಶ್ವತ ಶತ್ರುವಲ್ಲ, ಶಾಶ್ವತ ಮಿತ್ರನೂ ಅಲ್ಲ. ಇಂದು ಶತ್ರುವಾಗಿದ್ದವರು ನಾಳೆ ಮಿತ್ರರಾಗುತ್ತಾರೆ, ಇಂದು ಮಿತ್ರರಾದವರು ನಾಳೆ ಶತ್ರುಗಳಾಗುತ್ತಾರೆ ಅಷ್ಟೇ.

ಮೊದಲನೇ ಮಹಾಯುದ್ಧದ ನಂತರ ಬದ್ಧ ಶತ್ರುಗಳಾಗಿದ್ದ ಸೋವಿಯೆಟ್ ಯೂನಿಯನ್ ಮತ್ತು ಜರ್ಮನಿ, ಎರಡನೇ ಮಹಾಯುದ್ಧದ ಪ್ರಾರಂಭದಲ್ಲಿ ಕೈ ಕೈ ಜೋಡಿಸಿ, ನಂತರ ಯುದ್ಧದ ಮಧ್ಯದಲ್ಲಿ ಮತ್ತೆ ಶತ್ರುಗಳಾಗಿ ಹೋದರು!

ಎರಡನೇ ಮಹಾಯುದ್ಧ ನಡೆಯುತ್ತಿರುವಾಗ ಮಿತ್ರ ರಾಷ್ಟ್ರಗಳಾಗಿದ್ದು ಒಟ್ಟಾಗಿ ಹೋರಾಡಿದ್ದ ಅಮೆರಿಕಾ ಮತ್ತು ಸೋವಿಯೆಟ್ ಯೂನಿಯನ್, ಯುದ್ಧಾನಂತರ ಶತ್ರುಗಳಾಗಿ ಹೋದರು!

ಹಿಟ್ಲರ್‌ನ ಜರ್ಮನಿಯೇ ಇಬ್ಭಾಗವಾಗಿ ಒಂದು ಭಾಗದಲ್ಲಿ ಪ್ರಜಾಪ್ರಭುತ್ವದ ಸರಕಾರ, ಇನ್ನೊಂದು ಭಾಗದಲ್ಲಿ ಕಮ್ಯುನಿಸ್ಟ್ ಸರಕಾರಗಳು ಸ್ಥಾಪಿತವಾದವು.

ಭೌಗೋಳಿಕವಾಗಿಯೂ ಅನೇಕ ಬದಲಾವಣೆಗಳಾದವು...

ಕೆಡವಿದ ಸಾಮ್ರಾಜ್ಯಗಳಿಗೆ ಎದುರಾಳಿಯಾಗಿ ಮತ್ತೆ ಯಾವುದೋ ಸಾಮ್ರಾಜ್ಯ ಎದ್ದು ನಿಂತಿತ್ತು.

ಇಲ್ಲಿದ್ದ ಗೋಡೆಗಳನ್ನು ಕೆಡವಿದೆವು ಎಂದು ನಿಟ್ಟುಸಿರು ಬಿಡುವುದರಲ್ಲಿ, ಮತ್ತೆಲ್ಲೋ ಒಂದಿಷ್ಟು ಗೋಡೆಗಳು ಎದ್ದು ನಿಂತಿದ್ದವು.

ಇಂದು ಯಾವುದೋ ದೇಶಕ್ಕೆ ಸೇರಿದ ಭೂಭಾಗ ನಾಳೆ ಮತ್ತೆ ಯಾವುದೋ ದೇಶಕ್ಕೆ ಸೇರುತ್ತದೆಂದರು.

ಆ ಭಾಗ ಕಿತ್ತು ಇವರಿಗೆ ಕೊಟ್ಟರು, ಈ ಭಾಗ ಕಿತ್ತು ಅವರಿಗೆ ಕೊಟ್ಟರು.

ಇದ್ದಕ್ಕಿದ್ದಂತೆ ತಾವಿದ್ದ ಊರು ಮತ್ತೆ ಯಾವುದೋ ದೇಶಕ್ಕೆ ಸೇರಿಬಿಟ್ಟಿತು ಎಂದಾಗ ಜನರು ಗಲಿಬಿಲಿಗೊಂಡರು.

ಈ ಪ್ರಕ್ರಿಯೆಯಲ್ಲಿ ಜೆಕೊಸ್ಲೋವಾಕಿಯಾದ ಸುಡೆಟೆನ್‌ಲ್ಯಾಂಡ್‌ನಲ್ಲಿದ್ದ 30 ಲಕ್ಷ ಜರ್ಮನ್ನರು ಅಲ್ಲಿಂದ ಹೊರ ದೂಡಲ್ಪಟ್ಟರು.

ಪೋಲೆಂಡ್ ದೇಶ ಸೋವಿಯೆಟ್ ಪಾಲಾಯಿತು.

ಜರ್ಮನಿಯ ಒಂದಿಷ್ಟು ಭಾಗ ಈಗ ಪೋಲೆಂಡ್‌ಗೆ ಸೇರಿತು.

ಆ ಭಾಗದಲ್ಲಿದ್ದ ಜರ್ಮನ್ನರು ರಾತ್ರೋರಾತ್ರಿ ಅಲ್ಲಿಂದ ಓಡಿಹೋಗಬೇಕಾಯಿತು.

ಸೋವಿಯೆಟ್ ಯೂನಿಯನ್‌ಗೆ ಓಡಿ ಹೋಗಿ ಅಲ್ಲಿ ನೆಲೆಸಿದ್ದ ಅನೇಕ ಪೋಲಿಷರನ್ನು ರಷ್ಯನ್ನರು ಹೊರ ದೂಡಿ, ಅವರೆಲ್ಲ ಈಗ ಪೋಲೆಂಡ್‌ಗೆ ಹಿಂದಿರುಗಬೇಕಾಯಿತು.

ಯಾವ ಜರ್ಮನಿ ಸೋವಿಯೆಟ್ ಯೂನಿಯನ್ ಮೇಲೆ ಆಕ್ರಮಣ ಮಾಡಿ ಅದನ್ನು ಎದುರು ಹಾಕಿಕೊಂಡಿತ್ತೋ ಅದೇ ಜರ್ಮನಿ ಈಗ ಪೂರ್ವ ಜರ್ಮನಿ ಮತ್ತು ಪಶ್ಚಿಮ ಜರ್ಮನಿ ಎಂದು ಎರಡು ಭಾಗವಾಗಿ ಒಡೆದುಹೋಗಿ, ಬರ್ಲಿನ್‌ನ ನಡುವೆ ಗೋಡೆ ಎದ್ದು, ಪೂರ್ವ ಭಾಗ ಸೋವಿಯೆಟ್ ಆಡಳಿತಕ್ಕೊಳಪಟ್ಟರೆ, ಪಶ್ಚಿಮ ಭಾಗ ಮಿತ್ರಪಕ್ಷಗಳ ನಡುವೆ ಹಂಚಿಹೋಯಿತು.

ವಿಶ್ವಸಂಸ್ಥೆ ಸ್ಥಾಪನೆಯಾಗಿ, ಪ್ಯಾಲೆಸ್ಟೈನ್ ವಿರೋಧವನ್ನು ಲೆಕ್ಕಿಸದೇ ಅದನ್ನು ಇಬ್ಭಾಗವಾಗಿಸಿದ ನಂತರ ಇಸ್ರೇಲ್ ದೇಶ ಸ್ಥಾಪನೆಯಾಯಿತು. ಯೂರೋಪ್‌ನ ಎಲ್ಲೆಡೆಯಿಂದ ಜ್ಯೂಗಳು ಇಸ್ರೇಲ್‌ಗೆ ವಲಸೆ ಹೊರಟರು. ಪ್ಯಾಲೆಸ್ಟೈನ್ ಮತ್ತು ಇತರ ಅರಬ್ ದೇಶಗಳು ಈ ನಡೆಯನ್ನು ವಿರೋಧಿಸಿದವು ಮತ್ತು ಅವೆರಡು ದೇಶಗಳ ನಡುವೆ ಯುದ್ಧ ಪ್ರಾರಂಭವಾಯಿತು ಮತ್ತು ಆ ನಂತರ ಪ್ಯಾಲೆಸ್ಟೈನ್–ಇಸ್ರೇಲ್ ನಡುವೆ ಗೋಡೆ ಎದ್ದು ನಿಂತಿತು.

ಹೀಗೇ ಭೂಪಟಗಳು ಬದಲಾಗಿ ಜನರು ಎಷ್ಟೊಂದ್ ಮನೆ ಇಲ್ಲಿ ಎಲ್ಲಿ ನಮ್ಮನೆ ಎಂದು ಕಕ್ಕಾಬಿಕ್ಕಿಯಾಗುವ ಸ್ಥಿತಿ...

ಇನ್ನು ಯುದ್ಧದಿಂದಾದ ಪ್ರಾಣ ಹಾನಿ, ಆಸ್ತಿ ಹಾನಿಗಂತೂ ಲೆಕ್ಕವೇ ಇಲ್ಲ

ಜಗತ್ತಿನೆಲ್ಲೆಡೆಯಲ್ಲಿ ಒಟ್ಟು 8.5 ಕೋಟಿ ಜನರು ಸತ್ತರು... ಸೈನಿಕರು, ನಾಗರಿಕರು ಸೇರಿದಂತೆ

ಯುದ್ಧದಲ್ಲಿ ನೇರವಾಗಿ ಪಾಲ್ಗೊಂಡ ಎಲ್ಲ ದೇಶಗಳ ಸೈನಿಕರೂ ಲಕ್ಷಗಟ್ಟಲೆ ಸಂಖ್ಯೆಯಲ್ಲಿ ಸತ್ತರು.

ಬದುಕುಳಿದ ಅನೇಕ ಯುದ್ಧಖೈದಿಗಳು ಶತ್ರುರಾಷ್ಟ್ರಗಳ ಕೈಗೆ ಸಿಕ್ಕಿಬಿದ್ದು ವರ್ಷಗಟ್ಟಲೆ ಅಲ್ಲಿಯೇ ಕೊಳೆಯಬೇಕಾಯಿತು.

ಲಕ್ಷಗಟ್ಟಲೆ ರಷ್ಯನ್ ಯುದ್ಧಖೈದಿಗಳು ಜರ್ಮನ್ನರ ಕೈಗೆ ಸಿಕ್ಕಿಬಿದ್ದು ಅಲ್ಲಿನ ಎಕ್ಸ್‌ಟರ್ಮಿನೇಷನ್ ಕ್ಯಾಂಪ್‌ಗಳಲ್ಲಿ ಸುಟ್ಟು ಬೂದಿಯಾದರು.

ಲಕ್ಷಗಟ್ಟಲೆ ಜರ್ಮನ್ ಯುದ್ಧಖೈದಿಗಳು ರಷ್ಯಾದಲ್ಲಿ ಸೆರೆ ಸಿಕ್ಕು, ಅಲ್ಲಿನ ಗಣಿಗಳಲ್ಲಿ, ಯುದ್ಧ ಸಂಬಂಧಿ ವಸ್ತುಗಳ ತಯಾರಿಕಾ ಕಾರ್ಖಾನೆಗಳಲ್ಲಿ ದುಡಿಯುತ್ತ ಜೀವ ಸವೆಸಿದರು.

ಆರ್ಥಿಕವಾಗಿ ಅನೇಕ ದೇಶಗಳು ನೂರಾರು ಹೆಜ್ಜೆಗಳಷ್ಟು ಹಿಂದಿಕ್ಕಿದವು. ಯುದ್ಧ ಸಾರಿದ ಜರ್ಮನಿ ಆರ್ಥಿಕವಾಗಿ ಮುರಿದು ಬಿದ್ದಿತು. ಯುದ್ಧ ಸಾರಿದವನ ಕತ್ತಿನ ಪಟ್ಟಿ ಹಿಡಿದು ಬಯ್ಯೋಣವೆಂದರೆ ಅವನು ಪ್ರಾಣಹತ್ಯೆ ಮಾಡಿಕೊಂಡು ಹೊರಟು ಬಿಟ್ಟಿದ್ದ.

ಎಲ್ಲಿಂದ ಕಟ್ಟುವಿಕೆ ಪ್ರಾರಂಭಿಸಬೇಕು ಇಡೀ ಜಗತ್ತೇ ಮುರಿದು ಬಿದ್ದಿರುವಾಗ? ಇದೆಲ್ಲದರ ಕಥೆ ಒಂದು ಕಡೆಯಾದರೆ, ಬದುಕಿ ಉಳಿದಿದ್ದರಲ್ಲ... ಅವರ ಕಥೆ ಏನಾಯಿತು ಗೊತ್ತೇ?

ಯೂರೋಪ್ ಮತ್ತು ಏಷ್ಯಾದ ಎಲ್ಲೆಡೆ ಕೋಟಿಗಟ್ಟಲೆ ಜನರು ತಮ್ಮ ಪಾಡಿಗೆ ತಾವು ಯಾವುದೋ ಊರಿನಲ್ಲಿ, ಗಂಡ-ಹೆಂಡತಿ ಬೆಚ್ಚಗಿನ ಪ್ರೀತಿಯಲ್ಲಿ, ಒಂದಿಷ್ಟು ಕಿತ್ತಾಟದಲ್ಲಿ, ಮಕ್ಕಳನ್ನು ಹೆರುತ್ತಾ, ಮನೆಗೆ ದಿನಸಿ-ತರಕಾರಿ ತರುತ್ತ, ಅಡುಗೆ ಮಾಡುತ್ತಾ, ಸಿನೆಮಾ-ನಾಟಕ ನೋಡುತ್ತಾ, ಮಕ್ಕಳಿಗೆ ಊಟದ ಡಬ್ಬಿ ಕಟ್ಟುತ್ತಾ, ಕಾಲೇಜ್ ಫೀಸ್ ಕಟ್ಟುತ್ತಾ, ಮಕ್ಕಳು ನೆಮ್ಮದಿಯಾಗಿ ಶಾಲೆ-ಕಾಲೇಜ್‌ಗೆ ಹೋಗುತ್ತಾ, ಓದುತ್ತ, ಬರೆಯುತ್ತ, ಹದಿಹರೆಯದಲ್ಲಿ ಪ್ರೀತಿಯಲ್ಲಿ ಬೆಳಗುತ್ತಾ, ವಿರಹದಲ್ಲಿ ಉರಿಯುತ್ತಾ ಸುಖ ಜೀವನ ನಡೆಸುತ್ತಿದ್ದರಲ್ಲ ಅವರ ಬದುಕು ಸಂಪೂರ್ಣವಾಗಿ ನಾಶವಾಗಿತ್ತು.

ಹಾಲೋಕಾಸ್ಟ್‌ನಲ್ಲಿ ಪ್ರಾಣ ಕಳೆದುಕೊಂಡವರದ್ದು ಒಂದು ಕಥೆಯಾದರೆ, ಬದುಕಿ ಉಳಿದ ಅವರ ಮನೆಯವರದ್ದು ಇನ್ನೊಂದು ಕಥೆ. ಇರಲು ಮನೆಯಿಲ್ಲ, ಇದ್ದ ಆಸ್ತಿಯನ್ನೆಲ್ಲ ಯಾರೋ ಲೂಟಿ ಮಾಡಿದ್ದರು. ತಿನ್ನಲು ಊಟವಿಲ್ಲ... ಊಟ ಸಿಕ್ಕಿದರೂ ಉಪವಾಸ ಬಿದ್ದ ದೇಹದ ಯಕೃತ್ತಿಗೆ ಈಗ ಸಿಕ್ಕಿದ ಆಹಾರವನ್ನು ಹೇಗೆ ಜೀರ್ಣಿಸಬೇಕೆಂಬುದೇ ಅರ್ಥವಾಗುತ್ತಿಲ್ಲ! ಆದರೆ ಬಾಯಿಗೆ ಸಿಕ್ಕಿದ್ದೆಲ್ಲ ತಿನ್ನಬೇಕು ಅನ್ನಿಸುತ್ತಿದೆ. ದೇಹದಲ್ಲಿ ಒಂದಿಷ್ಟೂ ಶಕ್ತಿಯಿಲ್ಲ, ದುಡಿದು ತಿನ್ನೋಣವೆಂದರೆ ಕೆಲಸವಿಲ್ಲ. ಇದೆಲ್ಲ ಹೇಗೋ ಸರಿ ಮಾಡಿಕೊಳ್ಳಬಹುದು. ಆದರೆ ಕಳೆದುಕೊಂಡ ಪ್ರೀತಿಪಾತ್ರರು? ಅವರಿಗಾಗಿ ಅಳಲೂ ಯಾರಿಗೂ ತಾಕತ್ತಿಲ್ಲ. ಎಷ್ಟೋ ಜನ, ಮನೆಯವರೆಲ್ಲ ಸತ್ತು ತಾವು ಬದುಕಿ ಉಳಿದಿದ್ದಕ್ಕೆ ಗಿಲ್ಟ್ ಅನುಭವಿಸುತ್ತ ಬದುಕಿದರು!

ಇದಲ್ಲದೇ ಯುದ್ಧ ಮುಗಿದ ಕೂಡಲೇ ಎಲ್ಲರೂ ಜ್ಯೂಗಳ ಹೆಗಲ ಮೇಲೆ ಕೈ ಹಾಕಿ 'ನಾವೂ ನೀವೂ ಫ್ರೆಂಡ್ಸ್' ಎಂದು ಬಿಡಲಿಲ್ಲ. ಹಿಟ್ಲರ್ ಹೊತ್ತಿಸಿ ಹೋಗಿದ್ದ anti semitism ಉರಿ ಅದಾದ ನಂತರವೂ ಉರಿಯುತ್ತಲೇ ಇತ್ತು... ಆ ನಂತರವೂ ಅದು ಜ್ಯೂಗಳನ್ನು ದಹಿಸುತ್ತಲೇ ಇತ್ತು. ಜ್ಯೂಗಳಿಗೆಂದೇ ಪ್ರತ್ಯೇಕ ಶಾಲೆಗಳಾದವು. ಅವರ ಜೊತೆ ಬೇರೆಯ ಮಕ್ಕಳು ಸೇರುತ್ತಿರಲಿಲ್ಲ. ಅಕ್ಕಪಕ್ಕದ ಮನೆಯವರು ಕೂಡಾ ಜ್ಯೂಗಳ ಜೊತೆ ಸೇರುತ್ತಿರಲಿಲ್ಲ. ಬಹುಶಃ ತಮ್ಮ ಆಸ್ತಿಯನ್ನು ಹಿಂದಿರುಗಿ ಕೇಳಬಹುದು ಎನ್ನುವ ಕಾರಣಕ್ಕೂ ಇರಬಹುದು. ಎಲ್ಲಿಯೋ ಯಾವುದೋ ಮಗು ಕಿಡ್ನಾಪ್ ಆದರೆ, ಜ್ಯೂಗಳೇ ಅದಕ್ಕೆ ಕಾರಣ ಎನ್ನುವ ಸುಳ್ಳು ಸುದ್ದಿ ಹಬ್ಬಿ, ಅವರನ್ನೆಲ್ಲ ಸದೆ ಬಡಿಯುತ್ತಿದ್ದರು. ಹೀಗೆ ಜ್ಯೂಗಳ ಸ್ಥಿತಿ ನಿಸಾರ್ ಅಹಮದ್ ಅವರು ಹೇಳಿದಂತೆ 'ನಿಮ್ಮೊಡನಿದ್ದೂ ನಿಮ್ಮಂತಾಗದೇ...' ಎನ್ನುವಂತಾಗಿ ಹೋಯಿತು.

ಇನ್ನು ಯುದ್ಧದಲ್ಲಿ ಅಪ್ಪ-ಅಮ್ಮ ಸತ್ತು ಕೇವಲ ಮಕ್ಕಳು ಮಾತ್ರ ಬದುಕಿ ಉಳಿದರಲ್ಲ, ಆ ಅನಾಥರ ಕಥೆಯಂತೂ ಹೇಳಲಾಗದು. ಅಂತರ್ಜಾಲದಲ್ಲಿ ತಡಕಾಡಿದರೆ ಪುಟ್ಟಪುಟ್ಟ ಕಂದಮ್ಮಗಳು, ಗಲಿಬಿಲಿ ಕಣ್ಣಿನಲ್ಲಿ ಗುಂಪುಗುಂಪಾಗಿ ನಿಂತಿರುವ ಸಾವಿರಾರು ಚಿತ್ರಗಳು ಎದುರಾಗಿ ನಮ್ಮನ್ನು ತಲ್ಲಣಗೊಳಿಸುತ್ತವೆ.

ಕೆಲವು ಮಕ್ಕಳಂತೂ ಎರಡು-ಮೂರು ವರ್ಷದವು. ಅಪ್ಪ-ಅಮ್ಮನ ಬೆಚ್ಚನೆಯ ಪ್ರೀತಿ ಕಳೆದುಕೊಂಡು ತಬ್ಬಿಬ್ಬಾಗಿ ಹೋದ ಅಂಥ ಲಕ್ಷಗಟ್ಟಲೆ ಮಕ್ಕಳನ್ನು ಯಾರು ಯಾರೋ ದತ್ತು ತೆಗೆದುಕೊಂಡರು. ಯಾವುದೋ ದೇಶಗಳ, ಯಾವುದೋ ಧರ್ಮದ ಜನರ ಮನೆ ಸೇರಿಕೊಂಡ ಅವರು ಆ ಧರ್ಮದ ರೀತಿ ರಿವಾಜು ಅರಿಯುವುದು, ಅಲ್ಲಿನ ಭಾಷೆ ಕಲಿಯುವುದು, ಹೊಸ ಮನೆಗೆ ಹೊಂದಿಕೊಳ್ಳುವುದು ಈ ರೀತಿಯ ಸಂಕಟಗಳಲ್ಲಿ ಮುಳುಗಿಹೋದರು. ಎಷ್ಟೇ ಪ್ರೀತಿ ತೋರಿಸಿದರೂ ನಮ್ಮ ಮನೆ ಎನ್ನುವ ಸಲಿಗೆ, ನನ್ನ ಅಪ್ಪ-ಅಮ್ಮ ಎನ್ನುವ ಹಕ್ಕು ಇನ್ನೆಲ್ಲಿ ಸಿಗಲು ಸಾಧ್ಯ? ಕೆಲವು ಮಕ್ಕಳನ್ನು ಕ್ರಿಶ್ಚಿಯನ್ ಚಾರಿಟಿ ಸಂಸ್ಥೆಗಳು ಸಲಹಿದವು.

ಹೀಗೆ ಎಲ್ಲೆಲ್ಲಿಗೋ ಹೋಗಿ, ಅನಾಥಾಶ್ರಮಗಳಲ್ಲಿದ್ದು, ವಿದ್ಯೆ ಕಲಿತು, ತಮ್ಮಂತೆಯೇ ಅನಾಥರಾದ ಮತ್ತೆ ಯಾವುದೋ ಜೀವವನ್ನು ಸಂಗಾತಿಯಾಗಿಸಿ ಕೊಂಡು, ಬದುಕು ಕಟ್ಟಿಕೊಳ್ಳುವ ಪ್ರಕ್ರಿಯೆಯಲ್ಲಿ ತೊಡಗಿಕೊಂಡರು.ಆದರೆ ನೆಲೆಗೊಂಡ ಎಷ್ಟೋ ವರ್ಷಗಳ ನಂತರವೂ ಮಾನಸಿಕವಾಗಿ ಎಷ್ಟು ಜರ್ಝರಿತಗೊಂಡಿದ್ದರೆಂದರೆ, ಅಂಥ ಎಷ್ಟೋ ತಂದೆ-ತಾಯಂದಿರ ಮಕ್ಕಳಿಗೆ ಅಪ್ಪ, ಅಮ್ಮನ ಉಸಿರುಗಟ್ಟಿಸುವ ಪ್ರೀತಿಯೇ ಬಂಧನವೆನ್ನಿಸುವ ಹಾಗಾಗಿ ಬಿಡುತ್ತಿತ್ತಂತೆ.

ಅದಲ್ಲದೇ ಹಾಲೋಕಾಸ್ಟ್‌ನಲ್ಲಿ ಬದುಕುಳಿದ ಎಷ್ಟೋ ಜನರಿಗೆ ಆಹಾರದ ಕೊರತೆ ಎಂಥ ಭಯ ಹುಟ್ಟಿಸಿತ್ತೆಂದರೆ ಫ್ರಿಡ್ಜ್‌ನಲ್ಲಿ ಸದಾ ಕಾಲ ರಾಶಿ ರಾಶಿ ಆಹಾರ ಸಾಮಗ್ರಿಗಳನ್ನು ಪೇರಿಸಿ ಇಡುತ್ತಿದ್ದರಂತೆ, ಹಳಸಿದ ಅನ್ನವನ್ನು ಕೂಡಾ ಎಸೆಯಲು ಮನಸ್ಸು ಬಾರದೇ ಅದನ್ನೇ ತಿನ್ನುತ್ತಿದ್ದರಂತೆ, ಕಾನ್ಸನ್ಟ್ರೇಷನ್ ಕ್ಯಾಂಪ್‌ಗಳಲ್ಲಿ

ತಿನ್ನುತ್ತಿದ್ದಂಥ ತರಕಾರಿ, ಸೂಪ್ ಇವುಗಳನ್ನು ನೋಡಿದರೆ ಸಾಯುವವರೆಗೂ ಬೆಚ್ಚಿ ಬೀಳುತ್ತಿದ್ದರಂತೆ...

ಇವೆಲ್ಲ ಒಂದು ಕಡೆಯಾದರೆ, ಯುದ್ಧದ ಅತ್ಯಂತ ಘೋರ ನೇರ ಪರಿಣಾಮವೆಂದರೆ ಹೆಣ್ಣುಮಕ್ಕಳ ಮತ್ತು ಹೆಂಗಸರ ಸ್ಥಿತಿ. ಗೆದ್ದ ದೇಶಗಳ ಸೈನಿಕರು ಸೋತ ದೇಶಗಳಲ್ಲಿನ ಹೆಣ್ಣು ಮಕ್ಕಳನ್ನು ಸಿಕ್ಕಸಿಕ್ಕಲ್ಲಿ ರೇಪ್ ಮಾಡಿದರು. 8 ವರ್ಷದ ಹಸು ಕಂದಮ್ಮಗಳಿಂದ ಹಿಡಿದು 80 ವರ್ಷದ ಮುದುಕಿಯರವರೆಗೆ ಎಲ್ಲರೂ ಅತ್ಯಾಚಾರಕ್ಕೊಳಗಾದರು.

ನಿರಾಶ್ರಿತರ ಶಿಬಿರಗಳಲ್ಲಿದ್ದ ಹೆಣ್ಣುಮಕ್ಕಳ ಸ್ಥಿತಿಯಂತೂ ಅತ್ಯಂತ ಶೋಚನೀಯ. ಅಲ್ಲಿ ಗ್ಯಾಂಗ್ ರೇಪ್‌ಗೊಳಗಾದವರ ಸಂಖ್ಯೆಯಂತೂ ಲೆಕ್ಕವಿಲ್ಲದಷ್ಟು

ಎಡಿತ್ ಪರ್ಲ್ ಬರ್ಕನೌ ನರಕ ಮುಗಿಸಿದ ನಂತರ ಅನಾಥರ ಶಿಬಿರದಲ್ಲಿರುವಾಗ ನಡುರಾತ್ರಿ ಯಾರೋ ಕಿರುಚಿದ ಹಾಗಾಯಿತು ಎಂದು ಎದ್ದು ನೋಡಿದರೆ ಸೋವಿಯೆಟ್ ಸೈನಿಕನೊಬ್ಬ ಒಂದು ಹುಡುಗಿಯನ್ನು ಎಳೆದಾಡುತ್ತ, ಹೊಡೆಯುತ್ತ ಅತ್ಯಂತ ಅಸಭ್ಯವಾಗಿ 'ಆ ಜರ್ಮನ್ನರು ಕರೆದರೆ ಕಾಲು ಅಗಲಿಸುತ್ತಿದ್ದಿರಿ. ಈಗ ನಾನು ಕರೆದರೆ ಮಹಾ ಮರ್ಯಾದಸ್ತಳಂತೆ ಆಡುತ್ತೀಯಾ' ಎಂದು ಎಲ್ಲರೆದುರಿನಲ್ಲೇ ಎಳೆದುಕೊಂಡು ಹೋಗಿದ್ದನಂತೆ. ಎಡಿತ್ ಕೂಡಾ ಮಲಗಿರಬೇಕಾದರೆ ಅನೇಕ ಸೈನಿಕರು ಅವಳ ಮೈಮೇಲೆ ತಮ್ಮದೆನ್ನುವ ಅಧಿಕಾರದಲ್ಲಿ ಕೈ ಹಾಕುತ್ತಿದ್ದರಂತೆ. ಅದಕ್ಕಾಗಿ ತಾನು ಹೋರಾಡಬೇಕಾದ್ದನ್ನೆಲ್ಲ ತನ್ನ ಪುಸ್ತಕದಲ್ಲಿ ಬರೆಯುತ್ತಾರೆ.

ಹಿಟ್ಲರ್‌ನ ಆಹಾರ ಸೇವನೆ ಪರೀಕ್ಷೆಯ ಕೆಲಸ ಮಾಡುತ್ತಿದ್ದ ಹುಡುಗಿ ಮಾರ್ಗರ್ ವೋಲ್ಕ್ ಕೂಡಾ ಬರ್ಲಿನ್‌ನ ಕ್ಯಾಂಪ್‌ನಲ್ಲಿ ತಾನು ಅವ್ಯಾಹತವಾಗಿ ಹದಿನಾಲ್ಕು ದಿನ ರೇಪ್‌ಗೊಳಗಾದ ಕಾರಣಕ್ಕೆ, ಗರ್ಭಕೋಶಕ್ಕೆ ಪೆಟ್ಟು ಬಿದ್ದು, ಆ ನಂತರ ಎಂದೂ ಮಕ್ಕಳಾಗುವ ಅದೃಷ್ಟದಿಂದ ವಂಚಿತಳಾದೆ ಎಂದು ನೆನಪಿಸಿಕೊಳ್ಳುತ್ತಾರೆ.

'ಜರ್ಮನ್ ಹೆಣ್ಣುಮಕ್ಕಳನ್ನು ಬಿಡಬೇಡಿ, ಅತ್ಯಾಚಾರ ಮಾಡಿ ಬಿಸಾಡಿ' ಎಂದು ಅನೇಕ ರಾಜಕೀಯ ನಾಯಕರೇ ಕುಮ್ಮಕ್ಕು ಕೊಡುತ್ತಿದ್ದರಂತೆ.

ಎಷ್ಟೋ ಹೆಣ್ಣುಮಕ್ಕಳು ಅತ್ಯಚಾರದ ನಂತರ ಆತ್ಮಹತ್ಯೆ ಮಾಡಿಕೊಂಡರಂತೆ. ಬೇಡದ ಬಸುರುಗಳು, ಅನಿವಾರ್ಯ ಗರ್ಭಪಾತಗಳು, ಬೇಡವಾದರೂ ಹುಟ್ಟಿದ ಮಕ್ಕಳು...

ಅದಕ್ಕೇ 'ಸತ್ತವರಷ್ಟೇ ಯುದ್ಧದ ಕೊನೆಯನ್ನು ನೋಡುತ್ತಾರೆ' ಎಂಬ ಮಾತಿದೆ.

ದೈಹಿಕವಾಗಿ, ಮಾನಸಿಕವಾಗಿ, ಆರ್ಥಿಕವಾಗಿ ಮುರಿದು ಬಿದ್ದವರ ಬದುಕಿನ ಯುದ್ಧ ಮುಗಿಯುವುದೇ ಇಲ್ಲ...

ಯುದ್ಧದಲ್ಲಿ ಯಾರು ಗೆದ್ದವರು ಎಂದು ಪರಿಗಣಿಸಬೇಕು? ಯಾರು ಸೋತವರು ಎಂದು ಪರಿಗಣಿಸಬೇಕು?

ಗೆದ್ದವರ ದೇಶ ಮುರಿದು ಬಿದ್ದಿತ್ತು, ಸೋತವರ ದೇಶವೂ ಮುರಿದು ಬಿದ್ದಿತ್ತು

ಗೆದ್ದವರ ದೇಶದಲ್ಲಿ ಸಾವು, ಸೋತವರ ದೇಶದಲ್ಲೂ ಸಾವು

ಗೆದ್ದವರ ದೇಶದಲ್ಲಿ ಆರ್ಥಿಕ ಬಿಕ್ಕಟ್ಟು, ಸೋತವರ ದೇಶದಲ್ಲಿಯೂ ಆರ್ಥಿಕ ಬಿಕ್ಕಟ್ಟು

ಯುದ್ಧದ ನಿರರ್ಥಕತೆಯ ಬಗ್ಗೆ ಹೇಳುವಾಗ War does not determine who is right - only who is left ಎಂಬ ಮಾತಿದೆಯಲ್ಲ, ಅದೆಷ್ಟು ಸತ್ಯ...!

ದೋ ವಿದ್ಜೇನಿಯಾ ಪೋಲೆಂಡ್!

ಅಂತೂ ಸುಂದರ ಕನಸಿನಂತಿದ್ದ ಪೋಲೆಂಡ್ ಪ್ರವಾಸ ಮುಗಿದೇ ಬಿಟ್ಟಿತು... ನನಗೆ ಪ್ರವಾಸವೆಂದರೆ ಒಂದು ರೀತಿಯ ಅಮಲು... ತೀರದ ಮೋಹ!

ಹೋದ ಊರಿನ ಬಿಡುವಿಲ್ಲದ ದಿನಚರಿ, ಕಾಲಿಗೆ ಕಟ್ಟಿಕೊಂಡ ಚಕ್ರ, ಹೊತ್ತಲ್ಲದ ಹೊತ್ತಲ್ಲಿ ಎಲ್ಲೋ ಏನೋ ಸಿಕ್ಕಿದ್ದನ್ನು ತಿನ್ನುವ ಸುಖ, ರಾತ್ರಿ ರೂಮಿಗೆ ಹಿಂದಿರುಗಿದ ನಂತರ ನನ್ನ ಪಾದಗಳನ್ನು ನಾನೇ ಒತ್ತಿಕೊಳ್ಳುವ ಹಿತ, ಮರುದಿನಕ್ಕೆ ಎದ್ದು ಹೊರಡಬೇಕಾದ ಅನಿವಾರ್ಯತೆ, ನಿದ್ರಾಹೀನತೆ, ಎದುರಾಗುವ ನೂರಾರು ಜನರು, ಅವರಿಂದಾಗುವ ವಿಚಿತ್ರ ಅನುಭವಗಳು... ಉಫ್! ಎಂಥ ಅನುಭವವದು!

ಆದರೆ ಎಂಥ ಸುಂದರ ಸ್ಥಳವೇ ಆಗಲಿ, ನಂತರ ಮರಳಿ ಮನೆಗೆ ಬರಲೇ ಬೇಕಲ್ಲ? ಎಂಥದ್ದೇ ಉತ್ಕಟ ಆಸೆಯಿಂದ ಹೋದರೂ, ಅದು ನನ್ನ ದೇಶಕ್ಕಿಂತ ಎಷ್ಟೇ ಸುಂದರವಾಗಿದ್ದರೂ ವಾರ ಕಳೆದು ಮೂರು ದಿನವಾಗುವುದರಲ್ಲಿ ನನ್ನೂರಿನ ನೆನಪು ಕಾಡಲಾರಂಭಿಸುತ್ತದೆ. ಅದರಲ್ಲೂ ಈ ಬಾರಿ ಪೋಲೆಂಡ್‌ನಲ್ಲಿ ಸಂಸಾರಗಳು ಛಿದ್ರಗೊಂಡ ಕಥೆಗಳು, ಸೂತ್ರ ಹರಿದು ಹೋದ ಬದುಕುಗಳ ಕಥೆಗಳು ಎಲ್ಲವನ್ನೂ ಕೇಳುತ್ತ ಕೇಳುತ್ತ,

ದಿನ ಮಧ್ಯಾಹ್ನ ಬರುವ ಅಮ್ಮನ 'ಅಲೋ ವಾಟ್ ಡೂಯಿಂಗ್' ಅನ್ನುವ ಫೋನ್ ಕರೆ

ಗೆಳತಿ ಸಂಧ್ಯಾಳಿಗೆ ಕರೆ ಮಾಡಿದಾಗ ಅವಳ ಜೀವ ಉಕ್ಕುವ 'ಹೇಳಮ್ಮ' ಅನ್ನುವ ಪ್ರೀತಿಯ ದನಿ

ಪ್ರೀತಿಯ ಗೆಳೆಯ–ಗೆಳತಿಯರಿಗೆ ಅಪರೂಪಕ್ಕೊಮ್ಮೆ ಕರೆ ಮಾಡಿದರೂ ನೆನ್ನೆ ತಾನೆ ಮಾತನಾಡಿದ್ದೇವೇನೋ ಎನ್ನುವಂತೆ ರೂಪುಗೊಳ್ಳುವ ಸಂವಹನ ಸೇತುವೆ

ನನ್ನ ಸಹಾಯಕಿ ಮಂಜುವಿನ 'ನೀವು ಕೂತ್ಕೊಳ್ರಕ್ಕಾ ನಾನು ಉಳ್ಳಿಕಾಯಿ ನಾರು ತೆಗ್ದಾಕ್ತೀನಿ' ಅನ್ನುವ ಉಪಚಾರ

ಮರಳಿ ಮನೆಗೆ ಹೋಗುವ ದಿನ ನಮ್ಮ ಫ್ಯಾಕ್ಟರಿಯ ಹುಡುಗ ಜಯರಾಮನ 'ಮೇಡಂ ತಿಂಡಿ ಏನು ತಂದಿಡಲಿ ಮಸಾಲೆ ದೋಸೆನಾ?' ಎನ್ನುವ ಪ್ರೀತಿ

ದಿನಸಿ ಅಂಗಡಿಯಾತನ 'ಇದೇನು ಹೀಗೆಲ್ಲ ಡಯೆಟ್ ಶುರು ಮಾಡಿದ್ರೆ ನಮ್ ಅಂಗಡಿ ಬಿಸ್ಕೆಟ್, ಚಾಕಲೇಟ್ ಗತಿ ಏನು' ಎನ್ನುವ ತಮಾಷೆ

ತರಕಾರಿ ಅಂಗಡಿಯ ಹುಡುಗನ 'ನೋಡಳಿ ಚನಾಗಿದ್ದದೇ ತಂದಿದೀನಿ ಎಲ್ಲ'
ಎನ್ನುವ ನನ್ನ ಕೊಳ್ಳೆಗಾಲದ ಭಾಷೆಯ ಮಾತು
ಬೀದಿ ಕಸ ಗುಡಿಸುವಾಕೆಯ 'ನಾಷ್ಟಾ ಆತ್ರಾ' ಎಂಬ 32 ಹಲ್ಲೂ ಕಾಣುವ ನಗುವಿನ,
ಕುಶಲ ವಿಚಾರಿಸುವ ಆತ್ಮೀಯತೆ
ನನ್ನ ರೂಮ್‌ನ ತಗ್ಗು ಬಿದ್ದ ಪರಿಚಿತ ಹಾಸಿಗೆ
ಮೆತ್ತಗಿನ ದಿಂಬು
ಮನೆಯಲ್ಲಿನ ಗಿಡಗಳು
ಅನ್ನಪೂರ್ಣ ಕಾಫಿಪುಡಿಯ ಪರಿಚಿತ ಘಮ
ಹಾಲ್‌ನ ಕಿಟಕಿ ಬದಿಯ ನನ್ನ ಪ್ರೀತಿಯ ದಿವಾನ್
ಕಿಟಕಿಯಾಚೆಯ ನನ್ನೆತ್ತರದ ದಾಸವಾಳ ಗಿಡ
ಎಲ್ಲ... ಎಲ್ಲ... ಎಲ್ಲವನ್ನೂ ಅದೆಷ್ಟು ಮಿಸ್ ಮಾಡಿಕೊಳ್ಳಲಾರಂಭಿಸಿದೆ ಗೊತ್ತೇ?
ಸಾವಿನ ಸನಿಹದಲ್ಲಿ ಬದುಕಿನ ಸೆಳೆತ ಹೆಚ್ಚಾಗುವಂತೆ, ಕಳೆದುಕೊಂಡವರ ನಾಡಿನ
ಸುತ್ತಾಟ ನನ್ನ ಪ್ರೀತಿಪಾತ್ರರ ಬಗ್ಗೆ ಇನ್ನಿಲ್ಲದ ಸೆಳೆತ ಹುಟ್ಟು ಹಾಕಿತ್ತು...

ಬದುಕಿನ ಅತ್ಯದ್ಭುತ ಸಂಗತಿಗಳೆಂದರೆ –
ನಾವು ಪ್ರೀತಿಸುವ ಜೀವಗಳು
ನಾವು ನೋಡಿದ ಸ್ಥಳಗಳು ಮತ್ತು
ನಾವು ಆ ಪಯಣದಲ್ಲಿ ಗಳಿಸಿಕೊಂಡ ಅನುಭವಗಳು ಮತ್ತು ನೆನಪುಗಳು ಅಷ್ಟೇ!
ಪೋಲೆಂಡ್‌ನಂಥ ಯುದ್ಧ ತತ್ತರ ದೇಶದಲ್ಲಿನ ಸುತ್ತಾಟ ನನ್ನ ಈವರೆಗಿನ ಎಲ್ಲ

ಪ್ರವಾಸಗಳಿಗಿಂತ ಹೆಚ್ಚಿನದೇ ಆದ ಅನುಭವವನ್ನು ಕೊಟ್ಟಿತ್ತು. ದುಃಖವೆಂದರೆ ಎಷ್ಟು ಆಳವಿದ್ದಿರಲು ಸಾಧ್ಯ ಎಂದು ತೋರಿಸಿಕೊಟ್ಟಿತ್ತು

ಪ್ರೀತಿ ಇಲ್ಲದ ಮೇಲೆ
ಹೂವು ಅರಳೀತು ಹೇಗೆ
ಮೋಡ ಕಟ್ಟೀತು ಹೇಗೆ
ಬರೀ ಪದಕ್ಕೆ ಪದ ಜತೆಗಿದ್ದ ಮಾತ್ರಕ್ಕೆ ಪದ್ಯವಾದೀತು ಹೇಗೆ
ಸಂಶಯದ ಗಡಿಗಳುದ್ದಕ್ಕು
ಸಿಡಿಗುಂಡುಗಳ ಕದನ ನಿಂತೀತು ಹೇಗೆ
ಎಂಬ ಹೊಸ ಪಾಠದೊಂದಿಗೆ ಪೋಲೆಂಡ್‌ಗೆ ವಿದಾಯ...

'ದೋ ವಿದ್ಜೇನಿಯಾ ಪೋಲೆಂಡ್....!'